ಶ್ಯಾಮಲಾ ಮಾಧವ

ಮಂಗಳೂರಲ್ಲಿ ಜನಿಸಿ, ಬೆಸೆಂಟ್ ಶಾಲೆ ಹಾಗೂ ಸೇಂಟ್ ಆಗ್ನಿಸ್ ಕಾಲೇಜ್‌ಗಳಲ್ಲಿ ವಿದ್ಯಾಭ್ಯಾಸದ ಬಳಿಕ, ದಾಂಪತ್ಯ ನಿಮಿತ್ತ ಮುಂಬಯಿ ವಾಸ. ತಂದೆ ನಾರಾಯಣ ಉಚ್ಚಿಲ್ ಹಾಗೂ ತಾಯಿ ಯು. ವಸಂತಿ, ಮಂಗಳೂರ ಶೈಕ್ಷಣಿಕ ಕ್ಷೇತ್ರದಲ್ಲಿ ಪರಿಚಿತ ಹೆಸರು. ಹನ್ನೊಂದರ ಹರೆಯದಲ್ಲಿ ಪ್ರಥಮ ರಚನೆ, 'ಕಡಲಿನ ಕರೆ' ಕವನ, 'ರಾಷ್ಟ್ರಬಂಧು' ಪತ್ರಿಕೆಯಲ್ಲಿ ಪ್ರಕಟವಾಯ್ತು. ಇದುವರೆಗೆ, ನಾಡಿನ ಹೆಚ್ಚಿನೆಲ್ಲ ಪತ್ರಿಕೆಗಳಲ್ಲಿ, ಅಂತರ್ಜಾಲ ಪತ್ರಿಕೆಗಳಲ್ಲಿ ಕಥೆ, ಕವನ, ಲೇಖನ, ಅನುವಾದ ಕೃತಿಗಳು ಪ್ರಕಟಿತ. 'ನಿತ್ಯವಾಣಿ' ಮತ್ತು ' ಮುಂಬಯಿವಾಣಿ ' ಪತ್ರಿಕೆಗಳ ಸಂಪಾದಕೀಯ ವಿಭಾಗದಲ್ಲಿ ಪರಿಶ್ರಮ. 'ಸೃಜನಾ," ಮುಂಬಯಿ ಕನ್ನಡ ಲೇಖಕಿಯರ ಬಳಗದ ಸಂಚಾಲಕಿಯಾಗಿ ಎರಡು ವರ್ಷಗಳ ಕಾರ್ಯಭಾರದಲ್ಲಿ ಕೃತಿ ಸಂಪಾದನೆ, ಕೃತಿ ಬಿಡುಗಡೆ, ಅನುವಾದ ಕಮ್ಮಟಗಳ ಯೋಜನೆ

ಸಂಪನ್ನ.."ಸ್ಪ್ಯಾರೋ" ಸಂಸ್ಥೆಗಾಗಿ ಟ್ರಾನ್ಸ್ಕ್ರಿಪ್ಶನ್ ಮತ್ತು ಟ್ರಾನ್ಸ್‌ಲೇಶನ್ ಕಾರ್ಯದಲ್ಲಿ ಸಹಯೋಗ. ಸ್ಪಾರೋ ಸಂಸ್ಥೆಯ ಬೆಳ್ಳಿ ಹಬ್ಬ ಪ್ರಯುಕ್ತ ನಡೆದ ಎರಡು ದಿನಗಳ ಬಹುಭಾಷಾ ಸಾಹಿತ್ಯ ಕೂಟದಲ್ಲಿ 'ಎಕ್ಸ್‌ಪ್ರೆಶ್ಶನ್ಸ್" ಆಂಡ್ " ಎಕ್ಸ್‌ಪೀರಿಯೆನ್ಸ್‌ಸ್" ಪ್ರಬಂಧ ಮಂಡನೆ. ಅನುವಾದ ಕ್ಷೇತ್ರದ ಒಟ್ಟು ಸಾಧನೆಗಾಗಿ ಅನುವಾದ ಅಕಾಡೆಮಿ ಕುವೆಂಪು ಭಾಷಾ ಭಾರತಿ ಪ್ರಾಧಿಕಾರದ ಗೌರವ ಪ್ರಶಸ್ತಿ ಪಾತ್ರರಾದ ಇವರ ಅನುವಾದ 'ಗಾನ್ ವಿದ್ ದ ವಿಂಡ್' ಅನುವಾದ ಕೃತಿಗೆ ಕರ್ನಾಟಕ ಸಾಹಿತ್ಯ ಅಕಾಡೆಮಿ ಪುಸ್ತಕ ಬಹುಮಾನವು ಸಂದಿದೆ. ಸದ್ಯ ಮುಂಬೈಯಲ್ಲಿ ವಾಸ.

RAFIA MANJARUL AMEEN

ALAM PANAH
ಆಲಂಪನಾ

ಮೂಲ

ರಫಿಯಾ ಮಂಜೂರುಲ್ ಅಮೀನ್

ಕನ್ನಡಕ್ಕೆ

ಶ್ಯಾಮಲಾ ಮಾಧವ

ವಿಜಯನಗರ, ಬೆಂಗಳೂರು – 560 040.

ಆಲಂಪನಾ (ಕಾದಂಬರಿ)

ALAM PANAH (Novel)

BY; RAFIA MANZOORUL AMEEN

A Novel originally Published in Urdu 1983

Kannada Translation by ; Shyamala Madhav

Jalaram Nagara -3/35
V.B.Road ,Ghatkpur-East
Mumbai 400077
Mobi : 9619747780

Published by:
Srushti Nagesh

SRUSHTI PUBLICATIONS

121, 13th Main Road, M.C. Layout
Vijayanagara, Bengaluru - 560 040.
Ph : 080 - 23153558; Mob: 9845096668
E-mail: srushtinagesh@gmail.com

Second Impression: 2018

First Impression: 1994
(ಭಾಗೀರಥಿ ಪ್ರಕಾಶನ, ಬೆಂಗಳೂರು)
Page: xii+ 244 = 252
Book Size : 1/4 Crown (23 x 15.5)
(International Standarad Book Size)

Paper used: 70 Gsm Jk Book Print

ISBN: 978-93-81244-72-2

Dtp : Srushti
Cover Page : **G . Arunkumar**

ಎಳೆತನದಲ್ಲೇ ನನ್ನಲ್ಲಿ
ಸಾಹಿತ್ಯಾಭಿರುಚಿಯನ್ನು ಮೂಡಿಸಿ
ಪೋಷಿಸಿ–ರೂಪಿಸಿದ
ಪೂಜ್ಯ, ಪ್ರಿಯ ತಾಯ್ತಂದೆಯರಿಗೆ–

-:ನಿವೇದನೆ:-

ಉರ್ದೂ ಸಾಹಿತ್ಯದ ಪ್ರಖ್ಯಾತ ಲೇಖಕಿ ರಫಿಯಾ ಮಂಜೂರುಲ್ ಅಮಿನ್, ಹಾಗೂ ಅವರ ವಿಖ್ಯಾತ ಕಾದಂಬರಿ 'ಆಲಂಪನಾ' ಕನ್ನಡ ಸಾಹಿತ್ಯಪ್ರಪಂಚಕ್ಕೆ ಪರಿಚಿತವಾಗುವಂತೆಸಗುವ ಸದವಕಾಶ ನನಗಿಂದು ಪ್ರಾಪ್ತವಾಗಿದೆ.

ಶ್ರೀಮತಿ ರಫಿಯಾ ಅವರು ಇಪ್ಪತ್ತಾರು ವರ್ಷಗಳಿಂದಲೂ ಕಥೆ. ಕಾದಂಬರಿಗಳನ್ನು ರಚಿಸುತ್ತಾ ಬಂದಿದ್ದಾರೆ. ಆಕಾಶವಾಣಿ, ದೂರದರ್ಶನಗಳಲ್ಲಿ ಪ್ರದರ್ಶನಕ್ಕಾಗಿಯೂ ಸಾಕಷ್ಟು ಕೃತಿರಚನೆ ಮಾಡಿರುವ ರಫಿಯಾ ಅವರು ಚಿತ್ರಕಾರರೂ, ಶಿಲ್ಪಕಾರರೂ ಆಗಿದ್ದಾರೆ.

ದೂರದರ್ಶನದಲ್ಲಿ 'ಪರ್ಮಾನ್' ಎಂಬ ಜನಪ್ರಿಯ ಧಾರವಾಹಿಯಾಗಿ ಪ್ರದರ್ಶಿತವಾದ 'ಆಲಂಪನಾ' ಕೃತಿಯ ಹಿಂದೀ ಅನುವಾದವನ್ನೋದಿ, ಅದರ ಸೊಗಸಿಗೆ ಮಾರುಹೋದ ನಾನು, ಮೂಲ ಲೇಖಕಿ ರಫಿಯಾ ಹಾಗೂ ಹಿಂದಿಗೆ ಅನುವಾದಿಸಿದ ಅವರ ಪತಿ ಮಂಜೂರುಲ್ ಅಮಿನರ ಸಂಪರ್ಕ ಸಾಧಿಸಿ, ಕನ್ನಡಾನುವಾದಕ್ಕೆ ಅನುಮತಿ ಕೇಳಿದಾಗ, ತಕ್ಷಣವೇ ಈ ಸಹೃದಯಿ ದಂಪತಿಗಳು ಪೂರ್ಣಾನುಮತಿ ನೀಡಿ, ನನ್ನ ಯತ್ನಕ್ಕೆ ಸಾಫಲ್ಯ ಸಿಗಲೆಂದು ಹರಸಿದರು.

ತೃತೀಯ ಮುದ್ರಣ ಹಕ್ಕುದಾರರಾಗಿದ್ದ 'ಹಿಂದ್ ಪಾಕೆಟ್ ಬುಕ್ಸ್'ನ ಚೇರಮ್ಯಾನ್ ಶ್ರೀ ದೀನಾನಾಥ ಮಲ್ಹೋತ್ರಾ ಅವರೂ ಸಹೃದಯದಿಂದ ಸಹಕರಿಸಿ, ನನ್ನ ಯತ್ನವನ್ನು ಬೆಂಬಲಿಸಿ ಕನ್ನಡಾನುವಾದಕ್ಕೆ ಬೇಕಾದ ಅನುಮತಿ, ಹಕ್ಕುಗಳು ಪ್ರಾಪ್ತವಾಗುವಂತೆಸಗಿದರು.

ಪುಸ್ತಕ ಪ್ರಕಾಶನಕ್ಕೆ ಸಂಬಂಧಿಸಿದ ವ್ಯವಹಾರಗಳಲ್ಲಿ ಮಾಹಿತಿ ನೀಡಿ. ಪ್ರೋತ್ಸಾಹಿಸಿದ ನನ್ನ ಆತ್ಮೀಯರಾದ ಮಹಾನ್ ಲೇಖಕ ಶ್ರೀ.ಕೆ.ಟಿ. ಗಟ್ಟಿಯವರ ಸಹೃದಯ ಸಹಕಾರದಿಂದ ಪ್ರಕಾಶಕರಾದ ಶ್ರೀ ರಾಜಾ ಚೆಂಡೂರರಂತಹವರ ಪ್ರಕಾಶನದಲ್ಲಿ ನನ್ನ ಈ ಕೃತಿಯು ಬೆಳಕು ಕಾಣುವಂತಾಯಿತು. ಶ್ರೀ ರಾಜಾ ಚೆಂಡೂರರ ಸಹೃದಯ, ಸಹಕಾರಗಳನ್ನೂ ಕೃತಜ್ಞತೆಯಿಂದ ನೆನೆವೆ.

ನನ್ನ ಯತ್ನವನ್ನು ಹರಸಿ, ಪ್ರೋತ್ಸಾಹಿಸಿದ ಆತ್ಮೀಯರಾದ ಶ್ರೀ ಕೆ.ಟಿ. ಗಟ್ಟಿ, ಶ್ರೀ ಅಮೃತ ಸೋಮೇಶ್ವರ, ಶ್ರೀ ನಾ. ಡಿಸೋಜಾ, ಶ್ರೀ ಎಸ್. ವಿ. ಪಾಟೀಲ ಇವರೆಲ್ಲರಿಗೂ ನನ್ನ ಕೃತಜ್ಞತೆಗಳು ಸಲ್ಲುತ್ತವೆ.

ಮೂಲ ಕೃತಿಯೇ ಸೊಗಸಾಗಿದ್ದು, ಮೂಲ ಲೇಖಕಿ ರಫಿಯಾರ ವರ್ಣನಾ ವೈಖರಿ, ಪಾತ್ರ ಚಿತ್ರಣ, ನಿಸರ್ಗ ಪ್ರೇಮ, ತಾಯ್ನಾಡ ಮೇಲಣ ಪ್ರೀತಿ, ಅಭಿಮಾನ ದರ್ಶನ, ಹೈದರಾಬಾದ್‌ನ ಚಾರಿತ್ರಿಕ, ಸಾಂಸ್ಕೃತಿಕ, ಸಾಮಾಜಿಕ ಪರಿವರ್ತನಾ ಚಿತ್ರಣ ಇವೆಲ್ಲವುಗಳಿಂದ 'ಆಲಂಪನಾ' ಕಥಾಶಿಲ್ಪ ಆತ್ಯಾಕರ್ಷಕವಾಗಿ ರೂಪು ಗೊಂಡಿದೆ. ಆ ಸೊಗಸನ್ನು ಯಥವತ್ತಾಗಿ ಕನ್ನಡದಲ್ಲಿ ಬಿಂಬಿಸುವ ನನ್ನ ಈ ಯತ್ನದ ಸಫಲತೆಯ ಬಗ್ಗೆ ಓದುಗರೆ ನಿರ್ಣಾಯಕರು.

ಶ್ರೀ ಮಂಜೂರುಲ್ ಆಮೀನರು ಧಾರವಾಡ ಆಕಾಶವಾಣಿಯ ನಿರ್ದೇಶಕರಾಗಿದ್ದ ಐದು ವರ್ಷಗಳ ಕಾಲ ನೆಲೆನಿಂತು ಕರ್ನಾಟಕದ ನೆಲ, ಜನರ ಬಗ್ಗೆ ಆತ್ಮೀಯತೆ ಬೆಳೆಸಿಕೊಂಡ ಆಮೀನ ದಂಪತಿಗಳು ಶ್ಲಾಘನೀಯರು, ರಫಿಯಾರ ಲೇಖನಿಯಲ್ಲಿ ಹೈದರಾಬಾದ್‌ನ ಸಾಂಸ್ಕೃತಿಕ ಪೆಂಪಿನೊಡನೆ ದಾಂಡೆಲಿಯ ಪ್ರಾಕೃತಿಕ ಕಂಪು ಮಿಳಿತವಾಗಿ ಹರಿದಿದೆ. ಕನ್ನಡ ಓದುಗರೆಲ್ಲರಿಗೂ ಈ ಪರಭಾಷಾ ಕೃತಿ, ಕರ್ತೃ ಮೆಚ್ಚಿಗೆಯೆನಿಸುವುದು ನಿಸ್ಸಂಶಯ.

ನನ್ನ 'ಆಲಂಪನಾ' ಕೃತಿಯನ್ನು ಸ್ವಾಗತಿಸಿ, ಸಹಕರಿಸಿದ ಸರ್ವರಿಗೂ ನನ್ನ ಅನಂತ ಕೃತಜ್ಞತೆಗಳು.

ಮುಂಬೈ **–ಶ್ಯಾಮಲಾ**

ನಿವೇದನೆ

ಹದಿನಾಲ್ಕು ವರ್ಷಗಳ ಹಿಂದೆ 1994ರಲ್ಲಿ ನನ್ನ ಪ್ರಥಮ ಪ್ರಕಟಿತ ಅನುವಾದ ಕೃತಿಯಾಗಿ ಬೆಳಕು ಕಂಡು ಕನ್ನಡ ವಾಙ್ಮಯವನ್ನು ಸೇರಿದ 'ಆಲಂಪನಾ', ಇಂದು ಹೊಸ ತೊಡುಗೆಯುಟ್ಟು ಓದುಗರ ಕೈಸೇರುವ ಸಂತಸ ನನ್ನದಾಗಿದೆ. ನನ್ನ ಪ್ರೀತಿ, ಗೌರವಾದರಗಳಿಗೆ ಪಾತ್ರರಾದ ಮೂಲಕೃತಿಕರ್ತೆ, ಉರ್ದೂ ಸಾಹಿತಿ ರಫಿಯಾ ಹಾಗೂ ಹಿಂದಿಗೆ ಅನುವಾದಿಸಿದ ಅವರ ಪತಿ ಮಂಜೂರುಲ್ ಅಮೀನ್ ದಂಪತಿಯನ್ನು, ಅವರ ಸಜ್ಜನಿಕೆ, ಔದಾರ್ಯ, ಪ್ರೀತಿ, ವಾತ್ಸಲ್ಯವನ್ನು ನಾನಿಂದು ಮನದುಂಬಿ ನೆನೆಯುತ್ತೇನೆ.

ಹಲವಾರು ಉತ್ತಮ ಅನುವಾದ ಕೃತಿಗಳನ್ನು ಬೆಳಕಿಗೆ ತಂದ ಸೃಷ್ಟಿ ಪಬ್ಲಿಕೇಶನ್ಸ್‌ನ ಸೃಷ್ಟಿ ನಾಗೇಶ್ ಅವರು, ಪ್ರತಿಗಳು ಮುಗಿದೇ ಹೋಗಿದ್ದ ನನ್ನೀ ಕೃತಿಯನ್ನು ಪುನರ್ಮುದ್ರಿಸಿ ಪುನಃ ಬೆಳಕು ತೋರಲು ಮುಂದಾಗಿದ್ದಾರೆ. ಮುದ್ರಾದೋಷವಿರದಂತೆ ಅಚ್ಚುಕಟ್ಟಾಗಿ, ಆಕರ್ಷಕವಾಗಿ ಮುದ್ರಿಸಿ ಓದುಗರ ಕೈಗಿತ್ತಿದ್ದಾರೆ. ಅವರ ಸಹೃದಯಕ್ಕೆ ನಾನು ಆಭಾರಿಯಾಗಿದ್ದೇನೆ. ಹೈದರಾಬಾದ್‌ನ ನವಾಬ ಸಂಸ್ಕೃತಿಯ ಹಾಗೂ ದಾಂಡೇಲಿಯ ಪ್ರಾಕೃತಿಕ ಸೌಂದರ್ಯದ ವರ್ಣನೆಯೊಂದಿಗೆ ಒಂದು ಮಹತ್ವಪೂರ್ಣ ಸುಸಂಸ್ಕೃತ ಸಮಾಜದ ಪರಿವರ್ತನೆಯ ಚಿತ್ರಣವನ್ನು ಅತ್ಯಾಕರ್ಷಕ ಸಂಭಾಷಣೆಗಳೊಂದಿಗೆ ಕಡೆದಿಟ್ಟ ಈ ಕೃತಿ ಓದುಗರನ್ನು ಸೆಳೆದಿದೆ. ದೃಶ್ಯ ಮಾಧ್ಯಮದಲ್ಲಿ "ಫರ್ಮಾನ್" ಎಂಬ ಹಿಂದೀ ಧಾರಾವಾಹಿಯಾಗಿ ಪ್ರೇಕ್ಷಕರನ್ನು ಸೆಳೆದಂತೇ, ಕನ್ನಡ "ಆಲಂಪನಾ" ಕೂಡಾ ಓದುಗರಿಗೆ ಆಪ್ಯಾಯಮಾನವಾಗಿ ಪುನಃ ಪುನಃ ಓದಿಸಿಕೊಂಡಿದೆ. ಅನುವಾದಕಿಗೆ ಇದೇ ಸಾರ್ಥಕ್ಯವಲ್ಲವೇ?

ಪ್ರಕಟವಾದ ಮುಂದಿನೆರಡು ವರ್ಷಗಳೂ ಕೇಂದ್ರ ಸಾಹಿತ್ಯ ಅಕಾಡೆಮಿಯ ಉತ್ತಮ ಅನುವಾದ ಪ್ರಶಸ್ತಿ ಸ್ಪರ್ಧೆಯ ಕೊನೆಯ ಸುತ್ತಿಗೆ ಆಹ್ವಾನಿತವಾಗಿದ್ದ ಕೃತಿ, "ಆಲಂಪನಾ".

“ಆಲಂಪನಾ” ಅನುವಾದವು ಕನ್ನಡದ್ದೇ ಕೃತಿಯಂತಿದೆ ಎಂದು ಹಲವರಿಂದ ಕೇಳಿ ಸಂತಸ ಪಟ್ಟಿದ್ದೇವೆ, ಎಂದು ಮೆಚ್ಚಿಕೊಂಡ ರಫಿಯಾ ದಂಪತಿಗಳ ನಗುಮುಖ ಮನದಲ್ಲಿ ಅಚ್ಚೊತ್ತಿದೆ. ಈ ಕೃತಿ ಪುನರ್ಮುದ್ರಣ ಗೊಳ್ಳುತ್ತಿರುವುದನ್ನು ಕಾಣಲು, ರಫಿಯಾಜೀ ಇಂದು ನಮ್ಮೊಡನಿಲ್ಲ. ಪ್ರಿಯಪತ್ನೀವಿಯೋಗವಾಗಿ ಬಂಜಾರಾ ಹಿಲ್ಸ್‌ನ ತಮ್ಮ ಮನೆಯಲ್ಲಿ ಶೇಷಾಯುಷ್ಯವನ್ನು ಕಳೆಯುತ್ತಿರುವ ಮಂಜೂರುಲ್ ಅಮೀನರ ಏಕಾಂಗಿತನವನ್ನು ಕಂಡಿದ್ದೇನೆ. ನನ್ನೀ ಪುನರ್ಮುದ್ರಿತ “ಆಲಂಪನಾ” ಆ ಸ್ಮರಣೀಯ ಚೇತನಗಳಿಗೆ ಸಮರ್ಪಿತ.

ನನ್ನ ಪ್ರಥಮ ಕೃತಿ ಬೆಳಕು ಕಾಣಲು ಅಂದು ದಾರಿ ತೋರಿದ, ಮುಂದೆಯೂ ಮಾರ್ಗದರ್ಶಕರಾದ ಸಾಹಿತಿ ಶ್ರೇಷ್ಠ ಆತ್ಮೀಯ ಕೆ.ಟಿ.ಗಟ್ಟಿ ಅವರನ್ನು ಮರೆಯುವುದೆಂತು?

ಕನ್ನಡ ಸಾಹಿತ್ಯಲೋಕ ಇಂದೂ ತೆರೆದ ಮನದಿಂದ ನನ್ನೀ ಕೃತಿಯನ್ನು ತನ್ನದಾಗಿಸಿ ಕೊಳ್ಳುವುದೆಂದು ನಂಬಿದ್ದೇನೆ. ಓದಿ, ಸ್ಪಂದಿಸುವ ಸಹೃದಯಗಳಿಗೆ ಸ್ವಾಗತ.

– ಶ್ಯಾಮಲಾ ಮಾಧವ

ಹವೇಲಿಯ ಮಹಾದ್ವಾರದಿಂದ ಒಳಪ್ರವೇಶಿಸುವ ಮೊದಲು ಏಮನ್ ಸ್ವಲ್ಪ ಹಿಂಜರಿದಳು. ಎಲ್ಲಾದರೂ ವಿಳಾಸ ತಪ್ಪಿ ಬಂದೆನೇನೋ ಎಂಬ ಸಂಶಯ ಅವಳನ್ನು ಕಾಡಿತು. ಚೀಲದಿಂದ ಸಂದರ್ಶನ ಕರೆಯ ಪತ್ರ ತೆಗೆದು ಲಕ್ಷ್ಯವಿಟ್ಟು ಓದಿದಳಾಕೆ:–

'ಫರ್ಮಾನ್'– ಗೋಲ್ಕೊಂಡ, ರಸ್ತೆ ನಂಬರ್ 4, ಹೈದರಾಬಾದ್

ವಿಳಾಸ ಸರಿಯಾಗಿಯೇ ಇತ್ತು, ಬಹು ಪ್ರಯಾಸದಿಂದಲೇ ಅವಳಲ್ಲಿಗೆ ತಲುಪಿದ್ದಳು. ಸ್ಟೇಷನ್‌ನಿಂದ ಅಲ್ಲಿಯವರೆಗೆ ಬರಲು ಟ್ಯಾಕ್ಸಿಯಾತ ಅವಳಿಂದ ಇಪ್ಪತ್ತು ರೂಪಾಯಿ ತೆಗೆದುಕೊಂಡಿದ್ದ, ನೋಡುತ್ತಿದ್ದ ಅವಳು ಹಿಂದಿರುಗಿ ನೋಡಿದಾಗ ಆತನಿನ್ನೂ ಟ್ಯಾಕ್ಸಿಯ ಬಾಗಿಲಲ್ಲಿ ಕೈಯಿರಿಸಿ ತನ್ನನ್ನೇ ದಿಟ್ಟಿಸಿ ನೋಡುತ್ತಿದ್ದುದನ್ನು ಅವಳು ಕಂಡಳು. ಕ್ಷಣಮಾತ್ರ, ಗಾಬರಿಯಿಂದ ಏಮನ್‌ಳ ಕಾಲ್ಗಳು ಕಂಪಿಸಿದವು; ಟ್ಯಾಕ್ಸಿಯಾತನನ್ನು ತಡೆಯಲು ಸೂಚಿಸಿ. ಹಿಂದಿರುಗುವ ಎಂದಾಕೆ ಯೋಚಿಸಿ ತಕ್ಷಣವೇ ತಿರುಗಿದಳು. ನಗರದ ನಿಬಿಡತೆಯಿಂದ ದೂರವಾಗಿ, ಜನಶೂನ್ಯ ರಸ್ತೆಗೆ ಟ್ಯಾಕ್ಸಿ ಬಂದಾಗಲೇ ಅವಳ ಮನದಲ್ಲಿ ಭೀತಿ ಹುಟ್ಟಿ ಕೊಂಡಿತ್ತು. ಬೆಂಗಳೂರಿನಿಂದ ಹೈದರಾಬಾದ್ ತಲುಪಿದಾಗ, ಇತರ ಯಾವುದೇ, ಹವೇಲಿಯಂತೆ' 'ಫರ್ಮಾನ್' ಕೂಡ ನಗರದ ಪ್ರಕಾಶಮಾನ ಪ್ರದೇಶದಲ್ಲಿರಬಹುದೆಂದೇ ಅವಳು ಭಾವಿಸಿದ್ದಳು. ಬಾಗಿಲಲ್ಲಿ ಪಹರೆ ಕಾಯುವ ದೊಡ್ಡ ದೊಡ್ಡ ಮೀಸೆಯ, ಸಿಪಾಯಿಗಳು ಬಹುಕಷ್ಟದಿಂದಲೆ ಒಳಹೋಗುವ ಆಜ್ಞೆಯನ್ನೀಯಬಹುದೆಂದೂ ಕಲ್ಪಿಸಿದ್ದಳು. ಈಗ ನಗರದ ಸಾಂದ್ರತೆಯಿಂದ ದೂರವಾಗಿ, ಆ ಮಹಾದ್ವಾರದೆದುರು ನಿಂತಾಗ, ಮೊದಲೇ ಯೋಚಿಸಬೇಕಿತ್ತೆಂದು ಚಿಂತೆ ಅವಳನ್ನು ಕಾಡಿತು. ಅವಳು ತನ್ನನ್ನು ತಾನೇ ಸಾವರಿಸಿ, ಬಹಳ ಯೋಚಿಸಿಯೇ ಹೆಜ್ಜೆಯಿಟ್ಟಿದ್ದಳಲ್ಲದೆ, ಇಷ್ಟು ದೂರ ಸುಮ್ಮಸುಮ್ಮನೆ ಬಂದುದಾಗಿರಲಿಲ್ಲ. ಟ್ಯಾಕ್ಸಿಯಾತ ಅವಳ ಮಾನಸಿಕ ತುಮುಲವನ್ನು ಗಮನಿಸಿದ್ದ; ಆ ಚೆಲುವೆ ತನ್ನನ್ನು ತಡೆದರೆ, ಹಿಂದಕ್ಕೆ ಖಾಲಿ ಟ್ಯಾಕ್ಸಿ ನಡೆಸಿಕೊಂಡು

ಹೋಗಬೇಕಾಗದೆಂಬ ಪ್ರತೀಕ್ಷೆಯಲ್ಲೇ ಅವನಿದ್ದ. ಆದರೆ ಏಮನ್ ಯೋಚಿಸಿ ನಿರ್ಧರಿಸಿದಂತೆ ತಿರುಗಿದುದನ್ನು ಕಂಡು, ಆತ ನಿರುಪಾಯನಾಗಿ ಟ್ಯಾಕ್ಸಿಯೊಡನೆ ಸರಿದು ಹೋದ.

ಕಂಗಳ ಕೊನೆಯಿಂದ ಟ್ಯಾಕ್ಸಿ ಹೊರಟುಹೋಗುತ್ತಿರುವುದನ್ನು ಕಂಡ ಏಮನ್, ಸುತ್ತಲಿನ ನಿಶ್ಯಬ್ದದಲ್ಲಿ ಸಿಲುಕಿದಂತಾದಳು. 'ಆ ನೌಕರಿ ಸಿಗದಿದ್ದರೇನು ಗತಿ? ಹಿಂದಿರುಗಿ ನಗರಕ್ಕೆ ಹೋಗುವುದೆಂತು?' ದೂರದೂರದವರೆಗೆಲ್ಲೂ ಬಸ್‌ನಿಲ್ದಾಣವೂ ಇರಲಿಲ್ಲ. ಅಲ್ಲಿಗೆ ತಲುಪಲು ಬಸ್ ಇರಲಿಲ್ಲವೆಂದೇ ಆ ಅಮೂಲ್ಯ ಇಪ್ಪತ್ತು ರೂಪಾಯಿಗಳನ್ನು ಟ್ಯಾಕ್ಸಿಗಾಗಿ ವ್ಯಯಿಸಬೇಕಾಗಿ ಬಂದಿತ್ತು. ಹವೇಲಿಯ ದ್ವಾರವೂ ಮುಖ್ಯರಸ್ತೆಗಿಂತ ದೂರವಿದ್ದು, ಅಲ್ಲಿಯವರೆಗಿನ ಕಚ್ಚಾ ರಸ್ತೆ, ಹವೇಲಿಯೊಡೆಯನೇ ತನ್ನ ಅನುಕೂಲಕ್ಕೋಸ್ಕರ ಮಾಡಿಸಿದಂತಿತ್ತು. ಸುತ್ತಮುತ್ತೆಲ್ಲ ವರ್ಣಮಯ ಕುಂಟಲಹಣ್ಣಿನ ವೃಕ್ಷಗಳು ಬೆಳೆದಿದ್ದವು, ಅವುಗಳೆಡೆಯಲ್ಲಿ ಅಲ್ಲಲ್ಲಿ ಕಾಡಿಗೆಗಪ್ಪಿನ ದಿನ್ನೆಗಳು ಆನೆಗಳ ಕಾಲ್ಗಳಂತೆ ಕಂಡು ಬರುತ್ತಿದ್ದವು. ಆಲದ ಮರದ ಬೇರುಗಳು ನೆಲವನ್ನು ತಾಕುತ್ತಿದ್ದು, ದನಗಾಹಿ ಹುಡುಗರು ಅಲ್ಲಿ ಬಿದ್ದ ಫಲಗಳನ್ನಾರಿಸಿ ತಮ್ಮ ಮಲಿನ ಚೀಲಗಳಲ್ಲಿ ತುಂಬುತ್ತಿದ್ದರು. ಟ್ಯಾಕ್ಸಿಯನ್ನು ಕಂಡು ನಿಂತು ನೋಡುತ್ತಿದ್ದ ಆ ಹುಡುಗರು ಟ್ಯಾಕ್ಸಿ ಹೊರಟಾಗ ಹಿಂದಿಂದಲೇ 'ಹೋ ಹೋ' ಎಂದು ಬೊಬ್ಬಿಡುತ್ತಾ, ಓಡುತ್ತಾ, ಹಿಂಬಾಲಿಸಿದರು. ಟ್ಯಾಕ್ಸಿ ದೃಷ್ಟಿಯಿಂದ ಮರೆಯಾದ ಬಳಿಕವೇ ಅವರು ಪುನಃ ತಮ್ಮ ಕೆಲಸದಲ್ಲಿ ತೊಡಗಿದರು. ಏಮನ್ ಭುಜ ಕೊಡವಿ, ಪರಿಸರದ ಈ ಶಕ್ತಿಯುತ ಹಿಡಿತದಿಂದ ತನ್ನನ್ನು ಬಿಡಿಸಿಕೊಳ್ಳಲು ನಿಡಿದಾದ ಉಸಿರೆಳೆದುಕೊಂಡಳು. ಕಬ್ಬಿಣದ ಆ ಮಹಾದ್ವಾರದಲ್ಲಿ ಪಹರೆದಾರನೇನೂ ಇರದಿದ್ದರೂ ಅವಳಿಗೆ ಭಯವೆನಿಸುತ್ತಿತ್ತು. ತನ್ನ ದುರ್ಬಲತೆಯ ಬಗ್ಗೆ ತನ್ನನ್ನೇ ತಾನು ಹಳಿಯುತ್ತಾ ಅವಳು ಮುಂದುವರೆದಳು; ಏನಾದರಾಗಲಿ; ಅವಳು ನೌಕರಿಯ ಅನ್ವೇಷಣೆಯಲ್ಲೇ ಅಲ್ಲಿಗೆ ಬಂದಿದ್ದಳು. ಯಾವುದೇ ಕಳ್ಳತನದ ಇಲ್ಲವೇ ಕನ್ನಹಾಕುವ ಇರಾದೆಯಿಂದೇನೂ ಬಂದಿರಲಿಲ್ಲ. ಮತ್ತೇಕೆ ಈ ತಲ್ಲಣ ? ತನ್ನ ನಿಷ್ಕಾರಣವಾದ ಭಯವನ್ನು ಅಲ್ಲೇ ಬಿಟ್ಟು ಬಿಟ್ಟು, ಅವಳು ಆ ಮಹಾದ್ವಾರದಿಂದಾಗಿ ಒಳಪ್ರವೇಶಿಸಿದಳು.

ಹವೇಲಿ ಬಹುವಿಸ್ತಾರ ಪ್ರದೇಶದಲ್ಲಿ ನಿರ್ಮಿಸಿದಂತಿತ್ತು. ಮುಂದುವರಿದಷ್ಟು ಹವೇಲಿಯ ಕಟ್ಟಡ ಅವಳ ಕಣ್ಣಿಗೆ ಬೀಳಲಿಲ್ಲ. ನೇರದೂರದಲ್ಲಿ ದೊಡ್ಡದೊಂದು ಉದ್ಯಾನದ ಅವಶೇಷವಿತ್ತು. ಹಿಂದೆ ರಾಜಭೋಗದ ದಿನಗಳನ್ನದು ಕಂಡಿರಬಹುದಾದರೂ ಇಂದು ದುರವಸ್ಥೆಯಲ್ಲಿತ್ತು. ಲಾನ್‌ನಲ್ಲಿ ತಾಜಾನತವಿರಲಿಲ್ಲ, ಪಾತಿಗಳು ಪಾಳು ಬಿದ್ದಿದ್ದುವು, ಗಿಡಗಳು ಬಾಡಿ, ಬಳ್ಳಿಗಳು ತಲೆಬಾಗಿ, ಮೃತ್ಯುಲೋಕ ಪ್ರದರ್ಶಿಸುವಂತಿದ್ದವು. ಹವೇಲಿಯತ್ತ ಹೋಗುವ ಕಿರುವಾರಿಯ ಎಡಕ್ಕಿದ್ದ ದೊಡ್ಡ ಕೆರೆಯೊಂದು ಒಣಗಿದಂತಿತ್ತು. ಮತ್ಸಕುಲದ ಎಷ್ಟೊಂದು ಸುಂದರ ಜೀವಗಳು ಅದರ ತಳದಲ್ಲಿ ಹುದುಗಿವೆಯೋ ಬಲ್ಲವರಾರು? ಏಮನ್‌ಗೆ ಚಿತ್ತೋರ್‌ಗಢದ ಜೋಹರ್ ನೆನಪಾಯಿತು. ಕಾಲೇಜಿನ ಗೆಳತಿಯರೊಂದಿಗೆ ಅವಳಲ್ಲಿಗೆ ಹೋಗಿದ್ದಳು. ಕೋಟೆಯಲ್ಲಿ ಜೋಹರ್‌ನ ಬಳಿಯಲ್ಲೇ ಉಸಿರುಬಿಗಿಹಿಡಿದು

ನಿಂತಿದ್ದಳು. ಅವಳ ಕಲ್ಪನೆಯ ಮೂಸೆಯಲ್ಲಿ ನೂರಾರು ಕ್ಷತ, ವಿಕ್ಷತ ಜೀವಗಳು ವಿಲಿವಿಲಿಗುಟ್ಟತೊಡಗಿದ್ದವು. ಅಲ್ಲಾವುದ್ದೀನ್‌ಖಿಲ್ಜಿ ಹಾಗೂ ಅವನ ಸೈನ್ಯದ ಅಶ್ವಗಳ ಖುರಪುಟದ ಕ್ಷೀಣಧ್ವನಿ ನಡೆದು ಹೋದ ಬಲತ್ಕಾರದ ಅನ್ಯಾಯವನ್ನು ಸಾರಿ ಹೇಳುತ್ತಿದ್ದವು. ಹೃದಯಾಪಹಾರಕ ಚೆಲುವಿನ, ಪದ್ಮಿನಿಯ ಹಸನ್ಮುಖದ ಅಂತ್ಯ ಅವಳ ಬಗೆಗಣ್ಣಿಗೆ ಕಾಣುತ್ತಿತ್ತು. ಹೆಣ್ಣಿನ ಅಸಹಾಯಕತೆಯ ಪರಿಕಲ್ಪನೆಯಿಂದ ಅವಳ ಗೆಳತಿಯರ ಮುಖಗಳೂ ವಿವರ್ಣವಾಗಿದ್ದವು. ಆಳುವ ವ್ಯವಸ್ಥೆಯ ವಿರುದ್ಧ ಏಮನ್‌ಳ ಮನದಲ್ಲಿ ವೈರತ್ವ ಪುಟಿದೇಳುತ್ತಿತ್ತು. ಹೆಣ್ಣಿನ ದುರ್ಗತಿಗೆ ಅರಸುಮನೆತನದವರೇ ಕಾರಣವೆಂದು ಅವಳು ಭಾವಿಸಿದ್ದಳು. ಹೆಣ್ಣಿನ ಶೋಷಣೆಯ ವಿರುದ್ಧ ಅವಳ ಹೃದಯದಲ್ಲಿ ಕ್ರಾಂತಿಕಾರಕ ವಿಚಾರಗಳು ರೂಪುಗೊಳ್ಳುತ್ತಿದ್ದವು. ಆದರೆ, ಈಗವಳು ಹೆಣ್ಣಿನ ಪರವಾದ ವಕಾಲತಿಗಾಗಿ ಭಗವಂತನೆದುರು ನಿಂತಿರಲಿಲ್ಲ. ಅವಳಿಗೀಗ ನೌಕರಿಯ ಅಗತ್ಯವಿತ್ತು.

ಕಿರುದಾರಿಯ ಮೇಲ್ತಗ್ಗುಗಳಲ್ಲಿ ತನ್ನ ಚಪ್ಪಲಿಯನ್ನು ಸಂಭಾಳಿಸಿಕೊಳ್ಳುತ್ತಾ ಏಮನ್ ಮುಂದುವರಿದಳು. ದಾರಿಯ ತಿರುವೊಂದರಲ್ಲಿ ಸೈಕಲ್ ಸವಾರನೊಬ್ಬ ಅವಳಿಗೆದುರಾಗಿ ಬಂದ.

ಬಹುಶಃ ಯಾರೋ ನೌಕರನಿದ್ದಿರಬೇಕು. ಯಾವುದೋ ಚಿತ್ರಗೀತೆಯನ್ನು ಸಿಳ್ಳೆಯೂದುತ್ತಾ ಬರುತ್ತಿದ್ದ ಆತ ತಲೆಯಮೇಲೆ ಮುಂದೆ ಸರಿಸಿದ್ದ ಟೋಪಿ ಧರಿಸಿಕೊಂಡಿದ್ದ. ರಸ್ತೆಯ ಕಲ್ಲುಗಳ ಮೇಲೆ ಥರಗುಟ್ಟುತ್ತಿದ್ದ. ಸೈಕಲ್‌ಗನುಗುಣವಾಗಿ ಆತನ ಸಿಳ್ಳೆಯ ಹಾಡೂ ಥರಗುಟ್ಟುತ್ತಿತ್ತು. ಸೈಕಲ್‌ನ ಹ್ಯಾಂಡಲ್‌ಗೆ ಸಿಗಿಸಿದ್ದ ದೊಡ್ಡ ಬುಟ್ಟಿಯ ಕಾರಣ. ಆತ ಕಾಲುಗಳನ್ನು ಅಗಲವಾಗಿರಿಸಿದ್ದ, ಅಲ್ಲಿ ಆಗ ಆ ಅಪರಿಚಿತ ಹುಡುಗಿಯನ್ನು ಕಂಡು ಬೆಚ್ಚಿಬಿದ್ದ ಆತನ ತುಟಿಗಳು ಸಿಳ್ಳೆಯೂದುವಂತೆ ಆಡುತ್ತಿದ್ದವಾದರೂ ಸ್ವರ ಮಾಯವಾಗಿತ್ತು. ಹವೇಲಿಯಿನ್ನು ಎಷ್ಟುದೂರವೆಂದು ಆತನೊಡನೆ ಕೇಳುವ ಎಂದು ತಿರುಗಿದ ಏಮನ್ ದಾರಿ ಅದೊಂದೇ ಅಲ್ಲದೇ, ಬೇರಿಲ್ಲವೆಂದು ಗಮನಿಸಿ ಸುಮ್ಮನಾದಳು. ಒಂದು ಕಾಲೂರಿ ನಿಂತು ಏಮನ್‌ಳನ್ನೇ ದಿಟ್ಟಿಸುತ್ತಿದ್ದ ಸವಾರ. ಫಕ್ಕನೆ ತನ್ನ ಕೆಲಸ ಜ್ಞಾಪಿಸಿಕೊಂಡು, ಸೈಕಲ್ ಏರಿ ಅರ್ಧದಲ್ಲೇ ಬಿಟ್ಟ ಚಿತ್ರ ಗೀತೆಯ ಧ್ವನಿಯನ್ನು ಪುನಃ ನುಡಿಸುತ್ತಾ ಸರಿದು ಹೋದ.

ಗಂಟೆ ಒಂಭತ್ತಾಗುತ್ತ ಬಂದಿದ್ದರೂ ಫೆಬ್ರುವರಿಯ ಎಳೆಬಿಸಿಲು ತಣ್ಣಗಿತ್ತು. ಏಮನ್ ಬೇಗಬೇಗನೇ ಮುನ್ನಡೆದಳು. ಸರಿಯಾಗಿ ಒಂಭತ್ತು ಗಂಟೆಗೆ ಹವೇಲಿಯಲ್ಲಿರಬೇಕಿತ್ತು. ಕಾರೊಂದರ ಹಾರ್ನ್‌ನಿಂದ ಬೆಚ್ಚಿಬಿದ್ದು ಏಮನ್ಸ್ ಪಕ್ಕಕ್ಕೆ ಸರಿದಳು. ಕಪ್ಪು ಬಣ್ಣದ ಉದ್ದವಾದ ಕಾರೊಂದು ಅವಳ ಪಕ್ಕ ಸರಿದು ಹೋಯಿತು. ಸಮವಸ್ತ್ರ ಧರಿಸಿದ ಚಾಲಕ ನಡೆಸುತ್ತಿದ್ದ ಕಾರಿನ ಹಿಂಬದಿಯ ಸೀಟಿನಲ್ಲಿ ಚೆಲವೆಯೊಬ್ಬಳು ಕುಳಿತಿದ್ದುದನ್ನವಳು ಕಂಡಳು. ತನ್ನ ನೀಲವರ್ಣದ ಉಡುಪಿನಲ್ಲಿ ಆಕೆಯ ಮುಖ ಸಮುದ್ರದಲ್ಲಿ ತೇಲಾಡುವ ಅಸ್ಪರ್ಶಿತ ಮುತ್ತಿನಂತೆ ಹೊಳೆಯುತ್ತಿತ್ತು. ಕಪ್ಪು ಕೂದಲರಾಶಿ ಅವಳ ಮುಖವನ್ನು ಆವರಿಸಿತ್ತು. ಕಾರೇನೋ ಸರಿದು ಹೋದರೂ ತನ್ನನ್ನು ಸಂಭಾಳಿಸಿಕೊಳ್ಳುವ ಯತ್ನದಲ್ಲಿ ಏಮನ್‌ಳ

ಕೈಗಳಿಗೆ ಪಕ್ಕದ ಗುಲಾಬಿಗಿಡದ ಮುಳ್ಳು ತಗಲಿದರೂ ಅವುಗಳನ್ನು ಅಂಗೈಗಳಿಂದ ಕೀಳುವ ಸಮಯ ಅದಾಗಿರಲಿಲ್ಲ. ಒಂಭತ್ತು ಹೊಡೆಯುವುದರಲ್ಲಿತ್ತು. ಹಾಗೂ ಎದುರಿಗೇ ಹವೇಲಿ ಇತ್ತು.

ಒಮ್ಮೆಲೇ ಎದುರಿನಲ್ಲಿ ಆ ಮಹಾಪ್ರಾಕಾರವನ್ನು ಕಂಡು ಏಮನ್ ಚಕಿತಳಾದಳು. ಪ್ರಾಕಾರದ ಅಕ್ಕಪಕ್ಕದಲ್ಲಿ ಹೂತೋಟದ ಪರಿಸ್ಥಿತಿ ಅಷ್ಟೇನೂ ಕೆಟ್ಟದಾಗಿರಲಿಲ್ಲ. ಪಾತಿಗಳೂ ಚೇತರಿಸಿದ್ದುವು. ಮರದ ದೊಡ್ಡ ಕುಂಡಗಳಲ್ಲಿದ್ದ ಪಾಮ್ ಗಿಡದ ಎಲೆಗಳು ಆರೋಗ್ಯದಿಂದ ಹೊಳೆಯುತ್ತಿದ್ದು ಆರೈಕೆಗೆ ಸಾಕ್ಷಿಯಾಗಿದ್ದವು. ದಾಸವಾಳದ ಗುಲಾಬಿ ವರ್ಣದ ಹೂಗುಚ್ಛಗಳು ಕಂಬಗಳನ್ನು ಆಧರಿಸಿ ಮೇಲೆರಿದ್ದವು. ದೊಡ್ಡದಾದ ಸ್ತಂಭಗಳುಳ್ಳ ಪೋರ್ಟಿಕೋದಲ್ಲಿ ಅದೇ ಕಪ್ಪುಬಣ್ಣದ ಕಾರ್ ನಿಂತಿತ್ತು. ಹೊಳೆಯುತ್ತಿದ್ದ ಆ ವಾಹನವನ್ನು ಆ ಚಾಲಕ ಇನ್ನೂ ಹೊಳಪಿಸುತ್ತಾ ಇದ್ದ ಅಸಂಖ್ಯಾತ ಮೆಟ್ಟಿಲುಗಳ ಮೇಲಿನ ವಿಶಾಲ ಪೋರ್ಟಿಕೋ ಹಾಗೂ ಕಿಟಕಿಗಳು ಜಾಲಿಯುಳ್ಳ ಪರದೆಗಳು ಕಳೆದ ದಿನಗಳನ್ನು ಸ್ಮರಿಸುವಂತಿದ್ದವು.

ಮೆಟ್ಟಿಲುಗಳ ಬಳಿ ನಿಂತಿದ್ದ ಏಮನ್ ತಲ್ಲಣಗೊಂಡಂತಿದ್ದಳು. ಮೇಲಿನಿಂದ ಬಂದ ನೌಕರನೊಬ್ಬ ಅವಳೇಕೆ ಬಂದಿರುವಳೆಂದು ತಿಳಿಯಲೋ ಎಂಬಂತೆ ಅವಳನ್ನೇ ದೃಷ್ಟಿಸಿ ನೋಡುತ್ತ ನಿಂತಿದ್ದ. ವೃದ್ಧನಾದ ಆತ ಆ ಹವೇಲಿಯಲ್ಲಿ ಹಲವಾರು ಋತುಗಳನ್ನು ಕಂಡಿದ್ದ, ಮೆಟ್ಟಲೇರುತ್ತಿದ್ದ ಏಮನ್‌ಳ ಪ್ರತಿಹೆಜ್ಜೆಯನ್ನು ನೋಡುತ್ತಿದ್ದ ಆತನ ದೃಷ್ಟಿ ಹೀಗೆ ಹೇಳುವಂತಿತ್ತು. 'ನಿನ್ನಂಥಾ ಹುಡುಗಿಯರನ್ನು ನಾನು ಚೆನ್ನಾಗಿಯೂ ಬಲ್ಲೆ. ಪರೀಕ್ಷೆಯ ಫೀಸ್ ಕಟ್ಟಲು ಹಣಬೇಕೆಂದೋ, ತಂದೆಯ ಅನಾರೋಗ್ಯದ ಚಿಕಿತ್ಸೆಗೆ ಧನಸಹಾಯ ಬೇಕೆಂದೋ ಯಾಚಿಸಲು ಬಂದಿರುವೆ. ಯಾಚಕರೂ ಈಗ ಎಷ್ಟು ಬದಲಾಗಿದ್ದಾರೆ! ಅಲ್ಲಾನ ಕೃಪೆಯಿರಲಿ! ದೊಡ್ಡ ನವಾಬರು ಬದುಕಿದ್ದಾಗ ಜನರು ಮುಂಜರಾ ಮಾಡಿಸಲು ಸಹಾಯ ಯಾಚಿಸುತ್ತಿದ್ದರು. ಆನೆಗಳ ಅಂಗವಸ್ತ್ರ ಹೊಲಿಸಿ ಬಹುಮಾನಕ್ಕಾಗಿ ಕಾತರಿಸುತ್ತಿದ್ದರು. ಈಗಂತಹ ಯಾಚಕರೂ ಇಲ್ಲ. ಒಂದು ಕೈಯಲ್ಲಿತ್ತ ದಾನ ಇನ್ನೊಂದು ಕೈಗೆ ತಿಳಿಯದಂತೆ ದಾನಮಾಡುತ್ತಿದ್ದ ಉದಾರಿಗಳೂ ಈಗಿಲ್ಲ. ಈಗಂತೂ ಜನರು ಎರಡು ರೂಪಾಯಿಯ ದಾನವನ್ನೂ ಪ್ರಕಟಿಸಬಯಸುತ್ತಾರೆ.

ಇಷ್ಟರಲ್ಲಾಗಲೇ ಏಮನ್ ಅಮೃತಶಿಲೆಯ ಸೋಪಾನವೇರಿ ಪೋರ್ಟಿಕೋಗೆ ಬಂದಿದ್ದಳು. ಎದುರಿಗೆ ತಗಲಿಸಿದ್ದ ದೊಡ್ಡ ಕನ್ನಡಿಯಲ್ಲಿ ತನ್ನನ್ನು ಕಂಡು, ಅವಳ ಕಾಲ್ಗಳು ಅಲ್ಲೇ ನೆಲಕ್ಕೆ ಕೀಲಿಸದಂತಾದವು. ಆಳೆತ್ತರದ ಆ ಕನ್ನಡಿಯಲ್ಲಿ ಹಸಿರು ಸೆಲ್ವಾರ್ ಕಮಿಾಜ್ ತೊಟ್ಟ, ತೆಳುವಾದ ದೇಹದ ಅರಳುತ್ತಿರುವ ಸಂಪಿಗೆ ವರ್ಣದ ಹುಡುಗಿಯೊಬ್ಬಳು ಅವಳ ಕಣ್ಣಲ್ಲಿ ಕಣ್ಣಿಟ್ಟು ನೋಡುತ್ತಿದ್ದಳು. ನೀಳನಾಸಿಕದ ಕೆಳಗೆ ಕೆತ್ತಿದಂತಿದ್ದ ಸುಂದರ ತುಟಿಗಳು ಅದರ ಕೆಳಗೆ ಮುದ್ದಾದ, ಉರುಟುಗದ್ದ, ಆದರೆ, ಎಲ್ಲಕ್ಕಿಂತ ಅದ್ಭುತವಾಗಿತ್ತು. ಅವಳ ಕಣ್ಣುಗಳು, ಆ ಕಣ್ಣುಗಳನ್ನು ತಾಕಿದ ದೃಷ್ಟಿ ಕ್ಷತ ವಿಕ್ಷತವಾಗುತ್ತಿತ್ತು. ಅವುಗಳಲ್ಲಿ ಅಂತಹ ಆಕರ್ಷಣೆ, ಅಂತಹ ಮಾಯಾಜಾಲವಿತ್ತು.! ಯಾತ್ರಿಗಳ ದಾರಿ ತಪ್ಪಿಸಿ ಕಂಗೆಡಿಸುವಂತಹ

ಮಾಯಾಜಾಲ ಆ ಚಿನ್ನದಂತಹ ಕಣ್ಣುಗಳು ಅವಳ ಹಸಿರು ಉಡಿಗೆಯ ಕಾರಣ ಆಗ ಹಸಿರಾಗಿಯೇ ಕಾಣಿಸುತ್ತಿದ್ದವು. ಪರಿಪೂರ್ಣದೃಷ್ಟಿಯಿಂದ ಏಮನ್‌ಳನ್ನು ಚೆಲುವೆಯೆಂದು ಹೇಳಲಾಗದಾದರೂ ಒಮ್ಮೆ ನೋಡಿದವರನ್ನು ಪುನಃ ತನ್ನತ್ತ ಆಕರ್ಷಿಸುವಂತಹುದೇನೋ ಅವಳಲ್ಲಿತ್ತು. ತನ್ನ ಬಿಂಬವನ್ನು ತಾನೇ ಕಂಡ ಏಮನ್ ಹತಾಶಳಾಗಿ ನಿಂತುಬಿಟ್ಟಳು. ಅವಳ ಹೃದಯ ಕುಸಿಯಿತು. 'ಈ ಕೆಲಸ ನನಗೆ ಸಿಕ್ಕಂತಯೇ' ಎಂದು ಅವಳು ನಿರಾಶಳಾಗಿ ಅಂದುಕೊಂಡಳು. ಬಂಧನದಿಂದ ಬಿಡಿಸಿಕೊಂಡು ಕೆಲವು ಕೂದಲ ಸುರುಳಿಗಳು ಮುಖದ ಮೇಲೆ ಕವಿದು ತೂಗುತ್ತಿದ್ದವು. ತೆಳುವಾದ ಧೂಳಿನ ಪೊರೆ ಮುಖವನ್ನಾವರಿಸಿತು. ಗುಲಾಬಿಯ ಮುಳ್ಳುಗಳು ಅವಳ ಸೆರಗನ್ನು ಎರಡು ಕಡೆಗಳಲ್ಲಿ ಹರಿದಿದ್ದುವು. ಮುಖದಲ್ಲಿ ಬೆವರ ಹನಿಗಳಿದ್ದವು. ನಡುಗುವ ಕೈಗಳಿಂದ, ಬ್ಯಾಗಿನಿಂದ ಕರವಸ್ತ್ರ ತೆಗೆದು, ಏಮನ್ ಮುಖವನ್ನೊರೆಸಿಕೊಂಡಳು. ರಿಬ್ಬನ್ ಬಿಚ್ಚಿ ಕೂದಲನ್ನು ಪುನಃ ಬಿಗಿದುಕೊಂಡಳು. ಸೆರಗಿನ ಹರಿದ ಭಾಗಗಳನ್ನು ಅಡಗಿಸಿಕೊಂಡಳು. ಕೈಗಳ ಉರಿ ಆಗಷ್ಟೇ ಅವಳ ಗಮನಕ್ಕೆ ಬಂದಿತು. ಅಂಗೈಗಳನ್ನು ನೋಡಿದಾಗ, ರಕ್ತಜಿನುಗುತ್ತಿರುವ ತರಚು ಗಾಯಗಳನ್ನು ಕಂಡು, ಅವಳು ಸಿಟ್ಟಿನಿಂದ ಕಾರಿನತ್ತ ನೋಡಿದಳು. ತನ್ನ ಆಕ್ಷೇಪಕ್ಕುತ್ತರವಾಗಿ ಆ ಕಾರ್ ಮುಗುಳ್ನಗುತ್ತಿರುವಂತೆ ಅವಳಿಗೆ ಭಾಸವಾಯಿತು.

"ಯಾರನ್ನು ಭೇಟಿಯಾಗಬೇಕು ?" ವೃದ್ಧ ನೌಕರ ಕೇಳಿದ.

"ನನ್ನನ್ನು ಇಂಟವ್ರ್ಯೂಗೆಂದು ಕರೆಯಲಾಗಿದೆ." ಏಮನ್ ಉತ್ತರಿಸಿದಳು.

"ಏನೆಂದಿರಿ?" ಅರ್ಥವಾಗದೆ ವೃದ್ಧ ಪುನಃ ಕೇಳಿದ.

"ನನ್ನನ್ನು ಭೇಟಿಗೆಂದು ಕರೆಯಲಾಗಿದೆ." ಮಾತು ಬದಲಿಸಿ ಏಮನ್ ನುಡಿದಳು.

"ಹಾಜರಿ ಹಾಕಲು ಬಂದಿದ್ದೀರಿ, ತಾವು' ಹಾಗೆ ಹೇಳಿರಲ್ಲ!" ಮುದುಕನಿಗೆ ಈಗ ತಿಳಿಯಿತು. "ಮಹಾ ಸರ್ಕಾರ್ ಅವರನ್ನು ಭೇಟಿಯಾಗಲಿದೆಯೇ ತಮಗೆ?" ಎಂದು ಕೇಳಿದ ಅವನು. ಆರಾಮ ಕುರ್ಚಿಯತ್ತ ಕೈತೋರಿ, ಒಳಗೆ ತಿಳಿಸುವೆನೆಂದು ಹೊರಟು ಹೋದ.

ಏಮನ್ ತನ್ನಲ್ಲಿ ತಾನೇ ಭರವಸೆಯಿಟ್ಟುಕೊಳ್ಳುವ ಅಗತ್ಯವನ್ನು ಮಗಗಂಡಳು. ಹಾಗೆ ಅವಳು ಇಷ್ಟು ಬೇಗನೇ ದುರ್ಬಲಗೊಳ್ಳುವವಳಾಗಿರಲಿಲ್ಲ. ಕೆಲಸದ ಅಗತ್ಯ ಅವಳಿಗೆ ತುಂಬ ಇತ್ತು. ಹಿಂದೆಯೂ ಅನೇಕ ಸಲ ಅವಳು, ನೌಕರಿ ಮಾಡಿದ್ದಳು. ಈಗಲೂ ಕೆಲಸವೇನೋ ಇತ್ತು. ಆದರೀಗ, ಈ ನೌಕರಿಯ ಅಗತ್ಯ ಬಹಳವಿತ್ತು. ಹೊರಗಿನ ಲೋಕ ಅವಳನ್ನು ಕಂಗೆಡಿಸಿತ್ತು. ಹವೇಲಿಯ ನಾಲ್ಕು ಗೋಡೆಗಳೊಳಗೆ ಅವಳು ಶಾಂತಿಯನ್ನರಿಸಿ ಬಂದಿದ್ದಳು. ಬಹುಪ್ರಯತ್ನದಿಂದ ಏಮನ್ ಯೋಚನೆಯನ್ನು ಕೈಬಿಟ್ಟು, ತನ್ನನ್ನು ಮರೆತು, ಸುತ್ತಲಿನ ಪರಿಸರವನ್ನು ಗಮನಿಸತೊಡಗಿದಳು.

ಹವೇಲಿಯ ಎಲ್ಲ ಆಡಂಬರದ ನಡುವೆಯೂ ಅದನ್ನು ನಡೆಸುತ್ತಿರುವ ಕೈಗಳೀಗ

ಸೋತುಹೋಗಿವೆಯೇನೋ ಎಂಬಂತೆ ಭಾಸವಾಗುತ್ತಿತ್ತು. ಕಿಟಕಿಯ ಶ್ವೇತವರ್ಣದ ಝಾಲರಿಗಳು ಅಲ್ಲಲ್ಲಿ ಶಿಥಿಲವಾಗಿದ್ದವು. ಎತ್ತರದ ಬಾಗಿಲುಗಳಲ್ಲಿ ಅಲ್ಲಲ್ಲಿ ಗಾಜುಗಳಿರಲಿಲ್ಲ. ಬಾಗಿಲುಗಳ ಹಿಡಿ ಹಾಗೂ ಹಿತ್ತಾಳೆಯ ದೊಡ್ಡ ದೊಡ್ಡ ಕುಂಡಗಳು ಪಾಲಿಶ್‌ನಿಂದ ಹೊಳೆಯುತ್ತಿದ್ದವು. ಇಬ್ಬರು-ಮೂವರು ನೌಕರರು ಅತ್ತಿಂದಿತ್ತ ಅಡ್ಡಾಡುತ್ತಿದ್ದರು. ಹವೇಲಿಯ ವೈಶಾಲ್ಯವನ್ನು ಗಮನಿಸಿದ ಏಮನ್, ಅದರ ಪತಿಷ್ಠೆಯನ್ನು ಎತ್ತಿಹಿಡಿಯಲು ಎಷ್ಟೊಂದು ನೌಕರರ ಅಗತ್ಯವಿರಬಹುದೆಂದು ಯೋಚಿಸತೊಡಗಿದಳು.

“ಮಹಾ ಸರ್ಕಾರ್ ಅವರು ನಿಮ್ಮನ್ನು ಜ್ಞಾಪಿಸಿಕೊಂಡಿದ್ದಾರೆ. ವೃದ್ಧ ನೌಕರನು ಏಮನ್‌ಗಳ ಯೋಚನೆಯ ಸರಣಿಯನ್ನು ತುಂಡರಿಸಿದ.

ಏಮನ್ ಈಗ ಮಾನಸಿಕವಾಗಿ ತನ್ನನ್ನು ತಾನು ಸಿದ್ಧ ಗೊಳಿಸಿಕೊಂಡಿದ್ದಳು. ತನ್ನ ಬ್ಯಾಗ್ ಎತ್ತಿಕೊಂಡು ಆಕೆ ನೌಕರನನ್ನು ಹಿಂಬಾಲಿಸಿದಳು. ಹೊರಗೆ ಹೀಗೆ ಇದ್ದರೂ, ಒಳಗೆ ಹವೇಲಿಯ ಪ್ರತಿಷ್ಠೆಗೆ ಕುಂದಿರಲಿಲ್ಲ. ಒಂದಾನೊಂದು ಕಾಲದಲ್ಲಿ ಬಾಲ್‌ರೂಮ್ ಆಗಿ ಉಪಯೋಗಿಸಲ್ಪಡುತ್ತಿದ್ದ ಹಾಲ್‌ನಲ್ಲಿ ತೂಗುದೀಪವಲ್ಲರಿಗಳ ಕಿಣಿ-ಕಿಣಿ ನಾದ ಏಮನ್‌ಗಳನ್ನು ಸ್ವಾಗತಿಸಿತು. ಕೆತ್ತನೆಯ ಕುಸುರಿ-ಕೆಲಸಮಾಡಿದ್ದ ಭಿತ್ತಿಯಿಂದ ಮೂರು ದೊಡ್ಡ ತೂಗುದೀಪವಲ್ಲರಿಗಳು ತೂಗುತ್ತಿದ್ದುವು. ಗೋಡೆಗಳಲ್ಲಿ ಚಿನ್ನದ ಕಟ್ಟುಳ್ಳ ದೊಡ್ಡ ದೊಡ್ಡ ಕನ್ನಡಿಗಳಿದ್ದವು. ಹೆಜ್ಜೆ-ಹೆಜ್ಜೆಗೂ ಏಮನ್‌ಳ ಹೃದಯ ಢವ-ಢವಿಸುತ್ತಿತ್ತು. ಬಹು ಶೋಭಾಯಮಾನವಾದ ಸೋಪಾನದ ಸುರುಗಳಿಗಳೆರಡು ಮೇಲೆ ಗ್ಯಾಲರಿಗೆ ಒಯ್ಯುತ್ತಿದ್ದುವು. ಮುಶಾಯಿರಾಗಳೂ, ಕವ್ವಾಲಿಗಳೂ ನಡೆಯುತ್ತಿದ್ದಿರಬಹುದಾದ ಈ ಹಾಲ್‌ನ ಸಜ್ಜು – ಶೋಭೆ ಆಗ ನೋಡುವಂತಿದ್ದಿರಬಹುದು. ನೆಲಕ್ಕೆ ಬಿಳಿಹಾಸನ್ನು ಹೊದಿಸಿ, ಮೇಲೆ ರನ್ನಗಂಬಳಿಯ ಅಮೂಲ್ಯ ಮೇಲ್ಹಾಸುಗಳನ್ನು ಹಾಸುತ್ತಿದ್ದಿರಬಹುದು. ಸಂದರ್ಭಗಳಿಗನುಸಾರವಾಗಿ ವಿವಿಧ ಸುವಾಸನಾ ದ್ರವ್ಯಗಳನ್ನು ಉಪಯೋಗಿಸುತ್ತಿದ್ದರಬಹುದು. ಮೇಲಿನ ಗ್ಯಾಲರಿಯಲ್ಲಿ ಆಸೀನರಾಗುತ್ತಿದ್ದ ಸ್ತ್ರೀಯರ ಸೌಂದರ್ಯದ ಶೋಭೆ ಜಾಲರಿಗಳೆಡೆಯಿಂದ ಹೊಳೆಯುವಾಗ ಆ ದೇವನೇ ರಕ್ಷಿಸುವಂತಿದ್ದಿರಬಹುದು. ಏಳೆಂಟು ಜನರು ಒಟ್ಟಿಗೆ ನಡೆಯುವಷ್ಟು ಅಗಲವಿದ್ದ ಸೋಪಾನ ಸುರಳಿಯ ಮೇಲೆ ಹಾಸಿದ್ದ ಮಖಮಲ್ ರನ್ನಗಂಬಳಿಯ ಮೇಲ್ಹಾಸು ಈಗಲೂ ಶೋಭಾಯಮಾನವಾಗಿಯೇ ಇತ್ತು.

ಸೋಪಾನಗಳನ್ನೇರಿ, ಎಡಗಡೆಗೆ ತಿರುಗಿ, ಎರಡನೆಯ ಬಾಗಿಲ ಬಳಿ ನೌಕರ ನಿಂತುಬಿಟ್ಟ. ಏಮನ್‌ಳ ಹೃದಯ ಹೊಡೆದುಕೊಳ್ಳತೊಡಗಿತು. ಸಾಧಾರಣವಾದೊಂದು ಸಂದರ್ಶನದ ತಯಾರಿಯಲ್ಲಿ ಅವಳು ಬಂದಿದ್ದರೆ, ಇಲ್ಲೇನೋ ಮಲಗುವ ಕೋಣೆಯ ಬಾಗಿಲಲ್ಲಿ ಬಂದು ನಿಲ್ಲುವಂತಾಗಿತ್ತು. ಬಹುಶಃ ಘನ ಸರ್ಕಾರ್ ಏನೋ ಅನಾರೋಗ್ಯದಿಂದಿದ್ದಿರಬಹುದು.

ಸಂಶಯ ಏಮನ್‌ಳ ಹೃದಯದಲ್ಲಿ ಜಾಗೃತವಾಗತೊಡಗಿತ್ತು. ವೃತ್ತ ಪತ್ರಿಕೆಯಲ್ಲಿ ಅನುಕೂಲಸ್ಥ ಕುಟುಂಬವೊಂದಕ್ಕೆ ಜನರಲ್-ಅಸಿಸ್ಟೆಂಟ್‌ನ ಅಗತ್ಯವಿದೆಯೆಂಬ

ಜಾಹಿರಾತನ್ನು ಅವಳು ಓದಿ ಹೆಚ್ಚು ಯೋಚಿಸದೇನೇ ಅರ್ಜಿ ಹಾಕಿದ್ದಳು. ಜಾಹೀರಾತುಗಳನ್ನೋದಿ ಗುಜರಾಯಿಸುವುದು ಅವಳಿಗೊಂದು ಅಭ್ಯಾಸವೇ ಆಗಿ ಹೋಗಿತ್ತು. ಸಂದರ್ಶನಗಳಲ್ಲಿ ಅವಳ ಯೋಗ್ಯತೆಯ ಬದಲಿಗೆ, ಸೊಂಟದ ಬಳುಕನ್ನೂ, ಮುಖ-ಮಾಟವನ್ನೂ ಗಮನಿಸಲಾಗಿದ್ದ ಕೆಲವೇ ಸಂದರ್ಶನಗಳು ಅವಳ ನೆನಪಲ್ಲಿದ್ದವು. ಅಲ್ಲಿಂದ ಬೆಚ್ಚಿ ಹೊರಬಿದ್ದಿದ್ದಳು. ಅವಳು ಹೀಗಿರುವಲ್ಲಿ ಹವೇಲಿ 'ಫರ್ಮಾನ್'ನ ಜಾಹಿರಾತು ಅವಳನ್ನಾಕರ್ಷಿಸಿದ್ದರೂ ಈಗವಳು ಯೋಚನೆಯಲ್ಲಿ ಬಿದ್ದಿದ್ದಳು.

ಜಾಹೀರಾತಿನಲ್ಲಿ ಕೆಲಸದ ಬಗೆಗೆ ಸರಿಯಾದ ಮಾಹಿತಿ ಇರಲಿಲ್ಲ. ಈಗಲ್ಲಿಗೆ ತಲುಪಿದ ಮೇಲೆ ಅವಳ ಮನದಲ್ಲಿ ಸಂಶಯ ಉಂಟಾಗುತ್ತಿತ್ತು. ನವಾಬರುಗಳ ನಡಾವಳಿಯ ಬಗ್ಗೆ ಮೊದಲಿಂದಲೇ ಅವಳ ಮನದಲ್ಲಿ ಭಯವಿತ್ತು. ಅವರನ್ನು ಸಮಾಜ ಕಂಟಕರೆಂದವಳು ತಿಳಿದಿದ್ದಳು. ಅದೇ ತಿರಸ್ಕಾರವನ್ನು ಮನದಲ್ಲಿರಿಸಿಕೊಂಡೇ ಅವಳಿಲ್ಲಿಗೆ ಬಂದಿದ್ದಳು. ಹವೇಲಿಗಳನ್ನು ಅವಳು ಸಿನಿಮಾದಲ್ಲಿ ಮಾತ್ರ ಕಂಡಿದ್ದಳು. 'ಫರ್ಮಾನ್'ನ ಗೇಟಿಗೆ ಕಾಲಿಟ್ಟ ಕ್ಷಣದಿಂದಲೇ ಅವಳ ಹೃದಯದಲ್ಲಿ ಬಿರುಗಾಳಿ ಎದ್ದಂತಾಗಿತ್ತು. ಇಲ್ಲಿ ಪ್ರತಿ ಹೆಜ್ಜೆಯನ್ನೂ ಜಾಗರೂಕತೆಯಿಂದ ಎತ್ತಿಡಬೇಕಾಗುವುದೆಂದವಳಿಗೆ ಅನಿಸಹತ್ತಿತ್ತು. ಈಗ ಸಂದರ್ಶನಕ್ಕಾಗಿ ಬೆಡ್‌ರೂಮ್‌ಗೆ ಬರಬೇಕಾದಾಗ ಏನು ಮಾಡುವುದೆಂದಾಕೆಗೆ ತಿಳಿಯದೆ ಹೋಯ್ತು, ಹಿಂದಿರುಗುವುದೇ ಇಲ್ಲ. ಬಂದಂತೆಯೇ ಧೈರ್ಯದಿಂದ ದೃಡವಾಗಿ ನಿಲ್ಲುವುದೇ ? ಕೆಲಸ ಸಿಕ್ಕರೂ ನಿಲ್ಲುವುದು ಅಥವಾ ಹಿಂದಿರುಗುವುದು ಅವಳ ಕೈಯೊಳಗೇ ಇತ್ತಲ್ಲವೆ ?!

ಈಗವಳಿಗೆ ಹಸಿವೆಯೂ ಬಾಧಿಸತೊಡಗಿತ್ತು. ಬೆಳಿಗ್ಗೆ ಕೇವಲ ಒಂದು ಕಪ್ ಚಾ ಕುಡಿದು ಹೊರಟಿದ್ದಳಾಕೆ. ಸ್ಟೇಶನ್‌ನಲ್ಲೇನಾದರೂ ಆಹಾರ ತೆಗೆದುಕೊಂಡಿದ್ದರೆ ಚೆನ್ನಿತ್ತು: ಆದರೆ ಆಗವಳ ಹಸಿವೆ ಎಲ್ಲೋ ಮಾಯವಾಗಿತ್ತು. ಕೆಲಸಕ್ಕಾಗಿ ಬೆಂಗಳೂರು ಬಿಟ್ಟು ಅವಳು ಹೊರಹೋಗುತ್ತಿರುವುದಿದು ಮೊದಲ ಬಾರಿಯಾಗಿತ್ತು. ಈಗ ಹಸಿವೆಯಿಂದ ಅವಳ ಕೈಕಾಲ್ಗಳು ನಿತ್ರಾಣವೆನಿಸಿ, ತಲೆ ಓಡದಂತಾಯಿತು.

ನೌಕರನು ಪರದೆ ಸರಿಸಿದೊಡನೆ ಏಮನ್ ಕೋಣೆಯೊಳಗೆ ಪ್ರವೇಶಿಸಿದಳು, ಆ ದೊಡ್ಡ ಕೋಣೆಯಲ್ಲಿ ಅದೇ ಆಗ ಬೆಳ್ಳಿಯಂಥಾ ಬೆಳಗು ಮೂಡುತ್ತಿತ್ತು. ಪುರಾತನ ನಮೂನೆಯ ಆಸನಗಳು ಶ್ವೇತವರ್ಣದಲ್ಲಿದ್ದು, ಕಿಟಿಕಿಯ ಪರದೆಗಳು, ನೆಲಕ್ಕೆ ಹಾಸಿದ್ದ ರತ್ನಗಂಬಳಿ- ಎಲ್ಲವೂ ವನಸುಮಗಳ ವಿನ್ಯಾಸ ಹಾಗೂ ಬಿಳಿಬಣ್ಣದಿಂದ ಕೂಡಿದ್ದವು. ಗೋಡೆಯ ಬಳಿಯಿದ್ದ ಬಿಳಿಯ ಹೂದಾನಿಯಲ್ಲಿ ಬಿಳಿಯ ಹೂಗಳರಳಿ ನಿಂತಿದ್ದವು. ಕೋಣೆಯ ಸೌಂದರ್ಯ ನಿಸ್ಸಂದೇಹವಾಗಿಯೂ ಅದೊಂದು ಸ್ತ್ರೀಯ ಕೋಣೆ ಎಂದು ಸೂಚಿಸುತ್ತಿತ್ತು. ಹಾಗಾದರೆ ಮಹಾ ಸರ್ಕಾರ್ ಎಲ್ಲಿ ? ಅವಳ ಅರಸುವ ಕಣ್ಣುಗಳಿಗೆ ಅವಳನ್ನೇ ದಿಟ್ಟಿಸುತ್ತಿದ್ದ ಎರಡು ಶಾಂತ, ಬಹು ಸುಂದರ ನಯನಗಳು ಕಂಡವು. ಇಷ್ಟೊಂದು ಸುಂದರ, ಶಿಥಿಲ ಕಾಯವನ್ನು ಏಮನ್ ಎಂದೂ ನೋಡಿರಲಿಲ್ಲ. ಒಳ್ಳೆಯ ಗೌರವರ್ಣದ ಆಕೆಯ ಮೊಗದಲ್ಲಿ, ನೀಳ ನಾಸಿಕದ ಕೆಳಗೆ ಪುಟ್ಟ ಬಾಯಿಯಿತ್ತು. ಹುಬ್ಬುಗಳ ಕೆಳಗಿನ ಆ ಪ್ರೇಮಮಯ ನಯನಗಳ ಆಳದಲ್ಲಿ ಏಮನ್ ಮುಳುಗತೊಡಗಿದಳು. ನವಿಲಿನ

ಕಸೂತಿಯ ಪೈಜಾಮಾ, ಸೂಕ್ಷ್ಮ ಝಾಲರಿಯ ದುಪ್ಪಟ್ಟಾ ಹಾಗೂ ಹಾಲು ಬಿಳಿಯ ಕುರ್ತಾ–ಚೋಲಿಗಳಲ್ಲಿ ಆಕೆಯ ಗುಲಾಬಿ ಮೈಬಣ್ಣ ಎದ್ದು ಕಾಣುತ್ತಿತ್ತು. ಅರವತ್ತು–ಅವರತ್ತೈದರ ಪ್ರಾಯ.

'ಖಾದಿಮ್ ಹುಸೇನ್, ನೀನು ಹೋಗಬಹುದು, ಶಮ್‌ಶಾದ್‌ಳನ್ನು ಕಳುಹಿಸು' ಬೇಗಮ್ ತಮ್ಮ ಕೈಯಲ್ಲಿದ್ದ ಪುಸ್ತಕ ಮುಚ್ಚಿಡುತ್ತಾ ನೌಕರನಿಗೆ ಹೇಳಿದರು.

'ಆಜ್ಞೆ, ಸರ್ಕಾರ್' ಖಾದಿಮ್ ಹುಸ್ಯೇನ್ ಆದರದಿಂದುತ್ತರಿಸಿ' ಹೊರಟು ಹೋದ. ಹೈದರಾಬಾದೀ ಭಾಷೆಯ ಈ ಕುತೂಹಲಕಾರ ಮಜಲಿನ ಪರಿಚಯವಾಗಿ ಏಮನ್ ದೀರ್ಘಶ್ವಾಸವೆಳೆದುಕೊಂಡಳು.

'ತಸಲೀಮ್' ಏಮನ್ ಕೈಯೆತ್ತಿ ನಮಸ್ಕರಿಸಿದಳು.

ನೀನು ಹತ್ತು ನಿಮಿಷ ತಡವಾಗಿ ಬಂದಿರುವೆ' ಸಂಜ್ಞೆಯಿಂದ ವಂದನೆಗಳನ್ನು ಸ್ವೀಕರಿಸುತ್ತಾ ಬೇಗಂ ಸಾಹಿಬಾ ಹೇಳಿದರು.

ಏಮನ್ ಏನು ತಾನೇ ಹೇಳಬಲ್ಲಳು ?! ದಾರಿಯಲ್ಲಿ ಮುಳ್ಳುಗಳು ಸೆರಗನ್ನು ತಡೆದು ನಿಲ್ಲಿಸಿದವೆನ್ನಬಹುದೇ ?!

'ನಾನು ಸಮಯಕ್ಕಿಂತ ಮೊದಲೇ ಬಂದು ಮಟ್ಟುತ್ತಿದ್ದೆ, ಆದರೆ....'

'ಯಾರು ಸಮಯದ ಬೆಲೆಯನ್ನರಿತಿರುವುದಿಲ್ಲವೊ! ಅವರು ಪ್ರಪಂಚದ ಬೇರಾವ ವಸ್ತುವಿನ ಬೆಲೆಯನ್ನೂ ಅರಿಯಲಾರರು'

ಏಮನ್ ಮೊದಲೇ ಹಸಿವೆಯಿಂದ ಕಂಗಾಲಾಗಿದ್ದಳು. ಬೇಗಂರ ಮಾತುಗಳಿಂದ ಅವಳ ಕಣ್ಣಿಗಳಲ್ಲಿ ನೀರು ಜಿನುಗಿತು. ಅಂಗೈಯ ಉರಿ ಹಾಗೂ ಮುಳ್ಳುಗಳ ಚುಚ್ಚುವಿಕೆ ಮೊದಲೇ ಅವಳನ್ನು ಕಂಗೆಡಿಸಿತ್ತು. ಸುಪ್ಪತ್ತಿಗೆಯಲ್ಲಿ ವಾಸಿಸುವವರು ಜನತೆಯ ಕಷ್ಟ–ಕೋಟಲೆಗಳನ್ನೆಂತು ಅರಿಯುವರು?

'ಕುಳಿತುಕೋ' ಅವರು ಅವಳನ್ನೇ ಗಮನವಿಟ್ಟು ನೋಡುತ್ತಾ ನುಡಿದರು. 'ಹೊಟ್ಟೆಗೇನಾದರೂ ತೆಗೆದುಕೊಂಡಿದ್ದೆಯೋ ಹೇಗೆ?

ಏಮನ್ ಸ್ವಲ್ಪ ತಡೆದು, ತಲೆಯಾಡಿಸುತ್ತಾ ಉತ್ತರಿಸಿದಳು.

'ಸಮಯ ಸಿಗಲಿಲ್ಲ; ಟ್ರೈನ್‌ಗೆ ತಡವಾಗಿತ್ತು'

'ಏನಾದರೂ ಉಪಾಹಾರ ತರಿಸು, ಶಮ್‌ಶಾದ್'

ತಮ್ಮ ಹಿಂದೆ ಬಂದು ನಿಂತಿದ್ದ ಪರಿಚಾರಿಕೆಗೆ ಆಜ್ಞೆಯಿತ್ತರು.

ಶ್ಯಾಮ ವರ್ಣದ, ತುಂಬಿದ ಶರೀರದ ಶಮ್‌ಶಾದ್, ಹೆಚ್ಚು ಕಡಿಮೆ ಬೇಗಂ ಸಾಹಿಬಾರ ಪ್ರಾಯದವಳೇ ಇದ್ದಳು. ಸ್ವಚ್ಛವಾದ ಗುಲಾಬಿ ವರ್ಣದ ಸೀರೆ, ಬಿಳಿ ರವಿಕೆ, ಕಿವಿಯಲ್ಲಿ

ಚಿನ್ನದ ಮುತ್ತು ಚೂರು, ಕಂಠದಲ್ಲಿ ಬೆಳ್ಳಿಯ ಆಭರಣ, ಕೈಗಳಲ್ಲಿ ಬೆಳ್ಳಿಯ ಕಡಗವನ್ನು ಧರಿಸಿದ್ದ ಶಮ್‌ಶಾದ್, ಏಮನ್‌ಳನ್ನೇ ದಿಟ್ಟಿಸುತ್ತಿದ್ದವಳು. ತಕ್ಷಣ ಆಜ್ಞಾಪಾಲನೆಗೆಂದು ಹೊರಟು ಹೋದಳು.

ಬೇಗಂ ಪುನಃ ಮಾತಿಗೆ ತೊಡಗಿದರು.

'ನೀನು ಬೆಂಗಳೂರಿಂದ ಬಂದಿರುವೆಯಾ?'

'ಹೌದು.'

'ಇಷ್ಟು ದೂರ ಹೈದರಾಬಾದ್‌ಗೆ ಬಂದು ಕೆಲಸ ಮಾಡುವ ಅಗತ್ಯ ನಿನಗೇಕೆ ಬಂತು ? ಈ ಇಷ್ಟು ಚಿಕ್ಕಪ್ರಾಯದಲ್ಲೇ ನಿನ್ನ ಮನೆಯವರು ನಿನಗಿಷ್ಟು ಸ್ವಾತಂತ್ರ್ಯ ಹೇಗೆ ಕೊಟ್ಟರು?'

'ನನ್ನ ಪ್ರಾಯ ಇಪ್ಪತ್ಮೂರು ವರ್ಷವೀಗ' ಏಮನ್‌ಳ ಮೈಯಲ್ಲಿ ತಾಪವೇರಿದಂತೆನಿಸಿತು.

'ಇದು ನನ್ನ ಪ್ರಶ್ನೆಯ ಸಂಪೂರ್ಣ ಉತ್ತರವಲ್ಲ.'

ಬೇಗಂ ಬಹಳ ಸ್ಪಷ್ಟವಾಗಿ ಮಾತುಗಳನ್ನಾಡುತ್ತಿದ್ದರು.

"ನನ್ನ ತಾಯ್ತಂದೆಯರಿಲ್ಲ" ಏಮನ್ ತನ್ನ ಅಂಗೈಯ ಗಾಯಗಳನ್ನು ನೋಡುತ್ತಾ ಉತ್ತರಿಸಿದಳು.

'ನೀನು ಹೋಮ್‌ಸಾಯನ್ಸ್‌ನಲ್ಲಿ ಬಿ.ಎ. ಮಾಡಿರುವೆಯಲ್ಲ'

ಬೇಗಂ ತಮ್ಮ ಮಾತಿನ ಧಾರೆಯನ್ನು ಬದಲಿಸಿದರು.

ತಲೆಯಾಡಿಸಿದ ಏಮನ್ ಸ್ವಲ್ಪ ತಡೆದು ಉತ್ತರಿಸಿದಳು.

"ಇನ್ನೂ ಕೆಲವು ಕೆಲಸ ಬಲ್ಲೆ; ಆದರೆ, ಅವುಗಳ ಡಿಗ್ರಿಯೇನೊ ನನ್ನಲ್ಲಿಲ್ಲ"

"ಎಂಥ ಕೆಲಸ?"

'ಟೈಪಿಂಗ್ ಹಾಗೂ ಡ್ರಾಫ್ಟಿಂಗ್‌ನ ಕೆಲಸ ಕೂಡ ನಾನು ಕಲಿತಿರುವೆ'

'ನಿನ್ನ ಬಗ್ಗೆ ಇನ್ನೂ ಸ್ವಲ್ಪ ಹೇಳು'

ಅವಳ ಮಾತನ್ನು ಅರ್ಧದಲ್ಲೇ ತುಂಡರಿಸುತ್ತ ಅವರು ನುಡಿದರು. ಏಮನ್‌ಳ ತಾಂತ್ರಿಕ ಪರಿಣತಿಗಳಲ್ಲಿ ಅವರಿಗಾಗುವ ಅಭಿರುಚಿಯೂ ಇರಲಿಲ್ಲ.

'ನಿನ್ನ ತಂದೆ ಏನುಮಾಡುತ್ತಿದ್ದರು?'

'ಅಮ್ಮ, ನಾನು ಚಿಕ್ಕವಳಿದ್ದಾಗಲೇ ಹೊರಟುಹೋದರು.'

ಅವಳಿಗೆ ಈಗಲೂ ತನ್ನಮ್ಮನ ಅಸ್ಪಷ್ಟ ರೂಪದ ನೆನಪಿತ್ತು. ತನ್ನ ತಂದೆಯ ಅನುಭವದ ಮಾತುಗಳ ಪ್ರಭಾವದಿಂದಲೋ ಏನೋ, ಅಮ್ಮನ ಬಗ್ಗೆ ಎಲ್ಲವೂ ಅವಳಿಗೆ ನೆನಪಿತ್ತು.

ಏಮನ್ ತನ್ನ ತಾಯಿಯ ರೂಪವನ್ನೇ ಪಡೆದಿದ್ದಳೆಂದು ಅವರು ಹೇಳುತ್ತಿದ್ದರು. ಅವರು ಅಮ್ಮನನ್ನು ಬಹಳ ಪ್ರೀತಿಸುತ್ತಿದ್ದರಾದರೂ ಅವರೆದುರಿಗೆ ಇದನ್ನು ಎಂದೂ ಒಪ್ಪಿಕೊಂಡಿರಲಿಲ್ಲ. ಪುನಃ ಮದುವೆಯಾಗದೇ ತಾರುಣ್ಯವನ್ನು ಏಕಾಂಗಿಯಾಗಿಯೇ ಕಳೆದಿದ್ದರು. ಏಮನ್‌ಗೆ ಅವರ ಅಸೌಖ್ಯದ ಅಂತಿಮ ದಿನಗಳು ನೆನಪಾದವು. ಕಣ್ಣು ಮುಚ್ಚಿ ಮಲಗಿದ ಅವರ ಹಣೆಯ ಮೇಲೆ ಏಮನ್ ಕೈಯಿರಿಸಿ ಕೂದಲಲ್ಲಿ ಕೈಯಾಡಿಸುತ್ತಿದ್ದಳು.

"ಬಹಳ ಹಿತವೆನಿಸುತ್ತದೆ" ಎಂದವರು ಮೆಲುವಾಗಿ ನುಡಿದು ಸುಮ್ಮನಾಗಿದ್ದರು, ಮತ್ತೆ ಕೆಲವು ದಿನಗಳಲ್ಲಿ ಅವರು ಅವಳನ್ನು ಬಿಟ್ಟು ಮೃತ್ಯುವಶರಾಗಿದ್ದರು.

'ನಿನ್ನ ಜೀವನದ ಇನ್ನೊಂದು ದುರ್ಘಟನೆ ಎಂದು ನಡೆಯಿತು?'

'ಎರಡು ವರ್ಷಗಳ' ಹಿಂದೆ ಬಾಬಾ ಹೊರಟುಹೋದರು.

'ಅಲ್ಲಿಂದಿಲ್ಲೀವರೆಗೂ ನೀನೂ ಒಬ್ಬಂಟಿಯಾಗಿಯೇ ಇದ್ದಿಯಾ?"

ಉಪಹಾರಾದ ಟ್ರಾಲಿಯನ್ನು ತೆಗೆದುಕೊಂಡು ಬಂದ ಶಮ್‌ಶಾದ್‌ಳಿಗೆ ಅನುಮತಿ ನೀಡುತ್ತಾ ಮಹಾ ಸರ್ಕಾರ್ ಕೇಳಿದರು.

'ಇಲ್ಲ; ನಾವು, ತುಂಬ ಕರುಣಾಮಯಿಯಾದ ಮಿಸೆಸ್ ಐಜಾಕ್ ಎಂಬ ಕ್ರಿಶ್ಚಿಯನ್ ಮಹಿಳೆಯ ಮನೆಯಲ್ಲಿ ವಾಸಿಸುತ್ತಿದ್ದೆವು ನನ್ನ ತಂದೆಯನ್ನು ಆಕೆ ತನ್ನ ಮಗನಂತೇ ಕಾಣುತ್ತಿದ್ದರು. ನಾನು ಸಣ್ಣವಳಿದ್ದಾಗ ಆಕೆಯೇ ನನ್ನನ್ನು ನೋಡಿಕೊಳ್ಳುತ್ತಿದ್ದರು.'

'ಇದ್ದರೆಂದರೆ? ಹಾಗಾದರೆ, ಈಗ ಅವರು.....?

'ಒಂದು ರೀತಿಯಲ್ಲಿ ಈಗಲೂ ಅವರೇ ನನಗೆ ಆಸರೆ, ಬಾಬಾ ತೀರಿಕೊಂಡ ಬಳಿಕ ನಮ್ಮ ಮನೆಯ ಕೋಣೆಗಳನ್ನು ಬಾಡಿಗೆಗೆ ಕೊಟ್ಟು, ನನ್ನನ್ನು ತಮ್ಮ ಬಳಿಯಲ್ಲೇ ಇರಿಸಿಕೊಂಡಿದ್ದರು.'

'ಈಗವರು ನಿನ್ನನ್ನಿರಿಸಿಕೊಳ್ಳಲು ಸಿದ್ಧರಿಲ್ಲವೆ?'

'ಹಾಗಲ್ಲ,' ಏಮನ್ ಉದ್ವಿಗ್ನಳಾಗಿ ನುಡಿದಳು. 'ಈಗಲೂ ಅವರು ನನ್ನನ್ನು ಅದೇ ತರಹ ಪ್ರೀತಿಸುತ್ತಿದ್ದಾರೆ.'

'ಮತ್ತೇನಾಯ್ತೆಂದು ನೀನವರನ್ನು ಬಿಡುವ ನಿಶ್ಚಯ ಮಾಡಿದೆ?'

ಬಾಬಾ ತೀರಿಕೊಂಡ ಬಳಿಕ ಇದ್ದ ಅಲ್ಪ ಹಣದಲ್ಲಿ ನನ್ನ ಖರ್ಚು ಕಳೆಯುತ್ತಿತ್ತು. ನಂತರ ಅಂಟಿಯ ಮೇಲೆ ಭಾರವಾಗಿರುವುದು ನನಗೆ ಹಿಡಿಸಲಿಲ್ಲ.

ನಾನೊಂದು ಅಂಗಡಿಯಲ್ಲಿ ಸೇಲ್ಸ್‌ಗರ್ಲ್‌ನ ಕೆಲಸಕ್ಕೆ ಸೇರಿದೆ.

'ಇದು ನನ್ನ ಪ್ರಶ್ನೆಗೆ ಉತ್ತರವಲ್ಲ.....ಮಿಸೆಸ್ ಐಜಾಕ್ ಈಗ ನಿನ್ನನ್ನಿಟ್ಟುಕೊಳ್ಳಲು ತಯಾರಿಲ್ಲವೇ? ನೀನು ಅವರನ್ನು ಬಿಟ್ಟು ನನ್ನ ಬಳಿಗೆ ಬರಲೇಕೆ ಇಚ್ಛಿಸಿದೆ?'

"ತಮ್ಮ ಬಳಿ ಕೆಲಸಮಾಡುವುದು, ಸೇಲ್ಸ್ ಗರ್ಲ್ ಆಗಿರುವುದಕ್ಕಿಂತ ಉತ್ತಮವೆಂದು."

"ನಿಜ ಸಂಗತಿ ಹೇಳು"

"ಅಂಟಿಯ ಈಗಿನ ಹೊಸ ಬಾಡಿಗೆದಾರರು, ಹುಡುಗರಿಬ್ಬರು; ಒಳ್ಳೆ ಬಾಡಿಗೆ ಕೊಡುತ್ತಿದ್ದಾರೆ; ನನ್ನಿಂದಾಗಿ ಅಂಟಿಗೆ ಈ ಬಾಡಿಗೆ ತಪ್ಪಿ ಹೋಗುವುದನ್ನು ನಾನು ಬಯಸುವುದಿಲ್ಲ."

"ನೀನಿದ್ದರೆ ಅವರು ಇರಲಾರರೆಂದು ನೀನೇಕೆ ತಿಳಿಯುವೆ.?"

"ಅವರೇನೋ ಇದ್ದಾರು; ಆದರೆ, ಅವರಿದ್ದರೆ ನಾನಿರುವುದು ಅಸಾಧ್ಯ ಏಮನ್‌ಳ ತಲೆ ಬಾಗಿತು.

ಮಾತಾಡುತ್ತಿದ್ದಂತೆಯೇ ಏಮನ್ ಉಪಾಹಾರ ಮುಗಿಸಿದ್ದಳು. ಈಗದು ಅನುಭವಕ್ಕೆ ಬಂದೊಡನೆ ಅವಳಿಗೆ ನಾಚಿಕೆಯೆನಿಸಿತು. ಆದರೆ ಈಗೇನೂ ಮಾಡುವಂತಿರಲಿಲ್ಲ.

ಏಮನ್ ಕಾರಿನಲ್ಲಿ ಕಂಡಿದ್ದ ಅದೇ ಮೋಹಕಯುವತಿಯು ಪರದೆ ಸರಿಸಿ ಒಳ ಬಂದಳು. ಅದೇ ನೀಲಿಯುಡಪಿನಲ್ಲಿದ್ದ ಆಕೆಯ ರವಕೆ ಹಿಂದೂ ಮುಂದೂ ಆಳಕ್ಕೆ ತೆರೆದಿತ್ತು. ಕಂಠದಲ್ಲಿ ನೀಲವರ್ಣದ ಮುತ್ತುಗಳ ಮಾಲೆಧರಿಸಿದ್ದ ಆಕೆ ಕೈಯಲ್ಲೊಂದು ಉರ್ದು ಪತ್ರಿಕೆ ಹಿಡಿದುಕೊಂಡಿದ್ದಳು. ಏಮನ್‌ಳತ್ತ ಒಂದು ಹಾರುದೃಷ್ಟಿ ಬೀರಿದ ಆ ಚಲುವೆ ಬಗ್ಗಿ ಬೇಗಂ ಸಾಹಿಬಾರ ಹಣೆಯನ್ನು ಚುಂಬಿಸಿದಳು.

'ಅಲ್ಲಾಹ್! ಸರ್ಕಾರ್, ತಮ್ಮ ಆರೋಗ್ಯ ಹೇಗಿದೆ?' ಕುವರಿ ಶಾಹಾನಾ ಕಕ್ಕುಲತೆಯಿಂದ ಕೇಳಿದಳು.

'ಕೃಪೆಯಿದೆ! ಎಲ್ಲಿಂದ ಬರುತ್ತಿರುವೆ?' ಆಕೆಯ ಮೈದಡುವುತ್ತಾ ಬೇಗಂ ಕೇಳಿದರು.

"ನನಗೆ ಉಸಿರೆಳೆದುಕೊಳ್ಳವಷ್ಟೂ ಸಮಯ ಸಿಗುತ್ತಿಲ್ಲ. ಫ್ಯಾನ್ಸಿ ಫೈರ್‌ನ ಎಲ್ಲ ಕೆಲಸ ನನ್ನ ಹೆಗಲಮೇಲೇ ಬಿದ್ದಿದೆ." ಆಕೆ, ಭುಜಕುಣಿಸಿ ನುಡಿದಳು..

"ಬೆಳಗ್ಗೆ ಹೋದವಳು ಈಗ ಹಿಂದುರುಗಿದೆ."

"ಉಪಾಹಾರ ಮಾಡಿರುವೆಯಾ?"

"ಹೂಂ; ಬಂದೊಡನೆಯೇ ಮಾಡಿದೆ, ಇಲ್ಲಿ ನೋಡಿ, ನಮ್ಮ ಫ್ಯಾನ್ಸಿ ಫೈರ್‌ನ ಸುದ್ದಿ ಪೇಪರ್‌ನಲ್ಲಿ ಬಂದಿದೆ." ಅವಳು ಪೇಪರ್ ಮುಂದು ಮಾಡಿದಳು.

ಪೇಪರ್ ಬದಿಗೆ ಸರಿಸುತ್ತಾ ಬೇಗಂ ಅವರು ಕೇಳಿದರು.

"ನಿನ್ನೆ ರಾತ್ರಿ ನೀನು ಬಹಳ ತಡವಾಗಿ ಹಿಂದಿರುಗಿದೆ?"

"ಯಾರು ತಿಳಿಸಿದರು ತಮಗೆ?" ಶಾಹಾನಾ ಉರಿವ ದೃಷ್ಟಿಯಿಂದ ಶಮ್‌ಶಾದ್‌ಳತ್ತ ನೋಡಿದಳು. ಶಮ್‌ಶಾದ್ ತನ್ನ ಒಡತಿಗಾಗಿ ವೀಳ್ಯ ತಯಾರಿಯಲ್ಲಿ ಮಗ್ನಳಾಗಿದ್ದಳು.

“ಯಾರು ನಿನ್ನನ್ನು ಜೊತೆಗೆ ಕರೆತಂದರು?’

ಎರಡನೆಯ ಪ್ರಶ್ನೆ ಕೇಳಿದರು. ಬೇಗಂ ಸಾಹಿಬಾ.

“ಮುಖ್ತಾರ್ ನವಾಬ್ ಬಿಟ್ಟುಹೋದರು.” ಶಹಾನಾ ಸ್ವಲ್ಪ ಹಿಂಜರಿಯುತ್ತ ಉತ್ತರಿಸಿದಳು.

“ನನಗೆ ಮೊದಲೇ ಸಂಶಯವಿತ್ತು.” ಬೇಗಂ ಅವರು ಸಿಟ್ಟಿನಿಂದ ನುಡಿದರು.

“ಬಶಾರತ್ ನವಾಬರೊಂದಿಗೆ ಬರಲಿಲ್ಲವೇಕೆ?”

“ಭಾಯಿಜಾನ್, ಬಿಲ್ಲಿಯರ್ಡ್ಸ್ ಅಡಿ ಬೇಗನೇ ಹಿಂದಿರುಗಿದ್ದರು; ನನ್ನ ಕೆಲಸ ಆಗ ಮುಗಿದಿರಲಿಲ್ಲ.”

“ನಿನಗೆ ಯಾವಾಗ ಬುದ್ಧಿ ಬರುವುದು, ಶಾಹಾನಾ?” ಮಹಾ ಸರ್ಕಾರ್ ಸ್ವಲ್ಪ ಚಿಂತಿಸುತ್ತಾ ಹೇಳಿದರು.

ಈ ವಾತಾವರಣದಿಂದ ತಾನು ಬಹಳ ದೂರವಿರುಂತೆ ಏಮನ್‌ಳಿಗನಿಸಿತು. ಒಂದು ವೇಳೆ, ಇಲ್ಲಿ ಕೆಲಸ ಸಿಕ್ಕರೂ, ತಾನು ಈ ಪರಿಸರದೊಂದಿಗೆ ಸೇರಿಕೊಳ್ಳುವುದು ಶಕ್ಯವೇ ಎಂದವಳು ಚಿಂತಿಸಿದಳು. ಅವಳೇನೋ ಅಲ್ಲಿಯ ಪರಿಸರದಲ್ಲಿ ಭಾಗಿಯಾಗಲು ಬಂದಿರಲಿಲ್ಲ. ತಂತಿಯಲ್ಲಿ ಹರಿಯುವ ವಿದ್ಯುತ್ತಿನಂತೆ ಅದೃಶ್ಯಳಾಗಿ ಇದ್ದರಾಯಿತು. ಮತ್ತ್ಯಾವ ಭಯ? ತನ್ನನ್ನು ಗಮನಿಸಿದ ಶಾಹಾನಾಳ ವರ್ತನೆಯಲ್ಲಿ ಅವಳಿಗೆ ಅಸಹಜವಾದುದೇನೊ ಕಾಣಿಸಲಿಲ್ಲ. ಕೆಲಸ ಹುಡುಕಿಕೊಂಡು ಬಂದು, ಧೂಳಿನಲ್ಲಿ ಮುಳುಗಿ, ಮುಳ್ಳುಗಳಲ್ಲಿ ತರಚಿ ತನ್ನ ಸಮಸ್ಯೆಯಲ್ಲಿ ತಾನು ಸಿಲುಕಿದ ಹುಡುಗಿಯ ಬಗ್ಗೆ ಅವಳೇಕೆ ಗಮನವೀಯಬೇಕು?

“ಸರ್ಕಾರ್ ನನ್ನ ಟೈಲರ್‌ನ ಬಿಲ್?” ಶಾಹಾನಾ ಅವರ ಸೆರಗಿನೊಡನೆ ಆಡುತ್ತಾ ಕೇಳಿದಳು.

“ಈಗಿನ್ನೂ ಅರ್ಧ ತಿಂಗಳೂ ಕಳೆದಿಲ್ಲ; ಈಗಲೇ ನಿನ್ನ ಜೇಬುಖರ್ಚು ಮುಗಿದು ಹೋಯಿತೇ?” ಸರ್ಕಾರ್ ಕೋಪದಿಂದ ಕೇಳಿದರು.

ಕುಮಾರಿ ಶಾಹಾನಾ ತನ್ನ ಉಗುರಿನ ಬಣ್ಣವನ್ನೇ ನೋಡುತ್ತಾ ಕುಳಿತಳು.

“ಈ ಸಲ ನೀನು ತುಂಬಾ ಅನಗತ್ಯದ ಖರ್ಚು ಮಾಡಿರುವೆ. ಆದ್ರೂ ಮುನ್ನೀ ಸಾಹೇಬರೊಂದಿಗೆ ನಿನ್ನ ಬಿಲ್‌ನ ಬಗ್ಗೆ ಹೇಳುವೆ.”

“ಹಾಗಾದರೆ ನಾನ್ನಿನ್ನು ಹೋಗಲೇ ?” ಕುಮಾರಿ ಶಾಹಾನಾ ಸಂತುಷ್ಟಳಾಗಿ ಅಪ್ಪಣೆ ಕೇಳಿದಳು.

‘ಇನ್ನೇಕೆ ನೀನಿಲ್ಲಿ ನಿಲುವಿ?’ ಎಂದ ಮಹಾ ಸರ್ಕಾರ್ ಪುನಃ ಏಮನ್‌ಳತ್ತ ತಿರುಗಿದರು.

ಏಮನ್ ಬಹಳ ಕಷ್ಟದಿಂದ ನಿಟ್ಟುಸಿರನ್ನು ತಡೆದಳು. ಏಕಾಂಗಿತನದ ಭಯದಿಂದ ಮಹಾ ಸರ್ಕಾರ್ ಬೇಕೆಂದೇ ಮಾತುಕತೆಯನ್ನು ಉದ್ದವಾಗಿಸುತ್ತಿದ್ದರೆಂದು ಅವಳಿಗನಿಸಿತು.

ನೀನಿಲ್ಲಿಗೆ ಬಂದಾಗ ಈ ಕೆಲಸ ನಿನಗೆ ಸಿಗುವುದೆಂದೆಣಿಸಿಯೇ ಬಂದೆಯಾ? ಮಹಾ ಸರ್ಕಾರ್ ಕೇಳಿದರು.

'ನಾನು ಯಾವ ವಿಷಯದ ಬಗ್ಗೆಯೂ ಮೊದಲೇ ಅಭಿಪ್ರಾಯ ತಾಳುವುದಿಲ್ಲ. ನಿಮ್ಮ ಜಾಹಿರಾತು ನೋಡಿದಾಗ, ನನ್ನ ಅದೃಷ್ಟವನ್ನು ಪರೀಕ್ಷಿಸಿಕೊಳ್ಳುವ ಎಂದು ಎಣಿಸಿದೆ.'

'ಕೆಲಸದ ಬಗ್ಗೆ ಏನೇನು ಕೆಲಸವೆಂದು-ಅರಿತಿರುವೆಯಾ?'

'ನನ್ನಿಂದಾಗುವ ಯಾವುದೇ ಕೆಲಸ ಮಾಡಲು ನಾನು ಸಿದ್ಧಳಿದ್ದೇನೆ.' ಏಮನ್ ಸ್ಥಿರಚಿತ್ರಳಾಗುತ್ತಾ ಬಂದಿದ್ದಳು.

ಕೊಂಚ ಹೊತ್ತು ಅವಳನ್ನೇ ಲಕ್ಷ್ಯವಿಟ್ಟು ನೋಡುತ್ತಿದ್ದು, ಮತ್ತೆ ಹೇಳಿದರು, 'ಕೈಲಾಗುವ ವಿಷಯ ನಾನೂ ಬಲ್ಲೆ. ಇಲ್ಲಿ ನಿನಗೆ ಯಾವುದೇ ತೊಂದರೆ ಬರಲಾರದು.'

ಏಮನ್‌ಳ ಹೃದಯ ಧಡಬಡಿಸಿ, ಅವಳು ಎದ್ದು ನಿಂತಳು.

'ಹಾಗಾದರೆ.....ಹಾಗಾದರೆ.......?' ಸೆರಗಿನ ತುದಿಯನ್ನು ಬೆರಳಿಗೆ ಸುತ್ತುತ್ತಾ ಏಮನ್ ಮಾತಾಡಲೆತ್ನಿಸಿದಳು.

'ಹೌದು! ಹನ್ನೊಂದು ಜನರಲ್ಲಿ ನಿನ್ನನ್ನು ಆರಿಸಿರುವೆ. ಶಮ್‌ಶಾದ್ ಇನ್ನಾರನ್ನೂ ಕರೆಯುವುದು ಬೇಡವೆಂದು ಮುನ್ಶಿ ಸಾಹೇಬರಿಗೆ ತಿಳಿಸು.'

ಗಂಭೀರವಾಗಿರಲೆತ್ನಿಸಿದರೂ, ತನ್ನ ಸಂತೋಷವನ್ನು ಮುಚ್ಚಿಡಲಾರದ, ಆ ಸಂಪಿಗೆ ವರ್ಣದ ಹುಡುಗಿ ಅವರಿಗೆ ಮೆಚ್ಚಿಕೆಯಾಗಿದ್ದಳು. ಆ ಕೆಲಸಕ್ಕಾಗಿ ಬಂದಿದ್ದ ಗಂಡಸರು, ಮನೆಯೊಳಗಿನ ಈ ಕೆಲಸವನ್ನು ಮೆಚ್ಚಿರಲಿಲ್ಲ; ಹೆಂಗಸರು ಬೇಕಿದ್ದ ಚುರುಕುತನ ತೋರಿರಲಿಲ್ಲ. ಒಬ್ಬಾಕೆ ಅಗತ್ಯಕ್ಕಿಂತ ಹೆಚ್ಚೇ ಚುರುಕಾಗಿದ್ದಳು. ಕೆಲಸಕ್ಕಿಂತ ಹೆಚ್ಚಾಗಿ, ಹವೇಲಿಯ ರೂಪಾಡಂಬರದೆಡೆ ಅವಳ ಗಮನವಿತ್ತು.

ಶೆಫಾಯರ್‌ನೊಡನೆ ಹೋಗಿ ಸ್ಟೇಷನ್‌ನಿಂದ ಉಳಿದ ಸಾಮಾನುಗಳನ್ನು ತರುವಂತೆ ಬೇಗಂರವರು ಸೂಚಿಸಿದರು. ಅವರು ಊಹಿಸಿದಂತೆ ಅವಳ ಸಾಮಾನು ಹೆಚ್ಚೇನು ಇರಲಿಲ್ಲ. ಫೈಟಿಂಗ್‌ನ ಕೆಲ ಸಾಮಗ್ರಿಗಳನ್ನು ಹಾಗೂ, ತನ್ನ ತಾಯ್ತಂದೆಯರ ಸ್ಮಾರಕವಾಗಿ ಕೆಲವಸ್ತುಗಳು, ತನ್ನ ಬಟ್ಟೆಗಳನ್ನವಳು ಜೊತೆಗೆ ತಂದಿದ್ದಳು.

'ಇಲ್ಲಿ ನಿನಗೆ ಬೇರಾವುದೇ ವಸ್ತುವಿನ ಅಗತ್ಯ ಬೀಳಲಾರದು ಎಲ್ಲವೂ ಇಲ್ಲೇ ಸಿಗುವುದು.' ಮಹಾಸರ್ಕಾರ್ ಮಾತುಮುಗಿಸಿ ನುಡಿದರು.

ಏಮನ್ ಅವರಿಗೆ ಕೃತಜ್ಞತೆ ಸಲ್ಲಿಸಿ, ಹೊರಟು ಬಂದಳು.

ಆಸರೆ ಎಷ್ಟೇ ಅಲ್ಪಮಾತ್ರದ್ದಾದರೂ, ಆಸರೆಯೇ ಆಗಿರುತ್ತದೆ. ಏಮನ್‌ಳ ಹೃದಯದ ಭಾರ ಇಳಿದಂತಾಯಿತು. ಮುಳುಗುತ್ತಿರುವವನಿಗೆ ಯಾವುದೇ ದಡವನ್ನಾದರೂ ಸೇರಬೇಕೆಂಬ ಚಿಂತೆಯಿರುತ್ತದೆ. ದಡಸೇರಿದ ಮೇಲೆ ಉಳಿದ ಭಯಬೀತಿಗಳೂ ಆವರಿಸಿಕೊಳ್ಳುತ್ತವೆ. ಅಲ್ಲೆಲ್ಲಾದರೂ ನರಭಕ್ಷಕ ಪ್ರಾಣಿಗಳಿದ್ದರೆ? ಹಸಿವೆಯಿಂದ ಪ್ರಾಣ ಬಿಡುವಂತಾದರೆ? ಒಬ್ಬಳೇ ಏಕಾಕಿಯಾಗಿ ಉಳಿಯುವಂತಾದರೆ ? ಹೀಗೆಲ್ಲ, ಏಮನ್‌ಳ ಸ್ಥಿತಿಯೂ ಹೀಗೆಯೇ ಇತ್ತು. ಅಲ್ಲಿ ತನ್ನ ಕೆಲಸ-ಕಾರ್ಯಗಳೇನು ಎಂಬ ಬಗ್ಗೆ ಅವಳಿಗಿನ್ನೂ ತಿಳಿದಿರಲಿಲ್ಲ. 'ಜನರಲ್ ಅಸಿಸ್ಟೆಂಟ್' ಹುದ್ದೆಯ ಕರ್ತವ್ಯಗಳು ಯಾವುದೂ ಇರಬಹುದಿತ್ತು. ಆ ಹವೇಲಿ ಹಾಗೂ ಅದರ ನಿವಾಸಿಗಳ ಬಗ್ಗೆ ಅವಳು ಸಂಪೂರ್ಣ ಅಪರಿಚಿತಳಿದ್ದಳು. ಅಲ್ಲಿ ಯಾರ್‍ಯಾರಿದ್ದಾರೆ. ಅವರ ಸ್ಥಾನಮಾನಗಳೇನು ಎಂದೇನೂ ಅವಳಿಗೆ ತಿಳಿದಿರಲಿಲ್ಲ. ಆ ಹವೇಲಿಯ ಕೇಂದ್ರ ಬಿಂದು ಬೇಗಂ ಸಾಹಿಬಾ ಎಂದಷ್ಟೇ ಅವಳಿಗೆ ತಿಳಿದಿತ್ತು. ಸಮಯ ಬಂದಾಗ ಎಲ್ಲವೂ ತಿಳಿಯುವುದು ಎಂದು ಕೊಂಡಳವಳು.

ಆಗಿನ ದಿನಗಳೇ ಹಾಗಿದ್ದವು. ಹಳೆಯ ಹೈದರಾಬಾದಿನ ಬಸುರಿನಿಂದ ಹೊಸ ಹೈದರಾಬಾದ್ ರೂಪು ತಾಳುತ್ತಿತ್ತು. ಹೈದರಾಬಾದ್‌ನ ಸ್ಕೈಲೈನ್‌ನೊಡನೆ ಅಲ್ಲಿಯ ಯೋಚನಾ ಸ್ತರಗಳೂ ಬದಲಾಗುತ್ತಿದ್ದವು. ತಮ್ಮ ಪುರಾತನ ರೀತಿ ನೀತಿ ಬಿಡದ ಜನರು, ಹೊಸಯುಗವನ್ನೂ ತಮ್ಮದಾಗಿಸಿ ಕೊಳ್ಳತೊಡಗಿದ್ದರು. ಈ ಯತ್ನದಲ್ಲಿ ಅವರ ಕೈಕಾಲ್ಗಳಿನ್ನೂ ದೃಢವಾಗಿರಲಿಲ್ಲ. ಯಾವುದೇ ಪ್ರದೇಶದ ಸಭ್ಯತೆ, ಅಲ್ಲಿಯ ರೀತಿ ನೀತಿ, ಭಾಷೆ ರೂಪುಗೊಂಡು, ಸಂಸ್ಕೃತಿಯೊಂದು ಜನ್ಮತಾಳಲು ಸಾಕಷ್ಟು ಸಮಯ ಹಿಡಿಯುತ್ತದೆ. ನಾಗರೀಕತೆಯೊಂದು ಪ್ರಪಂಚದಲ್ಲಿ ರೂಪುಗೊಂಡು ಬೆಳೆಯಲು, ಸಮಯದ ಮೂಸೆಯಲ್ಲಿ ಹಾಯ್ದು ಬರಬೇಕಾಗುತ್ತದೆ. ಹೊರಗಿನ ಸ್ವಚ್ಛ ಹವೆಗಾಗಿ ಕಿಟಕಿ, ಬಾಗಿಲುಗಳನ್ನು ತೆರೆದುಕೊಂಡೇ, ಹೊರಗಿನ ಆಕ್ರಮಣಗಳನ್ನೆದುರಿಸಬೇಕಾಗುತ್ತದೆ. ಹೀಗಿಲ್ಲದೆ ತಮ್ಮನ್ನು ಮುಚ್ಚಿಟ್ಟುಕೊಂಡ ನಾಗರೀಕತೆಗಳು ತಮ್ಮಲ್ಲೇ ತಮ್ಮ ಅಂತ್ಯವನ್ನು ಕಂಡವು. ದಕ್ಷಿಣದಲ್ಲಿ ಹೀಗಾಗದೆ, ಅದು ತೆರೆದ ಬಾಹುಗಳಿಂದ ಹೊರಗಿನ ಸಂಸ್ಕೃತಿಯ ಒಳ್ಳೆಯ ಅಂಶಗಳನ್ನು ತನ್ನಲ್ಲಿ ಮೈಗೂಡಿಸಿಕೊಂಡಿತು. ಒಡನೆ, ತನ್ನ ಸಂಸ್ಕೃತಿಯ ಒಳ್ಳೆಯ ಅಂಶಗಳನ್ನು ಬಿಡದೆ ಶಾಶ್ವತವಾಗಿರಿಸಿ ಕೊಂಡಿತು. ಪರಿಣಾಮವಾಗಿ ಪರಿಪೂರ್ಣ ಸಂಸ್ಕೃತಿಯೊಂದು ಜನ್ಮತಾಳಿತು. ಆದರೆ, ಸ್ವಾತಂತ್ರ್ಯಾ ನಂತರ ಯಾವ ರೀತಿ ಹೈದರಾಬಾದ್ ಹಾಗೂ ಅದರ ನಿವಾಸಿಗಳಿಗೆ ತಮ್ಮ ರೀತಿ ನೀತಿ ಬದಲಿಸಬೇಕಾಗಿ ಬಂತೋ, ಅದನ್ನೊಂದು ಪವಾಡವೆಂದೇ ಹೇಳಬೇಕಾಗುತ್ತದೆ. ಇಲ್ಲಿ ಹೊರಗಿನ ಆಸರೆ ವ್ಯರ್ಥವಾಗಿತ್ತು: ತಮ್ಮ ಆಸರೆ ತಾವೇ ಆಗಿ ನಿಲ್ಲಬೇಕಿತ್ತು. ಹೀಗೆ ಮಾಡಲಾಗದವರಿಗೆ ಕಾಲಕೆಲಗಿನ ನೆಲವೇ ಕುಸಿದಂತಾಯಿತು. ಸಮಯದ ಜೊತೆ ಒಪ್ಪಂದ ಮಾಡಿಕೊಂಡವರಿಗೆ ಸಮಯವೂ ತಕ್ಕ ಕೊಡುಗೆಯಿತ್ತಿತ್ತು:- ಆಲೋಚನೆಯಲ್ಲಿ ಹೊಸತನ, ಹೊರಗಿನ ಪ್ರಪಂಚದೊಡನೆ ಹೊಂದಾಣಿಕೆ ಪರಿಶ್ರಮದ ಫಲ ಇತ್ಯಾದಿ.

ಕುತುಬ್‌ಶಾಹನ ಕಾಲದಿಂದಲೂ ಪಂಜರಗಳಲ್ಲಿ ಬಂಧಿಸಲ್ಪಟ್ಟ, ಪರದೆಯಿರುವ ಮೋಟಾರ್, ಝುಟಕಾಗಳಲ್ಲಿ ಸಂಚರಿಸುತ್ತಿದ್ದ ಸ್ತ್ರೀಯರು ಬಂಧನದ ಕರಿನೆರಳಿನಿಂದ

ಹೊರಗೆ ಬಂದು, ಬಸ್‌ಗಳಲ್ಲಿ ಸಂಚರಿಸತೊಡಗಿದ್ದರು. ಆಫೀಸುಗಳಲ್ಲಿ ಕೆಲಸಮಾಡಲು ತೊಡಗಿದ್ದರು. ಅವರ ಅಂಗೈಗಳಲ್ಲಿ ಮೆಹಂದಿಯ ಬದಲಿಗೆ ಪರಿಶ್ರಮದ ಕೆಂಪು ರಾರಾಜಿಸುತ್ತಿತ್ತು. ಆದರೆ, ಯಾವುದೇ ಘರ್ಷಣೆಯಿಲ್ಲದೆ, ಈ ಪರಿವರ್ತನೆಯನ್ನು ಒಪ್ಪಿಕೊಂಡವರು ಬಹಳ ಕಮ್ಮಿ ಜನರಿದ್ದರು. ಹೆಚ್ಚಿನ ಘರ್ಷಣೆಗೆ ಸಿಲುಕಿ ಕೊಂಡವರು ಅಂಕುಡೊಂಕಾದ ರಸ್ತೆಗಳಲ್ಲಿ ಗುರಿಹೀನರಾಗಿ ಸಾಗುತ್ತಿದ್ದರು. ಸಮಾಜದ ಈ ಬಿರುಕುಗಳನ್ನು ತುಂಬುವ ಕೆಲಸವನ್ನು ಸಮಯವೇ ಕೈಗೆತ್ತಿಕೊಂಡಿತು. ಮಾನಸಿಕ ಪರಿವರ್ತನೆಯೇನೂ ಎರಡು ದಿನಗಳಲ್ಲಿ ನಡೆದು ಹೋಗುವುದಿಲ್ಲ. ಅದಕ್ಕಾಗಿ ಸಾಕಷ್ಟು ಅಘಾತಗಳನ್ನು ಎದುರಿಸಬೇಕಾಗುತ್ತದೆ. ಹೈದರಾಬಾದ್ ನಿವಾಸಿಗಳು ಬಹಳ ತಿಳುವಳಿಕೆಯಿಂದ ಈ ಆಘಾತಗಳನ್ನು ಸಹಿಸುತ್ತದ್ದರು.

ಏಮನ್ ಕೂಡ ಸಮಯದ ಈ ಪ್ರವಾಹದಲ್ಲಿ ಹೊಮ್ಮಿ ಬಂದ ಮುತ್ತುಗಳಲ್ಲಿ ಒಂದಾಗಿದ್ದಳು. ಅವಳ ತಂದೆ ಶಹಾಬ್ ಅಹಮದ್ ಹೈದರಾಬಾದ್‌ನ ಉಚ್ಚ ಮನೆತನವೊಂದರಿಂದಲೇ ಹುಟ್ಟಿ ಬಂದಿದ್ದರು. ಆದರೆ ತಮಗೆ ಮೆಚ್ಚಿಕೆಯಾದ ಹುಡುಗಿಯನ್ನು ಮದುವೆಯಾದುದೇ ಅವರ ಶಿಕ್ಷಾರ್ಹ ಅಪರಾಧವಾಗಿತ್ತು. ಸಹಾರನ್‌ಪುರದ ಗೌರವಾನ್ವಿತ ಮನೆತನದ ಕನ್ಯೆ ಇಫಫತ್ ತನ್ನ ಕೈ ಹಿಡಿದಾಗ ತನ್ನ ಮನೆಯಲ್ಲೂ ಅವಳಿಗೆ ಪೂರ್ಣದರ ಸಿಗಲೆಂದು ಶಹಾಬ್ ಅಹಮದ್ ತುಂಬ ಪ್ರಯತ್ನಪಟ್ಟರು. ಆದರೆ ತನ್ನ ಯತ್ನದಲ್ಲಿ ಅವರು ವಿಫಲರಾದಾಗ ಪತ್ನಿಯೊಡನೆ ಹೈದರಾಬಾದ್ ತ್ಯಜಿಸಿ, ಬೆಂಗಳೂರಿಗೆ ಹೋಗಿ ನೆಲಸಿದರು. ತನ್ನ ಉಚ್ಚಮನೆತನದ ಬಗ್ಗೆ ಯಾವುದೇ ಸೋಗು ತೋರದೆ, ಅವರು ಟೌನ್–ಪ್ಲಾನಿಂಗ್ ಕಚೇರಿಯಲ್ಲಿ ಡ್ರಾಫ್ಟ್ ಮನ್ ಕೆಲಸಕ್ಕೆ ಸೇರಿಕೊಂಡರು. ಕಾಲವನ್ನೂ, ಸಮಾಜವನ್ನೂ ಅವರು ಎದುರು ಹಾಕಿಕೊಂಡಿದ್ದರು. ಧೈರ್ಯ, ಸಾಹಸ, ದೃಢನಿಶ್ಚಯಗಳಿಂದ ಅವರು ಪರಿಸ್ಥಿತಿಯನ್ನೆದುರಿಸಿದರು. ತಮ್ಮ ಈ ಎಲ್ಲ ಒಳ್ಳೆಯಗುಣಗಳನ್ನು ಅವರು ಏಮನ್‌ಳಿಗೆ ಕೊಡುಗೆಯಾಗಿತ್ತಿದ್ದರು. ಇಫಫತ್‌ಳ ಮರಣದಿಂದ ಹೃದಯಕ್ಕಾದ ನೋವಿಗೆ ಲೋಕದಿಂದ ಯಾವ ಚಿಕಿತ್ಸೆಯನ್ನೂ ಅವರು ಬೇಡಲಿಲ್ಲ. ಸುಖದ ಭಾರವನ್ನು ಮನುಷ್ಯ ಹೊರಬಲ್ಲವನಾದರೆ. ದುಃಖವನ್ನು ಸಹಿಸಬಲ್ಲವನೆಂದು ಅವರ ಅಭಿಪ್ರಾಯವಾಗಿತ್ತು.

ಏಮನ್ ಯೌವನಕ್ಕೆ ಕಾಲಿಡಲಿದ್ದಾಗ, ಮನೆಯಲ್ಲಿ ಮಾರ್ಗದರ್ಶನಕ್ಕೆ ಹೆಣ್ಣಿನ ಕೊರತೆಯನ್ನು ತುಂಬಿಕೊಟ್ಟ ಮನೆಮಾಲಿಕಳಾದ ಮಿಸೆಸ್ ಐಜಾಕ್ ಒಬ್ಬ ಕರುಣಾಮಯಿ, ಪರೋಪಕಾರಿ ಮಹಿಳೆಯಾಗಿದ್ದರು.

ಯೌವನಕ್ಕೆ ಪಾದಾರ್ಪಣೆ ಮಾಡಿದ ದಿನಗಳಲ್ಲಿ ಏಮನ್ ಜೀವನದ ಬಗ್ಗೆ ಬಹಳ ಗಂಭೀರತೆಯಿಂದ ಯೋಚಿಸುತ್ತಿದ್ದಳು. ಈ ಚಿಂತೆಯೇ ಅವಳನ್ನು ಎಂತಹ ಸ್ಥಿತಿಯಲ್ಲೂ ಸರಿದಾರಿಯಲ್ಲೇ ನಡೆಯುವಂತೆ ಮಾಡಿತು.

ಬಹಳ ಯೋಚನೆಯ ಬಳಿಕ ಏಮನ್ ಹವೇಲಿಯ ಜೀವನಕ್ಕೆ ತನ್ನನ್ನು ಒಪ್ಪಿಸಿಕೊಂಡಳು. ಬೇಗಂರ ಬೆಡ್‌ರೂಮ್‌ನ ಎದುರಿದ ಕೋಣೆಯನ್ನು ಅವಳಿಗೆ

ಒಪ್ಪಿಸಲಾಗಿತ್ತು. ತಿಳಿಹಸುರಿನ ಗೋಡೆಗಳ ನಡುವೆ ಒಂದು ಮಂಚ ಹಸಿರುಬಣ್ಣದ ಕ್ಯಾಂಡಲ್‌ವಿಕ್, ಸೈಡ್‌ಟೇಬಲ್ಸ್ ಅದರ ಮೇಲೊಂದು ಆಕರ್ಷಕ ಟೇಬಲ್–ಲ್ಯಾಂಪ್ ಇದ್ದವು. ಎದುರು ಗೋಡೆಯಲ್ಲೊಂದು ಬಹುಸುಂದರ ರೈಟಿಂಗ್–ಚೆಸ್ಟ್ ಇತ್ತು. ಕೆತ್ತನೆಯ ಕುಸುರಿ ಕೆಲಸದ, ಗನ್–ವುಡ್‌ನಿಂದ ಮಾಡಲಾದ ಈಚೆಸ್ಟ್ ಏಮಾನ್‌ಳ ಕಣ್ಣುಗಳನ್ನು ಹಿಡಿದಿಟ್ಟವು. ಆ ಕೆತ್ತನೆಯ ಮೇಲೆ ಬೆರಳಾಡಿಸುತ್ತಾ. ಅದು ಎಷ್ಟು ಪುರಾತನವಿದ್ದಿರಬಹುದೆಂದು ಏಮನ್ ಊಹಿಸಲೆತ್ನಿಸಿದಳು.

ಪಶ್ಚಿಮದ ಗೋಡೆಗೆ ತಾಗಿ ಒಂದು ಡ್ರೆಸ್ಸಿಂಗ್ ಟೇಬಲ್ ಹಾಗೂ ಅದರ ಪಕ್ಕದಲ್ಲಿ ದೊಡ್ಡದೊಂದು ವಾರ್ಡ್‌ರೋಬ್ ಇತ್ತು. ಅದರ ಪಕ್ಕದಲ್ಲಿ ಬಾತ್‌ರೂಮ್‌ನ ಬಾಗಿಲಿತ್ತು. ಕೋಣೆಯ ಬಣ್ಣಕ್ಕೆ ಹೊಂದಿಕೆಯಾಗುವ ಪರದೆಗಳು ಕಿಟಕಿ ಬಾಗಿಲನ್ನಲಂಕರಿಸಿದ್ದವು. ಹಾಸಿದ್ದ ರತ್ನ ಗಂಬಳಿ ಹಳೆಯದಾದರೂ ಬಹುಮೂಲ್ಯವಾಗಿತ್ತು. ಕೋಣೆಯ ಶೃಂಗಾರದಲ್ಲಿ ಹೆಣ್ಣಿನ ಕೈವಾಡ ಎದ್ದು ಕಾಣುತ್ತಿತ್ತು. ನೌಕರನು ಏಮನ್‌ಳ ಸೂಟ್‌ಕೇಸ್ ತಂದಿಟ್ಟು ಹೊರಟು ಹೋಗಿದ್ದ. ಏಮನ್ ಕೋಣೆಯ ಶೃಂಗಾರವನ್ನೇ ಗಮನಿಸುತ್ತಿದ್ದಾಗ ಶಮ್‌ಶಾದ್ ಕೂಡ ಗಲ್ಲದ ಮೇಲೆ ಕೈಯಿಟ್ಟು ಕುತೂಹಲದಿಂದ ಅವಳನ್ನೇ ದಿಟ್ಟಿಸುತ್ತಿದ್ದಳು.

'ನೀನಿನ್ನು ಹೋಗಬಹುದು, ಶಮ್‌ಶದ್, ನನಗಿನ್ಯಾವುದರ ಅಗತ್ಯವೂ ಇಲ್ಲ' ಏಮನ್ ಮುಗಳ್ನಗುತ್ತಾ ನುಡಿದಳು. ಶಮ್‌ಶಾದ್‌ಳ ಮೇಲೆ ಬೇಗಂ ಸಾಹಿಬಾರ ವಿಶೇಷ ಅನುಗ್ರಹವಿತ್ತೆಂದು ಏಮನ್‌ಳಿಗೆ ಅರಿವಾಗಿತ್ತು.

ಬೇಗಂರ ತಂದೆ, ಬರಗಾಲದ ಸಮಯ, ಐದು ಸೇರು ಧಾನ್ಯ ಐದುವರಹಳಿಗೆ ಬದಲಾಗಿ ಶಮ್‌ಶಾದ್‌ಳನ್ನು ಕೊಂಡುಕೊಂಡಿದ್ದರು. ಹೈದರಾಬಾದ್‌ನ ಆ ಸ್ವರ್ಣಕ್ರಾಂತಿಯಲ್ಲೂ ಮನುಷ್ಯ ಧಾನ್ಯಕ್ಕೆ ಬದಲಾಗಿ ಆಗ ವಿಕ್ರಯವಾಗುತ್ತಿದ್ದ. ಹಸಿವಿನ ನಾಗರ ಹೆಡೆಯತ್ತಿದಾಗ, ಬಡಜನರು ತಮ್ಮ ಕರುಳಿನ ಕುಡಿಗಳೊಡನೆ ಮನೆಮನೆ ಅಲೆದು, ಹಿಡಿಧ್ಯಾನ್ನಕ್ಕಾಗಿ ಅವರನ್ನು ಮಾರಿ ಸಂಬಂಧ ಹರಿದುಕೊಳ್ಳುತ್ತಿದ್ದರು. ಸನೋವರ್, ಭಖ್ತಾವರ್ ಹಾಗೂ ಶಮ್‌ಶಾದ್ ಇದೇ ಕಾಲದ ಸ್ಮರಣಿಕೆಯಾಗಿದ್ದರು. ಇಂಥ ವಿಕ್ರಯಗಳಲ್ಲಿ ಹುಡುಗಿಯರು ಸುಲಭವಾಗಿ ಕೈಯಿಂದ ಕೈಗೆ ಬದಲಿಸಲ್ಪಟ್ಟು ಒಮ್ಮೆ ಹವೇಲಿಯೊಳಗೆ ಪ್ರವೇಶಿಸಿದ ಬಳಿಕ ತನುಮನಗಳಿಂದ ಅಲ್ಲಿಯವರೇ ಆಗಿ ಹೋಗುತ್ತಿದ್ದರು. ಯೌವನದ ಮಾಧುರ್ಯ ಪೂರ್ಣವಿಕಸಿಸುವ ಮುನ್ನವೇ ಯಾರಾದರೂ ಕೆಳಸ್ತರದ ನವಾಬ–ಪಾಶಾರ ಕಾಮತೃಷೆಗೆ ಬಲಿಯಾಗುತ್ತಿದ್ದರು. ಮತ್ತೆ ಅಲ್ಲಿ ತಂದೆಯ ಹೆಸರಿರದ ಎಳೆಯ ಜೀವಗಳುದಿಸುತ್ತಿದ್ದವು ಇಂಥಹರಲ್ಲೊಬ್ಬಳಾದ ಶಮಶಾದ್, ತನ್ನೊಡತಿ ಬೇಗಂರ ವಿವಾಹದಲ್ಲಿ ದಕ್ಷಿಣೆಯ ರೂಪದಲ್ಲಿ ಕೊಡಲ್ಪಟ್ಟಿದ್ದಳು. ಗುಲಾಮಗಿರಿಯಲ್ಲಿ ಮನುಷ್ಯ ತನ್ನ ಆತ್ಮಗೌರವವನ್ನು ಕಳೆದುಕೊಳ್ಳುತ್ತಾನೆ. ಅದರ ಸ್ಥಾನವನ್ನು ತ್ಯಾಗವು ತುಂಬುತ್ತದೆ. ಶಮ್‌ಶಾದ್‌ಳ ಅವಸ್ಥೆಯೂ ಇದೇ ಆಗಿತ್ತು. ಬೇಗಂ ಹಾಗೂ ಅವರಿಗೆ ಸಂಬಂಧಿತ ಎಲ್ಲ ವಸ್ತುಗಳೂ ಅವಳಿಗೆ ಪವಿತ್ರವಾಗಿದ್ದವು. ಆದರ ಸತ್ಕಾರದಲ್ಲಿ ವ್ಯಸ್ತಳಾಗಿರುವಾಗಲೂ ಅವಳ ದೃಷ್ಟಿ ತೀಕ್ಷ್ಣವಾಗೇ ಇತ್ತು ಹೂವಿನಂತಹ ಗಲ್ಲಗಳಲ್ಲಿ ಗುಳಿಬೀಳುವಂತೆ ನಗುವ ಈ ಹುಡುಗಿ ಶಮಶಾದ್‌ಳಿಗೆ ಮೆಚ್ಚಿಕೆಯಾಗಿದ್ದಳು.

'ಇಂದು ಆರಾಮ ಮಾಡಿ ನಾಳೆಯಿಂದ ಕೆಲಸ ನೋಡಿದರಾಯ್ತು ಎಂದು ಸರ್ಕಾರ್ ತಿಳಿಸಿದ್ದಾರೆ. ಊಟದ ಸಮಯವಾಯ್ತು, ಊಟಮಾಡಿ ವಿಶ್ರಾಂತಿ ತೆಗೆದುಕೊಳ್ಳಿ 'ಎನ್ನುತ್ತಾ ಬಾಗಿಲ ಬಳಿಹೋದ ಶಮ್‌ಶಾದ್ ಏನೋ ಹೇಳಲಿರುವಂತೆ ನಿಂತಳು.

'ಏನು ವಿಷಯ, ಶಮ್‌ಶಾದ್?' ಏಮನ್ ಅವಳ ಪಕ್ಕ ಹೋಗಿ ನಿಂತು ಕೇಳಿದಳು.

'ಏನಿಲ್ಲ' ಎಂದು ಶಮಶಾದ್ ಹೋಗಲೆಂದು ತಿರುಗಿದಳು.

ಏಮನ್ ಅವಳ ಭುಜದ ಮೇಲೆ ಕೈಯಿಟ್ಟು ನುಡಿದಳು.

"ಶಮ್‌ಶಾದ್, ನಾನಿಲ್ಲಿ ಹೊಸಬಳೆಂದು ನೀನರಿತಿರುವೆ. ಇಲ್ಲಿಯ ರೀತಿ–ನೀತಿಗಳನ್ನು ನಾನರಿಯೇ; ನಿನ್ನ ಸಹಾಯ ನನಗೆ ಬೇಕಾಗಬಹುದು."

'ಅಯ್ಯೋ ಬೀಬೀ, ನೀವಿಷ್ಟು ಕಲಿತವರು, ನಿಮಗೆ ನಾನೇನು ಕಲಿಸಬಲ್ಲೆ?!' ಶಮಶಾದ್‌ಳ ತಲೆ ಬಾಗಿತು. ಏಮನ್‌ಳ ಸರಳತೆ ಅವಳಿಗೆ ಮೆಚ್ಚಿಕೆಯಾಯಿತು.

'ನೀನೂ ಏನೋ ಹೇಳಹೊರಟು ನಿಲ್ಲಿಸಿದೆ. ಶಮಶಾದ್, ಏನದು?'

ಶಮಶಾದ್ ಸ್ವಲ್ಪ ಯೋಚಿಸಿ ನುಡಿದಳು. 'ಶಾಹಾನಾ ಹಾಗೂ ಅವಳ ತಾಯಿ ಚಿಕ್ಕ ಪಾಶಾರ, ನಡತೆಯನ್ನು ನೀನು ಕಲಿಯಬೇಡ, ಬೀಬಿ: ಅಷ್ಟೇ ಹೇಳಲಿಕ್ಕಿತ್ತು.'

ಶಮ್‌ಶಾದ್ ಹೊರಟುಹೋದಳು. 'ಇಷ್ಟೇನೆ' ಎಂದುಕೊಂಡು ಏಮನ್‌ಗೆ ನಗುಬಂತು. ಹಿಂದಿನಕಾಲದ ಶಮ್‌ಶಾದ್ ಹೊಸಯುಗದ ಶಾಹಾನಾಳ ರೀತಿನೀತಿಗಳನ್ನು ಬಹುಶಃ ಅರ್ಥಮಾಡಿಕೊಳ್ಳಲಾರದಾಗಿದ್ದಳು.

ಏಮನ್ ಸೂಟ್‌ಕೇಸ್ ತೆರೆದು ತನ್ನ ಬಟ್ಟೆಗಳನ್ನು ಕಪಾಟಿನಲ್ಲಿ ಜೋಡಿಸಿಡತೊಡಗಿದಳು. ಅಲ್ಲಿದ್ದ ಡಜನ್‌ಗಟ್ಟಲೇ ಹ್ಯಾಂಗರ್‌ಗಳನ್ನು ನೋಡಿ ಅವಳಿಗೆ ನಗು ಬಂತು. ಅಷ್ಟು ಬಟ್ಟೆಗಳು ತನ್ನಲ್ಲಿ ಏಳುಜನ್ಮಕ್ಕೂ ಬರಲಾರವು: ಆದರೆ ಈಗ ಹವೇಲಿಯಲ್ಲಿರುತ್ತಾ ಕೆಲವೊಂದು ಹೊಸ ಉಡುಪುಗಳನ್ನಾದರೂ ಹೊಲಿಸಬೇಕಿತ್ತು.; ಅಂತಸ್ತನ್ನೂ ರೂಪಿಸಿಕೊಳ್ಳಬೇಕಿತ್ತು. ಅವಳ ಉಡುಪುಗಳು ಬೆಲೆಯುಳ್ಳವಲ್ಲದಿದ್ದರೂ ಅವುಗಳಲ್ಲಿ ಉತ್ತಮ ರುಚಿ ಕಾಣುತ್ತಿತ್ತು.

ಕಿಟಿಕಿಯ ಪರದೆ ಸರಿಸಿದಾಗ ಹೂತೋಟ ಅವಳ ಕಣ್ಣಿಗೆ ಬಿತ್ತು. ಬೋಗನ್‌ವಿಲ್ಲಾದ ಬಳ್ಳಿಗಳು ದೂರದೂರಕ್ಕೆ ಹಬ್ಬಿದ್ದವು. ಕಣ್ಣಳವಿನಲ್ಲಿ ಬಣ್ಣಗಳೇ ಬಣ್ಣಗಳು. ಆ ತೋಟದ ತುತ್ತತುದಿಯಲ್ಲಿ ಸಣ್ಣದೊಂದು ಸುಂದರ ಕಾಟೇಜ್ ಇತ್ತು. ಅದರ ಆವರಣದಲ್ಲಿ ಬಣ್ಣ ಬಣ್ಣದ ಹೂಗಳರಳಿ ಅತ್ಯಾಕರ್ಷಕವಾಗಿದ್ದವು. ರಹಸ್ಯಮಯವಾಗಿ ತೋರುತ್ತಿದ್ದ ಆ ಕಾಟೇಜ್ ಹವೇಲಿಯ ಗೆಸ್ಟ್‌ಹೌಸ್ ಇರಬಹುದೆಂದುಕೊಂಡು ಏಮನ್ ಸ್ನಾನಕ್ಕೆ ಹೊರಟಳು.

ಸ್ನಾನದಿಂದ ಏಮನ್ ಹೊರಬರುವಾಗ, ಶಮ್‌ಶಾದ್ ಮೇಜಿನಲ್ಲಿ ಊಟ ಬಡಿಸುವ ತಯಾರಿ ನಡೆಸಿದ್ದಳು. ಕೆಳಗೆ ಅಷ್ಟು ದೊಡ್ಡದಾದ ಡೈನಿಂಗ್ ಹಾಲ್ ಇರುವಾಗ ಕೋಣೆಗಳಿಗೆ ಊಟ ಕೊಂಡೊಯ್ದು ಹೀಗೆ ಪ್ರತ್ಯೇಕವಾಗಿ ಬಡಿಸುವುದೇಕೆ ಎಂದು ಕೊಂಡಳಾಕೆ ಮತ್ತೆ ತನ್ನ ಸ್ಥಾನವನ್ನು ಜ್ಞಾಪಿಸಿಕೊಂಡು, ಮಾಲಿಕರೊಡನೆ ತನ್ನ ಭೋಜನ ಸರಿಯಿಲ್ಲದೆ ಇರಬಹುದುದೆಂದುಕೊಂಡು ಸುಮ್ಮನಾದಳು.

'ಊಟ ಮಾಡಿ, ಬಿಬೀ; ತಣ್ಣಗಾದೀತು.'

'ಬೇಗಂ ಸಾಹಿಬಾರ ಊಟವಾಯಿತೇ?' ಏಮನ್ ಕೇಳಿದಳು.

'ಹೌದು; ನಾನವರಿಗೆ ಉಣಿಸಿಯೇ ನಿಮ್ಮ ಬಳಿ ಬಂದೆ.

ಸರ್ಕಾರ್‌ರ ಜೊತೆಯೇ ನೀವು ನಾಳಿನಿಂದ ಉಣ್ಣಬೇಕೆಂದು' ಅವರು ಹೇಳಿದರು.

ಶಮ್‌ಶಾದ್ ಮೊಣಕಾಲ ಗಂಟುಗಳನ್ನು ನೀವುತ್ತಿರುವುದನ್ನು ನೋಡಿ ಏಮನ್ ಏನಾಯಿತೆಂದು ಕೇಳಿದಳು. ತನ್ನ ಗಂಟುನೋವಿನ ಬಗ್ಗೆ ತಿಳಿಸಿದ. ಶಮ್‌ಶಾದ್. ಊಟ ಮೇಲಕ್ಕೆ ಒಯ್ಯಲು ಅಬ್ದುಲ್ ಕರೀಮ್ ನಿರಾಕರಿಸಿದ ಬಗ್ಗೆ ಅವನನ್ನು ದೂರಿ, 'ದೇವರು ನಿಮ್ಮನ್ನು ಚೆನ್ನಾಗಿಟ್ಟಿರಲಿ, ಬೀಬಿ, ನನ್ನ ಬಗ್ಗೆ ಎಷ್ಟು ಕಾಳಜಿಯಿಟ್ಟಿದ್ದೀರಿ' ಎಂದು ಹರಸುತ್ತಾ ಹೊರಟು ಹೋದಳು.

ಟವೆಲಿನಿಂದ ಏಮನ್ ತನ್ನ ಕೂದಲರಾಶಿಯನ್ನೊಣಗಿಸಿ ಕೊಂಡಳು. ಊಟದ ಪರಿಮಳ ಅವಳನ್ನು ವಿಹ್ವಲಳಾಗಿಸುತ್ತಿತ್ತು. ಬೆಳಗ್ಗೆಯಷ್ಟೇ ಹೊಟ್ಟೆತುಂಬಾ ತಿಂದಿದ್ದರೂ ಯೋಚನೆಗಳ ಭಾರದಿಂದ ಏನು ತಿಂದಿದ್ದಳೆಂದೇ ಅವಳಿಗೆ ಮರೆತುಹೋಗಿತ್ತು. ತಾಯಿ ತೀರಿಕೊಂಡ ನಂತರ ಒಳ್ಳೆಯ ಅಡಿಗೆಯ ರುಚಿಯೇ ಅವಳಿಗೆ ಮರೆತು ಹೋಗಿತ್ತು. ದೇವರಿಗೆ ಪ್ರಿಯವೆನಿಸುವಂತೆ ಏಮನ್ ಉಂಡಳು.

ಊಟದ ನಂತರ ಏಮನ್, ಮಿಸೆಸ್ ಐಜಾಕ್‌ಗೆ ಪತ್ರ ಬರೆದಳು. ತನ್ನ ಹೃದಯ ತುಂಬಿದ ಕೃತಜ್ಞತೆಯನ್ನು ಬರಹದಲ್ಲಿ ವ್ಯಕ್ತಪಡಿಸುವ ಯತ್ನದಲ್ಲಿ ಎರಡು ಮೂರು ಪತ್ರಗಳು ಕಸದ ಬುಟ್ಟಿಯನ್ನು ಸೇರಿದವು. ಪತ್ರ ಕೊನೆಗೂ ಮುಗಿಸಿತ್ತಿರುವಂತೆಯೇ ತನ್ನ ಪೇಂಟಿಗ್‌ನ ವಸ್ತುಗಳನ್ನು ಕಳುಹಿಸುವಂತೆ ಕೇಳಿಕೊಳ್ಳಬೇಕೆಂಬ ಆಲೋಚನೆ ಅವಳಿಗೆ ಬಂತು. ಮುಂದಕ್ಕೆ ತನಗೆ ಅವಕಾಶ ಸಿಗುವುದೋ ಇಲ್ಲವೋ ಎಂಬ ಸಂಶಯ ಮೂಡಿದರೂ ಏಮನ್ ಪತ್ರದಲ್ಲಿ ಆ ಬಗ್ಗೆ ಬರಿಯದಿರಲಿಲ್ಲ.

ಏಮನ್ ಎಷ್ಟು ಹೊತ್ತಿನವರೆಗೆ ಮಲಗಿದ್ದಳೋ ಅವಳಿಗೇ ಗೊತ್ತಿರಲಿಲ್ಲ. ಎಚ್ಚರವಾದಾಗ ಸೂರ್ಯ ಸಾಕಷ್ಟು ಪಡುವಣದಲ್ಲಿ ಪಯಣಿಸಿದ್ದ. ತಲೆಬಾಚುತ್ತಾ ಕನ್ನಡಿಯಲ್ಲಿ, ನೋಡಿಕೊಂಡ ಏಮನ್‌ಗೆ ತಾನು ಸಾಕಷ್ಟು ಫ್ರೆಶ್ ಆಗಿರುವುದು ಗಮನಕ್ಕೆ ಬಂದಿತು. ಗುಲಾಬಿ ವರ್ಣದ ಉಡುಪಿನಲ್ಲಿ ಅವಳ ಮೈಬಣ್ಣ ಇನ್ನೂ ಸುಂದರವಾಗಿ ಹೊಳೆಯುತ್ತಿತ್ತು. ಕೂದಲು ಬಾಚುತ್ತಾ, ತನ್ನ ಇಂದಿನ ವಿರಾಮದ ಸರಿಯಾದ ಪ್ರಯೋಜನ

ಪಡೆಯಬೇಕೆಂದು ಕೊಂಡಳವಳು. ಮರುದಿನದಿಂದ ದಿನದ ಸಮಯದ ಮೇಲೆ ಅವಳ ಪೂರ್ಣಾಧಿಕಾರವಿರದು.

ಆಕಾಶದಲ್ಲಿ ಮೋಡ ಕವಿದಿತ್ತು. ವಾತಾವರಣವೆಲ್ಲ ಸ್ತಬ್ಧವಾಗಿತ್ತು. ಬಾಗಿಲಿನಿಂದ ಹೊರಬಂದ ಏಮನ್ ಸುಮ್ಮನೆ ನಿಂತುಬಿಟ್ಟಳು. ತೆರೆದ, ಮುಚ್ಚಿದ ಹಲವು ಬಾಗಿಲುಗಳು: ಕೆಳಗಿನ ದೊಡ್ಡ ಹಾಲ್‌ನ ಮೌನ ದೀಪ ದಾನಿಗಳ ಟಿಂಗ್‌ಲಿಂಗ್ ಧ್ವನಿಯೊಂದೇ ಆ ಮೌನಭೇದಕವಾಗಿದ್ದವು. ಆ ಮೌನದಾಳದಲ್ಲಿ ತಾನು ಮುಳುಗುತ್ತಿರುವಂತೆ ಏಮನ್‌ಳಗೆ ಭಾಸವಾಗುತ್ತಿತ್ತು. ಹವೇಲಿಯ ಆ ಮಧ್ಯಭಾಗದಲ್ಲಿ, ಚಿನ್ನದ ಕುಸುರಿಕೆಲಸದ ಕೆತ್ತನೆಯ ಕೆನೆಬಣ್ಣದ ಬಾಗಿಲುಗಳ ನಡುವೆ, ಏಮನ್‌ಗೆ ತಾನು ಬಾಲ್ಯದಲ್ಲೋದಿದ 'ಆಲಿಸ್ ಇನ್ ವಂಡರ್‌ಲ್ಯಾಂಡ್'ನ ಅದ್ಭುತಲೋಕದಲ್ಲಿ ನಿಂತಿರುವಂತೆ ಭಾಸವಾಗುತ್ತಿತ್ತು. ಅವಳು ಮೆಲ್ಲನೆ ಗ್ಯಾಲರಿಯಿಂದ ಹವೇಲಿಯ ಹಿಂಬಾಗಕ್ಕೆ ಹೊರಟಳು. ಗ್ಯಾಲರಿಯ ಅಂತ್ಯದಲ್ಲಿ ದೊಡ್ಡದೊಂದು ಗಾಜಿನ ಬಾಗಿಲು ತೆರೆದುಕೊಂಡಿತು. ಅಲ್ಲಿಂದ ಹಿಂಭಾಗದ ಪೋರ್ಟಿಕೋ ಮುಖಾಂತರ ತಣ್ಣನೆಯ ಗಾಳಿ ಬೀಸಿಬರುತ್ತಿತ್ತು. ಪೋರ್ಟಿಕೋದ ಎರಡೂ ಕೊನೆಗಳಲ್ಲಿ ಮೆಟ್ಟಿಲುಗಳಿದ್ದು, ಹವೇಲಿಯ ಹಿಂಭಾಗಕ್ಕೆ ಒಯ್ಯುತ್ತಿದ್ದವು. ಏಮನ್ ಮೆಟ್ಟಿಲಿಳಿದು ಬಲಕ್ಕೆ ತಿರುಗಿದಳು. ಇಲ್ಲಿ ಹವೇಲಿಯ ಅಡಿಪಾಯ ಎತ್ತರದಲ್ಲಿದ್ದುದರಿಂದ ನೆಲಮಾಳಿಗೆಯ ಕೋಣೆಗಳೂ ಇದ್ದವು. ಈ ಮುಚ್ಚಿದ ಕೋಣೆಗಳೊಳಗೆ ಏನಿರಬಹುದೋ ನೋಡಬೇಕೆಂಬ ಕುತೂಹಲವನ್ನದುಮಿ ಅವಳು ಮುಂದವರಿದಾಗಲೇ, ಬಾಗಲೊಂದು ಪಕ್ಕದಲ್ಲೇ ತೆರೆದು, ಸುಂಟರಗಾಳಿ ಬಡಿದಂತೆ ವ್ಯಕ್ತಿಯೊಬ್ಬ ಅವಳಿಗೆ ಢಿಕ್ಕಿ ಹೊಡೆದ. ಈ ಅಘಾತದಿಂದ ಬೀಳಲಿದ್ದ, ಏಮನ್‌ಳನ್ನು ಎರಡು ಬಲಯುತವಾದ ಬಾಹುಗಳು ತಡೆದು ಹಿಡಿದು, ಅಘಾತದಿಂದ ಒಂದೆರಡು ಸುತ್ತು ಸುತ್ತಿ ಹಾಗೆಯೇ ಹಿಡಿದು ನಿಲ್ಲಿಸಿದವು. ಏಮನ್‌ಗೆ ಭೂಕಂಪವಾದಂತೆ ಭಾಸವಾಯಿತು. ಸಾವರಿಸಿಕೊಳ್ಳಲು ಯತ್ನಿಸುತ್ತಾ, ಏಮನ್ ತೆರೆದ ಕಣ್ಣುಗಳಿಗೆ, ತನ್ನ ಕಾಲಮೇಲೆ ಬಿದ್ದಿದ್ದ ಟೆನಿಸ್ ರ‍್ಯಾಕೆಟ್, ಪಕ್ಕದಲ್ಲಿ ಎರಡು ಬಿಳಿಯ ಟೆನಿಸ್ ಶೂಗಳು ಹಾಗೂ ಬಿಳಿಯ ಕಾಲುಚೀಲ ಧರಿಸಿದ್ದ ಕಾಲ್ಗಳು ಕಂಡವು. ಏಮನ್ ಕಣ್ಣೆತ್ತಿನೋಡಿದಾಗ ತನ್ನನ್ನಿನ್ನೂ ಆಧರಿಸಿ ಹಿಡಿದಿದ್ದ ಮಧ್ಯಮ ಎತ್ತರದ, ತುಂಬಿದ, ಆದರೂ ವ್ಯಾಯಾಮದಿಂದ ಸರಿಯಾದ ದೇಹದಾರ್ಢ್ಯ ಪಡೆದಿದ್ದ. ಬಿಳಿ ಬಣ್ಣದ ಮೈಯ, ಕಪ್ಪು ಗುಂಗುರಕೂದಲ ಯುವಕ ಕಾಣಿಸಿದ. ಆಳವಾದ ಕಪ್ಪು ಕಂಗಳಿಂದ ಹೊಮ್ಮಿದ ನಗೆಯಿಂದ ಬಿರಿದ ತುಟಿಗಳು; ಆವಳನ್ನೇ ದಿಟ್ಟಿಸಿ, ಪರಿಚಯ ಕೇಳುವಂತಿತ್ತು. ಆ ಚಹರೆ 'ಕ್ಷಮಿಸಿ' ಏಮನ್ ಸಂವರಿಸಿಕೊಂಡು, ಆ ಬಾಹುಗಳ ಬಂಧನದಿಂದ ಬಿಡಿಸಿಕೊಳ್ಳುತ್ತಾ, ತನ್ನದೇ ತಪ್ಪೆಂಬಂತೆ ನುಡಿದಳು.

'ನಿಮ್ಮನ್ನು ನೋಡಿದೊಡನೆಯೇ ಕ್ಷಮಿಸಿಬಿಟ್ಟೆ.' ಎಂದ ಆ ಯುವಕ 'ನಿಮ್ಮ ಬದಲಿಗೆ ಅಬ್ದುಲ್ ಕರೀಮ್ ಆಗಿದ್ದಿದ್ರೆ, ಈ ರ‍್ಯಾಕೆಟ್‌ನಿಂದಲೇ ಅವನಿಗೆ ಸರಿಯಾಗಿ ಮಾಡುತಿದ್ದೆ. ಆದರೆ....ಎನ್ನುತ್ತಾ, ತಲೆಯಿಂದ ಕಾಲಿನವರೆಗೆ ಏಮನ್‌ಳನ್ನೇ ದಿಟ್ಟಿಸಿ ನೋಡುತ್ತಾ, 'ನಿಮ್ಮಲ್ಲೇನೋ ಅಲ್ಪ ಮಾತ್ರವೂ ಅಬ್ದುಲ್‌ಕರೀಮ್‌ತನ ಕಾಣಿಸುತ್ತಿಲ್ಲ.' ಎಂದ.

ಬಯಸದೆಯೇ ಏಮನ್ ನಕ್ಕು ಬಿಟ್ಟಳು. ಸಾಧಾರಣ ಅವಳ ಪ್ರಾಯದವನೇ ಆಗಿದ್ದ. ಆ ಯುವಕನ, ಯಾವುದೇ ಆಳ ಅರ್ಥವಿಲ್ಲದ ನೇರ ಸರಳ ನಡೆ ಅವಳಿಗೆ ಮೆಚ್ಚಿಕೆಯಾಯಿತು.

'ನಾನು ಅಬ್ದುಲ್‌ಕರೀಮ್, ಅಲ್ಲವೆಂಬ ಬಗ್ಗೆ ನನಗೂ ಏನೂ ಬೇಸರವಿಲ್ಲ.'

'ಒಮ್ಮೆ ನಿಮ್ಮನ್ನು ಮುಟ್ಟಿನೋಡಬಹುದೇ?'

'ಇಲ್ಲ, ಅವಘಡಗಳು ಬಾರಿಬಾರಿಗೂ ನಡೆಯುವುದಿಲ್ಲ' ಏಮನ್ ನಕ್ಕು ನುಡಿದಳು.

'ಇರಬಹುದು' ಯುವಕ ಭುಜಕುಣಿಸಿ, ಕೈಗಳನ್ನು ಚೆಲ್ಲಿ ನುಡಿದ, 'ನೀವು ನಿಜವಾಗಿಯೂ ಸಜೀವ ವಸ್ತುವೇ ಅಲ್ಲವೇ ಎಂಬುದನ್ನಷ್ಟೇ ನೋಡಬಯಸಿದ್ದೆ.'

'ನನ್ನ ಹೆಸರು ಏಮನ್,' ಅವಳು ನುಡಿದಳು. 'ನೀವು ಬಹುಶಃ ಬಶಾರತ್ ನವಾಬ್ ಇರಬೇಕಲ್ಲವೇ?' ಬೇಗಂರ ಬಾಯಲ್ಲಿ ಆ ಹೆಸರು ಕೇಳಿದ್ದಳವಳು.

'ನವಾಬರು ಯಾವುದೋ ಕಾಲದಲ್ಲಿದ್ದಿರಬಹುದು. ಈಗ ಇಸ್ಪೀಟ್‌ನ ಐವತ್ಮೂರರಲ್ಲಿ ಮತ್ರ ಸಿಗಬಹುದು. ತಿಳಿಯಿತೇ. ಏನಾದ್ರೂ? ಹೇಳಿ ನೋಡುವಾ'

ಆ ನಗುಮುಖದ ಯುವಕನ ಕ್ಷಮೆಕೇಳಿ, ಮುಂದೆ ಹೋಗಬೇಕು ಎಂದೇನೋ ಏಮನ್ ಎಣಿಸಿದ್ದಳಾದರೂ ಈಗ ಯಾವುದೋ ಹಳೆಯ ಸ್ನೇಹಿತನೊಡನೆ ಬಹುಕಾಲದ ಬಳಿಕ ಸಿಕ್ಕಂತೆ ಅವಳಿಗನಿಸಿತು.

'ನನ್ನ ಪ್ರಶ್ನೆಗೆ ಸರಿಯಾದ ಉತ್ತರ ಕೊಟ್ಟರೆ ಅರ್ಧ ಜಾಗೀರನ್ನು ನಿಮ್ಮ ಹೆಸರಿಗೆ ಬರೆದುಕೊಡುವೆ' ಬಶಾರತ್ ನವಾಬ್ ಸೊಂಟದಲ್ಲಿ ಕೈಗಳನ್ನಿಟ್ಟುಕೊಂಡು ನಾಟಕೀಯವಾಗಿ ಹೇಳಿದರು.

'ಸ್ವಲ್ಪ ಯೋಚಿಸಲು ಬಿಡಿ' ಏಮನ್ ತಲೆಯಾಡಿಸುತ್ತಾ ಹೇಳಿದಳು. ಐವತ್ಮೂರನೆ ಎಲೆಯೆಂದರೆ ಜೋಕರ್'

'ಅಗೋ, ಗೆದ್ದೆಯಲ್ಲ! ಎಲ್ಲಿ ಕೈ?' ಬಶಾರತ್‌ನವಾಬ್ ಕೈ ಮುಂದು ಮಾಡಿದರೆ, ಏಮನ್ ನಕ್ಕು, ಕೈಗಳನ್ನು ಬೆನ್ನಿನ ಹಿಂದೆ ಬಚ್ಚಿಟ್ಟಳು.

'ಮತ್ತೆ ನನ್ನ ಅರ್ಧ ಜಾಗೀರ್?' ಅವಳು ಕೇಳಿದಳು.

'ಹೋಗಲಿ; ಈಗ ಗೋಲ್ಕೊಂಡದ ಕೋಟೆಯನ್ನು ಅರ್ಧಾಣೆಗೆ ತೆಗೆದುಕೋ'

'ಇದೀಗ ನೀವು ಹೋಗಿ ನೀನಾಯಿತಲ್ಲ!' ಏಮನ್ ನಗುತ್ತಾ ಯೋಚಿಸಿದಳು.

'ಬಶಾರತ್ ನವಾಬ್. ತಮಗೆ ಹೊತ್ತಾಗುತ್ತಿದೆ.' ಅವಳು ನೆನಪಿಸಿದಳು. ಬಶಾರತ್ ನವಾಬ್ ಬಗ್ಗಿ ರ್‍ಯಾಕೆಟ್ ಎತ್ತಿಕೊಂಡು ನುಡಿದರು. 'ಹೋಗಲು ಮನಸ್ಸೇನೋ ಬಯಸುತ್ತಿಲ್ಲ' ಆದರೆ, ತನ್ನ ಕರ್ತವ್ಯ ಪೂರೈಸಬೇಕಲ್ಲ! ಕ್ಲಬ್‌ನಲ್ಲಿ ಎಲ್ಲರೂ ನನ್ನ ದಾರಿನೋಡುತ್ತಿರಬಹುದು. ಹೋಗುತ್ತಾ ಹಿಂದಿರುಗಿ ಕೇಳಿದರವರು. 'ಇನ್ನು ಯಾವಾಗ ಸಿಗಬಹುದು?'

'ಹೇಳಿದೆನಲ್ಲ ದುರ್ಘಟನೆಗಳು ಬಾರಿಬಾರಿಗೂ ಜರುಗುವುದಿಲ್ಲ. ಏಮನ್ ನಗುತ್ತಾ ನುಡಿದಳು.

'ಆದರೆ ಆಕಸ್ಮಿಕಗಳು ಯಾವ ಹೊತ್ತೂ ಘಟಿಸಬಹುದು' ಏಮನ್ ಉತ್ತರಿಸುವ ಮೊದಲೇ ಅವರಲ್ಲಿಂದ ಹೊರಟು ಹೋದರು. ಮೋಟಾರ್ ಸೈಕಲ್‌ನ ಘುಡು ಘುಡು ಶಬ್ದ ಅವರು ತಮ್ಮ ಕರ್ತವ್ಯ ಪೂರೈಸಲು ಹೋದರೆಂಬುದನ್ನು ಸಾರಿತು.

'ಬಶಾರತ್ ನವಾಬ್ ಕ್ಲಬ್‌ಗೆ ಹೋಗುವುದಷ್ಟೇ ಅಲ್ಲದೆ, ಇನ್ನೂ ಏನಾದರೂ ಕೆಲಸ ಮಾಡುತ್ತಿರಬಹುದೇ? ಅದನ್ನೂ ಹೀಗೆಯೇ ಧ್ಯಾನವಿಟ್ಟು ಮಾಡುತ್ತಿರಬಹುದೇ?' ಎಂದು ಏಮನ್ ಯೋಚಿಸಿದಳು. ಬಶಾರತ್ ನವಾಬರೇ ಸ್ವತಃ ಇದಕ್ಕೆ ಉತ್ತರವಾಗಿದ್ದರು. ಕೆಲವರು ಹುಟ್ಟಿನಿಂದಲೇ ಎಷ್ಟು ಭಾಗ್ಯಶಾಲಿಗಳಾಗಿರುತ್ತಾರೆಂದರೆ, ಬೆಳಗನ್ನು ಸಂಜೆಯಾಗಿಸುವಲ್ಲಿ ಅವರಿಗೆ ಯಾವುದೇ ಕಷ್ಟವನ್ನೆದುರಿಸ ಬೇಕಾಗುವುದಿಲ್ಲ.

'ಬಶಾರತ್ ನವಾಬ್ ಬೇಗಂ ಸಾಹಿಬಾರ ಕುವರನೇ? ಹೌದಾಗಿದ್ದಲ್ಲಿ ತಾನು ಅವರೊಡನೆ ಈ ರೀತಿ ನಗೆಯಾಡಿದ್ದು ಸರಿಯೇ?' ಎಂದೂ ಅವಳು ಚಿಂತಿಸಿದಳು. ಆದರೆ ಮಾತುಗಳಲ್ಲಿ ಅವಳನ್ನು ಬಶಾರತ್ ನವಾಬರೇ ಸಿಲುಕಿಸಿದ್ದರು. ಆದರೆ, ಅವಳೆಂತು ನಾಚಿಕೊಂಡಾಳು? ತೋರಿಕೆಯ ನಟನೆ ಅವಳಿಂದ ಸಾಧ್ಯವಿರಲಿಲ್ಲ. ಜೀವನ ಸಂಘರ್ಷವು ಅವಳನ್ನು ಪುರುಷರ ನಡುವೆ, ಹೋರಾಡಿ ತಲೆಯೆತ್ತಿ ನಿಲ್ಲಲು ಶಕ್ತಳಾಗುವಂತೆ ಮಾಡಿತ್ತು. ತನ್ನ ಗೌರವ ರಕ್ಷೆ ತಾನೇ ಆಗಿದ್ದಳಾಕೆ.

ಇಷ್ಟೆಲ್ಲ ಆದರೂ, ಅವಳೊಳಗಿನ ಸ್ತ್ರೀತ್ವ ನಾಶವಾಗಿರಲಿಲ್ಲ. ಜೀವನ ಹೀಗೆಯೇ ಸಾಗಿದ್ದರೂ, ತನ್ನನ್ನು ಕಾಡುವ ಈ ಕಾಮುಕದೃಷ್ಟಿಗಳನ್ನು ಎದುರಿಸಿ ಸಾಕಾಗಿತ್ತಾದ್ದರಿಂದ, ಈಗ ಹವೇಲಿಯ ನಾಲ್ಕು ಗೋಡೆಗಳೊಳಗೆ ಇರಲು ಅವಳು ಉತ್ಸುಕಳಾಗಿದ್ದಳು. ಹವೇಲಿಯ ಈಗಿನ ದುರವಸ್ಥೆ ಅವಳಿಗೆ ಚೆನ್ನಾಗಿ ಕಾಣಿಸುತ್ತಿತ್ತು. ಮಧ್ಯದ ಭಾಗ ಬಿಟ್ಟರೆ ಉಳಿದಂತೆ ಬಹುಭಾಗ ನಾಶವಾಗಿತ್ತು. ಹವೇಲಿಯ ಉತ್ಥಾನಕ್ಕೆ ಯಾರಾದರೂ ಪವಾಡ ಪುರಷನ ಅಗತ್ಯವಿತ್ತು. ತೋಟದ ಹಿಂದೆ, ಮೆಹಂದಿಯ ಪೊದರುಗಳ ಹಿಂಭಾಗದಲ್ಲಿ ಅಶ್ವಾಲಯ ಹಾಗೂ ನೌಕರರ ಕ್ವಾರ್ಟರ್ಸ್ ಇತ್ತು.

ನೌಕರರ ಕ್ವಾರ್ಟರ್ಸ್‌ನ ಎದುರು ಅಂಗಳದಲ್ಲಿ ಚಿಕ್ಕ ಪ್ರಾಯದ ಬಾಲೆಯರು ನೆಲದಮೇಲೆ ರೇಖೆಗಳನ್ನೆಳೆದು 'ಜಿಬಿಲಿ' ಆಟ ಆಡುವುದರಲ್ಲಿ ಮಗ್ನರಾಗಿದ್ದರು. ಸಾಲಾಗಿ ನಿರ್ಮಿಸಿದ್ದ ಅಶ್ವಾಲಯಗಳಲ್ಲಿ ಒಂದರಲ್ಲಿ ಮಾತ್ರ ಒಂದು ಕುದುರೆಯಿತ್ತು. ಚಾಕಲೇಟ್ ಬಣ್ಣದ, ಮುಖ್‌ಮಲ್‌ನಂತಹ ಚರ್ಮದ ಆ ಕುದುರೆ ಅತ್ಯಾಕರ್ಷಕವಾಗಿತ್ತು. ಹೊಳೆಯುತ್ತಿದ್ದ ಆ ಮೈಯನ್ನು ಸೇವಕನೊಬ್ಬ ಮತ್ತೂ ಹೊಳೆಸುವ ಯತ್ನದಲ್ಲಿ ಮಾಲೀಶ್ ಮಾಡುತ್ತಿದ್ದ.

'ಇದು ಬಶಾರತ್ ನವಾಬರ ಕುದರೆಯಾಗಿರಬಹುದು, ಮಾಲಿ ಎಲ್ಲಾದರೂ ಸರಿಯಾಗಿ ಇದರ ಚರ್ಮವನ್ನು ಹೊಳೆಯುವಂತೆ ಇಡದಿದ್ದರೆ ಮಾಲಿಯ ಚರ್ಮವೇ ಕೀಳಲ್ಪಡುವುದು ಖಂಡಿತಾ' ಎಂದುಕೊಂಡಳವಳು. ಮರುಕ್ಷಣವೇ, ಪಕ್ಕದ ಅಶ್ವಾಲಯದಲ್ಲಿ ಬಟ್ಟೆಯಿಂದ

ಮುಚ್ಚಿದ ಒಂದು ಕುದುರೆ ಸಾರೋಟು ಅವಳ ಗಮನವನ್ನು ಸೆಳೆಯಿತು. ಅವಳು ಮುಂದುವರೆದು ಬಟ್ಟೆಯನ್ನು ಸರಿಸಿದಾಗ ಧೂಳಿನ ಮೋಡವೇ ಎದ್ದಿತು. ಆದರೆ, ಆ ಸಾರೋಟಿನ ಕೆತ್ತನೆ ಕೆಲಸ ನೋಡುವಂತಿತ್ತು. ಮೇಲ್ಮೈಯ ಹಿತ್ತಾಳೆಯ ನಕ್ಷೆ ಈಗ ತನ್ನ ಹೊಳಪನ್ನು ಕಳಕೊಂಡಿದ್ದರೂ, ಸ್ವಲ್ಪವೇ ಯತ್ನದಿಂದ ಅದು ಪುನಃ ಚೆನ್ನಾಗಿ ಹೊಳೆಯುವಂತೆ ಮಾಡಬಹುದಿತ್ತು. ಜಾಲಿಗಳುಳ್ಳ ಹಳೆಯ ಪರದೆಗಳು ಆ ಸಾರೋಟು ಉಪಯೋಗದಲ್ಲಿಲ್ಲದೆ. ಬಹಳ ಸಮಯವಾಯ್ತೆಂದು ಸಾರಿಹೇಳುತ್ತಿದ್ದವು.

ಅಶ್ವಾಲಯದ ಹಿಂದೆ ಮಾವಿನ ತೋಪೊಂದು ಇತ್ತು. ಮಾಮರಗಳಲ್ಲಿ ದುಂಬಿಗಳು ಪರಿಭ್ರಮಣ ನಡೆಸಿದ್ದುವು. ಆಡುತ್ತಿದ್ದ ಬಾಲೆಯರು ಆಟನಿಲ್ಲಿಸಿ ಅವಳನ್ನೇ ದಿಟ್ಟಿಸಿ ನೋಡತೊಡಗಿದ್ದರು.

'ಮುಂದೆ ಕೆರೆಯಿದೆ' ಅವರಲ್ಲೊಬ್ಬ ಹುಡುಗಿ ಏಮನ್‌ಗೆ ತಿಳಿಸಿದಳು.

'ಹೌದೇ? ನೀನೂ ಬರುವೆಯಾ ನನ್ನೊಡನೆ? ಏಮನ್ ಕೇಳಿದಳು.

'ಇಲ್ಲ, ಇಲ್ಲ; ನಾವಲ್ಲಿಗೆ ಹೋಗುವುದಿಲ್ಲ. ಹೋದರೆ ಅಮ್ಮ ಹೊಡೆಯುತ್ತಾರೆ.' ಹುಡುಗಿಯೆಂದಳು.

'ಸರಿ: ನಾನೇ ಹೋಗುವೆ, ನೀನು ಆಟವಾಡು' ಎಂದು ಮುಗಳ್ನಕ್ಕು ಏಮನ್ ಮುಂದುವರಿಸಿದಳು. ಹುಡುಗಿಯರೆಲ್ಲ ಅವಳನ್ನು ನೋಡುತ್ತಲೇ ಉಳಿದರು.

ಮುಂದಕ್ಕೆ ಕಾಲುದಾರಿಯಂತಹ ರಸ್ತೆ ಇತ್ತು. ಏಮನ್ ಅದರ ಮೇಲೆಯೇ ನಡೆಯತೊಡಗಿದಳು. ಮುಂದೆ ಕದಂಬ ಹಾಗೂ ಅತ್ತಿಯ ವಿಶಾಲ ವಿಶಾಲವೃಕ್ಷಗಳಿದ್ದವು. ಒಂದ ಚಿಕ್ಕ ಮೈದಾನ ದಾಟಿದರೆ, ನೇರಳೆಹಣ್ಣಿನ ಮರಗಳಿಂದಾವೃತವಾದ ಒಂದು ಕೆರೆ ಕಂಡು ಬಂತು. ತಳದಲ್ಲಿದ್ದ ಲತಾ–ಕುಂಜವೊಂದರ ಮೆಟ್ಟಿಲುಗಳು ಕೆರೆಯೊಳಗೆ ಇಳಿದ್ದಿದ್ದವು. ಕೆರೆಯಕಟ್ಟೆ ಅಲ್ಲಲ್ಲಿ ಮುರಿದು ಬಿದ್ದಿತ್ತು. ಆಚೆದಡದಲ್ಲಿದ್ದ ಎತ್ತರದ ತೆಂಗಿನ ಮರಗಳ ನೆರಳುಗಳು ನೀರಲ್ಲಿ ಸ್ತಬ್ಧವಾಗಿ ತೋರುತ್ತಿದ್ದವು. ಈ ಮನೋಹರ ಪರಿಸರ ಏಮನ್‌ಳ ಹೃದಯವನ್ನಲ್ಲೇ ಬಂಧಿಸಿತು. ಅವಳಲ್ಲೇ ಕುಳಿತುಬಿಟ್ಟಳು. ಇಂಥ ಸುಂದರ ಪ್ರದೇಶ ಕಾಲನ ದವಡೆಯಲ್ಲಿ ಸಿಕ್ಕು, ನಷ್ಟವಾಗುವುದನ್ನು ಅವಳು ಸಹಿಸದಾದಳು. ತನ್ನ ತಂದೆಯ ಕೆಲಸಗಳಲ್ಲಿ ಸಹಾಯಮಾಡುತ್ತಿದ್ದಾಗ, ಇಂತಹ ಹಲವು ನಶಿಸುತ್ತಿರುವ ಪ್ರದೇಶಗಳನ್ನು ಊರ್ಜಿತಗೊಳಿಸುವ ನಕ್ಷೆಯ ತಯಾರಿಯನ್ನವಳು ಕಂಡಿದ್ದಳು. ಈಗವಳ ಕಲ್ಪನೆಯಲ್ಲಿ ಅಂತಯೇ ಈ ಸುಂದರ ಸರೋವರದ ನಕ್ಷೆ ಮೂಡಿತು.

ಏಮನ್‌ಗೆ ಎಚ್ಚರ ಮೂಡಿದಾಗ ಕತ್ತಲು ಆವರಿಸತೊಡಗಿತ್ತು. ಬಹುದೂರ ಹಿಂದಕ್ಕೆ ನಡೆಯಬೇಕಾದುದರಿಂದ ಅವಳಿಗೆ ಆಯಾಸವೆನಿಸಿತು. ಬೇಗ ಬೇಗನೇ ಹೆಜ್ಜೆಯಿಡತೊಡಗಿದಳು. ಏಮನ್, ದಾರಿಯಲ್ಲಿ ಕಾಟೇಜ್ ಬಳಿ ಬಂದಾಗ ಅಲ್ಲೂ ದೀಪ ಬೆಳಗಿರುವುದು ಅವಳ ಗಮನಕ್ಕೆ ಬಂತು. ಬಂದ ದಾರಿಯಲ್ಲೇ ಹಿಂದಿರುಗಿ, ಹವೇಲಿ ಸೇರಿ ತನ್ನ ಕೋಣೆ ಹೊಕ್ಕಾಗ ಪಶ್ಚಿಮದಲ್ಲಿ ಉರಿವ ಕೆಂಡದಂತಹ ಸೂರ್ಯ

ಅಸ್ತಂಗತನಾಗುತಲಿದ್ದ. ಕಿಟಕಿಯ ಪರದೆ ಸರಿಸಿ ಅದನ್ನೇ ದಿಟ್ಟಿಸುತ್ತಾ ನಿಂತಳು. ಏಮನ್, ಬೇಗ ಬೇಗನೇ ಪೂರ್ಣಕತ್ತಲಾವರಿಸಿತು.

ಹವೇಲಿಯಲ್ಲಿ ತನ್ನ ಕೆಲಸ-ಕಾರ್ಯಗಳ ಬಗ್ಗೆ ಏಮನ್ ಕ್ರಮೇಣ ಅರಿಯುತ್ತಾ ಬಂದಳು. ಅವಳ ಕರ್ತವ್ಯದ ಮುಖ್ಯೋದ್ದೇಶ ಬೇಗಂಸಾಹಿಬಾರ ಏಕಾಕಿತವನ್ನು ದೂರ ಮಾಡುವುದೇ ಆಗಿತ್ತು. ಬೇಗಂ ಸಾಹಿಬಾರು ಬೆಳಗಿನ ವಾಯು ಸೇವನೆಯ ಬಳಿಕ ತೋಟದೊಂದು ಮೂಲೆಯಲ್ಲೋ, ಇಲ್ಲವೆ, ಅಮೃತ ಶಿಲೆಯ ಸ್ತಂಭಗಳುಳ್ಳ ಪೋರ್ಟಿಕೊದಲ್ಲಿಯೋ ಕುಳಿತು ಬೆಳಗಿನ ಉಪಹಾರ ಸೇವಿಸುತ್ತಿದ್ದರು. ಉಪಹಾರದ ಬಳಿಕ ಏಮನ್ ಅವರಿಗೆ ಪೇಪರ್ ಓದಿ ಹೇಳುತ್ತಿದ್ದಳು. ರಾಜನೀತಿಯಲ್ಲಿ ಅವಳಿಗೆ ವಿಶೇಷ ಅಭಿರುಚಿಯಿರದಿದ್ದರೂ. ಈಗ ಬೇಗಂ ಸಾಹಿಬಾರ ಅಭಿರುಚಿಯನ್ನು ಗಮನಿಸಿ, ಅವಳೂ ಅವಕಾಶ ಸಿಕ್ಕಾಗಲೆಲ್ಲ ಪೇಪರ್, ಪತ್ರಿಕೆಗಳಲ್ಲಿ ತನ್ನ ಅಭಿರುಚಿಯನ್ನು ಬೆಳೆಸಿಕೊಳ್ಳತೊಡಗಿದಳು. ಬೇಗಂ ಸಾಹಿಬಾರ ಜ್ಞಾನ ಅಪಾರವಾಗಿತ್ತು. ಅವರಿಗೆ ಓದುವ ಅಭಿರುಚಿ ತುಂಬಾ ಇತ್ತು. ಹವೇಲಿಯ ಅಮೂಲ್ಯ ಲೈಬ್ರರಿಯಲ್ಲಿ ಅವರು ತಮಗಾಗಿ ಆಯ್ದು ಪುಸ್ತಕಗಳನ್ನು, ಏಮನ್ ಅವರ ಕೋಣೆಗೆ ಕೊಂಡೊಯ್ದು ಕೊಡುತ್ತಿದ್ದಳು. ಅವುಗಳಲ್ಲಿ ಫಾರಸೀ, ಜರ್ಮನ್ ಹಾಗೂ ಫ್ರೆಂಚ್ ಭಾಷೆಯ ಪುಸ್ತಕಗಳೂ ಇರುತ್ತಿದ್ದವು. ಇವುಗಳಲ್ಲಿ ಕೆಲವು ಪುಸ್ತಕಗಳ ಅನುವಾದವನ್ನೂ ಏಮನ್ ಇಂಗ್ಲೀಷ್ ಹಾಗೂ ಉರ್ದುವಿನಲ್ಲಿ ಓದಿದ್ದಳು. ಬೇಗಂ ಸಾಹಿಬಾರ ಜ್ಞಾನ ಸಂಪತ್ತನ್ನು ಕಂಡು ಏಮನ್‌ಳ ಮನದಲ್ಲಿ ಅವರ ಬಗೆಗಿನ ಗೌರವಾದರ ಇನ್ನೂ ಹೆಚ್ಚಿತು. ಸಾಮಾನ್ಯವಾಗಿ ನವಾಬರುಗಳ ಬೇಗಂಗಳ ವ್ಯಕ್ತಿತ್ವದ ಬಗ್ಗೆ ಕೇಳಿದ್ದಕ್ಕಿಂತ ತುಂಬ ಭಿನ್ನವಾಗಿತ್ತು. ಅವರ ವ್ಯಕ್ತಿತ್ವ ಅವರ ಪ್ರಭಾವಪೂರ್ಣ ವ್ಯಕ್ತಿತ್ವದ ಹಿಂದೆ ಬಹಳ ಕೋಮಲವೂ, ಸರಳವೂ ಆದ ಹೃದಯವಿತ್ತು. ಕಾಲದ ಪ್ರವಾಹದೊಡನೆ ಅವರು ತನ್ನ ವಿಚಾರಧಾರೆಯನ್ನೂ ಬದಲಿಸಿಕೊಂಡಿದ್ದರು. ಆದರೆ ತಮ್ಮ ರೀತಿ, ಸಂಪ್ರದಾಯಗಳನ್ನು ತ್ಯಜಿಸಿರಲಿಲ್ಲ. ಅವರ ಉಡುಪು ಮೊದಲಿನಂತೇ ಇತ್ತು-ನುಣುಪಾದ ಮಲ್‌ಮಲ್‌ನ ಬಿಳಿಯ ದುಪ್ಪಟ್ಟಾ, ರೇಶ್ಮೆಯ ಪೈಜಾಮಾ, ಮೊಣಕಾಲ ಕೆಳಿಗಿನವರೆಗಿನ ಕುರ್ತಾ ಫ್ರೆಂಚ್‌ವಿನ್ಯಾಸದ ರವಕೆ; ಕಾಲಲ್ಲಿ ಆಪಾಶಾಹೀ ಪಾದರಕ್ಷೆ, ಹೈದರಾಬಾದ್‌ನ ಸಿರಿವಂತರ ಉಡುಗೆ ಹೀಗೇ ಇತ್ತು. ಮೂಗಿನಲ್ಲಿ ಪ್ರಕಾಶಮಾನವಾದ ವಜ್ರದ ಮೂಗುಬಟ್ಟು ಹೊಳೆಯುತ್ತಿತ್ತು. ಹದವಾದ ಗಾತ್ರ, ಆರೋಗ್ಯಕರ ಶ್ವೇತವರ್ಣ, ಬಹುಸುಂದರ ಕಣ್ಣುಗಳು-ಎಲ್ಲವೂ ಬಾಲ್ಯದಲ್ಲಿ ಆಕೆ ಎಂತಹ ರೂಪವತಿಯಾಗಿದ್ದಿರಬಹುದೆಂದು ಸಾರಿ ಹೇಳುತ್ತಿದ್ದವು. ಆಕೆಗೆ ಈ ಚಿನ್ನದಂತಹಹ ಕಂಗಳ, ಶಾಂತ, ಗಂಭೀರ, ಆದರೂ ಚಿತ್ತಾಕರ್ಷಕ ಮಾತುಗಳಿಗೆ ನಗುತ್ತಾ, ಕಂಗಳಲ್ಲಿ ತುಂಟತನದ ಸೂಸುವ ಲಾವಣ್ಯಮಯಿ ಹುಡುಗಿ ತಂಬ ಮೆಚ್ಚಿಕೆಯಾಗಿದ್ದಳು. ಬೇಗಂ ಸಾಹಿಬಾರ ಕಣ್ಣಲ್ಲಿ ಕಣ್ಣಿಟ್ಟು, ಒಂದು ಮುಗ್ಧಮಗುವಿನಂತೆ ಅವಳು ನಗುತ್ತಿದ್ದಳು. ಪ್ರಾಯದಲ್ಲಿ ಇಷ್ಟೊಂದು ಅಂತರವಿದ್ದರೂ ಅವರಿಬ್ಬರ ನಡುವೆ ಸ್ನಿಗ್ಧ-ಶಾಂತ ಸಂಬಂಧವೊಂದು ಬೆಳೆದುಬರುತ್ತಿತ್ತು.

ಹವೇಲಿಯ ನಿವಾಸಿಗಳೊಡನೆ ಒಬ್ಬೊಬ್ಬರಾಗಿ ಅವಳ ಪರಿಚಯ ಬೆಳೆಯುತ್ತಾ ಬಂತು. ಬಶಾರತ್ ನವಾಬರೊಡನೆ ಆಕಸ್ಮಿಕವಾಗಿ ಭೇಟಿಯಾಗಿತ್ತು. ಕುವರಿ ಶಾಹಾನಾಳೊಡನೆಯೂ ಭೇಟಿಯಾಗಿತ್ತು. ಆಕೆಯ ತಾಯಿ ತಸ್‌ನೀಮ್ ಪಾಶಾಳ ಬಗ್ಗೆ ಶಮ್‌ಶಾದ್‌ಳಿಂದ ಕೇಳಿ ಅರಿತಿದ್ದಳು. ತಾಯಿ ಮಗಳಿಬ್ಬರ ಬಗೆಗೂ ಶಮ್‌ಶಾದ್‌ಗೆ ಅದರವಿರಲಿಲ್ಲವೆಂಬುದು ಅವಳ ಮಾತುಗಳಿಂದ ವ್ಯಕ್ತವಾಗಿತ್ತು. ಆದರೆ ಅವರೆಲ್ಲ ಯಾರೆಂಬ ಬಗ್ಗೆ ಅವಳಿಗೆ ಸರಿಯಾದ ತಿಳಿವಳಿಕೆ ಇರಲಿಲ್ಲ. ಯಾರೊಡನಾದರೂ ಕೇಳುವುದೂ ಅವಳಿಗಿಷ್ಟವಿರಲಿಲ್ಲ.

ಒಂದು ಸಂಜೆ ಏಮನ್ ಸರೋವರದಿಂದ ಹಿಂದಿರುಗುತ್ತಿದ್ದಳು. ಕಮಲ ಪುಷ್ಪಗಳು ಮುಚ್ಚಿಕೊಂಡೊಡನೆ ಹೊತ್ತಾಯಿತೆಂದು ಗಡಬಡಿಸಿ ಎದ್ದು, ವೇಗವಾಗಿ ಹಿಂದಿರುಗುತ್ತಿರವಾಗ ಆ ಸುಂದರವಾದ ಕಾಟೇಜ್ ಅವಳನ್ನು ಆಕರ್ಷಿಸಿತು. ಹೊರಜಗತ್ತಿನ ಸಂಪರ್ಕ ಬೇಡವೆಂದಿದ್ದ ಏಮನ್, ಅರಿಯದೆಯೇ ಗೇಟು ತೆರೆದು ಒಳಹೊಕ್ಕಳು. ಲಾನ್‌ನಿಂದಾಗಿ ಅವಳು ಪೋರ್ಟಿಕೋಗೆ ಬಂದು ಮುಟ್ಟಿದಳು. ಅಲ್ಲಿ ಯಾರೂ ಇರಲಿಲ್ಲ. ಮಾತಾಡಲಾರದ ಸುಂದರ ಹೂಗಳೇ ಅಲ್ಲಿಯ ಪಹರೆದಾರರಾಗಿದ್ದ ಕಾರಣ, ಯಾರೂ ಅವಳನ್ನು ತಡೆದು ನಿಲ್ಲಿಸಲಿಲ್ಲ. ಅಲ್ಲಿ ಸಂಪೂರ್ಣ ಮೌನವಿತ್ತು. ಏಮನ್‌ಗೆ ಭಯವೆನಿಸತೊಡಗಿತು. ಆವರಣದ ತೆಂಗಿನ ಸಸಿಯ ಎಲೆಗಳ ಮರ್ಮರದ ಹೊರತು, ಸುತ್ತಲ ಕತ್ತಲೊಡನೆ ನಿಶ್ಯಬ್ದವೂ ಏರುತ್ತಾ ಹೋಗುತ್ತಿತ್ತು. ಢವಗುಟ್ಟುವ ಹೃದಯದೊಡನೆ, ತಾನಲ್ಲಿ ಬಂದುದೇ ತಪ್ಪೇನೋ ಎಂದುಕೊಳ್ಳುತ್ತಾ ಏಮನ್ ಹೋಗಲೆಂದು ಹಿಂದಿರುಗಿದಳು. ಆಗವಳ ಬಾಯಿಯಿಂದ ಚೀತ್ಕಾರ ಹೊರಡಲಿದ್ದುದು, ಅಲ್ಲಿಗೇ ಅಡಗಿತು, ಯಾರೋ ಅವಳ ಹೆಗಲ ಮೇಲೆ ಕೈಯಿಟ್ಟಿದ್ದರು. ಅವಳಿಗೆ ತಾನೊಂದು ಕಲ್ಲಿನ ಮೂರ್ತಿಯಾದಂತೆ ಭಾಸವಾಯಿತು. ಹೆಗಲ ಮೇಲಿನ ಕೈಯ ಹಿಡಿತ ಸ್ವಲ್ಪ ಸಡಿಲಾದಾಗ ಅವಳು ಮೆಲ್ಲನೆ ಕಣ್ಣಕೊನೆಯಿಂದ ಆ ಕೈಗಳನ್ನು ನೋಡಿದಳು. ಉದ್ದ ಬೆರಳುಗಳುಳ್ಳ ಆ ಕೈಗಳ ಮೇಲ್ಮೈಯಲ್ಲಿ ನೆರಿಗೆಗಳೆದ್ದಿದ್ದುವು. ಏಮನ್ ಸಾಹಸದಿಂದ ಆ ಕೈಗಳ ಮಾಲಿಕನ ಮುಖದತ್ತ ನೋಡಿದಳು, ಅಲ್ಲಿ ಯಾವುದೇ ಸಿಟ್ಟು, ಸಂದೇಹ, ದೂರು ಇರಲಿಲ್ಲ. ಬಹಳ ಆಕರ್ಷಕವಾದ ಮುಖದಲ್ಲಿ ಶಾಂತ, ಕಪ್ಪು ಕಂಗಳು ಏಮನ್‌ಳನ್ನೇ ದಿಟ್ಟಿಸುತ್ತಿದ್ದವು. ಎತ್ತರವಾದ ಗಾತ್ರದಲ್ಲಿ ಅಗಲವಾದ ಭುಜಗಳು ಒಂದೊಮ್ಮೆ ಬಲಯುತವಾಗಿದ್ದಿರಬಹುದೆಂದು ಅನಿಸುತ್ತಿತ್ತು. ಮೊಣಕಾಲವರೆಗಿನ ಓವರ್ ಆಲ್‌ನಲ್ಲಿ ಬಣ್ಣದ ಗುರುತುಗಳು ಹಲವಿದ್ದವು. ಎಪ್ಪತ್ತೆರಡರ ಆ ಪ್ರಾಯದಲ್ಲಿ ಅಷ್ಟೊಂದು ಹೊಳೆವ, ಉತ್ತೇಜಕ ನೇತ್ರಗಳನ್ನವಳು ಇದುವರೆಗೆ ಕಂಡಿರಲಿಲ್ಲ.

'ನಾನು, ಏಮನ್,' ಮೆಲ್ಲನೆಂದಳವಳು.

'ಗೊತ್ತು; ನಿನ್ನನ್ನು ಅನೇಕ ಸಲ ನೋಡಿದ್ದೇವೆ' ಆತನೂ ಅಷ್ಟೇ ಮೆಲ್ಲನೆ ನುಡಿದನು.

'ನಾನಿಲ್ಲಿ ಯಾರು ವಾಸವಾಗಿದ್ದಾರೆಂದು ನೋಡಬೇಕೆಂದು ಬಂದೆ.'

'ಕೇವಲ ನೋಡಲೆಂದೇ?; ಇಲ್ಲ, ಅರಿಯಲೆಂದೂ ಬಂದೆಯಾ?'

ಆತ ಮುಗಳ್ನಕ್ಕು ನುಡಿದರು. 'ನೋಡಲೆಂದಾದರೆ, ನೋಡಿಯಾಯಿತು; ಹೋಗಬಹುದು. ಅರಿಯಬಯಸುವೆಯಾದರೆ, ನನ್ನೊಡನೆ ಒಳಗೆ ಬರಬಹುದು.'

'ನೋಡಬಯಸಿದ್ದೆ; ಈಗ ಅರಿಯಲೂ ಬಯಸುವೆ;'

ಏಮನ್, ಕ್ಷಣ ಹಿಂಜರಿದರೂ, ತಿರುಗಿ ಮನೆಯೊಳಗೆ ಹೋಗುತ್ತಿರುವ ಆ ವ್ಯಕ್ತಿಯಲ್ಲಿ, ಪರಿಚಿತನೆಂದು ಕಾಣುವ ಅದೆಂಥದೋ ವರ್ಚಸ್ಸು, ಇತ್ತಾದುದರಿಂದ, ಆತನ ಹಿಂದೆ ಮನೆಯೊಳಗೆ ನಡೆದಳು.

ಅದೊಂದು ಚಿಕ್ಕ, ಸಾದಾ, ಸ್ವಚ್ಛ ಡ್ರಾಯಿಂಗ್ ರೂಮ್ ಆಗಿತ್ತು. ಮಧ್ಯದ ಮೇಜಿನಲ್ಲಿ ಪೈಂಟಿಂಗ್ ವಸ್ತುಗಳಿದ್ದವು. ಅದನ್ನು ನೋಡಿ, ಏಮನ್, ನೀವು ಪೈಂಟರ್ ಹೌದೇ ? ಎಂದು ಕೇಳಿದಳು.

'ನೀನೂ ಹೌದಲ್ಲವೇ?' ಆತ ಮುಗಳ್ನಗುತ್ತಾ ತಲೆಯಾಡಿಸಿದರು.

'ನಾನು?'....ಇದು ನಿಮಗೆ ಹೇಗೆ ತಿಳಿಯಿತು.? ಏಮನ್ ಕೇಳಿದಳು.

'ಈಗಷ್ಟೇ ನಿನ್ನ ಕೈಗಳು ಮಾತ್ರವಲ್ಲ, ಕಣ್ಣುಗಳೂ ಅದೆಂತಹ ಭಕ್ತಿ ಭಾವದಿಂದ ಬಣ್ಣಗಳ ತಟ್ಟೆಯನ್ನು ಸ್ಪರ್ಶಿಸಿದುವು!'

'ಅಲ್ಲಾಹ್! ಇಷ್ಟೊಂದು ಭಾವುಕನಾದ ವ್ಯಕ್ತಿ ಎಂತಹ ಶ್ರೇಷ್ಠ ಚಿತ್ರಗಾರನಾಗಿರಲಿಕ್ಕಿಲ್ಲ. ಏಮನ್ ಯೋಚಿಸುತ್ತಾ ಪುನಃ ಆತನ ಹೊಳೆವ ಹಣೆಯನ್ನು, ಉದ್ದವಾದ ಕೈ ಬೆರಳುಗಳನ್ನು ನೋಡಿದಳು ಆತನ ಮಾತುಗಳು ರೇಶಿಮೆಯನ್ನು ನವುರಾಗಿ ಸವರಿದಂತಿತ್ತು.

'ನನ್ನ ಹೆಸರು ವಿಕಾರ್, ಆದರೆ ಜನರು ನನ್ನನ್ನು ವಿಕಾರ್‌ಜಂಗ್ ಎಂದು ಕರೆಯುತ್ತಾರೆ.'

ಏಮನ್ ಹೌಹಾರಿದಳು. ಈ ಪ್ರಖ್ಯಾತ ಚಿತ್ರಕಾರನ ಬಗ್ಗೆ ಅವಳು ಮೊದಲೇ ಕೇಳಿ ಅರಿತಿದ್ದಳು. ಚಿತ್ರಗಳ ಭವ್ಯತೆಯನ್ನು ಕಂಡಿದ್ದಳು. ಅಪಾರ ಬೆಲೆಗೆ ಆ ಚಿತ್ರಗಳು ವಿಕ್ರಯವಾಗುತ್ತಿದ್ದುದನ್ನೂ ನೋಡಿದ್ದಳು. ತನ್ನ ಕಲಾನೈಪುಣ್ಯವೂ ಇಂತಹ ಶ್ರೇಷ್ಠತೆಯನ್ನು ಪಡೆಯಬೇಕೆಂದು ಹಂಬಲಿಸಿದ್ದಳು. ಆದರೆ ಕಲೆ, ಪರಿಶ್ರಮವನ್ನೂ, ಸಮರ್ಪಣಾಭಾವವನ್ನೂ ಬೇಡುತ್ತಿತ್ತು. ಪ್ರದರ್ಶನದ ಅಗತ್ಯವಿತ್ತು. ವಿಕಾರ್‌ಜಂಗ್‌ರ ಚಿತ್ರಗಳ ಪ್ರದರ್ಶನವನ್ನು ಅವರ ಏಜೆಂಟ್ ಸಂಯೋಜಿಸುತ್ತಿದ್ದರು. ಅವರು ಸ್ವತಃ ಅಲ್ಲಿರುತ್ತಿರಲಿಲ್ಲ, ಪೇಪರ್, ಪತ್ರಿಕೆಗಳಿಗೆ ಇಂಟರ್‌ವ್ಯೂ ಕೊಡುತ್ತಿರಲಿಲ್ಲ. ಇದೇ ಕಾರಣದಿಂದಾಗಿ ಅವರನ್ನು ವ್ಯಕ್ತಿಗತವಾಗಿ ಕಂಡವರು ಬಹಳವಿರಲಿಲ್ಲ. ಬಹಳ ಆದರದ ದೃಷ್ಟಿಯಿಂದ ಏಮನ್ ಅವರನ್ನು ದಿಟ್ಟಿಸಿದಳು. ಸಮಾನಾಭಿರುಚಿ ಮಾತುಗಳನ್ನು ಬೆಳೆಸಿತು. ಮಾಡ್‌ರ್ನ್ ಹಾಗೂ ಆಬ್‌ಸ್ಟ್ರಾಕ್ಟ್ ಆರ್ಟ್ ಬಗ್ಗೆ ಮಾತುಗಳು ಹೊರಳಿದಾಗ ಏಮನ್ ಒಮ್ಮೆಲೇ ಸಮಯದ ಅರಿವಾಗಿ ಎದ್ದುಬಿಟ್ಟಳು.

‘ಕ್ಷಮಿಸಿ, ನಿಮ್ಮ ಬಹಳಷ್ಟು ಸಮಯವನ್ನು ವ್ಯಯಿಸಿದೆ’ ಅವಳಂದಳು.

‘ಆದೇಕೆ? ಎಷ್ಟು ಸಮಯವನ್ನು ನಾವು ಪರಸ್ಪರ ಪಡಕೊಂಡಿದ್ದೇವೆ, ಎಂದೂ ಯೋಚಿಸಬಹುದಲ್ಲ?! ವ್ಯಯಿಸುವ ಪ್ರಶ್ನೆಯಲ್ಲಿ ಬಂತು? ಐನ್‌ಸ್ಟೀನ್ ಒಮ್ಮೆ ಬಾಲೆಯೊಬ್ಬಳೊಡನೆ ತಿರುಗಾಡುತ್ತಿದ್ದಾಗ ಆ ಪುಟ್ಟ ಹುಡುಗಿ ಥಿಯರಿ ಆಫ್ ರಿಲೆಟವಿಟಿಯ ಬಗ್ಗೆ ಕೇಳಿದಳು. ಐನ್‌ಸ್ಟೀನ್ ಹೀಗಂದರು. ‘ನೋಡು, ನಾನು ನಿನ್ನೊಡನೆ ಅರ್ಧಗಂಟೆ ಕಳೆದಿದ್ದೇನೆ, ಆದರೆ, ಕೇವಲ ಐದೇ ನಿಮಿಷದಿಂದ ನಿನ್ನೊಡನಿರುವಂತೆ ನನಗೆ ಭಾಸವಾಗುತ್ತಿದೆ.’ ಇದೇ ನನ್ನ ದೃಷ್ಟಾಂತ.’

ಏಮನ್ ಅವರಿಗೆ ನಮಿಸಿ, ಹೊರಟಾಗ, ಆತ ತಡೆದು, ಹೇಳಿದರು. ‘ಇಂದು ನೀನು ಬಂದುದನ್ನೇನೋ ನಾನು ಕ್ಷಮಿಸಿದೆ. ಆದರೆ, ಇನ್ನು ಬರದಿದ್ದರೆ, ಕ್ಷಮಿಸಲಾರೆ’ ಪತ್ರಿಕೆ ಹಾಗೂ ವರದಿಗಾರರಿಂದ, ಪಬ್ಲಿಕ್ ಮೀಟಿಂಗ್‌ಗಳಿಂದ ದೂರ ಓಡುತ್ತಿದ್ದ ವ್ಯಕ್ತಿ, ತನ್ನನ್ನು ಇನ್ನೊಮ್ಮೆ ಬರಹೇಳುತ್ತಿದ್ದರೆ, ಏಮನ್ ಇದು ತನ್ನ ಭಾಗ್ಯವೆಂದುಕೊಂಡಳು.

ಅವಳು ಹೊರಬಂದು, ಚಿಕ್ಕ ಗೇಟನ್ನು ಮುಚ್ಚಿ ಬೇಗಬೇಗನೇ ನಡೆಯುತ್ತಾ ಹವೇಲಿಯತ್ತ ಬಂದಳು. ಬಶಾರತ್ ನವಾಬ ಮೆಟ್ಟಿಲುಗಳನ್ನೇರುತ್ತಾ ತನ್ನನ್ನೇ ದಿಟ್ಟಿಸುತ್ತಿದ್ದದನ್ನವಳು ಕಂಡಳು. ಅವಳು ಸಮಿಪಿಸಿದೊಡನೆ ಬಶಾರತ್ ನವಾಬ ಅಚ್ಚರಿಯಿಂದ ಕೇಳಿದರು. ‘ನೀನು ಭೂತ ಬಂಗಲೆ ಅತ್ತಣಿಂದ ಬರುತ್ತಿರುವೆಯಾ?’

‘ಹಿರಿಯರು ಹೇಳಿದ್ದಾರೆ, ಮೊದಲು ಸಲಾಮ್, ನಂತರ ಕಲಾಮ್ (ಉಕ್ತಿ) ಎಂದು’ ಏಮನ್ ನಕ್ಕು ನುಡಿದಳು.

‘ನೀನು ಹೇಳುವೆಯಾದರೆ, ಈಗಲೂ ನಿನಗೆ ಬಗ್ಗಿ ಸಲಾಮ್ ಮಾಡುವೆ; ಆದರೆ, ಮೊದಲು ನೀನು ಸರಿಯಾಗಿರುವೆಯಾ ಎಂದು ಚೆನ್ನಾಗಿ ನೋಡುವ, ಬಿಡು.’ ಅವಳನ್ನು ಸುತ್ತುವರಿದು ದಿಟ್ಟಿಸುತ್ತಾ ಬಶಾರತ್ ನವಾಬ ಹೇಳಿದರು.

‘ಯಾಕೆ, ಏನು ವಿಷಯ,’ ಏಮನ್ ಅವರ ಮಾತಿಗೆ ತುಂಟಾಟಿಕೆಗಿಂತ ಹೆಚ್ಚಿನ ಮಹತ್ವ ಕೊಡಲಿಲ್ಲ.

‘ಅಂದರೆ, ನೀನು ನಿಜವಾಗಿಯೂ ವಿಕಾರ್ ಜಂಗ್‌ರನ್ನು ಭೇಟಿಯಾಗಿ ಬರುತ್ತಿರುವೆ. ಮತ್ತೆ ಏನೆಂದು ಕೇಳುತ್ತಿರುವೆ!’

‘ನನಗೆ ತಿಳಿಯಲಿಲ್ಲ’ ಏಮನ್, ಅವರ ನಗುಮುಖದತ್ತ ನೋಡುತ್ತಾ ಹೇಳಿದಳು.

‘ಹಾಗಾದರೆ ದೇವರೇ ನಿನಗೆ ತಿಳಿಸಬೇಕು; ಅಲ್ಲಿ ಇಸ್ರೇಲ್‌ನ ಸರ್ವಾಧಿಕಾರಿಯೂ ಬಾಗಿಲು ಬಡಿಯಲು ಬೆದರುವವರು; ಹಕ್ಕಿಗಳೂ ಅಲ್ಲಿ ರೆಕ್ಕೆ ಬಡಿಯುವುದಿಲ್ಲ ಗೊತ್ತೆ!?

‘ನನ್ನೊಡನೆ ಹಾಗೇನೂ ಆಗಲಿಲ್ಲ. ಅವರು ಪ್ರೀತಿಯಿಂದಲೇ ನನ್ನೊಡನೆ ಮಾತನಾಡುತ್ತಿದ್ದರು.

‘ಅವರ ಮೇಲೂ ಮಾಯಾಜಾಲ ಬೀಸಿ ಬಿಟ್ಟೆಯಲ್ಲ? ಇನ್ನು ಅವರೂ ಹೀಗೆ ಭ್ರಮಾವಿಷ್ಟರಾಗಿ ಸುತ್ತುತ್ತಿರಬೇಕು.’

‘ಬೇರಾರು ನಮಗಾಗಿ ಭ್ರಮಿತರಾಗಿ ಸುತ್ತುತ್ತಿದ್ದಾರೆ?’ ಏಮನ್ ನಗತ್ತಾ ಕೇಳಿದಳು.

‘ಇದ್ದಾರೆ, ಯಾರೋ ನಿರುಪಾಯಿ! ಹತಹೃದಯಿ!’

ಬಶಾರತ್ ನವಾಬ ರ್‍ಯಾಕೆಟನ್ನು ಗಾಳಿಯಲ್ಲಿ ಬೀಸುತ್ತಾ ನುಡಿದರು. ಬಹುಶಃ ಕ್ಲಬ್‌ನಿಂದ ಹಿಂದಿರುಗುತ್ತಿದ್ದಿರಬೇಕು.

‘ಚೇಷ್ಟೆ ನಿಲ್ಲಿಸಿ, ಅವರು ಯಾರೆಂದು ತಿಳಿಸಿ.’ ವಿಕಾರ್ ಜಂಗರ ಬಗ್ಗೆ ಪೈಂಟರ್ ಎಂದಷ್ಟೇ ಅರಿತಿದ್ದ ಏಮನ್ ಹೆಚ್ಚು ತಿಳಿಯಲೆಳಸಿ ಕೇಳಿದಳು.

‘ಅನ್ನದಾತರ ಹೆಸರು ತಿಳಿಯುವ ಬುದ್ಧಿ ಚೆಲುವೆಯರಲ್ಲಿ ಎಂದಿನಿಂದ ಹುಟ್ಟಿಕೊಂಡಿತು? ಅವರ ಚೇಷ್ಟೆ ಮುಂದುವರಿಯಿತು.

‘ಹೆಸರು ನಾನರಿತಿರುವೆ, ಅವರ ವಿಷಯ ತಿಳಿಸಿ.’

‘ವಿಷಯ? ಇದಿನ್ನೂ ಕೆಟ್ಟದಾಯಿತು!’

ಏಮನ್ ಸೋತು ಮುನ್ನಡೆದಳು. ದಾರಿಗಡ್ಡವಾಗಿ ರ್‍ಯಾಕೆಟ್ ಬಂತು.

‘ನವಾಬ್ ವಿಕಾರ್‌ಜಂಗ್ ಸರ್ಕಾರ್ ಅವರ ಮೈದುನರು. ಗತಿಸಿದ ನಿಸಾರುದ್ದೌಲರ ಮಲತಮ್ಮ’

‘ಆದರೆ ಅವರೆಂದೂ ಹವೇಲಿಯೊಳಗೆ ಬರುವುದನ್ನು ನಾನು ಕಂಡಿಲ್ಲ.’

‘ಅದಕ್ಕೆ ನಾನೇನು ಮಾಡಲಿ? ಕೈಕಾಲು ಕಟ್ಟಿ ತರಲೇ?’

‘ನೀವಂತೂ ಚೇಷ್ಟೆ ಬಿಡುವುದೇ ಇಲ್ಲವೆಂದು ಪ್ರತಿಜ್ಞೆ ಮಾಡಿದಂತಿದೆ. ‘ಹೋಗುತ್ತೇನೆ’ ಎನ್ನುತ್ತಾ ಅವಳು ಓಡುತ್ತಾ ಮೆಟ್ಟಲೇರಿ ಮುಂದೆ ಸಾಗಿದಳು.

ನಂತರ ಯೋಚಿಸುವಾಗ. ಏಮನ್‌ಗೆ ತಾನಷ್ಟು ಕೆದಕಿ ಕೇಳಬಾರದಿತ್ತೆಂದು ಅನಿಸಿತು. ವಿಕಾರ್ ಜಂಗರು ಹವೇಲಿಯಲ್ಲಿರದೆ. ಹವೇಲಿಯ ಆವರಣದಲ್ಲಿರುತ್ತಾರೆಂಬುದು ಸಾಧಾರಣ ವಿಷಯವಾಗಿರಲಿಲ್ಲ. ನವಾಬೀ ಮನೆತನಗಳಲ್ಲಿ ಆಸ್ತಿಪಾಸ್ತಿಗಾಗಿ ಸಂಘರ್ಷಗಳು ಇರುತ್ತಿದ್ದುದು ಸಾಮಾನ್ಯ. ಇನ್ನೊಂದು ವಿಷಯ ಏಮನ್‌ಳ ಗಮನಕ್ಕೆ ಬಂತು. ಬಶಾರತ್ ನವಾಬ್ ಅವರನ್ನು ಸರ್ಕಾರ್ ಅವರ ಮೈದುನನೆಂದಿದ್ದರೇ ಹೊರತು, ತನ್ನ ಚಿಕ್ಕಪ್ಪನೆಂದಿರಲಿಲ್ಲ. ಹಾಗಾದರೆ, ಬಶಾರತ್ ನವಾಬರು ಸರ್ಕಾರ್ ಅವರ ಮಗನಲ್ಲವೇ?

ಮರುದಿನ ಬೇಗಂ ಸಾಹಿಬಾರು ಏಮನ್‌ಳನ್ನು ಲೈಬ್ರರಿಗೆ ಕರೆಸಿದರು. ಏಮನ್ ಅಲ್ಲಿಗೆ ಮುಟ್ಟಿದಾಗ, ಮೇಜಿನ ಮೇಲೆ ಹಲವು ಫೈಲ್‌ಗಳಿದ್ದವು. ಮುನ್ಶಿ ಸಾಹೇಬರು ಮೂಗಿನ

ಮೇಲೆ ಕನ್ನಡಕವೇರಿಸಿ ಏನೋ ಓದುತ್ತಿದ್ದನ್ನೂ ಕಂಡಳು. ಸರ್ಕಾರ್ ಅವರ ಹುಡುಕುವ ಕಣ್ಣುಗಳು ಅವರ ಮುಖವನ್ನೇ ದಿಟ್ಟಿಸಿ ನೋಡುತ್ತಿದ್ದವು. ಮುನ್ಶಿ ಸಾಹೇಬರು ಚಿಂತಿತರಿದ್ದಂತೆ ಕಾಣುತ್ತಿತ್ತು. ಅವರ ಮುಖದ ಲಜ್ಜಾಭಾವ, ಏನೋ ಸರ್ಕಾರ್ ಅವರಿಗೆ ಮೆಚ್ಚಿಕೆಯಾಗದ ವಿಷಯ ನಡೆದಿದೆಯೆಂದು ಸೂಚಿಸುತ್ತಿತ್ತು.

'ಮುನ್ಶಿ. ಸಾಹೇಬ್, ನಿಮಗೆ ಗೊತ್ತಿದೆ; ಚಿಕ್ಕ ಸರ್ಕಾರ್ ಈ ವಿಷಯವನ್ನು ಖಂಡಿತ ಇಷ್ಟಪಡಲಾರರು. ನೀವು ದಾಂಡೇಲಿಯ ಫ್ಯಾಕ್ಟರಿಯ ಬಗ್ಗೆ ನನಗೆ ಏನೂ ವಿಷಯ ತಿಳಿಸಲಿಲ್ಲ,; ನಾವೋ, ಎಲ್ಲ ಕೆಲಸ-ಕಾರ್ಯ ಸರಿಯಾಗಿಯೇ ನಡೆಯುತ್ತಿದೆಯೆಂದು ತಿಳಕೊಂಡಿದ್ದೆವು.

'ಅದು....ಮಹಾ ಸಾರ್ಕಾರ್...' ಮುನ್ಶಿ. ಸಾಹೇಬ್ ತಡಬಡಿಸಿದರು.

'ಈಗಿರಲಿ, ಈ ವಿಷಯ, ನಾವು ಸ್ವತಃ ಅಲ್ಲಿಗೆ ಹೋಗಿ ಏನು ಸ್ಥಿತಿ ನೋಡುವೆವು.'

ನಂತರ ಅವರು ಏಮನ್‌ಗೆ ಹೇಳತೊಡಗಿದರು. 'ನೀನು ನಿನ್ನ ಅರ್ಜಿಯಲ್ಲಿ ಟೈಪ್‌ರೈಟಿಂಗ್ ಮತ್ತು ಶಾರ್ಟ್‌ಹ್ಯಾಂಡ್ ಕೂಡ ಅರಿತಿರುವೆಯೆಂದು ಬರೆದಿದ್ದೆ.'

'ಹೌದು.' ಏಮನ್ ಸ್ವಲ್ಪ ನರ್ವಸ್ ಆಗಿ ನುಡಿದಳು. ಅವಳು ಇವುಗಳನ್ನರಿತಿದ್ದರೂ, ಈಗ ಅಭ್ಯಾಸ ತಪ್ಪಿ ಬಹಳ ಸಮಯವಾಗಿತ್ತು. ಮುನ್ಶಿ ಸಾಹೇಬರಿಗೆ ಉರ್ದು ಟೈಪಿಂಗ್ ಮಾತ್ರ ತಿಳಿದಿದ್ದುದರಿಂದ, ಪತ್ರವ್ಯವಹಾರಕ್ಕಾಗಿ ಹೊರಗಿಂದ ಟೈಪಿಸ್ಟ್‌ಗಳನ್ನು ತರಿಸಬೇಕಾಗುತ್ತಿತ್ತು. ಮುನ್ಶಿ ಸಾಹೇಬರ ಹಣೆಯಲ್ಲಿ ಬೆವರಹನಿಗಳನ್ನು ಕಂಡು ಏಮನ್‌ಗೆ ಅವರ ಬಗ್ಗೆ ಕನಿಕರವೆನಿಸಿತು.

ಮುನ್ಶಿ ಸಾಹೇಬರು ದೇವದೂತರಂತವರು. ರೂಪದಿಂದ ಮಾತ್ರ ಅವರು ಹಾಗೆ ಕಾಣುತ್ತಿರಲಿಲ್ಲ. ದೊಗಲೆ ಪೈಜಾಮದ ಮೇಲೆ ಉದ್ದವಾದ ಶೇರವಾನಿ; ಅವರ ಜೇಬಿನಲ್ಲಿದ್ದ ಮೂರು-ನಾಲ್ಕು ಪೆನ್ನುಗಳೊಡನೆ ಗತಿಸಿದ ನವಾಬ ಸಾಹೇಬ್‌ರ ಉಡುಗೊರೆಯಾಗಿದ್ದ ಒಂದು ಫೌಂಟನ್ ಪೆನ್ ಈ ಫೌಂಟನ್ ಪೆನ್ನನ್ನು ಅವರು ಬಹಳ ಜತನದಿಂದ ಕಾಯ್ದುಕೊಂಡಿದ್ದರು. ಎಡಜೇಬಿನಲ್ಲಿ ಜೇಬುಗಡಿಯಾರವೊಂದು ಇತ್ತು. ಬಹಳ ಸಮಯದಿಂದ ಅದು ನಿಂತೇ ಇತ್ತು. ನಗುಮುಖದಲ್ಲಿ ಕುರುಚಲುಗಡ್ಡದಿಂದಾವೃತ್ತವಾದ ಗದ್ದ; ಕಣ್ಣುಗಳಲ್ಲಿ ವರ್ಷಗಳಿಂದಲೂ ನೆಲಸಿದ ಪ್ರಾಮಾಣಿಕತೆಯ ಹೊಂಬೆಳಕು; ತಲೆಯ ಮೇಲೆ ತುರ್ಕಿಟೋಪಿ, ಅದರ ಚುಂಗು ಯಾವಾಗಲೂ ಎದುರುಗಡೆಯೇ ಇರುತ್ತಿತ್ತು. ಮಹಾಸರ್ಕಾರ್ ಅವರೊಡನೆ ಮುನ್ಶಿ ಸಾಹಾಬರೆಂದೂ ದೃಷ್ಟಿಕೊಟ್ಟು ಮಾತನಾಡುತ್ತಿರಲಿಲ್ಲ. ತಲೆಬಗ್ಗಿಸಿಯೇ ಅವರು ಮಾತನಾಡುತ್ತಿರುವಾಗ ಅವರ ಟೋಪಿಯ ಚುಂಗು ಆಡುತ್ತಿರುತ್ತಿತ್ತು. ಹೈದರಾಬಾದ್‌ನ ಸರ್ಕಾರೀ ಭಾಷೆ ಉರ್ದುವಿನ ಸ್ಥಾನವನ್ನು ಇಂಗ್ಲೀಷ್ ಕಸಿದುಕೊಂಡಾಗ ಅವರಿಗೆ ಬಹಳ ಕಸಿವಿಸಿಯಾಗಿತ್ತು. ಹೊರಗಿಂದ ಬರುವ ಇಂಗ್ಲೀಷ್ ಟೈಪಿಸ್ಟ್‌ಗಳು ಅವರ ಇಂಗ್ಲೀಷನ್ನೂ, ಅವರ ವ್ಯಕ್ತಿತ್ವವನ್ನೂ ಪರಿಹಾಸ ಮಾಡುತ್ತಿದ್ದುದರಿಂದ ಅವರು ಮುನ್ಶಿಸಾಹೇಬರಿಗೆ ಸ್ವಲ್ಪವೂ ಇಷ್ಟವಾಗುತ್ತಿರಲಿಲ್ಲ. ಇಂತಹ

ಸಮಯದಲ್ಲಿ ಏಮನ್ ಅವರಿಗೆ ತುಂಬ ಸಹಾಯಕಳಾಗಿ ಬಂದಿದ್ದಳು. ಮೊದ ಮೊದಲು ಅವಳ ಬಗ್ಗೆ ಅವರ ಮನದಲ್ಲಿ ಸಂಶಯವೇ ಇತ್ತು. ಕ್ರಮೇಣ, ಅವಳು ತನ್ನ ಸರಳ' ಸಹಜ, ಸ್ನೇಹಮಯ ಸ್ವಭಾವದಿಂದ ಎಲ್ಲರಂತೆ, ಅವರನ್ನೂ ಗೆದ್ದುಕೊಂಡಿದ್ದಳು. ಕೆಲವೊಮ್ಮೆ ಅವರು ತನ್ನ ಶಾಯರಿಗಳನ್ನೂ ಅವಳಿಗೆ ಹಾಡಿ ಕೇಳಿಸುತ್ತಿದ್ದರು. ಅವರ ಶಾಯರಿಗಳಲ್ಲಿ ಕಳೆದುಹೋದ ದಿನಗಳ ವೈಭವ; ಹಾಗೂ ಬರಲಿರುವ ದಿನಗಳ ಘೋರಚಿತ್ರಣ ಇರುತ್ತಿತ್ತು.

ಬೇಗಂ ಸಾಹಿಬಾರು ಫೈಲ್ ನೋಡುತ್ತಿದ್ದು, ಕೊನೆಗೆ, ತಮ್ಮ ಕನ್ನಡಕ ಕಳಚುತ್ತಾ ಮೃದುದನಿಯಲ್ಲಿ ಮುನ್ನೀಸಾಹೇಬರಿಗೆ ಹೇಳಿದರು. ಚಿಂತೆಯಿಲ್ಲ. ಈಗಲೂ ತಡವೇನೂ ಆಗಿಲ್ಲ. ನೀವು ನಮ್ಮ ದಾಂಡೇಲಿಗೆ ಹೋಗುವ ತಯಾರಿ ನಡೆಸಿರಿ.'

'ಸರ್ಕಾರ್, ಈಗಲೇ ಮಾಡುತ್ತೇನೆ' ಮುನ್ನಿ ಸಾಹೇಬರಿಗೆ ಜೀವದಲ್ಲಿ ಜೀವಬಂದಾಯಿತು.

ಸರ್ಕಾರ್ ಅವರು, ಅವರನ್ನು ತಡೆದು ನುಡಿದರು. 'ಮುನ್ನಿಸಾಹೆಬ್ ಸರಿಯಾಗಿ ಕೇಳಿಸಿಕೊಳ್ಳಿ. ನಾವೇನೂ ಈಗಲೇ ದಾಂಡೇಲಿಗೆ ಹೊರಡುತ್ತಿಲ್ಲ. ನಾಳೆ ತಮಕೀನ್ ಯಾರ್ ಜಂಗ್'ರ ಕುವರಿಯ ವಿವಾಹ ಸಮಾರಂಭವಿದೆ. ಅವರ ಬೇರಾವ ಸಮಾರಂಭಕ್ಕೆ ಹೋಗಲು ಸಾಧ್ಯವಾಗಿರದಿದ್ದುದರಿಂದ ಈಗ ಈ ಮದುವೆಗೆ ಹೋಗುವುದು ತುಂಬ ಅಗತ್ಯವಿದೆ. ನಾಳಿದ್ದು ಬೆಳಗಿನ ಗಾಡಿಯಲ್ಲಿ ನಾವು ದಾಂಡೇಲಿಗೆ ಹೋಗುವೆವು.

'ಅಪ್ಪಣೆ ಸರ್ಕಾರ್'

'ನೀವಿನ್ನು ಹೋಗಬಹುದು.'

ಮುನ್ನಿಸಾಹೇಬರು ಬೇಗನೇ ಫೈಲ್‌ಗಳನ್ನಾರಿಸಿಕೊಂಡು ಹೊರಟು ಹೋದರು.

'ಏಮನ್ ಬೀಬಿ, ನಾಳೆ ನೀನೂ ನಮ್ಮೊಡನೆ ಮದುವೆಗೆ ಬರುವುದಿದೆ ಮಹಾ ಸರ್ಕಾರ್ ಏಳುತ್ತಾ ನುಡಿದರು.

'ಏಮನ್, ಸರ್ಕಾರ್ ಅವರೊಂದಿಗೆ ಉಪಾಹರಕ್ಕೆಂದು ಉದ್ಯಾನ ತಲುಪಿದಾಗ, ಅಲ್ಲಿ, ಬಶಾರತ್‌ನವಾಬ ಹಾಗೂ ಶಾಹಾನಾರಲ್ಲದೆ ಮತ್ತೊರ್ವ ಬೇಗಂ ಕುಳಿತ್ತಿದ್ದದನ್ನು ಕಂಡಳು. ಆಕೆಯ ಸೌಂದರ್ಯ ಯೌವನದ ಗಡಿಯನ್ನು ದಾಟಿದರೂ, ಬಾದಾಮಿ ಕಂಗಳು ತುಂಬ ಆಕರ್ಷಕವಾಗಿದ್ದವು. ಕತ್ತರಿಸಿದ ಕೂದಲು ಹಾಗೂ ಅಚ್ಚ ಬಿಳಿಯ ಮೈ ಬಣ್ಣದಲ್ಲಿ ಶಾಹಾನಾಳ ತದ್ರೂಪದಂತೇ ಕಾಣುತ್ತಿದ್ದರು. ಕಾಷಾಯ ಬಣ್ಣದ ಶಿಫಾನ್‌ಸೀರೆಯ ಎಡೆಯಿಂದ ಇಣುಕುತ್ತಿದ್ದ, ಎತ್ತರ ಹಿಮ್ಮಡಿಯ ಕಪ್ಪು ಸ್ಯಾಂಡ್‌ಲ್‌ನ ಎಡೆಯಲ್ಲಿ ಅಂದವಾದ ಕಾಲ್ಗಳು ಪಾರಿವಾಳಗಳಂತೆ ಕಾಣುತ್ತಿದ್ದವು. ಕುಳಿತುಕೊಂಡ ಭಂಗಿಯಲ್ಲಿ ಉಚ್ಚಮನೆತನದ ಚಿಹ್ನೆ ಕಾಣಿಸುತ್ತಿತ್ತು.

ಇದು ಖಂಡಿತ ತಸ್‌ನೀಮ್ ಪಾಶಾ ಇರಬೇಕೆಂದು ಏಮನ್ ಅಂದುಕೊಂಡದ್ದು ಸರಿಯಾಗಿತ್ತು. ಇಂದು ಮೊದಲ ಬಾರಿ ಅವಳು ಅವರನ್ನು ಕಾಣುತ್ತಿದ್ದಳು. ಹವೇಲಿಯಲ್ಲಿ

ಇದೊಂದು ಮುಖ್ಯ ವಿಷಯವನ್ನವಳು ಗಮನಿಸುತ್ತಿದ್ದಳು. ಎಲ್ಲರೂ ಅವರವರ ಕೆಲಸ ನೋಡಿಕೊಳ್ಳುತ್ತಿದ್ದರು. ಹೊಸಬಳಾದ ಅವಳೆದರು ಏನೂ ಮಾತುಕತೆ ನಡೆಯುತ್ತಿರಲಿಲ್ಲ. ಒಡೆಯರ ಉಪ್ಪಿನ ಋಣ ಹೊತ್ತವರು ತಮ್ಮ ನಾಲಿಗೆಯ ಮೇಲೆ ನಿಯಂತ್ರಣ ಸಾಧಿಸಬೇಕೆಂಬ ಒಪ್ಪಿಗೆ ಅಲ್ಲಿ ಹಾಸುಹೊಕ್ಕಾಗಿದ್ದಂತೆ ಭಾಸವಾಗುತ್ತಿತ್ತು. ಬಶಾರತ್ ನವಾಬರು ಮಹಾಸರ್ಕಾರ್ ಅವರ ಮಗನಾಗಿರದೆ, ತಸ್‌ನೀಮ್ ಪಾಶಾರ ಮಗನಾಗಿದ್ದರೆಂದೂ, ಶಾಹಾನಾರ ಅಣ್ಣನೆಂದೂ ಅವಳಿಗೆ ಬಹಳ ತಡವಾಗಿ ತಿಳಿದಿತ್ತು. ಹವೇಲಿಯ ಸ್ಟಾಫ್ ಸದಸ್ಯಳಾಗಿದ್ದ ಏಮನ್‌ಳ: ಮೇಲೆ ಕ್ರಮೇಣ ಅವರೆಲ್ಲರ ವಿಶ್ವಾಸ ಬೆಳೆಯುತ್ತಿತ್ತು. ಸರ್ಕಾರ್ ಅವರ ಹಿಂದೆ ನಡೆಯುತ್ತಾ ಏಮನ್ ಮುಂದುವರಿದಳು. ಅಣ್ಣ ತಂಗಿಯರು ಯಾವುದೊ ವಿಷಯದ ಬಗ್ಗೆ ಚರ್ಚಿಸುತ್ತಿದ್ದರು. ತಸ್‌ನೀಮ್ ಪಾಶಾರ ಬಾದಾಮಿ ಕಂಗಳು ಏಮನ್‌ಳ ತುಲನೆ ನಡೆಸಿದ್ದವು.

ತಸ್‌ನೀಮ್ ಪಾಶಾರ ಬಳಿ ಸಾರಿ ಏಮನ್ ಇತ್ತ ಸಲಾಮಿಗೆ ಹುಬ್ಬುಗಳ ಚಲನೆಯಲ್ಲೇ ಉತ್ತರ ಸಿಕ್ಕಿತು. ಅವರು ಎದ್ದು ಸರ್ಕಾರ್ ಅವರಿಗೆ ನಮಿಸಿ ಅವರ ಕೆನ್ನೆಯ ಮೇಲೆ ಮುತ್ತಿಟ್ಟರು.

'ಯಾವಾಗ ಬಂದೆ?' ಮಹಾಸರ್ಕಾರ್ ಕುಳಿತುಕೊಳ್ಳುತ್ತಾ ಕೇಳಿದರು.

'ರಾತ್ರಿಯಷ್ಟೆ ಬಂದೆ' ತಸ್‌ನಿಮ್ ಪಾಶಾ ಉತ್ತರಿಸಿದರು.

'ಫಾರುಕ್ ನವಾಬ್, ವಧು ತಮಿಜ಼್ ಕ್ಷೇಮವಾಗಿರುವರೇ?' ತಸ್‌ನೀಮ್ ಪಾಶಾರ ತಮ್ಮನ ಕುಟುಂಬದ ಕ್ಷೇಮಸಮಾಚಾರವನ್ನು ಸರ್ಕಾರ್ ಕೇಳುತ್ತಿದ್ದರು. ಅವರು ಸರ್ಕಾರ್ ಅವರ, ಮಲತಮ್ಮನೂ ಆಗಿದ್ದರು.

'ಎಲ್ಲ ಚೆನ್ನಾಗಿದ್ದಾರೆ, ಇಬ್ಬರು ಮಕ್ಕಳಿಗೂ ಮಿಾಸೆಲ್ಸ್ ಎದ್ದಿತ್ತು. ಈಗ ಚೆನ್ನಾಗಿದ್ದಾರೆ.'

'ನೀನೇನೋ ಒಂದು ತಿಂಗಳಿಗೆಂದು ವಿಕಾರಾಬಾದ್‌ಗೆ ಹೋಗಿದ್ದೆ. ಈಗ ಬೇಗನೇ ಹಿಂದೆ ಬಂದೆ.' ಮಹಾ ಸರ್ಕಾರ್ ನಗುತ್ತಾ ಹೇಳಿದರು.

'ನನಗೇನೋ ಅಲ್ಲಿ ಹತ್ತುದಿನಗಳಿರುವುದೂ ದುರ್ಭರವಾಗಿತ್ತು.' ತಸ್‌ನೀಮ್ ಪಾಶಾ ಉದ್ವಿಗ್ನರಾಗಿ ನುಡಿದರು. ಸರ್ಕಾರ್ ಮಾತಿನ ಧಾರೆಯನ್ನು ಬದಲಿಸಿದರು. 'ಏಮನ್ ಬೀಬೀ, ಇದು ನನ್ನ ಚಿಕ್ಕ ತಂಗಿ ತಸ್‌ನೀಮ್ ಪಾಶಾ.'

'ನಾನು ನೋಡುತ್ತಲೇ ತಿಳಿದು ಬಿಟ್ಟೆ' ಏಮನ್ ಮುಗಳ್ನಕ್ಕು ನುಡಿದಳು.

'ಹೇಗೆ ತಿಳಿದೆ? ಏನು, ನನ್ನ ಹಣೆಯಲ್ಲಿ ಬರೆದಿದೆಯೇ?' ಅವರ ತೀಕ್ಷ್ಣ ಮಾತುಗಳು ಏಮನ್‌ಳನ್ನು ಬೆಚ್ಚಿ ಬೀಳಿಸಿತು.

'ಶಾಹಾನಾಳೊಡನೆ ತುಂಬ ಹೋಲುತ್ತೀರಿ. ತಾವು' ಅವಳು ಹೇಳಿದಳು.

‘ಹೌದು, ಕುವರಿ ಶಾಹಾನಾ ನನ್ನ ಮಗಳು, ಮತ್ತು ಬಶಾರತ್ ನವಾಬ ಅವಳ ಸೋದರ.’ ಏಮನ್‌ಗೆ ಸರಿಯಾದ ರೀತಿ ಕಲಿಸುವಂತೆ ತಸ್‌ನೀಮ್ ಪಾಶಾ ಹೇಳಿದಾಗ ಏಮನ್‌ಳ ಕೆನ್ನೆ ಕೆಂಪಾದವು.

‘ಸರ್ಕಾರ್’, ಇಂದು ಈ ನಾನ್ ಚೆನ್ನಾಗಿ ತಯಾರಾಗಿದೆ.’ ಬಶಾರತ್ ನವಾಬ್ ವಿಹ್ವಲರಾಗಿ ಮಾತು ಬದಲಿಸಲೆಂದು ಹೇಳಿದರು.

‘ಯಾವಾಗಲೂ ಸುಳ್ಳು ಹೇಳುತ್ತಿರುವೆ! ನೀನಿನ್ನೂ ನಾನ್ ತಿಂದೇ ಇಲ್ಲ.’ ಶಾಹಾನಾ ಹೇಳಿದಳು.

‘ನೀನಂತೂ ದೇವರನ್ನೂ ತಿಂದು ರುಚಿ ನೋಡಿದ್ದಲ್ಲದೆ, ದೇವರೆಂದು ಒಪ್ಪಿಕೊಳ್ಳಲಿಕ್ಕಿಲ್ಲ.’ ಬಶಾರತ್ ನವಾಬ್ ಮರುನುಡಿದರು.

‘ನೀವು ಸಿರಿವಂತರ, ಮಾನವಂತರ ಭಾಷೆಯನ್ನು ಮರೆಯುತ್ತಿದ್ದೀರಿ. ನಿಮ್ಮ ಏಳು ತಲೆಮಾರುಗಳಲ್ಲೂ ಯಾರೂ ಈ ತರಹ ಮಾತಾಡಿರಲಿಕ್ಕಿಲ್ಲ’ ತಸ್‌ನೀಮ್ ಪಾಶಾ ಗದರಿಸಿದರು.

“ಈಗ ನೀನು ವಿಕಾರಾಬಾದ್‌ನಿಂದ ಹಿಂದಿರುಗಿರುವೆ. ಇವರ ಲಗಾಮು ಹಿಡಿದಿಟ್ಟುಕೋ.’ ಮಹಾ ಸಾರ್ಕಾರ್ ನಗುತ್ತಾ ನುಡಿದರು..

‘ಅಲ್ಲಿ ನನ್ನ ಮನಸ್ಸು ನಿಲ್ಲಲೊಪ್ಪಲೇ ಇಲ್ಲ ಆಪಾ ಬೇಗಂ ಮೊದಲೇ ಸಣ್ಣ ಸ್ಥಳ; ಒಂದು ಕ್ಲಬ್ ಕೂಡ ಇಲ್ಲ. ಅಲ್ಲದೆ, ಭಾಯಿಜಾನ್ ಈಗ ಸದಾ ರಾಜಕೀಯದಲ್ಲೇ ಮುಳುಗಿದ್ದು, ಎಂತೆಂತಹ ಹೀನ ಜನರಿಂದ ಸುತ್ತುವರಿದಿರುತ್ತಾರೆ.

‘ಇದು ಜನತೆಯ ಪ್ರಶಂಸೆಯಷ್ಟೇ’ ಬಶಾರತ್ ನವಾಬ್ ಚಿಂತಿತರಾಗಿ ಹೇಳಿದರು. ತಮ್ಮ ತಾಯಿ ಇಂಥ ಪೊಳ್ಳುತನದ ಮಾತುಗಳಿಂದ ತಮ್ಮ ಅಹಂಭಾವ ಮೆರೆಸುವುದು ಬೇಡವಿತ್ತೆಂದು ಅವರು ಬಯಸುತ್ತಿದ್ದರು. ಅದೂ ವಿಮನ್‌ಳ ಎದುರಲ್ಲೇ ಆದರೆ ತಸ್‌ನೀಮ್ ಪಾಶಾ ಬಿಡದೆ ಮುಂದುವರಿದರು.

‘ಆನೆ ಬಿದ್ದರೂ ಕೂಡ, ಖಂಡಿತವಾಗಿಯೂ ಕುದುರೆಗಿಂತ ಎತ್ತರವೇ ಇರುತ್ತದೆ. ನಮ್ಮ ರೀತಿ–ನೀತಿಗಳನ್ನು ಎಂದೂ ಬಿಡಬಾರದು, ಭಾಯಿಜಾನ್ ಪೋಲ್ಟಿ ಫಾರ್ಮ್ ಶುರುಮಾಡಿದ ಮೇಲಂತೂ ಏನೂ ಉಳಿದಿಲ್ಲ. ಭಾಭಿ ಜಾನ್ ಕೂಡ ಮೊಟ್ಟೆ ಎಣಿಸುತ್ತಾ ತಿರುಗುತ್ತಾರೆ.

‘ಇದರಲ್ಲಿ ಕೆಟ್ಟದೇನು ಬಂತು? ನಾವು ನಮ್ಮ ಆಸ್ತಿ, ಜಹಗೀರುಗಳನ್ನು ಇಂತಹ ಲಾಭದಾಯಕ ಕೆಲಸಗಳಿಗೆ ಉಪಯೋಗಿಸುವುದು ಒಳ್ಳೆಯದೇ, ನಿಯತ ಸಂಪಾದನೆಯೂ ಕಡಿಮೆಯಾಗಿರುವಾಗ, ಬದಲಾಗುತ್ತಿರುವ ಪ್ರಪಂಚ ಇದನ್ನೇ ಬಯಸುತ್ತದೆ. ‘ಸರ್ಕಾರ್ ತುಂಬ ಕೋಮಲತೆಯಿಂದ ನುಡಿದರು.

'ನಿಮಗೆ ಇಂಥ ಚಿಂತೆಯೇನೂ ಇರಬೇಕಾಗಿಲ್ಲ. ದೇವರು ನಿಮಗೆ ಹತ್ತು ಜನರಿಗೆ ಉಣಿಸುವಷ್ಟೂ ಕೊಟ್ಟಿದ್ದಾನೆ' ತಸ್‌ನೀಮ್ ಪಾಶಾ ನುಡಿದರು.

'ನೀನು ರೇಸ್ ಹಾಗೂ ಇಸ್ಪೀಟ್‌ಗಳಲ್ಲಿ ಸಿಕ್ಕಾಪಟ್ಟೆ ಹಣ ಹೂಡಿ ಕಳೆದುದಲ್ಲದಿದ್ದರೆ, ನಿನ್ನ ಬಿಳಿಯೂ ಗತಿಸಿದ ಸಲಾವತ್ ನವಾಬರು ಬಿಟ್ಟು ಹೋದುದು ಸಾಕಷ್ಟಿರುತ್ತಿತ್ತು.'

'ಉಫ್! ಆಪಾ ಬೇಗಮ್, ನೀವಂತೂ ನನ್ನ ಅಭಿರುಚಿಗಳ ಬಗ್ಗೆಯೇ ಆಕ್ಷೇಪಿಸುತ್ತಿರುತ್ತೀರಿ. ಕ್ಲಬ್‌ನಲ್ಲಿ ಎಲ್ಲರೂ ನನ್ನನ್ನು ಬ್ರಿಚ್‌ಕ್ವೀನ್ ಎಂದೇ ಕರೆಯುತ್ತಾರೆ. ನಾನು ಮುಟ್ಟಿದರೆ ಸಾಕು, ಎಲ್ಲರ ಮುಖ ಹೊಳೆಯುತ್ತದೆ' ಅವರೆಂದರು.

'ಸಾಕು, ಸಾಕು, ಶಸ್‌ನೀಮ್ ಪಾಶಾ, ಇದೇ ಭ್ರಮೆಯಲ್ಲಿ ಮುಳುಗಿ ನೀನು ಮಕ್ಕಳ ಸತ್ಯಾನಾಶ ಮಾಡಿದೆ. ಬಶಾರತ್ ನವಾಬ ಇನ್ನೂ ಬಿ.ಎ. ಮುಗಿಸಲು ಶಕ್ಯರಾಗಲಿಲ್ಲ. ಕುವರಿ ಶಾಹಾನಾ ಸ್ಕೂಲ್‌ನಿಂದ ಮುಂದೆ ಹೋಗಲಿಲ್ಲ.'

'ಇದರಲ್ಲಿ ನನ್ನ ದೋಷವೇನು ಹೇಳಿ? ಇವರ ತಂದೆ ದಿವಂಗತ ನವಾಬ ಸಾಹೇಬರು ಜೀವಿಸಿರುವವರೆಗೆ ಎಲ್ಲಾ ಕೆಲಸ ಅವರೇ ಮಾಡುತ್ತಿದ್ದರು. ಶಾಲೆಯಲ್ಲಿ ಕುವರ ಬಶಾರತ್ ನವಾಬರನ್ನೆದುರಿಸಬಲ್ಲವರು ಯಾರೂ ಇರಲಿಲ್ಲ.

'ಓದಿನಲ್ಲಿ?' ಮಹಾ ಸರ್ಕಾರ್ ಮಿಡಿವ ನಾಡಿ ಹಿಡಿದರು.

'ಕುವರಿ, ಶಾಹಾನಾ, ತನ್ನ ಗವರ್ನೆಸ್, ಆಯಾರೊಂದಿಗೆ ಕ್ರಮ ಬದ್ಧವಾಗಿ ಶಾಲೆಗೆ ಹೋಗುತ್ತಿದ್ದರೂ, ಅವರ ಓದು ನಿಂತುಬಿಟ್ಟಿತು; ಹಾಳು ಪ್ರಪಂಚ!' ಸರ್ಕಾರ್‌ರವರ ಮಾತು ಕೇಳದಂತೆ ನಟಿಸಿ, ತಸ್‌ನೀಮ್ ಪಾಶಾ ಹೇಳುತ್ತಲೇ ಹೋದರು.

'ಬಶಾರತ್ ನವಾಬ ಮೊದಲಿಂದಲೇ ಓದಿನಲ್ಲಿ ಅಭಿರುಚಿ ಬೆಳೆಸಿ ಕೊಳ್ಳದ್ದು, ಮತ್ತು, ಕುವರಿ ಶಾಹಾನಾಳ ಗವರ್ನೆಸ್‌ನ ಖರ್ಚು ಹೊರಲು ನೀನು ತಯಾರಿರದಿದ್ದುದು ಕಾರಣವಲ್ಲ– ಅಲ್ಲವೆ?!'

'ನೀವು ಬಲ್ಲಿರಿ, ಆಪಾಬೇಗಂ, ನಾನು ಆ ಖರ್ಚು ಹೊರುವಷ್ಟು ಶಕ್ಯಳಿರಲಿಲ್ಲ.'

'ಗವರ್ನೆಸ್ ಇರದಿದ್ದರೆ, ಕುವರಿ ಶಾಹಾನಾಳ ಓದು ನಡೆಯುವುದೇನ ಶಕ್ಯವಿರಲಿಲ್ಲವೇ?' ಮಹಾಸರ್ಕಾರ್ ಇಂದು ತಸ್‌ನೀಮ್ ಪಾಶಾರೊಡನೆ ನಿಷ್ಕರ್ಷೆ ಮಾಡಿಯೇ ತೀರುವುದೆಂದುಕೊಂಡಂತೆ ತೋರುತ್ತಿತ್ತು.

'ಖಂಡಿತವಾಗಿ; ಗವರ್ನೆಸ್ ಮತ್ತು ಆಯಾ ಇಲ್ಲದೆ, ಯಾವುದಾದರೂ ಸಾಮಾನ್ಯ ಶಾಲೆಗೆ ಹೋಗಿ ನನ್ನ ಮಗಳು ತಲೆಯಲ್ಲಿ ಹೇನು ತುಂಬಿಕೊಂಡು ಬರಬೇಕಾಗಿತ್ತೆ? ಶಾಲೆ ಬಿಟ್ಟರೇನಾಯಿತು? ಇಡೀ ನಗರದಲ್ಲೇ ಕುವರಿ ಶಾಹಾನಾಳಂತೆ ಇಂಗ್ಲಿಷ್ ಆಡಬಲ್ಲವರು. ಯಾರಾದರೂ ಇದ್ದರೆ, ಬರಲಿ ನೋಡುವಾ.'

ಈ ಸಂವಾದ ಕೇಳುತ್ತಿದ್ದ ಮಕ್ಕಳಿಬ್ಬರೂ ಅಲ್ಲಿಂದ ತಪ್ಪಿಸಿಕೊಳ್ಳಲು ನೋಡಿದಾಗ ಮಹಾಸರ್ಕಾರ್ ಅವರನ್ನು ಕುಳ್ಳಿರುವಂತೆ ಸಂಜ್ಞೆಯಿಂದಲೇ ತಿಳಿಸಿದರು.

ತಸ್‌ನೀಮ್ ಪಾಶಾ ಹೇಳಿದುದರಲ್ಲಿ ಅಷ್ಟೇನೂ ತಪ್ಪೂ ಇರಲಿಲ್ಲ. ಸಲಾವತ್ ನವಾಬರ ಅಕಾಲಮೃತ್ಯು ಅವರ ಜೀವನದ ಐಷಾರಾಮಗಳನ್ನು ಬಹಳಷ್ಟು ಕಸಿದುಕೊಂಡಿತು. ದೇಶ ಸ್ವತಂತ್ರವಾದಾಗ ಜನರು ಹೆಚ್ಚು ನಿರ್ಭಯರಾಗಿದ್ದರು. ಮೊದಲು ಜೀತಕ್ಕೆ ದುಡಿಯುತ್ತಿದ್ದ ಆಳುಗಳು ಈಗ ಹಣ ಕೇಳುತ್ತಿದ್ದರು. ಅಲ್ಲಲ್ಲಿ ವಿದ್ರೋಹ ತಲೆ ಎತ್ತುತ್ತಿತ್ತು. ನೌಕರರು ಹುತ್ತದೊಳಗಿನ ಹಾವಾಗಿದ್ದರು. ನಿರುಪಾಯ ಸಲಾವತ್ ನವಾಬರು ಮುಂದುವರೆಯುತ್ತಿದ್ದ ಸಮಯದೊಡನೆ ಸಂವರಿಸಿಕೊಂಡು ನಡೆಯಬಯಸಿದ್ದರು, ಆದರೆ, ಮೃತ್ಯುವು ಅವರಿಗೆ ಅವಕಾಶವನ್ನೇ ಕೊಡಲಿಲ್ಲ.

ಸಲಾವತ್ ನವಾಬರು ತೀರಿಕೊಂಡ ಬಳಿಕವೂ ಸಾಕಷ್ಟು ಸಂಪತ್ತು ಉಳಿದಿತ್ತು. ಅದನ್ನು ಸರಿಯಾಗಿ ಉಪಯೋಗಿಸುತ್ತಿದ್ದರೆ ತಸ್‌ನೀಮ್ ಪಾಶಾ ಮತ್ತು ಮಕ್ಕಳು ತಮಗಾಗಿ ಸ್ವರ್ಗವನ್ನೇ ನಿರ್ಮಿಸಿಕೊಳ್ಳಬಹುದಿತ್ತು. ಆದರೆ, ತಸ್‌ನೀಮ್‌ಪಾಶಾ ಹಣದ ದುಂದುವೆಚ್ಚವನ್ನೇ ಮಾಡುತ್ತಾ ಬಂದರು.

ಪತಿಯ ಮರಣವಾದಾಗ ಶೋಕವಸನಗಳು ಅವರ ಬಳಿಯಲ್ಲಿರಲಿಲ್ಲ. ನವಾಬರಿಗೆ ಕಪ್ಪು ಬಣ್ಣ ಇಷ್ಟವಿರಲಿಲ್ಲ. ಹಾಗೂ ಸ್ವತಃ ತಮಗೇ ಬಿಳಿ ಬಣ್ಣ ಇಷ್ಟವಿರಲಿಲ್ಲ. ಹೀಗಾಗಿ ಶೋಕಸೂಚಕವಾಗಿ ಅವರು ಹೊಸ ವಾರ್ಡ್‌ರೋಬನ್ನೇ ನಿರ್ಮಿಸಿಕೊಂಡರು. ಅದರಲ್ಲಿನ ಎಲ್ಲ ವಸ್ತುಗಳೂ ಕಪ್ಪಾಗಿದ್ದವು. ನಾಲ್ಕು ತಿಂಗಳವರೆಗೆ ಅವರು ಕಪ್ಪು ಬಣ್ಣದ ಹೊರತು ಇತರ ಬಣ್ಣದ ಉಡುಪು ಧರಿಸಿರಲಿಲ್ಲ. ಕಪ್ಪಿನಲ್ಲಿ ಅವರ ಶ್ವೇತವರ್ಣ ಎದ್ದು ಕಾಣುತ್ತಿದ್ದು. ದುಃಖ ಹರಣಕ್ಕಾಗಿ ಕ್ಲಬ್‌ಗಳಿಗೆ ಹೋದಾಗ ಅವರಿಗೆ 'ಬ್ಯೂಟಿ ಇನ್ ಬ್ಲಾಕ್' ಎಂದು ಬಿರುದು ಸಿಕ್ಕಿತೆಂಬುದು ಬೇರೆ ವಿಷಯ ಅಮೂಲ್ಯ ಧನವ್ಯಯಿಸಿ ಇಸ್ಪೀಟ್ ಆಡುತ್ತಾ 'ಬ್ರಿಜ್ ಕ್ವೀನ್' ಆಗಿದ್ದರು. ಕುದುರೆ ಸವಾರಿ, ಟೆನಿಸ್ ಆಟಗಳೂ ನಡೆಯುತ್ತಿದ್ದವು. ಹಲವು ಮಿತ್ರರು ಸದಾ ಸುತ್ತುವರಿದಿರುತ್ತಿದ್ದರು. ವಿಶೇಷತಃ ಮುಖ್ತಾರ್ ನವಾಬ ಅವರ ಬಗ್ಗೆ ಹೆಚ್ಚಿನ ಧ್ಯಾನವೀಯುತ್ತಿದ್ದರು. ಸರ್ಕಾರ್ ಅವರು ಒಂದೆರಡು ಸಲ ತಸ್‌ನೀಮ್ ಪಾಶಾರನ್ನು ಎಚ್ಚರಿಸಿದ್ದರು. ಗದರಿಕೆ–ಬೆದರಿಕೆಗಳ ಪ್ರಯೋಗಕ್ಕೆ ತಸ್‌ಮೀನ್ ಪಾಶಾ ಮಗುವೇನೂ ಆಗಿರಲಿಲ್ಲ. ಅಲ್ಲದೆ, ತಮ್ಮ ಮಲತಾಯಿಗೆ ಈ ಮಕ್ಕಳಿಬ್ಬರ ನಿಗಾ ವಹಿಸುವೆನೆಂದು ಮಾತೂ ಕೊಟ್ಟಿದ್ದರು. ಫಾರುಖ್ ನವಾಬ, ಸರ್ಕಾರ್ ಅವರನ್ನು ಬಹಳ ಗೌರವಾದರದಿಂದ ಕಾಣುತ್ತಿದ್ದರು. ಆದರೆ ತಸ್‌ನೀಮ್ ಪಾಶಾರು ಸೋದರನೊಡನೆ ಜಗಳಾಡಿ ತನ್ನ ಪಾಲಿನ ಆಸ್ತಿಯನ್ನು ಪಡೆದುಕೊಂಡಿದ್ದರು.

ಆಸ್ತಿಯೆಲ್ಲವನ್ನೂ ಹೀಗೆ ಹುಡಿಹಾರಿಸಿದ ಮೇಲೆ ತಸ್‌ನೀಮ್‌ಪಾಶಾರವರು ಬಹಳ ಸುಲಭವಾಗಿ ಮಹಾಸರ್ಕಾರ್ ಹಾಗೂ ಅವರ ಪುತ್ರ ಆಜರ್ ನವಾಬರು ವಾಸವಾಗಿದ್ದ 'ಫರ್ಮಾನ್' ಹವೇಲಿಯೊಳಗೆ ಪ್ರವೇಶಿಸಿ, ಅಲ್ಲೇ ವಾಸಿಸತೊಡಗಿದ್ದರು. ಹಳೆಯ ಹೈದರಾಬಾದ್‌ನಲ್ಲಿ ಮಹಾಸರ್ಕಾರ್ ಅವರಿಗೆ ಇನ್ನೂ ಕೆಲವು ಹವೇಲಿಗಳಿದ್ದರೂ "ಪರ್ಮಾನ್'ನ ಮುಕ್ತ ವಾತಾವರಣವೇ ಅವರಿಗೂ ಅವರ ಪುತ್ರನಿಗೂ ಇಷ್ಟವಾಗಿತ್ತು.

ತಸ್‌ನೀಮ್ ಪಾಶಾರ ಸಂಪಾದನೆ ಹೆಸರಿಗೆ ಮಾತ್ರವಿತ್ತು. ಹಣವನ್ನವರು ನೀರಿನಂತೆ ವ್ಯಯಿಸುತ್ತಿದ್ದರು. ಹೀಗಿದ್ದಾಗ, ಉಳಿದ ಅಲ್ಪವನ್ನಾದರೂ ಉಳಿಸುವ ಯೋಚನೆಯಿಂದ ಮಹಾಸರ್ಕಾರ್ ಅವರು, ಅವರನ್ನು ಮಕ್ಕಳೊಡನೆ ತಮ್ಮಲ್ಲಿಗೆ ಬಂದು ವಾಸಿಸುವಂತೆ ಸಲಹೆ ಇತ್ತರು. ಜೊತೆಗೇ ಅವರ ಉಳಿದ ಸಂಪತ್ತಿನ ಮೇಲ್ವಿಚಾರಣೆ ಆಜರ್ ನವಾಬರಿಗೆ ಸೇರಿದ್ದೆಂಬ ಶರ್ತವನ್ನೂ ಇಟ್ಟರು. ತಸ್‌ನೀಮ್ ಪಾಶಾರು ಸುಲಭವಾಗಿಯೇ ಒಪ್ಪಿಕೊಂಡರು. ಸೋದರ ಫಾರೂಖ್ ನವಾಬರೊಡನಿರುವುದು ಅವರಿಂದ ಶಕ್ಯವಿದ್ದಿಲ್ಲ, ಮೊದಮೊದಲು ಮಹಾಸರ್ಕರ್ ಅವರು ತಂಗಿಯ ಬಗ್ಗೆ ಅಷ್ಟೇನೂ ಬಿಗಿಯಾಗಿರಲಿಲ್ಲ. ಆದರೆ, ಕ್ರಮೇಣ ಅವರ ಅನರ್ಥಕರ ಖರ್ಚು–ವೆಚ್ಚಗಳಿಂದ ಸೋತುಹೋಗಿ, ಸರಿಯಾದ ಕ್ರಮ ತೆಗೆದುಕೊಳ್ಳತೊಡಗಿದರು. ಆಜರ್ ನವಾಬರು ಆಸ್ತಿ–ಪಾಸ್ತಿಯ ಮೇಲ್ವಿಚಾರಣೆ ಶುರುಮಾಡಿದಂದಿನಂದ ಮುನ್ನಿಸಾಹೇಬರು ತಸ್‌ನೀಮ್ ಪಾಶಾರ ಪ್ರತಿಯೊಂದು ಬಿಲ್ ಅನ್ನೂ ವಿಚಾರಣೆ ಮಾಡಿಯೇ ಪಾವತಿ ಮಾಡಬೇಕೆಂದು ಕಟ್ಟಪ್ಪಣೆಯಿತ್ತಿದ್ದರು. ಮನ್ನಿಸಾಹೇಬರ ವಿಚಾರಣೆ ಪಾಶಾರನ್ನು ದುಃಖಿತರನ್ನಾಗಿಸುತ್ತಿತ್ತು. ಹಾಗೂ ಈ ಬಗ್ಗೆ ಅವರು ಬೇಗಂ ಸಾಹಿಬಾರೊಡನೆ ದೂರಿಕೊಳ್ಳುತ್ತಿದ್ದರು. ಈಗ ಕೆಲದಿನಗಳಿಂದ ಆಜರ್ ನವಾಬರು ವಿದೇಶಕ್ಕೆ ಹೋಗಿದ್ದು, ತಸ್‌ನೀಮ್ ಪಾಶಾರು ಮಹಾಸರ್ಕಾರ್ ಅವರ ಮನಒಲಿಸಿಕೊಳ್ಳುವ ಪ್ರಯತ್ನ ನಡೆಸಿದ್ದರು. ಮುನ್ನಿ ಸಾಹೇಬರಿಗೆ ಅವರ ರೀತಿ–ನೀತಿ ಸ್ವಲ್ಪವೂ ಹಿಡಿಸುತ್ತಿರಲಿಲ್ಲ.

ಕೆಲದಿನಗಳಿಂದ ಮುಖ್ತಾರ್ ನವಾಬರು ಹೆಚ್ಚಾಗಿ ಹವೇಲಿಗೆ ಬಂದು ಹೋಗುತ್ತಿದ್ದುದು, ಮಹಾಸರ್ಕಾರ್ ಅವರ ಮನದ ಗೊಂದಲಕ್ಕೆ ಕಾರಣವಾಗಿದ್ದಿತ್ತು. ಐವತ್ತರ ಪ್ರಾಯ ಸಮೀಪಿಸಿದ್ದ ಮುಖ್ತಾರ್ ನವಾಬರು ಇನ್ನೂ ಅವಿವಾಹಿತರಾಗಿದ್ದರು. ಸ್ವಚ್ಛಂದ ಜೀವನ ನಡೆಸುತ್ತಿದ್ದ ಅವರ ಬಗ್ಗೆ ಎಲ್ಲರೂ ಚಿಂತಿತರಾಗಿದ್ದರು. ತಸ್‌ನೀಮ್ ಪಾಶಾರು ಮುಖ್ತಾರ್ ನವಾಬರೊಡನೆ ಬೆರೆಯುವುದು ಸರ್ಕಾರ್ ಅವರಿಗೆ ಸ್ವಲ್ಪವೂ ಇಷ್ಟವಿರಲಿಲ್ಲ. ಈಗ ಶಾಹಾನಾ ಕೂಡ ಅವರೊಂದಿಗೆ ತಿರುಗುವುದು ಅವರನ್ನು ಇನ್ನೂ ಚಿಂತೆಗೆ ಹಚ್ಚಿತ್ತು. ತಸ್‌ನೀಮ್ ಪಾಶಾರು ಮಾತ್ರ ಸಂತುಷ್ಟರಾಗಿದ್ದರು. ತಮ್ಮ ಮಗಳ ಸೌಂದರ್ಯ ಒಂದು ದಿನ ಅವಳನ್ನು ಆಜರ್ ನವಾಬರ ವಧುವನ್ನಾಗಿ ಮಾಡುವುದೆಂದೂ, ತನ್ಮೂಲಕ ಹವೇಲಿಯಲ್ಲಿ ತಮ್ಮ ಸ್ಥಾನ ಭದ್ರಗೊಳ್ಳುವುದೆಂದೂ ಅವರು ಭರವಸೆಯಿಂದಿದ್ದರು.

'ಸರ್ಕಾರ್, ನೀವು ಒಪ್ಪಿಗೆಯಿತ್ತರೆ, ಶಾಹಾನಾ, ಏಮನ್‌ರೊಡನೆ ನಾವು ಗೋಲ್ಕೊಂಡ, ತಿರುಗಾಡಿ ಬರಲೆ?' ಬಶಾರತ್ ನವಾಬರು ಕೇಳಿದರು. ಮಹಾಸರ್ಕಾರ್ ಉತ್ತರಿಸುವ ಮೊದಲೇ ಶಾಹಾನಾ, ಖಂಡಹರಗಳಲ್ಲಿ ಸುತ್ತುವುದು ತನಗಿಷ್ಟವಿಲ್ಲವೆಂದು ಸಾರಿಬಿಟ್ಟಳು.

'ನೀನು ಬರಲಾರೆಯೆಂದು ನನಗೆ ತಿಳಿದಿತ್ತು' ಬಶಾರತ್ ನವಾಬರು ನುಡಿದರು.

'ಆದ್ದರಿಂದಲೇ ನೀನು ಶಾಹಾನಾಳನ್ನು ಆಮಂತ್ರಿಸಿದೆ' ತಸ್‌ನೀಮ್ ಪಾಶಾ ಉಸುರಿದರು. ಅವರಿಗೆ ತಮ್ಮ ಸೋದರಿಯ ಹೊಸ ಸೆಕ್ರೆಟರಿಯ ಬಗ್ಗೆ ಕ್ರೋಧವಿತ್ತು; ತಮ್ಮ ನವಾಬಕುವರನೊಡನೆ ಬೆರೆಯುವ ಅವಳ ಧೈರ್ಯ ಅಕ್ಷಮ್ಯವೆಂದವರ ಅಭಿಪ್ರಾಯವಾಗಿತ್ತು.

'ನೀನೂ ಹೋಗುವ ಅಗತ್ಯವಿಲ್ಲ, ಬಶಾರತ್ ಶಾಹಾನಾಳನ್ನು ಹೇರ್ ಡ್ರೆಸ್ಸಿಂಗ್‌ಗೆ ಕರೆದೊಯ್ಯಲಿದೆ; ನನಗೆ ಮುಖ್ತಾರ್ ನವಾಬರಲ್ಲಿಗೆ ಲಂಚ್‌ಗೆ ಹೋಗಲಿದೆ. ನೀನು ನಮ್ಮನ್ನು ಬಿಟ್ಟು ಬಾ'

'ಶಫಾಯರ್ ನಿಮ್ಮನ್ನು ಕರೆದುಕೊಂಡು ಹೋಗಬಹುದು ಮಮ್ಮಿ' ಬಶಾರತ್ ನವಾಬರು ಕುತ್ತಿಗೆ ತುರಿಸುತ್ತಾ ಮೆಲುದನಿಯಲ್ಲಿ ಹೇಳಿದರು.

'ಶಫಾಯರ್ ಎರಡು ದಿನಗಳ ರಜೆಯಲ್ಲಿ ಹೋಗಿದ್ದಾನೆ. ಅವನ ಮಗುವಿಗೆ ಅಸೌಖ್ಯವಾಗಿದೆ. ಇರಲಿ, ಬಶಾರತ್, ನೀನು ಮತ್ತು ಏಮನ್ ಹೋಗಿಬನ್ನಿ, ಪಾಪ! ಹುಡುಗಿ ಬಂದಂದಿನಿಂದ ಇಲ್ಲೇ ಬಂದಿಯಾಗಿದ್ದಾಳೆ.' ಮಹಾ ಸರ್ಕಾರ್ ನುಡಿದರು.

'ಆದರೆ, ಆಪಾ ಬೇಗಂ, ನನಗೆ ಮುಖ್ತಾರ್ ನವಾಬ್......'

ತಸ್‌ನಿಮ್ ಪಾಶಾ ಹೇಳುತ್ತಿದ್ದಂತೆಯೇ ಸರ್ಕಾರ್ ನುಡಿದರು. 'ಏನೂ ಚಿಂತೆಯಿಲ್ಲ. ನೀನು ಮುಖ್ತಾರ ನವಾಬ್‌ಗೆ ಫೋನ್ ಮಾಡಿ ತಿಳಿಸು ಲಂಚ್‌ಗೆ ಬರಲಾಗುವುದಿಲ್ಲವೆಂದು ಹೇಳು.'

ಮಹಾಸರ್ಕಾರ ಅವರ ಮಾತಿನ ಬಿಗುವು, ತಸ್‌ನೀಮ್ ಪಾಶಾರನ್ನು ಸುಮ್ಮನಾಗಿಸಿತು. ಏನೇ ಇದ್ದರೂ, ಅವರು ಸರ್ಕಾರ್ ಅವರಿಗೆ ಹೆದರುತ್ತಿದ್ದರು.

ಏಮನ್, ಕಿಚನ್ ಹೊಕ್ಕು ಬೇಗಬೇಗನೇ ಸ್ಯಾಂಡ್‌ವಿಚ್ ತಯಾರಿಸಿಕೊಂಡಳು. ಥರ್ಮಾಸ್ ಪ್ಲಾಸ್ಕ್‌ನಲ್ಲಿ ಕಾಫಿ ತುಂಬಿದಳು. ಹವೇಲಿಯ ಪಾಕಗೃಹದೊಳಗೆ ಅವಳು ಸುಲಭವಾಗಿ ಪ್ರವೇಶಿಸಿದ್ದಳು. ಹಿಂದೆ ಹದಿನೈದಿಪ್ಪತ್ತು ಜನ ಅಡಿಗೆಯವರಿದ್ದಲ್ಲಿ ಈಗ ಕೆಲವರಷ್ಟೇ ಉಳಿದಿದ್ದರು. ಹವೇಲಿಯ ನಿವಾಸಿಗಳಿಗೆ ಒಬ್ಬೊಬ್ಬರಿಗೆ ಒಂದೊಂದು ವಿಧದ ಅಡಿಗೆ ತಯಾರಾಗುತ್ತಿತ್ತು. ಮಹಾಸರ್ಕಾರ್ ಅವರು ಪಥ್ಯದ ಅಡಿಗೆ ಉಣ್ಣುತ್ತಿದ್ದರು.; ಶಾಹಾನಾಗೆ ಡಯಟಿಂಗ್ ಅಗತ್ಯವಿತ್ತು. ತಸ್‌ನೀಮ್ ಪಾಶಾಗೆ ಕಾಂಟಿನೆಂಟಲ್ ಅಡಿಗೆ; ಬಶಾರತ್ ನವಾಬರಿಗೆ ಕೋಳಿ ಮಾಂಸದ ಅಡಿಗೆ ಹೀಗೆಲ್ಲ, ಕೇವಲ ಏಮನ್ ಒಬ್ಬಳಿಗೆ ಮಾತ್ರ ಯಾವುದೇ ಆಹಾರವನ್ನಾದರೂ ಸೇವಿಸಲು ಕಷ್ಟವಿರಲಿಲ್ಲ. ಅವಕಾಶ ಮಾಡಿಕೊಂಡು ಏಮನ್ ಆಗಾಗ ಅಡಿಗೆ ಕೋಣೆಗೆ ಹೋಗುತ್ತಿದ್ದಳು. ಅವಳ ಬರವು ಹೊಸ ಗಾಳಿಯ ಅಲೆಯಂತೆ ಅಲ್ಲಿ ಪರಿಣಾಮ ಬೀರುತ್ತಿತ್ತು. ಅಬ್ದುಲ್ ಕರೀಮ್ ದ್ವಿಗುಣಿತ ಉತ್ಸಾಹದಿಂದ ತನ್ನ ಕೆಲಸದಲ್ಲಿ ಮಗ್ನನಾಗುತ್ತಿದ್ದ, ಏಮನ್ ಕೇವಲ ತರಕಾರಿ ಕೊಯ್ದು ಕೊಡುವಷ್ಟರಿಂದಲೇ ತನ್ನ ಕೆಲಸ ಹೇಗೆ ಅಷ್ಟೊಂದು ಹಗುರಾಗುತ್ತವೆ ಎಂಬುದು ಅವನಿಗೆ ಅಚ್ಚರಿಯೆನಿಸುತ್ತಿತ್ತು. ಹೋಮ್ ಸಾಯನ್ಸ್‌ನ ತನ್ನ ವಿದ್ಯೆಯ ಪ್ರಾವೀಣ್ಯತೆಯನ್ನು ಏಮನ್ ಇಲ್ಲಿ ಒರೆಗೆ ಹಚ್ಚುತ್ತಿದ್ದಳು, ಸ್ವಚ್ಛತೆಯ ಬಗ್ಗೆ ಅಬ್ದುಲ್ ಕರೀಮ್‌ನ ಗಮನ ಸೆಳೆದ ಏಮನ್, ಇಬ್ಬರು ಪರಿಚಾರಿಕೆಯರ ಸಹಾಯದಿಂದ ಎಲ್ಲವೂ ಸ್ವಚ್ಛ, ಸುಂದರವಾಗಿ ಹೊಳೆಯುವಂತೆ ಮಾಡಿದಳು. ಕಿಟಕಿಗಳು ತೆರೆಯಲ್ಪಟ್ಟು ಸಾಕಷ್ಟು ಗಾಳಿ, ಬೆಳಕು ಒಳಪ್ರವೇಶಿಸಿದವು. ಮದ್ದು ಚಿಮುಕಿಸಿ ಕ್ರಿಮಿಗಳೆನ್ನೆಲ್ಲ ನಾಶಪಡಿಸಲಾಯಿತು. ಸ್ವಚ್ಛವಾಗಿ, ಓರಣವಾಗಿಲ್ಪಟ್ಟ ವಸ್ತುಗಳು

ಕೋಣೆಯ ಸ್ವರೂಪವನ್ನೇ ಬದಲಿಸಿದವು. ಫ್ರಿಜ್‌ನೊಳಗೆ ಉಪಯುಕ್ತ ತರಕಾರಿ, ಇತರ ವಸ್ತುಗಳು ತುಂಬಿಕೊಂಡುದರಿಂದ ಅಬ್ದುಲ್ ಕರೀಮ್ ಮೊದಲಿನಂತೆ ಬಾರಿ ಬಾರಿಗೂ ಪಟ್ಟಣಕ್ಕೆ ಓಡಬೇಕಾಗುತ್ತಿರಲಿಲ್ಲ. ಕೆಲಸ ಸಮಯದಲ್ಲಿ ಮುಗಿದು, ತನ್ನ ಪತ್ತೆದಾರಿ ಕತೆ, ಕಾದಂಬರಿಗಳನ್ನೋದುವ ಹವ್ಯಾಸವನ್ನು ಅವನು ಪುನಃ ಬೆಳೆಸಿಕೊಳ್ಳಲು ಅವಕಾಶವಾಯಿತು.

ಪಾಕಗೃಹದಿಂದ ಹೊರಟು ಏಮನ್ ಬೇಗನೇ ಕೆಳಗೆ ಬಂದು ತಲುಪಿದಾಗ, ಬಶಾರತ್ ನವಾಬ ಸೈಕಲ್‌ನೊಡನೆ ಸಿದ್ಧವಾಗಿ ನಿಂತಿದ್ದರು.

ಹೋಗೋಣ; ಚಂದ್ರಗುಪ್ತನ ರಥ ಸಿದ್ಧವಾಗಿದೆ. ತಮಗಾಗಿ' ಬಶರಾತ್ ನವಾಬ ಆದರದಿಂದ ಬಗ್ಗಿ ನುಡಿದರು. ಮೋಟಾರ್ ಸೈಕಲ್‌ನಲ್ಲಿ ಕುಳಿತು ಬಶಾರತ್ ನವಾಬರೊಡನೆ ಹೋಗಬೇಕಾಗಬಹುದೆಂಬ ಅರಿವಿರದಿದ್ದ ಏಮನ್, ಚಕಿತಳಾಗಿ 'ಮೋಟಾರ್ ಸೈಕಲ್‌ನಲ್ಲೇ' ಎಂದು ಕೇಳಿದಳು.

'ಯಾಕೆ ನನ್ನೊಡನೆ ಮೋಟಾರ್ ಸೈಕಲ್‌ನಲ್ಲಿ ಬರಲು ಶಂಕೆಯೇ?'

'ಹೀಗೆ ನಾನೆಲ್ಲಿ ಹೇಳಿದೆ?' ಏಮನ್ ಮಾತನ್ನು ಸ್ಪಷ್ಟವಾಗಿಸುತ್ತಾ ಸಮಿಪಿಸಿದಳು. ನಾಚಿಕೆಯಿಂದ ಮುದುಡಿದ ಮೊಗ್ಗಿನಂತಿರುವುದು ಅವಳಿಂದ ಸಾಧ್ಯವಿರಲಿಲ್ಲ. ಅಲ್ಲದೆ, ಬಶಾರತ್ ನವಾಬರ ಸ್ಥಾನದಲ್ಲಿ ಬೇರಾರಾದರೂ ಇದ್ದಿದ್ದರೆ, ಅವಳು ಯೋಚಿಸಬೇಕಾಗುತ್ತಿತ್ತೇನೋ, ಆತನ ಚೇಷ್ಟೆ, ತೆರೆದ ವ್ಯವಹಾರಗಳು ಅವರ ನಡುವೆ ಒಳ್ಳೆಯ ಸ್ನೇಹವನ್ನು ಏರ್ಪಡಿಸಿದ್ದುವು. ಏಮನ್‌ಳನ್ನು ನಗಿಸುವುದು ಬಶಾರತ್ ನವಾಬರಿಗೆ ಸುಲಭದ ಕೆಲಸವಾಗಿತ್ತು. ಚಿಕ್ಕ ಚಿಕ್ಕ ವಿಷಯದ ಬಗ್ಗೆಯೂ ಅವರಿಬ್ಬರೂ ತುಂಬಾ ಹೊತ್ತು ನಗುತ್ತಾ ಕಳೆಯುತ್ತಿದ್ದರು.

'ಶಾಹಾನಾ ಬರುವುದಿಲ್ಲವಾದ್ದರಿಂದ, ಸುಮ್ಮನೆ ಇಬ್ಬರಿಗಾಗಿ ಕಾರ್ ಒಯ್ಯುವುದೇಕೆಂದು ಯೋಚಿಸಿದೆ.'

ಏಮನ್‌ಗೆ ಈ ಮಾತು ಇಷ್ಟವಾಯಿತು. ಹವೇಲಿಯಲ್ಲಿ ಎರಡು ಕಾರುಗಳಿದ್ದರೂ, ಆಜರ್ ನವಾಬರು ವ್ಯರ್ಥವಾಗಿ ಅವುಗಳ ಉಪಯೋಗವನ್ನು ಇಷ್ಟಪಡುತ್ತಿರಲಿಲ್ಲವೆಂದು ಅವಳು ಬಲ್ಲಳು.

'ಹಾಗಾದರೆ, ಬಸ್‌ನಲ್ಲಿ ಹೋಗಬಹುದಿತ್ತು. ನಿಮ್ಮ ನವಾಬ ಗೌರವಕ್ಕೇನಾದರೂ ಕುಂದಾಗುತ್ತಿತ್ತೆ?'

'ಇಲ್ಲಿ ಬೆಳಗ್ಗೆ ಮತ್ತು ಸಂಜೆ ಒಂದೇ ಬಸ್ ಬರುತ್ತದೆ. ಅದು ಯಾವಾಗಲೋ ಹೋಗಿಯಾಗಿರಬಹುದು, ನಿನಗೆ ಗೊತ್ತಾ ಏಮನ್,' ಅವರೊಂದು ಕಥೆ ಶುರುಮಾಡಿದರು. 'ನಾನೊಮ್ಮೆ ಬಸ್‌ನಲ್ಲಿ ಹೋಗುತ್ತಿದ್ದೆ ಎಷ್ಟೊಂದು ರಶ್ ಇತ್ತೆಂದರೆ, ಒಬ್ಬಾತ ಬಂದು ನನ್ನ ಕಾಲ್ಗಳ ಮೇಲೆ ನಿಂತುಕೊಂಡ.

‘ಬೇಕೆಂದೆ?’ ಏಮನ್‌ಳ ಕುತೂಹಲ ಏರಿತು.

‘ಬೇಕೆಂದೆ ನಿಲ್ಲುತ್ತಿದ್ದರೆ. ನಾನವರನ್ನು ಎತ್ತಿ ಎಸೆಯುತ್ತಿರಲಿಲ್ವೆ, ಅಲ್ಲಿ ರಶ್ ಹಾಗಿತ್ತು.’

‘ಓ! ತಿಳಿಯಿತು, ತಿಳಿಯಿತು, ಮತ್ತೇನಾಯ್ತು?’

‘ಬಹಳ ಹೊತ್ತು ಹೀಗೇ ನಿಂತಿದ್ದ; ನಾನು ಸಹಿಸುತ್ತಿದ್ದೆ. ಸ್ವಲ್ಪ ಸಮಯದ ಬಳಿಕ ರಶ್ ಕರಗಿತು. ಆದರೆ ಆತ ತೊಲಗಲಿಲ್ಲ, ಆಗ ನಾನು ಕೈ ಜೋಡಿಸಿ ಅವನಿಗೆ ಹೇಳಿದೆ....’ ಬಶಾರತ್ ನವಾಬ ತಡೆದರು.

‘ಏನ್ ಹೇಳಿದಿರಿ?’

‘ನಾನು ಅವರೊಡನೆ ಕೇಳಿದೆ. ‘ಮಹಾಶಯ, ನೀವು ನಿಮ್ಮ ಕಾಲ್ಗಳಲ್ಲಿ ನಿಲ್ಲುವುದನ್ನು ಎಂದಿಗೆ ಕಲಿಯುವಿರಿ?’

ಏಮನ್‌ಳಿಂದ ನಗುವಿನ ಬುಗ್ಗೆಯೇ ಚಿಮ್ಮಿ ಬಂತು.

‘ಸುಳ್ಳು! ಖಂಡಿತ ಸುಳ್ಳು ! ನೀವಿದುವರೆಗೆ ಬಸ್‌ನ ಮೆಟ್ಟಿಲಲ್ಲೂ ಕಾಲಿರಿಸಿರಲಿಕ್ಕಿಲ್ಲ! ಅವಳೆಂದಳು.

‘ಅದೇನೋ ಸರಿಯೆ, ಮ್ಯಾಡಮ್, ಆದರೆ, ನಿಮ್ಮಲ್ಲೊಂದು ಪ್ರಾರ್ಥನೆ! ನೀವೀಗ ನನ್ನ ಕಾಲನ್ನು ತುಳಿಯುತ್ತಿದ್ದೀರಿ.’

ಏಮನ್ ಹೌಹಾರಿದಳು. ನಿಜವಾಗಿಯೂ ಅವರ ಮಾತಿನಲ್ಲಿ ಮುಗ್ಧಳಾಗಿ ಅವಳು ಅರಿಯದೆಯೇ ಒಂದು ಕಾಲನ್ನು ಅವರ ಕಾಲಮೇಲೆ ಇರಿಸಿದ್ದಳು. ಏಮನ್ ಮೇಲೆ ನೋಡಿದಾಗ ಕಿಟಕಿಯಿಂದ ಅವರನ್ನು ದಿಟ್ಟಿಸುತ್ತಿದ್ದ ಶಾಹಾನಾ ಹೊರಟಿದ್ದ ಅವರಿಗೆ ಕೈಯಾಡಿಸಿದಳು.

ಏಮನ್ ಪಿಕ್‌ನಿಕ್ ಬಾಸ್ಕೆಟ್ ಹಿಡಿದುಕೊಂಡು ಹಿಂದೆ ಕುಳಿತೊಡನೆಯೇ ಬಶಾರತ್ ನವಾಬ ಬೈಕ್ ಸ್ಟಾರ್ಟ್ ಮಾಡಿದರು.

‘ಈ ಬಾಸ್ಕೇಟ್ ನಡುವೆ ಇರದಿದ್ದರೆ ಚೆನ್ನಾಗಿತ್ತು.’ ಅವರು ಹಿಂದಿರುಗಿ ಏಮನ್‌ಳನ್ನೇ ನೋಡುತ್ತಾ ಹೇಳಿದರು. ಅವಳು ನಕ್ಕು, ಒಂದು ಕೈಯಿಂದ ಅವರ ತಲೆಯನ್ನು ಎದುರಿಗೆ ತಿರುಗಿಸಿದಳು.

‘ಎದುರು ನೋಡಿರಿ, ಇಲ್ಲವಾದ್ರೆ ಕಣಿವೆಯಲ್ಲಿ ಬೀಳಿಸುವಿರಿ’ ನೀವು ಅವಳೆಂದಳು.

‘ನಿನ್ನೊಡನೆ ಕಣಿವೆಯಲ್ಲಿ ಬೀಳುವುದರಲ್ಲೂ ಮಜಾ ಇದೆ.’ ಅವರು ಬೊಬ್ಬಿಡುತ್ತಾ ಹೇಳಿದರು.

‘ಕ್ಷಮಿಸಿ, ನಾನಿನ್ನೂ ನನ್ನ ಮೊದಲ ತಿಂಗಳ ಸಂಬಳವನ್ನೇ ಪಡೆದಿಲ್ಲ. ಈಗಲೇ ನನ್ನ ಸಾಯುವ ಪ್ರೋಗ್ರಾಂ ಏನೂ ಇಲ್ಲ.’

'ಸರಿ, ಈಗಲ್ಲವಾದರೆ ನಂತರ, ಈಗ ನಾನೂ ನನ್ನ ಒಳ್ಳೆಯ ಸೂಟ್ ಧರಿಸಿಲ್ಲ.'

ರಸ್ತೆಯಲ್ಲಿ ಟ್ರಾಫಿಕ್ ಹೆಚ್ಚಿರದಿದ್ದರೂ, ಬಶಾರತ್ ನವಾಬರು ಹೋಗುತ್ತಿದ್ದ ವೇಗಕ್ಕೆ ಏಮನ್‌ಳ ಹೃದಯ ಬಾಯಿಗೆ ಬರುವಂತಿತ್ತು. ಬೇಗನೇ ಅವರು ಗೋಲ್ಕೊಂಡದ ಬುಡವನ್ನು ತಲುಪಿದರು. ಎದುರಿಗೆ ಎತ್ತರದಲ್ಲಿ ಬಾಲಾಹಿಸಾರ್ ಇತ್ತು. ಮೊಗಲ್ ಬಾದಾಶಾಹರುಗಳಿಗೆ ಸವಾಲೆಸೆದು ಧೃಡವಾಗಿ ನಿಂತಿದ್ದ ಕೋಟೆಯ ಇತಿಹಾಸ ಕಣ್ಣೆದುರು ಬರುವಂತಿತ್ತು. ಆದರೆ ಎಲ್ಲ ಕೋಟೆಗಳೂ ಒಂದಿಲ್ಲೊಮ್ಮೆ ಪತನವನ್ನು ಕಂಡೇ ಕಾಣುತ್ತವೆ. ಗೋಲ್ಕೊಂಡದ ಕೋಟೆಯ ಅಂದಿನ ವೈಭವವೆಲ್ಲಿ?! ಭೂಗರ್ಭದಿಂದ ಹೊರಬಂದ ವಜ್ರಗಳೆಷ್ಟು?! ರೇಶಿಮೆಯ ಕಲಾತ್ಮಕ ಚಿತ್ತಾರದ ವಿನ್ಯಾಸಗಳೆಷ್ಟು?; ಜಗತ್ತಿನ ಶ್ರೇಷ್ಠತೆಯ ಕೋಹಿನೂರ್ ವಜ್ರ ಇದೇ ಭೂಗರ್ಭದಿಂದುದಿಸಿ ಬಂದು, ಎಷ್ಟೊಂದು ಕೈಗಳನ್ನು ಬದಲಿಸಿ, ಇಂಗ್ಲೆಂಡ್‌ನ ರಾಜಕೀರಿಟವನ್ನು ಸೇರಿತು. ಎಲ್ಲಾ ವೈಭವವೂ ಈಗ ಮರೆತ ಕಥೆಯಾಗಿತ್ತು, ಜಗತ್ತಿನ ಪತನಕ್ಕೆ ಹಿಡಿದ ಕನ್ನಡಿಯಂತೆ ಎಲ್ಲವೂ ಅವಶೇಷ ಮಾತ್ರವಾಗಿದ್ದವು.

'ಯಾರು ಮೊದಲು ಕೋಟೆಯ ಮೇಲಕ್ಕೆ ಹತ್ತುವೆವೋ ನೋಡೋಣ ಬಶಾರತ್ ನವಾಬರು ಸವಾಲೊಡ್ಡಿದರು.

'ನೋಡೋಣ' ಏಮನ್ ಕೂಡ ಟೊಂಕಕಟ್ಟಿ ನುಡಿದಳಾದರೂ ಏರುತ್ತಿರುವ ಬಿಸಿಲಿನ ಬಗ್ಗೆ ಅವಳಿಗೆ ಭಯವೆನಿಸಿತು. ಬಶಾರತ್ ನವಾಬರೇನೋ ವ್ಯಾಯಾಮ ಮಾಡಿದ ಸದೃಢ ಶರೀರದಿಂದ ಬಿಸಿಲನ್ನು ತಡೆದು ಕೊಳ್ಳಬಹುದು. ಅವರೆದುರು ಏಮನ್ ದೃಢವಾದ ಮರದಲ್ಲಿ ಸಿಲುಕಿದ ಮಲ್ಲಿಗೆಯ ಎಸಳಿನಂತಿದ್ದಳು, ಆದರೆ, ಈಗ ಒಪ್ಪಿಕೊಂಡಮೇಲೆ ಹಿಂಜರಿಯಲೆಂತು?

ಆ ಪಿಕ್‌ನಿಕ್ ಬಾಸ್ಕೆಟ್ ಇತ್ತಕೊಡು, ಅಷ್ಟು ಕನ್‌ಸೆಶನ್ ಕೊಡ್ತೇನೆ' ಬಶಾರತ್ ನವಾಬ ಬಾಸ್ಕೆಟ್ ತೆಗೆದುಕೊಂಡು ಹೊರಟರು.

ಸ್ವಲ್ಪದೂರ ಇಬ್ಬರೂ ಒಟ್ಟಿಗೇ ಹತ್ತುತ್ತಿದ್ದರು. ಅಗಲವಾದ ಮೆಟ್ಟಿಲುಗಳನ್ನು ಏಮನ್ ಒಂದೊಂದರಲ್ಲಿ ಎರಡುಮೂರು ಹೆಜ್ಜೆಯಿಟ್ಟು ಏರಬೇಕಾದರೆ, ಬಶಾರತ್ ನವಾಬರು ಉದುದ್ದದ ಒಂದೊಂದೇ ಹೆಜ್ಜೆಯಿಟ್ಟು, ಹತ್ತುತ್ತಿದ್ದರು. ಬಿಳಿ ಪ್ಯಾಂಟ್ ಹಾಗೂ ನೀಲಿ ಜರ್ಸಿಯಲ್ಲಿ ಅವರು ಸುಲಲಿತವಾಗಿ, ಐಸ್‌ನ ಮೇಲೆ ಸ್ಕೇಟಿಂಗ್ ಮಾಡಿದಂತೆ ಚಲಿಸುತ್ತಿದ್ದರು. ಇಪ್ಪತ್ತೈದು-ಮೂವತ್ತು ಮೆಟ್ಟಿಲುಗಳ ನಂತರ ಅವರು ಒಮ್ಮೆಲೇ ನಿಂತುದನ್ನು ಕಂಡು ಏಮನ್ ಕೂಡ ನಿಂತುಬಿಟ್ಟಳು.

'ವಿಷಯ ನಿರ್ಧಾರವಾಗಲಿಲ್ಲ' ಅಲ್ಲಿಂದಲೇ ಅವರು ನುಡಿದರು.

'ಏನು ವಿಷಯ?' ಆಶ್ಚರ್ಯದಿಂದ ಕೇಳಿದಳು.

'ಸೋಲು ಗೆಲುವಿನ ಇತ್ಯರ್ಥಕ್ಕೆ ಬಹುಮಾನವನ್ನೇನೂ ನಿಶ್ಚಯಿಸಿಲ್ಲ'

'ಬಶಾರತ್ ನವಾಬ, ಈ ಬಹುಮಾನವೆಲ್ಲ ನಿಮ್ಮಂತಹವರಿಗೇ ಸರಿ, ನಾನು ಬಡವಿ ನಿಮಗೇನು ಕೊಡಬಲ್ಲೆ?' ಏಮನ್ ತನ್ನ ಬಿಚ್ಚಿಕೊಂಡ ಕೂದಲನ್ನು ಕಟ್ಟುತ್ತಾ ನುಡಿದಳು.

'ನಿನಗೂ ದೇವರು ಸಾಕಷ್ಟು ಕೊಟ್ಟಿದ್ದಾನೆ' ಬಶಾರತ್ ನವಾಬ ಬಿಸಿಲಿನಲ್ಲಿ ಕೆಂಪಗೆ ಹೊಳೆಯುತ್ತಿದ್ದ ಅವಳ ಮುಖದ ಮೇಲೆ ದೃಷ್ಟಿ ನೆಟ್ಟು ನುಡಿದರು.

'ನೀವೂ ಒಳ್ಳೆ ತಮಾಷೆ ಮಾಡುತ್ತೀರಿ' ಏಮನ್ ನಕ್ಕಳು.

'ಈಗ ಕೆಲವೇ ದಿನಗಳ ಮೊದಲು ಗೋಲ್ಕೊಂಡದ 'ಕೋಟೆಯನ್ನು ನಾನು, ನಿನ್ನ ಹೆಸರಿಗೆ ಬರೆದುದನ್ನು ಮರೆತೆಯಾ?' ಬಶಾರತ್ ನವಾಬರು ಹೇಳಿದೊಡನೆ ಇಬ್ಬರೂ ಮರುಕ್ಷಣವೇ ಜೋರಾಗಿ ನಕ್ಕು ಬಿಟ್ಟರು.

'ಹೀಗೆ ಮಾಡುವಾ; ಗೆದ್ದವರಿಗೆ ಬಹುಮಾನ ಕೇಳುವ ಹಕ್ಕು ಇರಲಿ ಆದರೆ, ಕೊಡುವವರಿಗೆ ಸಾಮರ್ಥ್ಯ ಇರುವಂತಹ ವಸ್ತುವನ್ನು ಮಾತ್ರ ಕೇಳಬೇಕು.' ಬಶಾರತ್ ನವಾಬರೆಂದರು.

'ಒಪ್ಪಿಗೆ ಆದರೆ, ತಡೆಯಿರಿ, ಏನಾದರೂ ಅಂತಿಂತಹ.....'

'ಇಲ್ಲಪ್ಪಾ ಇಲ್ಲ; ದೇವ್ರೆ! ನೀವು ಹುಡುಗಿಯರ ತಲೆ ಇಂಥದನ್ನೇ ಯೋಚಿಸುತ್ತಿರುತ್ತದೆ. ನಾನೊಬ್ಬ ಮಾನವಂತ ಹುಡುಗ, ಹಾಗೇ ನೀನು ಹೇಳಿದರೆ. ನೀನು ಯೋಚಿಸುವುದನ್ನೇ ಕೇಳುವೆ.' ಬಶಾರತ್‌ನವಾಬ ಎಂದರು.

ಏಮನ್ ಕಿಲಕಿಲನೆ ನಕ್ಕುಬಿಟ್ಟಳು.

'ನೀವಂತೂ ನೀವೇ ಗೆಲುವಿರೆಂದು ತಿಳಿದುಕೊಂಡಂತಿದೆ'

'ಆದಂತೂ ಆಗುವುದೇ'

'ಆಮೆ ಮತ್ತು ಮೊಲದ ಕತೆ ಮರೆತಿರೇನು?'

'ನಾನಂತೂ ಯಾವ ಮೌಲ್ಯಕ್ಕೂ ಆ ಕೆಟ್ಟ ಆಮೆಯಾಗಲು ತಯಾರಿಲ್ಲ, ಹಾಳಾದ್ದು!'

"ನವಾಬ ಸಾಹಬ್, ತಡೆದುಕೊಳ್ಳಿ, ಭಾಷೆ ಕೆಟ್ಟದಾಗುತ್ತಿದೆ," ಏಮನ್ ಆಸ್ಥಾನ ಶೈಲಿಯಲ್ಲಿ ನುಡಿದು, ಬಶರತ್ ನುಡಿದು, ಬಶಾರತ್ ನವಾಬರು ತನ್ನಲ್ಲೇ ಮಗ್ನರಾಗಿರುವ ಸದವಕಾಶ ನೋಡಿ ಓಟಕ್ಕಿತ್ತಳು.

ಬಶಾರತ್ ನವಾಬರು ಕೆಲಹೊತ್ತಿನವರೆಗೆ ಆ ಹಾರುವ ಚಿಟ್ಟೆಯನ್ನು ನೋಡುತ್ತಿದ್ದು. ಬಳಿಕ ಸಂತುಷ್ಟರಾಗಿ, ಸಿಳ್ಳೆಯೂದುತ್ತಾ ಓಡ ತೊಡಗಿದರು. ಮೋಡಗಳು ಸೂರ್ಯನನ್ನು ಮರೆಮಾಡುತ್ತಾ ಕವಿದು ಬರುತ್ತಿದ್ದುವು. ಆದರೂ ಸ್ವಲ್ಪ ದೂರ ಓಡುವುದರಲ್ಲಿ ಏಮನ್ ಎದುಸಿರು ಬಿಡತೊಡಗಿದಳು. ಮೊದಲಿಂದಲೇ ಓಡಬಾರದಿತ್ತು; ತಪ್ಪಾಯಿತು ಎಂದು ಕೊಳ್ಳುತ್ತಾ ಅವಳು ತಿರುಗಿ ನೋಡಿದಾಗ ಬಶಾರತ್ ನವಾಬರು ಬಹಳ ಸಮೀಪ ಬಂದು

ಬಿಟ್ಟಿದ್ದರು. ಅವರು ಸ್ವಲ್ಪವೂ ಆಯಾಸಗೊಂಡಿರಲಿಲ್ಲವೆಂದು ಅವರ ಸಿಳ್ಳೇ ಹೇಳುತ್ತಿತ್ತು. ಏಮನ್ ಅವರನ್ನು ಕಂಡು ಪುನಃ ಓಡತೊಡಗಿದರು. ಶೀಘ್ರವೇ ಅವರು ಅವಳನ್ನು ದಾಟಿ ಮುಂದೆ ಹೋದರು.

'ಸೋಲು ಒಪ್ಪಿಕೋ' ಹೋಗುತ್ತಾ ಅವರು ಹೇಳಿದರು.

ಏಮನ್ ಏದುಸಿರು ಬಿಡುತ್ತಲೇ ಇಲ್ಲವೆನ್ನುತ್ತಾ ಓಡತೊಡಗಿದಳು. 'ನಿನ್ನ ಮರ್ಜಿ' ಎನ್ನುವಂತೆ ಭುಜಕುಣಿಸಿ, ಬಶಾರತ್ ನವಾಬರೂ ಓಡತೊಡಗಿದರು.

ಶರ್ತವನ್ನು ಪೂರೈಸಿಯೇ ಬಿಡುವುದೆಂದು ಏಮನ್ ನಿಶ್ಚಯಿಸಿದಳು. ಶರ್ತವೇನೋ ಬಾಲಿಶವಾಗಿದ್ದರೂ, ಎಲ್ಲ ಬೆಳೆದ ಮನುಷ್ಯರೊಳಗೂ ಬಾಲ ಬುದ್ಧಿ ಇರುತ್ತದೆಂಬದೂ ಸುಳ್ಳಲ್ಲ. ಏಮನ್ ಕೂಡ ವೇಗವಾಗಿ ಓಡಬಲ್ಲವಳಾಗಿದ್ದಳು. ಶಾಲಾ-ಕಾಲೇಜುಗಳಲ್ಲಿ ಓಟದಲ್ಲಿ ಅನೇಕ ಪದಕಗಳನ್ನವಳು ಪಡೆದಿದ್ದಳು. ಈಜುವುದೆಂದರೆ ಮಾತ್ರ ಅವಳಿಗೆ ಭಯವಿತ್ತು. ತನ್ನ ತಂದೆಯ ಶತಪ್ರಯತ್ನದಿಂದಲೂ ಬಗ್ಗದೇ, ಕೊನೆಗೂ ಅವಳು ಈಜು ಕಲಿಯದೇ ಉಳಿದಳು. ವೇಗವನ್ನು ಹೆಚ್ಚಿಸಿಕೊಂಡ ಏಮನ್ ಓಡುತ್ತಾ ಬಶಾರತ್ ನವಾಬರ ಸಮೀಪ ಬಂದು, ಅವರನ್ನು ದಾಟುವುದರಲ್ಲಿದ್ದಾಗ, ಕಲ್ಲೊಂದನ್ನು ಎಡವಿ, ಬೀಳಲಿದ್ದವಳು, ಸಾವರಿಸಿಕೊಂಡು ಮುಂದೆ ಸಾಗಿದಳು. ಆದರೆ ಈ ಚಿಕ್ಕ ಅಪಘಾತದಲ್ಲಿ ಬಶಾರತ್ ನವಾಬರ ಕೈಯಲ್ಲಿದ್ದ ಬಾಸ್ಕೆಟ್ ಕೆಳಗೆ ಬಿತ್ತು. ಅವರು ಅವಳನ್ನು ಭರ್ತ್ಸನೆಯಿಂದ ನೋಡಿ, 'ಇದು ಮೋಸ; ಇನಾಮಿನ ಶರತ್ತನ್ನು ಇನ್ನೂ ಕಠಿಣ ಮಾಡಬೇಕಾದೀತು.' ಎನ್ನುತ್ತಾ ಕೆಳಗೆ ಬಿದ್ದ ಸ್ಯಾಂಡ್‌ವಿಚ್‌ನ ಪ್ಯಾಕೇಟ್ ಹಾಗೂ ಸೇಬುಗಳನ್ನು ಬಾಸ್ಕೆಟ್‌ಗೆ ತುಂಬ ತೊಡಗಿದರು. ಏಮನ್ ಈ ಸದವಕಾಶದ ಉಪಯೋಗ ಪಡೆದು, ಮಿಂಚಿನಂತೆ ಓಡಿದಳು. ಅವಳಿಗೆ ಏದುಸಿರು ಬರುತ್ತಿತ್ತು.

ತಿರುವಿನಲ್ಲಿ ಎರಡು ನಿಮಿಷ ನಿಲ್ಲಲೇ ಎಂದು ಅವಳು ಯೋಚಿಸಿತ್ತಿರುವಂತೆಯೇ ಅತ್ತಣಿಂದ ಪ್ರತಿಸ್ಪರ್ಧಿಯ ಹೆಜ್ಜೆಗಳ ಸದ್ದು ಕೇಳಿಸಿತು. ತಲೆಯೆತ್ತಿ ನೋಡಿದಾಗ ಆನತಿ ದೂರದಲ್ಲೇ ಮೆಟ್ಟಿಲುಗಳು ಮುಗಿದು ಕೋಟೆಯ ವಿಸ್ತಾರ ಕಂಡು ಬಂತು, ಏಮನ್ ಸಂತಸದಿಂದ ವೇಗವಾಗಿ ಹೊಡೆದುಕೊಳ್ಳುವ ಹೃದಯದೊಡನೆ ಧಾವಿಸಿದಳು. ಕೆಲವೇ ಮೆಟ್ಟಿಲುಗಳುಳಿದಿದ್ದುವು ಬಶಾರತ್ ನವಾಬರ ಸುಳಿವೇ ಇರಲಿಲ್ಲ. ಉಳಿದ ಮೆಟ್ಟಿಲನ್ನು ಕಣ್ಮುಚ್ಚಿ ಹಾರಿ, ಅವಳು ಕೋಟೆಯ ನೆಲವನ್ನು ಮುಟ್ಟಿಯೇ ಬಿಟ್ಟಳು. ಆದರೆ, ಆ ನೆಲವೇ ಅವಳ ಕಾಲಡಿಯಿಂದ ಕುಸಿದಂತಾಯಿತು. ಅವಳ ಕಂಪಿಸುತ್ತಿರುವ ಶರೀರವನ್ನು ದೃಢವಾಗಿ ತೋಳುಗಳೆರಡು ಆದರಿಸಿ ಹಿಡಿದವು. ಅವಳ ಕಣ್ಣು ತೆರೆದಾಗ ಬಶಾರತ್ ನವಾಬರ ನಗುವ ಕಣ್ಣುಗಳು ಅವಳನ್ನು ದಿಟ್ಟಿಸುತ್ತಿದ್ದವು. ಸೂಜಿ ಚುಚ್ಚಿದ ಬೆಲೂನಿನಂತಾಯಿತು. ಏಮನ್‌ಳ ಸ್ಥಿತಿ, ಎರಡೂ ಕೈಗಳಿಂದ ಮುಖ ಮುಚ್ಚಿ ಅವಳು ಅಲ್ಲೇ ಕುಸಿದಳು. ಬಹಳ ಹೊತ್ತಿನವರೆಗೆ ತಾನು ಸೋಲಿನಿಂದ ನಿರಾಶಳಾಗಿ ಅತ್ತಳೋ, ಇಲ್ಲ. ಹದ್ದುಮೀರಿ ಮುಂದುವರಿದುದರಿಂದ ಅತ್ತಳೋ ಇಲ್ಲ, ಆಯಾಸದಿಂದತ್ತಳೋ ಎಂಬುದು ಅವಳಿಗೆ ತಿಳಿಯಲೇ ಇಲ್ಲ.

‘ಯೂ ಆರ್ ಎ ಪುವರ್ ಲೂಸರ್, ಏಮನ್,’ ಬಶಾರತ್ ನವಾಬರ ಸ್ವರ ಕೇಳಿಸಿತು. ‘ಸೋಲು ಸಹಿಸುವುದು ನಿನ್ನಿಂದಾಗದೆಂದು ನನಗೆ ತಿಳಿದಿರಲೇ ಇಲ್ಲ.’ ಅವರಂದರು.

ಬಶಾರತ್ ನವಾಬ ಮೊದಲ ಬಾರಿಗೆ ಗಂಭೀರತೆಯಿಂದ ಮಾತಾಡುತ್ತಿರುವಂತೆನಿಸಿ, ಏಮನ್ ಮುಖದಿಂದ ಕೈ ತೆಗೆದಳು.

‘ಹಾಗಲ್ಲ; ನಾನು ಗೆಲ್ಲುವೆನೆಂದೇ ನಾನು ತಿಳಿದಿದ್ದೆ ನೋಡಿದರೆ ನೀವು ಗೆದ್ದಿರಿ. ಎಲ್ಲ ಅಚಾನಕವಾಗಿ ಹೀಗಾಯ್ತು. ನನಗೆ ತಲೆ ತಿರುಗಿತ್ತು.

‘ನೀನು ಅಳುತ್ತಿದ್ದೆ’ ಬಶಾರತ್ ನವಾಬ ದೂರುವಂತಂದರು.

‘ಇಲ್ಲ’ ಅವಳು ಮುಗಳ್ನಕ್ಕಳು ಅವಳಿಗೆ ತನ್ನ ಬಾಲಿಶತನದ ಬಗ್ಗೆ ನಗು ಬಂತು. ‘ನಾನು ಸೋಲೊಪ್ಪಿಕೊಳ್ಳುವೆ, ಮತ್ತು ಶರತ್ತು ಪೂರೈಸಲು ಸಿದ್ಧಳಿದ್ದೇನೆ.’

ಬಶಾರತ್ ನವಾಬ ಕೆಲಹೊತ್ತು ಏಮನ್‌ಳ ಮೇಲುಸಿರನ್ನೂ, ಉರಿಯುತ್ತಿರುವ ಮುಖವನ್ನೂ, ನೋಡುತ್ತಿದ್ದು, ಉದಾಸೀನತೆಯಿಂದ ನುಡಿದರು.

‘ನೀನೆಲ್ಲ ಮೋಜನ್ನೂ ಭಂಗಮಾಡಿದೆ. ಇಂಥಲ್ಲಿ ಏನು ಕೇಳುವುದು? ಸರಿ ಇನ್ನೊಮ್ಮೆ ಎಂದಾದರೂ’

‘ಒಪ್ಪಿಗೆ, ನಾನು ನಿಮ್ಮ ಸ್ಥಾನದಲ್ಲಿದ್ದಿದ್ದರೆ ಏನು ಕೇಳುತ್ತಿದ್ದೆನೋ ಗೊತ್ತೆ?’

‘ಏನು?’ ಬಶಾರತ್ ನವಾಬ ದೂರವೆಲ್ಲೋ ಕಲ್ಲುಗಳನ್ನೆಸೆಯುತ್ತಾ ಕೇಳಿದರು.

‘ಮುಕ್ಕಾಲು ಭಾಗ ಸ್ಯಾಂಡ್‌ವಿಚ್‌ಸ್ ಮತ್ತು ಎರಡು ಕಫ್ ಕಾಫಿ’

‘ಇದೇನೋ ದೊಡ್ಡ ಶಾಖಾಹಾರಿ ಇಚ್ಛೆಯಾಯಿತು.’

‘ಮತ್ತೆ ನಾನೇನು ನರಭಕ್ಷಕಳೇ? ಆದರೆ, ಒಂದು ವಿಷಯ ತಿಳಿಸಿ....... ನೀವೂ ನನಗಿಂತ ಮೊದಲು ಹೇಗೆ ಮುಟ್ಟಿದರಿ?’

‘ಆ ಕೊನೆಯ ತಿರುವಿನಲ್ಲಿ, ನೀನು ಮೆಟ್ಟಿಲೇರುತ್ತಿದ್ದಲ್ಲಿ, ಬಂಡೆಯ ಹಿಂದಿನಿಂದ ಒಂದು ಅಡ್ಡರಸ್ತೆ ಮೇಲೆ ಬರುತ್ತದೆ.’

‘ಇದು ಮೋಸವಷ್ಟೇ ನೀವೂ ಆ ಮೆಟ್ಟಿಲುಗಳನ್ನೇ ಏರಬೇಕಿತ್ತು.’

‘ಮ್ಯೊಡಮ್ ಏಮನ್ ಶಹಾಬ್ ಸಾಹಿಬಾ, ಶರ್ತವು ಕೋಟೆಯ ಮೇಲಕ್ಕೆ ಏರುವದಷ್ಟೇ ಆಗಿತ್ತು. ಹೊರತು, ಮೆಟ್ಟಿಲುಗಳ ಬಗ್ಗೆ ಮಾತೇ ಇರಲಿಲ್ಲ.’ ಏಮನ್ ಸುಮ್ಮನಾಗಬೇಕಾಯಿತು.

‘ಈಗೇನು ಅಲೋಚನೆ? ನಾನೇ ಎಲ್ಲಾ ಮುಗಿಸಲೋ, ಇಲ್ಲ, ನೀನೂ ಏನಾದರೂ ತಿನ್ನುವಿಯೋ?’

ಬಶಾರತ್ ನವಾಬ ಒಂದು ಬಂಡೆಗೆ ಒರಗಿ ಕುಳಿತರು. ಏಮನ್ ಮಗ್‌ಗೆ ಕಾಫಿ ಬಗ್ಗಿಸಿದಳು. ಎದುರುಗಡೆ ಎತ್ತರದಲ್ಲಿ ಬಾಲಾಹಿಸಾರ್ ಕಾಣಿಸುತ್ತಿತ್ತು. ಇನ್ನೂ ದೂರದಲ್ಲಿ ಕೆಲವು ಬುರುಜುಗಳು ಸುಸ್ಥಿತಿಯಲ್ಲೇ ಇದ್ದವು.

'ಅದು ರಂಗಮಹಲ್' ಬಶಾರತ್ ನವಾಬ ಕೈ ತೋರಿಸಿದರು. 'ಬಾದಶಾಹ ಇಲ್ಲಿ ಬಾಲಾಹಿಸಾರ್‌ನಲ್ಲಿ ಆಸೀನರಾಗಿದ್ದರೆ, ಅವರ ನರ್ತಕಿಯರು. ಅಲ್ಲಿ ನರ್ತಿಸುತ್ತಿದ್ದರು. ರಂಗಮಹಲ್ ಮತ್ತು ಬಾಲಾಹಿಸಾರ್ ನಡುವೆ ಫರ್ಲಾಂಗಳ ಅಂತರವಿದ್ದರೂ, ಗೆಜ್ಜೆಯ ಸದ್ದು ಇಲ್ಲಿಗೆ ಸರಿಯಾಗಿ ಕೇಳುತ್ತಿತ್ತು.

ಸ್ಯಾಂಡ್‌ವಿಚ್‌ನ ತುಂಡು ಏಮನ್‌ಳ ಬಾಯಲ್ಲಿ ಹಾಗೇ ಉಳಿಯಿತು. ಗೆಜ್ಜೆಯ ದನಿ ಈಗಲೂ ಅವಳಿಗೆ ಕೇಳಿದಂತೆನಿಸಿತು. 'ಮೃದಂಗ' ನೂಪುರಗಳ ಧ್ವನಿಯಲ್ಲಿ ರಾಜ್ಯಗಳ ಭಾಗ್ಯವನ್ನು ತೂಗಿನೋಡುತ್ತಿದ್ದ ಆ ಕಾಲ ಹೇಗಿದ್ದಿರಬಹುದು! ಆ ಕಾಲದ ರಾಜನೀತಿ, ಮನುಷ್ಯರು, ಈಗಿನಂತೆ ಜಟಿಲವಿದ್ದಿರಲಿಕ್ಕಿಲ್ಲವೇನೋ, ಪ್ರೇಮ–ದ್ವೇಷಗಳು ಈಗಿನಷ್ಟು ಗಹನವಿದ್ದಿಲಾರದು. ಆದರೆ, ಪ್ರೇಮ–ದ್ವೇಷಗಳೇ ಮನುಷ್ಯನ ಮೂಲಭೂತ ಅನುಭವ, ಅದು ಹೇಗೆ ಬದಲಾದೀತು?'

'ಏನು ಯೋಚಿಸುತ್ತಿರುವೆ, ವಿದ್ವಾನ್?' ಏಮನ್ ಯೋಚನೆಯಲ್ಲಿ ಮುಳುಗಿರುವುದು ಕಂಡು ಬಶಾರತ್ ನವಾಬ ಕೇಳಿದರು.

ಏಮನ್ ಬೆಚ್ಚಿ ಬಿದ್ದಳು. 'ಏನಿಲ್ಲ; ನಾನೆಲ್ಲೋ ಕಳೆದುಹೋಗಿದ್ದೆ.

'ನೀನೆಂದೂ ಕಳೆದು ಹೋಗಲಾರೆ, ಸಾಗರದ ನಡುವೆ ದಾರಿತಪ್ಪಿದ ಹಡಗುಗಳಿಗೆ ದಾರಿ ತೋರಿಸುವ ದೀಪಸ್ತಂಭ ನೀನು.'

ಏಮನ್ ಅವರತ್ತ ಅಚ್ಚರಿಯಿಂದ ನೋಡಿದಳು. ಇಂದು ಎಂತಹ ವಿಚಿತ್ರ ಮಾತುಗಳನ್ನಾಡುತ್ತಿದ್ದಾರೆ. ಬಶಾರತ್ ನವಾಬ! ಅವಳ ಹೃದಯದಲ್ಲಿ ಅನುಕಂಪ ಎಚ್ಚೆತ್ತಿತ್ತು. ಅವರ ಚೇಷ್ಟೆ, ತುಂಟಾಟದ ಪರದೆಯ ಹಿಂದೆ ಬೇರೊಂದು ವ್ಯಕ್ತಿತ್ವವಿದೆ. ಸಮಯ ಬಂದಾಗ ಹೆಚ್ಚು ಗಂಬೀರವೂ ಜವಾಬ್ದಾರಿಯುತವೂ, ಆಗಬಹುದಾದ ವ್ಯಕ್ತಿತ್ವ ಎಂದುಕೊಂಡಳಾಕೆ. ಬಶಾರತ್ ನವಾಬರಂತಹ ನವಾಬ ಕುವರರುಗಳ ಪರಿವರ್ತನೆ ಇತಿಹಾಸದ ಮಗ್ಗುಲುಗಳೊಡನೆ ಅವಶ್ಯವಿದ್ದು, ಇದಕ್ಕಾಗಿ ಯಾವುದಾದರೂ ಪ್ರಬಲ ಕ್ಯಾಟಲಿಸ್ಟ್‌ನ ಅಗತ್ಯವಿತ್ತೆಂದು ಅವಳಿಗನಿಸಿತು.

ಬಶಾರತ್ ನವಾಬರಿಗೆ ದೀಪಸ್ತಂಭದ ಅಗತ್ಯ ಬಹಳವಿತ್ತೆಂದು ಅವಳರಿತಿದ್ದಳು.

'ಹಾಗಾದರಿನ್ನು ಹೊರಡುವಾ, ಲೈಟ್‌ಹೌಸ್, ದಾರಿತೋರು.' ಬಶಾರತ್ ನವಾಬರೆಂದರು.

ನಾನು ನಿಮ್ಮ ಲೈಟ್‌ಹೌಸ್ ಆಗಲಾರೆ; ನಿಮ್ಮ ದೋಣಿ ಬಹಳ ತುಯ್ದಾಡುತ್ತದೆ.' ಏಮನ್ ನಗುತ್ತಾ ಹೇಳಿದಳು.

ಬಶಾರತ್ ನವಾಬರು ಸ್ವಲ್ಪ ಹೊತ್ತು ಅವಳನ್ನೇ ನೋಡುತ್ತಿದ್ದು. ಹೇಳಿದರು. "ತುಯ್ದಾಡುವ ಹಡಗುಗಳಿಗೇ ಲೈಟ್‌ಹೌಸ್‌ನ ಅಗತ್ಯವಿರುವುದು"

ಅವರು ಏಮನ್‌ಳನ್ನು ದಿಟ್ಟಿಸುತ್ತಿದ್ದ ರೀತಿಗೆ, ಏಮನ್ ಅವರ ಕಣ್ತಪ್ಪಿಸಿ, ಬೇರೆಡೆ ನೋಡಬೇಕಾಯ್ತು.

'ಹೋಗೋಣವಾ? ಹೋತ್ತಾಗುತ್ತಿದೆ.'ಅವಳು ಬಗ್ಗಿ ಬಾಸ್ಕೆಟ್‌ನೊಳಕ್ಕೆ ಸಾಮಾನುಗಳನ್ನು ತುಂಬುತ್ತಾ ಕೇಳಿದಳು.

'ಅರೆ, ನೀನಿನ್ನೂ ಶಸ್ತ್ರಾಗಾರವನ್ನು ನೋಡಿಯೇ ಇಲ್ಲ.'

'ಬೇಡ, ಶಸ್ತ್ರಗಳನ್ನು ನೋಡಿ ನಾನು ನಿರಾಶಳಾಗುತ್ತೇನೆ.'

'ಆದರೆ, ಹವ್ವಾಳ(ಈವ್)ಪುತ್ರಿಯರು ಅವುಗಳನ್ನು ಒಡನೆ ಪಡಕೊಂಡೇ ಹುಟ್ಟಿರುತ್ತಾರೆ.'

'ಏನಿದರರ್ಥ?'

ಉತ್ತರವಾಗಿ ಆಯುಧಗಳಂತಹ ಸ್ತ್ರೀಯರ ಹುಬ್ಬಿನ ಬಗ್ಗೆ ಶಾಯರಿ ಒಂದನ್ನು ಬಶಾರತ್ ನವಾಬರು ಹೇಳಿದರು. ಏಮನ್‌ಗೆ ಬಶಾರತ್ ನವಾಬರ ತುಂಟಾಟಿಕೆಯ ಪರಿಚಯವಿತ್ತಾದ್ದರಿಂದ ಕೆಟ್ಟದೇನೂ ಅನಿಸಲಿಲ್ಲ.

'ಹಿಂದಿರುಗುವಾಗ ಕುತುಬ್ ಶಾಹಿ ಗುಂಬಜ ನೋಡಿಕೊಂಡು ಹೋಗುವಾ. ನಮ್ಮ ಪೂರ್ವಜರನ್ನೂ ಸಿಕ್ಕಿದಂತಾಗುವುದು.'

'ಅವರೆಂತು ನಿಮ್ಮ ಪೂರ್ವಜರಾದರು? ನೀವೇನೂ ಶುದ್ಧ ದಕ್ಷಿಣದವರಲ್ಲ.'

'ಏನು ಮಾಡಲಪ್ಪಾ! ಈ ಹುಡುಗಿ ಚರಿತ್ರೆಯಲ್ಲಿ ಬಹಳ ವೀಕ್ ಇದ್ದಾಳೆ. ಅರೆ, ಬಾಬಾ! ಮಹಮೂದ್ ಶಾಹ ಬಹಮನಿಯ ಹೆಸರು ಕೇಳಿದ್ದೀರಾ ಎಂದಾದರೂ?'

'ಹೌದು; ಈ ಬಾದಶಾಹರನ್ನೇನೋ ಕೇಳಿಗೊತ್ತು.'

'ಮತ್ತೆ, ನಮ್ಮ ಮಹಾಪಿತಾಮಹ ಕುಲೀ ಕುತುಬ್‌ಶಾಹರಿಗೆ ಈ ಬಾದಶಹರು 'ಸಾಹೇಬೇ–ಸ್ಟೈಫ಼ೋ–ಕಲಮ್' ಬಿರುದು ನೀಡಿ, ಅವರ ಧೈರ್ಯ ಸಾಹಸ, ಪಾಂಡಿತ್ಯವನ್ನು ಗೌರವಿಸಿದಾಗ ನೀನು ಆಸ್ಥಾನದಲ್ಲಿ ಹಾಜರಿರಲಿಲ್ಲವೇ? ಈಗ ತಿಳಿಯತೇ? ತಲೆಯೆನು ಆಡಿಸುತ್ತಿದ್ದಿ ? ಪ್ರಣಾಮ ಮಾಡು'

'ಇದೇ ಕುಲೀ ಕುತುಬ್‌ಶಾಹ ಇಂದು ಜೀವಿಸಿರುತ್ತಿದ್ದರೆ, ತಮ್ಮ ವಂಶದ ಈ ಕಪಿಯನ್ನು ಕಂಡು ಎಷ್ಟು ಕಣ್ಣೀರು ಹರಿಸುತ್ತಿದ್ದರೋ ಎಂದು ನನಗೆ ದುಃಖವೆನಿಸುತ್ತಿತ್ತು. 'ಬಶಾರತ್ ನವಾಬರ ತಲೆಯಿಂದ ಕಾಲವರೆಗೆ ಕೈ ತೋರಿ ಪರಿಹಾಸಮಾಡಿದ ಏಮನ್, ಅವರ ಕೈ ತನ್ನ ತಲೆಯ ಮೇಲೆ ಎರಗುವುದಕ್ಕೆ ಮುನ್ನವೇ ಬಾಸ್ಕೆಟ್ ಎತ್ತಿಕೊಂಡು ಓಟಕಿತ್ತಳು.

ಅವರು ಹಿಂದಿರುಗಿದಾಗ ಸಂಜೆಯಾಗುತ್ತಿತ್ತು. ಅವರೆದುರೇ ಒಂದು ಸ್ಪೋರ್ಟ್ಸ್ ಕಾರ್ ಒಳಗೆ ಬರುತ್ತಿತ್ತು.

'ಮಮ್ಮಿ ಮತ್ತು ನೀರು ತಮ್ಮ ದಾರಿ ತಾವೇ ಕಂಡುಕೊಳ್ಳುತ್ತಾರೆ. ಬಹುಶಃ ಲಂಚ್ ಮುಗಿದು ಮುಖ್ತಾರ್ ನವಾಬ ಮಮ್ಮಿಯನ್ನು ಬಿಡಲು ಬಂದಿದ್ದಾರೆ.'

ಏಮನ್ ಸುಮ್ಮನಿದ್ದಳು. ಈ ಸ್ವತಂತ್ರ ಸಿರಿವಂತ ಕಟುಂಬದ ರೀತಿ ನೀತಿಗಳ ಪರಿಚಯ ಅವಳಿಗೆ ಕ್ರಮೇಣ ಆಗತ್ತಲಿತ್ತು. ಜೊತೆಗೇ ಅದೊಂದು ರೆಡ್‌ಸಿಗ್ನಲ್‌ನಂತೆಯೂ ತೋರುತ್ತಿತ್ತು. ಒಂದು ವೇಳೆ ತನ್ನ ತಂದೆ ಜೀವಿಸಿರುತ್ತಿದ್ದರೆ, ಹೀಗೆ ತಾನು ಮೋಟಾರ್ ಬೈಕ್‌ನಲ್ಲಿ ಬಶಾರತ್ ನವಾಬರೊಡನೆ ಹೋಗುವುದನ್ನು ಇಷ್ಟ ಪಡುತ್ತಿದ್ದರೇ?

ಅಸೌಖ್ಯದಿಂದಿರುವಾಗ ಒಂದಿನ ಅವರು ಹೇಳಿದ್ದರು. 'ನಾನು ನಿನ್ನನ್ನು ನಾಜೂಕಾಗಿ ಬೆಳೆಸಲು ಇಚ್ಚಿಸಲಿಲ್ಲ. ಮಗೂ, ಹಾಗೇ ಮಾಡಿದ್ದರೆ, ಈ ಲೋಕದಲ್ಲಿ ಕಂಟಕಗಳು ನಿನ್ನನ್ನು ತುಳಿದು ಹಾಕುತ್ತಿದ್ದವು. ಮನುಷ್ಯರ ಪುನರ್ಘಟಿತ ತಪ್ಪುಗಳಿಗೇ ಅನುಭವವೆನ್ನುವುದೆಂದು ನಾನು ತಿಳಿಯುತ್ತೇನೆ. ಅನುಭವಕ್ಕಿಂತಲೂ ವಿವೇಕಕ್ಕೆ ನಾನು ಹೆಚ್ಚು ಮಹತ್ವ ಕೊಡುತ್ತೇನೆ. ಇನ್ನೊಬ್ಬರ ಮೇಲೆ ಭರವಸೆಯಿಡುವುದಕ್ಕಿಂತ ನಿನ್ನ ಮೇಲೆ ನೀನೆ ಭರವಸೆಯಿಡುವುದನ್ನು ಕಲಿ, ನನ್ನಿಂದಗಲಿದ ನಂತರ ನೀನು ನನ್ನನ್ನು ಕಳೆದು ಹೋದ ಆಸರೆಯಂತೆ ನೆನಪಿಸಿಕೊಳ್ಳುವುದನ್ನು ನಾನು ಬಯಸುವುದಿಲ್ಲ.' ಏಮನ್ ತಂದೆಯನ್ನು ತಬ್ಬಿಕೊಂಡು ಅವರ ಎದೆಯಲ್ಲಿ ತಲೆಯೊರಗಿಸಿದ್ದಳು.

'ಲೈಟ್‌ಹೌಸ್, ನನ್ನ ಟೆನಿಸ್‌ನ ಸತ್ಯಾನಾಶ ಮಾಡಿದೆಯಲ್ಲ ಇವತ್ತು!' ಬಶಾರತ್ ನವಾಬ ಹಿಂಬದಿಯ ಮೆಟ್ಟಿಲುಗಳ ಬಳಿ ಬೈಕ್ ನಿಲ್ಲಿಸುತ್ತಾ ಹೇಳಿದರು.

'ನಿಮ್ಮ ಪೂರ್ವಜರನ್ನು ಸಿಗಲೆಂದು ನೀವೇ ನನ್ನನ್ನು ಕರಕೊಂಡು ಹೋದಿರಿ!'

'ಅವರು ಜೀವಂತವಿರುತ್ತಿದ್ದರೆ, ಎಂದಿಗೂ ಭೇಟಿಯಾಗಲು ಕರೆದೊಯ್ಯುತ್ತಿರಲಿಲ್ಲ.'

'ಯಾಕೆ? ನನಗೆ ಅವರನ್ನು ಭೇಟಿಯಾಗುವ ರೀತಿ–ರಿವಾಜುಗೊತ್ತಿಲ್ಲವೆಂದೇ?'

'ಹಾಗಲ್ಲ; ಅವರಲ್ಲಿ ಮಹಾ ಮಹಾ ಸೌಂದರ್ಯ ಪರೀಕ್ಷಕರಿದ್ದರು. ನಾನೊಬ್ಬ ನಿನಗಾಗಿ ಯಾರ್‍ಯಾರೊಡನೆ ಸೆಣಸಲಿ?'

ಏಮನ್ ಅವರಿಗೆ ಕೃತಜ್ಞತೆ ಸಲ್ಲಿಸಿ ಬೇಗನೇ ಮೇಲಕ್ಕೆ ಹೊರಟು ಹೋದಳು. ಇಂದು ಸಂಜೆ ಅವಳಿಗೆ ಮಹಾಸರ್ಕಾರ್ ಅವರೊಡನೆ ತಮ್‌ಕೀನ್ ಯಾರ್‌ಜಂಗ್‌ರ ಮಗಳ ಮದುವೆಗೂ ಹೋಗಲಿತ್ತು. ಮಹಾಸರ್ಕಾರ್ ಈಗಾಗಲೇ ಅವಳನ್ನು ನಿರೀಕ್ಷಿಸುತ್ತಿರಬಹುದು.

ಕೋಣೆಯಲ್ಲಿ ಮೇಜಿನ ಮೇಲೊಂದು ಪಾರ್ಸೆಲ್ ಏಮನ್‌ಗಳಿಗಾಗಿ ಕಾದಿತ್ತು, ತೆರೆದು ನೋಡಿದಾಗ ಒಳಗೆ ಅವಳ ಪೈಂಟಿಂಗ್‌ನ ಸಾಮಾಗ್ರಿಗಳೂ, ಮಿಸೆಸ್ ಐಜಾಕ್‌ರ ಪತ್ರವೂ ಇತ್ತು. ಅವರು ಏಮನ್‌ಳಿಗೆ ನೌಕರಿ ದೊರೆತ ಬಗ್ಗೆ ಶುಭಾಶಯ ತಿಳಿಸಿದ್ದರು. ಜೊತೆಗೇ

ಯಾವುದಾದರೂ ಕಾರಣದಿಂದ ನವಾಬರ ಸಿರಿವಂತ ಹವೇಲಿ ಅವಳಿಗೆ ರುಚಿಸದಿದ್ದರೆ, ಅವರ ಗುಡಿಸಲು ಸದಾ ಅವಳಿಗಾಗಿ ತೆರೆದಿದೆಯೆಂದೂ ತಿಳಿಸಿದ್ದರು, ಮತ್ತೆ, ನವಾಬ ತರುಣರ ಗುಣನಡತೆಯ ಬಗ್ಗೆ ಏಮನ್‌ಳನ್ನು ಎಚ್ಚರಿಸಿದ್ದರು. ಅವರ ಕಾಳಜಿ ನೋಡಿ ಏಮನ್ ಮುಗಳ್ನಕ್ಕಳು ಮೊದಲ ತಿಂಗಳ ಸಂಬಳ ಬಂದೊಡನೆ ಮಿಸೆಸ್, ಐಜಾಕ್‌ರಿಗೆ ಏನಾದರೂ ಒಳ್ಳೆಯ ಸ್ಮರಣಿಕೆ ಕಳುಹಿಸಬೇಕೆಂದವಳು ನಿರ್ಧರಿಸಿದಳು.

ಸದಾಕಾಲ ಮಹಾಸರ್ಕಾರ್‌ರವರ ಜೊತೆಗಿದ್ದು, ಏಮನ್ ಈಗ ಅವರನ್ನು ಚೆನ್ನಾಗಿ ಅರಿಯುತ್ತಾ ಬಂದಿದ್ದಳು. ಹೊಸದಾಗಿ ಬಂದವರೊಡನೆ ಅವರು ಮೊದಮೊದಲು ಕಠಿಣವಾಗಿಯೇ ವರ್ತಿಸುತ್ತಿದ್ದರು. ಅವರ ಅರಸುವ ದೃಷ್ಟಿಗೆ ಕಾಲಿನ ಶಕ್ತಿಯೇ ಉಡುಗಿದಂತನಿಸುತ್ತಿತ್ತು. ಬಿಲ್ಲಿನಂತೆ ಬಾಗಿದ ಅವರ ಹುಬ್ಬುಗಳ ಕೆಳಗಿನ ಕಣ್ಣುಗಳಲ್ಲಿ ಯಾರಾದರೂ ಕಣ್ಣಿಟ್ಟು ನೋಡಬಲ್ಲರಾದರೆ ಆಗ ಅವರ ಕಣ್ಣುಗಳು ಮುಗಳ್ನಗುವುದನ್ನು ಕಾಣಬಹುದಿತ್ತು. ತಲೆ ಸ್ವಲ್ಪ ಅಲುಗಿದೊಡನೆ, ಕಿವಿಯ ವಜ್ರಗಳ ಪ್ರಭೆಯಲ್ಲಿ ಮುಖದ ಸುತ್ತ ಕಿಡಿಗಳು ಪ್ರಜ್ವಲಿಸಿದಂತೆ, ಭಾಸವಾಗುತ್ತಿತ್ತು. ಶಮ್‌ಶಾದ್, ಅವರ ಕೂದಲನ್ನು ಸಡಿಲವಾಗಿ ಕಟ್ಟಿದಾಗ ಕೂದಲಸುರಳಿಗಳು ಕೆನ್ನೆಯ ಮೇಲೆ ಇಳಿದು ಬರುತ್ತಿದ್ದವು. ಫ್ರೆಂಚ್ ಜಾಲಿಯ ದುಪ್ಪಟ್ಟಾವನ್ನು ನೀಟಾಗಿ ಚಿನ್ನದ ಪಿನ್‌ನಿಂದ ಸ್ಥಳದಲ್ಲಿರಿಸಲಾಗುತ್ತಿತ್ತು. ಆದಾಶಾಹೀ ಪಾರಕ್ಷೆಗಳಲಿ ಅವರ ಸ್ವಚ್ಛ ಬಿಳಿಯ ಪುಟ್ಟ ಪಾದಗಳು ಪತ್ರಗಳಂತೆ ತಂತ್ರವಾಗಿ ಕಾಣುತ್ತಿದ್ದವು. ಅವರು ಎಂದೂ ಗಟ್ಟಿಯಾಗಿ ಮಾತನಾಡಿದ್ದನ್ನು ಏಮನ್ ಕೇಳಿರಲಿಲ್ಲ. ಫ್ರೆಂಚ್, ಜರ್ಮನ್, ಫಾರಸೀ ಭಾಷೆಗಳನ್ನು ಇಂಗ್ಲಿಷ್, ಉರ್ದುವಿನಷ್ಟೇ ಸುಲಲಿತವಾಗಿ ಆಡಬಲ್ಲವರಾಗಿದ್ದರು. ಉರ್ದು, ಫಾರಸೀ ಮತ್ತು ಇಂಗ್ಲಿಷನ್ನು ತಾನು ಮದುವೆಗೆ ಮೊದಲೇ ಕಲಿತುದಾಗಿ ಅವರು ಏಮನ್‌ಗೆ ತಿಳಿಸಿದ್ದರು. ಅವರು ದೊಡ್ಡ ನವಾಬ ಸಾಹೇಬರ ಬಗ್ಗೆ ಬಹಳ ಕಡಿಮೆ ಮಾತನಾಡುತ್ತಿದ್ದರು. ಎಂದಾದರೂ ಮಾತು ಬಂದರೆ, ಎಲ್ಲೋ ಕಳೆದಂತೆ ಇರುತ್ತಿದ್ದರು. ನವಾಬ ಸಾಹೇಬರು ಅವರನ್ನು ಪ್ರೀತಿಸಿದ್ದಿರಬಹುದೆಂದು ಏಮನ್ ಎಣಿಸುತ್ತಿದ್ದಳು. ಏಮನ್ ಅವರ ಮಂಚದ ಪಕ್ಕ ಕುರ್ಚಿಯಲ್ಲಿ ಕುಳಿತು ಅವರಿಗಾಗಿ ಏನಾದರೂ ಓದಿಹೇಳುತ್ತಿದ್ದಾಗ ಅವರು ಕಣ್ಮುಚ್ಚಿ ಆಲಿಸುತ್ತಿದ್ದರು. ಆಗಾಗ ಏಮನ್‌ಳ ತಗ್ಗಿದ ತಲೆಯನ್ನೇ ಕಣ್ಣಕೊನೆಯಿಂದ ದಿಟ್ಟಿಸುತಿದ್ದರು. ಕ್ರಮೇಣ ಏಮನ್‌ಳ ಮೃದು ಮೋಹಕ ಸ್ವರದ ಮಾಯೆಯು ಅವರು ನಿದ್ರಾವಶರಾಗುವಂತೆ ಮಾಡಿದಾಗ, ಅವಳಲ್ಲಿಂದ ಎದ್ದು ಹೋಗುತ್ತಿದ್ದಳು. ಶಮ್‌ಶಾದ್ ಅಲ್ಲೇ ರತ್ನಗಂಬಳಿಯ ಮೇಲೆ ಹಾಸಿಕೊಂಡು ಮಲಗಿ ನಿದ್ದೆ ಹೋಗುತ್ತಿದ್ದಳು.

ಏಮನ್ ಬೀಬೀ, ನೀನಿನ್ನೂ ತಯಾರಾಗಿಲ್ಲವೇ?' ಮಹಾ ಸರ್ಕಾರ್ ಕೇಳಿದರು. ಏಮನ್ ನಿರುತ್ತರಳಾದಳು. ಅವಳ ಅಭಿಪ್ರಾಯದಂತೆ ಅವಳು ಮದುವೆಗೆ ಹೋಗಲು ತಯಾರಾಗಿಯೇ ಬಂದಿದ್ದಳು. ನಾಲ್ಕು ವರ್ಷಗಳ ಹಿಂದೆ ಕೊಂಡಿದ್ದ ತನ್ನ ಸರ್ವೋತ್ತಮ ಉಡುಪಾದ ಗರಾರಾ ಸೂಟನ್ನೇ ಅವಳು ತೊಟ್ಟಿದ್ದಳು. ಮಹಾಸರ್ಕಾರ್ ಜೊತೆಗೆ ಹೋಗುವಾಗ ಅವರ ಅಂತಸ್ತಿಗೆ ಕುಂದಾಗದಂತಿರಬೇಕೆಂದು ಅವಳು ಯೋಚಿಸಿದ್ದರೂ,

ಅದಕ್ಕಿಂತ ಉತ್ತಮ ಉಡುಪು ಅವಳ ಬಳಿಯಿರಲಿಲ್ಲ. ಏನು ಧರಿಸಿದರೂ, ಏಮನ್ ಏಮನ್‌ಳಾಗೇ ಉಳಿಯುತ್ತಿದ್ದಳು. ಮಧ್ಯಮ ತರಗತಿಯ, ವಿದ್ಯಾವಂತ, ಮಾನವಂತ ಹುಡುಗಿಯಾಗಿರುವುದರಲ್ಲಿ ಕೆಟ್ಟದೇನಿರಲಿಲ್ಲವಲ್ಲ! ಮಹಾ ಸರ್ಕಾರ್‌ಗೆ ಪ್ರಿಯಳಾಗಿದ್ದ ಈ ಹುಡುಗಿಯನ್ನು ಹವೇಲಿಯ ಇತರ ನೌಕರರೂ ಗೌರವಿಸುತ್ತಿದ್ದರು. ಹವೇಲಿ ಈಗ ಅವಳಿಗೆ ಪ್ರಿಯವಾಗಿತ್ತು. ಹವೇಲಿಯ ನಿವಾಸಿಗಳನ್ನರಿಯುವ ಪ್ರಯತ್ನದಲ್ಲಿ ಅವಳ ಮನ ಮಗ್ನವಾಗಿರುತ್ತಿತ್ತು. ಆ ವಾತಾವರಣದಲ್ಲೊಬ್ಬಳಾಗಿ ಅವಳು ಸಂತುಷ್ಟಳಾಗಿದ್ದಳು.

ಮಹಾ ಸರ್ಕಾರ್ ಪುನಃ ಅವಳನ್ನು ವಿಚಾರಿಸಿದಾಗ, ಏಮನ್ ತಾನು ತಯಾರಾಗಿರುವೆನೆಂದು ಒಪ್ಪಿಕೊಂಡಳು. ಅವರು ಸ್ವಲ್ಪ ಹೊತ್ತು ಅವಳನ್ನೇ ನೋಡುತ್ತಿದ್ದರು. ಕುತ್ತಿಗೆಯಲ್ಲಿನ ಮುತ್ತಿನ ಎರಡೆಳೆಯ ಹಾರ ಅವಳು ಸಿದ್ಧಳಾಗಿದ್ದಳೆಂಬುದನ್ನು ಸೂಚಿಸುತ್ತಿತ್ತು.

'ಈ ಉಡುಪು ನಿನಗೆ ತುಂಬ ಒಪ್ಪುತ್ತದೆ' ಎಂದ ಅವರು ಶಾಹಾನಾಳನ್ನು ಕರೆಯುವಂತೆ ಹೇಳಿದರು. ಮತ್ತೆ ಕೂಡಲೇ ಮನಸ್ಸು ಬದಲಿಸಿ 'ಚಿಂತೆಯಿಲ್ಲ; ನೀನೇ ಬಾ.' ಎನ್ನುತ್ತಾ ಮುನ್ನಡೆದರು.

ಮಹಾ ಸರ್ಕಾರ್ ಅವರ ಡ್ರೆಸ್ಸಿಂಗ್ ರೂಮನ್ನು ಏಮನ್ ಇದೀಗ ಮೊದಲ ಬಾರಿಗೆ ಪ್ರವೇಶಿಸಿದ್ದಳು. ನೆಲಕ್ಕೆ ಹಾಸಿದ ದಪ್ಪನೆಯ ರತ್ನಗಂಬಳಿ, ಗೋಡೆಗಳಲ್ಲಿ ದೊಡ್ಡ ದೊಡ್ಡ ಸ್ಟೀಲ್ ಕಪಾಟುಗಳು, ವಾರ್ಡ್‌ರೋಬ್, ಬಳೆಗಳಿಗಾಗಿ ದೊಡ್ಡದೊಂದು ಗಾಜಿನ ಕಪಾಟು. ಈ ಕಪಾಟಿನ ಮೇಲೆ ಬೆಳಕು ಬಿದ್ದಾಗ ಬಳೆಗಳಲ್ಲಿನ ಮುತ್ತು ರತ್ನಗಳು ಕಿಡಿಗಳಂತೆ ಪ್ರಜ್ವಲಿಸುತ್ತಿದ್ದುವು. ಅಗಣಿತ ಪಾದರಕ್ಷೆಗಳ ಜೋಡಿಗಳು ರ್‍ಯಾಕ್‌ಗಳಲ್ಲಿದ್ದುವು. ತನ್ನ ಬೆಳ್ಳಿಯ ದೊಡ್ಡ ಬೀಗದ ಕೈಗೊಂಚಲನ್ನು ಏಮನ್‌ಳಿಗೆ ಕೊಟ್ಟು, ಮೂರನೆಯ ಕಪಾಟನ್ನು ತೆರೆಯುವಂತೆ ಸೂಚಿಸಿ ಮಹಾ ಸರ್ಕಾರ್ ಮಂಚದ ಮೇಲೆ ಕುಳಿತರು.

ತೆರೆದ ಕಪಾಟಿನಲ್ಲಿ ಕೆಂಪು ವಸ್ತ್ರದಲ್ಲಿ ಸುತ್ತಲ್ಪಟ್ಟ ಅಸಂಖ್ಯ ಉಡುಪುಗಳಿದ್ದವು. ಸರ್ಕಾರ್ ಹೇಳಿದಂತೆ, ಅವಳು ಕಡುಹಸಿರು ಬಣ್ಣದ ಜರತಾರಿ ಉಡುಪೊಂದನ್ನು ಹೊರತೆಗೆದಳು. ಬಹಳ ಬೆಲೆಯುಳ್ಳ, ಭಾರೀ ಉಡುಪಾಗಿತ್ತದು, ಜರತಾರಿ ಕಸೂತಿಯ ಕುರ್ತಾ, ಪೈಜಾಮದ ಮೇಲೆ ಏಳು ಗಜದ, ಮುತ್ತಿನ ಝೂಲರಿಯ ದುಪಟ್ಟಾ, ಏಮನ್ ತನ್ನ ಜನ್ಮದಲ್ಲೇ ಅಂತಹ ಉಡುಪನ್ನು ನೋಡಿರಲಿಲ್ಲ. ಶಾಹಾನಾ ಇಂತಹ ಅಮೂಲ್ಯ ಉಡುಪನ್ನು ಜಾಗರೂಕತೆಯಿಂದ ಧರಿಸಿರಬಲ್ಲಳೇ ಎಂದವಳಿಗೆ ಅನುಮಾನವಾಯಿತು.

ಸರ್ಕಾರ್ ಅವರ ಸೂಚನೆಯಂತೆ ಇನ್ನೊಂದು ಕಪಾಟನ್ನು ತೆರೆದಾಗ, ಅದರಲ್ಲಿ ಹಲವು ಸೈಜ್‌ನ ಮುಖಮಲ್‌ನ ಪೆಟ್ಟಿಗೆಗಳು ಕಾಣಿಸಿದವು. ಸರ್ಕಾರ್ ಅವರು ಸ್ವತಃ ಎದ್ದು, ಎರಡು ಪೆಟ್ಟಿಗೆಗಳನ್ನು ಆರಿಸಿ ತೆಗೆದು, ಕಪಾಟು ಮುಚ್ಚಿದರು, ತನ್ನಂತಹ ಅಪರಿಚಿತಳನ್ನು ಈ ರಾಜಮನೆತನದ ಖಜಾನೆಯೊಳಕ್ಕೆ ತಕರೆತಂದ ಬಗ್ಗೆ ಅವಳಿಗೆ ಅಚ್ಚರಿ ಎನಿಸುತ್ತಿತ್ತು.

'ಶಾಹಾನಾಳನ್ನು ಕರೆತರಲೇ?' ಏಮನ್ ಕೇಳಿದಳು.

'ಇಲ್ಲ; ಅವಳು ತಸ್‌ನೀಮ್ ಪಾಶಾರೊಂದಿಗೆ ಹೋಗಿರಬಹುದು. ಇವುಗಳನ್ನು ನೀನು ಧರಿಸಿಕೊಳ್ಳು.' ಎಂದ ಅವರು ಅಲ್ಲಿಂದ ಹೊರನಡೆದರು.

ಏಮನ್ ತಲೆಯನ್ನು ಕೈಗಳಲ್ಲಾಧರಿಸಿ, ಅಲ್ಲೇ ದೀವಾನ್ ಮೇಲೆ ಕುಳಿತುಬಿಟ್ಟಳು. ತನ್ನ ಅಂತಸ್ತೇನಿತ್ತೋ ಅದರಲ್ಲೇ ಅವಳು ತೃಪ್ತಳಾಗಿದ್ದಳು. ಬೇಡಿ ಪಡೆದ ಅಲಂಕಾರದಲ್ಲಿ ಮೆರೆಯುವುದು ಅವಳಿಗೆ ಇಷ್ಟವಿರಲಿಲ್ಲ. ಆ ಆಭರಣ, ಉಡುಪುಗಳನ್ನು ಹಿಂದಿರುಗಿಸಿ, ಕ್ಷಮೆ ಕೇಳುವೆನೆಂದುಕೊಳ್ಳುತ್ತಾ ಬಾಗಿಲತ್ತ ನಡೆದಳಾದರೂ, ಹೆಜ್ಜೆ, ಹೆಜ್ಜೆಗೂ, ಅವಳ ಧೈರ್ಯ ಕುಸಿಯಿತು. ತನ್ನ ಅಧೈರ್ಯದ ಅರಿವಾದೊಡನೆ, ಅವಳು ಹಿಂತಿರುಗಿ ಬೇಗ ಬೇಗನೇ ಬಟ್ಟೆ ಬದಲಿಸಿ ಅವುಗಳನ್ನು ತೊಟ್ಟುಕೊಂಡಳು.

ಅಮೂಲ್ಯ ಬೆಲೆಯ ಕಂಠಹಾರ ಹಾಗೂ ಝುಮುಕಿಗಳನ್ನು ಧರಿಸುವಾಗ ಏಮನ್‌ಳ ಕೈ ನಡುಗಿತು. ನೆಲದಿಂದ ಛಾವಣಿಯ ವರೆಗಿದ್ದ ಕನ್ನಡಿಯಲ್ಲಿ ತನ್ನನ್ನು ನೋಡಿಕೊಂಡಾಗ, ಬಿಸಿ ಅಲೆಯೊಂದು ತಲೆಯಿಂದ ಕಾಲಿನವರೆಗೂ ಹರಡಿದಂತಾಯಿತು. ಕಡು ಹಸಿರು ಬಣ್ಣದ ಉಡುಪು ತನ್ನ ರಂಗನ್ನು ಅವಳ ಸ್ವರ್ಣನಯನಗಳಿಗೂ ಹಂಚಿತ್ತು. ಗಲ್ಲಗಳು ಹೊಳೆಯುತ್ತಿದ್ದವು. ಅರೆತೆರೆದ ಕೆಂಪನೆಯ ತುಟಿಗಳು, ಕಣ್ಣಿನ ವಿಹ್ವಲತೆ ಅವಳ ಸೌಂದರ್ಯವನ್ನು ಇಮ್ಮಡಿಸಿ ಕಾಲ್ಗಳು ಸ್ತಂಭಿತವಾಗಿದ್ದವು. ಕಷ್ಟದಿಂದ ಧೈರ್ಯವಹಿಸಿ, ಅವಳು ದೀಪವಾರಿಸಿ ಹೊರಗೆ ಸರ್ಕಾರ್ ಅವರ ಬಳಿಗೆ ಹೋದಳು.

ಏಮನ್‌ಳನ್ನು ತಲೆಯಿಂದ ಕಾಲಿನವರೆಗೆ ದಿಟ್ಟಿಸಿದ ಮಹಾ ಸರ್ಕಾರ್ ಅವರು ಏನೂ ಹೇಳದಿದ್ದರೂ ಕಣ್ಣುಗಳು ಅವರ ಸಂತುಷ್ಟಿಯನ್ನು ಸಾರುತ್ತಿದ್ದುವು. ಏಮನ್‌ಗೆ ಒಳಗೊಳಗೇ ಭಯವಾಗುತ್ತಿತ್ತು. ಮಹಲುಗಳಲ್ಲಿ ಬಡಹುಡುಗಿಯರ ಮೇಲೆ ಸುರಿಸಲಾಗುವ ಕೃಪಾಸುಧೆಯ ಬಗ್ಗೆಯೂ, ಹಾಗೆಯೇ ಕ್ರೋಧವು ಈಡುಮಾಡುವ ಸಜೀವ ಸಮಾಧಿಯ ಬಗ್ಗೆಯೂ ಅವಳು ಕೇಳಿದ್ದಳು.

ಏಮನ್ ಕೈಯಾಸರೆಯಲ್ಲಿ ಸರ್ಕಾರ್ ಅವರು ಎಂದಿನಂತೆ ಮೆಟ್ಟಲಿಳಿದಳು. ಶಫಾಯರ್ ಬಾಗಿಲು ತೆರೆದು ವಿನೀತನಾಗಿ ನಿಂತಿದ್ದ. ಕಾರ್‌ನ ಒಳಗೆ ಶಮ್‌ಶಾದ್, ಸರ್ಕಾರ್ ಅವರ ಕಾಶ್ಮೀರಿ ಶಾಲು. ಬೆಳ್ಳಿಯ ಸಂಚಿ ಹಿಡಿದು ಎದುರಿಗೆ ಕುಳಿತದ್ದಳು. ಏಮನ್ ಸರ್ಕಾರ್ ಅವರೊಡನೆ ಹಿಂದೆ ಕುಳಿತ ಬಳಿಕ ಕಾರು ಹೊರಟಿತು.

ಹಳೆಯ ಹೈದರಾಬಾದ್ ಶಹರವನ್ನು ಏಮನ್ ಅದುವರೆಗೆ ನೋಡಿರಲಿಲ್ಲ. ಫ್ಯಾಶನ್‌ಬ್‌ಲ್ ಮಾರ್ಕೆಟ್, ಆಬಿದ್ ರೋಡ್‌ನಿಂದಾಗಿ ಕಾರು ಕಲ್ಲು ಕೋಟೆಯವರೆಗೆ ಮುಟ್ಟಿತ್ತು. ಗುಲ್‌ಜಾರ್ ಹೌಸ್ ಮತ್ತು ಚಾರ್‌ಮಿನಾರ್ ಪುಂಡರ ಬಗ್ಗೆ, ಬಾದಶಾಹ ಮಿಾರ್ ಮೆಹಬೂಬ ಅಲೀಖಾನ್‌ರವರ ಆನೆಯ ಬಾಲಹಿಡಿದು ಮೇಲೇರಿ ಪ್ರಭುಗಳ ಇನಾಮುಗಳಿಸುತ್ತಿದ್ದ ಬಗ್ಗೆ ತಿಳಿಸುತ್ತಾ ಆಗೆಲ್ಲ ಆನೆಗಳ ಬಾಲ ಸಾಕಷ್ಟು ಬಲಯುತವಾಗಿತ್ತೆಂದು ಅವರು ಹೇಳಿದರು. ಇನ್ನಿತರ ವಿಷಯಗಳನ್ನು ಅವಳು ಓದಿ ಅರಿತಿದ್ದಳು. ನಗರವನ್ನು ಒಂದು ಸ್ವರ್ಗವಾಗಿಸುವ ಕುಲೀ ಕುತುಬ್‌ಶಾಹರ ಇಚ್ಛೆಯಂತೆ

ನಗರ. ಕೇಂದ್ರವಾಗಿ ಚಾರ್‌ಮಿನಾರ್ ನಿರ್ಮಿಸಲ್ಪಟ್ಟು. ಅದರ ಸುತ್ತಲೂ ನಗರ ಬೆಳೆದ ಬಗ್ಗೆ, ಚಾರ್‌ಮಿನಾರ್ ಅನ್ನು ಸದೃಢವಾಗಿಸಲು ಕೋಟ್ಯಾಂತರ ಮೊಟ್ಟೆಗಳ ಬಿಳಿಯನ್ನು ಸುಣ್ಣಕ್ಕೆ ಸೇರಿಸಿ ಉಪಯೋಗಿಸಿದ ಬಗ್ಗೆ, ಜನತೆಗೆ ಸಂದೇಶ ಕಳುಹಿಸುವ ಕೇಂದ್ರವಾಗಿ ಚಾರ್‌ಮಿನಾರ್ ಉಪಯೋಗವಾದ ಬಗ್ಗೆ; ಫ್ರೆಂಚ್ ಕಮಾಂಡರು ಅದನ್ನು ತನ್ನ ಹೆಡ್‌ಕ್ವಾರ್ಟರ್ಸ್ ಆಗಿ ಮಾಡಿಕೊಂಡ ಬಗ್ಗೆ ಎಲ್ಲ ವಿವರಗಳೂ ಲೈಬ್ರರಿಯಲ್ಲಿ ಸಿಕ್ಕಿದ್ದವು. ಸುಗಂಧದ ಅಲೆಯೊಂದು ಏಮನ್‌ಳ ಯೋಚನೆಯನ್ನು ತುಂಡರಿಸಿತು.

ಚಾರ್‌ಮಿನಾರ್ ಸುತ್ತುವರಿದು, ಬಲಕ್ಕೆ ತಿರುಗಿ, ಅವರೀಗ ಲಾಡ್‌ಬಜಾರ್ ಹೊಕ್ಕಿದ್ದರು. ಇದು ಸುಮಂಗಲಿಯರ, ಸುಂದರಿಯರ ಪ್ರದೇಶ ಈ ಮಾರ್ಕೆಟ್‌ನ ಇಕ್ಕೆಲಗಳಲ್ಲೂ ಸ್ತ್ರೀಯರ ಮಾಂಗಲ್ಯ ಚಿಹ್ನೆಗಳ ಸಾಮಾಗ್ರಿಗಳ ಅಂಗಡಿಗಳಿವೆ. ಬಳೆಗಳು, ಕುಂಕುಮ, ಮೆಹಂದಿ, ಕಾಡಿಗೆ, ಜರಿಯ ಶೇರ್ವಾನಿಗಳು ಮದುವೆಗೆ ಬೇಕಾದ ಪರಿಕರಗಳು, ಇತರೆ ಸಿಂಗಾರ ವಸ್ತುಗಳೂ ಇಲ್ಲಿ ದೊರೆಯುತ್ತವೆ. ಸ್ತ್ರೀಯರ ಸ್ತ್ರೀತ್ವವೇ ಅವರನ್ನು ಲಾಡ್ ಬಜಾರ್‌ಗೆ ಎಳೆತರುತ್ತವೆ. ಹಿಂದಿನ ಕಾಲದಲ್ಲಿ, ಹುಡುಗಿಯರು ದುಪಟ್ಟಾ ಧರಿಸುವ ಪ್ರಾಯದವರೆಗೂ ಧರಿಸುತ್ತಿದ್ದ ಟೋಪಿಗಳೂ ಅಂಗಡಿಗಳ ಗೋಡೆಗಳಲ್ಲಿ ಸಿಲುಕಿಸಿದ್ದುವು. ಈಗ ಯಾರೂ ಅಂಥವನ್ನು ಧರಿಸಿದುದನ್ನು ಏಮನ್ ನೋಡಿರಲಿಲ್ಲ.

ಹೈದರಾಬಾದ್‌ನ ಸ್ತ್ರೀಯರ ಕೂದಲು ಹಾಗೂ ಉಸಿರಿನಲ್ಲಿ ಸ್ಥಾಯಿಯಾಗಿರುವ ಅತ್ತರು ಅಗರುಬತ್ತಿಯ ಪರಿಮಳ ಅಲ್ಲೆಲ್ಲ ತುಂಬಿತ್ತು. ದೇವರು ಸ್ತ್ರೀಯರಿಗೆ ರಂಗು, ರೂಪ, ಸೌರಭಗಳ ಲೋಕವನ್ನೇ ನೀಡಿರುವಾಗ ಅವರೀಗ ಅವನ್ನೆಲ್ಲ ಬಿಟ್ಟು ಪುರುಷರ ಪ್ರಪಂಚದಲ್ಲಿ ತೂರಿಕೊಳ್ಳಲು ಬಯಸುತ್ತಾರೆ ಎಂದು ಯೋಚಿಸಿದ ಏಮನ್ ಇದೇನು ತನ್ನನ್ನಿಂದು ಸ್ತ್ರೀತನ ಹೀಗೆ ಆವರಿಸುತ್ತಿದೆ ಎಂದು ಅಚ್ಚರಿಪಟ್ಟಳು. ಇದು ಸುತ್ತಲಿನ ಸುಗಂಧದಲೆಗಳ ಪ್ರಭಾವವೊ, ಅಲ್ಲ, ತಾನಿಂದು ಧರಿಸಿದ ಜರತಾರಿ ಉಡುಪು, ಆಭರಣಗಳ ಪ್ರಭಾವವೋ ಅವಳಿಗೆ ತಿಳಿಯದಾಯ್ತು. ಪರಿಸ್ಥಿತಿಯ ಒತ್ತಡವಲ್ಲದಿದ್ದರೆ ಅವಳೂ ಇಂದು ಯಾರದೋ ಹೃದಯೇಶ್ವರಿ ಆಗಿ ನಾಲ್ಕು ಗೋಡೆಗಳೊಳಗೆ ಜೀವಿಸಿರುತ್ತಿದ್ದಳು, ಆದರೆ, ಕಾಲ ಬದಲಾಗಿತ್ತು. ಹೃದಯ ಹಾಗೂ ಗೃಹಸ್ವಾಮಿನಿಯರು ಈಗ ಹೊಟ್ಟೆ ಹೊರೆಯುವುದಕ್ಕಾಗಿ ಪರಿಭ್ರಮಣ ನಡೆಸಬೇಕಾಗಿತ್ತು. ಸಂಧ್ಯೆಯ ಸಮಯವಾದುದರಿಂದ ದೀಪದ ಬೆಳಕಿನಲ್ಲಿ ಆಭರಣಗಳು ಪ್ರಜ್ವಲಿಸಿ, ಇಡೀ ಮಾರ್ಕೆಟ್ ಗಾಜಿನ ಮಹಲಿನಂತೆ ಕಾಣುತ್ತಿತ್ತು.

ಹಳೆಯ ಚೌಕವನ್ನು ಸುತ್ತುವರಿದು ಮುಂದೆ ಹೋದಾಗ, ಎದುರಲ್ಲೇ ಇದ್ದ ಬಾಜಾ-ಬಜಂತ್ರಿಗಳ ಮೆರವಣಿಗೆಯ ಕಾರಣ. ಕಾರಿನ ವೇಗ ಕಡಿಮೆ ಮಾಡಬೇಕಾಯ್ತು. ಶಹನಾಯಿಯ ಲಹರಿಯಲ್ಲಿ ಮೆರವಣಿಗೆ ತೇಲುತ್ತಿತ್ತು. ಕಣ್ಣಳವಿನಲ್ಲೆಲ್ಲ ಮೋಟಾರುಗಳ ಸಾಲೇ ಇತ್ತು. ಸಾರೋಟು, ಜಟಕಾ, ಟಾಂಗಾ ಕಾರುಗಳು, ಗ್ಯಾಸ್‌ಲೈಟ್ ಹೊತ್ತ ಭೋಯಿಗಳು, ಜರತಾರೀ ಉಡುಪುಗಳಲ್ಲಿ ಮೆರೆವ ಶಹನ್ಯಾ ವಾದಕರು, ಭೋಯಿಗಳ ಹೆಗಲುಗಳ ಮೇಲಿನ ಮರದ ಹಾಸುಗಳಲ್ಲಿ ನರ್ತಿಸುತ್ತಿರುವ ನರ್ತಕಿಯರು ಏಮನ್‌ಗೆ

ಇದು ನಿಜವೋ ಭ್ರಮೆಯೋ ಎಂದೆನಿಸತೊಡಗಿತು. ಕುತೂಹಲವೆನಿಸುತ್ತಿದ್ದರೂ, ಜೊತೆಗೆ ಆಯಾಸವೆನಿಸುತ್ತಲೂ ಇತ್ತು.

ತಮ್‌ಕೀನ್ ಯಾರ್ ಜಂಗ್‌ರ ಹವೇಲಿ ಸಮೀಪಿಸುತ್ತಿತ್ತು. ಪ್ರಕಾಶದ ದೊಡ್ಡ ಪುಂಜವೊಂದು ದೂರದಿಂದಲೇ ಕಾಣಿಸುತ್ತಿತ್ತು. ನಗಾರಿ ಶಹನ್ಯಾಗಳ ನಾದವೇರುತ್ತಿತ್ತು.

'ನಾವು ದಿಬ್ಬಣದೊಂದಿಗಿರಬಾರದು. ಮಜಲೀ ಬೇಗಂ ನಾವು ದಿಬ್ಬಣದವರಾಗಿ ಬಂದೆವೆಂದು ಆಸಾಮಾಧಾನಗೊಂಡಾರು, ಅಜಮ್ ಚಲಿಸುತ್ತಿರುವ ದಿಬ್ಬಣಕ್ಕಿಂತ ಮೊದಲೇ ನಾವು ಮುಟ್ಟುವಂತೆ ಪ್ರಯತ್ನಿಸು.'

ಆಜಮ್‌ಅಲೀ ತಲೆಯಾಡಿಸಿದನಾದರೂ ಆ ಜನಸಮುದ್ರದ ಒಳಗಿಂದ ಹೋಗುವುದು ಸುಲಭ ಸಾಧ್ಯವಿರಲಿಲ್ಲ. ಅದು ಹೇಗೋ ಅವನೊಂದು ಗಲ್ಲಿಯಲ್ಲಿ ನುಸುಳಿ, ಆ ಅಷ್ಟುದ್ದಗಲದ ಕಾರನ್ನು ಗಲ್ಲಿಗಳಲ್ಲಿ ಸರಿಸುತ್ತಾ, ಕೊನೆಗೂ ಮಂಗಳವಾದ್ಯಗಳಿಂದ ಮೊಳಗುತ್ತಿರುವ, ದೀಪಗಳಿಂದ ಪ್ರಜ್ವಲಿಸುತ್ತಿರುವ ಶೋಭಾಯಮಾನವಾದ ಆ ಹವೇಲಿಯೆದುರು ತಂದು ನಿಲ್ಲಿಸಿದ.

ವಿಶಾಲವಾದ ಆ ಮಹಲಿನ ಹಾಲ್‌ಗಳಲ್ಲಿ ತೂಗುದೀಪ ವಲ್ಲರಿಗಳು ಇಳಿಬಿದ್ದು, ಗಾಳಿಯ ಅಲೆಗಳೊಡನೆ ತೂಗಾಡುತ್ತಿದ್ದುವು. ನೆಲಕ್ಕೆ ಹಾಲು ಬಿಳಿಯ ಬೆಳದಿಂಗಳಿನಂತಹ ಹಾಸು ಹಾಸಲಾಗಿತ್ತು. ಬೆಳ್ಳಿಯ ದೊಡ್ಡ ಪೀಕದಾನಿಗಳು ಅಲ್ಲಲ್ಲಿಡಲ್ಪಟ್ಟಿದ್ದವು. ಗುಲಾಬಿ ಹೂವಿನ ಅತ್ತರಿನಿಂದ ಇಡೀ ಮಹಲನ್ನೇ ಸುವಾಸಿತಗೊಳಿಸಲಾಗಿತ್ತು. ಬೇಗಂಗಳ ಪರಿಚಾರಿಕೆಯರಿಗೆ ಎದುರು ಪೋರ್ಟಿಕೋದಲ್ಲಿ ವ್ಯವಸ್ಥೆಮಾಡಲಾಗಿತ್ತು.

ಜನನಾದೊಳಗೆ ಬರಲು ಪ್ರವೇಶ ಹಿಂಬದಿಯ ಮೂಲಕವಿತ್ತು. ಮುನ್ಶಿ ರಾಮಚಂದ್ರರಾವ್ ಅವರು ಅಲ್ಲಿ ವ್ಯವಸ್ಥೆ ನೋಡಿಕೊಳ್ಳುತ್ತಿದ್ದರು. ಬಾಡಿಗೆಯ ವಾಹನಗಳಲ್ಲಿ ಬಂದವರ ವಾಹನಗಳ ಬಾಡಿಗೆಯನ್ನು ಅವರು ಕೊಡುತ್ತಿದ್ದರು. ಈ ಎಲ್ಲ ಶೋಭಾಡಂಬರದ ಹಿಂದಿನ ದುಃಖಕರ ವಿಷಯವೆಂದರೆ, ಮಗಳ ಮದುವೆಯನ್ನು ಕುಟುಂಬದ ಪ್ರತಿಷ್ಠೆಗನುಸಾರವಾಗಿ ಮಾಡುವ ಯತ್ನದಲ್ಲಿ ತಮ್‌ಕೀನ್ ಯಾರ್ ಜಂಗರು ಈ ಹವೇಲಿಯನ್ನು ಸಾಹುಕಾರನೊಬ್ಬನ ಬಳಿ ಗಿರಿವಿ ಇಟ್ಟಿದ್ದರು. ಇದರ ಹೊರತಾಗಿ, ಅವರದಾಗಿ ಗದ್ದೆಯ ನಡುವಿನ ಸಣ್ಣ ಮನೆಯೊಂದಷ್ಟೇ ಇತ್ತು.

ಇಲ್ಲಿ ಹೈದರಾಬಾದ್ ಮೆಲ್ಲಮೆಲ್ಲನೆ ಪರದೆಯ ಹಿಂದಿನಿಂದ ಹೊರ ಬೀಳುತ್ತಿತ್ತು. ಆದರೂ ಸಂಪ್ರದಾಯಕ್ಕನುಸಾರವಾಗಿ ಮನೆಗಳಲ್ಲಿ ಸ್ತ್ರೀ ಪುರುಷರ ಭಾಗಗಳು ಬೇರೆಬೇರಾಗಿಯೇ ಇದ್ದವು. ಉಡುಪುಗಳಲ್ಲಿ ಬದಲಾವಣೆ ಬಂದಿತ್ತು. ರೇಶಿಮೆ ಕಲಾಬತ್ತಿನ ಬಿಳಿಯ ಪತಲೂನ್, ಶೇರ್‌ವಾನಿಗಳಲ್ಲದೆ, ಜಾನ್ ಬರ್ಟನ್‌ನ ಸೂಟ್‌ಗಳು ಅಲ್ಲಿದ್ದವು. ಶೇರ್‌ವಾನಿ ಧರಿಸಿದವರ ತಲೆಯಲ್ಲಿ ತುರ್ಕಿಟೋಪಿಗಳೂ ಪೇಟಾಗಳೂ ಇದ್ದವು. ತಲೆಯಲ್ಲೇನೂ ಧರಿಸಿರದಿದ್ದ ಕೆಲ ಯುವಕರನ್ನು ಹಿರಿಯರು ತೀಕ್ಷ್ಣ ದೃಷ್ಟಿಯಿಂದ ದಿಟ್ಟಿಸುತ್ತಿದ್ದರು.

ಅತಿಥಿಗಳಲ್ಲಿ ಹಿಂದೂ-ಮುಸಲ್ಮಾನರ ರೀತಿ-ನೀತಿಗಳೂ, ಉಡುಗೆ ತೊಡುಗೆಗಳೂ ಎಷ್ಟೊಂದು ಮಿಳಿತವಾಗಿದ್ದವೆಂದರೆ, ಯಾರು ಯಾರೆಂದು ಗುರುತಿಸುವುದು ಅಸಾಧ್ಯವೇ ಇತ್ತು. ರಾಜಾ ಲಲಿತ್ ಪ್ರಸಾದರು ತಮ್‌ಕಿನ್ ಯಾರ್ ಜಂಗರ ಬಾಲ್ಯಮಿತ್ರರಾಗಿದ್ದರು. ಅವರು ಕಪ್ಪುಬಣ್ಣದ ಶೇರ್‌ವಾನಿ ಹಾಗೂ ಪೇಟಾ ಧರಿಸಿದ್ದರು. ಎಲ್ಲಾ ವ್ಯವಸ್ಥೆಯ ಮೇಲೂ ಕಣ್ಣಿಟ್ಟು ನಿಗಾವಹಿಸುತ್ತಿದ್ದರವರು. ಹೊರಗೆ ವಾದ್ಯದವರ ಮೇಲಾಟ ನಡೆದಿದ್ದರೆ ಒಳಗೆ ಗಾಯಕಿಯರ ಮೆಹಫಿಲ್ ಅತ್ಯುತ್ಸಾಹದಿಂದ ನಡೆದಿತ್ತು. ಈ ಎಲ್ಲ ಸಂಭ್ರಮ ಏಮನ್‌ಳಿಗೆ ಹೊಸತಾಗಿದ್ದರೂ, ತನ್ನ ಸೌಂದರ್ಯದಿಂದ ಅವಳಾರಿಗೂ ಕಡಿಮೆಯಿರಲಿಲ್ಲ. ಶಾಯರಿ ನಡೆದಿತ್ತು;

"ಅದಿಗೋ ಅತಿಥಿಗಳಾಗಿ ಕುಳಿತಿಹರು, ನನ್ನಭಿಲಾಷೆಯ ಪ್ರತಿ ಮೂರ್ತಿಗಳು."

ಏನೆಂದು ಬಣ್ಣಿಸಲಿ ಹೇಳು, ಸೌಂದರ್ಯ ಸ್ವರೂಪರು!' ಶ್ರೇಷ್ಠ ಕವಿ ಪ್ರಿನ್ಸ್ ಮೌಅಜಮ್ ಜಾಹ್‌ಶಜೀ ಅವರ ಗೀತೆಯ ಸಾಲು ಹೃದಯ ಸೆಳೆಯುತ್ತಿತ್ತು.

ದಿಬ್ಬಣ ಬಂದೊಡನೆ ಝಾಲರಿಯ ಎಡೆಯಿಂದ ನೋಡಲು ನೂಕು ನುಗ್ಗಲು ಮೊದಲಾಯ್ತು. ಮಹಾಸರ್ಕಾರ್ ಅವರಂತೆ ಇನ್ನೂ ಕೆಲವರು ಕುಳಿತಲ್ಲೇ ಇದ್ದರು. ಏಮನ್, ಸರ್ಕಾರ್ ಅವರ ಪಕ್ಕದಲ್ಲಿ ಕುಳಿತು, ಬಿಟ್ಟಕಂಗಳಿಂದ ಈ ಎಲ್ಲ ಗದ್ದಲವನ್ನು ನೋಡುತ್ತಿದ್ದಳು.

"ಹೋಗು ಏಮನ್, ನೀನೂ ನೋಡುವುದಿದ್ದರೆ, ನೋಡು ಹೋಗು" ಮಹಾಸರ್ಕಾರ್ ಮುಗಳ್ನಗುತ್ತಾ ನುಡಿದರು.

ಏಮನ್‌ಗೆ ಈ ಗೌಜಿ-ಗದ್ದಲದಿಂದ ದೂರಾಗಿ ಸ್ವಚ್ಛ ಹವೆಯಲ್ಲಿ ಉಸಿರಾಡಬೇಕೆಂದು ಅನಿಸುತ್ತಿತ್ತು. ಭಾರವಾದ ಆ ದುಪ್ಪಟ್ಟಾದಿಂದಾಗಿ ಅವಳ ಭುಜ ನೋಯುತ್ತಿತ್ತು; ತಲೆ ಸಿಡಿಯುತ್ತಿತ್ತು. ಈಗ ಅವಕಾಶ ಸಿಕ್ಕಿದೊಡನೆ ಅವಳೆದ್ದು ಹಾಲ್‌ನಿಂದ ಹೊರಗೆ ಹೋದಳು. ಚಾವಡಿಯಂತಹ ಸ್ಥಳಕ್ಕೆ ಅವಳು ಬಂದಾಗ ಬಾಗಿಲೊಂದು ತೆರೆದಿದ್ದುದನ್ನು ನೋಡಿ, ಅದರ ಮೂಲಕ ಮುಂದೆ ಕಿಟಕಿಗಳೆಲ್ಲ ಮುಚ್ಚಿದ್ದ ದೊಡ್ಡ ಹಾಲ್‌ಗೆ ಬಂದಳು. ಅಲ್ಲಿ ಹಿಂದಿನ ದಿನವೇ ಮಿಠಾಯಿಗಳನ್ನು ಪೇರಿಸಿಡಲಾಗಿತ್ತು. ಕಾರಿಡಾರ್‌ನ ಕಿಟಕಿಗಳಿಂದ ಹೊರಗೆ ತೋಟವಿರುವುದರ ಸೂಚನೆಯಾಗಿ ಸೌರಭದ ಗಾಳಿ ಬೀಸಿಬರುತ್ತಿತ್ತು. ಅಲ್ಲಿಂದ ಹೊರಗೆ ಬಂದಾಗ ತೋಟದ ಬದಲು, ಚೀನೀಪಾಮ್‌ಗಳನ್ನು, ಸುಗಂದ ರಾಜರ ಗಿಡಗಳನ್ನೂ ದೊಡ್ಡ ದೊಡ್ಡ ಮರದ ಕುಂಡಗಳಲ್ಲಿ ನೆಟ್ಟಿದ್ದ ದೊಡ್ಡ ಚಾವಡಿಯಲ್ಲಿ ಏಮನ್ ಪ್ರವೇಶಿಸಿದಳು. ಅಲ್ಲಿ ಪೂರ್ಣಕತ್ತಲೆಯಿದ್ದರೂ ಅಮೃತಶಿಲೆಯ ಸ್ತಂಭಗಳಿಂದಾಗಿ ಮಬ್ಬು ಬೆಳಕೂ ಇತ್ತು. ಸ್ತಂಭಗಳ ಸುತ್ತೆಲ್ಲ ವಿವಿಧ ತರದ ಕ್ರೋಟ್‌ನ್‌ಗಳು ಕುಂಡಗಳಿಲ್ಲಿದ್ದುವು. ಅವುಗಳ ವರ್ಣವೈವಿದ್ಯವೆಲ್ಲ ಕತ್ತಲಲ್ಲಿ ಲೀನವಾಗಿತ್ತು.

ಹೊರಗೆ ವಾದ್ಯರವ ನಿಂತುಬಿಟ್ಟಿತ್ತು. ಬಹುಶಃ ನಿಕಾಹ್ ಓದಿಸಲಾಗುತ್ತಿತ್ತೆನೋ, ಏಮನ್ ಅಮೃತಶಿಲೆಯ ಸ್ತಂಭಗಳನ್ನು ಸ್ಪರ್ಶಿಸಿ ಅವುಗಳ ಶೀತಲತೆಯನ್ನನುಭವಿಸುತ್ತಿದ್ದಳು.

ಗಾಳಿಯ ಸೌರಭವನ್ನು ಆಘ್ರಾಣಿಸುತ್ತಾ, ಅಲ್ಲೇ ಸ್ತಂಭಕ್ಕೊರಗಿ ಕುಳಿತು, ಶಾಂತಮನಸ್ಕಳಾದಳು. ಇದಕ್ಕಿದ್ದಂತೆ ಏಕಾಕಿತನ ಅವಳನ್ನಾವರಿಸಿತು. ಹೀಗನಿಸುವುದು ಅವಳಿಗೆ ಹೊಸತೇನೂ ಆಗಿರಲಿಲ್ಲ. ಆಗಾಗ ಈ ಭಾವದ ಬಲೆಯಲ್ಲಿ ಅವಳು ಸಿಲುಕಿ ಕೊಳ್ಳುತ್ತಿದ್ದಳು. ಅವಳು ಸ್ತಂಭಕ್ಕೊರಗಿ, ಕಣ್ಣುಮುಚ್ಚಿಕೊಂಡಳು.

ಹೀಗೆ ಎಷ್ಟುಹೊತ್ತು ಏಮನ್ ಅಲ್ಲಿ ಕುಳಿತಿರುತ್ತಿದ್ದಳೋ, ಒಮ್ಮೆಲೇ ಅವಳಿಗೆ ತಾನಲ್ಲಿ ಒಬ್ಬಳೇ ಅಲ್ಲದಿರುವಂತೆ ಭಾಸವಾಯಿತು. ಅವಳ ಬಹು ಸನಿಹದಲ್ಲೇ ಯಾರೋ ಬಂದು ನಿಂತಿದ್ದರು. ಒಂದು ಕೈಯನ್ನು ಸ್ತಂಭದ ಮೇಲಿರಿಸಿ, ಇನ್ನೊಂದು ಕೈ ಬೆರಳಲ್ಲಿ ಸಿಗರೇಟ್ ಹಿಡಿದುಕೊಂಡು ಆತ ಒಂದೇ ಸಮನೆ ಏಮನ್‌ಳನ್ನು ದಿಟ್ಟಿಸುತ್ತಿದ್ದ, ಏಮನ್ ಗಾಬರಿಯಿಂದ ಎದ್ದು ನಿಂತುಕೊಂಡಾಗ, ಆತ ಇನ್ನೂ ಅವಳ ಸಮೀಪ ಬಂದು ನಿಂತ. ಕತ್ತಲಲ್ಲೇ ಏಮನ್‌ಳ ಕಂಗಳಿಗೆ ತನ್ನನ್ನು ಆ ಪರಿಯಲ್ಲಿ ದಿಟ್ಟಿನೆಟ್ಟು ನೋಡುತ್ತಿದ್ದ ಆ ವ್ಯಕ್ತಿ ಚೆಲುವನಾಗಿ ಕಂಡ, ಆದರೆ, ಕೇವಲ ಚೆಲುವನೆಂದಲ್ಲ; ಘನರೆಪ್ಪೆಗಳ ಕೆಳಗಿನ ಕಪ್ಪು ಕಂಗಳ ಮದ್ಯದ ನೀಳ ನಾಸಿಕರ ಅಡಿಯಲ್ಲಿ ಸದೃಡ ತುಟಿಗಳೂ ಗದ್ದವೂ ಆತನ ಸ್ವಾಭಿಮಾನವನ್ನು ಸೂಚಿಸುತ್ತಿದ್ದವು. ಅರ್ಧತೋಳಿನ ಸಫಾರಿ ಶರ್ಟ್‌ನಿಂದ ಹೊರಟು ಸ್ತಂಭದ ಮೇಲಿರಿಸಿದ್ದ ಕೈ ಹಾಗೂ ಸದೃಢ, ವಿಶಾಲ ಭುಜಗಳು ಏಮನ್‌ಳ ದಾರಿಗಡ್ಡವಾಗಿ ಗೋಡೆಯಂತೆ ನಿಂತಿದ್ದವು. ಅವುಗಳನ್ನು ದಾಟಿ ಮುನ್ನಡೆಯುವುದು ಅವಳ ಕೈಲಾಗುತ್ತಿರಲಿಲ್ಲ. ಆತನ ಭುಜದೆತ್ತರಕ್ಕೆ ಬರುತ್ತಿದ್ದ ಏಮನ್, ಆ ಮುಖವನ್ನು ನೋಡಲು ತಲೆಯನ್ನು ಹಿಂದೆ ಬಗ್ಗಿಸಬೇಕಾಗಿತ್ತು.

ಕ್ರಮೇಣ ಏಮನ್ ತನ್ನನ್ನು ತಾನೇ ಸಾವರಿಸಿಕೊಂಡಳು, ಆ ವ್ಯಕ್ತಿಯ ಕಡುಕಪ್ಪು ಕಂಗಳಲ್ಲಿ ನೋಡುತ್ತಾ, ಏಮನ್‌ಳ ಸ್ವರ್ಣ ನಯನಗಳಲ್ಲಿ ಕ್ರೋಧದ ಕಿಡಿ ಜ್ವಲಿಸ ಹತ್ತಿತ್ತು. ಆತನೂ ತನ್ನಂತೇ ಮದುವೆಮನೆಯ ಗದ್ದಲದಿಂದ ಸೋತು ಹೊರಗುಳಿದವನಿರಬಹುದು ಆದರೆ, ಹೀಗೆ ತನ್ನನ್ನಲ್ಲಿ ಬಂಧಿಯಾಗಿಸುವ ಯಾವುದೇ ಅಧಿಕಾರ ಆತನಿಗಿರಲಿಲ್ಲ.

ಜ್ವಾಲಾಮುಖಿಯಂತೆ ಕಿಡಿಕಾರುತ್ತಿದ್ದ ಏಮನ್‌ಳ ಕಣ್ಣುಗಳಿಂದ ವಿರುದ್ಧ ಪರಿಣಾಮವೇ ಉಂಟಾಯಿತು. ಆ ತುಟಿಗಳ ಕೊನೆಗಳು ಬಗ್ಗಿ ಮುಗಳ್ನಗುವಿನ ಅಲೆಗಳು ಆ ಕಡುಕಪ್ಪುಕಂಗಳವರೆಗೆ ಪಸರಿಸಿದವು. ಉರಿಯುತ್ತಿದ್ದ ಸಿಗರೇಟನ್ನು ಆತ ಎಸೆದು ಬಿಟ್ಟ.

'ಸ್ವಪ್ನ!' ಮಧ್ಯಮಸ್ತರದ ಗಂಭೀರ ದನಿಯಲ್ಲಿ ಆತನೆಂದ.

'ನಾನು ನನ್ನ ಸ್ವಪ್ನ ಫಲವನ್ನು ಹೀಗೆ ಅರಸುತ್ತಿರುತ್ತೇನೆ.' ಎಂದ ಆತ ಏಮನ್‌ಳನ್ನು ತನ್ನ ಬಾಹುಗಳಲ್ಲಿ ತುಂಬಿಕೊಂಡ, ಏಮನ್‌ಳ ಕಂಪಿಸುವ ತುಟಿಗಳನ್ನು ಅಪರಿಚಿತ ತುಟಿಗಳು ತಮ್ಮ ವಶಮಾಡಿಕೊಂಡವು. ಏಮನ್ ಆ ಹಿಡಿತದಿಂದ ಬಿಡಿಸಿಕೊಳ್ಳಲು ನಿಷ್ಫಲ ಪ್ರಯತ್ನ ನಡೆಸಿದ್ದಳು. ಆದರೆ, ಅದು ಬಿಡಿಸಲೆತ್ನಿಸಿದಷ್ಟೂ ಬಿಗಿವ ವಿಶಾಲ ಪಂಜರದಂತಿತ್ತು. ಆ ಬಿಗಿತದಿಂದಾಗಿ ಅವಳ ಕಂಗಳಲ್ಲಿ ಸೋಲು ಹಾಗೂ ಕ್ರೋಧದ ಕಣ್ಣೀರು ಒಸರಿ ಬಂತು. ಅಬಲೆಯ ಹೆಣ್ತನದ ಲಾಭ ಪಡೆವ ಹಕ್ಕು ಯಾವುದೇ ನವಾಬ ಕುವರನಿಗೂ ಇದ್ದಿಲ್ಲ.

ಯಾವುದೋ ಉದ್ಧಟ, ಶ್ರೀಮಂತ ಪುತ್ರನ ತಾತ್ಕಾಲಿಕ ರುಚಿಗೆ ಸಾಮಾಗ್ರಿಯಾಗಲು ಅವಳೇನೂ ನಿರ್ಗತಿಕ ಹೆಣ್ಣಾಗಿರಲಿಲ್ಲ. ಇಂತಹ ಹತ್ತು ರೋಡ್ ರೋಮಿಯೋಗಳನ್ನೂ ಎದುರಿಸುವ ಶಕ್ತಿ ಅವಳಿಗಿತ್ತಾದರೂ ಈಗ ನಡೆದುದಕ್ಕೆ ಅವಳು ಮಾನಸಿಕವಾಗಿ ಸ್ವಲ್ಪವೂ ತಯಾರಾಗಿರಲಿಲ್ಲ.

ಆ ಅಪರಿಚಿತನ ಹಿಡಿತ ಸಡಿಲವಾದೊಡನೆ ಏಮನ್ ಚಡಪಡಿಸುತ್ತಾ ಆ ವಿಶಾಲ ಬಾಹುಗಳಿಂದ ಹೊರಬಂದಳು. ಆತನ ಕಣ್ಣುಗಳಲ್ಲಿ ವಿಜಯವಿತ್ತು ತುಟಿಗಳು ನಗುತ್ತಿದ್ದವು. ಉತ್ತರವಾಗಿ, ಏಮನ್ ಕೈಯೆತ್ತಿ ಆತನ ಮುಖಕ್ಕೊಂದು ಬಾರಿಸಿಯೇ ಬಿಟ್ಟಳು. ತನ್ನ ಆಕ್ರಮಣದ ಪ್ರಭಾವ ಏನಾಯ್ತೆಂದು ನೋಡಲು ನಿಲ್ಲದೆ, ಏಮನ್ ಅಲ್ಲಿಂದ ಓಟಕಿತ್ತು. ಒಳಗೆ ಬಂದೊಡನೆ ಬಾಗಿಲು ಮುಚ್ಚಿಕೊಂಡಳು. ಅವಳು ಬಳ್ಳಿಯಂತೆ ಕಂಪಿಸುತ್ತಿದ್ದಳು; ಕಾಲ್ಗಳ ಶಕ್ತಿ ಉಡುಗಿ ಹೋದಂತಾಗಿ, ಕೈಗಳಲ್ಲಿ ತನ್ನ ಮುಖ ಮುಚ್ಚಿಕೊಂಡು ಅವಳು ಅಲ್ಲೇ ಕುಳಿತು ಬಿಟ್ಟಳು, ಎಷ್ಟೋ ಕಾಮುಕ ದೃಷ್ಟಿಗಳು ಅವಳನ್ನು ಇದುವರೆಗೆ ದಿಟ್ಟಿಸಿದ್ದರೂ, ಇಂಥ ಧಾರ್ಷ್ಟ್ಯವನ್ನು ತೋರುವ ಧೈರ್ಯ ಯಾರೂ ಮಾಡಿರಲಿಲ್ಲ.

ತನ್ನ ಅಸಹಾಯಕತೆಯ ಅರಿವಾದಾಗ ಈ ಲೋಕ ತನ್ನಂಥ ಮುಗ್ಧ ಏಕಾಕಿ ಸ್ತ್ರೀಯರಿಗೆ ಎಷ್ಟೊಂದು ಅಸುರಕ್ಷಿತವೆಂಬ ಭಾವನೆ ಅವಳಲ್ಲಿ ಬಂತು. ಈಗಲೂ ಅಪರಿಚಿತವಾದ, ದೃಢವಾದ ಕೈಯೊಂದು ತನ್ನ ಕುತ್ತಿಗೆ, ತಲೆಗೂದಲ ಮೇಲಾಡಿದಂತೆ, ಕೈಗಳನ್ನು ಬೆನ್ನಿಗೆ ಒತ್ತಿಹಿಡಿದಂತೆ, ಬೆಚ್ಚನೆಯ ತುಟಿಗಳ ಮೇಲಾಡಿದಂತೆ ಭಾಸವಾಗುತ್ತಿತ್ತು. ಮಹಾಸರ್ಕಾರ್ ಅವರ ನೆನಪಾದೊಡನೆ, ಏಮನ್ ಬಹು ಸಾಹಸದಿಂದ ತನ್ನನ್ನು ತಾನೇ ನಿಯಂತ್ರಿಸಿಕೊಂಡಳು. ಮುಖದ ಬೆವರನ್ನೊರಿಸಿಕೊಂಡು, ಅವಳು ಮುಂದಡಿಯಿಟ್ಟಳು ಈಗಲೂ ಆ ನಗುವ ತುಟಿಗಳು, ಆಳವಾದ ಕಂಗಳು ಅವಳನ್ನು ಹಿಂಬಾಲಿಸಿ ಪರಿಹಾಸ ಮಾಡುತ್ತಿರುವಂತೆ ಅವಳಿಗನಿಸಿತು.

ತನ್ನ ಏಕಾಂತದ ದುರ್ಲಾಭ ಪಡೆದ ಆ ವ್ಯಕ್ತಿ ಯಾರಿರಬಹುದೆಂದು ಅವಳು ಚಿಂತಿಸಿದಳು.

ಮಹಾಸರ್ಕಾರ್ ಅವರೊಡನೆ ಈ ಘಾತಕನ ಬಗ್ಗೆ ದೂರಿಕೊಳ್ಳುವ ಎಂದು ಏಮನ್ ಎಣಿಸಿದಳಾದರೂ, ಎಷ್ಟು ಯತ್ನಿಸಿದರೂ ಅವಳ ನಾಲಿಗೆ ಅವಳೊಂದಿಗೆ ಸಹಕರಿಸಲಿಲ್ಲ. ಅಲ್ಲದೆ, ಸರ್ಕಾರ್ ಅವರೇನೂ ಅವಳನ್ನು ಕತ್ತಲಗ್ಯಾಲರಿಗಳಲ್ಲಿ ಸುತ್ತುವಂತೆ ಹೇಳಿರಲಿಲ್ಲ. ಕತ್ತಲನ್ನು ಅವಳೇ ಅರಸುತ್ತಾ ಹೋಗಿದ್ದಳು.

ಮಹಾಸರ್ಕಾರ್ ಅವರು ಬೇಗಂ ತಮ್‌ಕೀನ್ ಯಾರ್ ಜಂಗ್‌ರನ್ನು ಸಿಕ್ಕಿ, ಮದುವೆಯ ಶುಭಾಶಯ ಸಲ್ಲಿಸಿದರು. ತಮ್‌ಕೀನ್ ಯಾರ್ ಜಂಗ್ ಅವರು ದೊಡ್ಡ ನವಾಬ ಸಾಹೇಬರ ಪ್ರಿಯಮಿತ್ರರಲ್ಲಿ ಒಬ್ಬರಾಗಿದ್ದುದರಿಂದ ಸರ್ಕಾರ್ ಅವರು ಸುಂದರವಾದೊಂದು ಬೆಳ್ಳಿಯ ಟೀ ಸೆಟ್ಟನ್ನು ಮದುವೆಯ ಕಾಣಿಕೆಯಾಗಿ ಕೊಟ್ಟಿದ್ದರು. ಬೇಗಂರಿಂದ ಅನುಮತಿ ಪಡೆದು, ಅವರು ಬೇಗನೇ ಹಿಂದಿರುಗಿದರು. ಬೆಳಗಿನ ರೈಲಿನಲ್ಲಿ

ಅವರಿಗೆ ಕರ್ನಾಟಕಕ್ಕೆ ಹೋಗಲಿತ್ತು. ಸರ್ಕಾರ್ ಅವರು ಸರ್ಕಿಟ್ ಹೌಸ್‌ನಲ್ಲಿ ವಿಶ್ರಾಂತಿ ಪಡೆದು. ಧಾರವಾಡದಿಂದ ದಾಂಡೇಲಿಯ ವರೆಗಿನ ಮೂವತ್ತು ಮೈಲುಗಳನ್ನು ಕಾರಿನಲ್ಲಿ ಶ್ರಮಿಸಬಹುದೆಂಬುದು ವಿಮನ್‌ಳ ಅಭಿಪ್ರಾಯವಾಗಿತ್ತು. ಆದರೆ ಸರ್ಕಾರ್ ಅವರು ಇದಕ್ಕೆ ಸಿದ್ಧರಿರಲಿಲ್ಲ.

ಬಡಜನರ ಮಹಾಬಲೇಶ್ವರವೆಂದು ಕರೆಯಲ್ಪಡುವ ಧಾರವಾಡ, ಕರ್ನಾಟಕದ ಚಿಕ್ಕ ಸುಂದರ ನಗರ ಚಿಕ್ಕ ರೈಲ್ವೇ ಸ್ಟೇಶನ್; ಹಸಿರು ತುಂಬಿದ ವೃಕ್ಷರಾಶಿ; ಎತ್ತರ-ತಗ್ಗಿನ, ಅಡ್ಡಾದಿಡ್ಡಿ ರಸ್ತೆ; ಅಗತ್ಯ ವಸ್ತುಗಳೆಲ್ಲ ಸಿಗುವ ಚಿಕ್ಕ ಮಾರ್ಕೆಟ್ ಇಲ್ಲಿತ್ತು. ನಗರ ಚಿಕ್ಕದಾಗಿದ್ದರೂ, ಜನರ ಜ್ಞಾನ ಸಂಪತ್ತು ಬಹುಮೂಲ್ಯವಾಗಿತ್ತು.

ಫ್ಯಾಕ್ಟರಿಯ ಜೀಪ್ ಮತ್ತು ಸ್ಟೇಶನ್‌ವ್ಯಾಗನ್ ಹೊರಗೆ ಕಾದಿತ್ತು, ಹಿಂದಿನ ದಿನವೇ ಬಂದಿದ್ದ ಮುನ್ಶೀ ಸಾಹೇಬರು ಸಾಮಾನುಗಳನ್ನು ಜೀಪ್‌ನಲ್ಲಿರಿಸಿದರು. ಸಮಯಕ್ಕೆ ಮೊದಲೇ ತಯಾರಾಗುತ್ತಿದ್ದ ಅವರು, ತನ್ನ ಯಜಮಾನಿಯ ಬಗ್ಗೆ ಚೆನ್ನಾಗಿ ಅರಿತಿದ್ದರು. ಈ ವಯಸ್ಸಿನಲ್ಲೂ ಚುರುಕಾಗಿದ್ದ ಸರ್ಕಾರ್ ಅವರು ಇತರರಿಂದಲೂ ಇದನ್ನೇ ಬಯಸುತ್ತಿದ್ದರು. ಧಾರವಾಡದಿಂದ ದಾಂಡೇಲಿವರೆಗಿನ ರಸ್ತೆ ಸಮತಟ್ಟಾಗಿತ್ತು. ವಾತಾವರಣ ಸ್ವಚ್ಛಹವೆಯಿಂದ ಕೂಡಿತ್ತು; ತಂಪಾಗಿತ್ತು. ವಿಮನ್ ಮಹಾಸರ್ಕಾರ್ ಅವರ ಭುಜದ ಮೇಲೆ ಶಾಲು ಹೊದಿಸಿದಳು.

ಧಾರವಾಡದಿಂದ ಸ್ವಲ್ಪ ದೂರದಲ್ಲಿ ಬಿದಿರು ಹಾಗೂ ಸಾಗುವಾನಿ ಮರಗಳ ಕಾಡುಗಳಿಂದಾವೃತವಾದ ಪ್ರದೇಶದಲ್ಲಿ ದಾಂಡೇಲಿ ಪಟ್ಟಣವಿದೆ. ಬಿದಿರು, ಸಾಗುವಾನಿಗಳೇ ಅವರ ಸರ್ವಸ್ವವೂ ಆಗಿದೆ. ಇತ್ತೀಚೆಗೆ ಮ್ಯಾಂಗನೀಸ್ ಫೀಲ್ಡ್‌ನ ಶೋಧನೆಯಾದ ಬಳಿಕ, ದಾಂಡೇಲಿಯ ಮಹತ್ವ ಇನ್ನೂ ಹೆಚ್ಚಿದೆ. ವೆಸ್ಟ್‌ಕೋಸ್ಟ್ ಪೇಪರ್ ಮಿಲ್ಸ್ ಹಾಗೂ ಇತರ ಉದ್ಯೋಗಗಳಿಂದಾಗಿ ಇಲ್ಲಿ ಎಲ್ಲ ಪ್ರದೇಶದ ಜನರೂ ಕಾಣಸಿಗುತ್ತಾರೆ. ವೆಸ್ಟ್‌ಕೋಸ್ಟ್ ಪೇಪರ್ ಮಿಲ್‌ನ ಗೇಟ್‌ನ ಬಳಿಯಲ್ಲಿ ರಸ್ತೆ ಒಮ್ಮೆಲೇ ಏರು ರಸ್ತೆಯಾಗಿ ಅಲ್ಲೊಂದು ಕಣಿವೆಯೇ ನಿರ್ಮಾಣವಾಗಿತ್ತು. ಎಡಕ್ಕೆ ತಿರುಗಿದ ಸ್ಟೇಶನ್ ವ್ಯಾಗನ್ ದೊಡ್ಡದೊಂದು ಗೇಟಿನಿಂದ ಒಳಹೊಕ್ಕು, ಕೆಂಪು ಬಣ್ಣದ ಕಿರುದಾರಿಯಲ್ಲಿ ಮುಂದುವರಿದು ಒಂದು ಭವ್ಯ ಬಂಗಲೆಯೆದುರು ಬಂದು ನಿಂತಿತು.

ಮರಗಳಲ್ಲಿನ ಜೀರುಂಡೆಗಳ ಕರ್ಕಶದನಿ ವಾತಾವರಣದ ನಿಶ್ಶಬ್ದತೆಯನ್ನು ಭೇದಿಸುತ್ತಿತ್ತು. ದೊಡ್ಡ ದೊಡ್ಡ ಲಾನ್‌ಗಳ ಅಂಚಿನಲ್ಲಿ ವಿವಿಧ ವರ್ಣದ ಗುಲಾಬಿ ಹೂಗಳಿದ್ದವು. ಪೋರ್ಚ್‌ನ ಬಳ್ಳಿಗಳೂ, ವಿವಿಧ ಪಾಮ್ ಗಿಡಗಳ ಎಲೆಗಳೂ ಚವರಿಯಾಡಿಸುವಂತಿದ್ದವು. ವಾತಾವರಣ ಸೌರಭದಿಂದ ಕೂಡಿತ್ತು. ಬಿದಿರು, ಸಾಗುವಾನಿಯ ಕಾಡು ಅಲ್ಲಿಂದಲೇ ಆರಂಭವಾಗಿತ್ತು. ಅದರಿಂದಾಗಿಯೇ ಅಲ್ಲಿ ಟಿಂಬರ್ ಫ್ಯಾಕ್ಟರಿ ಹಾಗೂ ಪೇಪರ್‌ಮಿಲ್ ಸ್ಥಾಪಿತವಾಗಿ ಅಸಂಖ್ಯ ಜನರಿಗೆ ಕೆಲಸ ಒದಗಿಸಿತ್ತು. ಪ್ರತಿವರ್ಷ, ಕಾಡುಗಳ ಏಲಂ ನಡೆದು ದೊಡ್ಡ ದೊಡ್ಡ ಗುತ್ತಿಗೆದಾರರು ಪ್ರಕೃತಿಯ ಈ ಅಮೂಲ್ಯ ಸಂಪತ್ತನ್ನು ಸಂಪಾದಿಸಿ ಕೊಂಡೊಯ್ಯುತ್ತಿದ್ದರು.

ದೊಡ್ಡ ನವಾಬ ಸಾಹಬ ನಿಸಾರುದ್ದೌಲರೂ ದಾಂಡೇಲಿಯಲ್ಲಿ ತನ್ನ ಕಾರ್ಖಾನೆ ಸ್ಥಾಪಿಸಿದ್ದರು. ಫ್ಯಾಕ್ಟರಿಯಲ್ಲಿ ಅಂತಹ ಉತ್ಪಾದನೆಯೇನೂ ಇರಲಿಲ್ಲ. ಕಾಡಿನ ಏಲಂನಿಂದಲೇ ಹೆಚ್ಚಿನ ಆದಾಯ ಬರುತ್ತಿತ್ತು. ನಗರದ ಸಂಸ್ಕೃತಿ, ಹಿರಿಮೆ ಹಾಗೂ ಮಹಲಿನ ಜೀವನವನ್ನಷ್ಟೇ ಅರಿತಿದ್ದ ಅವರು ದಾಂಡೇಲಿಗೆ ಒಂದೆರಡು ಸಲವಷ್ಟೇ ಬಂದು ಹೋಗಿದ್ದರು. ಕವಿತೆ, ಸಾಹಿತ್ಯಗಳಲ್ಲೇನೋ ಅವರಿಗೆ ತುಂಬ ಅಭಿರುಚಿಯಿತ್ತು. ಸಿಟ್ಟು ಸದಾ ಅವರ ಮೂಗಿನ ತುದಿಯಲ್ಲೇ ಇರುತ್ತಿದ್ದುದರಿಂದ, ಕಾರ್ಖಾನೆಯ ದುಸ್ಥಿತಿಯ ಬಗ್ಗೆ ಅವರೊಡನೆ ಹೇಳಿಕೊಳ್ಳುವ ಧೈರ್ಯ ಯಾರಿಗೂ ಇರಲಿಲ್ಲ. ಈಗ ಕೆಲದಿನಗಳಿಂದ ಯಂತ್ರಗಳು ಕೈಕೊಟ್ಟುದರಿಂದ ದೊಡ್ಡ ನವಾಬರ ಕುವರ ಅಜರ್ ನವಾಬರು ಅದರ ದುರಸ್ತಿಗೆ ಯತ್ನಿಸಿ, ಕಾರ್ಖಾನೆಯ ಸ್ಥಿತಿಯ ಬಗ್ಗೆ ಸಂಪೂರ್ಣ ಗಮನ ಕೊಟ್ಟಿದ್ದರು. ಈ ಬಗ್ಗೆಯೇ ಕೆಲಸದ ಮೇಲೆ ಅವರು ವಿದೇಶಕ್ಕೆ ಹೋಗಿದ್ದರು. ಆಗಲೇ ಕಾರ್ಖಾನೆಯಲ್ಲೇನೋ ಸಮಸ್ಯೆ ಉದ್ಭವಿಸಿತ್ತು. ಇದರ ಪರಿಹಾರಕ್ಕೆಂದೇ ಮಹಾ ಸರ್ಕಾರ್ ಅವರು ದಾಂಡೇಲಿಗೆ ಬರಬೇಕಾಯ್ತು.

ದೂರ ಪ್ರಯಾಣದಿಂದ ಆಯಾಸಗೊಂಡಿದ್ದ ಸರ್ಕಾರ್ ಅವರು ಮೆಲ್ಲ ಮೆಲ್ಲನೆ ಮೆಟ್ಟಿಲುಗಳನ್ನೇರಿ ಬಂಗಲೆಯೊಳಗೆ ಬಂದರು. ಹೊಸದಾಗಿ ನಿರ್ಮಿತವಾಗಿದ್ದ ಆ ಬಂಗಲೆಯು ವಾಸ್ತವದಲ್ಲಿ ಒಂದು ಅತಿಥಿ ಗೃಹವಾಗಿತ್ತು. ಗ್ಯಾಲರಿಯ ಇಕ್ಕೆಲಗಳಲ್ಲೂ ವಾಸಕ್ಕೆ ಕೋಣೆಗಳಿದ್ದವು. ಪೋರ್ಟಿಕೋದಿಂದ ಒಳ ಬರುತ್ತಲೇ ವಿಶಾಲವಾದ ಲಾಂಜ್ ಹಾಗೂ ಅದಕ್ಕೆ ತಾಗಿಕೊಂಡು ವಿಸ್ತಾರವಾದೊಂದು ಡ್ರಾಯಿಂಗ್‌ರೂಮ್ ಇತ್ತು. ಲಾಂಜ್‌ನ ಇಕ್ಕೆಲಗಳಲ್ಲೂ ನಾಲ್ಕು ಬೆಡ್‌ರೂಮ್‌ಗಳಿದ್ದವು. ಲಾಂಜ್‌ನ್ನು ಸರಳವಾಗಿ, ವಿಶ್ರಾಂತಿಗೆ ಅನುಕೂಲವಾಗುವಂತೆ ಸಜ್ಜುಗೊಳಿಸಲಾಗಿತ್ತು. ಗೋಡೆಗಳಲ್ಲಿ ವಿಸ್ತಾರವಾದೊಂದು ಮ್ಯೂರಲ್ ಅಲ್ಲದೆ ಒಂದೆರಡು ಪೈಂಟಿಂಗ್‌ಗಳೂ ಶೋಭಿಸಿದ್ದವು. ಬಾಗಿಲ ಮೇಲ್ಭಾಗದಲ್ಲಿ ದೊಡ್ಡ ನವಾಬ ಸಾಹೇಬರ ಕಲಾತ್ಮಕವಾದ ಚಿತ್ರವೊಂದಿತ್ತು. ಮಹಾ ಸರ್ಕಾರ್ ಅವರ ಸ್ನಾನದ ಮನೆಯಲ್ಲಿ ಶಮ್‌ಶಾದ್ ಸ್ನಾನಕ್ಕೆ ಅನುವು ಮಾಡಿದ್ದಳು.

'ಏಮನ್ ಬೀಬೀ ನೀನೂ ನಿನ್ನ ಕೋಣೆಗೆ ಹೋಗು, ಅರ್ಧ ಗಂಟೆಯ ಬಳಿಕ ನಾನು ಡೈನಿಂಗ್ ಹಾಲ್‌ಗೆ ಬರುವೆ.' ಸರ್ಕಾರ್ ನುಡಿದರು. ಅವಳೂ ಅರ್ಧಗಂಟೆಯೊಳಗೆ ಸ್ನಾನಮಾಡಿ ಊಟಕ್ಕೆ ತಯಾರಾಗಬೇಕಿತ್ತು. ಸರ್ಕಾರ್ ಅವರ ಸ್ಥೈರ್ಯವನ್ನು ಮನದಲ್ಲೇ ಮೆಚ್ಚಿಕೊಂಡು ಅವಳು ಎದುರಿನ ತನ್ನ ಕೋಣೆಗೆ ಹೋದಳು. ಸರಳವಾಗಿದ್ದರೂ, ಕೋಣೆ ಬಹಳ ಸ್ವಚ್ಛ ಹಾಗೂ ಶಿಸ್ತಿನಿಂದಿತ್ತು. ತನ್ನ ಸಾಮಾನುಗಳನ್ನು ನೋಡಿ, ಸರಿಯಾದ ಸ್ಥಳಗಳಲ್ಲಿ ಅವನ್ನಿಟ್ಟಳು. ಏಮನ್ ತನ್ನ ಫೈಂಟಿಂಗ್‌ನ ವಸ್ತುಗಳನ್ನು ವಾರ್ಡ್‌ರೋಬ್‌ನೊಳಗಿಟ್ಟಳು. ಬೇಗನೇ ಸ್ನಾನ ಮುಗಿಸಿ, ಸಿದ್ಧಳಾಗಿ ಏಮನ್ ಊಟಕ್ಕೆ ಬಂದಳು. ನುರಿತವರ ಕೈಯಡುಗೆಯಂತೆ ಊಟ ಚೆನ್ನಾಗಿತ್ತು. ಮಹಾ ಸರ್ಕಾರ್ ನಿದ್ರಿಸಲೆಂದು ಹೋದೊಡನೆ ಏಮನ್ ಶಮ್‌ಶಾದ್‌ಳನ್ನಲ್ಲೇ ಬಿಟ್ಟು ಮೆಲ್ಲನೆ ಹೊರಗೆ ಹೋದಳು. ಕೋಣೆಯೊಳಗೆ ಹೋಗುವ ಮೊದಲು ಅವಳು ದೊಡ್ಡ ನವಾಬ ಸಾಹೇಬರ ಆ ಚಿತ್ರದ ಕೆಳಗೆ ನಿಂತು ಬಿಟ್ಟಳು. ನವಾಬ ಸಾಹೇಬರು ಅಷ್ಟೊಂದು ಕುರೂಪರೆಂದು ಅವಳು

ಯೋಚಿಸುವುದೂ ಶಕ್ಯವಿರಲಿಲ್ಲ. ಮಹಾಸರ್ಕಾರ್ ಅವರಿಗೂ ನವಾಬರಿಗೂ ಜೋಡಿಯಲ್ಲಿ ಯಾವುದೇ ಹೊಂದಾಣಿಕೆಯಿರಲಿಲ್ಲ. ಇಷ್ಟಕ್ಕೂ, ಆಗಿನ ಕಾಲದಲ್ಲಿ ಹೆಸರು. ಆಸ್ತಿ ಮುಂತಾದವುಗಳನ್ನಲ್ಲದೆ, ರೂಪವನ್ನು ನೋಡಿ ಯಾರೂ ಜೋಡಿ ನಿಷ್ಕರ್ಷಿಸುತ್ತಿರಲಿಲ್ಲ. ಸರ್ಕಾರ್ ಅವರು ಅವರೊಡನೆ ನಗುತ್ತಾ ಅಷ್ಟು ಕಾಲ ಬಾಳಿಬದುಕಿದ್ದರೆ, ಅವರಲ್ಲೇನಾದರೂ ಒಳ್ಳೆಯತನ ಖಂಡಿತವಾಗಿಯೂ ಇದ್ದಿರಬಹುದು, ನಿದ್ರೆಯಿಂದ ಏಮನ್‌ಳ ಕಂಗಳು ಭಾರವಾಗ ತೊಡಗಿದುದರಿಂದ ಅವಳು ತನ್ನ ಕೋಣೆಯೊಳಗೆ ಹೊರಟು ಹೋದಳು.

ಬೆಳಗು ಮನೋಹರವಾಗಿತ್ತು. ಹೊಸ ಸ್ಥಳಗಳಲ್ಲಿ ಬೇಗನೇ ಎಚ್ಚರಾಗುವುದು ಸಹಜ, ಅಲ್ಲದೆ, ಏಮನ್‌ಗೆ ಬೆಳಗ್ಗೆ ಬೇಗನೇ ಏಳುವ ಅಭ್ಯಾಸವಿತ್ತು. ಅಡಿಗೆಯಾತ ಬೆಳಗ್ಗೆ ಆರು ಗಂಟೆಗೇ ಅವಳಿಗೆ ಬೆಡ್ ಟೀ ಕೊಟ್ಟಿದ್ದ ಹೊರಗೆ ಕರ್ನಾಟಕದ ಬೆಳಗು ಬಲು ಸುಂದರವಿತ್ತು. ಕಪ್‌ನೊಡನೆ ಅವಳು ಹೊರಗೆ ಕುರ್ಚಿಯಲ್ಲಿ ಕುಳಿತು ವಾತಾವರಣದ ಮೋಹಕತೆಯನ್ನು ಸವಿಯತೊಡಗಿದಳು. ತೋಟದಲ್ಲರಳಿದ ಗುಲಾಬಿಯ ಪಕಳೆಗಳಲ್ಲಿ ಮಂಜುಹನಿಗಳಿದ್ದವು. ಲಾನ್‌ನ ಅಂತ್ಯದಲ್ಲಿ ಯೂಕಲಿಪ್ಟಸ್ ಹಾಗೂ ಸಂಕೇಸರದ ಎತ್ತರೆತ್ತರದ ವೃಕ್ಷಗಳಿದ್ದವು. ಲಾನ್‌ನ ಆವರಣದೊಳಗೆ ರಂಗು ರಂಗಿನ ಪುಷ್ಪಲತೆಗಳಿಂದ ಆವೃತವಾದ ವರ್ಣರಂಜಿತ ಉಯ್ಯಾಲೆಯೊಂದಿತ್ತು.

ಏಮನ್ ಬೇಗನೇ ಚಾ ಕುಡಿದು ಮುಗಿಸಿ ಅಂಗಳಕ್ಕೆ ಇಳಿದಳು. ಕೆಮ್ಮಣ್ಣಿನ ಕಿರುದಾರಿಯಲ್ಲಿ ಬಲಕ್ಕೆ ತಿರುಗಿದರೆ ಕ್ರೋಟನ್, ಕ್ಯಾಕ್ಟಸ್‌ಗಳ ಕೈತೋಟವಿತ್ತು. ಲಾನ್‌ನ ಎಡಗಡೆಗೆ ಚಿಕ್ಕದೊಂದು ಗೇಟ್ ಇತ್ತು. ಯಾಕಲಿಪ್ಟಸ್ ಮರಗಳ ಅಂಚಿಗೆ ಕಲ್ಲಿನ ದಿನ್ನೆ ಆರಂಭವಾಗಿತ್ತು. ಅದರ ಕೆಳಗೇ ಏಮನ್‌ಳ ಮನಸೆಳೆದ, ಶಾಂತ ಕಾಳೀನದಿಯು ಅಗಲವಾದ ಪಾತ್ರವಿತ್ತು. ಕೋಮಲವಾಗಿ ಹರಿವ ಕಾಳೀನದಿಯ ದಾಂಡೇಲಿಗೆ ಪ್ರಕೃತಿದೇವಿಯಿತ್ತ ಕೊಡುಗೆಯೇ ಸರಿ. ಈ ನದಿಯ ಮೂಲಕವೂ ಕಾಡಿನಲ್ಲಿ ಕಡಿಯಲಾದ ಮರಗಳನ್ನು ದೂರಕ್ಕೆ ಸಾಗಿಸಲಾಗುತ್ತಿದೆ. ಸಾಗುವಾನಿಯ ಕೆಲವು ಕಾಂಡಗಳು ಈಗಲೂ ನೀರಮೇಲೆ ನಿಶ್ಚಿಂತೆಯಿಂದ ತೇಲುತ್ತಾ ಸಾಗಿದ್ದವು.

ನದಿಯ ಇನ್ನೊಂದು ದಡದಲ್ಲೂ, ಸಾಗುವಾನಿಯ ಘನ ವೃಕ್ಷಾವಳಿಯ ನಡುವೆ ಅಲ್ಲಲ್ಲಿ ಮನೆಗಳ ಕೆಂಪು ಛಾವಣಿ ಕಾಣಿಸುತ್ತಿತ್ತು. ದಿಬ್ಬಗಳ ಬಳಿಯಲ್ಲಿ ನೀರಮೇಲೆ, ಜಲಪ್ರಯಾಣಕ್ಕಾಗಿ ಉಪಯೋಗಿಸುವ ತೆಪ್ಪವೊಂದು ಕಂಡು ಬರುತ್ತಿತ್ತು. ಅದರ ಬಳಿಯಲ್ಲೇ ಎರಡು ಪುಟ್ಟ ಕಿಶ್ತಿಗಳನ್ನು ಜೆಟ್ಟಿಗೆ ಕಟ್ಟಲಾಗಿತ್ತು. ಗೆಸ್ಟ್‌ಹೌಸ್‌ನ ಬಳಿಯಲ್ಲಿ ನದಿಯು ಸರೋವರದ ರೂಪವಾಂತಿದ್ದರಿಂದ, ನೀರಿನಲ್ಲಿ ಹಸಿರುವೃಕ್ಷಗಳೂ, ಕೆಂಪು ಛಾವಣಿಗಳೂ ಪ್ರತಿಬಿಂಬಿತವಾಗಿದ್ದವು. ಬೆಳಗಿನ ಸೂರ್ಯನ ಹೊಂಗಿರಣಗಳೂ ಅದರಲ್ಲಿ ಮಿಳಿತವಾಗಿದ್ದವು. ಇದೊಂದು ಮರೆಯಲಾರದ ದೃಶ್ಯವಾಗಿತ್ತು. ಸಿರಿಸಂಪತ್ತಿನ ಅನುಭವವಿಲ್ಲದಿದ್ದರೂ, ಹೃದಯಕ್ಕೆ ಭವ್ಯತೆಯ ಅನುಭವವನ್ನು ಕೊಡುವ ಕ್ಷಣಗಳೂ ಜೀವನದಲ್ಲಿ ಬರುತ್ತದೆ. ಪ್ರಕೃತಿಯ ಈ ದಿವ್ಯದರ್ಶನದಿಂದ ಈ ಅನುಭವವನ್ನು ಪಡೆದ

ಏಮನ್ ತಾನೂ ಈ ಪ್ರಕೃತಿಗೆ ಏನಾದರೂ ಕಾಣಿಕೆಯೀಯಬೇಕೆಂದು ಯೋಚಿಸತೊಡಗಿದಳು. ಈ ಎಲ್ಲ ವರ್ಣ ವೈವಿಧ್ಯವನ್ನು ತನ್ನ ಕ್ಯಾನ್ವಸ್‌ನ ಮೇಲೆ ಬಂಧಿಸುವ ಯೋಚನೆ ಅವಳಿಗೆ ಬಂದಿತಾದರೂ ಈಗ ಅವಳಿಗೆ ಸಮಯವಿರಲಿಲ್ಲ. ಅವಳ ಸಮಯದ ಮೇಲೆ ಬೇರಾರೋದೋ ಅಧಿಕಾರವಿತ್ತು. ಮಧ್ಯಾಹ್ನ, ಸರ್ಕಾರ್ ಅವರು ನಿದ್ರಿಸುವಾಗ ತಾನು ತನ್ನ ಕ್ಯಾನ್‌ವಾಸ್ ಹಾಗೂ ಬಣ್ಣಗಳೊಂದಿಗೆ ಹೊರಬೀಳಬಹುದೆಂದು ಯೋಚಿಸಿದಳು. ತನ್ನ ಜೀವನವನ್ನು, ಅವಳು ಮೊದಲು ತಂದೆಯೊಡನೆಯೂ, ನಂತರ ಏಕಾಕಿಯಾಗಿ ಪುರುಷರಂತೆ ಜೀವನವನ್ನೆದುರಿಸುವುದರಲ್ಲೂ ಕಳೆದಿದ್ದಳು. ಜೀವನದ ಪ್ರತಿ ಬೆಳಗೂ ಅವಳಿಗೊಂದು ಆಹ್ವಾನವಾಗಿತ್ತು. ನಾಳಿನ ಬಗೆಗೆ ಯೋಚಿಸುವ ಅವಕಾಶ ಅವಳಿಗೆ ಸಿಗುತ್ತಿರಲಿಲ್ಲ. ಈಗ ಸಿಕ್ಕಿದ ಈ ಅವಕಾಶದಲ್ಲಿ ಪ್ರಕೃತಿಯ ಈ ಅದ್ಭುತ ಸೌಂದರ್ಯವನ್ನೂ, ಆ ಭವ್ಯಬಂಗಲೆಯ ಕಿಟಕಿಯ ಗಾಜುಗಳು ಸೂರ್ಯಕಿರಣಗಳಿಂದಾಗಿ ಗುಲಾಬಿ ಬಣ್ಣಕ್ಕೆ ತಿರುಗುತ್ತಿರುವುದನ್ನೂ ಕಂಡು, ಅವಳು ನಾಳಿನ ಬಗೆಗೆ ಚಿಂತಿಸತೊಡಗಿದಳು.

ಇಂದು ಇವೆಲ್ಲ ಭಾಗ್ಯಗಳೂ ಪ್ರಾಪ್ತಿಯಾಗಿರುವಾಗ, ಕಾಣದ 'ನಾಳೆ' ಎಂತಿರಬಹುದೆಂದು ಅವಳು ಚಿಂತಿಸತೊಡಗಿದಳು. ಈ 'ನಾಳೆ'ಯ ಪ್ರಶ್ನೆ ಬಗೆಹರಿಯುವುದೆಂತು?

ದಾಂಡೇಲಿಯ ಈ ಭವ್ಯ ಬಂಗಲೆಯಲ್ಲಿ, ಹವೇಲಿಯ ವೈಭವದಲ್ಲಿ ಅನುಭವಕ್ಕೆ ಬಾರದ ತನ್ನತನವನ್ನು ಅವಳು ಅನುಭವಿಸತೊಡಗಿದಳು. ಜೀವನದಲ್ಲೆಂದಾದರೂ ತನ್ನದಾದ ಮನೆಯೂ, ಜೀವನ ಸಹಚರನೂ ತನಗೆ ಪ್ರಾಪ್ತಿಯಾಗಬಹುದೇ? ಆತನಿಗೆ ತನ್ನ ಸರ್ವಸ್ವವನ್ನೂ ಸಮರ್ಪಿಸಿ, ಸಮಸ್ತವನ್ನೂ ಪಡೆದೆನೆಂಬ ಧನ್ಯತೆ ಭಾವ ತನ್ನದಾದೀತೇ? ತನ್ನತ್ತ ಹೊರಳುವ ಪ್ರಶಂಸಾಪೂರ್ಣ ದೃಷ್ಟಿಗಳಲ್ಲಿ, ಕೇವಲ ತನಗಾಗಿಯೇ ಎಂಬಂತಿರುವ ದೃಷ್ಟಿಯೊಂದಿರಬಹುದೇ? ಇದ್ದರೆ, ಆ ದೃಷ್ಟಿಯ ಒಡೆಯ ಹೇಗಿರಬಹುದು ? ಇದ್ದಕ್ಕಿದ್ದಂತೆ ಅವಳ ಬಗೆಗಣ್ಣಿನೆದುರು ಅಂದು ಅವಳನ್ನು ವಿವಶಳನ್ನಾಗಿ ಮಾಡಿದ ಕಡುಕಪ್ಪು, ಆಳವಾದ ಕಂಗಳು, ದೃಢವಾದ ಭುಜ ಹಾಗೂ ವಿದ್ರೋಹಿ ತೋಳುಗಳು ರೂಪುಗೊಂಡವು, ದಟ್ಟ ಕಪ್ಪುಕೂದಲಿಂದ ಶೋಭಾಯ ಮಾನವಾಗಿದ್ದ ತಲೆ, ಹಾಗೂ ತುಂಬಿದ ಕೊರಳು ಅವಳತ್ತ ಬಗ್ಗುತ್ತಿದ್ದಂತೆ, ಆ ಬಿಂಕದ ತುಟಿಗಳು ಮುಗಳ್ನುಗುತ್ತಿದ್ದವು. ನಿಃ ಸಂದೇಹವಾಗಿಯೂ ಆ ತುಟಿಗಳು ಜೀವನದ ಪ್ರಪಥಮ ಆಕರ್ಷಕ ಅನುಭವವನ್ನು ಅವಳಿಗಿತ್ತಿದ್ದವು. ಅದರ ಜೊತೆಗೆ ಅದರಲ್ಲಿನ ಕಹಿಸತ್ಯವು ಅವಳ ಆತ್ಮಾಭಿಮಾನಕ್ಕೆ ಧಕ್ಕೆಯುನ್ನುಂಟು ಮಾಡಿತ್ತು. ಆತ ಯಾರಿರಬಹುದೆಂದು ಅವಳಿ ಚಿಂತಿಸತೊಡಗಿದಳು. ಅಮೃತ ಶಿಲೆಯ ಆ ಪೋರ್ಟಿಕೋ ಆತನಿಗೆ ಪರಿಚಿತವೆಂಬಂತಿತ್ತು. ತಮ್‌ಕೀನ್ ಯಾರ್ ಜಂಗ್‌ರ ಕುವರನಿದ್ದರಬಹುದೇ ಆತ? ನವಾಬ ಕುವರನ ಉದ್ದಟತನದ ಬಗ್ಗೆ ಆಕೆ ಕೇಳಿದ್ದಳಷ್ಟೇ ಈಗ, ತಾನೇ ಅದಕ್ಕೆ ಬಲಿಯಾಗಿದ್ದಳು. ಲೋಕದ ಯಾವ ಪ್ರಾಣಿಯೂ ತನ್ನ ಮರ್ಜಿಯ ವಿರುದ್ಧ ವರ್ತಿಸುವಲ್ಲಿ ಯಶಸ್ವಿಯಾಗಲಾರದೆಂಬ ಭ್ರಮೆ ಆಕೆಗಿತ್ತು. ತನ್ನ ಅಹಂಭಾವಕ್ಕೆ ತಗಲಿದ ಮೊದಲ ಪೆಟ್ಟು

ಅವಳನ್ನು ಧೃತಿಗೆಡಿಸಿತ್ತು. ಇನ್ನೆಂದೂ ಅವಳು ಯಾವುದೇ ಶ್ರೀಮಂತಪುತ್ರನ–ಆತನೆಷ್ಟೇ ಸುಂದರನಿದ್ದರೂ ವಾಸನೆಗೆ ಬಲಿಯಾಗಳೆಂದು ಅವಳು ದೃಢನಿಶ್ಚಯ ಮಾಡಿಕೊಂಡಳು.

ಅವಳು ಬೇಗಬೇಗನೇ ಮೆಟ್ಟಿಲಿಳಿದು ಪೋರ್ಟಿಕೋಗೆ ಬಂದಳು. ಎದುರಿನ ಕನ್ನಡಿಯಲ್ಲಿ ತನ್ನ ಕೆನ್ನೆಯ ಕೆಂಪನ್ನು ಕಂಡು ಅವಳು ಅಚ್ಚರಿಗೊಂಡಳು.

ಬೆಳಗಿನ ಉಪಾಹಾರದ ಬಳಿಕ ಸರ್ಕಾರ್ ಅವರು ಫ್ಯಾಕ್ಟರಿಯ ಮ್ಯಾನೇಜರ್ ಭೂಸನೂರಮಠರಿಗೆ ಕರೆ ಕಳುಹಿಸಿದರು. ಗಿಡ್ಡ ದೇಹದ ಕಪ್ಪು ಬಣ್ಣದ ವ್ಯಕ್ತಿ ಭೂಸನೂರಮಠರು ಕಡಿಮೆ ಮಾತಿನ ತೀಕ್ಷ್ಣಮತಿಯಾಗಿದ್ದರು. ಫ್ಯಾಕ್ಟರಿಯ ಪ್ರಸಕ್ತ ಸ್ಥಿತಿಯಿಂದಾಗಿ ಅವರು ತಬ್ಬಿಬ್ಬಾಗಿದ್ದರು. ಟೆಂಬರ್ ಸಪ್ಲೈಯ ಕೆಲಸ ನಿಂತುಬಿಟ್ಟಿದರಿಂದ ಯಂತ್ರಗಳು ಕೆಲಸ ನಿಲ್ಲಿಸಿದ್ದವು. ಟೇಕ್–ಪ್ಲೈಯನ್ನು ಹೊರಕ್ಕೆ ಕಳುಹಿಸಲು ಕ್ರೇಟರ್ಸ್ ತಯಾರಾಗಿದ್ದರೂ, ಅವುಗಳ ರಫ್ತು ನಡೆಯುತ್ತಿರಲಿಲ್ಲ. ಹೀಗಾಗಿ ಕೆಲ ಕಾರ್ಮಿಕರನ್ನು ರಜೆಯ ಮೇಲೆ ಕಳುಹಿಸಲಾಗಿತ್ತು. ಇದು ಅವರಲ್ಲಿ ಅಸಮಾನಧಾನಕ್ಕೆಡೆ ಮಾಡಿತ್ತು.

'ಇದೇನೂ ಒಳಿತಾಗಲಿಲ್ಲ. ಇದರ ಹೊರತು ಬೇರೇನೂ ಉಪಾಯವಿರಲಿಲ್ಲವೇ?' ಮಹಾ ಸರ್ಕಾರ್ ಕೇಳಿದರು.

'ಚಿಕ್ಕ ಸರ್ಕಾರ್ ಅವರಿಗೆ ಈ ಬಗ್ಗೆ ನಾನು ಪತ್ರಗಳನ್ನು ಬರೆದಿದ್ದೆ.' ಕನ್ನಡ ಇಂಗ್ಲಿಷ್ ಮಾತ್ರವೇ ಬಲ್ಲ ಭೂಸನೂರಮಠರು ಇಂಗ್ಲಿಷ್‌ನಲ್ಲಿ ಹೇಳಿದರು.

'ಅದು ಅವರಿಗೆ ಸಿಕ್ಕಿರದಿರಬಹುದು, ಏಕೆಂದರೆ ಕೆಲದಿನಗಳಿಗೆ ಮೊದಲೇ ಆಜರ್ ನವಾಬರು ನನಗೆ, ತಾನು ಬಿಸ್‌ನೆಸ್ ನಿಮಿತ್ತ ಜರ್ಮನಿಗೆ ಹೋಗುತ್ತಿರುವುದಾಗಿ ಬರೆದಿದ್ದರು.'

'ಬಿಸ್‌ನೆಸ್‌ಗಾಗಿಯೋ, ಇಲ್ಲ, ವಿಲಾಸಕ್ಕಾಗಿಯೋ?' ಎಂದು ಏಮನ್ ಮನದಲ್ಲೇ ಯೋಚಿಸುವಾಗ ಕಹಿನಗೆಯೊಂದು ಅವಳ ತುಟಿಗಳಲ್ಲಿ ಸುಳಿಯಿತು. ತಮ್‌ಕೀನ್ ಯಾರ್ ಜಂಗ್‌ರ ಹವೇಲಿಯ ಘಟನೆಯ ಬಳಿಕ ನವಾಬ ಕುವರರ ಬಗೆಗಿನ ಅವಳ ಅಭಿಪ್ರಾಯ ಇನ್ನೂ ಕೀಳಾಗಿತ್ತು.

ಇಷ್ಟರಲ್ಲಿ ಹೊರಗೆ ಗದ್ದಲ ಕೇಳಿಸಿತು. ಘೋಷಣೆಗಳನ್ನು ಮ್ಯಾನೇಜರ್ ವಿರುದ್ಧ ಕೂಗಲಾಗುತ್ತಿತ್ತು.

'ಕೆಲಸದಿಂದ ತೆಗೆಯಲಾದ ನೌಕರರವರು, ನಿಮ್ಮನ್ನು ಸಿಗಲೆಂದು ಬಂದಿದ್ದಾರೆ.' ಭೂಸನೂರಮಠರು ವಿಹ್ವಲರಾಗಿ ಹೇಳಿದರು.

ಸ್ವಲ್ಪ ಹೊತ್ತು ಯೋಚಿಸುತ್ತಿದ್ದ ಸರ್ಕಾರ್ ಅವರು ಎದ್ದು ನಿಂತರು. ತನ್ನ ಆಪಾಶಾಹೀ ಪಾದರಕ್ಷೆಗಳಲ್ಲಿ ಕಾಲುತೂರಿಸುತ್ತಾ ಅವರು ಹೊರಡಲು ವಿವಶರಾಗುತ್ತಾ ನುಡಿದರು.; 'ಮುಷ್ಕರ ಹೂಡಿರುವ ನೌಕರರು ಉತ್ಪಾತವನ್ನೂ ಉಂಟುಮಾಡಬಹುದು. ಏನಾದರೂ ಆದರೆ, ನಾನು ಚಿಕ್ಕ ಸರ್ಕಾರ್ ಅವರಿಗೆ ಹೇಗೆ ಮುಖ ತೋರಿಸಲಿ ?'

'ನೀವು ನಮ್ಮ ಬಗ್ಗೆ ಏನೂ ಚಿಂತಿಸಬೇಡಿ, ಮ್ಯಾನೇಜರ್ ಸಾಹೇಬ್ ಅವರಿಗೆ ಉತ್ಪಾತಕ್ಕೆ ಅವಕಾಶ ಕೊಡಬೇಕೇಕೆ?'

ಭೂಸನೂರಮಠರು ಅವರ ಅಭಿಪ್ರಾಯ ತಿಳಿದಂತೆ, ಒಳಗೆ ಹೋಗಲೆದ್ದು 'ಪೋಲಿಸರಿಗೆ ಫೋನ್ ಮಾಡಲೇ?' ಎಂದರು.

'ಇದರ ಅಗತ್ಯವಿಲ್ಲ; ನೀವು ನನ್ನನ್ನು ತಪ್ಪಾಗಿ ತಿಳಿದಿರಿ,'

ಇಷ್ಟರಲ್ಲಿ ನೌಕರರು ಮೆಟ್ಟಿಲವರೆಗೆ ಬಂದು ಮುಟ್ಟಿದರು.

'ನಮಗೆ ಕೆಲಸ ಬೇಕು' ಎಂದು ಅವರು ಉಧ್ಘೋಷಿಸುತ್ತಿದ್ದರು. ಪೋರ್ಟಿಕೋದಿಂದಲೂ ಕಪ್ಪು ಪತಾಕೆಗಳು ಕಾಣಿಸತೊಡಗಿದ್ದವು. ಮಹಾ ಸರ್ಕಾರ್ ಅವರು ಪೋರ್ಟಿಕೋಗೆ ಬಂದೊಡನೆ, ಅವರೆಲ್ಲ ಸುಮ್ಮನಾದರು. ಸರ್ಕಾರ್ ಅವರು ಮೆಲ್ಲಮೆಲ್ಲನೆ ಮೆಟ್ಟಿಲವರೆಗೆ ಬಂದರು, ಸಿಟ್ಟು, ಉದ್ರೇಕ ನೌಕರರ ಮುಖದಲ್ಲಿ ಅಚ್ಚೊತ್ತಿತ್ತು. ಮುಖಮಲ್‌ನ ಮೃದುತ್ವವನ್ನಾಗಲಿ ರುಚಿಕರ ಭೋಜನದ ಸವಿಯನ್ನಾಗಲೀ ಅರಿಯದ ಆ ಶ್ರಮಿಕರು ನಾಳಿನ ಚಿಂತೆಯಿಂದ ಎರಡುಮುಷ್ಟಿ ಧ್ಯಾನವನ್ನರಸುತ್ತಿದ್ದರು.

ಮಹಾ ಸರ್ಕಾರ್ ಅವರು ಅವರತ್ತ ಮುಗಳ್ನಗುತ್ತಾ ದಿಟ್ಟಿಸಿದರು. ಈ ಪವಿತ್ರ ಮುಗುಳ್ನಗೆಯನ್ನು ಅವರೆಲ್ಲ ಸ್ವಲ್ಪವೂ ನಿರೀಕ್ಷಿಸಿರಲಿಲ್ಲ. ಕಣ್ಣುಗಳು ಪ್ರಶ್ನಿಸತೊಡಗಿದವು.

'ನನ್ನ ಮಕ್ಕಳು ನನ್ನೊಡನೆ ಈ ರೀತಿ ಭೇಟಿಯಾಗಲು ಬರುವರೆಂದು ನಾನು ಅರಿತಿರಲಿಲ್ಲ. ನಿಮ್ಮನ್ನು ಸಿಗಲೆಂದೇ, ನಿಮ್ಮ ಸಿಟ್ಟಿನ ಕಾರಣ ತಿಳಿಯಲೆಂದೇ ನಾನು ಬಂದಿದ್ದೆ.' ಸರ್ಕಾರ್ ನುಡಿದುದನ್ನು ಭೂಸನೂರ ಮಠರು ಕನ್ನಡಿಸಿದರು.

'ನಮ್ಮನ್ನು ಕೆಲಸದಿಂದ ತೆಗೆಯಲಾಗಿದೆ,' ಮುಷ್ಕರಗಾರರ ಮುಖಂಡ ಮುಂದೆ ಬಂದು ಹೇಳಿದ.

'ಕೆಲಸ, ಕೆಲಸ' ಎಂದು ನೌಕರರು ಬೊಬ್ಬಿಟ್ಟರು.

ವಾತಾವರಣದ ಗಂಭೀರತೆಯನ್ನು ಗಮನಿಸಿ, ಏಮನ್ ಉಸಿರು ಮುಂದೆ ಬಿಗಿಹಿಡಿದಿದ್ದಳು.

'ನಿಮಗೆ ಕೆಲಸದ ಅಗತ್ಯವಿಲ್ಲ, ಕೆಲಸಕ್ಕೆ ನಿಮ್ಮ ಅಗತ್ಯವಿದೆ. ಮ್ಯಾನೇಜರ್ ಅವರು ಬೇರೇನೂ ಮಾಡುವಂತಿರಲಿಲ್ಲ. ನಿಮ್ಮ ಬಗ್ಗೆ ಅವರು ನನ್ನೊಡನೆ ಶಿಫಾರಸ್ ಮಾಡಿದ್ದಾರೆ. ಆದರೆ, ಆಜರ್ ಸಾಹೇಬರಿಲ್ಲದಿದ್ದುದರಿಂದ ಅವರು ಏನು ಮಾಡಲಾರದಾಗಿದ್ದರು. 'ಸರ್ಕಾರ್ ಅವರು ಸ್ಪಷ್ಟವಾಗಿ, ಮ್ಯಾನೇಜರ್ ಅವರನ್ನು ಉಳಿಸುವ ಯತ್ನದಲ್ಲಿ ಹೇಳಿದರು.

'ಆಜರ್ ನವಾಬ ಯಾವಾಗ ಬರುವರು? ನಾವು ಅಲ್ಲಿವರೆಗೆ ಉಪವಾಸ ಇರಲಾರೆವು.'

'ಅಜರ್ ನವಾಬ್ ಬಿಸ್‌ನೆಸ್ ಪ್ರಯುಕ್ತ ಜರ್ಮನಿಗೆ ಹೋಗಿದ್ದಾರೆ' ಅವರು ಈಗಲೇ ಹಿಂದಿರುಗಲಾರರು. ಆದರೆ ಅದರರ್ಥ, ನೀವೆಲ್ಲ ಉಪವಾಸ ಇರಬೇಕೆಂದಲ್ಲ ನೀವೆಲ್ಲರೂ ಈಗಲೇ ಕೆಲಸಕ್ಕೆ ಹೋಗಿ.'

ಭೂಸನೂರುಮಠರು ವಿಹ್ವಲವಾಗಿ ತಗ್ಗಿದ ಸ್ವರದಲ್ಲಿ ಸರ್ಕಾರ್ ಅವರೊಡನೆ ಏನೋ ಹೇಳತೊಡಗಿದರು; ಆದರೆ ಕಾರ್ಮಿಕರು ಧ್ವನಿಯೆತ್ತಿ "ಫ್ಯಾಕ್ಟರಿಯಲ್ಲಿ ನಮಗೆ ಕೆಲಸವಿಲ್ಲ.' ಎಂದು ಆಕ್ಷೇಪಿಸಿದರು.

'ಆಜರ್ ನವಾಬ ಹೊಸ ಯಂತ್ರಗಳನ್ನು ತರಲು ಹೋಗಿದ್ದಾರೆ.

ಕೆಲದಿನಗಳವರೆಗೆ ನನ್ನ ಮಕ್ಕಳ ಹೊಟ್ಟೆ ಹೊರೆಯುವಷ್ಟು ಅನುಕೂಲ ದೇವರು ನನಗೆ ದಯಪಾಲಿಸಿದ್ದಾರೆ. ಹೊಸ ಯಂತ್ರಗಳು ಬಂದನಂತರ ಕಾರ್ಖಾನೆಯಲ್ಲಿ ಇನ್ನೂ ಕೆಲಸ ಹೆಚ್ಚುವುದು.'

ಸಂಪು ಮಾಡಿದ ಕಾರ್ಮಿಕರು ಒಮ್ಮೆಲೇ ಸುಮ್ಮಗಾದರು. ಅವರಲ್ಲೊಬ್ಬ ಬಿಳಿಗುಲಾಬಿ ಹೂವನ್ನು ಕಿತ್ತು ಮಹಾಸರ್ಕಾರ್ ಅವರ ಚರಣಗಳಲ್ಲಿಟ್ಟು ನುಡಿದ. 'ಹೌದು! ನೀವು ನಮ್ಮ ಅವ್ವಾ'

ನಂತರ ಅವರೆಲ್ಲ ಹೊರಟು ಹೋದರು. ಮ್ಯಾನೇಜರ್ ಅವರು ನುಡಿದರು. 'ಮ್ಯಾಡಮ್, ಮಹಾಸರ್ಕಾರ್ ಮಜದೂರರ ಸಂಬಳ ಭರಿಸಲು ತುಂಬ ಕಷ್ಟವಾದೀತು ಚಿಕ್ಕ ಸರ್ಕಾರ್ ಅವರು ಅಸಂತುಷ್ಟರಾದಾರು.

ಮಹಾ ಸರ್ಕಾರ್ ಏನೂ ಹೇಳದೆ, ಅವರನ್ನು ದಿಟ್ಟಿಸಿ ಸುಮ್ಮನಾದರು. ಸ್ವಲ್ಪ ಹೊತ್ತಿನ ಬಳಿಕ ಅವರು ಕೇಳಿದರು.

'ಕಾಡಿನ ಏಲಂ ಎಂದು?'

'ನಾಳದ್ದು ಬೆಳಿಗ್ಗೆ' ಭೂಸನೂರಮಠರೆಂದರು.

'ಈ ಸಲದ ಏಲಂನಲ್ಲಿ ನಮಗೇನೂ ಲಾಭವಾಗಲಿಲ್ಲವೆಂದು ನಾವು ತಿಳಿದುಕೊಳ್ಳುವೆವು' ಭೂಸನೂರಮಠರು ಹೊರಟು ಹೋದ ಬಳಿಕ ಸರ್ಕಾರ್ ಅವರು ಏಮನ್‌ಳಿಗೆ ಹೊರಗೆ ತಿರುಗಿ ಬರಲು ಅನುಮತಿಯಿತ್ತರು. ಆಯಾಸಗೊಂಡಿದ್ದ ಅವರು ವಿಶ್ರಾಂತಿಗೆಂದು ಹೊರಟರು.

ಗಂಟೆ ಹನ್ನೊಂದು ಹೊಡೆಯುತ್ತಿತ್ತು. ಧಾರವಾಡದಿಂದ ಬೆಳಗಿನ ವರ್ತಮಾನ ಪತ್ರಿಕೆಯೂ, ಅಂಚೆಯೂ ಬಂದಿತ್ತು. ಮಹಾಸರ್ಕಾರ್ ಅವರ ಹುಟ್ಟುಹಬ್ಬಕ್ಕೆ, ಅಜರ್ ನವಾಬರು ಜರ್ಮನಿಯಿಂದ ಕಳುಹಿಸಿದ್ದ, ಶುಭಾಶಯವೊಂದೇ ಅಂಚೆಯಲ್ಲಿದ್ದು, ಹೈದರಾಬಾದ್‌ನಿಂದ ಅದನ್ನಿಲ್ಲಿಗೆ ಪುನಃ ಅಂಚೆಯಲ್ಲಿ ಕಳುಹಿಸಲಾಗಿತ್ತು. ಅದನ್ನು ನೋಡಿ ಸರ್ಕಾರ್ ಅವರ ಮೋಗದಲ್ಲಿ ಮುಗುಳ್ನಗು ಪಸರಿಸಿತು. ಕೆಲಹೊತ್ತು ಏಮನ್ ಅವರಿಗಾಗಿ ವೃತ್ತಪತ್ರಿಕೆ ಓದಿ ಹೇಳಿದಳು. ಬಳಿಕ ಸರ್ಕಾರ್ ಅವರು, ತಸ್‌ನೀಮ್ ಪಾಶಾರಿಗೆ ಪತ್ರ ಬರೆಸಿದರು. ಮುನ್ಶಿಸಾಹೇಬರಿಗೆ ಕೆಲವು ಆದೇಶಗಳನ್ನಿತ್ತರು. ಊಟವಾದ ಬಳಿಕ ಅವರು ವಿಶ್ರಾಂತಿಗೆಂದು ತೆರಳಿದಾಗ ಏಮನ್ ತನ್ನ ಕೋಣೆಗೆ ಹೋದಳು.

ನವಾಬ ನಿಸಾರುದ್ದೌಲರು ಕುರೂಪರಷ್ಟೇ ಅಲ್ಲ, ಶೀಘ್ರಕೋಪಿ ಕೂಡಾ ಆಗಿದ್ದರು. ಅವರ ಕಣ್‌ಸನ್ನೆಯಿಂದಲೇ ಜನರು ಅವರ ಆದೇಶ ಗ್ರಹಿಸುತ್ತಿದ್ದರು. ಶೇರ್-ಶಾಯರಿಗಳನ್ನು ಅವರು ಬಹಳ ಇಷ್ಟಪಡುತ್ತಿದ್ದರು. ಅವರೆಂದೂ ಮದ್ಯವನ್ನು ಮುಟ್ಟುತ್ತಿರಲಿಲ್ಲ. ಆದರೆ, ಮುಜರಾಗಳೆಂದರೆ ತೀವ್ರ ಆಸಕ್ತರಾಗುತ್ತಿದ್ದರು. ಎಷ್ಟೊಂದು ನೃತ್ಯಗಾನಕೂಟಗಳು ಹವೇಲಿ 'ಫರ್ಮಾನ್'ನಲ್ಲಿ ನಡೆಯಲ್ಪಡುತ್ತಿದ್ದವೆಂದರೆ ಗೆಜ್ಜೆಗಳ ಪ್ರತಿಧ್ವನಿ ಈಗಲೂ ನೆಲದಾಳದಿಂದ ಕೇಳುತ್ತಿರಬಹುದು, ಯುವಕರಾಗಿದ್ದಾಗಿನಿಂದಲೇ ನವಾಬ ಸಾಹೇಬರು ಬೇಜಾವಾಬ್ದಾರಿಯಿಂದಿದ್ದು ಮೋಜು ಮಾಡುತ್ತಾ ಅವಕಾಶದ ದುರ್ಲಾಭ ಪಡೆಯುವ ಜನರಿಂದ ಆವೃತ್ತರಾಗಿರುತ್ತಿದ್ದರು. ಯೋಗ್ಯ ಯೋಚನೆ, ನಿರ್ಧಾರಗಳು ಅವರಿಂದ ಎಂದೂ ಸಾಧ್ಯವಾಗುತ್ತಿರಲಿಲ್ಲ. ಮಹಾಸರ್ಕಾರ್‌ರನ್ನು ಅವರ ಪತ್ನಿಯಾಗಿಸಿ, ವಿಧಾತ ಎಂತಹ ಅಸಮ ಜೋಡಿಯನ್ನು ರೂಪಿಸಿದ್ದ! ಇಬ್ಬರಲ್ಲೂ ಭೂಮ್ಯಾಕಾಶಗಳ ಅಂತರವಿತ್ತು. ಮಹಾಸರ್ಕಾರ್ ಅವರ ತಂದೆ, ಮಗಳಿಗೆ ಉತ್ತಮ ವಿದ್ಯಾದಾನ ನೀಡಿದ್ದರು. ಹವೇಲಿಯ ಅಮೂಲ್ಯ ಲೈಬ್ರರಿ ಅವರೇ ಮಗಳಿಗೆ ಕೊಟ್ಟ ಮರಣಾನಂತರದ ನೆನಪಿನ ಕಾಣಿಕೆಯಾಗಿತ್ತು. ಮಹಾಸರ್ಕಾರ್ ಅವರ ಓದು, ಜ್ಞಾನ ನವಾಬ ಸಾಹೇಬರಿಗೆ ಸ್ವಲ್ಪವೂ ರುಚಿಸುತ್ತಿರಲಿಲ್ಲ. ತಮ್ಮೊಳಗಿನ ಹೀನಭಾವನೆಯಿಂದಾಗಿಯೂ ಏನೋ ಅವರು ಪತ್ನಿಯನ್ನು ಅನಾದರಿಂದ ಕಾಣುತ್ತಿದ್ದರು. ಅವರ ಮನನೋಯುವಂತೆ ನಡೆಯುತ್ತಿದ್ದರು. ಆದರೆ, ಸರ್ಕಾರ್ ಅವರು ಎಂದೂ, ಎಲ್ಲೂ ಅಸಮಾಧಾನ ಅಸಂತೃಪ್ತಿಗಳನ್ನು ತೋರಿಸಿಕೊಳ್ಳಲಿಲ್ಲ. ನಗುನಗುತ್ತಲೇ ಬಾಳಿದರು.

ತಮ್ಮದೇ ಜಗತ್ತಿನಲ್ಲಿ ಲೀನರಾಗಿದ್ದ ನವಾಬ ಸಾಹೇಬರು ತಮ್ಮ ಏಕೈಕ ಕುವರ ಆಜರ್ ನವಾಬರನ್ನು ದೂರವೇ ಇಟ್ಟಿದ್ದರು. ಸಮಯ ಕಳೆದಂತೆ, ಈ ಅಂತರವೂ ಹೆಚ್ಚುತ್ತಾ ಹೋಯಿತು.

ಮಹಾಸರ್ಕಾರ್ ಅವರು ಸದಾ ಶಾಂತ, ಸಮಚಿತ್ತರಾಗಿದ್ದು, ತನ್ನ ಕುವರನನ್ನು ಪ್ರಾಣಕ್ಕಿಂತ ಹೆಚ್ಚಾಗಿ ನೋಡಿಕೊಂಡರು. ಮಗನು ತಂದೆಯ ಹೆಜ್ಜೆಗಳಲ್ಲಿ ನಡೆಯದಂತೆ ಎಚ್ಚರವಹಿಸಿದರು. ತಂದೆಯ ಪ್ರೀತಿ, ವಾತ್ಸಲ್ಯಗಳನ್ನು ಅಜರ್ ನವಾಬ ಎಂದೂ ಕಾಣಲಿಲ್ಲ.

ಯೌವನಕ್ಕೆ ಕಾಲಿಡುವ ಮೊದಲೇ ಆಜರ್ ನವಾಬರಿಗೆ ಪಿತೃ ವಿಯೋಗವಾಯಿತು. ಎಲ್ಲಾ ಭಾರ ಮಹಾಸರ್ಕಾರ್ ಅವರ ಹೆಗಲ ಮೇಲೆ ಬಿತ್ತು. ನವಾಬ ಸಾಹೇಬರ ಮಲತಮ್ಮ ವಿಕಾರ್ ಜಂಗರು ಮೊದಲೇ ಆಸ್ತಿ-ಪಾಸ್ತಿಗಳ ಜಂಜಾಟದಿಂದ ಮುಕ್ತರಾಗಿದ್ದರು. ಸೋದರನ ಮರಣದಲ್ಲೂ ಅವರು ಹಣಕಾಸಿನ ವಿಷಯದಲ್ಲಿ ಕೈ ಹಾಕಲಿಲ್ಲ. ಮಗನನ್ನು ಇಷ್ಟು ಚಿಕ್ಕ ಪ್ರಾಯದಲ್ಲೇ ಆಸ್ತಿಪಾಸ್ತಿಯ ಸಮಸ್ಯೆಗಳಲ್ಲಿ ಸಿಲುಕಿಸಲು ಸರ್ಕಾರ್ ಅವರು ಇಚ್ಛಿಸಲಿಲ್ಲ. ಉಚ್ಚ ಶಿಕ್ಷಣಕ್ಕಾಗಿ ಮಗನನ್ನು ಆಕ್ಸ್‌ಫರ್ಡ್‌ಗೆ ಕಳುಹಿಸಿದ ಅವರು, ಆಸ್ತಿಪಾಸ್ತಿಯ ಎಲ್ಲ ಜವಾಬ್ದಾರಿ ತಾನೇ ವಹಿಸಿಕೊಂಡು, ಸಾಹಸದಿಂದ ಜಾಗೀರನ್ನು ದೃಢವಾಗಿ ನಿಲಿಸಿದರು. ನಂಬಿಗಸ್ಥರಾದ ಹಳೆಯ ನೌಕರರು ಈ ಕೆಲಸದಲ್ಲಿ ಅವರಿಗೆ ಪೂರ್ಣ ಸಹಕಾರವಿತ್ತರು. ಆದುದರಿಂದಲೇ ಮುನ್ಶಿಸಾಹೇಬರನ್ನು ಸರ್ಕಾರ್ ಅವರು ತುಂಬ ಆದರದಿಂದ ಕಾಣುತ್ತಿದ್ದರು.

ಉಚ್ಚ ಶಿಕ್ಷಣ ಮುಗಿಸಿ ಹಿಂದಿರುಗಿದ ಅಜರ್ ನವಾಬರು ಈಗ ಪರಿವಾರದ ಭಾರ ಹೊರಲು ಶಕ್ಯರಾಗಿದ್ದರು. ಅವರ ಅಭ್ಯಾಸಗಳು ತಂದೆಯಿಂದ ಪೂರ್ಣ ಭಿನ್ನವಾಗಿದ್ದವು, ಶೇರ್-ಶಾಯರಿಗಳಲ್ಲಾಗಲೀ, ನೃತ್ಯಗಾನ ಕೂಟಗಳಲ್ಲಾಗಲೀ ಅವರಿಗೆ ಯಾವುದೇ ರುಚಿಯಿರಲಿಲ್ಲ. ತನ್ನ ಪುಸ್ತಕ ಪ್ರಪಂಚ ಬಿಟ್ಟರೆ, ಶಿಕಾರಿ ಹಾಗೂ ಕುದುರೆ ಸವಾರಿಗಳಲ್ಲಿ ಅವರಿಗೆ ಅಭಿರುಚಿಯಿತ್ತು. ಬಹಳ ಚೆನ್ನಾಗಿ ಪೋಲೋ ಆಡುತ್ತಿದ್ದರು. ಆದರೆ ಬಹಳ ಕಡಿಮೆ ಮಾತಿನವರಾಗಿದ್ದುದರಿಂದ, ಜನರು ಅವರನ್ನು ಅಹಂಭಾವಿ ಎಂದು ತಿಳಿದುಕೊಳ್ಳುತಿದ್ದರು. ಇದಕ್ಕಾಗಿ ಅವರ ಬೆನ್ನಹಿಂದಿನಿಂದ ಅವರನ್ನು ಆಡಿಕೊಳ್ಳುತ್ತಿದ್ದ ಜನರೂ ಅವರ ದೂರದೃಷ್ಟಿಯನ್ನು ಪ್ರಶಂಸಿಸುತಿದ್ದರು.

ಹೈದರಾಬಾದ್‌ನ ಸಾಮಾಜಿಕ ಪರಿವರ್ತನೆಯಲ್ಲಿ ಹಲವು ವಿಡಂಬನೆಗಳೂ ಮಿಳಿತವಾಗಿದ್ದವು. ಹೇಗೋ ಆಗಿ ಹೋದರು. ಜಮಿನು-ಜಹಗೀರುಗಳ ಸೂರ್ಯ ಅಸ್ತನಾಗುತ್ತಿದ್ದ. ಸರ್ವಾಧಿಕಾರತ್ವವನ್ನು ಮುರಿಯಲು ಸರಕಾರ ಅನೇಕ ಯೋಜನೆಗಳನ್ನು ಮಾಡುತ್ತಿತ್ತು. ಹೀಗಿರುವಾಗ ಯುಗಾಂತರಗಳಿಂದ ಬಂದ ಪರಂಪರೆಗೆ ಹೊಸರೂಪ ಕೊಡುವುದು ಸುಲಭದ ವಿಷಯವಾಗಿರಲಿಲ್ಲ.

ಹೈದರಾಬದ್‌ನ ಶ್ರೀಮಂತ ಕುಟುಂಬಗಳ ಹುಡುಗರನೇಕರು ಉಚ್ಚ ಶಿಕ್ಷಣಕ್ಕಾಗಿ ವಿದೇಶಗಳಿಗೆ ಹೋಗುತ್ತಿದ್ದರು. ಅವರಲ್ಲಿನ ಹಲವರಂತೆ ಸಮಯ ನಷ್ಟ ಮಾಡದೆ ಆಜರ್ ನವಾಬರು ಅಲ್ಲಿ ಸಾಕಷ್ಟು ಕಲಿತು ಬಂದಿದ್ದರು. ವಿಜ್ಞಾನ ಹಾಗೂ ತಂತ್ರಜ್ಞಾನದ ಪರಿಣತಿಗಾಗಿ ಅವರು ಸದಾ ಜಾಗೃತರಾಗಿರುತ್ತಿದ್ದರು.

ಅಭ್ಯಾಸಗಳಲ್ಲಿ ತಂದೆಯಿಂದ ಪೂರ್ಣವಿಭಿನ್ನರಾಗಿದ್ದ ಆಜರ್ ನವಾಬರು ರೂಪದಲ್ಲೂ ಭಿನ್ನರಿರಬಹುದೇ ಎಂದು ಏಮನ್ ಯೋಚಿಸುತ್ತಿದ್ದಳು. ಅತ್ತಿತ್ತ ಹೋಗುವಾಗ ಹಿರಿಯ ನವಾಬರ ಚಿತ್ರವು ಏಮನ್‌ಳನ್ನು ದುರುಗುಟ್ಟಿ ನೋಡುವಂತ್ತಿತ್ತು.

'ಅಜರ್ ನವಾಬರೂ ಹೀಗೆಯೇ ಇರುವರೇ?' ಎಂದೊಮ್ಮೆ ಅವಳು ಬಶಾರತ್ ನವಾಬರನ್ನು ಕೇಳಿದ್ದಳು.

'ಅವರಿಗೆ ಗಡ್ಡ ಮಿಸೆಗಳಿವೆ. ಆದರೆ ಕೂದಲನ್ನು ಕುತ್ತಿಗೆಯವರೆಗೆ ಬೆಳೆಸಿದ್ದಾರೆ. ವಿಕ್ಟೋರಿಯನ್ ಕಾಲದ ಫ್ಯಾಶನ್, ಅವರದು, ಆದರೆ ಕ್ರೋಧದಲ್ಲಿ ಮಾತ್ರ, ದೊಡ್ಡನವಾಬರಿಗಿಂತ ಎರಡು ಗಜ ಮುಂದಿದ್ದಾರೆ.

ಇದನ್ನು ಕೇಳಿ ಏಮನ್ ಯೋಚನೆಯಲ್ಲಿ ಬಿದ್ದಳು. ಇಂದು ಇಲ್ಲಿ ದಾಂಡೇಲಿಯಲ್ಲಿ, ಹೊರಗೆ ಹೊರಟಾಗ ಆ ಚಿತ್ರವನ್ನು ನೋಡಿ, ಆಜರ್ ನವಾಬರು ಹಿಂದಿರುಗುವ ದಿನ ಹಿಂದು ಹಿಂದಕ್ಕೆ ಹೋಗಲೆಂದು ಅವಳು ಪ್ರಾರ್ಥಿಸಿದಳು, ಬಶಾರತ್ ನವಾಬರಂತೆ ಅವಳೂ ಅವರಿಗೆ ಹೆದರಿದಂತಿದ್ದಳು.

ಅಗಸದಲ್ಲಿ ಸೂರ್ಯ ಮೋಡಗಳೊಂದಿಗೆ ಕಣ್ಣು ಮುಚ್ಚಾಲೆ ಆಡುತ್ತಿದ್ದ, ಬಿಸಿಲಿದ್ದರೂ ಸ್ವಲ್ಪವೂ ಸೆಕೆಯಿರಲಿಲ್ಲ. ರಾತ್ರೆಯ ಮಳೆಯಲ್ಲಿ ಎಲ್ಲವೂ ಹೊಚ್ಚ ಹೊಸದಾಗಿ

ಕಾಣಿಸುತ್ತಿದ್ದುವು, ಮೆಟ್ಟಿಲಿಳಿದು, ಪೋರ್ಟಿಕೋದ ಎಡಭಾಗದ ಕಿರುದಾರಿಯಲ್ಲಿ ಅವಳು ಸಾಗಿದಳು. ಬಂಗಲೆಯ ಹಿಂಭಾಗವನ್ನು ಅವಳು ನೋಡಿರಲಿಲ್ಲ. ಬಂಗಲೆಯು ತ್ರಿಕೋಣಕಾರದಲ್ಲಿದ್ದು ಮೂರು ಭಾಗಗಳೂ ಒಂದರೊಡನೊಂದು ಸೇರುತ್ತಿದ್ದವು. ತೋಟದ ತುದಿಯತ್ತ ಕಡೆ ನೌಕರರ ಮನೆಗಳಿದ್ದವು. ಅವುಗಳಿಗೆ ತಾಗಿದ್ದ ಅಶ್ವಾಲಯದಲ್ಲಿ ಚೆನ್ನಾಗಿ ಬೆಳೆದೊಂದು ಕಪ್ಪು ಕುದುರೆಯಿತ್ತು. ಮಾಲಿ ಮಾಲಿಶ್ ಮಾಡುತ್ತಿದ್ದರಿಂದ, ಆ ಕುದುರೆ ಸಂತೃಪ್ತವಾಗಿ ಬಾಲದ ಕೂದಲುಗಳನ್ನು ಆಗಾಗ ಗಾಳಿಯಲ್ಲೆತ್ತಿ ಚದುರಿಸುತ್ತಿತ್ತು. ಇದು ಆಜರ್ ನವಾಬರ ಕುದುರೆಯಿರಬೇಕೆಂದು ಏಮನ್ ಎಣಿಸಿದಳು.

ಗೇಟಿನಿಂದ ಹೊರಬಿದ್ದು, ಏಮನ್ ಎಡಕ್ಕೆ ತಿರುಗಿದಳು. ಸೀದಾ ಹೋಗುವ ಇನ್ನೊಂದು ರಸ್ತೆಯಲ್ಲಿ ಫಾರೆಸ್ಟ್ ಆಫೀಸರನ ಬಂಗಲೆ ಹಾಗೂ ಮ್ಯಾಂಗನೀಸ್ ಫೀಲ್ಡ್‌ಗಳಿದ್ದುವು. ಒಂದು ಪಕ್ಷಿಧಾಮವನ್ನೂ ಅಲ್ಲಿ ಮಾಡಲಾಗುತ್ತಿತ್ತು. ಎಡದ ರಸ್ತೆಯಲ್ಲಿ ಮುಂದಕ್ಕೆ ಹೋದರೆ ಸಣ್ಣದೊಂದು ಮಾರ್ಕೆಟ್, ಒಂದು ಚರ್ಚ್ ಹಾಗೂ ಕೆಲವು ಸಣ್ಣ ಸಣ್ಣ ಹೋಟಲುಗಳಿದ್ದವು. ಇದು ತುಂಬ ಏರುರಸ್ತೆಯಾಗಿತ್ತು. ಮುಂದೆ ಬಹುದೂರದಲ್ಲಿ ಕಾಡು, ಬೆಟ್ಟಗಳು ಕಂಡುಬರುತ್ತಿದ್ದವು. ಬೆಟ್ಟದ ಮೇಲೆ ಸರಕಾರೀ ಅತಿಥಿಗೃಹವಿತ್ತು. ಅಷ್ಟೆತ್ತರದಲ್ಲಿ ಆ ಅತಿಥಿಗೃಹ ಹಾಗೂ ಅದರೆದುರು ನಿಂತ ಜೀಪ್, ಚಿಕ್ಕ ಆಟಿಕೆಗಳಂತೆ ಕಾಣುತ್ತಿದ್ದವು.

ಚಿಕ್ಕ, ಚೊಕ್ಕಟವಾದ ಇಗರ್ಜಿಯ ಶಿಲುಬೆಯು ಮಾನವನೊಬ್ಬ ಸಮಸ್ತ ಮಾನವ ಜನಾಂಗದ ಕಲ್ಯಾಣಕ್ಕಾಗಿ ಗೈದ, ಆ ಎಂದೂ ನಶಿಸದ ಪರಮ ಬಲಿದಾನದ ಸ್ಮರಣೆಯನ್ನೀಯುತ್ತಿತ್ತು. ಅಂದಿನಿಂದಿಂದಿನವರೆಗೆ ಎಷ್ಟೊಂದು ಪ್ರವಾದಿಗಳು ಬಲಿಯಾದರೋ! ಮಾನವತೆಗೆ ತಟ್ಟಿದ ಕಳಂಕ ಮಾತ್ರ ಇನ್ನೂ ದೂರವಾಗಿಲ್ಲ.

ಏಮನ್ ಮನೆಯಿಂದ ಹೊರಟಾಗ ಸೂರ್ಯ, ಮೋಡಗಳ ಕಣ್ಣು ಮುಚ್ಚಾಲೆ ನಡೆದಿತ್ತು. ಈಗ ಎಲ್ಲೆಲ್ಲೊ ಕಾರ್ಮುಗಿಲ ಕತ್ತಲೆ ಕವಿಯ ತೊಡಗಿತ್ತು. ದಾಂಡೇಲಿಯಲ್ಲಿ ಇದ್ದಕ್ಕಿದ್ದಂತೇ ಮಳೆ ಬಂದು ಬಿಡುತ್ತದೆ. ಕಾಳೀನದಿಯ ಪಾತ್ರದ ಮೇಲೆ ಕಟ್ಟಲಾಗಿದ್ದ ಸೇತುವೆಯನ್ನು ದಾಟಬೇಕೆಂಬ ತನ್ನ ಯೋಚನೆಯನ್ನು ಏಮನ್ ಕೈ ಬಿಡಬೇಕಾಯ್ತು, ಆ ಸೇತುವೆಯ ಇನ್ನೊಂದು ತುದಿಯಲ್ಲಿ ದೊಡ್ಡ ಕಪ್ಪು ಹಲಗೆಯಲ್ಲಿ 'ದಾಂಡೇಲಿ ವನ್ಯಧಾಮ' ಎಂದು ಬರೆಯಲಾಗಿತ್ತು. ಅದರ ಮುಂದಕ್ಕೆ ಘನಾರಣ್ಯವಿತ್ತು. ಕರ್ನಾಟಕದಲ್ಲೇ ವಾಸಿಸಿದ್ದರೂ ಏಮನ್ ಈ ಹೆಸರನ್ನು ಮೊದಲು ಕೇಳಿರಲಿಲ್ಲ. ತಮ್ಮ ತಾರುಣ್ಯದಲ್ಲಿ ಉತ್ತಮ ಶಿಕಾರಿ ಎಂದು ಹೆಸರುಗಳಿಸಿದ್ದ ಅವಳ ತಂದೆ ತನ್ನ ಆ ದಿನಗಳ ಕುತೂಹಲಕರ ಪ್ರಸಂಗಗಳನ್ನು ಅವಳಿಗೆ ಆಗಾಗ ಹೇಳುತ್ತಿದ್ದರು. ವನ್ಯಜೀವಿಗಳ ಅಭ್ಯಾಸ, ಜೀವನಕ್ರಮಗಳ ಬಗ್ಗೆ ತಿಳಿಸುತ್ತಿದ್ದರು.

ಆದ್ದರಿಂದಲೇ ದೂರದಿಂದ ಈ ವನ್ಯಧಾಮವನ್ನು ನೋಡಿ, ಅದರೊಳಗೆ ಪ್ರವೇಶಿಸಿ, ಅಲ್ಲಿ ಸ್ವಚ್ಛಂದವಾಗಿ ವಿಹರಿಸುವ ಪ್ರಾಣಿಗಳನ್ನು ನೋಡುವ ಬಯಕೆ ಏಮನ್‌ಳಿಗುಂಟಾಯಿತು. ಮಹಾಸರ್ಕಾರ್ ಅವರೊಡನೆ, ತನ್ನನ್ನು ಯಾರೊಡನಾದರೂ,

ಆ ವನ್ಯಧಾಮ ವೀಕ್ಷಿಸಲು ಕಳುಹಿಸಿ ಕೊಡುವಂತೆ ವಿನಂತಿಸಬೇಕೆಂದು ಅವಳು ಯೋಚಿಸಿದಳು. ಅವಳು ಬೇಗ ಬೇಗನೇ ಹೆಜ್ಜೆಯೆತ್ತಿ ಬಂಗಲೆಯತ್ತ ನಡೆದಳು. ಇಳಿಜಾರಿನಲ್ಲಿ ಅವಳು ವೇಗವಾಗಿ ಸಾಗುತ್ತಿದ್ದಂತೆಯೇ ದೊಡ್ಡ ದೊಡ್ಡ ಮಳೆಯ ಹನಿಗಳು ಬೀಳಲಾರಂಭವಾಗಿ, ಗೇಟಿನೊಳಗೆ ಹೋಗುವಾಗಲೇ ಅವಳು ಪೂರ್ಣ ಒದ್ದೆಯಾಗಿದ್ದಳು.

ಮರುದಿನ ಏಮನ್ ಉಳಿದ ದಿನಗಳಿಗಿಂತ ಬೇಗನೇ ಎದ್ದಳು. ಅಡಿಗೆಯಾತ, ಅವಳು ಹೇಳಿದಂತೆ ಮುಂಜಾವ ಐದು ಗಂಟೆಗೇ ಅವಳಿಗೆ ಚಾ ತಂದು ಕೊಟ್ಟಿದ್ದನು. ಚಾ ಕುಡಿದು ಅವಳು ಬೇಗನೇ ಸಿದ್ಧವಾದಳು. ಮಳೆಯ ಕಾರಣ ವಾತಾವರಣ ಇನ್ನೂ ಶೀತಲವಾಗಿತ್ತು. ಅವಳು ಸೆಲ್ವಾರ್ ಕಮಿಜ್‌ನ ಮೇಲೆ ತನ್ನಲ್ಲಿದ್ದ ಒಂದೇ ಒಂದು ಮುಚ್ಚಿದ ಕತ್ತಿನ ಸ್ವೆಟರ್ ಧರಿಸಿ, ಒಂದು ಕೈಯಲ್ಲಿ ಪೈಂಟಿಂಗ್‌ನ ಸಾಮಗ್ರಿಗಳಿದ್ದ ಬ್ಯಾಗ್ ಹಾಗೂ ಇನ್ನೊಂದು ಭುಜದಲ್ಲಿ ಈಜಿಲ್ ಎತ್ತಿಕೊಂಡು ಹೊರಟಳು. ದಾಂಡೇಲಿಯ ಅವಳ ಮೊದಲ ಬೆಳಗು, ವರ್ಣಗಳ ರಂಜನಿಯ ಲೋಕವನ್ನೇ ಅವಳ ಮನದಲ್ಲಿ ಚಿತ್ರಿಸಿತ್ತು. ಉದಯ ರವಿಯ ಕೋಮಲ ಕಿರಣಗಳು ನದಿಯಾಚೆಗಿನ ಬೆಟ್ಟದ ಸೆರಗಿನಲ್ಲಿ ನಿಂತ ವೃಕ್ಷರಾಜಿಯನ್ನು ಸ್ಪರ್ಶಿಸಿ, ಹಸಿರಾಗಿ ಹೊಂಬಣ್ಣವಾಗಿ ನದಿ ನೀರಲ್ಲಿ ಪ್ರತಿಬಿಂಬಿಸುವ ಆ ದಿವ್ಯದೃಶ್ಯ ರೂಪವನ್ನು ತನ್ನ ಕುಂಚಗಳಲ್ಲಿ ಸೆರೆಹಿಡಿಯ ಬಯಸಿದ್ದಳು, ಏಮನ್,

ಲಾನ್‌ನ ಮೂಲಕ ನಡೆದು, ಮರದ ಸಣ್ಣಗೇಟ್‌ನಿಂದ ಅವಳು ಹೊರಗಿಳಿದಳು. ದಿಬ್ಬಗಳ ಮೇಲೆ ಎಚ್ಚರದಿಂದ ನಡೆಯುತ್ತಾ ಜೆಟ್ಟಿಯನ್ನು ಹಾದು ನಡೆದಳು. ಅಲ್ಲಿ ನದಿಯ ನೀರು ಶಾಂತವಾಗಿತ್ತು. ನೀರಿನ ಕಿರು ತೆರೆಗಳು ರ್‍ಯಾಫ್ಟ್‌ನೊಡನೆ ಚಿನ್ನಾಟವಾಡುತ್ತಿದ್ದವು ಮುಂದಕ್ಕಿದ್ದ ದಿನ್ನೆಯ ಮೇಲೆ ಅವಳು ತನ್ನ ಈಸೆಲ್ ಸ್ಟಾಂಡ್ ನಿಲಿಸಿ, ಅದರ ಮೇಲೆ ಕ್ಯಾನ್ವಾಸ್ ತಗಲಿಸಿ, ಬಣ್ಣ ಕಲಸತೊಡಗಿದಳು. ಸೂರ್ಯನ ಪ್ರಥಮ ಕಿರಣಗಳು ಇಷ್ಟರಲ್ಲಾಗಲೇ ಹೊರಗಿಣುಕತೊಡಗಿದವು. ಅವಳು ಅದನ್ನೇ ಅರಸಿ ಬಂದಿದ್ದಳು. ಶೀಘ್ರವೇ ಅವಳು ವರ್ಣಗಳ ಲೋಕದಲ್ಲಿ ತನ್ಮಯಳಾದಳು.

'ಇದು ಪ್ರೈವೇಟ್ ಪ್ರಾಪರ್ಟಿಯಾಗಿದೆ' ಪುರುಷ ಕಂಠವೊಂದು ಮೆಲುವಾದರೂ ಆದೇಶಪೂರ್ಣ ಸ್ವರದಲ್ಲಿ ನುಡಿಯಿತು. ಏಮನ್ ಹೌಹಾರಿದಳು. ವರ್ಣಗಳ ಅವಳ ಕೋಮಲ ಜಗತ್ತನ್ನು ಯಾರೋ ನಾಶಪಡಿಸಿದ್ದರು. ಇಷ್ಟೊಂದು ಸುಸಂಸ್ಕೃತ, ಪ್ರಭಾವ ಪೂರ್ಣ ಸ್ವರ ಕಾವಲುಗಾರನದಂತೂ ಆಗಿರಲಿಕ್ಕಿಲ್ಲ. ತನ್ನ ಪ್ರವೇಶವನ್ನು ನಿರ್ಬಂಧಿಸುವವರು ಯಾರೆಂದು ನೋಡೋಣವೆಂದು ಏಮನ್ ಕೈಯಲ್ಲಿ ಬ್ರಶ್ ಹಿಡಿದಂತೆಯೇ ಹಿಂದಿರುಗಿ ನೋಡಿದಳು. ಅವಳ ತನ್ನ ಕೈಯಿಂದ ಬೀಳಲಿದ್ದ ವರ್ಣಗಳ ತಟ್ಟೆಯನ್ನು ಅದು ಹೇಗೋ ಸಂವರಿಸಿಕೊಂಡಳು, ಆ ಧ್ವನಿಯ ಮಾಲಿಕನನ್ನು ಮುಖ ನೋಡುತ್ತಲೇ ಗುರುತಿಸಿದಳವಳು, ಹಳದಿ ಸ್ವೆಟರ್‌ನ ಕಾರಣ ಇನ್ನೂ ಹೊಂಬಣ್ಣಕ್ಕೆ ತಿರುಗಿದ್ದ ಅವಳ ಸುಂದರ ನಯನಗಳನ್ನೇ ಆತ ದಿಟ್ಟಿಸುತ್ತಿದ್ದ. ಮೆಲ್ಲ ಮೆಲ್ಲನೆ ಅವನ ಕಂಗಳ ಅಪರಿಚಿತ ಚಿಹ್ನೆ ಮಾಸತೊಡಗಿತು ತುಟಿಯ ಕೊನೆಗಳು ಮುಗಳ್ನಗುವಿನಿಂದ ಗುರುತು ಹಿಡಿದೆನೆನ್ನುವಂತಿತ್ತು.

'ಯಾರಿದು ? ಸ್ವಪ್ನ ? ವಿಚಿತ್ರ ಸಂಯೋಗವಿದು !' ಆತ ಪ್ಯಾಂಟ್‌ನ ಜೇಬುಗಳಲ್ಲಿ ಕೈ ತೂರಿಸುತ್ತಾ ಹೇಳಿದ.

ಏಮನ್‌ಳ ಮುಖ ಯಾವುದೋ ಆಘಾತದ ನೆನಪಿನಿಂದ ಕೆಂಪಾಗಿ ಹೋಯಿತು. ಅವಳೆಣಿಸಿದ್ದಕ್ಕಿಂತಲೂ ಆತ ಎತ್ತರವಿದ್ದ. ಬಹುಶಃ ಹೆಚ್ಚು ಸುಂದರನೂ ಆಗಿದ್ದ, ಆದರೆ, ಅದಕ್ಕಿಂತ ಹೆಚ್ಚಾಗಿ, ಆತನ ನಿರ್ಭೀತ, ಶಾಂತಚಿತ್ತ ಎದ್ದು ಕಾಣುವಂತಿತ್ತು. ಆತನ ಕಂಗಳ ಸ್ಪಷ್ಟಭಾವ ಏಮನ್‌ಳನ್ನೂ ಧೃತಿಗೆಡಿಸುವಂತಿತ್ತು. ಏಮನ್‌ಳ ಮನದ ಅಂದೋಲನ, ಹಾಗೂ ಮುಖದ ಮೇಲಿನ ರಂಗುಗಳ ಹೋಳಿಯನ್ನು ಆತ ಅಸ್ಥೆಯಿಂದ ನೋಡುತ್ತಲೇ ಇದ್ದ.

'ಇನ್ನೂ ಅಭ್ಯಾಸದ ಅಗತ್ಯವಿದೆ.' ಏಮನ್‌ಳ ಅಪೂರ್ಣ ಪೈಂಟಿಂಗ್ ನೋಡುತ್ತಾ ಅಂದ "ಪೈಂಟಿಂಗ್ ಬಗ್ಗೆ ನಿಮಗೇನು ಗೊತ್ತು? ಕತ್ತಲಲ್ಲಿ ಅಲೆಯುವವರು ಬಣ್ಣಗಳ ಭಾಷೆಯನ್ನು ಹೇಗೆ ತಾನೇ ಅರಿಯಬಲ್ಲರು?" ಏಮನ್ ತನ್ನ ಸಿಟ್ಟನ್ನು ತಡೆಯಲೆತ್ನಿಸುತ್ತಾ ನುಡಿದಳು.

ಇದನ್ನು ಕೇಳಿ ಆತ ಏನೋ ನೆನಪಿಸಿಕೊಳ್ಳುವಂತೆ ಹುಬ್ಬುಗಳನ್ನು ಸಂಕುಚಿಸಿ ನೋಡುತ್ತಾ ನಿಂತ.

'ನೀನು ಬಹುಶಃ ನಮ್ಮ ಆ ಪ್ರಥಮ ಮಿಲನದ ರಾತ್ರಿಯ ಬಗ್ಗೆ ಹೇಳುತ್ತಿರುವೆ'

ಏಮನ್ ಸಿಟ್ಟಿನಿಂದ ಬೇರೆಡೆಗೆ ತಿರುಗಿದಳು. ತನ್ನ ಮುಖದಲ್ಲಿ ಎದ್ದೇಳುವ ಭಾವನೆಗಳ ಅಲೆಯೊಡನೆ ಆತನ ಕಂಗಳನ್ನೆದುರಿಸುವುದು ಅವಳಿಂದ ಸಾಧ್ಯವಿರಲಿಲ್ಲ. ತಾನೇ ಸಿದ್ಧಪಡಿಸಿದ ಭೂಮಿಯಲ್ಲಿ ಕಾಲಿಟ್ಟು ಅವಳ ಜಾರಿಬಿದ್ದಿದ್ದಳು. ಹಾಗೂ ಆತ ಅವಳ ಈ ದಯನೀಯ ಸ್ಥಿತಿಯ ಬಗ್ಗೆ ಬಹಳ ಸಂತುಷ್ಟನಾದ.

"ದೋಷ ನಿನ್ನದೇ ಮದುವೆಯ ತುಂಬಿದ ಮನೆಯಲ್ಲಿ ಯಾರಾದರೂ ಹುಡುಗಿ, ಸಿಂಗರಿಸಿಕೊಂಡು ಹವೇಲಿಯ ಪುರುಷರ ವಿಭಾಗದಲ್ಲಿ, ಕತ್ತಲಲ್ಲಿ ಅಲೇದಾಡುತ್ತಿದ್ದರೆ, ಅದು ಅವಳು ಯಾವುದೇ ರೋಮಾಂಚಕ ಅನುಭವದ ನಿರೀಕ್ಷೆಯಲ್ಲಿ ಇದ್ದಾಳೆಂದೇ ಅರ್ಥ."

ಏಮನ್ ನಿರುತ್ತಳಾದಳು. ಹಾಗಾದರದು ಹವೇಲಿಯ ಪುರುಷರ ವಿಭಾಗವಾಗಿತ್ತೇ? ಆದರೀಗ ಅವಳು ತನ್ನ ಉಳಿವಿಗಾಗಿ ಏನಾದರೂ ಹೇಳುವುದು ಅಗತ್ಯವಿತ್ತು.

'ನಾನಲ್ಲಿಗೆ ಮುಟ್ಟಿದಾಗ ಅಲ್ಲಿ ಯಾರೂ ಇರಲಿಲ್ಲ.' ಆತ ನಕ್ಕ 'ಸುಳ್ಳು ನಾನು ಪೋರ್ಟಿಕೋದ ಪಾಮ್ ಕುಂಡಗಳ ಬಳಿ ದೀವಾನ್‌ನಲ್ಲಿ ಮಲಗಿದ್ದುದನ್ನು ನೀನು ನೋಡಿದ್ದೆ.

ಸುಮ್ಮನೆ ವಿವಾದದಲ್ಲಿ ಸಿಲುಕಲು ಏಮನ್ ಇಚ್ಛಿಸಲಿಲ್ಲ. ಆತ ಸುಳ್ಳು ಹೇಳುತ್ತಿದ್ದನೆಂದೂ, ಪೋರ್ಟಿಕೋ ಅವಳು ಹೊಕ್ಕಾಗ ಅಲ್ಲಾರೂ ಇರಲಿಲ್ಲವೆಂದೂ ಅವಳರಿತಿದ್ದಳು.

'ಸ್ವಪ್ನ, ಏನಾದರಿರಲಿ, ನಮ್ಮ ಮೊದಲ ಭೇಟಿ, ತುಂಬ ರೋಚಕವಾಗಿತ್ತು.' ಆತನೆಂದ.

ಏಮನ್ ಏನೂ ನುಡಿಯಲಿಲ್ಲ ಅಲ್ಲಿನ್ನು ಹೆಚ್ಚು ಸಮಯ ನಿಲ್ಲುವ ಇಚ್ಛೆ ಅವಳಿಗಿರಲಿಲ್ಲ. ಕಂಪಿಸುವ ಕೈಗಳಿಂದ ಅವಳು ತನ್ನ ಸಾಮಗ್ರಿಗಳನ್ನು ಒಗ್ಗೂಡಿಸತೊಡಗಿದಳು. ಪೈಂಟಿಂಗ್‌ನ ಎಲ್ಲಾ ಮೂಡ್‌ನಾಶವಾಗಿತ್ತು. ಢವ ಗುಟ್ಟುವ ಹೃದಯದೊಡನೆ ಅವಳು ತನ್ನ ಸಾಮಾನು ಎತ್ತಿಕೊಂಡು ಆತನ ಬಳಿಯಿಂದ ಹೊರಟಳು. ಒಂದು ಪಕ್ಕದಲ್ಲಿ ದಿನ್ನೆಯೂ ಇನ್ನೊಂದು ಪಕ್ಕದಲ್ಲಿ ಕುರುಚಲು ಗಿಡಗಳೂ ಇದ್ದವು. ದಾರಿ ಕಿರಿದಾಗಿದ್ದರೂ ಅವಳು ಬರುತ್ತಿರುವುದನ್ನು ಕಂಡು ಆತ ತನ್ನ ಸ್ಥಳದಿಂದ ಸ್ವಲ್ಪವೂ ಕದಲಲಿಲ್ಲ, ಏಮನ್‌ಳ ಸಿಟ್ಟು ಪರಕಾಷ್ಠೆಗೇರಿತು. ಆತನ ಅತಿ ಸಮೀಪ ಬಂದು ನಿಂತು ಅವಳು ನುಡಿದಳು. 'ನೀನೂ ನಮ್ಮ ಹಿಂದಿನ ಭೇಟಿಯನ್ನು ಮರೆತಿರಲಿಕ್ಕಿಲ್ಲ. ನಿನ್ನ ಆ ಸೊಕ್ಕಿನ ದವಡೆ ಕಲ್ಲಿನದ್ದಾದರೂ ಮುರಿದು ಹೋಗಿರುತ್ತಿತ್ತು.

'ಇನ್ನೊಮ್ಮೆ ಅನುಭವಿಸಿ ನೋಡ ಬಯಸುವೆಯಾ ?' ಆತ ಬಹಳ ಮೆಲ್ಲನೆ ಕೇಳಿದನಾದರೂ ಆತನ ಸ್ವರದ ಹಿಂದೆ ಕುದಿವ ಲಾವಾ ಅವಳ ಗಮನಕ್ಕೆ ಬಂತು. ಅವನ ಮುಖದ ಮುಗಳ್ನಗೆಯನ್ನು ತೊಲಗಿಸಿದೆನೆಂದು ಮನದೊಳಗೇ ಸಂತೊಷಿಸುತ್ತಿದ್ದ ಏಮನ್, 'ನಾನು ಫ್ರೀ ಸ್ಟೈಲ್ ಏಟುಗಳನ್ನು ಹರಡುತ್ತಾ ತಿರುಗುವುದಿಲ್ಲ' ಎನ್ನುತ್ತಾ ಪರವೆಯಿಲ್ಲದೆ ಆತನ ಬಳಿಯಿಂದ ಮನ್ನಡೆದಾಗ ಆತನ ಕೈಗಳು ತಗಲಿ ಏಮನ್ ಬೀಳದಂತೆ ತನ್ನನ್ನು ತಾನೇ ಸಂವರಿಸಿ ಕೊಂಡಳಾದರೂ, ಅವಳ ಕೈ ಯೊಳಗಿಂದ ಈಸೆಲ್ ಬಿದ್ದು ಹೋಯ್ತು.

'ಪುನಃ ಅನುಭವಿಸಲಿಚ್ಛಿಸುವಿಯಾ? ಆದರೆ, ನಾನೇನೋ ಅದನ್ನೇ ಪುನರಾವರ್ತಿಸಲು ಸಿದ್ಧನಿರುವೆನಾದರೂ ಈ ಬಾರಿ ಈ ಅನುಭವ ದುಬಾರಿಯೇ ಆಗಬಹುದು. 'ಆತ ತನ್ನ ವಿಶಾಲ ಹಿಡಿಯಲ್ಲಿ ಏಮನ್‌ಳ ಮುಂಗೈಗಳನ್ನು ಹಿಡಿದು ಕೇಳಿದ.

ಏಮನ್ ಹಿಂದೆ ಸರಿಯಬೇಕಾಯ್ತು, ಆತನೊಡನೆ ಮಾತಿನ ಯುದ್ಧವನ್ನೇನೋ ಅವಳು ಮಾಡಬಲ್ಲಳಾಗಿದ್ದರೂ, ಆತನ ಪುರುಷ ಶಕ್ತಿಯ ಜೊತೆ ಸೆಣಸುವುದು ಅವಳಿಂದ ಅಸಾಧ್ಯವಾಗಿತ್ತು. ಅವಳ ಮುಂಗೈಯ ಮೇಲೆ ಹೆಚ್ಚುತ್ತಾ ಹೋಗುತ್ತಿರುವ ಪೀಡೆಯು ಈ ಸತ್ಯದ ಅನುಭವನ್ನುಂಟು ಮಾಡುತ್ತಿತ್ತು.

'ನೀನ್ಯಾರೆಂದು ನಾನರಿಯೆ,' ಅವಳು ಕೈಗಳನ್ನು ಬಿಡಿಸುವ ಯತ್ನ ಮಾಡುತ್ತಾ ಹೇಳಿದಳು. 'ಕಳೆದ ಬಾರಿ ನೀನು ಉದ್ಧಟತನ ತೋರಿದೆ. ನಾನು ಮಹಾ ಸರ್ಕಾರ್ ಅವರಿಗೆ ಏನೂ ಹೇಳಲಿಲ್ಲ. ಈ ಸಲ ಖಂಡಿತ ನಿನ್ನ ಬಗ್ಗೆ ದೂರಿಕೊಳ್ಳುವೆ.'

'ಕಳೆದ ಬಾರಿ ನೀನು ದೂರಿಕೊಳ್ಳಲಿಲ್ಲವೇಕೆ ?' ಆತ ಏಮನ್‌ಳ ಮೃದು ಮುಂಗೈಗಳನ್ನು ಮೆಲ್ಲನೆ ಝಾಡಿಸಿ ಕೇಳಿದ.

'ನಾನು ಸಾಧ್ಯವಿದ್ದಷ್ಟು ನನಗೆ ಸಂಬಂಧಿಸಿದ ವಿಷಯವನ್ನು ನಾನೇ ನಿಭಾಯಿಸಿ ಕೊಳ್ಳುವೆ'

'ವಿನಾಕಾರಣ ಕೆನ್ನೆಗೆ ಏಟುಕೊಟ್ಟು ?' ಆತ ಒಂದು ಕೈಯಿಂದ ಅವಳ ಬಳೆಗಳನ್ನು ಮೇಲೆ ಸರಿಸುತ್ತ ಹೇಳಿದಾಗ ಏಮನ್ ಒಮ್ಮೆಲೇ ಕೈಬಿಡಿಸಿಕೊಂಡಳು.

'ನಾನೇನು ಮಾಡಿದೆನೋ ಅದು ನನಗೆ ಒಳ್ಳೆಯದೆನಿಸಿತು.' ಅವಳು ಆತನ ಕುಣಿವ ಕಣ್ಣುಗಳಲ್ಲಿ ತನ್ನ ಬಿಂಬ ನೋಡುತ್ತಾ ಹೇಳಿದಳು.

'ಹಾಗೆಯೇ ನಾನೇನು ಮಾಡಿದೆನೋ ಅದು ನನಗೂ ಇಷ್ಟವಾಯಿತು.' ಆತ ತನ್ನ ನಗುವನ್ನು ತಡೆಯಲೆತ್ನಿಸುತ್ತಿದ್ದನಾದರೂ ಏಮನ್‌ಳ ಕೈಯನ್ನು ಬಿಡಲಿಲ್ಲ.

'ನಾನು ನವಾಬ ಕುವರರ ದುಷ್ಟತನದ ಕಥೆಗಳನ್ನು ಕೇಳಿದ್ದೆ....' ಮಾತನ್ನು ಅರ್ಧಕ್ಕೆ ತುಂಡರಿಸಿ ನುಡಿದ. ಏಮನ್ ಸಿಟ್ಟಿನಿಂದ ಅವನನ್ನು ನೋಡಿದಳು. ಆತ ಚೇಷ್ಟೆ ಮಾಡುತ್ತಿದ್ದಾನೆಂಬುದು ಸ್ಪಷ್ಟವಿತ್ತು. ಏಮನ್‌ಳ ಕೈ ಬಿಟ್ಟು ಸೊಂಟದ ಮೇಲೆ ಎರಡೂ ಕೈಗಳಿನ್ನಿರಿಸಿ ಆತ ಅವಳನ್ನೇ ದಿಟ್ಟಿಸಿ ನೋಡತೊಡಗಿದ.

'ನೀನು ಯಾರು?' ಏಮನ್ ಕೈ ನೀವಿಕೊಳ್ಳುತ್ತಿರುವುದನ್ನು ನೋಡಿ ಅವನು ಕೇಳಿದ.

'ನಾನು ಯಾರಾದರೇನು ? ನಿನಗೇನೂ ಇದು ಸಂಬಂಧಿಸಿದ್ದಲ್ಲ' ನೋವಿನಿಂದ ಉಕ್ಕಿಬರುತ್ತಿರುವ ಕಣ್ಣೀರನ್ನು ನುಂಗುತ್ತಾ ಅವಳಂದಳು.

'ಮತ್ತಾರಿಗೆ ಸಂಬಂಧಿಸಿದ್ದು ?'

ಆತನ ನಗು ಮುಖದ ಮೇಲೆ ಈಜೆಲ್ ಎತ್ತಿಎಸೆಯುವ ಎಂದು ಏಮನ್‌ಳ ಹೃದಯ ಬಯಸಿತು ಅದರೆ ಪುನಃ ಅಂತಹ ಚಾಲಿಶತನ ತೋರಲು ಅವಳು ಇಚ್ಛಿಸಲಿಲ್ಲ.

'ಮಹಾಸರ್ಕಾರ್ ಅವರಿಗೆ; ಇಲ್ಲವೇ ಅವರ ಪುತ್ರ ಆಜರ್ ನವಾಬರಿಗೆ' ಏಮನ್ ಅಲ್ಲಿಂದ ಬೇಗನೇ ಹೊರಟು ಹೋಗಲೆಂದು ತನ್ನ ಈಜೆಲ್ ಎತ್ತಿಕೊಳ್ಳಲು ಬಗ್ಗಿದಾಕೆ, ಆತನ ದಿಟ್ಟ ಮಾತಿನಿಂದ ಬಾಣದಂತೆ ಎದ್ದು ನಿಂತಳು.

'ಆಜಾರ್ ನವಾಬರೊಡನೆ ನಿನ್ನ ಸಂಬಂಧವಿದೆಯೇ ? ಎಂದಿನಿಂದ?' ಆತ ಕೃತಕ ಗಂಭೀರತೆಯಿಂದ ಕೇಳಿದ.'

ಏಮನ್‌ಳ ಮೈಯಲ್ಲಿ ಬೆಂಕಿ ಹರಡಿದಂತಾಯ್ತು. 'ಸಂಬಂಧವಿದೆ, ಆದರೆ, ನಿನ್ನ ಕೊಳಕು ಬುದ್ಧಿಗೆ ಹೊಳೆವ ಸಂಬಂಧವಲ್ಲ; ಅವರು ನಿನ್ನಂತೆ ಅಸಭ್ಯರಲ್ಲ! ತರ್ಕಹೀನರಲ್ಲ.'

'ನೀನವರನ್ನು ಬಹುದಿನಗಳಿಂದ ಅರಿತಿರುವೆಯಾ?'

'ಮತ್ತಿನ್ನೇನು?' ಅಜರ್, ನವಾಬರ ಹೆಸರು ಆತನನ್ನು ತಗ್ಗಿಸಿದ್ದನ್ನು ಏಮನ್ ಗಮನಿಸಿದಳು. 'ನಾನವರಿಗೆ ದೂರಿ ಕೊಂಡರೆ, ನಿನ್ನ ಈ ಕೊಬ್ಬಿದ ಕೊರಳನ್ನು ತಿರುಚಿ ಎಸೆದು ಬಿಡಬಲ್ಲರು, ಅವರು' ಏಮನ್‌ಳ ಈ ಆಯುಧ ಉಪಯುಕ್ತವಾಯಿತು. ಆತ ಸ್ವಲ್ಪ ಹೊತ್ತು, ಅವಳನ್ನೇ ಸುಮ್ಮನೆ ದಿಟ್ಟಿಸುತ್ತಿದ್ದು, ನಂತರ ಬಗ್ಗಿ ಈಜೆಲ್ ಎತ್ತಿ ಏಮನ್‌ಗೆ ಕೊಟ್ಟ. ಆಗ ಆತನ ದೃಷ್ಟಿ ಅವಳ ಅಂಗೈಯ ಮೇಲೆ ತನ್ನ ಹಿಡಿತ ಮೂಡಿಸಿದ್ದ ಗುರುತಿನ ಕಡೆ

ಹೋಯಿತು. ಆತ ಮೆಲುವಾಗಿ ಆ ಗುರುತನ್ನು ಸವರಿ, ಪಶ್ಚಾತ್ತಾಪದ ದನಿಯಲ್ಲಿ 'ಕ್ಷಮಿಸು' ಎಂದ. ಖಂಡಿತವಾಗಿ ಆತ ಆಜರ್ ನವಾಬರಿಗೆ ಹೆದರುತ್ತಿದ್ದ, ಏಮನ್ ಏನೂ ಹೇಳದೆ, ಮುಂದುವರೆದಳು. ಆದಷ್ಟು ಬೇಗ ಆತನ ದೃಷ್ಟಿಯಿಂದ ದೂರ ಹೋಗಲು ಅವಳು ಬಯಸಿದ್ದಳು.

ಪ್ರತಿ ಭೇಟಿಯಲ್ಲೂ ತನ್ನ ಸ್ತ್ರೀತ್ವದ ಬಲಹೀನತೆಯ ಅನುಭವ ಉಂಟು ಮಾಡುವ ಆತ ಯಾರಿರಬಹುದು. ? ಆತನೇಕೆ ಹೀಗೆ ತನ್ನನ್ನು ಭಯಪಡಿಸುತ್ತಿದ್ದಾನೆ ? ಅಲ್ಲೇ ಸಮಿಪವೆಲ್ಲಾದರೂ ವಾಸಿಸುವವನಾದರೆ ಆತನಿಂದ ತಪ್ಪಿಸಿಕೊಂಡಿರಲು ಯತ್ನಿಸಬೇಕು. ಪ್ರತಿದಾರಿಯೂ ಆಜರ್ ನವಾಬರ ಹೆಸರು ಆತನನ್ನು ಭಯಪಡಿಸಲಾಗದು. ಒಂದು ರೀತಿಯ ರಾಜ ನೀತಿಯ ಯುಕ್ತಿಯಿಂದ ತನ್ನ ಸಿಟ್ಟನ್ನು ಹದ್ದು ಬಸ್ತಿನಲ್ಲಿಡಬೇಕಾದೀತು. ಆ ವ್ಯಕ್ತಿಯ ಕೂಡ ನಡೆದ ಪ್ರಥಮ ಭೇಟಿಯ ಭಾರವೇ ಅವಳ ಹೃದಯದಿಂದ ತೊಲಗಿರಲಿಲ್ಲ. ಆಗಲೇ ಈ ಎರಡನೆಯ ಭೇಟಿಯೂ ಆಗಿ ಹೋಯ್ತು.

'ಇನ್ನೆಂದೂ ಆತನನ್ನು ಭೇಟಿಯಾಗದಿರುವಂತಿದ್ದರೆ !' ಎಂದು ಕೊಳ್ಳುತ್ತಾ ಏಮನ್ ಬೇಗ ಬೇಗನೇ ದಿಬ್ಬಗಳನ್ನು ದಾಟುತ್ತಾ ಯೋಚಿಸಿದಳು. ಆದರೆ ದಾಂಡೇಲಿಯೊಂದು ಚಿಕ್ಕ ಪ್ರದೇಶವಾಗಿತ್ತು. ಆತ ಎಷ್ಟು ದಿನಗಳವರೆಗೆ ಇಲ್ಲಿರುವನೋ ಬಲ್ಲವರಾರು ? ಹೈದರಾಬಾದ್‌ನಿಂದ ದಾಂಡೇಲಿಗೆ ಬಂದ ಆತನ ಉದ್ದೇಶ ಏನಿರಬಹುದು ? ಮಹಾ ಸರ್ಕಾರ್ ಆತನನ್ನು ಅರಿಯರೇನೋ ! ಇಲ್ಲವಾದಲ್ಲಿ ಆತ ಅವರ ಅತಿಥಿಯಾಗಿಯೇ ಬರುತ್ತಿದ್ದ.

ಬಂಗಲೆಯ ಆವರಣದೊಳಕ್ಕೆ ಬಂದು ಅವಳು ಹಿಂದಿರುಗಿ ನೋಡಿದಾಗ ಆತ ದೋಣಿಯಲ್ಲಿ ಕುಳಿತುಕೊಂಡಿರುವುದನ್ನೂ, ಆ ದೋಣಿ ನದೀಮಧ್ಯಕ್ಕಾಗಲೇ ತಲುಪಿರುವುದನ್ನೂ ಕಂಡಳು. ಆತ ದೋಣಿಯನ್ನು ದೂರದಡಕ್ಕೆ ಒಯ್ಯುತ್ತಿದ್ದ.

ಈ ಸಲ ಖಂಡಿತವಾಗಿಯೂ ಮಹಾ ಸರ್ಕಾರ್ ಅವರೊಡನೆ ಆತನ ಬಗ್ಗೆ ಆಕ್ಷೇಪವೆತ್ತಬೇಕೆಂದು ಎಣಿಸಿದ ಏಮನ್, ಪುನರ್ಯೋಚಿಸಿ ಬೇಡವೆಂದು ಕೊಂಡಳು.

ಸ್ನಾನದಿಂದ ತನ್ನ ಯೋಚನೆಗಳ ಭಾರವನ್ನು ಹಗುವರವಾಗಿಸಿ, ಏಮನ್ ಮಹಾಸರ್ಕಾರ್ ಅವರ ಸನ್ನಿಧಾನಕ್ಕೆ ಬಂದಳು.

ಮಹಾಸರ್ಕಾರ್ ಅವರು ಎಂದಿನಂತೆ ಡೈನಿಂಗ್ ಟೇಬಲ್‌ನ ತುದಿಯಲ್ಲಿ ಕುಳಿತಿದ್ದರು. ಏಮನ್ ಅವರ ಪಕ್ಕದ ತನ್ನ ಸ್ಥಾನದಲ್ಲಿ ಕುಳಿತು ಅವರಿಗಾಗಿ ಹಾಲು ಬೆರೆಸತೊಡಗಿದಳು. ಸರ್ಕಾರ್ ಅವರು ಎದುರು ಬಾಗಿಲತ್ತ ದೃಷ್ಟಿಸುತ್ತಿರುವುದನ್ನು ಕಂಡು ಏಮನ್ ಕೂಡ ಅತ್ತ ತಿರುಗಿದವಳು ನೊಡುತ್ತಲೇ ಇದ್ದು ಬಿಟ್ಟಳು.

ಬಾಗಿಲಲ್ಲಿ ವನ್ಯಧಾಮದಿಂದೋಡಿ ಬಂದ ಚಿರತೆಯನ್ನು ಕಂಡಿದ್ದರೂ ಅವಳಷ್ಟು ದಿಗ್ಮೂಢಳಾಗುತ್ತಿರಲಿಲ್ಲ. ತನ್ನ ಶಾಂತಿಯನ್ನು ಭಂಗ ಗೊಳಿಸಿದ ಆ ಅಪರಿಚಿತನನ್ನು ಅಲ್ಲಿ ಕಂಡು ಅವಳು ಸ್ಥಿತಿ ಹಾಗಾಯಿತು.

‘ಆಜರ್ ನವಾಬ್!’ ಮಹಾ ಸರ್ಕಾರ್ ಅವರ ಹರ್ಷೋಲ್ಲಾಸ ತುಂಬಿದ ದನಿ ಕೇಳಿದಾಗ ಏಮನ್‌ಳ ಕೈಯಲ್ಲಿದ್ದ ಹಾಲು ತುಳುಕಿತು; ತನ್ನ ಸಂದಿಗ್ಧವನ್ನಡಗಿಸಿಕೊಂಡು ಅವಳು, ಈಗ ಹೊಸರೂಪವನ್ನೇ ಧರಿಸಿದಂತಿರುವ ಆ ಉನ್ನತಾಕಾರದ ವ್ಯಕ್ತಿಯ ವ್ಯಕ್ತಿತ್ವದೆಡೆಗೆ ದಿಟ್ಟಿಸತೊಡಗಿದಳು. ಆತನ ಆಕರ್ಷಣೆಯೇನೋ ಹಾಗೆಯೇ ಇತ್ತಾದರೂ, ಸಮಸ್ಯೆಯನಿಸುವ ಕಂಗಳ ಆಳವಾಗಲೀ, ತುಟಿಗಳ ಕೊನೆಯಲ್ಲಿ ಪರಿಹಾಸಗೈವ ಕೊಂಕಾಗಲೀ ಇರಲಿಲ್ಲ. ಕಣ್ಣುಗಳಲ್ಲೂ ಪ್ರತಿಬಿಂಬಿಸುವ, ಉತ್ಸಾಹ ಪೂರ್ಣ ಮುಗುಳ್ನಗೆ ಮಾತ್ರವಿತ್ತು.

ಏಮನ್‌ಳತ್ತ ಸುಮ್ಮನೆ ದಿಟ್ಟಿಸಿದ ಕಂಗಳಲ್ಲಿ ಪರಿಚಯದ ಯಾವ ಚಿಹ್ನೆಯೂ ಇರಲಿಲ್ಲ. ಮನಸ್ಸಿನ ದೃಷ್ಟಿಯಿಂದಲೇ ಅವಳನ್ನಳೆಯುತ್ತಾ, ಮುಗುಳ್ನಗುತ್ತಾ ಮುಂದುವರಿದ ಆತ, ಮಹಾಸರ್ಕಾರ್‌ರವರನ್ನು ಸಮೀಪಿಸಿ, ನಮಿಸಿ, ಅವರ ಗಲ್ಲದ ಮೇಲೆ ಮುತ್ತಿಟ್ಟು, ನುಡಿದರು. ‘ವಂದನೆಗಳು, ಸರ್ಕಾರ್.’

ಮಹಾಸರ್ಕಾರ್ ಅವರು ಎರಡೂ ಕೈಗಳನ್ನು ಆಜರ್ ನವಾಬರ ತಲೆಯ ಮೇಲಿರಿಸಿ, ಹಣೆಯನ್ನು ಚುಂಬಿಸಿದರು.

‘ಚಿರಾಯುವಾಗು, ನನ್ನ ಕಂದಾ ! ಆದರೆ, ನೀನಿಲ್ಲಿ ಹೇಗೆ ಬಂದೆ ? ನಿನ್ನೆಯಷ್ಟೇ ನೀನು ಜರ್ಮನಿಯಿಂದ ಕಳುಹಿಸಿದ ತಂತಿಯನ್ನು ಏಮನ್ ಓದಿ ಹೇಳಿದಳು.

‘ಏಮನ್?’ ಆತ ಏಮನ್‌ಳತ್ತ ನೋಡಿದಾಗ ಅವಳು ತಲೆತಗ್ಗಿಸಿ ತನ್ನ ಕಪ್‌ನಲ್ಲಿ ಚಮಚೆಯಾಡಿಸತೊಡಗಿದಳು.

‘ನೀನು ಇಂಗ್ಲೇಂಡ್‌ಗೆ ಹೊರಟು ಹೋದಾಗ ನಮ್ಮನ್ನು ಏಕಾಕಿತನ ಬಾಧಿಸತೊಡಗಿತು. ಆಗ ನಾವು ಪೇಪರ್‌ನಲ್ಲಿ ‘ಜನರಲ್ ಅಸಿಸ್ಟೆಂಟ್’ಗಾಗಿ ಜಾಹಿರಾತು ಕೊಟ್ಟೆವು.’

‘ಜನರಲ್ ಅಸಿಸ್ಟೆಂಟ್’ ! ಆಜರ್ ನವಾಬರು ಹಣೆಯನ್ನು ಸಂಕುಚಿಸುತ್ತಾ, ತಿಳಿದುಕೊಳ್ಳಲು ಪ್ರಯತ್ನಿಸುತ್ತಿರುವವರಂತೆ ನಟಿಸಿದರು. ಮಹಾಸರ್ಕಾರ್‌ರವರ ಕಂಗಳು ಮಗನನ್ನು ನೋಡಿ ಹೊಳೆಯ ತೊಡಗಿದ್ದವು.

ಏಮನ್, ಸುಮ್ಮನೆ ತನ್ನ ಕಪ್‌ನಲ್ಲಿ ತಾನು ಮಗ್ನಳಾಗಿ ಇರುವುದೇ ಉಚಿತವೆಂದುಕೊಂಡಿದ್ದರೂ, ಅವಳ ಕಣಕಣವೆಲ್ಲ ಕಿವಿಯಾಗಿ ಅತ್ತಲೇ ಆಲಿಸುತ್ತಿತ್ತು.

‘ಆದರೆ, ನೀನು ತಂತಿಯೊಡನೆ ಹೇಗೆ ಬಂದು ಮುಟ್ಟಿದೆಯೆಂದು ನಮಗೆ ಹೇಳಲಿಲ್ಲ. ‘ಮಹಾ ಸರ್ಕಾರ್ ಪುನಃ ಕೇಳಿದರು.

‘ ಆ ತಂತಿ ನಿಮ್ಮ ಹುಟ್ಟುಹಬ್ಬಕ್ಕಾಗಿ ನಾನು ಜರ್ಮನಿಯಿಂದ ಕಳುಹಿಸಿದ್ದೆ, ಆದರೆ, ಮೀಟಿಂಗ್ ನಡೆಯಲಿಲ್ಲವಾದ್ದರಿಂದ ಹೊರಟು ಬಂದೆ.’

ಆದರೆ, ಎರಡು-ಮೂರು ದಿನ ಮೊದಲಷ್ಟೇ ನಾವು ಹೈದರಾಬಾದ್‌ನಲ್ಲಿ ಇದ್ದೆವು. ನೀನಾಗ ಅಲ್ಲಿಗೆ ತಲುಪಿರಲಿಲ್ಲ.

'ನಾನು ಹೈದರಾಬಾದ್ ತಲುಪಿದ್ದೆ. ಆದರೆ, ಸಂಜೆಯ ವಿಮಾನದಲ್ಲಿ ಮುಟ್ಟುವಾಗಲೇ ಸಾಕಷ್ಟು ಹೊತ್ತಾಗಿತ್ತು. ತಮ್‌ಕೀನ್ ಚಾಚಾ ಬಹಳ ಒತ್ತಾಯಿದಿಂದ ಮದುವೆಗೆ ಆಮಂತ್ರಿಸಿದ್ದರು. ಆಮಂತ್ರಣ ಪತ್ರಿಕೆ ನನಗೆ ಲಂಡನ್‌ನಲ್ಲೇ ಸಿಕ್ಕಿತು. ಆದ್ದರಿಂದ ಹೈದರಾಬಾದ್ ಮುಟ್ಟಿದೊಡನೆ ನೆನಪಿಸಿಕೊಂಡು, ಏರ್‌ಪೋರ್ಟ್‌ನಿಂದಲೇ ಸೀದಾ ಮದುವೆ ಮನೆಗೆ ಹೋದೆ ಬಟ್ಟೆ ಬದಲಿಸಲೂ ಅವಕಾಶವಿರಲಿಲ್ಲ.'

ಅಡಿಗೆಯಾತ ಆಜರ್ ನವಾಬರ ಎದುರಲ್ಲಿ ಉಪಾಹಾರದ ತಟ್ಟೆಯಿರಿಸಿದ. ಅವರೇನೋ ಸಂತೃಪ್ತಿಯಿಂದ ಆಮ್ಲೆಟ್‌ನಲ್ಲಿ ಚೂರಿಚುಚ್ಚುತ್ತಾ ತಿನ್ನಲಾರಂಭಿಸಿದರೂ, ಏಮನ್‌ಳ ಗಂಟಲಲ್ಲಿ ಪ್ರತೀ ತುತ್ತು ಕಲ್ಲಾಗಿ ಸಿಕ್ಕಿಕೊಂಡಂತಾಗಿ, ಚಾದ ಗುಟುಕುಗಳೊಂದಿಗೆ ಕೆಳಗೆ ತಳ್ಳಲ್ಪಡುತ್ತಿತ್ತು.

'ಅಂದರೆ, ನೀನು ಮದುವೆಯಲ್ಲಿ ಭಾಗವಹಿಸಿದ್ದೆ, ಆದರೆ ನಮಗೆ ಗೊತ್ತೇ ಆಗಲಿಲ್ಲ. ಆಶ್ಚರ್ಯ!' ಮಹಾಸರ್ಕಾರ್ ಅವರಂದರು. ಸಂತಸದಿಂದಾಗಿ ಮೃದುವಾಗಿ ಇರುವ ಅವರ ಸ್ವರ ಸ್ವಲ್ಪ ಏರಿತ್ತು.

'ಹೇಗೆ ತಿಳಿದೀತು? ನಾನೆಷ್ಟು ಆಯಾಸಗೊಂಡಿದ್ದೆನೆಂದರೆ, ತಮ್ ಕೀನ್ ಚಾಚಾರಿಗೆ ನಾನು ಬಂದ ಸುದ್ದಿ ತಿಳಿಸಿ, ಪೋರ್ಟಿಕೋದ ದೀವಾನ ಮೇಲೆ ಮಲಗಿಬಿಟ್ಟೆ' ಅವರೊಂದು ಹಾರುದೃಷ್ಟಿಯನ್ನು ಏಮನ್‌ಳೆಡೆಗೆ ಹರಿಸಿದಾಗ, ಅವಳು ಬೆಚ್ಚಿ ಬಿದ್ದು, ಕಣ್ಣೆತ್ತಿ ಅವರನ್ನು ದಿಟ್ಟಿಸಿದಳು. ಕೆಲ ಹೊತ್ತು ಅವರ ದೃಷ್ಟಿಗಳು ಕೂಡಿ, ಕೊನೆಗೆ ಏಮನ್‌ಳೇ ಅವನತ ಮುಖಿಯಾಗಬೇಕಾಯ್ತು.

'ಕೆಲವರಿಗೆ ಗೊತ್ತಿರಲೂಬಹುದು,' ಈ ಮಾತನ್ನು ಮೆಲ್ಲನೆ ನುಡಿದ. ಅವರು, 'ನಿಮಗೆ ಹೇಗೆ ತಾನೇ ಗೊತ್ತಾದೀತು ಸರ್ಕಾರ್? ರಾತ್ರಿ ನಾನು ಹಿಂತಿರುಗಿದಾಗ ನೀವು ಮಲಗಿದ್ದಿರಿ; ಬೆಳಗ್ಗೆ ಎದ್ದಾಗ ನೀವಾಗಲೇ ಹೊರಟು ಹೋಗಿದ್ದಿರಿ.'

ಮಹಾ ಸರ್ಕಾರ್ ನಕ್ಕು ಬಿಟ್ಟರು.

'ಹೌದು ಮರುದಿನ ಬೆಳಗ್ಗೆಯೇ, ಐದು ಗಂಟೆಯ ಗಾಡಿಗೆ ನಾವು ಏಮನ್ ಬೀಬಿಯನ್ನು ಕರಕೊಂಡು ಹೊರಟು ಬಿಟ್ಟಿದ್ದೆವು. ಫ್ಯಾಕ್ಟರಿಯ' ಮಜದೂರರ ಮುಷ್ಕರ ಹಾಗೂ ಏಲಂನ ಬಗ್ಗೆ ನಮಗೆ ಚಿಂತೆಯಾಗಿತ್ತು.

'ನಿಮ್ಮ ಈ ಹಿರಿಮೆಯ ಬಗ್ಗೆ ನಮಗೆ ಹೆಮ್ಮೆಯೆನಿಸುತ್ತಿದೆ ಸರ್ಕಾರ್, ನಾನು ಬಂದಿರುವೆನಲ್ಲ! ನೀವಿನ್ನು ಚಿಂತಿಸಬೇಡಿ.'

'ಇಲ್ಲಿಗೆ ನೀನ್ಯಾವಾಗ ತಲುಪಿದೆ ಆಜರ್ ನವಾಬ್?'

'ನಾನು ನಿನ್ನೆ ರಾತ್ರಿಯೇ ಬಸ್‌ನಲ್ಲಿ ಬಂದು ಮಟ್ಟಿದೆ; ಧಾರವಾಡದಿಂದ ಹೊರಟಿದ್ದೆ.'

'ಬಸ್‌ನಲ್ಲೇ?' ಅಚ್ಚರಿಯಿಂದ ಮಹಾಸರ್ಕಾರ್ ಕೇಳಿದರು.

'ಹೌದು, ಅದರಲ್ಲೇನು ?! ಬಸ್ ಸ್ವಲ್ಪ ಪಂಕ್ಚರ್, ಮತ್ತೊಂದು ಆಗಿತ್ತು. ಅದನ್ನೆಲ್ಲ ಸರಿಪಡಿಸಿ, ಇಲ್ಲಿಗೆ ಮುಟ್ಟುವಾಗ ರಾತ್ರಿ ಬಹಳವಾಯಿತು. ಅಷ್ಟು ರಾತ್ರಿಯಲ್ಲಿ ನಿಮಗೆ ತೊಂದರೆ ಕೊಡಲಿಚ್ಛಿಸದೆ, ಮಲಗಿಬಿಟ್ಟೆ, ಬೆಳಗ್ಗೆ ನಿಮಗೆ ವಂದನೆಗಳನ್ನರ್ಪಿಸಬಹುದು, ಎಂದುಕೊಂಡೆ.'

ಇಲ್ಲಿ ತನ್ನೆದುರು ಸಾಮಾನ್ಯ ಉಡುಪು ಧರಿಸಿ ಕುಳಿತು, ಟೋಸ್ಟ್‌ಗೆ ಬೆಣ್ಣೆ ಹಚ್ಚುತ್ತಾ, ಮುಗುಳ್ನಗುತ್ತಾ, ಸಭ್ಯತೆಯಿಂದ ಮಾತನಾಡುತ್ತಿರುವ ಈ ವ್ಯಕ್ತಿಗೂ, ಅಂದು ತನ್ನಿಂದ ಏಟು ತಿಂದು, ಇಂದು ಪುನಃ ಏಟಿನ ಬೆದರಿಕೆಗೆ ಒಳಗಾದ ಆ ಅಪರಿಚಿತನಿಗೂ ಭೂಮ್ಯಾಕಾಶಗಳಷ್ಟು ಅಂತರವಿತ್ತು. ಈ ಇಬ್ಬಗೆಯ ವ್ಯಕ್ತಿತ್ವದ ವ್ಯಕ್ತಿಯೇ ದುರ್ಭಾಗ್ಯವಶದಿಂದ ಅವಳ ಒಡತಿಯ ಇಷ್ಟ ಪುತ್ರನಾಗಿದ್ದ ;' ಅಂದರೆ, ಅವಳ ಮಾಲಿಕನೇ ಆಗಿದ್ದ ! ಆಯಿತು ! ಇನ್ನಿಲ್ಲಿ ನಿನ್ನ ದಿನಗಳು, ಕೈಬೆರಳಿಣಿಕೆಯಷ್ಟೇ ಇವೆ, ಏಮನ್ ಬೀಬೀ– '–ಏಮನ್ ಗಾಢವಾದ ಯೋಜನೆಯಲ್ಲಿ ಬಿದ್ದಳು. ಇದಕ್ಕಿಂತ ಹೆಚ್ಚಾಗಿ ಮನಸ್ಸಿಗೆ ಸಂಕಟವುಂಟುಮಾಡುವ ಇನ್ನೊಂದು ವಿಷಯವಿತ್ತು. ಬಹುಶಃ ಅವಳ ಒಡತಿಯ ಈ ಕುವರ, ಯಾವುದೇ ಸ್ತ್ರೀಯನ್ನಾದರೂ, ಎಲ್ಲಾ ಸ್ತ್ರೀಯರನ್ನೂ ತನ್ನ ಹಿಡಿತಕ್ಕೆ ಸಿಗುವವರೆಂದೇ ಭಾವಿಸಿರುವನೋ ಏನೋ ! ಹಿಂದೆ, ಹೀಗೆ ಸಿರಿವಂತರ ಲಾಲಸೆಗೆ ಸಿಕ್ಕಿ ನಾಶವಾದ ಅನೇಕ ಬಡಸ್ತ್ರೀಯರ ಬಗ್ಗೆ ಆಕೆ ಕೇಳಿದಳು. ಆದರೆ ಆಗ ಕಾಲ ಬದಲಾಗಿತ್ತು. ಸ್ತ್ರೀಯರು ತಮ್ಮ ರಕ್ಷಣೆಯ ಅರಿವುಳ್ಳವರಾಗಿದ್ದರು. ಜೀವನದ ಎಲ್ಲಾ ಕ್ಷೇತ್ರಗಳಲ್ಲೂ ಉದ್ಯೋಗಸ್ಥ ಮಹಿಳೆಯರು ಕಂಡು ಬರುತ್ತಿದ್ದರು.

ಒಂದು ಕಾಲದಲ್ಲಿ, ತಮ್ಮ ಹೆಣ್ಣುಮಕ್ಕಳನ್ನು ಕೆಲಸಕ್ಕೆ ಕಳುಹಿಸುವುದಿರಲಿ ಸಹಶಿಕ್ಷಣದ ಶಾಲೆಗಳಿಗೂ ಕಳುಹಿಸಲೊಲ್ಲದ ಹೈದರಾಬಾದ್ ನಿವಾಸಿಗಳಿಂದು ತಮ್ಮ ಮಕ್ಕಳನ್ನು ಕೆಲಸಕ್ಕೂ ಕಳುಹಿಸಲು ಸಿದ್ಧರಿದ್ದರು. 'ಗಾಳಿ ಬೀಸಿದತ್ತ ವಾಲಿಕೋ' ಎಂಬ ತತ್ವವನ್ನು ಅನುಸರಿಸುತ್ತಿದ್ದರು. ಪೋಲೀಸ್ ಕಾರ್ಯವಾಹಿಯ ಬಳಿಕ, ಹೈದರಾಬಾದ್‌ನಲ್ಲಿ ಹಳೆಯ ಸಮಾಜದ ಅಂತ್ಯವಾಗಿ ಹೊಸ ಸಮಾಜದುದಯವಾಗಿತ್ತು. ಸಮಯದ ಪ್ರವಾಹವನ್ನರಿತುಕೊಂಡು, ವಿಶಾಲ ಹಿಂದುಸ್ತಾನೀ ಸಮಾಜದ ಭಾಗವಾಗುವಲ್ಲಿ ಹಲವು ಪರಿವಾರಗಳು ಮುಂದಾದವು. ಸಮಯದ ಸ್ಥಿತಿ– ಗತಿಗಳು ಏಮನ್‌ಗೆ ಪ್ರಪಂಚವನ್ನು ಏಕಾಕಿಯಾಗಿ ಎದುರಿಸುವ ಅವಕಾಶವನ್ನು ಇತ್ತಿದ್ದುವು.

ಏಮನ್, ಅಜರ್ ನವಾಬರನ್ನು, ನಗುಮುಖದ, ಚೇಷ್ಟೆಯ ಸ್ವಭಾವದ ಬಶಾರತ್ ನವಾಬರಿಗೆ ಹೋಲಿಸಿನೋಡಿದಳು. ಬಶಾರತ್ ನವಾಬರೊಂದಿಗೆ ಅವಳೆಂದೂ ಉದ್ವಿಗ್ನಳಾಗುತ್ತಿರಲಿಲ್ಲ. ಅವರಿಂದ ದೂರ ಹೋಗುವ ಯತ್ನವನ್ನೂ ಅವಳೆಂದೂ ಮಾಡಿರಲಿಲ್ಲ. ಬಶಾರತ್ ನವಾಬರೊಂದಿಗೆ ಅವಳಿಗೆ ಚೆನ್ನಾಗಿ ಹೊಂದಾಣಿಕೆಯಿತ್ತು. ಡಾಂಡೇಲಿಗೆ ಬಂದ ಬಳಿಕ ಅವಳು ಅವರನ್ನು ಅನೇಕ ಬಾರಿ ನೆನಪಿಸಿಕೊಂಡಿದ್ದಳು. ಹವೇಲಿಯ ಮುದಿ ವಾತಾವರಣದಲ್ಲಿ ಅವರು ತಾಜಾ ಹವೆಯ ಅಲೆಯಂತಿದ್ದರು. ಹವೇಲಿಯ ಶಾಂತವಾತಾವರಣದ ಭಾಗವಾಗಿದ್ದ ಏಮನ್, ಈಗ ಅಜರ್ ನವಾಬರ ಆಗಮನದಿಂದ ಭರವಸೆಹೀನ ಕಂದರದೊಳಗೆ ಬಿದ್ದಂತಾದಳು.

ಹವೇಲಿಯನ್ನು ತೊರೆದು ಹೋಗಲೇ ಎಂದವಳು ಯೋಚಿಸಿದಳು. ಆದರೆ, ಹೋಗುವುದೆಲ್ಲಿಗೆ ? ಹವೇಲಿಯ ಹೊರಗಿನ ವಿಶಾಲ ಪ್ರಪಂಚದಲ್ಲಿ ಕಳೆದು ಹೋಗುವ ಭಯವಿತ್ತು. ಅಲ್ಲಿ ಇನ್ನೂ ದೊಡ್ಡ ತೋಳಗಳಿದ್ದುವು. ಮಿಸೆಸ್, ಐಜಾಕ್‌ರ ನೆನಪಾಯಿತಾದರೂ, ಬಾಳು ಸವೆಸಲು ಕೆಲಸದ ಅಗತ್ಯವಂತೂ ಇದ್ದೇ ಇತ್ತು, ಮತ್ತು ಕೆಲಸಕ್ಕಾಗಿ ಇತರೆಡೆ ಸುತ್ತಿ ಅವಳಿಗೆ ಬೇಸರ ಬಂದಿತ್ತು. ಈ ಹವೇಲಿಯೇನೋ ಅವಳಿಗೆ ತುಂಬ ಹಿಡಿಸಿತ್ತು. ಅಲ್ಲಿ ಶಾಂತಿ ನೆಲಸಿತ್ತು. ಎಲ್ಲಕ್ಕಿಂತ ಹೆಚ್ಚಾಗಿ ಅಲ್ಲಿಯ ಸಭ್ಯ ವಾತಾವರಣ ಅವಳನ್ನಾಕರ್ಷಿಸಿತ್ತು. ಈ ಎಲ್ಲ ಒಳ್ಳೆಯ ಅಂಶಗಳನ್ನು ಕೇವಲ ಒಬ್ಬ ಮನುಷ್ಯನ ಭಯದಿಂದ ಅವಳು ಹೇಗೆ ತಾನೇ ತೊರೆಯಬಲ್ಲಳು ? ತೊರೆಯುವಂತಹ ಅನಿವಾರ್ಯ ಪ್ರಸಂಗ ಬಂದುದಲ್ಲದೆ, ಅವಳೆಂದೂ ಹವೇಲಿಯನ್ನು ಬಿಟ್ಟು ಹೋಗಳೆಂದು ಏಮನ್ ನಿರ್ಧರಿಸಿದಳು. ಆಜರ್ ನವಾಬ ಹಾಗೂ ಅವರ ಗರ್ವಿಷ್ಠ ಪ್ರಕೃತಿಯನ್ನು ಎದುರಿಸಲು ಅವಳು ಸಿದ್ಧಳಾದಳು.

ಈ ಎಲ್ಲ ಸಂಕಟಕರ ಯೋಚನೆಗಳಿಂದ ಮುಕ್ತಳಾದಾಗ, ಘಂಟೆಗಳಿಂದಲೂ ತನ್ನ ದೃಷ್ಟಿ, ಓದುತ್ತಿರುವ ಪುಸ್ತಕದ ಪುಟವೊಂದರಲ್ಲೇ ಇರುವುದನ್ನು ಅವಳರಿತಳು. ಗಡಬಡಿಸಿ, ಪುಸ್ತಕ ಮಡಚಿಟ್ಟು, ಅವಳು ಮಲಗಿ ನಿದ್ದೆ ಹೋದಳು.

ಮರುದಿನ, ಶಮಶಾದ್ ಬಂದು, 'ಏಮನ್ ಬೀಬೀ, ಚಿಕ್ಕ ಸರ್ಕಾರ್ ನಿಮ್ಮನ್ನು ಆಫೀಸ್‌ಗೆ ಬರಲು ಹೇಳಿದ್ದಾರೆ' ಎಂದಳು.

ಪತ್ರಿಕೆಯ ಪುಟ ತಿರುವುತ್ತಿದ್ದ ಏಮನ್‌ಳ ಕೈಗಳು ಸ್ತಂಭಿತವಾದವು. ಇಟಾಲಿಯನ್ ಪೀಝಾ ತಯಾರಿಸುವ ವಿಧಾನವನ್ನು ಗಮನವಿಟ್ಟು ನೋಡುತ್ತಿದ್ದಳು. ಅವಳು ದಾಂಡೇಲಿಗೆ ಬಂದ ಬಳಿಕ ಅವಳಿಗೆ ಸ್ವಲ್ಪ ಹೆಚ್ಚಿನ ಬಿಡುವು ಸಿಕ್ಕುತ್ತಿತ್ತು. ಆಗೆಲ್ಲ ಅವಳು ಅಡಿಗೆ ಮನೆಯಲ್ಲಿ ಹೊಸರುಚಿಗಳನ್ನು ಪ್ರಯತ್ನಿಸಿ ಸಫಲಳಾಗುತ್ತಿದ್ದಳು. ಅವಳು ತಯಾರಿಸಿದ ಈ ಹೊಸ ಅಡಿಗೆಗಳು ಮಹಾ ಸರ್ಕಾರ್ ಅವರಿಗೂ ಇಷ್ಟವಾಗುತ್ತಿತ್ತು. ಅನುಭವೀ ಅಡಿಗೆಯವರ ಕೈಯ ಪಕ್ವಾನ್ನವನ್ನುಂಡು ಅಭ್ಯಾಸವಾಗಿದ್ದ ಅವರಿಗೆ ಈಗ ಏಮನ್‌ಳ ಕೈಯ ಈ ಹೊಸ ಅಡಿಗೆಗಳು ರುಚಿಸುತ್ತಿದ್ದವು. ಇಲ್ಲವೇ ಅವಳ ಉತ್ಸಾಹವನ್ನು ಎತ್ತಿ ಹಿಡಿಯಲು ಅವರು ಹಾಗೆ ಹೇಳುತ್ತಿದ್ದಿರಬಹುದು.

ಶಮ್‌ಶಾದ್‌ಳ ಮಾತುಕೇಳಿ, ಸರ್ಕಾರ್‌ರವರೇನಾದರೂ ತನ್ನನ್ನು ತಡೆಯಬಹುದೆಂಬ ಆಶೆಯಿಂದ ಅವಳು ಅವರತ್ತ ನೋಡಿದಳು ಆದರೆ, ಸರ್ಕಾರ್ ಅವರು ತಮ್ಮ ಪುಸ್ತಕದಲ್ಲೇನೋ ಬರೆಯುತ್ತಾ ಬಹಳ ವ್ಯಸ್ತರಾಗಿದ್ದು ಅವರ ಲೇಖನಿ ನಿಲ್ಲಲೂ ಇಲ್ಲ; ಅವರು ತಮ್ಮ ಪುಸ್ತಕದಿಂದ ಕಣ್ಣೆತ್ತಿ ನೋಡಲೂ ಇಲ್ಲ. ಏಮನ್ ಪತ್ರಿಕೆಯನ್ನು ಸ್ಥಳದಲ್ಲಿರಿಸಿ ಹೋಗುತ್ತಿದ್ದಳು. ಪೋರ್ಟಿಕೋಗೆ ಮುಟ್ಟುವವರೆಗೂ ಅವಳು, ಸರ್ಕಾರ್ ಅವರು ತನ್ನನ್ನು ಹಿಂದಕ್ಕೆ ಕರೆದಾರೆಂಬ ಆಶೆಯಿಂದಿದ್ದಳು.

ಚಿಕ್ಕ ಕಾಲ್ದಾರಿಯಿಂದಾಗಿ ಬಂಗಲೆಯ ಹೊರಗೆ ಗೇಟಿನ ಎದುರಿನಲ್ಲಿ ಆಫೀಸಿನ ಬಳಿ ಬಂದು, ಏಮನ್ ಮೆಟ್ಟಿಲುಗಳನ್ನೇರಿ ಪೋರ್ಟಿಕೋಗೆ ಬಂದಳು. ಹೆಜ್ಜೆ ಹೆಜ್ಜೆಗೂ ಭಯ, ಶಂಕೆ ಅವಳನ್ನು ಬಾಧಿಸಿತು. ಕೊನೆಗೆ ಅವಳು ಭುಜ ಕೊಡವಿಕೊಂಡು, ತಾನೇನೂ, ತನ್ನನ್ನು ಹರಿದು ತಿನ್ನಲು ಕಾದಿರುವ ಹಸಿದ ಸಿಂಹದ ಬೋನಿನೊಳಗೆ ಹೋಗುತ್ತಿಲ್ಲವಲ್ಲ. ಎಂದುಕೊಂಡು, ದೀರ್ಘ ಉಸಿರೆಳೆದುಕೊಂಡು, ತನ್ನ ಪ್ರಜ್ಞೆ–ವಿಶ್ವಾಸ ಭರಿಸಿಕೊಂಡು ಮುನ್ನಡೆದಳು.

ಪೋರ್ಟಿಕೋದ ತುದಿಯಲ್ಲಿ ಬಿಳಿಯ ಪಂಜರಗಳಲ್ಲಿ ಬಣ್ಣ ಬಣ್ಣದ ಹಕ್ಕಿಗಳು ಪುಟಿದಾಡುತ್ತಿದ್ದವು. ಅವುಗಳಲ್ಲಿ ಕೆಲವು ಏಮನ್‌ಳ ಅಂಗೈಯ ಮುಷ್ಠಿಯಲ್ಲಿ ಹಿಡಿಸುವಷ್ಟು ಚಿಕ್ಕದಾಗಿದ್ದವು. ಎಲ್ಲವನ್ನೂ ಮರೆತು ಏಮನ್ ಹಕ್ಕಿಗಳನ್ನು ನೋಡುವುದರಲ್ಲಿ ಮಗ್ನಳಾದಳು. ಅವಳನ್ನು ನೋಡಿ ಕೆಲ ಹಕ್ಕಿಗಳು ಸ್ವರ ನಿಲ್ಲಿಸಿ ಸುಮ್ಮನಾದರೆ, ಇನ್ನು ಕೆಲವು ಮತ್ತೂ ಅಧಿಕ ಗಲಭೆಯೆಬ್ಬಿಸಿದುವು. ಅವುಗಳು ತಮ್ಮ ಮುತ್ತಿನಂತೆ ಹೊಳೆವ ಕಂಗಳಿಂದ ಅವಳನ್ನೇ ಮಿಣಿ–ಮಿಣಿ ನೋಡತೊಡಗಿದವು.

ಆ ಕಡು ಹಸುರಿನ ಪುಟ್ಟ ಹಕ್ಕಿಯ ಹೆಸರು ಅವಳಿಗೆ ನೆನಪಾಗುತ್ತಿರಲಿಲ್ಲ. ಮುಖದ ಇಕ್ಕೆಲ್ಲಗಳಲ್ಲಿ ಬಿಳಿಯಾಗಿದ್ದು, ಕಣ್ಣ ಹಿಂದೆ ಒಂದು ಕಪ್ಪು ರೇಖೆ ಇತ್ತು. ಕಾಫಿ ತೋಟಗಳಲ್ಲಿ ಅವಳು ಈ ಹಕ್ಕಿಗಳನ್ನು ತುಂಬಾ ಕಂಡಿದ್ದಳು. ಕಣ್ಣುಗಳನ್ನು ಸಂಕುಚಿಸಿಕೊಂಡು, ಅವಳು ತೀವ್ರವಾಗಿ ಯೋಚಿಸುತ್ತಾ, ಆ ಹಕ್ಕಿಯ ಹೆಸರು ನೆನಪಿಸಿಕೊಳ್ಳಲೆತ್ನಿಸಿದಳು.

'ಗ್ರೀನ್ ಬಾರ್ಬೆಟ್,' ಒಂದು ಗಂಭೀರ ಸ್ವರ ಅವಳನ್ನು ಚಕಿತಳನ್ನಾಗಿಸಿತ್ತು. 'ಇದನ್ನು ನಾವು ವಸಂತಪಕ್ಷಿ ಎಂದು ಕರೆಯುತ್ತೇವೆ.'

ಏಮನ್ ಹಿಂದಿರುಗಿ ನೋಡಿದಾಗ ಬಾಗಿಲಲ್ಲಿ ಕೈಕಟ್ಟಿಕೊಂಡು ದಾರಂದಕ್ಕೆ ಭುಜವೊರಗಿಸಿ ನಿಂತಿದ್ದ ಆಜರ್ ನವಾಬ ಕಂಡರು. ಅದೇ ಅವರ ಆಫೀಸ್‌ನ ಬಾಗಿಲೆಂದು ಅವಳಂತಿರಲಿಲ್ಲ.

'ಅದು...... ನಾನು.....' ಘಂಟೆಗಳಲ್ಲಿ ಸಂಪಾದಿಸಿದ ಗಂಭೀರತೆಯನ್ನು ಹೀಗಿಲ್ಲಿ ನಿಮಿಷಗಳಲ್ಲೇ ತಾನು ಕೆಳದುಕೊಳ್ಳುತ್ತಿರುವುದನ್ನು ಕಂಡು, ಅವಳು ಸುಮ್ಮನಾದಳು.

ಸಂತುಷ್ಟರಾದ ಆಜರ್ ನವಾಬರು ಮುಂದುವರಿದು ಅವಳ ಬಳಿ ಬಂದು ನಿಂತುಕೊಂಡರು. ತನಗೊಪ್ಪುವ ಬಿಳಿಯ ಪ್ಯಾಂಟ್ ಹಾಗೂ ಮೊಣಕೈವರೆಗೆ ಮಡಿಚಿದ ಬಿಳಿಯ ಶರ್ಟ್ ಧರಿಸಿದ್ದರು. ತೆರೆದ ಕಾಲರ್‌ನಿಂದ ಅವರ ಸದೃಢ ಕತ್ತು ಕಾಣಿಸುತ್ತಿತ್ತು.

"ಇದು 'ಬಬೋನಾ' ನಮ್ಮಲ್ಲಿ ಇದನ್ನು 'ಕರಭಿಯಾ' ಎನ್ನುತ್ತಾರೆ." ಆಜರ್ ನವಾಬ ತುಂಬ ಅಭಿರುಚಿಯಿಂದ ಪುಟ್ಟದೊಂದು ಹಕ್ಕಿಯತ್ತ ಸಂಕೇತಿಸಿ ಹೇಳಿದರು. ತನ್ನತ್ತ ಆಕರ್ಷಿತರಾದ ಅವರನ್ನು ಕಂಡು 'ಬಬೋನಾ' ಪುಟಿಯುತ್ತಾ ಇನ್ನೊಂದು ಮೂಲೆಗೆ ಹೋಗಿ ಕುಳಿತಿತು. ಅದರ ಬಿಳಿಯ ಗೋಲಗಳೊಳಗೆ ಹೊಳೆಯುತ್ತಿರುವ ಕಂಗಳಲ್ಲಿ ಅವಿಶ್ವಾಸ ಇಣುಕುತ್ತಿತ್ತು.

'ಗ್ರೇಂಜ್ ಮಿನಿವೆಟ್' ಬಹಳ ಸುಂದರ ಪಕ್ಷಿಯಾಗಿತ್ತು. ಕರಿನೀಲ ವರ್ಣದ ಅದರ ಶರೀರದ ಹಿಂಭಾಗ ಹಾಗೂ ಕೆಳಭಾಗ ಹೊಳೆವ ಕೆಂಪಿನಿಂದ ಕೂಡಿತ್ತು ಹಾಗೂ ರೆಕ್ಕೆಗಳು ಕರಿ, ಹಳದಿ ಬಣ್ಣವಾಗಿದ್ದವು.

ಆಜರ್ ನವಾಬ ತನ್ನನ್ನು ಏನೋ ಕೆಲಸಕ್ಕಾಗಿ ಕರೆದಿದ್ದರೆಂದು ಏಮನ್ ಮರೆತೇ ಬಿಟ್ಟಿದ್ದಳು. ತಾನವಳನ್ನು ಇದಕ್ಕಾಗಿಯೇ ಕರೆದಿದ್ದೆನೆಂಬಂತೆ ಅವರು ಪಕ್ಷಿಗಳ ಅಭ್ಯಾಸದ ಬಗ್ಗೆ ಅವಳಿಗೆ ತಿಳಿಸಿ ಹೇಳುತ್ತಿದ್ದರು. ತಮ್ಮ ಪುಟ್ಟ ಪಕ್ಷಿಧಾಮದಲ್ಲಿ ಅವರಿಗೆ ತುಂಬ ಅಭಿರುಚಿಯಿರುವಂತೆನಿಸುತ್ತಿತ್ತು.

'ಆದರೆ, ಮಿಸ್ ಸಾಹಿಬಾ, ನಾನು ನಿಮ್ಮನ್ನು ಪಕ್ಷಿಗಳನ್ನು ತೋರಿಸಲೆಂದು ಕರೆದಿಲ್ಲ.' ಕರ್ತವ್ಯ ಪೂರೈಸಿದಂತೆ ಅವರು ಹೇಳಿದಾಗ ಏಮನ್ ನಿಜಪ್ರಪಂಚಕ್ಕೆ ಬಂದಿಳಿದಳು.

ಆಜರ್ ನವಾಬರ ವ್ಯವಹಾರದಲ್ಲಿ ಪರಿವರ್ತನೆ ಕಂಡು ಅವಳಿಗೆ ಆಶ್ಚರ್ಯವೇ ಆಗಿತ್ತು. ಹವೇಲಿಯಲ್ಲಿ ಅವಳ ಸ್ಥಾನವನ್ನು ಅರಿತುದರಿಂದ, ಬಹುಶಃ ಈ ಪರಿವರ್ತನೆ ಆಗಿರಬಹುದು. ಮೊದಲಿನಂತೆ ನೀನು ಎನ್ನದೆ, ಪರಂಪರಾಗತವಾದ, ಮರ್ಯಾದಸೂಚಕ ಬಹುವಚನ ಅವಳಿಗಾಗಿ ಕಾದಿತ್ತು. ಅದೇ ಅವಳಿಗೆ ಸ್ವೀಕಾರಾರ್ಹವೂ ಆಗಿತ್ತು.

'ಮಹಾ ಸರ್ಕಾರ್ ಈ ಫೈಲುಗಳನ್ನು ಸರ್ಕಾರ್‌ಗೆ ಕೊಟ್ಟಿದ್ದರು.'ಗಾಳಿಗೆ ಹಾರುತ್ತಿರುವ ಹಾಳೆಗಳನ್ನು ಅದುಮಿ ಹಿಡಿಯುತ್ತಾ ಏಮನ್ ನುಡಿದಳು. ಆಜರ್ ನವಾಬ ಹಿಂತಿರುಗಿದಾಗ ಅವರಿಗೆ ಒಪ್ಪಿಸಲೆಂದು ಅದುವರೆಗೆ ತನ್ನ ಜವಾಬ್ದಾರಿಯಲ್ಲಿದ್ದ ಕೆಲ ಫೈಲುಗಳನ್ನು ಸರ್ಕಾರ್ ಕೊಟ್ಟಿದ್ದರು.

ಆಜರ್ ನವಾಬ ಅವಳನ್ನು ಮೇಲಿಂದ ಕೆಳಗಿನವರೆಗೆ ದಿಟ್ಟಿಸಿ, ಕೋಣೆಯೊಳಗೆ ಹೋದರು. ಏಮನ್ ಹಿಂಬಾಲಿಸಿದಳು. ಈ ಕೋಣೆ ಸಾಕಷ್ಟು ವಿಶಾಲವಾಗಿತ್ತು. ಕಿಟಕಿಯ ಪರದೆಗಳು ಗಾಳಿಗೆ ಹಾರುತ್ತಿದ್ದವು. ದೊಡ್ಡದಾದ ಗಾಜಿನ ಹೊದಿಕೆಯಿದ್ದ ಮೇಜಿನ ಮೇಲೆ ಪೋರ್ಸ್‌ಲೀನ್ ಹೂದಾನಿಯಲ್ಲಿ ಝುರ್ಭೆರಾ ಹೂಗಳು ವಿವಿಧ ವರ್ಣಗಳಿಂದ, ಕೋಮಲ ಸಪೂರ ಕತ್ತನ್ನಾಡಿಸುತ್ತಾ ತೂಗುತ್ತಿದ್ದವು. ಬಲಭಾಗದ ಗೋಡೆಯ ಮೇಲೆ ದೊಡ್ಡದೊಂದು ಭೂಪಟದಲ್ಲಿ ಬಿದಿರು, ಸಾಗುವಾನಿ ಕಾಡುಗಳ ನಕ್ಷೆಯನ್ನು ಚಿತ್ರಿಸಲಾಗಿತ್ತು. ಆಜರ್ ನವಾಬರ ಈ ಆಫೀಸ್, ನಗರದ ಸಾಧಾರಣ ಆಫೀಸ್‌ಗಳಿಗೆ ಹೋಲಿಸಿದರೆ, ಸರಳವೂ, ಗಂಭೀರವೂ ಆಗಿ ತೋರುತ್ತಿತ್ತು. ನೆಲದ ಮೇಲೆ ಕಂದುಬಣ್ಣದ ರತ್ನಗಂಬಳಿ ಹಾಸಲಾಗಿತ್ತು. ಪರದೆಯ ಮೂಲಕ ಪಕ್ಕದ ಇನ್ನೊಂದು ಕೋಣೆಯಲ್ಲಿ ಸ್ಟೀಲ್ ಕಪಾಟುಗಳೂ, ಫೈಲ್‌ಗಳನ್ನಿಟ್ಟು ಸ್ಟ್ಯಾಂಡ್‌ಗಳೂ, ಮೆಜೊಂದರ ಮೇಲಿದ್ದ ಟೈಪ್‌ರೈಟರ್ ಕಾಣುತ್ತಿದ್ದವು.

ಆಜರ್ ನವಾಬ ಚರ್ಮದ ತಿರುಗು ಕುರ್ಚಿಯಲ್ಲಿ ಕುಳಿತರು. ಏಮನ್‌ಗೆ ಎದುರಿನ ಕುರ್ಚಿಯಲ್ಲಿ ಕುಳಿತುಕೊಳ್ಳುವಂತೆ ಸೂಚಿಸಿದರು. ತಾವೊಂದು ಪತ್ರ ಓದುವುದರಲ್ಲಿ ಮುಗ್ನರಾಗಿಬಿಟ್ಟರು. ಏಮನ್ ಆದಷ್ಟು ಬೇಗ ತನ್ನನ್ನಲ್ಲಿಗೆ ಕರೆಸಿದ ಕಾರಣ ತಿಳಿಯ

ಬಯಸಿದಳು. ಅವಳ ಉದ್ವಿಗ್ನತೆ, ಆಶಾಂತತೆಯನ್ನು ಗಮನಿಸಿದ ಆಜರ್ ನವಾಬ ಒಂದು ಹುಬ್ಬೆತ್ತಿ ಹಾಗೇ ಅವಳನ್ನು ದಿಟ್ಟಿಸಿದಳು. ಆ ಒಂದು ದೃಷ್ಟಿಯಲ್ಲಿ ಹಲವು ಪ್ರಶ್ನೆಗಳೂ, ಏಮನ್‌ಳ ಅಶಾಂತತೆಯ ಬಗ್ಗೆ ಕ್ರೋಧವೂ ಇತ್ತು.

'ಅದೂ......ಶಮ್‌ಶಾದ್ ಹೇಳಿದ್ದಳು.....' ಏಮನ್ ತಡವರಿಸಿದಳು.

'ಏನು ಹೇಳಿದ್ದಳು. ಶಮ್‌ಶಾದ್ ? ಅಲ್ಲದೆ, ಶಮ್‌ಶಾದ್ ಏನು ಹೇಳಿದ್ದರೂ ನನಗದರಿಂದೇನು ?' ಅವರು ಕೇಳಿದರು.

ಏಮನ್ ಗಂಟಲು ಸರಿಪಡಿಸಿಕೊಂಡು, ಸಿದ್ಧಳಾಗಿ ಹೇಳಿದಳು. 'ನೀವು ನನ್ನನ್ನು ಕರೆದಿರೆಂದು ಶಮ್‌ಶಾದ್ ಹೇಳಿದಳು.'

'ಯಾಕೆ, ನಿಮಗೇನಾದರೂ ಅಡ್ಡಿಯಿದೆಯೇ ? ಹವೇಲಿಯ ಜನರಲ್ ಅಸಿಸ್ಟೆಂಟ್‌ನ್ನು ಯಾವುದಾದರೂ ಕೆಲಸಕ್ಕೆ ಕರೆಯುವ ಅಧಿಕಾರ ನನಗಿಲ್ಲವೇ ಹೇಗೆ ?'

'ಇಲ್ಲ, ನಾನು ಹಾಗೆ ಹೇಳಲಿಲ್ಲ' ಏಮನ್ ಚಡಪಡಿಸುತ್ತಾ ನುಡಿದಳು.

'ಮತ್ತೇನು ಹೇಳಿದಿರಿ ತಾವು?' ಪತ್ರವನ್ನಲ್ಲೇ ಇಟ್ಟು, ಮೇಜಿನ ಮೇಲೆ ಕೈಗಳನ್ನು ಜೋಡಿಸಿ, ಅವರಂದರು. 'ಒಳ್ಳೆಯ ಸಂಬಳ ಕೊಟ್ಟು ನಿಮ್ಮನ್ನಿಲ್ಲಿ ನಿಯುಕ್ತರಾಗಿಸುವುದು, ಜೀವನವನ್ನು ನೀವೊಂದು ಪಿಕ್‌ನಿಕ್‌ನಂತೆ ಆರಾಮವಾಗಿ, ಪೈಟಿಂಗ್‌ನಂತಹ ಅಭಿರುಚಿಗಳಲ್ಲೋ, ಇಲ್ಲ, ಚಿಕ್ಕ ಪುಟ್ಟ ಪಕ್ಷಿಗಳ ಗರಿಗಳನ್ನೆಣಿಸುತ್ತಲೋ ಕಳೆಯಲೆಂದು ನೀವು ತಿಳಿದಂತಿದೆ.'

ಏಮನ್ ನಿರುತ್ತರಳಾದಳು. ಆಜರ್ ನವಾಬರ, ಕಹಿಮಾತುಗಳು ಅವಳಿಂದ ಏನಾದರೂ ಉತ್ತರ ನಿರೀಕ್ಷಿಸಿದ್ದರೂ, ಸುಮ್ಮನಿರುವುದೇ ಉಚಿತವೆಂದು ಬಗೆದು, ಅವಳು ಸುಮ್ಮನೆ ಕುಳಿತಳು. ಆಜರ್ ನವಾಬ ಕೆಲಹೊತ್ತು ಫೈಲುಗಳನ್ನು ನೋಡುತ್ತಿದ್ದರು. ಅವು ಅವರ ಗೈರುಹಾಜರಿಯಲ್ಲಿ ಮುನ್ಶಿ ಸಾಹೇಬರು ಸಿದ್ಧಪಡಿಸಿದ ಫೈಲುಗಳಾಗಿದ್ದವು.

'ಓಹ್!' ಆಜರ್ ನವಾಬ ಸುಸ್ತಾಗಿ ಉದ್ಗರಿಸಿ, ಫೈಲ್‌ನ ಹಾಳೆಗಳನ್ನು ಒಂದಿಗೇ ಮುಗುಚಿದರು.

'ಮುನ್ಶಿ ಸಾಹಬರ ರೀತಿಯೇ ಬೇರೆ! ಈ ಭಾಷೆಯನ್ನು ಅರಿವ ಜನರು ಈಗೆಲ್ಲಿದ್ದಾರೆ ? 'ಉರುವಲಿ'ನ ಬದಲಿಗೆ ಬೇರೇನೋ ಶಬ್ದ ಬರೆದು ಬಿಟ್ಟಿದ್ದಾರೆ. ಯಾರು ತಾನೇ ಅರಿಯಬಲ್ಲರು ?'

ಏಮನ್ ಉಸಿರು ಬಿಗಿ ಹಿಡಿದು ಕೇಳುತ್ತಿದ್ದಳು.

'ಈ ಕಾಗದ ಪತ್ರಗಳನ್ನೆಲ್ಲ ಇಂಗ್ಲಿಷ್‌ನಲ್ಲಿ ಸಿದ್ಧಪಡಿಸಬೇಕೆಂದು ನನಗನಿಸುತ್ತದೆ.' ಅವರಂದರು.

'ಕೆಲ ಫೈಲುಗಳು ಇಂಗ್ಲಿಷ್‌ನಲ್ಲೂ ಇವೆ.' ಏಮನ್ ನುಡಿದಳು.

'ಕೆಲವು; ಎಲ್ಲಾ ಅಲ್ಲ; ನೀವು ಮೊದಲು ಡಿಕ್ಟೇಶನ್ ತೆಗೆದುಕೊಳ್ಳಿ ಈ ಫೈಲುಗಳನ್ನು ಆಮೇಲೆ ನೋಡಬಹುದು.'

ಏಮನ್ ತಕ್ಷಣವೇ ತನ್ನ ಪ್ಯಾಡ್ ಹಾಗೂ ಪೆನ್ಸಿಲ್‌ನೊಡನೆ ಸಿದ್ಧಳಾದಳು. ಅವಳಿಗೂ ಅನವಶ್ಯಕ ಮಾತುಕತೆಯಿಂದ ತಪ್ಪಿಸಿಕೊಳ್ಳಬೇಕಿತ್ತು. ಈ ಕಹಿ ಸ್ವಭಾವದ ನವಾಬನಿಗೆ ಹೆದರುವಂತಾಗಿತ್ತು. ಇಬ್ಬರೂ ಊಟದ ಸಮಯದ ವರೆಗೆ ಕೆಲಸ ಮಾಡುತ್ತಿದ್ದರು. ಅಭ್ಯಾಸವಿಲ್ಲದ ಕಾರಣ ಮೊದ ಮೊದಲು ಏಮನ್‌ಗೆ ಕಷ್ಟವಾಯಿತು. ಆಜರ್ ನವಾಬರು ಬಹಳ ವೇಗವಾಗಿ ತಮ್ಮ ಆಕ್ಸೋನಿಯನ್ ಇಂಗ್ಲಿಷ್‌ನಲ್ಲಿ ಡಿಕ್ಟೇಶನ್ ಕೊಡುತ್ತಿದ್ದರು. ಅವಳು ಎರಡು–ಮೂರು ಬಾರಿ ತಡೆದು ಕೇಳಬೇಕಾಯಿತು. ಅಸಮಾಧಾನದಿಂದ ಆಜರ್ ನವಾಬರು, 'ಯಾವ ಅದೃಷ್ಟಹೀನ ಆಫೀಸ್‌ನಲ್ಲಿ ಕೆಲಸಮಾಡುತ್ತಿದ್ದಿರಿ, ತಾವು?' ಎಂದು ಕೆಣಕಿದರು.

'ಹಿಂದೆ ಯಾವ ಆಫೀಸಿನಲ್ಲೂ ಕೆಲಸ ಮಾಡುತ್ತಿದ್ದಿರಲಿಲ್ಲ' ಏಮನ್ ತನ್ನ ಸಿಟ್ಟನ್ನಡಗಿಸಲೆತ್ನಿಸುತ್ತಾ ಅವರ ಕಣ್ಣಲ್ಲಿ ಕಣ್ಣಿಟ್ಟು ನುಡಿದಳು. ಆ ಕಣ್ಣುಗಳು ಗಂಭೀರವಾಗಿದ್ದವೋ, ಇಲ್ಲ ಬೇಕೆಂದೇ ಅವಳನ್ನು ಕೆಣಕಿ ಬಿಡುವಂತೆ ಇದ್ದವೋ ಅವಳಿಗೆ ತಿಳಿಯಲಿಲ್ಲ.

'ಓ! ಹಾಗನ್ನಿ ! ಮತ್ತು ನಿಮ್ಮ ಜವಾಬ್ದಾರಿಗಳಲ್ಲಿ ಬಶಾರತ್ ನವಾಬರೊಂದಿಗೆ ಮೊಬೈಲ್‌ನಲ್ಲಿ ಗೋಲ್ಕೊಂಡಾ ಸುತ್ತುವುದು. ಪೇಂಟಿಂಗ್, ಪಕ್ಷಿಗಳೊಂದಿಗೆ ಮಾತುಕತೆ ಹಾಗೂ ಸಿಂಗರಿಸಿಕೊಂಡು ಮದುವೆಗಳಿಗೆ ಹೋಗುವುದೂ ಸೇರಿರಬೇಕು!' ಏಮನ್ ತನ್ನ ಸಿಟ್ಟಿನಿಂದುರಿವ ಮುಖವನ್ನು ಬೇರೆಡೆಗೆ ತಿರುಗಿಸಿದಳು. ಅಜರ್ ನವಾಬರು ಇದೀಗ ಎರಡನೆಯ ಬಾರಿಗೆ ಅವಳ ವ್ಯಕ್ತಿತ್ವದ ಮೇಲೆ ಕೆಸರೆರಚುತ್ತಿದ್ದರು.

'ಮಹಾ ಸರ್ಕಾರ್‌ರವರು ಹೀಗೆ ಭಾವಿಸುವುದಿಲ್ಲ, ಅವರು ನನಗೆ ಕೆಲಸವಿತ್ತರು. ಬಹಳ ಉದಾರ ಹೃದಯಿ, ಆಕೆ, ದಿನದ ಇಪ್ಪತ್ನಾಲ್ಕು ಘಂಟೆಗಳಲ್ಲಿ ಸ್ವಲ್ಪ ಸಮಯದ ಮೇಲೆ ನನಗೂ ಅಧಿಕಾರವಿದೆಯೆಂಬುದು ಅವರೊಪ್ಪುತ್ತಾರೆ.'

'ಸರಿ, ಸ್ವಪ್ನ !' ಕೈಗಳನ್ನು ಚೆಲ್ಲುತ್ತಾ ಅವರು ನುಡಿದರು. 'ಸರ್ಕಾರ್ ಅವರು ಕೊಟ್ಟ ಅಧಿಕಾರವನ್ನು ಯಾರು ಕಸಿಯಬಲ್ಲರು?! ಆದರೆ, ಇಂದಿನಿಂದ ನಿಮ್ಮ ಜವಾಬ್ದಾರಿಗಳಲ್ಲಿ ಕೆಲವೊಂದು ಬದಲಾವಣೆಗೆ ಒಪ್ಪಿಗೆ ಬಯಸುತ್ತೇನೆ. ಅವರು ಕುರ್ಚಿಯಿಂದೇಳುತ್ತಾ ನುಡಿದರು.

'ನಾನಿಲ್ಲಿಗೆ ಕೆಲಸಮಾಡಲು ಬಂದಿದ್ದೇನೆ, ಮತ್ತು ನನ್ನ ಹೆಸರು ಸ್ವಪ್ನ ಎಂದಲ್ಲ' ಅವಳೂ ಏಳುತ್ತಾ ಹೇಳಿದಳು.

'ಇಂದು ಲಂಚ್‌ಗೆ ನನಗೆ ವೆಸ್ಟ್‌ಕೋಸ್ಟ್ ಪೇಪರ್ ಮಿಲ್‌ನ ಡೈರೆಕ್ಟರ್‌ರವರ ಮನೆಗೆ ಹೋಗಲಿದೆ. ನನ್ನನ್ನು ಕಾಯುವುದು ಬೇಡವೆಂದು ಸರ್ಕಾರ್ ಅವರಿಗೆ ವಿಜ್ಞಾಪಿಸಿ' ಏಮನ್‌ಳ ಮಾತು ಕೇಳದಂತೆ ನಟಿಸಿ, ಹೇಳುತ್ತಾ ಆಜರ್ ನವಾಬರು ಕೋಣೆಯಿಂದ ಹೊರಹೋಗಲು ತಯಾರಾದರು.

ಏಮನ್ ಸುಮ್ಮನೆ ಪ್ಯಾಡ್-ಪೆನ್ಸಿಲ್ ಹಿಡಿದುಕೊಂಡು, ಅವರು ಹೋಗುವುದನ್ನೇ ನೋಡುತ್ತಾ ಇದ್ದು ಬಿಟ್ಟಳು. ಅವರ ಹಜ್ಜೆಗಳು ಸದೃಢವೂ, ವೈಶಿಷ್ಟ್ಯ ಪೂರ್ಣವೂ ಆಗಿದ್ದು, ಅವರ ಉಚ್ಚಪರಿವಾರದ ಸಂಬಂಧವನ್ನು ಸೂಚಿಸುತ್ತಿದ್ದವು. ವಿಶಾಲ ಭುಜಗಳ ಮೇಲಿನ ಸದೃಢ ಕತ್ತು ಹಾಗೂ ಮೋಹಕವಾದ ಶಿರಸ್ಸು ಅವರ ನಡೆಯನ್ನು ಮತ್ತೂ ದರ್ಪಯುಕ್ತವಾಗಿಸುತ್ತಿತ್ತು. ದಟ್ಟ ಅಲೆಗೂದಲು ಕಿವಿಗಳ ಹಿಂದಿನಿಂದ ಕತ್ತಿನ ಮೇಲೆ, ಶರ್ಟ್‌ನ ಕಾಲರ್‌ವರೆಗೆ ಇಳಿಬಿದ್ದಿದ್ದವು. ಇಂದು ಅವರೊಡನೆ ಸಾಕಷ್ಟು ಹೊತ್ತಿನವರೆಗೆ ಕೆಲಸಮಾಡಿದ ಬಳಿಕ ಅವರ ಬಗೆಗಿನ ತನ್ನ ಅಭಿಪ್ರಾಯವನ್ನು ಬದಲಿಸುವ ಅವಶ್ಯಕತೆ ಅವಳರಿವಿಗೆ ಬಂದಿತ್ತು. ಈಗಲೂ ಅವರು ಅವಳಿಗೊಂದು ಸಮಸ್ಯೆಯಾಗಿಯೇ ಇದ್ದರು. ಅವಳು ತಿಳಿದಿದ್ದಂತೆ ಅವರು ಟೊಳ್ಳು ವ್ಯಕ್ತಿತ್ವದವರಾಗಿರಲಿಲ್ಲ. ಗರ್ವಿಷ್ಠರೇನೋ ಖಂಡಿತ. ಅಲ್ಲದೆ, ಹೆಣ್ಣನ್ನು ಆಟಿಕೆಯೆಂದೇ ತಿಳಿದಿದ್ದಿರಬಹುದು, ಮಹಾಸರ್ಕಾರ್‌ರವರ ಮುದ್ದಿನ ಮಗನಾಗಿದ್ದರೂ, ಅವರನ್ನು ತುಂಬ ಗೌರವಿಸುತ್ತಿದ್ದರು......ಆದರೆ, ತಮಕೀನ್‌ಯರ್ ಜಂಗರ ಮನೆಯ ಮದುವೆಯಲ್ಲಿ ತನ್ನೊಡನೆ ಅಂಥ ಬೇಜಾವಾಬ್ದಾರಿಯ ವರ್ತನೆಯನ್ನೇಕೆ ತೋರಿದರು ? ಹೋಗುತ್ತಾ ಆಜರ್ ನವಾಬರು ತನ್ನ ಕುತ್ತಿಗೆಯ ಮೇಲೆ ಏಮನ್‌ಳ ದೃಷ್ಟಿಯ ಸ್ಪರ್ಶವಾದಂತೆ ಕುತ್ತಿಗೆ ಸವರುತ್ತಾ ಇದ್ದಕ್ಕಿದ್ದಂತೆ ಹಿಂದಿರುಗಿ ನೋಡಿದರು. ಅವರ ದೃಷ್ಟಿಗಳು ಸೇರಿದೊಡನೆ ಏಮನ್‌ಳ ಕೈಯಿಂದ ಡಿಕ್ಟೇಶನ್ ಪುಸ್ತಕ ಜಾರಿ ಬಿದ್ದಿತು.

'ಜಾಗ್ರತೆ ಸ್ವಪ್ನ ! ಚದುರಿದ ಕಾಗದಗಳನ್ನು ಆಯ್ದುಕೋ' ಎನ್ನುತ್ತಾ ಅವರು ಹೊರಗೆ ಹೊರಟು ಹೋದರು.

ಚೆಲ್ಲಿ ಹೋದ ಕಾಗದಗಳಂತೆ ಏಮನ್‌ಳಿಗೆ ಚದುರಿದ ತನ್ನ ವಿಚಾರಗಳನ್ನು ಒಗ್ಗೂಡಿಸಿಬೇಕಾಯಿತು. ತನ್ನ ಜೀವನದ ಪಂಥಾಹ್ವಾನ ಈಗಷ್ಟೇ ಆರಂಭವಾದಂತೆ ಅವಳಿಗನಿಸಿತು. ಚದುರಿದ ಕಾಗದಗಳನ್ನು ಕೂಡಿಸಿಕೊಂಡು ಪಕ್ಕದ ಕೋಣೆಗೆ ಟೈಪ್ ಮಾಡಲೆಂದು ಅವಳು ಹೋದಳು. ಗಂಟೆ ಒಂದು ಹೊಡೆಯಲು ಇನ್ನೂ ಸ್ವಲ್ಪ ಸಮಯವಿತ್ತು. ಲಂಚ್‌ಗೆ ಮುನ್ನ ಸ್ವಲ್ಪ ಕೆಲಸವನ್ನಾದರೂ ಮುಗಿಸಬಹುದಿತ್ತು. ನಂತರ ಕಪಾಟಿನ ಕಾಗದ ಪತ್ರಗಳನ್ನು ನೋಡಬಹುದು. ಅದೇನೂ ದೊಡ್ಡ ಕೆಲಸವಾಗಿರಲಿಲ್ಲ. ಏಲಂನ ಬಗ್ಗೆ ಮುನ್ಶಿ ಸಾಹೇಬರಿಂದ ಸೂಚನೆಗಳನ್ನು ಪಡೆಯುವುದು ಅವಶ್ಯವಿತ್ತು. ಬೇಗಬೇಗನೇ ಟೈಪ್ ಮಾಡುವುದು ಮಗಿಸಿ, ಅತ್ಯಾವಶ್ಯದ ಪತ್ರಗಳನ್ನು ಆಜರ್ ನವಾಬರ ಮೇಜಿನ ಮೇಲಿರಿಸಿ ಹಿಂದಿರುಗಿದಳು. ಮರುದಿನ ಬೆಳಗ್ಗೆ ಏಲಂ ನಡೆಯಿತು. ಆಜರ್ ನವಾಬರು ಸ್ವತಃ ಮುನ್ಶೀ ಸಾಹಬರು ಹಾಗೂ ಭೂಸನೂರ ಮಠರೊಂದಿಗೆ ಅಲ್ಲಿ ಹಾಜರಿದ್ದರು.

ಏಲಂನ ಬಳಿಕ ಆಜರ್ ನವಾಬರು ರಾತ್ರಿಯೂಟಕ್ಕೆ ಕೆಲವು ಗಣ್ಯರನ್ನು ಆಮಂತ್ರಿಸಿದ್ದರು. ಅವರಲ್ಲಿ ಅರಣ್ಯ ವಿಭಾಗದ ಹಾಗೂ ಆರಕ್ಷಕ ಅಧಿಕಾರಿಗಳೂ, ಮ್ಯಾಂಗನೀಸ್ ಉತ್ಪನನಕ್ಕೆ ಸಂಬಂಧಿಸಿದ ಕೆಲಜನರೂ ಇದ್ದರು. ಮ್ಯಾಂಗನೀಸ್ ಗನಿಯ ಕೆಲವು ವಿದೇಶೀ ತಜ್ಞರೂ ಇದ್ದರು. ಕೆಲವು ಮಹಿಳೆಯರನ್ನೂ ಸೇರಿಸಿ ಸುಮಾರು ಐವತ್ತು ಜನ ಅತಿಥಿಗಳಿದ್ದರು.

ಅಜರ್ ನವಾಬರು ಹೋಗಿ ಸಾಕಷ್ಟು ಹೊತ್ತಾಗಿತ್ತು. ಏಮನ್ ಮಹಾಸರ್ಕಾರ್ ಅವರ ಬಳಿ ಕುಳಿತು, ಎಲ್ಲಾ ವರ್ಷಗಳಂತೆ ಏಲಂನ ಬಳಿಕ ದಾನವಾಗಿ ಕೊಡಲಿದ್ದ ಸೀರೆ, ಕಂಬಳಿಗಳ ಲೆಕ್ಕ ಬರೆಯುತ್ತಿದ್ದಳು. ಇಷ್ಟರಲ್ಲಿ, ಶಮ್‌ಶಾದ್ ಸಮಸ್ಯೆಯಲ್ಲಿ ಸಿಲುಕಿದಂತೆ ಒಳಗೆ ಬಂದಳು. ಮಹಾಸರ್ಕಾರ್ ಅವರ ಕಂಗಳಲ್ಲಿ ಪ್ರಶ್ನೆಯಿತ್ತು.

‘ಅಡಿಗೆಯಾತ ಬಂದೇ ಇಲ್ಲ; ಇಷ್ಟೊಂದು ಅತಿಥಿಗಳು ಬರಲಿದ್ದಾರೆ; ಅಡಿಗೆ ಆಗುವುದೆಂತು?’

ಅವಳ ಚಿಂತೆ ಸರಿಯೇ ಇತ್ತು, ಸರ್ಕಾರ್‌ರವರು ಕೂಡ ಸುಮ್ಮಗಾದರು. ಬೇರಾರಾದರೂ ಸ್ಥಳೀಯ ಅಡಿಗೆಯಾತ ಸಿಗುವುದು ಕಷ್ಟವಿತ್ತು. ದಾಂಡೇಲಿಯನಂತಹ ಸಣ್ಣ ಸ್ಥಳದಲ್ಲಿ ಪಕ್ವಾನ್ನಗಳನ್ನು ತಯಾರಿಸಬಲ್ಲಂತಹ ಅಡಿಗೆಯಾತ ಸಿಗುವುದೆಂತು?

‘ಬರದಿರಲು ಕಾರಣವೇನೆಂದು ತಿಳಿಯಿತೇ?’ ಮಹಾ ಸರ್ಕಾರ್ ಕೇಳಿದರು.

‘ಆತನ ಬೀಬಿಯನ್ನು ಆಸ್ಪತ್ರೆಗೊಯ್ದಿದ್ದಾರೆ. ಸರ್ಕಾರ್’. ಎಂದ ಶಮ್‌ಶಾದ್, ಅಲ್ಲಿ ಅವಿವಾಹಿತ ಏಮನ್‌ಳನ್ನು ಗಮನಿಸಿ, ಧ್ವನಿತಗ್ಗಿಸಿ ಹೇಳಿದಳು. ‘ಮಗು ಸತ್ತು ಹುಟ್ಟಿತ್ತು. ಆರೋಗ್ಯ ಬಿಗಡಾಯಿಸಿದ್ದರಿಂದ ಧಾರವಾಡದ ಆಸ್ಪತ್ರೆಗೆ ಒಯ್ಯಬೇಕಾಯ್ತು.’

‘ನೀನು ನಮಗೆ ಮೊದಲೇ ಏಕೆ ತಿಳಿಸಲಿಲ್ಲ? ಅವರಿಗೆ ಏನಾದರೂ ಅಗತ್ಯವಿರಬಹುದಲ್ಲ?’ ಸರ್ಕಾರ್ ಅವರು ಸಂಚಿಯನ್ನು ತೆರೆದು ನೂರರ ನೋಟು ಕೊಡುತ್ತಾ, “ಯಾರ್ ಜೊತೆಗಾದರೂ ಕಳುಹಿಸಿ ಕೊಟ್ಟು, ಈಗ ಹನ್ನೆರಡ ಬಸ್‌ಗೇ ಹೋಗಿ ಖಾನ್‌ಸಾಮಾಗೆ ಕೊಟ್ಟು, ಏನೂ ಚಿಂತೆ ಬೇಡವೆಂದೂ, ಆಸ್ಪತ್ರೆಯ ಖರ್ಚೆಲ್ಲವನ್ನೂ, ನಾವು ಭರಿಸುವುದಾಗಿಯೂ ಹೇಳಲಿ. ಆಜರ್ ನವಾಬ ಬಂದ ಬಳಿಕ ಅಲ್ಲಿಯ ದೊಡ್ಡ ಡಾಕ್ಟರ್‌ಗೆ ಫೋನ್ ಮಾಡಲು ಹೇಳುತ್ತೇನೆ.”

‘ಆ ಡಾಕ್ಟರ್ ಸ್ವತಃ ಇಂದು ರಾತ್ರಿ ಧಾರವಾಡದಿಂದಿಲ್ಲಿಗೆ ಊಟಕ್ಕೆ ಬರುವವರಿದ್ದಾರೆ.’ ಏಮನ್ ಅತಿಥಿಗಳ ಲಿಸ್ಟ್‌ನೋಡುತ್ತಾ ಹೇಳಿದಳು.

‘ಅಬ್ದುಲ್ ಕರೀಮ್ ಈ ಹೊತ್ತಿನಲ್ಲಿ ಇಲ್ಲಿರುತ್ತಿದ್ದರೆ ಒಳ್ಳೆಯದಿತ್ತು.’ ಮಹಾ ಸರ್ಕಾರ್ ಚಿಂತೆಯಿಂದ ನುಡಿದರು.

“ಶಮ್‌ಶಾದ್, ಹಾಗೂ ನಾನು ಸೇರಿ ನೋಡಿಕೊಳ್ಳುವೆವು. ಸರ್ಕಾರ್, ಏಕೆ ಚಿಂತಿಸುತ್ತೀರಿ?” ಎಮನ್ ಎಂದಳು.

‘ಓ ! ನಾವು ಮರೇತೇ ಬಿಟ್ಟಿದ್ದೆವು.’ ಸರ್ಕಾರ್ ಒಮ್ಮೆಲೇ ಖುಶಿಯಿಂದ ಹೇಳಿದರು. ‘ನೀನು ಹೋಮ್ ಸಾಯನ್ಸ್ ಕೋರ್ಸ್ ಮಾಡಿರುವೆಯಲ್ಲ! ಆದರೆ, ಇತ್ತೀಚಿಗೆ ಕಾಲೇಜುಗಳಲ್ಲಿ ಕಲಿಸಲ್ಪಡುವುದು ನಿತ್ಯ ಜೀವನದಲ್ಲಿ ಉಪಯೋಗಕ್ಕೆ ಬರುತ್ತದೆಯೇ?’

“ಇಂದು ಸಂಜೆಯೇ ಗೊತ್ತಾದೀತಲ್ಲ !” ಏಮನ್ ಹೇಳಿಬಿಟ್ಟರೂ, ಒಳಗೊಳಗೇ

ಹೃದಯ ಕುಸಿಯುವಂತಾಗುತ್ತಿತ್ತು. ಮಹಾ ಸರ್ಕಾರ್ ಅವರು ಹೇಳಿದ್ದು ಸ್ವಲ್ಪ ಮಟ್ಟಿಗೆ ನಿಜವಿತ್ತು. ಕ್ಲಾಸ್‌ನಲ್ಲಿ ಅವಳಿಗೆ ಆಮ್ಲೆಟ್ ಮಾಡುವುದನ್ನು ನಾಲ್ಕು ಗಂಟೆಗಳಲ್ಲಿ ಕಲಿಸಲಾಗಿತ್ತು. !

'ಸಂಜೆಯ ಔತಣದ ಸಾಮಾನುಗಳೆಲ್ಲ ಬಂದಿವೆಯೋ ಹೇಗೆ ?' ಮಹಾಸಕಾರ್ ಕೇಳಿದರು.

'ಬಂದಿವೆ; ಮುನ್ನಿ ಸಾಹಬರು ಚಿಕ್ಕ ಸರ್ಕಾರ್‌ರೊಡನೆ ಹೋಗುವ ಮೊದಲೇ ಅವುಗಳನ್ನು ತಂದು ನನಗೊಪ್ಪಿಸಿ ಹೋಗಿದ್ದರು.

'ಬಂದಿವೆ ಬೀಬೀ, ನೀನು ಈಗಲೇ ಹೋಗಿ ಸ್ವಲ್ಪ ನೋಡು; ಏನಾದರೂ ಸಾಮಾನು ಕಡಿಮೆಯಾಗಿದ್ದರೆ ಬೇಗನೇ ತರಿಸಬಹುದಲ್ಲ!'

ಏಮನ್ ಮುಗಳ್ನಕ್ಕು, ಕೂಡಲೇ ಎದ್ದಳು, ಸರ್ಕಾರ್ ಅವರೆಂದೂ ಜೀವನದಲ್ಲಿ ಅಡಿಗೆ ಕೋಣೆಗೆ ಕಾಲಿರಿಸಿರಲಿಲ್ಲವಾದ್ದರಿಂದ ಅವರ ಚಿಂತೆ ಸಹಜವೇ ಇತ್ತು.

ಶಾಖಾಹಾರಿಗಳಾದ ಕೆಲವು ಅತಿಥಿಗಳಿಗೆ ಬೇರೆಯೇ ಅಡಿಗೆ ತಯಾರಿಸಬೇಕಿತ್ತು. ಕೋಳಿ, ಮಾಂಸ, ಮೊಟ್ಟೆಗಳಲ್ಲದೆ ಮಿನಿನ ಒಂದು ಅಡುಗೆಯನ್ನೂ ಏಮನ್ ಆರಿಸಿದಳು. ಅವಳ ತಂದೆಗೆ ಅದು ತುಂಬ ಪ್ರಿಯವಾಗಿತ್ತು. ಆಕಾಸ್ಮಾತ್ತಾಗಿ ಅವಳಿಗೆ ಅವರ ನೆನಪು ತುಂಬಾ ಆಯಿತು. ಅವರಿಂದು ಬದುಕಿದ್ದಿದ್ದರೆ, ಅವಳ ಜೀವನ ಬೇರೆಯೇ ತರವಿರುತ್ತಿತ್ತು. ಬೇರಾರದೋ ಸೂರಿನಾಶ್ರಯದಲ್ಲಿ ಅವಳು ಜೀವಿಸಬೇಕಾಗುತ್ತಿರಲಿಲ್ಲ. ಅವರೊಡನೆ ಕಳೆದ ದಿನಗಳನ್ನು ಮರೆಯುವುದು ಎಂದಿಗೂ ಸಾಧ್ಯವಿರಲಿಲ್ಲ. ಅವರ ಮುಖದ ಚೆಲುವು, ಕಣ್ಣಗಳ ಆತ್ಮೀಯತೆ, ಸ್ವಭಾವದ ಮೃದುತ್ವ ಹಾಗಿತ್ತು! ಒಳ್ಳೆಯ ಅನುಕೂಲವಂತ ಮನೆತನದಿಂದ ಬಂದಿದ್ದರೂ, ತನ್ನ ಸಿದ್ಧಾಂತಗಳಿಗಾಗಿ ಅವರು ಒಬ್ಬ ಸಾಧಾರಣ ಡ್ರಾಫ್ಟ್‌ಮೆನ್‌ನ ಕೆಲಸವನ್ನು ಮಾಡಿದರು. ಎಷ್ಟೋ ದೊಡ್ಡ ದೊಡ್ಡ ನಕ್ಷೆಗಳ ತಯಾರಿ ಅವರದಾಗಿದ್ದರೂ ಹೆಸರು ಮಾತ್ರ ಅವರ ಅಧಿಕಾರಿಗಳಿಗೆ ಹೋಗುತ್ತಿತ್ತೆಂದು ಹಲವರು ಅರಿತಿದ್ದರು. ಹುಟ್ಟು, ಬಾಲ್ಯಕ್ಕನುಸಾರವಾಗಿ ಅವರ ರುಚಿಯೂ ಉಚ್ಚತರದ್ದಾಗಿತ್ತು. ಅವರು ನಕ್ಷೆಗಳನ್ನು ಸಿದ್ಧ ಪಡಿಸುವಾಗ ಏಮನ್ ಸುಮ್ಮನೆ ಕುಳಿತು ಅವರ ಮುಖವನ್ನೇ ದಿಟ್ಟಿಸುತ್ತಿದ್ದಳು. ತನ್ನನ್ನು ಡಿಸ್ಟರ್ಬ್ ಮಾಡುವುದು ಬೇಡವೆಂದು ಅವರು ಅವಳ ಕೈಗೂ ಒಂದು ಪೇಪರ್, ಪೆನ್ಸಿಲ್ ಕೊಟ್ಟು ಬಿಡುತ್ತಿದ್ದರು. ಅವಳು ತಂದೆಯಂತೆ, ತನ್ನ ಪೇಪರ್‌ನಲ್ಲಿ ಅವರನ್ನನುಸರಿಸುತ್ತಾ, ಓರೆ ಕೋರೆ ಗೆರೆಗಳನ್ನೆಳೆದು ವಿನ್ಯಾಸದಿಂದ ತುಂಬುತ್ತಿದ್ದರೆ, ಅವರೆಂದೂ ಅವುಗಳನ್ನು ಪರಿಹಾಸಗೈಯುತ್ತಿರಲಿಲ್ಲ. ಇತರ ಆರ್ಕಿಟೆಕ್ಸ್‌ಗಳ ನಕ್ಷೆಗಳನ್ನು ನೋಡುವಷ್ಟೇ ಗಂಭೀರತೆಯಿಂದ ಅವುಗಳನ್ನು ನೋಡಿ, ಪರಾಮರ್ಶಿಸುತ್ತಿದ್ದರು. ಮೆಲ್ಲ ಮೆಲ್ಲನೆ ಅವಳು ತನ್ನ ತಂದೆಯ ವೃತ್ತಿಯಲ್ಲಿ ಅಭಿರುಚಿ ಬೆಳೆಸಿ ಕೊಳ್ಳತೊಡಗಿದ್ದಳು.

ಅವರೊಡನೆ ಪ್ರತಿ ಬೆಳಗು ದೂರ, ಸ್ವಚ್ಛ ಹವೆಯಲ್ಲಿ ತಿರುಗಾಟಕ್ಕೆ ಹೋಗಿ ಬರುತ್ತಿದ್ದುದು, ಅವಳಿಗೆ ನೆನಪಾಯಿತು. ಈ ಸಂದರ್ಭಗಳಲ್ಲೇ ಅವರು, ಅವಳಿಗೆ ಈ

ಪ್ರಪಂಚದಲ್ಲಿ ಬದುಕಲು ಬೇಕಾದ ರೀತಿಯ ಬಗ್ಗೆ ತಿಳಿಸಿದ್ದರು. ಅವಳ ಚಾರಿತ್ರ್ಯವನ್ನು ಸದೃಢಗೊಳಿಸಿದ್ದರು. ವೈಚಾರಿಕ ತೀಕ್ಷ್ಣತೆಯ ಬದಲಿಗೆ, ಜೀವನದ ಕುರಿತು ಒಂದು ಸ್ಪಷ್ಟ, ಸರಳ ದೃಷ್ಟಿಕೋನ ಹೊಂದುವಂತೆ ಮಾಡಿದರು. ಸಮಾಜದ ಸಿದ್ಧಾಂತಗಳಿಗೆ ಬಂದಿಯಾಗದೆಯೇ ಸಮಾಜದ ಆದರಗೈಯುವುದನ್ನು ಕಲಿಸಿದ್ದರು.

ಶಮ್‌ಶಾದ್ ತನ್ನ ಸೆರಗಿನಿಂದ ಅವಳ ಕಂಬನಿಯನ್ನು ಒರೆಸಿ, ತಣ್ಣೀರಿನ ಲೋಟವನ್ನು ತುಟಿಗಿಟ್ಟಾಗಲೇ ಏಮನ್ ತನ್ನ ಯೋಚನೆಗಳಿಂದ ಮುಕ್ತವಾದಳು.

'ಯಾಕೆ ಅಳುತ್ತಿರುವ, ಬೀಬೀ ?' ಶಮ್‌ಶಾದ್ ಅನುಕಂಪ ಪೂವನತ ಕೇಳಿದಳು.

'ಏನೂ ಇಲ್ಲ, ಶಮ್‌ಶಾದ್, ಯಾರದೋ ನೆನಪಾಯಿತು. ನೀನರಿಯೆ ಅವರನ್ನು.'

"ಯಾರವರು ಬೀಬಿ, ನಿನ್ನನ್ನು ಅಳಿಸುವವರು? ನೀನು ಅವರಿಗೇನು ಕೆಟ್ಟದು ಮಾಡಿದೆ?"

'ನಿನಗೆ ನಿನ್ನ ತಾಯ್ತಂದೆಯರ ನೆನಪು ಎಂದೂ ಆಗುವುದಿಲ್ವೇ ?'

'ಛೀ! ಅವರಿಗೆ ಹಿಡಿಸೂಡಿಯಲ್ಲಿ ನಿವಾಳಿಸಬೇಕು. ನನ್ನನ್ನು ಮಾರಿ ತಿಂದರು!' ಶಮ್‌ಶಾದ್ ತೀಕ್ಷ್ಣವಾಗಿ ನುಡಿದಳು. ಅರುವತ್ತು ಅರ್ವತ್ತೆರಡು ವರ್ಷಗಳಲ್ಲೂ ಆ ವಿಷದ ಕಹಿ ಕಡಿಮೆಯಾಗಿರಲಿಲ್ಲ.

ಶಮ್‌ಶಾದ್‌ಳ ಈ ಹರಕೆ ಎಂದೋ ಪೂರೈಸಿರಬಹುದು; ಮಾರಿ ಸಿಕ್ಕಿದ ಧಾನ್ಯ ಎಷ್ಟು ಸಮಯದವರೆಗೆ ಸಾಕಾಗಿರಬಹುದು?!'

'ಆದರೆ, ನೀನು ಮರೆತಿರುವ ಶಮ್‌ಶಾದ್, ಅವರು ತಮ್ಮ ಹೊಟ್ಟೆಗಾಗಿ ಅಲ್ಲ, ನಿನ್ನ ಜೀವನ ಉಳಿಸಲು ನಿನ್ನನ್ನು ಮಾರಿರಬಹುದು'

"ನೀನಿದನ್ನು ಜೀವನವೆನ್ನುತ್ತೀಯ ಬೀಬೀ ? ಹಾಳಾಗಿ ಹೋಗಲಿ ಇದೊಂದು ನರಕದ ಊದುಕೊಳವೆ, ಊದಿದಷ್ಟೂ ಕೊನೆಯಿರದು."

ಇದೆಲ್ಲಾ ತಿಳಿದಿದ್ದೂ ಶಮ್‌ಶಾದ್ ತನ್ನನ್ನೇ ತಾನು ಹವೇಲಿಗೆ ಅರ್ಪಿಸಿಕೊಂಡು ಬಿಟ್ಟಿದ್ದಳು. ಹವೇಲಿ ಹಾಗೂ ಅವರೊಡೆಯರೇ ಅವಳ ಸರ್ವಸ್ವವೂ ಆಗಿದ್ದರು. ಮುಕ್ತಗೊಂಡ ಬಳಿಕವೂ ಬಂದೀಖಾನೆಯಿಂದ ಹೊರಟು ಹೋಗಬಯಸದ ಕೈದಿಗಳ ಇಂತಹ ದೃಷ್ಟಾಂತಗಳು ಇನ್ನೆಲ್ಲಿ ಸಿಕ್ಕಾವು?

ಅತಿಥಿಗೃಹದ ಅಡಿಗೆಮನೆ ವಿಶಾಲವಾಗಿದ್ದು, ಗಾಳಿ ಬೆಳಕು ಸಾಕಷ್ಟು ಇದ್ದರೂ, ಹವೇಲಿಯ ಅಡಿಗೆಮನೆಯಂತೆ ಆಧುನಿಕವಾಗಿರಲಿಲ್ಲ. ಡೈನಿಂಗ್ ಹಾಲ್ ಕೂಡ, ಐವತ್ತು ಜನರು ಹಿಡಿಸುವಷ್ಟು ದೊಡ್ಡದಾಗಿರಲಿಲ್ಲ.

ಸಂಜೆ ಹೊತ್ತಿಗೆ ಏಮನ್ ತನ್ನ ಕೆಲಸ ಮುಗಿಸಿ ಹೊರಟಾಗ ಮಾಲಿಯು ತೋಟವನ್ನು ಸ್ವಚ್ಛಗೊಳಿಸಿದ್ದ, ಲಾನ್‌ನಲ್ಲಿ ಊಟದ ದೊಡ್ಡ ಮೇಜು ಬಿಳಿಹೊದಿಕೆಯೊಂದಿಗೆ

ಸಿದ್ಧವಾಗಿತ್ತು. ಕೆಳಗೆ ಕಣಿವೆಯಲ್ಲಿ ಕಾಳೀ ನದಿ ಜುಳ ಜುಳನೆ ಹರಿಯುತ್ತಿದ್ದಳು. ಸುತ್ತ ಮುತ್ತೆಲ್ಲ ಹೂ ಹಸಿರಿನ ಬಣ್ಣಗಳ ಓಕುಳಿ ಚೆಲ್ಲಿತ್ತು. ಮೇಜನ್ನು ಬೇರೆ ಹೂಗಳಿಂದ ಸಜ್ಜಾಗಿಸದೆ, ಡ್ರಿಫ್ಟ್‌ವುಡ್‌ನ ವಿಶೇಷ ರೂಪ ಪಡೆದ ಮರದ ತುಂಡುಗಳನ್ನು ಅವಳು ಕಾಳೀನದೀ ತೀರದಿಂದ ಆರಿಸಿ ತಂದಿದ್ದಳು. ಉಯ್ಯಾಲೆಯಲ್ಲಿ ಶುಭ್ರಹೊದಿಕೆಯ ದಿಂಬುಗಳನ್ನಿರಿಸಲಾಗಿತ್ತು. ಇಷ್ಟೆಲ್ಲ ಮಾಡಿ ಮುಗಿಸುವ ಹೊತ್ತಿಗೆ ಗಂಟೆ ಏಳಾಗಿತ್ತು. ಏಮನ್ ಆಯಾಸದಿಂದ ಬಸವಳಿದಳು. ಡಿನ್ನರ್‌ಗೆ ತಾನು ಹೋಗಲಾರನೆಂದು ನಿರ್ಧರಿಸಿ, ಶಮ್‌ಶಾದ್ ಹಾಗೂ ಉಳಿದ ನೌಕರರಿಗೆ ಸೂಚನೆಗಳನ್ನಿತ್ತು ಅವಳು ಸ್ನಾನಕ್ಕೆ ಹೋದಳು. ಸಾಕಷ್ಟು ಸಮಯ ತೆಗೆದುಕೊಂಡ ಏಮನ್ ತನ್ನ ತೆಳುವಾದ ಬಿಳಿಸೀರೆಯುಟ್ಟುಕೊಂಡು ಪುನಃ ಅಡಿಗೆಮನೆಯೊಳಗೆ ಹೋದಳು. ಸ್ನಾನದಿಂದ ಅವಳ ಅರ್ಧ ಆಯಾಸ ದೂರವಾಗಿ ಅವರ ಸ್ನಾನದಲ್ಲಿ ಉಲ್ಲಾಸವೂ ತುಂಬಿಕೊಂಡಿತ್ತು.

ಕಾರುಗಳು ಬಂದ ನಿಂತ ಶಬ್ದ, ಅತಿಥಿಗಳ ಮಾತಿನ ಸ್ವರ ಕೇಳುತ್ತಿತ್ತು. ಡ್ರಿಂಕ್ಸ್‌ಗಳ ಸರಬರಾಜು ಶುರುವಾಗಿತ್ತು ಏಮನ್ ಮೆಲ್ಲನೆ ಹೆಜ್ಜೆಯಿಟ್ಟು ಪೋರ್ಟಿಕೋಗೆ ಬಂದಳು. ದಾಸವಾಳದ ಗಿಡದ ಹಿಂದಿನಿಂದ ಅವಳು ಇಣುಕಿ ನೋಡಿದಳು. ಜನರು ಕೈಯಲ್ಲಿ ಡ್ರಿಂಕ್ಸ್ ಹಿಡಿದುಕೊಂಡು ಮಾತು ಕತೆಯಲ್ಲಿ ತಲ್ಲೀನರಾಗಿದ್ದರು. ಹೆಂಗಸರಲ್ಲಿ ಕೆಲವರು ಬಹಳ ಸರಳವಾದ ಉಡುಪಿನಲ್ಲಿ ತಮ್ಮಂತಹವರ ಗುಂಪಿನಲ್ಲಿದ್ದರು. ಕೆಲವು ವಿದೇಶಿ ಮಹಿಳೆಯರೂ ಸಂತೋಷದಿಂದ ಪಾಲ್ಗೊಂಡಿದ್ದರು. ಏಮನ್‌ಳ ಕಣ್ಣುಗಳು ಆಜರ್ ನವಾಬರನ್ನು ಹುಡುಕುತ್ತಿದ್ದವು. ಅವರು ದೃಷ್ಟಿಗೆ ಬಿದ್ದಾಗ, ಏಮನ್‌ಳ ಕಂಗಳು ಅಲ್ಲೇ ಕೀಲಿಸಿದಂತಾದವು. ಇಡೀದಿನ ಕೆಲಸದಲ್ಲಿ ವ್ಯಸ್ತವಾಗಿದ್ದರೂ ಆಯಾಸ ಅವರಲ್ಲಿ ಕಾಣುತ್ತಿರಲಿಲ್ಲ. ಕಡುವರ್ಣದ ಸೂಟ್‌ನಲ್ಲಿ ಅವರ ಪುರುಷಸೌಂಧರ್ಯ ಎದ್ದು ಕಾಣುತ್ತಿತ್ತು. ಉಯ್ಯಾಲೆಯ ಕಂಬಿ ಹಿಡಿದು, ಇನ್ನೊಂದು ಕೈಯಲ್ಲಿ ಪಾನೀಯದ ಗ್ಲಾಸ್ ಹಿಡಿದುಕೊಂಡು, ಅವರು ಉಯ್ಯಾಲೆಯಲ್ಲಿ ದಿಂಬಿಗೊರಗಿ ಕುಳಿತಿದ್ದ ಹುಡುಗಿಯೊಡನೆ ಮಾತನಾಡುತ್ತಿದ್ದರು. ಕೆಂಪು ಸೀರೆಯಲ್ಲಿ ಆಕೆ ಉರಿವ ಜ್ವಾಲೆಯಂತೆ ಕಾಣಿಸುತ್ತಿದ್ದಳು. ಅವಳ ಕೆಂದುಟಿಗಳು ಆಗಾಗ ನಗುವಿನಿಂದ ಬಿರಿಯುತ್ತಿದ್ದವು. ಹಾಗೂ ಮುತ್ತಿನಂತಹ ಹಲ್ಲುಗಳು ಪ್ರಭೆ ಚೆಲ್ಲುತ್ತಿದ್ದುವು. ಕೈಯಲ್ಲಿನ ಪಾನೀಯದ ಗ್ಲಾಸನ್ನು ಒಮ್ಮೊಮ್ಮೆ ತುಟಿಗಳಿಗೆ ಮುಟ್ಟಿಸುತ್ತಿದ್ದ ಆಕೆಯ ಎಲ್ಲ ಆಕರ್ಷಣದ ಕೇಂದ್ರ ಬಿಂದು ಆಜರ್ ನವಾಬರಾಗಿದ್ದರು.

ಹೀಗೆ ಇತರೆಲ್ಲಾ ಅತಿಥಿಗಳನ್ನು ಬಿಟ್ಟು ಕೇವಲ ಆ ಹುಡುಗಿಯೊಡನೆ ಆಜರ್ ನವಾಬರಿದ್ದುದು ಏಮನ್‌ಗೆ ಸರಿ ಕಾಣಲಿಲ್ಲ. ಆದರೆ, ಅಂದವಾದ ಹುಡಗಿಯರೇ ಅವರ ಬಲಹೀನತೆಯೆಂದು ಅವಳರಿತಿದ್ದಳು. ಒಮ್ಮೆಲೇ ಅವರು ಬಗ್ಗಿ ಅವಳೊಡನೆ ಏನೋ ಹೇಳಿದಾಗ ಆಕೆ ತನ್ನ ಗ್ಲಾಸನ್ನು ಮುಂದುಮಾಡಿದಳು. ಅಜರ್ ನವಾಬರು ಅದನ್ನು ತೆಗೆದುಕೊಂಡು ಪಾನೀಯದ ಟ್ರಾಲಿಯೆಡೆಗೆ ಹೊರಟರು. ದಾರಿಯಲ್ಲಿ ತಡೆದು, ಅವರು ವೃದ್ಧ ದಂಪತಿಗಳಿಗೆ ಏನೋ ಹೇಳಿದಾಗ ಆ ಮಹಿಳೆ ಅವರ ಹೆಗಲಮೇಲೆ ಮೆಲ್ಲನೆ ತಟ್ಟಿ ನಕ್ಕು ಬಿಟ್ಟರು. ಇಬ್ಬಗೆಯಲ್ಲೂ ಆತ್ಮೀಯತೆ ವ್ಯಕ್ತವಾಗುತ್ತಿತ್ತು. ಉಯ್ಯಾಲೆಯಲ್ಲಿ ಕುಳಿತ

ಹುಡುಗಿಯ ದೃಷ್ಟಿ ಎಲ್ಲೆಡೆಯೂ ಆಜರ್ ನವಾಬರನ್ನು ಹಿಂಬಾಲಿಸುವುದನ್ನು ನೋಡಿ ಏಮನ್ ಬೇಸರದಿಂದ ಮುಖ ತಿರುವಿದಳು.

ಹೊತ್ತಾಗುತ್ತಿತ್ತು. ಮಹಾಸರ್ಕಾರ್ ಇನ್ನೂ ಹೊರಗಿಳಿದಿರಲಿಲ್ಲ. ಆಜರ್ ನವಾಬರ ದೃಷ್ಟಿ ಎರಡು ಮೂರು ಬಾರಿ ಪೋರ್ಟಿಕೋದೆಡೆಗೆ ಹೊರಳಿತ್ತು. ಇಣುಕುವಾಗ ಸಿಕ್ಕಿಬೀಳುವ ಭಯದಿಂದ ಏಮನ್ ಪುನಃ ಅಡಿಗೆ ಮನೆಯೊಳಗೆ ನುಸುಳಿದಳು. ಮೇಜಿನ ಮೇಲೆ ಸಿದ್ಧವಾಗಿಟ್ಟ ಖಾದ್ಯಗಳೆಡೆಗೆ ದೃಷ್ಟಿ ಹರಿಸಿ, ಎಲ್ಲವೂ ಬಿಸಿಯಾಗಿ, ಸರಿಯಾಗಿರುವುದೆಂದು ಅವಳು ಸಂತುಷ್ಟಳಾದಳು. ಅಡಿಗೆ ಬಿಸಿಯಾಗಿರುವಂತೆ ಮೇಜಿನ ಮೇಲೆ ಡಿಶ್ ವಾರ್ಮರ್‌ಗಳು ಸಿದ್ಧವಿದ್ದವು.

ಕಾರಿನ ಸದ್ದು ಕೇಳಿಸಿಕೊಂಡು ಯಾರೋ ವಿದೇಶಿ ವಿಶೇಷ ಅತಿಥಿಯಿರಬಹುದೆಂದು ಕೊಂಡು ಏಮನ್, ನೋಡುವ ಕುತೂಹಲದಿಂದ ಮೆಲ್ಲನೆ ಹೊರಗೆ ಬಂದಳು. ಲಾನ್‌ನಲ್ಲಿನ ಎಲ್ಲಾ ಅತಿಥಿಗಳು ಮೌನವಾಗಿ ಕಾಯುತ್ತಿದ್ದರು. ಆಜರ್ ನವಾಬರು ತಮ್ಮ ಗ್ಲಾಸನ್ನು ಟೇಬಲ್ ಮೇಲಿಟ್ಟು ಮುಂದುವರಿದರು. ಶೆಫಾಯರ್ ಇಳಿದು ಬಾಗಿಲು ತೆರೆವ ಮುನ್ನವೇ ಅವರು ಮುಂದುವರಿದು, ಬಾಗಿಲು ತೆರೆದು, ಕೈ ನೀಡಿ ಇಳಿಸಿದುದು ಮಾಹಾ ಸರ್ಕಾರ್‌ನ್ನಾಗಿತ್ತು !.

ಮಹಾಸರ್ಕಾರ್‌ರವರು ಹೊರಗೆ ಹೋದುದರ ಅರಿವೇ ಇರದಿದ್ದ ಏಮನ್‌ಗೆ ಈಗವರನ್ನು ನೋಡಿ ಅಚ್ಚರಿಯೆನಿಸಿತು.

ಸರ್ಕಾರ್ ಅವರು ಬಹಳ ಆಕರ್ಷಕವಾದ ಮುಗುಳ್ನಗುವಿನೊಂದಿಗೆ ತನ್ನ ವಿದೇಶಿ ಅತಿಥಿಗಳನ್ನು ಗಮನದಲ್ಲಿಟ್ಟುಕೊಂಡು ತಡವಾದುದಕ್ಕೆ ಇಂಗ್ಲಿಷ್‌ನಲ್ಲಿ ಕ್ಷಮೆ ಯಾಚಿಸಿದರು. ಆಜರ್ ನವಾಬರು ಅವರನ್ನು ತೋಳುಗಳಿಂದ ಬಳಸಿ ಹಿಡಿದು ಕರೆದೊಯ್ದು ಒಂದು ಆರಾಮಕುರ್ಚಿಯಲ್ಲಿ ಕುಳ್ಳಿರಿಸಿದರು. ಅಲ್ಲಿ ಕುಳಿತಿದ್ದ ಅತಿಥಿಗಳೂ ಎದ್ದು, ಮಹಾ ಸರ್ಕಾರ್ ಅವರ ಅದರ-ಸತ್ಕಾರಕ್ಕೆ ಮುಂದಾದರು. ಆದರೆ ಆ ಕೆಂಪು ಸೀರೆಯ ಹುಡುಗಿ ಮಾತ್ರ ಕುಳಿತಲ್ಲಿಂದ ಕದಲದೆ, ಅಲ್ಲಿಂದಲೇ ಅವರಿಗೆ ಸಲಾಮ್ ಮಾಡಿದಳು. ಏಮನ್‌ಳಿಗೆ ಇದನ್ನು ನೋಡಿ ತುಂಬ ಸಿಟ್ಟು ಬಂತು, ಆ ಹುಡುಗಿಯನ್ನು ಪ್ರಸನ್ನಗೊಳಿಸಲೆತ್ನಿಸುತ್ತಿದ್ದ ಆಜರ್ ನವಾಬರ ಮೇಲೆ ಅವಳಿಗೆ ಮತ್ತೂ ಹೆಚ್ಚು ಸಿಟ್ಟುಂಟಾಯಿತು.

ಮುಖದಲ್ಲಿ ಆಯಾಸ ಕಾಣುತ್ತಿದ್ದರೂ, ಮಹಾ ಸರ್ಕಾರ್ ಅವರು ಅತಿಥಿಗಳನ್ನು ನಗು ನಗುತ್ತಲೇ ಮಾತನಾಡಿಸುತ್ತಿದ್ದರು, ಆಜರ್ ನವಾಬರು ಬಗ್ಗಿ ಅವರ ಕಿವಿಯಲ್ಲಿ ಏನೋ ಹೇಳುತ್ತಲೇ, ಸರ್ಕಾರ್ ಅವರ ದೃಷ್ಟಿ ಆ ಹುಡುಗಿಯತ್ತ ಹರಿದು, ಅವರ ಮುಖದಲ್ಲಿ ಮುಗಳ್ನಗು ಮೂಡಿತು. ಅಷ್ಟರಲ್ಲಿ ವಿದೇಶಿ ಯುವಕನೊಬ್ಬ ಅವರ ಬಳಿ ಬಂದುದರಿಂದ ಅವರು ಅವನೊಡನೆ ಮಾತಿಗೆ ತೊಡಗಿದರು.

ಏಮನ್ ಹೀಗೆ ಪಾರ್ಟಿಯ ದೃಶ್ಯ ನೋಡುವುದರಲ್ಲಿ ಎಷ್ಟು ಮಗ್ನಳಾಗಿದ್ದಳೆಂದರೆ ತನ್ನ ಹಿಂದೆ ಹೆಜ್ಜೆಯ ಸಪ್ಪಳವೂ ಅವಳ ಕಿವಿಗೆ ಬೀಳಲಿಲ್ಲ.

'ಹೀಗೆ ಕದ್ದು ಮುಚ್ಚಿ, ಏನು ನೋಡಲಾಗುತ್ತಿದೆ ? ಹೊರಗೇಕೆ ಬರಲಿಲ್ಲ ?' ಹಿಂದಿನಿಂದ ಆಜರ್ ನವಾಬರ ಸ್ವರ ಕೇಳಿಸಿದಾಗ ಅವಳು ಹಾರಿ ಬಿದ್ದಳು.

'ನನಗೆ ಈ ಕುಡಿವ, ಕುಡಿಸುವ ಕೂಟಗಳು ಹಿತವೆನಿಸುವುದಿಲ್ಲ.' ಅವಳು ಅದುವರೆಗೆ ಕುತೂಹಲದಿಂದ ನೋಡುತ್ತಿದ್ದರೂ, ಈಗ ಸಿಟ್ಟಿನಿಂದುರಿಯುತ್ತಾ ಉತ್ತರಿಸಿದಳು.

'ಕುಡಿಯಲೇ ಬೇಕೆಂದೇನೂ ಇಲ್ಲವಲ್ಲ!' ಆಜರ್ ನವಾಬರು ಕೂಡ ತೀಕ್ಷ್ಣವಾಗಿ ಉತ್ತರಿಸಿದರು.

'ನೀವಂತೂ ಕುಡಿಯುತ್ತಿದ್ದೀರಿ,' ಆಜರ್ ನವಾಬರು ಕುಡಿಯುತ್ತಿದ್ದುದನ್ನು ಕಂಡು ಉಕ್ಕಿದ ಸಿಟ್ಟು ಏಮನ್‌ಳ ಬಾಯಿಯಿಂದ ಈ ಮಾತನ್ನು ಆಡಿಸಿತು.

'ಮೈ ಡಿಯರ್ ಜನರಲ್ ಅಸಿಸ್ಟೆಂಟ್.' ಆಜರ್ ನವಾಬರು ಗ್ಲಾಸನ್ನು ಅಲ್ಲೇ ಮೇಜಿನ ಮೇಲಿಟ್ಟು ಮುಂದುವರಿಸಿದರು. 'ನಾನು ಕುಡಿಯುವುದೂ, ಬಿಡುವುದೂ ನಿಮಗೆ ಹೇಗೆ ಸಂಬಧಿಸಿದ್ದೆಂದು ಕೇಳಬಹುದೇ?'

ಏಮನ್‌ಳಿಂದ ಏನೂ ಉತ್ತರಿಸಲಾಗಲಿಲ್ಲ, ನಿಜವೇ; ಬೇಕಿದ್ದರೆ ಸಮುದ್ರವನ್ನೇ ಕುಡಿಯಲಿ ಅವರು; ತನಗೇನು !

'ಈಗ ಹೊರಡಿ, ಸರ್ಕಾರ್ ನಿಮ್ಮನ್ನು ಕರೆಯುತ್ತಿದ್ದಾರೆ.' ಅವರು ಖಂಡಿತವಾಗಿಯೂ ಸುಳ್ಳು ಹೇಳುತ್ತಿದ್ದರು.;

'ನಾನು ಬರಲಾರೆ, ನನ್ನ ಡ್ರೆಸ್ ಚೆನ್ನಾಗಿಲ್ಲ' ಅವಳು ಗಂಭೀರವಾಗಿ ತಲೆಯೆತ್ತಿ ನುಡಿದಳು. ಆದರೆ ಮರುಕ್ಷಣವೇ ಅವಳ ದೃಷ್ಟಿ ಅವನತವಾಗಿ ಮುಖದಲ್ಲಿ ಗುಲಾಬಿ ಓಕುಳಿಯಾಡಿತು. ಅವರ ತುಟಿಗಳು ಮುಗಳ್ನಗುವಿನಿಂದ ಕೊಂಕಿದುವು. ದಟ್ಟ ರೆಪ್ಪೆಯ ಕಂಗಳು ಅವಳ ತಲೆಯಿಂದ ಕಾಲಿನವರೆಗೆ ಪೋಸ್ಟ್ ಮಾರ್ಟಮ್ ಮಾಡುವಂತೆ ದೃಷ್ಟಿಸಿದುವು.

'ನೀನೀವೇಳೆ ಬಾತ್‌ರೂಮ್‌ನಲ್ಲಿದ್ದರೂ ಹೀಗೇ ನಿನ್ನನ್ನು ಎಳೆದು ಕೊಂಡೊಯ್ಯುತ್ತಿದ್ದೆ.' ಎನ್ನುತ್ತಾ ಅವರು ಕೈ ನೀಡಿ ಅವಳ ಮುಂಗೈ ಹಿಡಿದುಕೊಂಡರು. ಅವಳು ಕೊಕ್ಕರೆಯ ಗರಿಯಂತೆ ಅವರ ಜೊತೆ ಹಾರೋಡಬೇಕಾಯಿತು. ಅರ್ಧದಲ್ಲೇ ತಡೆದು, ಅವಳು ಮೆಲ್ಲನಂದಳು. 'ನನ್ನ ಕೈ ಬಿಡಿರಿ, ನಾನೇ ಬರುತ್ತೇನೆ.' ಆಜರ್ ನವಾಬರು ಮರುಕ್ಷಣವೇ ಅವಳ ಕೈ ಬಿಟ್ಟು ಬಿಟ್ಟರು.

'ಇದು ನಿನ್ನನ್ನೇ ನೀನು ಅಲ್ಪಳೆಂದು ಕೊಂಡುದಕ್ಕೆ ಕೊಟ್ಟ ಶಿಕ್ಷೆ !' ಅವರು ಮುಗಳ್ನಗುತ್ತಾ ನುಡಿದು ಆದರದಿಂದ ಅವಳಿಗೆ ಮುನ್ನಡೆವ ಸಂಕೇತವಿತ್ತರು. ಅವಳತ್ತ ಪುರುಷರ ಮೇಚ್ಚಿಕೆಯ ದೃಷ್ಟಿಯೂ, ಸ್ತ್ರೀಯರ ಪ್ರಶ್ನಾರ್ಥಕ ದೃಷ್ಟಿಯೂ ಹರಿಯುತ್ತಿತ್ತು. 'ಮಿಸ್ ಏಮನ್ ಸಾಹಿಬಾ ನಮ್ಮ ಜನರಲ್ ಅಸಿಸ್ಟೆಂಟ್' ಆಜರ್ ನವಾಬರು ಅವಳನ್ನು ಪರಿಚಯಸುತ್ತಾ ನಡೆದರು. ಅವರ ಮಾತಿನ ರೀತಿಯಲ್ಲಿದ್ದ ವ್ಯಂಗವನ್ನು ಕೇವಲ

ಏಮನ್‌ಳೇ ಅರಿಯಬಲ್ಲವಳಾಗಿದ್ದಳು. ಬಿಳಿಯ ಅರ್ಗೆಂಡಿ ಸೀರೆಯಲ್ಲಿ ಅವಳು ಮೇಣದ ಗೊಂಬೆಯಂತೆ ಕಾಣಿಸುತ್ತಿದ್ದಳು. ಅವಳ ಮುಖ ಕೆಂಪಗಾಗಿತ್ತು. ಈ ಪರಿಚಯ ಸಹಜವೆಂಬಂತೆ ಎಲ್ಲರೂ ಅವಳೊಡನೆ ಸರಿಯಾಗಿಯೇ ಸ್ಪಂದಿಸಿದರು. ತುಟಿಗಳ ಮೇಲೊಂದು ಹುಸಿನಗೆಯನ್ನಂಟಿಸಿಕೊಂಡು ಅವಳು ಮುಂದೆ ಸರಿಯಬಯಸಿದಳು. ಆದರೆ, ಆಜರ್ ನವಾಬರು ಅವಳ ಕೈ ಹಿಡಿದುಕೊಂಡು ಅವಳನ್ನು ಉಯ್ಯಾಲೆಯತ್ತ ಒಯ್ಯುತ್ತಿದ್ದರು. ಉಯ್ಯಾಲೆಯಲ್ಲಿ ಕುಳಿತ ಪ್ರಜ್ವಲಿಸುವ ಕಿಡಿಯಂತಹ ಹುಡುಗಿ ಅವರನ್ನೇ ಅವರನ್ನೇ ದಿಟ್ಟಿಸಿನೋಡುತ್ತಿದ್ದಳು. ಅಲ್ಲಿಗೆ ಹೋಗಿ ಆಕೆಯನ್ನು ಸಿಗಲು ಅವಳಿಗೆ ಸರ್ವಥಾ ಇಷ್ಟವಿಲ್ಲದಿದ್ದರೂ. ಮಹಾಸರ್ಕಾರ್‌ರವರ ಮೇಲೆ ಅವಳ ದೃಷ್ಟಿಬಿದ್ದೊಡನೆ, ತನ್ನನ್ನು ಸಂವರಿಸಿಕೊಂಡು, ಏಮನ್, ತನ್ನ ತಪ್ಪು ವ್ಯವಹಾರದಿಂದ ಅವರನ್ನು ಅಚ್ಚರಿಗೊಳಿಸಲು ಇಷ್ಟವಿಲ್ಲದೆ, ಒಳಗೆ ಕುದಿವ ಲಾವದಂತಿದ್ದರೂ ಹೊರಗೆ ನಗುವ ಇಬ್ಬನಿಯಂತೆ ತೋರುತ್ತಾ ಉಯ್ಯಾಲೆಯನ್ನು ಸಮಿಪಿಸಿದಳು. ಅಲ್ಲಿ ಆ ಹುಡುಗಿಯ ಸಮವಯಸ್ಕರಾರೂ ಇಲ್ಲದ್ದರಿಂದಲೇ, ತನ್ನನ್ನು ಕರೆತಂದಿರಬಹುದು. ಇಲ್ಲವಾದಲ್ಲಿ ತನ್ನ ಕೊರತೆ ಅವರ ಅನುಭವಕ್ಕೆ ಬರುವುದೆಂತು ?

'ಮಿಸ್ ರೆಹಾನಾ ರಿಯಾಜ್, ಇವರು ಏಮನ್ ಸಾಹಿಬಾ' ಅಜರ್ ನವಾಬರು ಇಲ್ಲೂ ಖಂಡಿತವಾಗಿ, ನಮ್ಮ ಜನರಲ್ ಅಸಿಸ್ಟೆಂಟ್ ಎಂದನ್ನುವರೆಂದು ಏಮನ್ ನಿರೀಕ್ಷಿಸಿದರೂ, ಅವರೇನೂ ಹೇಳಲಿಲ್ಲ.

ಆಧಿನಿಕ ಶೃಂಗಾರ ಸಾಧನಗಳೊಡನೆ ಚೆಲುವಾಗಿ ಕಾಣುತ್ತಿದ್ದ ಆ ಹುಡುಗಿಯ ಎದುರಲ್ಲಿ ಏಮನ್‌ಗೆ ತಾನು ಅಪೂರ್ಣಳೆಂದು ಭಾಸವಾಗುತ್ತಿತ್ತು. ಸರಳವಾಗಿ ಹೆಗಲನ್ನಾವರಿಸಿದ್ದ ಬಿಳಿಯ ಸೀರೆಯಲ್ಲಿ ಅವಳ ಮುಖ ಕೆಂಪಗಾಗಿತ್ತು. ಈಗಂತೂ ಆಜರ್ ನವಾಬರ ದೊಡ್ಡಸ್ತಿಕೆಯ ವ್ಯವಹಾರವು ಅವಳ ರಕ್ತದೊತ್ತಡವನ್ನು ಇನ್ನೂ ಹೆಚ್ಚಿಸಿತ್ತು. ಸಡಿಲವಾಗಿ ಹೆಣೆದ ಕೂದಲ ರಾಶಿಯಿಂದ ಒಂದು ಸುರಳಿ ಸ್ವತಂತ್ರ್ಯವಾಗಿ ಅವಳ ಗಲ್ಲದ ಮೇಲೆ ಇಳಿಬಿದ್ದು, ಮುಖವನ್ನು ಅರ್ಧ ಮರೆಮಾಡಿತ್ತು. ಕಣ್ಣುಗಳ ಸೌಂದರ್ಯದಲ್ಲಿ ವಿದ್ಯುತ್ಪ್ರಭೆ ತಳಕು ಹಾಕಿಕೊಂಡಂತಿತ್ತು. ಆಜರ್ ನವಾಬರು ಕೆಲಹೊತ್ತು ಅರ್ಧನಿಮಿಲಿತ ನೇತ್ರಗಳಿಂದ ಈ ದೃಶ್ಯವನ್ನು ನೋಡುತ್ತಿದ್ದರು. ಏಮನ್ ಅವರತ್ತ ನೋಡುತ್ತಿದ್ದಿಲ್ಲವಾದರೂ, ತನ್ನ ಉದ್ವೇಗ, ಅಶಾಂತಿ ಅವರಿಗೆ ಪೂರ್ಣನಂದ ಕೊಡುತ್ತಿತ್ತೆಂದು ಅರಿತಿದ್ದಳು. ಅವಳು ಅವರನ್ನು ಲಕ್ಷಿಸದೆ, ತನ್ನ ಸಂಪೂರ್ಣ ಗಮನವನ್ನು ಮ್ಯಾಂಗನೀಸ್ ಗಣಿಯ ಮ್ಯಾನೇಜಿಂಗ್ ಡೈರೆಕ್ಟರ್ ರಿಯಾಜ್ ಅಹಮದ್‌ರ ಮಗಳಡೆಗೆ ಹರಿಸಿದಳು.

'ನೀವು ಬಹುಶಃ ಇಲ್ಲಿ ವಾಸವಾಗಿಲ್ಲವೆಂದು ಕಾಣುತ್ತದೆ' ಏಮನ್ ಅಂದಳು.

'ಈ ಪ್ರಶ್ನೆಯನ್ನು ನಾನೇ ನಿಮಗೆ ಕೇಳಬೇಕಿಂದಿದ್ದೆ ಕಳೆದ ವರ್ಷ ನಾನು ಬಂದಿದ್ದಾಗ ನಿಮ್ಮ ಪತ್ತೆಯಿರಲಿಲ್ಲ.' ರೆಹನಾ ಈ ಮಾತು ಹೇಳಿದ ರೀತಿಯಲ್ಲಿ ಏಮನ್‌ಗೆ ನಿಜವಾಗಿಯೂ ತಾನಲ್ಲಿ ಅಪರಿಚಿತಳೆಂಬ ಭಾವವುಂಟಾಯಿತು.

‘ನಿಜಹೇಳಬೇಕೆಂದರೆ, ಇಲ್ಲಿರಲು ನನ್ನ ಮನಸೊಪ್ಪುವುದಿಲ್ಲ’

‘ದಾಂಡೇಲಿಯಲ್ಲೇ ?! ಇಷ್ಟೊಂದು ಸುಂದರ ಪ್ರದೇಶ ನಿಮಗೆ ಇಷ್ಟವಿಲ್ಲವೇ?’ ಏಮನ್ ಮಾತು ಮುಂದುವರಿಸುವ ಯತ್ನಗೈದಳು.

‘ಇಲ್ಲಿ ಇಷ್ಟವಾಗುವಂಥದೇನಿದೆ ? ಈ ಮೌನಪರ್ವತಗಳನ್ನು ನೋಡಿ ನೋಡಿ ಸಾಕಾಗಿದೆ, ನನಗೆ ಈ ಆಳವಾದ ಕಣಿವೆಗಳೂ ಮೌನವಾಗಿರುತ್ತವೆ; ಮಾತೇ ಇಲ್ಲ, ಎಂದಾದರೂ ಆಜರ್ ನವಾಬ ಇದ್ದರೆ ಮಾತ್ರ ಜೀವನದಲ್ಲಿ ಸ್ವಲ್ಪ ಚಟುವಟಿಕೆ ಉಂಟಾಗುತ್ತದೆ.’

“ಖಂಡಿತ ಇರಬಹುದು’ ಏಮನ್ ಮನದಲ್ಲೇ ಯೋಚಿಸಿದಳು.

‘ನಿಮ್ಮ ಬಳಿ ವಿದೇಶಿಯರೂ ಸಾಕಷ್ಟು ಜನ ಬರುತ್ತಿಬಹುದಲ್ಲ ಹಾಗಾಗಿ ಏಕಾಕಿತನ ಅಷ್ಟೇನೂ ಅನಿಸದೆಂದು ಕಾಣುತ್ತದೆ.’

‘ಬರುತ್ತಾರೆ ನಿಜ, ಆದರೆ ಹೆಚ್ಚಾಗಿ ಎಲ್ಲರೂ ವೃದ್ಧರೇ ನನಗಾಗಿ ವ್ಯಯಿಸಲು ಅವರ ಬಳಿ ಸಮಯವೆಲ್ಲಿದೆ ?!’

‘ಆದರೆ ಈ ಬಾರಿ ಕೆಲವು ಸಣ್ಣ ಪ್ರಾಯದ ಜನರೂ ಬಂದಿರುವಂತೆ ಕಾಣಿಸುತ್ತದೆ!’

‘ಹೌದು! ಅದು ರಾಬರ್ಟ್,’ ‘ಮಿಸ್ ರಹನಾ ಒಬ್ಬ ಯುವಕನತ್ತ ಸಂಕೇತಿಸಿ ಹೇಳಿದಳು. ‘ಆದರೆ, ಆತ ಯಾವಾಗ ನೋಡಿದರೂ ಇಂಗ್ಲೆಂಡ್‌ನ ತನ್ನ ಪ್ರೇಮಿಯ ಬಗ್ಗೆಯೇ ಮಾತನಾಡುತ್ತಿರುತ್ತಾನೆ, ಕೇಳಿ ಕೇಳಿ ಕಿವಿ ಹಣ್ಣಾಗುತ್ತದೆ.’

‘ನಾವು ಭೇಟಿಯಾಗುತ್ತಿರೋಣ, ಅವಕಾಶವಾದಾಗ ಈ ಪರ್ವತಗಳಲ್ಲಿ ಟ್ರೆಕ್ಕಿಂಗ್ ಹೋಗಬಹುದು.’

ಮಿಸ್ ರಿಯಾಜ್‌ಳ ಕಂಗಳಲ್ಲಿ ಕೋಪ ಇಣುಕಿತು. ‘ನನಗೆ ಬೆಟ್ಟಗಳಲ್ಲಿ ಸುತ್ತಾಡುವುದು ನಿರರ್ಥಕವೆನಿಸುತ್ತದೆ.’

ಇನ್ನೇನು ಮಾತನಾಡುವುದೆಂದು ಏಮನ್‌ಳಿಗೆ ತಿಳಿಯಲಿಲ್ಲ. ಮಿಸ್‌ರಿಯಾಜ್‌ಳ ಕಂಗಳು ಒಂದೇ ಸವನೆ ಆಜರ್ ನವಾಬರನ್ನು ಹಿಂಬಾಲಿಸುತ್ತಿತ್ತು. ಅವರು ಗುಂಪಿನೊಡನೆ ನಿಂತುಕೊಂಡು ಯಾವುದೋ ಗಹನವಾದ ವಿಷಯದ ಬಗ್ಗೆ ಮಾತನಾಡುತ್ತಿರುವಂತೆ ಕಾಣುತ್ತಿತ್ತು. ಏಮನ್ ಅನುಮತಿ ಪಡೆದು ಎದ್ದು ನಿಂತಳು. ಊಟದ ಸಮಯವಾಗಿತ್ತು. ಮಿಸ್ ರಿಯಾಜ್ ದೂರದವರೆಗೆ ಅವಳ ಸೊಂಟದಿಂದ ಇಳಿಬಿದ್ದು ತೂಗುತ್ತಿರುವ ಕರಿನಾಗರದಂತಹ ಜಡೆಯನ್ನೇ ನೋಡುತ್ತಿದ್ದಳು.

ಅಡಿಗೆಯ ಮನೆಯತ್ತ ಹೋಗುವಾಗ ಅವಳು ಪೋರ್ಟಿಕೊದ ಮೇಜಿನ ಮೇಲೆ ಆಜರ್ ನವಾಬರು ಬಿಟ್ಟ ಗ್ಲಾಸನ್ನೆತ್ತಿಕೊಂಡು ನಡೆದಳು. ಕೆಲ ಹೊತ್ತು ಆ ಗ್ಲಾಸನ್ನೇ ನೋಡುತ್ತಿದ್ದ ಏಮನ್ ಅರಿಯದೆಯೇ ಅದನ್ನು ಮೂಗಿನವರೆಗೊಯ್ದಳು. ಅವಳೆಂದೂ

ಜೀವನದಲ್ಲಿ ಶರಾಬನ್ನು ಕಂಡಿರಲಿಲ್ಲ. ಈಗ ಆ ಗ್ಲಾಸ್‌ನಿಂದ ಶರಾಬಿನ ಬದಲಿಗೆ ಸ್ಕ್ವಾಶನ ಪರಿಮಳ ಬಂದಾಗ ಅವಳ ಜಿಜ್ಞಾಸೆಯಲ್ಲ ಪರಿಹಾರವಾಯಿತು. ಜೊತೆಗೇ ಅವರೇನು ಕುಡಿದರೂ ತನಗೇನು? ನಾನೇಕೆ ಅನವಶ್ಯಕ ಚಿಂತೆಯಲ್ಲಿ ಬೀಳಬೇಕು ! ಎಂದುಕೊಂಡು ಅವಳು ಜಾಗೃತಳಾದಳು. ಒಮ್ಮೆಲೇ ಯಾರಾದರೂ ತನ್ನನ್ನು ನೋಡಿದರೇ ಎಂಬ ಸಂಶಯ ಬಾಧಿಸಿ ಅತ್ತಿತ್ತ ನೋಡಿದ ಏಮನ್ ಸ್ಕ್ವಾಶನ್ನು ಚೆಲ್ಲಿ ಗ್ಲಾಸ್‌ನೊಡನೆ ಮುನ್ನಡೆದಳು.

ಅಡಿಗೆ ಹೇಗಾಗಿರುವುದೋ ಎಂಬ ಭಯದಿಂದ ಏಮನ್‌ಗೆ ಎಲ್ಲರೊಡನೆ ಉಣ್ಣಾವುದಾಗಲಿಲ್ಲ. ಶಮ್ ಶಾದ್‌ಳ ಸಹಾಯದೊಂದಿಗೆ ಮಾಡಿದ ಅಡಿಗೆ ಚೆನ್ನಾಗೇ ಇರಬಹುದು; ಎಲ್ಲರೂ ತೃಪ್ತಿಯಿಂದ ಭುಜಿಸುವಂತೆ ಕಾಣುತ್ತಿತ್ತು. ಜೀವನದಲ್ಲಿ ಇಷ್ಟು ದೊಡ್ಡ ಜವಾಬ್ದಾರಿಯನ್ನು ಅವಳಿದು ಪ್ರಥಮ ಬಾರಿ ಹೊತ್ತಿದ್ದಳು.

ಹಣ್ಣುಗಳ ಸರದಿ ಬಂದಾಗ ಅತಿಥಿಗಳು ಅಚ್ಚರಿಯಲ್ಲಿ ತೇಲಿದರು. ಡ್ರಿಫ್ಟ್‌ವುಡ್‌ಗಳೊಡನೆ ಸಜ್ಜಾಗಿಸಿರಿಸಿದ್ದ ಹಣ್ಣುಗಳು ಹಣ್ಣುಗಳಾಗಿರದೆ ಬಾದಮ್‌ನ ಮಿಠಾಯಿಗಳಾಗಿದ್ದವು. ಈ ಮಿಠಾಯಿಗಳು ವರ್ಣಮಯ ಸೇಬು, ಕಿತ್ತಳೆ, ಅನಾನಸ್, ದ್ರಾಕ್ಷಿಗಳಾಗಿ ರೂಪುಗೊಂಡು ನಿಜವಾದ ಹಣ್ಣುಗಳಂತೆ ಕಾಣಿಸುತ್ತಿದ್ದವು. ಇವುಗಳನ್ನು ತಯಾರಿಸುವಲ್ಲಿ ಏಮನ್ ಸಾಕಷ್ಟು ಪ್ರಯತ್ನ ಪಟ್ಟಿದ್ದಳು. ಈಗ ಅತಿಥಿಗಳಿಗೆ ಅವು ರುಚಿಸಿದುದನ್ನು ಕಂಡು ತನ್ನ ಯತ್ನವೆಲ್ಲ ಸಫಲವಾದ ತೃಪ್ತಿ ಅವಳಿಗುಂಟಾಯಿತು.

ಊಟ ಮುಗಿದ ಬಳಿಕ ಕೆಲವು ಅತಿಥಿಗಳು ಕಾಫಿ ತೆಗೆದುಕೊಂಡರು. ಎಲ್ಲರೂ ಮಹಾಸರ್ಕಾರ್ ಹಾಗೂ ಅಜರ್ ನವಾಬರಿಗೆ ಧನ್ಯವಾದಗಳನ್ನು ಅರ್ಪಿಸಿ ಹಿಂತಿರುಗ ತೊಡಗಿದ್ದರು. ಬೀಳ್ಕೊಳ್ಳುವವರನ್ನು ನೋಡುತ್ತಿದ್ದ ಏಮನ್ ಅಲ್ಲೇ ಕಣ್ಣು ಕೀಲಿಸಿದಂತಿದ್ದು, ಒಮ್ಮೆಲೆ ನಿದ್ದೆಯಿಂದ ಬಡಿದೆಬ್ಬಿಸಿದಂತಾದಳು. ಎಲ್ಲರೂ ಹೊರಟರೂ ಕುಳಿತೇ ಇದ್ದ ಮಿಸ್ ರಿಯಾಜ್‌ಳತ್ತ ದಢೂತಿದೇಹದ ಅವಳ ತಂದೆ ಮುಂಬರಿದಾಗ, ರಾಬರ್ಟ್ ಅವರಿಗಿಂತ ಮೊದಲೇ ಅಲ್ಲಿಗೆ ತಲುಪಿದ.

'ಮೇ ಐ.....?' ಎನ್ನುತ್ತಾ ಅವನು ಬಗ್ಗಿ ಮಿಸ್ ರಿಯಾಜ್‌ಳನ್ನು ಬಹುಸುಲಭವಾಗಿ ತೋಳ್ಗಳಲ್ಲೆತ್ತಿಕೊಂಡು ಕಾರಿನತ್ತ ನಡೆದ.

ರೆಹಾನಾಳ ಕಾಲ್ಗಳೆರಡೂ ಪೋಲಿಯೋಗೆ ಗುರಿಯಾಗಿ ನಿಷ್ಪ್ರಯೋಜಕ ಆಗಿದ್ದವು ! ತನ್ನನ್ನು ಯಾರೋ ಎತ್ತಿ ಕಣಿವೆಯೊಳಗೆ ಬಿಸುಡಿದಂತೆ ಏಮನ್‌ಳಗನಿಸಿತು. ಶಮ್‌ಶಾದ್ ಬಲವಂತ ಪಡಿಸಿದರೂ ಅವಳಿಂದ ಏನೂ ತಿನ್ನಲಾಗಲಿಲ್ಲ. ಉಸಿರುಕಟ್ಟಿದಂತಾಗಿ ಹೊರಗೆ ಸ್ವಚ್ಛ ಹವೆಯ ಅಗತ್ಯ ಅವಳನ್ನು ಕಾಡಿತ್ತು. ಅತಿಥಿಗಳೆಲ್ಲ ಹೊರಟು ಹೋಗಿ ನೌಕರರು ಸಾಮಾನುಗಳನ್ನು ಎತ್ತಿಡಲು ಆರಂಭಿಸಿದ್ದರು. ಗಾಳಿಯಲ್ಲಿ ತೂಗುತ್ತಿದ್ದ ಆ ಉಯ್ಯಾಲೆಯನ್ನೇ ಅವಳು ಬಹುಹೊತ್ತಿನವರೆಗೆ ನೋಡುತ್ತಾ ಇದ್ದು ಬಿಟ್ಟಳು.

ಕೆಲಸದಲ್ಲಿ ಮುಳುಗಿದ್ದ ಶಮುಶಾದ್, ಮಹಾಸರ್ಕಾರ್‌ರವರಿಗೆ ಹಾಲು ಕೊಟ್ಟು ಬರುವಂತೆ ಏಮನ್‌ಳನ್ನು ಕೇಳಿಕೊಂಡಳು. ಏಮನ್ ಹಾಲಿನ ಲೋಟದೊಡನೆ ಸರ್ಕಾರ್ ಅವರ ಕೋಣೆಯ ಬಳಿ ಬಂದವಳು ಒಳಗಿನಿಂದ ಆಜರ್ ನವಾಬರ ಸ್ವರ ಕೇಳಿ ಅಲ್ಲೇ ತಡೆದಳು.

'ಸರ್ಕಾರ್, ನೀವು ನನ್ನನ್ನು ಬೆಚ್ಚಿ ಬೀಳಿಸಿದಿರಿ, ಒಬ್ಬರೇ ಎಲ್ಲಿಗೆ ಹೊರಟು ಹೋಗಿದ್ದಿರಿ?'

'ಧಾರವಾಡದ ಆಸ್ಪತ್ರೆಗೆ ಹೋಗಿದ್ದೆವು; ಪಾಪ ! ಖಾನ್‌ಸಾಮಾನ ಬೀಬಿಗೆ ಮಗು ಸತ್ತು ಹುಟ್ಟಿತ್ತು.'

'ಆದರೆ, ನೀವು ಒಬ್ಬರೇ ಯಾಕೆ ಹೋದಿರಿ ? ಆ....ಏನು ಹೆಸರು.... ಆ ನಿಮ್ಮ 'ಜನರಲ್ ಅಸಿಸ್ಟೆಂಟ್......'

ಏಮನ್ ಅವಡುಗಚ್ಚಿದಳು. ಅವಳಿಲ್ಲದಿದ್ದಾಗಲೂ ಆಜರ್ ನವಾಬರು ಅವಳ ಪರಿಹಾಸಗೈಯುತ್ತಿದ್ದರು. 'ಜನರಲ್ ಅಸಿಸ್ಟೆಂಟ್' ಪದ ಅವಳಿಗಂಟಿ ಕೊಂಡಿತ್ತು.

'ಆಜರ್ ನವಾಬ್' ಮಹಾಸರ್ಕಾರ್ ಅವರು ಹುಸಿಕೋಪ ತೋರಿದರು. 'ಅವಳ ಹೆಸರು ಏಮನ್ ಎಂದು ನೀನು ಚೆನ್ನಾಗಿ ತಿಳಿದಿರುವೆ, ಅವಳು ಬಹಳ ತಿಳಿವಳಿಕೆಯುಳ್ಳ ಹುಡುಗಿ, ಅವಳ ಪರಿಹಾಸ್ಯಗೈಯದಿರು.'

'ಅವಳು ಸರ್ಕಾರ್ ಅವರನ್ನು ಮೆಲ್ಲ ಮೆಲ್ಲನೆ ವಶಪಡಿಸಿಕೊಳ್ಳುವಂತೆ ಕಾಣಿಸುತ್ತದೆ.'

ಏಮನ್‌ಗೆ, ಹೀಗೆ ಅಡಗಿ ಮಾತು ಕೇಳಿಸಿಕೊಳ್ಳುವುದು ಸರಿಯಲ್ಲವೆನಿಸಿ, ಅವಳು ಅಪ್ಪಣೆ ಪಡೆದು ಒಳಗೆ ಪ್ರವೇಶಿಸಿದಳು, ಮಹಾ ಸರ್ಕಾರ್ ಅವರು ದೀವಾನ್ ಮೇಲೆ ಕುಳಿತಿದ್ದರು. ಹಾಗೂ ಆಜರ್ ನವಾಬರು ಪ್ಯಾಂಟಿನ ಜೇಬುಗಳಲ್ಲಿ ಕೈ ತೂರಿಸಿ ಅತ್ತಿತ್ತ ಅಡ್ಡಾಡುತ್ತಿದ್ದರು. ಅವರು ಬಹುಶಃ ತನ್ನನ್ನು ನವಾಬರ, ಶ್ರೀಮಂತರ ಮನೆಗಳೊಳಗೆ ಪ್ರವೇಶ ಗಿಟ್ಟಿಸಿ, ಅಲ್ಲೇ ಉಳಿಯಲೆಳಸುವವರಲ್ಲಿ ಒಬ್ಬಳೆಂದು ತಿಳಿದಿರಬಹುದೆಂದು ಏಮನ್ ಎಣಿಸಿದಳು.

'ಸರ್ಕಾರ್, ಖಾನ್‌ಸಾಮಾಗೆ ಇನಾಮು ಕೊಡಬೇಕೆಂದು ನನಗನಿಸುತ್ತದೆ.' ಏಮನ್‌ಳನ್ನು ನೋಡಿ ಮಾತು ಬದಲಿಸುತ್ತಾ ಆಜರ್ ನವಾಬ ನುಡಿದರು. 'ತನ್ನ ತೊಂದರೆಯ ನಡುವೆಯೂ ಆತ ಚೆನ್ನಾಗಿ ಅಡಿಗೆ ತಯಾರಿಸಿದ್ದ, ಕೇವಲ ಮೊಗಲ್ಯಾ ಪಕ್ವಾನ್ನಗಳನ್ನು ಮಾತ್ರ ಆತ ಚೆನ್ನಾಗಿ ತಯಾರಿಸಬಲ್ಲನೆಂದು ನಾನು ತಿಳಿದಿದ್ದೆ.'

ಮಹಾ ಸರ್ಕಾರ್ ಅವರು ಏಮನ್‌ಳನ್ನು ನೋಡಿ ಮುಗುಳ್ನಗ ತೊಡಗಿದರು.

'ನಾವೊಬ್ಬ ಹೊಸ ಅಡಿಗೆಯವರನ್ನು ಇರಿಸಿಕೊಂಡಿದ್ದೇವೆ' ಅವರಂದರು.

'ನಿಜವಾಗಿ?' ಆಜರ್ ನವಾಬರು ಅವರ ಹಾಸ್ಯವನ್ನರಿಯದೆ ಅಚ್ಚರಿಯಿಂದ ಕೇಳಿದರು.

‘ಇಲ್ಲಿ ಈ ಕಾಡಿನಲ್ಲಿ, ನಿಮಗೆ ಕಾಂಟಿನೆಂಟಲ್ ಅಡಿಗೆ ತಯಾರಿಸುವವರು ಹೇಗೆ ಸಿಕ್ಕರು?’

‘ಇಲ್ಲಿದ್ದಾರೆ ನೋಡು, ನಮ್ಮ ಹೊಸ ಅಡಿಗೆಯವರು ! ಇಂದು ಏಮನ್ ಬೀಬಿ ಅಡಿಗೆ ತಯಾರಿಸಿದ್ದಳು.’ ಮಹಾ ಸರ್ಕಾರ್ ಮಗನೊಡನೆ ಹೇಳಿದರು.

ಅಡ್ಡಾಡುತ್ತಿದ್ದ ಆಜರ್ ನವಾಬರು ನಿಂತು, ನುಡಿದರು. ‘ಓ! ಯೂ ಮಿನ್ ಯುವರ್ ಜನರಲ್ ಅಸಿಸ್ಟೆಂಟ್!’

‘ಸರ್ಕಾರ್, ನೀವಿಂದು ಬಹಳ ಆಯಾಸಗೊಂಡಿದ್ದೀರಿ’ ಏಮನ್, ಆಜರ್ ನವಾಬರ ಮಾತು ಕೇಳದಂತೆ ನಟಿಸಿ, ಆದರದಿಂದ ನುಡಿಯುತ್ತಾ ಸರ್ಕಾರ್ ಅವರ ಹಾಲಿನ ಲೋಟವನ್ನು ಮುಂದುಮಾಡಿದಳು.

‘ನೀನೂ ಬಹಳ ಆಯಾಸಗೊಂಡಿರಬಹುದು. ಇಂದು,’ ಅವಳ ಕೈಯಿಂದ ಹಾಲಿನ ಲೋಟ ತೆಗೆದುಕೊಳ್ಳುತ್ತಾ ಸರ್ಕಾರ್ ಅವರು ನುಡಿದರು.

‘ನಾಳೆ ನೀನೂ ವಿಶ್ರಾಂತಿ ತೆಗೆದುಕೋ, ಯಾರೂ ನಿನ್ನನ್ನು ಡಿಸ್ಟರ್ಬ್ ಮಾಡಬಾರದೆಂದು ನಾವು ಶಮ್‌ಶಾದ್‌ಳಿಗೆ ತಿಳಿಸುತ್ತೇವೆ’.

‘ಅದೇನೋ ಸ್ವಲ್ಪ ಆಫೀಸ್‌ನಲ್ಲಿ......’ ಎಂದವಳು ಹೇಳುವಾಗ, ಆಜರ್ ನವಾಬರು ತಡೆದು, ‘ಸರ್ಕಾರ್ ಅವರೇ ನಿಮಗೆ ರಜೆಕೊಟ್ಟಿರುವಾಗ, ನಿಮ್ಮನ್ನು ಕೆಲಸದಲ್ಲಿ ಬಂಧಿಸಲು ನಮಗೆಲ್ಲಿಯ ಧೈರ್ಯ?’ ಎಂದು ಹತಾಯುಧರಾಗಿ ನುಡಿದು, ‘ಒಳ್ಳೆಯದು ಸರ್ಕಾರ್, ಶುಭ ರಾತ್ರಿ’ ಎನ್ನುತ್ತಾ ಬಗ್ಗಿ ಮಹಾಸರ್ಕಾರ್ ಅವರ ಹಣೆಯನ್ನು ಚುಂಬಿಸಿ ಹೊರಟು ಹೋದರು.

ಏಮನ್ ಸರ್ಕಾರ್ ಅವರ ಹಾಸಿಗೆ ಸಿದ್ಧಪಡಿಸಿ ಹೊರಗೆ ಹೊರಟು ಬಂದಳು.

ಹಾಸಿಗೆಯಲ್ಲಿ ಕುಳಿತು ಚಾ ಕುಡಿಯುತ್ತಾ ಇಂದಿನ ಅವಕಾಶದ ದಿನವನ್ನು ಹೇಗೆ ಕಳಯಲೆಂದು ಏಮನ್ ಯೋಚಿಸುತ್ತಿದ್ದಳು. ಹೊರಗೆ ಹೋದಾಗ ಆಜರ್ ನವಾಬರೊಡನೆ ಭೇಟಿಯಾಗದಿರುವಂತಿರಬೇಕೆಂದು ಅವಳಾಲೋಚನೆಯಾಗಿತ್ತು. ಏಕೆಂದರೆ, ಅವಳ ಶಾಂತಿಯನ್ನು ಭಂಗ ಗೊಳಿಸುವಲ್ಲಿ ಅವರು ನಿಷ್ಣಾತರಿದ್ದರು. ಆದ್ದರಿಂದ ಸಾಧ್ಯವಿದ್ದಷ್ಟು ಅವರ ನೆರಳಿನಿಂದಲೂ ದೂರವಿರಬೇಕೆಂದು ನಿರ್ಧರಿಸಿದ್ದಳು. ಆಫೀಸ್‌ನಲ್ಲಿ ಅವರೊಡನೆ ಕಳೆಯಬೇಕಾಗುವಷ್ಟು ಸಮಯ ಕೇವಲ ಆಫೀಸ್ ಕೆಲಸಕ್ಕೆ ಮಾತ್ರ ಸಂಬಂಧಿಸಿರುವಂತೆ ನೋಡಿಕೊಳ್ಳಬೇಕಿತ್ತು. ಯಾಕೆಂದರೆ, ಅವಳನ್ನು ನೋಡಿದೊಡನೆ ಅವರ ಆತ್ಮ ಪೀಡನೆ ಹೆಚ್ಚುತ್ತಿತೆಂದು ಅವಳರಿತಿದ್ದಳು. ಅದರ ಪ್ರಭಾವವೇ ಅವಳಿಗೆ ನೋವುಂಟುಮಾಡುವಲ್ಲಿ ಸಫಲತೆ ಪಡೆಯುತ್ತಿತ್ತು. ಅವರ ಹುಬ್ಬುಗಳ ಏರಿಳಿತ ಹಾಗೂ ತುಟಿಯ ವ್ಯಂಗವನ್ನು ಅವಳಾಗಲೇ ಅರ್ಥೈಸಿಕೊಳ್ಳಬಲ್ಲವಳಾಗಿದ್ದಳು. ವಿಶಾಲವಾದ ಹಣೆಯಮೇಲೆ ಕವಿದು ಬರುವ ದಟ್ಟ ಕೂದಲ ಸುರುಳಿಗಳಲ್ಲಿ ದಾರಿತಪ್ಪಿ ತಿರುಗುವುದು ಅವಳಿಗೆ ಬೇಕಿರಲಿಲ್ಲ. ಅವರ ಕಣ್ಣುಗಳ ಪಾರರಹಿತ ಆಳದಲ್ಲಿ ಮುಳುಗುವುದೂ ಅವಳಿಗೆ

ಬೇಕಿರಲಿಲ್ಲ. ಇವೆಲ್ಲ ಅವರ ಕುರಿತು, ಅವಳಲ್ಲಿ ಭಯವನ್ನು ಹುಟ್ಟಿಸುತ್ತಿದ್ದವು. ವಿಶೇಷವಾಗಿ, ರೆಹನಾಳೊಂದಿಗಿನ ಅವರ ವ್ಯವಹಾರ ಅವಳ, ಹೃದಯದಲ್ಲಿ ಕಂಪನವನ್ನು ಹುಟ್ಟಿಸುತ್ತಿತ್ತು. ರೆಹನಾ ಅಪಾಂಗಳೆಂದು ತಿಳಿದೂ ಅವರು ಅವಳೊಡನೆ ಆಟವಾಡುತ್ತಿದ್ದರು; ಅವಳ ಭಾವನೆಗಳೊಡನಾಡುತ್ತಿದ್ದರು. ಆಜರ್ ನವಾಬರ ಬಗ್ಗೆ ಅವಳ ಮನದಲ್ಲಿ ಭಯ, ಜಿಗುಪ್ಸೆ, ಕ್ರೋಧದ ಮಿಶ್ರಭಾವ ಉತ್ಪನ್ನವಾಯಿತು. ಆದರೆ, ತನಗಾಗಬೇಕಾದುದೇನು? ರೆಹಾನಾ ಅವರ ಆಟವನ್ನು ಅರಿಯಲಾರಂದತಹ ಎಳೆಯ ಮಗುವೇನಲ್ಲವಲ್ಲ!

ಚಾ ಕುಡಿಯ ಮುಗಿಸಿ, ಬೇಗನೇ ಸ್ನಾನಮಾಡಿ ಏಮನ್ ನೀಲಿಯುಡುಗೆಯಲ್ಲಿ ಸಿದ್ಧಳಾದಳು. ಹಿಂದಿನ ರಾತ್ರಿಯಲ್ಲಿ ಮಿಕ್ಕಿದ ಆಹಾರ ಪದಾರ್ಥಗಳನ್ನು ಫ್ರಿಜ್‌ನಲ್ಲಿಟ್ಟು ಅದರಿಂದಲೇ ಸ್ಯಾಂಡ್ ವಿಚ್ ತಯಾರಿಸಿಕೊಂಡು, ಫ್ಲಾಸ್ಕ್‌ನಲ್ಲಿ ಕಾಫಿ ತುಂಬಿದಳು. ಕೆಲವು ಸೇಬುಗಳನ್ನೂ ಚೀಲದಲ್ಲಿ ತುಂಬಿಸಿಕೊಂಡು ಹೊರಹೊರಟಳು. ಎಲ್ಲರೂ ಏಳುವ ಮೊದಲೇ ಹೊರಟು ಹೋಗಬೇಕೆಂದು ಅವಳ ಇಚ್ಛೆಯಾಗಿತ್ತು.

ಗೇಟಿನಿಂದ ಹೊರಕ್ಕೆ ಎಡಕ್ಕೆ ತಿರುಗಿ ಬಾಜಾರ್‌ಗೆ ಹೋಗುವ ರಸ್ತೆಯಲ್ಲಿ ಅವಳು ಮನ್ನಡೆದಳು. ಹಾಗೆ ಹೋಗುತ್ತಿರುವಾಗ ಇದ್ದಕ್ಕಿದ್ದಂತೇ ನದಿಯ ಮೇಲಿನ ಸೇತುವೆಯ ಇನ್ನೊಂದು ತುದಿಯಲ್ಲಿ ವನ್ಯಧಾಮದ ಬೋರ್ಡ್ ತಗಲಿಸಿರುವುದನ್ನು ಕಂಡದ್ದು ಅವಳ ನೆನಪಿಗೆ ಬಂತು, ಈಗ ಅದನ್ನೇ ತನ್ನ ಗುರಿಯೆಂದುಕೊಂಡು ಮುನ್ನಡೆದಳು. ಅರಣ್ಯ ವಿಭಾಗದ ಮೋಟರುಗಳು ಅಲ್ಲಿಂದ ಹೋಗುತ್ತಿದ್ದವೆಂದು ಅವಳರಿತಿದ್ದಳು. ಅವುಗಳ ಚಾಲಕರು ವನ್ಯಧಾಮ ನೋಡಲೆಳಸುವ ಜನರಿಗೆ ತಮ್ಮ ವಾಹನಗಳಲ್ಲಿ ಸ್ಥಳ ಕೊಡುತ್ತಿದ್ದರು.

ಪೇಟೆಯಲ್ಲಿ ಒಂದೊಂದು ಅಂಗಡಿಗಳೂ, ಹೋಟಲುಗಳೂ ತೆರೆದಿದ್ದವು. ಫಾರೆಸ್ಟ್ ವಿಭಾಗದ ಒಂದು ಸ್ಟೇಶನ್ ವ್ಯಾಗನ್ ಅವಳ ಬಳಿಯಿಂದಲೇ ವೇಗವಾಗಿ ಹೊರಟುಹೋಯಿತು. ಏಮನ್ ಅದನ್ನು ನಿಲ್ಲಿಸಲು ಯತ್ನಿಸುವುದರೊಳಗೇ ಅದು ಬಹಳ ಮುಂದಕ್ಕೆ ಹೋಗಿ ಆಗಿತ್ತು. ಅವಳು ಕಾಳೀ ನದಿಯ ಸೇತುವೆಯನ್ನು ದಾಟುತ್ತಿರುವಾಗ ಜೀಪೊಂದು ಅವಳ ಸನಿಹದಿಂದಲೇ ಹೊರಟು ಹೋಯಿತು. ಅವಳಿಗೆ ನಿರಾಶೆಯುಂಟಾಯಿತು. ಮೊದಲನೆಯದಾಗಿ ವನ್ಯಧಾಮದೊಳಗೆ ಹೋಗಲು ಅವಳ ಬಳಿ ಪಾಸ್ ಏನೂ ಇರಲಿಲ್ಲ. ಎರಡನೆಯದಾಗಿ, ಕದ್ದು ಮುಚ್ಚಿ ಪ್ರವೇಶಿಸಿದರೂ, ಒಬ್ಬಳೇ ಹೋಗುವುದು ಅಧೈರ್ಯಕರವಾಗಿತ್ತು. ಫಾರೆಸ್ಟ್ ವಿಭಾಗದ ಗಾಡಿಗಳೆರಡು ಅದಾಗಲೇ ಅವಳನ್ನು ಗಮನಿಸದೆ ಹೊರಟು ಹೋಗಿದ್ದವು. ಹಿಂದಿರುಗುವುದೇ ಉಚಿತವೆಂದು ಅವಳು ಎಣಿಸುತ್ತಿದ್ದಾಗಲೇ ಮೂರನೆಯ ಜೀಪ್ ಕೂಡ ಅವಳ ಪಕ್ಕದಿಂದ ಹಾದು ಅವಳ ಸೂಚನೆಯನ್ನು ಗಮನಿಸದೆ ಮುಂದೆ ಸರಿಯಿತು. ಹಾಗೆ ಹೋದ ಜೀಪ್ ಸ್ವಲ್ಪ ತಡೆದು ಹಿಂದಕ್ಕೆ ಬರಲಾರಂಭಿಸಿದಾಗ ಹಿಂದಿರುಗಲಿದ್ದ ಏಮನ್ ನಿಂತು ಬಿಟ್ಟಳು. ಆಶೆಯಿಂದ ಅವಳು ಆ ಜೀಪ್ ಸಮಿಪಿಸುವುದನ್ನೇ ನಿರೀಕ್ಷಿಸುತ್ತಾ ನಿಂತುಬಿಟ್ಟಳು.

ಚಾಲಕನು ಜೀಪನ್ನು ಅವಳ ಸಮೀಪ ತಂದು ನಿಲ್ಲಿಸಿ ಅವಳನ್ನೇ ದಿಟ್ಟಿಸಿ

ನೋಡತೊಡಗಿದನು. ಆ ಚಾಲಕನನ್ನು ಕಂಡೊಡನೆ ಏಮನ್ ಸ್ತಬ್ಧಳಾಗಿಬಿಟ್ಟಳು. ಯಾರ ನೆರಳಿನಿಂದಲೂ ದೂರವಿರಬೇಕೆಂದು ಅವಳು ನಿರ್ಧರಿಸಿದ್ದಳೋ, ಆತನನ್ನೇ ತಡೆದು ಬರಮಾಡಿಕೊಂಡಿದ್ದಳಾಕೆ ಆಜರ್ ನವಾಬರು. ಕುದುರೆ ಸವಾರಿಯ ಉಡುಪು ಧರಿಸಿದ್ದರು. ಎಲ್ಲಿದ್ದಳೋ ಅಲ್ಲೇ ಮೂರ್ತಿಯಂತೆ ನಿಂತುಬಿಟ್ಟಳು. ಏಮನ್ 'ಅವಳೇ ಮೊದಲು ಮಾತನಾಡಲೆಂದು ಅವರೂ ಹಟ ಹಿಡಿದಂತಿತ್ತು. ಅವಳನ್ನಲ್ಲಿ ಕಂಡು ಅವರಿಗೆ ಅಚ್ಚರಿಯಾಗಿದ್ದಿರಬಹುದಾದರೂ ಅದು ಅವರ ಮುಖದಲ್ಲಿ ಕಾಣುತ್ತಿರಲಿಲ್ಲ.

ಬಹಳ ಹೊತ್ತಿನವರೆಗೂ ಅವಳು ಏನೂ ನುಡಿಯದಾದಾಗ ಅವರು ಕೇಳಿದರು. 'ಏನು ವಿಷಯ ? ನನ್ನನೇಕೆ ತಡೆಯಲಾಯ್ತು?'

'ಇಲ್ಲ, ಇಲ್ಲ ಬಹುಶಃ ನೀವು ತಪ್ಪು ತಿಳಿದುಕೊಂಡಿರುವಂತಿದೆ.' ಏಮನ್ ಬೆಚ್ಚಿ ಬಿದ್ದು, ನುಡಿದಳು.

'ಚಿಂತೆಯಿಲ್ಲ.' ಆಜರ್ ನವಾಬರೆಂದರು,' ಕಾಡಿನತ್ತ ಹೋಗುವಾಗ ಪಿಶಾಚಿನಿಯರು ಅಡ್ಡಗಟ್ಟುತ್ತಾರೆಂದು ಕೇಳಿದ್ದೆವು!' ಜೀಪ್ ಸ್ಟಾರ್ಟ್‌ಮಾಡತೊಡಗಿದ ಆಜರ್ ನವಾಬರು ಮುಂದೆ ಸರಿವ ಮುನ್ನ ಒಂದು ತುಂಟದೃಷ್ಟಿಯನ್ನು ಏಮನ್‌ಳೆಡೆಗೆ ಹರಿಸಿದರು. ಹೆಗಲ ಮೇಲಿದ್ದ ಹ್ಯಾವರ್‌ಸ್ಟಾಕ್ ಎತ್ತಿ ಅವರ ಮೇಲೆ ಎಸೆದು ಬಿಡಬೇಕೆಂದು ಏಮನ್‌ಳಿಗನಿಸಿತು.

'ಇಲ್ಲಿ ಕೇಳಿ' ಏಮನ್ ಉದ್ವೇಗದಿಂದ ಕರೆಯಿತ್ತಳು. ವನ್ಯಧಾಮ ನೋಡುವ ಆ ಏಕೈಕ ಸುವರ್ಣಾವಕಾಶವನ್ನು ಕೈ ತಪ್ಪಿಹೋಗಲು ಬಿಡಲು, ಅವಳ ಮನವೊಪ್ಪಲಿಲ್ಲ. ಆಜರ್‌ನವಾಬ ತಡೆದರಾದರೂ ಇಂಜಿನ್ ನಿಲ್ಲಿಸಲಿಲ್ಲ.

'ನನಗೂ ಸ್ಯಾಂಚುರಿಗೆ ಹೋಗಲಿದೆ' ಅವಳೆಂದಳು.

'ಹೋಗಿರಲ್ಲ ! ಯಾರು ಬೇಡವೆಂದರು?! ಓ ಅಲ್ಲಿದೆ ಸ್ಯಾಂಚುರಿ.' ಆಜರ್ ನವಾಬರು ಸ್ಥಳವನ್ನು ಸೂಚಿಸಿ, ಕೈಯೆತ್ತಿ ಸಲಾಮ್ ಮಾಡಿ ಮುಂಬರಿದರು.

ಇನ್ನೂ ಹೆಚ್ಚು ಅಪಮಾನ ಮಾಡಿಸಿಕೊಳ್ಳಲಾರೆನೆಂದು ಏಮನ್ ನಿಶ್ಚಯಿಸಿದಳು. ಅವಳ ಹೃದಯ ಭಾರವಾಯಿತು.

ಬೆಳಿಗ್ಗೆಯೇ ಪೂರಾದಿನ ಸತ್ಯಾನಾಶವಾಗಿ ಹೋಗಿತ್ತು. ಅವಕಾಶ ಪ್ರಾಪ್ತವಾಗಿದ್ದ ಈ ದಿನವನ್ನಿಡೀ ಹೊರಗಿನ ಮುಕ್ತ ವಾತಾವರಣದಲ್ಲಿ ಕಳೆಯಬೇಕೆಂದು ಅವಳು ನಿಶ್ಚಯಿಸಿದ್ದಳು, ಆದರೆ ಅವಳ ಯೋಚನೆಗಳೆಲ್ಲ ನೀರು ಪಾಲಾಗಿದ್ದವು. ಶಮ್‌ಶಾದ್‌ಳೊಡನೆ, ತಾನು ಹಿಂದಿರುಗುವಾಗ ತಡವಾದರೆ ಚಿಂತಿಸಬಾರದೆಂದು ಹೇಳಿ ಬಂದಿದ್ದ ಏಮನ್ ಈಗ ಸೋತ ಹೆಜ್ಜೆಗಳನ್ನೆತ್ತಿ ಹಿಂದಿರುಗತೊಡಗಿದಳು. ಸ್ವಲ್ಪ ದೂರ ಹಿಂದಕ್ಕೆ ಕ್ರಮಿಸಿದ್ದಾಗ ಅದೇ ಜೀಪ್ ಪುನಃ ಅವಳ ಬಳಿ ನಿಂತು ಬಿಟ್ಟಿತು. ಹಾಗೂ ಆಜರ್ ನವಾಬರೆಂದರು.

'ಹತ್ತಿ, ಬನ್ನಿಮಿಸ್ ಸಾಹಿಬಾ,'

‘ಇಲ್ಲ, ನನಗೇನೂ ಹೋಗಲಿಕ್ಕಿಲ್ಲ’

ಕೆಲಹೊತ್ತು ಅವರು ತಮ್ಮ ಗ್ಲೌಸ್‌ಧರಿಸಿದ್ದ ಕೈಗಳನ್ನು ಸ್ಟೀಯರಿಂಗ್ ವ್ಹೀಲ್‌ನ ಮೇಲಿಟ್ಟಂತೆಯೇ ಅವಳನ್ನು ಸುಮ್ಮನೆ ದಿಟ್ಟಿಸುತ್ತಾ ಇದ್ದು ಬಿಟ್ಟರು. ಅವಳು ಮಂದಕ್ಕೆ ನಡೆಯತೊಡಗಿದಾಗ ಅವರು ಅಸಹನೆಯಿಂದ ನುಡಿದರು.

‘ನೇರವಾಗಿ ನೀವೇ ಹತ್ತಿ ಬರುತ್ತೀರೋ, ಇಲ್ಲ ನಾನೇ ಇಳಿದು ನಿಮ್ಮನ್ನೆತ್ತಿ ಜೀಪಲ್ಲಿ ಹಾಕಲೇ?’ ಜೀಪ್ ನಿಲ್ಲಿಸಿ, ಅವರು ನಿಜವಾಗಿಯೂ ಇಳಿಯ ತೊಡಗಿದರು.

ಏಮನ್ ಗಾಬರಿಯಾದಳು. ಸಮಸ್ಯೆಯನ್ನು ಮುಂದುವರಿಸಲು ಅವಳು ಇಷ್ಟಪಡಲಿಲ್ಲ. ಸೇತುವೆಯ ಮೇಲೆ ಕೆಲಸ ಮಾಡುತ್ತಿದ್ದ ಕಾರ್ಮಿಕರು ಈಗ ತಮ್ಮ ಕೆಲಸ ನಿಲ್ಲಿಸಿ ಅವರಿಬ್ಬರತ್ತ ಕುತುಹಲದಿಂದ ನೋಡತೊಡಗಿದರು. ಅವಳು ಮಾತಿಲ್ಲದೆ, ಜೀಪ್‌ಹತ್ತಿ ಕುಳಿತುಬಿಟ್ಟಳು. ಅವಳಿಗೆ ಸಿಟ್ಟು ಬರುತ್ತಿತ್ತು. ಅವಳ ಹೃದಯದ ನೂರು ಬಡಿತಗಳಲ್ಲೊಂದು ಹರ್ಷೋಲ್ಲಾಸದ್ದಾಗಿಯೂ ಇತ್ತು. ಇದನ್ನು ಅಲ್ಲಗೆಳೆಯಲಾರದಾಗಿದ್ದಳು. ಈಗ ಹೇಗೂ ಜೀಪಿನಲ್ಲಿ ಕುಳಿತಿರುವಾಗ, ಇನ್ನು ಮುಖವುಬ್ಬಿಸಿ ಕುಳಿತೇನುಪ್ರಯೋಜನ ?

‘ನನಗೆ ಸ್ಯಾಂಚುರಿ ನೋಡಲು ತುಂಬಾ ಆಶೆಯಿತ್ತು’ ಏಮನ್ ಸಾಹಸ ಪಟ್ಟು ಮೌನವನ್ನು ಮುರಿದಳು.

‘ಹಲವರಿಗೆ ಇರುತ್ತದೆ’ ಅಜರ್ ನವಾಬ್ ಮಾತು ಕಡಿದಂತೆ ಉತ್ತರಿಸಿದರು, ಜೀಪ್‌ನಲ್ಲಿ ಕುಳಿತುದಕ್ಕೆ ಏಮನ್ ಪರಿತಪಿಸಿದಳು.

‘ಆದರೆ ಎಲ್ಲರೂ ಹೀಗೆ ಇನ್ನೊಬ್ಬರ ರಸ್ತೆಯಲ್ಲಿ ಕಲ್ಲಾಗಿ ಬರುವುದಿಲ್ಲ’

ಏಮನ್ ಬೆಚ್ಚಿದಳು. ‘ಹಾಗಾದರೆ–ನೀವು ಸ್ಯಾಂಚುರಿಗೆ ಹೋಗಲು ಹೊರಟಿರಲಿಲ್ಲವೇ?’ ಅವಳು ಅಪರಾಧೀ ಭಾವದಿಂದ ಕೇಳಿದಳು.

‘ಇಲ್ಲಿಂದಾಗಿ ಹೋಗುವವರೆಲ್ಲ ಸ್ಯಾಂಚುರಿಗೇ ಹೋಗಬೇಕೆಂದಿದೆಯೇ’ ಅದೇ ರಸ್ತೆ ತಿರುವಿನ ನಂತರ ಟಿಂಬರ್ ಫ್ಯಾಕ್ಟರಿಗೂ ಹೋಗುತ್ತಿತ್ತೆಂದು ಅವಳು ಮರತೇ ಬಿಟ್ಟಿದ್ದಳು.

‘ಆದರೆ, ಇಷ್ಟು ಬೆಳಗಿನಲ್ಲಿ ಟಿಂಬರ್ ಫ್ಯಾಕ್ಟರಿ.......’ ಅವಳು ಅಚ್ಚರಿಯಿಂದ ನುಡಿದಳು.

‘ನನಗೆ ಟಿಂಬರ್ ಫ್ಯಾಕ್ಟರಿಗೆ ಹೋಗಲಿತ್ತೆಂದು ನಾನೆಲ್ಲಿ ಹೇಳಿದೆ?’ ಏಮನ್ ಬೇಸತ್ತು ಸುಮ್ಮನಾದಳು.

‘ಬ್ಯಾಗಿನಲ್ಲೇನಿದೆ ?’ ಸ್ವಲ್ಪ ಹೊತ್ತಿನ ಬಳಿಕ ಆಜರ್ ನವಾಬರು ಅವಳ ತಡವರಿಸುತ್ತಿರುವ ಬೆರಳುಗಳನ್ನು ದಿಟ್ಟಿಸಿ ಕೇಳಿದರು.

‘ಕಾಫಿ, ಸ್ಯಾಂಡ್‌ವಿಚ್ ಮತ್ತು ಹಣ್ಣುಗಳು.’

‘ಸರಿ, ಒಳ್ಳೆಯದಾಯ್ತು, ನಾನು ನನ್ನ ಐಸ್ ಬಾಕ್ಸ್‌ನಲ್ಲಿ ಕೋಕ್‌ನ ಬಾಟಲ್ಸ್ ತಂದಿರುವೆ.’

'ಅವರಿಗೂ ಎಲ್ಲಿಗೂ ಹೋಗಲಿರದಿದ್ದರೆ, ಮತ್ತೆ ಐಸ್ ಬಾಕ್ಸ್‌ನಲ್ಲಿ ಕೋಕ್ ಬಾಟಲಿಗಳನ್ನೇಕೆ ತಂದಿದ್ದರು.?' ಏಮನ್ ಯೋಚಿಸಿದರೂ, ಮಾತಾಡದೆ ಸುಮ್ಮನಿರುವುದೇ ಕ್ಷೇಮವೆಂದು ಬಗೆದಳು. ಬೆಳಗ್ಗೆ ಆಜರ್ ನವಾಬರು ರೈಡಿಂಗ್‌ಗೆಂದು ತನ್ನ ಕುದುರೆ 'ಕುಲಜುಮ್'ನ ಮೇಲೆ ಹೊರಟಾಗ, ಮಾಲಿಯು, ಅದೇ ತಾನೇ ಏಮನ್ (ಮಹಾಸರ್ಕಾರ್ ಜೊತೆ ಶಹರದಿಂದ ಬಂದ ಮೇಮಸಾಬ್,) ಹೊರಗೆ ಹೋಗಿದ್ದಳೆಂದು ತಿಳಿಸಿದ್ದನೆಂದು ಅವಳೆಂತು ಬಲ್ಲಳು ? ಕೇಳಿ ಯೋಚನೆಗೆ ಬಿದ್ದಿದ್ದರವರು, ದಾಂಡೇಲಿ ಚಿಕ್ಕ ಪ್ರದೇಶವಾಗಿದ್ದರೂ, ತರತರದ ಜನರು ಕೆಲಸದ ಬೇಟೆಗಾಗಿ ಅಲ್ಲಿರುವಾಗ, ಅಷ್ಟು ಬೆಳಗ್ಗೆ ಹುಡುಗಿಯೊಬ್ಬಳು ಏಕಾಂಗಿಯಾಗಿ ಹೊರಗೆ ಹೋಗುವುದು ಕ್ಷೇಮಕರವಾಗಿರಲಿಲ್ಲ. ಕುದರೆಯನ್ನೇರಿದವರೂ, ಇಳಿದು, ಜೀಪ್ ತೆಗೆದುಕೊಂಡು ಹೊರಟಿದ್ದರವರು, ಏಮನ್‌ಳನ್ನರಸಬೇಕಾಗಿ ಬಂದಿರಲಿಲ್ಲ.

ಜೀಪ್ ಸ್ಯಾಂಚುರಿಯ ಸೀಮೆಯನ್ನು ಪ್ರವೇಶಿಸಿತ್ತು. ಕಾಡಿನ ಈ ಮೊದಲ ಭಾಗ ಕುರುಚಲು ಗಿಡಗಳಿಂದ ತುಂಬಿತ್ತು. ಮಾರ್ಗದ ಇಕ್ಕೆಲಗಳಲ್ಲೂ ಬಿದಿರಿನ ಝೋಪಡಿಗಳಿದ್ದು ಅವುಗಳ ಎದುರು ಕೆಲ ಮಕ್ಕಳು ಆಡುತ್ತಿದ್ದರು.

ಕೆಲದಿನಗಳಿಗೆ ಮೊದಲಷ್ಟೇ ಒಂದು ತೋಳ ಇಲ್ಲಿಂದೊಂದು ಮಗುವನ್ನು ಎತ್ತಿಕೊಂಡು ಹೋಗಿತ್ತು.' ಆಜರ್ ನವಾಬ ನುಡಿದರು.

ಏಮನ್‌ಳ ಗಂಟಲಲ್ಲಲ್ಲೇನೋ ಸಿಕ್ಕಿಕೊಂಡಂತಾಯ್ತು– 'ಮತ್ತೆ ಈ ಜನರು ಇಲ್ಲೇಕೆ ವಾಸಿಸುತ್ತಾರೆ ? ಇಷ್ಟೊಂದು ಆಪತ್ತಿನ ನಡುವೆ ?'

ಆಜರ್ ನವಾಬ ವ್ಯಂಗದಿಂದ ನಕ್ಕರು. 'ಏಮನ್ ಬೀಬೀ, ಎಲ್ಲರಿಗೂ ಜನರಲ್ ಅಸಿಸ್ಟೆಂಟ್ ಕೆಲಸ ಇಷ್ಟೊಂದು ಸುಲಭವಾಗಿ ಸಿಕ್ಕುವುದಿಲ್ಲ.'

ಹೃದಯಕ್ಕಾದ ನೋವನ್ನು ನುಂಗಿ, ಏಮನ್ ಸುಮ್ಮನಾದಳು; ಏನೂ ಹೇಳಲಿಲ್ಲ. ಸಾದ್ಯವಾದಷ್ಟೂ ಪ್ರಾಮಾಣಿಕತೆಯಿಂದ ಅವಳು ತನ್ನ ಕರ್ತವ್ಯ ನಿರ್ವಹಿಸಲೆತ್ನಿಸುತ್ತಿದ್ದಳು. ಅವರು ಅವಳಿಂದ ಇನ್ನೇನು ಬಯಸುತ್ತಿದ್ದರು? ಅವರಾಗಲೀ, ಮಹಾಸರ್ಕಾರ್‌ರವರಾಗಲೀ ಅವಳ ಕೆಲಸದಿಂದ ಸಂತುಷ್ಟರಾಗಿರದಿದ್ದರೆ ಅವಳನ್ನು ಹೋಗಲು ಹೇಳಬಹುದಿತ್ತು. ಏನಾದರೂ ಉತ್ತರಿಸಬೇಕೆಂದು ಅವಳು ಯೋಚಿಸುತ್ತಿರುವಾಗ, ಅವಳ ದೃಷ್ಟಿ ಓಡುತ್ತಿರುವ ಮೊಲದೆಡೆಗೆ ಹೋಯಿತು.

'ಕಾಡಿನ ಈ ಹೊರಭಾಗದಲ್ಲಿ ನಿರಪಾಯ, ಮುಗ್ದ ಪ್ರಾಣಿಗಳೇ ಕಾಣಸಿಗುವುವು' ಆಜರ್ ನವಾಬರೆಂದರು.

'ಆದರೆ ಇಲ್ಲಿಯ ಪ್ರಕೃತಿ ಸೌಂದರ್ಯ, ಮನುಷ್ಯ ನಿರ್ಮಿತ ಉದ್ಯಾನಗಳಿಗಿಂತ ಎಷ್ಟೋ ಮೇಲಾಗಿದೆ' ಏಮನ್ ನುಡಿದಳು. ಅತ್ತಿತ್ತ ನೋಡುತ್ತಾ. 'ಹೌದೌದು ಏಕಿಲ್ಲ ? ಎಂದಾದರೂ ರಾತ್ರಿ ದಟ್ಟ ಅರಣ್ಯದ ನಡುವೆ ಏಕಾಕಿಯಾಗಿ ಸಿಕ್ಕಿಕೊಂಡರೆ, ಆಗ ಈ ಅರಣ್ಯ ನಿಮಗಿಷ್ಟು ಸುಂದರವಾಗಿ ಕಾಣಿಸದು.' ಆಜರ್ ನವಾಬರು ನಿಲ್ಲಿಸಿದ್ದ ಜೀಪನ್ನು ಪುನಃ ಹೊರಡಿಸಿದರು.

'ಆದರೆ, ಇಲ್ಲಿಯ ಹುಲಿ, ಚಿರತೆಗಳಿಗೊಂದು ಚೆಲುವಾದ, ಹಾರ್ದಿಕ ಭೋಜನದ ತಯಾರಿ ಖಂಡಿತ ಆಗುವುದು.'

ಏಮನ್ ಸ್ವಲ್ಪ ಹೆದರಿದಳಾದರೂ, ಆಜರ್ ನವಾಬರು ಹುಲಿ, ಚಿರತೆಗಳ ಹೆಸರು ಹೇಳಿ ತನ್ನನ್ನು ಬೆದರಿಸಲು ತಾನೇನೂ ಎಳೆಯ ಮಗುವಲ್ಲ. ಎಂದುಕೊಂಡಳು. ಅವಳು ಜೀಪ್‌ನಿಂದ ಹೊರಗೆ ನೋಡುತ್ತಾ ನುಡಿದಳು. 'ನಾನು ಕಾಡಿನ ಹುಲಿ, ಚಿರತೆಗಳಿಗೆ ಹೆದರುವುದಿಲ್ಲ, ನಗರಗಳಲ್ಲಿ ನಾನು ಇನ್ನೂ ದೊಡ್ಡ ದೊಡ್ಡ ಚಿರತೆಗಳನ್ನು ಕಂಡಿದ್ದೇನೆ.'

'ನಿಜವಾಗಿ ?' ಆಜರ್ ನವಾಬರು ಬಹಳ ಆಶ್ಚರ್ಯದಿಂದೆಂಬಂತೆ ಕೇಳಿದರು.' ಏನು ಹೇಳಿದ್ದವು ಆ ಚಿರತೆಗಳು ನಿಮಗೆ ? ಹಲೋ, ಚಿನ್ನದ ಬೆಡಗಿಯೇ ಎಂದೇ ?' ನಾಲ್ಕು ವರ್ಷದ ಬಾಲೆಯೊಡನೆ ಮಾತನಾಡುವ ರೀತಿಯಲ್ಲಿ ಅವರಂದರು.

'ನರಭಕ್ಷಕಗಳು ಒಮ್ಮೆಲೇ ಆಕ್ರಮಣ ಮಾಡಿ ಬಿಡುತ್ತವೆ ; ಅವು ಸಲಾಮ್-ಕಲಾಮ್‌ನಲ್ಲಿ ವಿಶ್ವಾಸವಿಡುವುದಿಲ್ಲ.' ಏಮನ್ ಭರ್ತ್ಸನೆಯಿಂದ ಹೇಳಿದಳು.

'ಅವುಗಳು ಪ್ರಾಕ್ಟಿಕಲ್ ಆಗಿರುತ್ತವೆಂಬುದನ್ನದು ಸೂಚಿಸುತ್ತದೆ. ಆದರೆ, ಆ ತುತ್ತುಗಳು ಎಷ್ಟರಮಟ್ಟಿಗೆ ಅವುಗಳ ಹಸಿವನ್ನು ಹೆಚ್ಚಿಸುತ್ತವೆ ಎಂಬುದನ್ನದು ಹೊಂದಿಕೊಂಡಿದೆ' ಆಜರ್ ನವಾಬರು ಅವಳನ್ನು ತಿಂದು ಬಿಡುವ ದೃಷ್ಟಿಯಿಂದ ನೋಡುತ್ತ ಹೇಳಿದರು.

ಇಂಥಾ ದ್ವಂದ್ವಾರ್ಥದ ಮಾತುಗಳಲ್ಲಿ ಸಿಗಲು ಏಮನ್ ಬಯಸುತ್ತಿರಲಿಲ್ಲ; ಆದರೆ ಅವಳು ತಡೆಯಲೂ ಆರದಾದಳು- 'ನರಭಕ್ಷಕ ಪ್ರಾಣಿಗಳು ಹೀಗೆ ಆಯ್ಕೆ ಮಾಡುತ್ತವೆಲ್ಲಿ? ಅವುಗಳ ದಾರಿಯಲ್ಲಿ ಎದುರಾದುದೆಲ್ಲ ಅವಕ್ಕೆ ತುತ್ತಾಗುತ್ತವೆ.'

ಆಜರ್ ನವಾಬರು ಜೀಪ್‌ನಿಲ್ಲಿಸಿ, 'ಉದಾಹರಣೆಗೆ?' ಎಂದು ಕೇಳಿದರು, ಅವರ ಸ್ವರದಲ್ಲಿದ್ದ ಬೆದರಿಕೆ ಏಮನ್‌ಳ ಕ್ರೋಧವನ್ನೂ ಬಡಿದೆಬ್ಬಿಸಿತು. ಮಿಸ್ ರಿಯಾಜ್‌ಳೊಡನೆ ಅವರಾಡುತ್ತಿರುವ ಆಟವನ್ನು ಅವಳೆಂದೂ ಕ್ಷಮಿಸಲು ಸಾಧ್ಯವಿರಲಿಲ್ಲ. 'ಉದಾಹರಣೆಗೆ- ಸ್ವತಃ ನೀವೆ!' ಕ್ರೋಧದಿಂದ ನುಡಿದಳವಳು.

ಅವರು ಕೆಲಹೊತ್ತಿನವರೆಗೆ ಅವಳನ್ನು ಸುಮ್ಮನೆ ನೋಡುತ್ತಿದ್ದರು. ಮತ್ತೆ ಒಮ್ಮೆಲೇ ಜೋರಾಗಿ ನಕ್ಕು ಬಿಟ್ಟರು, 'ನೀನು ನನ್ನ ಯಾವ ಶಿಕಾರಿಯ ಬಗೆಗೆ ಹೇಳುತ್ತಿರುವೆಯೆಂದು ತಿಳಿಯಲಿಲ್ಲ;'

'ನಿಮ್ಮ ಶಿಕಾರಿಗಳ ರೆಕಾರ್ಡ್ ಇಡುವುದು ನನ್ನ ಜವಾಬ್ದಾರಿಯಲ್ಲ, ಇತರ ಶ್ರೀಮಂತರಂತೆ ನೀವೂ ಒಬ್ಬ ಪಾಷಾಣ-ಹೃದಯಿ ಎಂದಷ್ಟೇ ಬಲ್ಲೆ' ಇಂದು ತನ್ನ ಹೃದಯದ ಕಹಿಯನ್ನು ವ್ಯಕ್ತಪಡಿಸುವೆನೆಂದೇ ಅವಳು ನಿಶ್ಚಯಿಸಿದಂತಿತ್ತು.

'ಹಾಗಾದರೆ ನಿಮ್ಮ ಅಭಿಪ್ರಾಯದಲ್ಲಿ ಎಲ್ಲಾ ಶ್ರೀಮಂತರೂ ನೀಚರೂ, ದುಷ್ಟರೂ ಆಗಿರುತ್ತಾರೆಂದೆ?'

'ಶ್ರೀಮಂತರನ್ನು ಹಾಗೆಂದೇ ತಿಳಿಯಲಾಗುತ್ತದೆ.' ಏಮನ್ ತನ್ನ ಮೂಗಿನ ನೇರಕ್ಕೆ ನೋಡುತ್ತಾ, ತನ್ನಭಿಪ್ರಾಯವನ್ನು ಪ್ರಕಟಿಸಿಯೇ ಬಿಟ್ಟಳು.

'ನಾನೂ ಶ್ರೀಮಂತನಾಗಿರುವುದರಿಂದ ನಾನೂ ಒಬ್ಬ ನೀಚ, ಪರಿವೆಯಿಲ್ಲದ ಕಠಿಣ ಹೃದಯಿ –ಅಲ್ಲವೆ?'

ಏಮನ್ ಏನೂ ನುಡಿಯದೆ ತನ್ನ ತಲೆಯನ್ನತ್ತ ತಿರುವಿದಳು.

'ನನ್ನ ವಿಷಯವಾಗಿ ಈ ಮಾತುಗಳನ್ನು ಬಶಾರತ್ ನವಾಬರು ಹೇಳಿರಬಹುದಲ್ಲವೇ?' ಆಜರ್ ನವಾಬರು ಮುಗಳ್ನಗುತ್ತಾ ಹೇಳಿದರು.

'ಯಾರೇ ಹೇಳರಲಿ; ಅಭಿಪ್ರಾಯ ಮಾತ್ರ ನನ್ನದೇ.'

'ಸರಿ, ಒಪ್ಪಿದೆ' ಬಶಾರತ್ ನವಾಬರು ಹೇಳಿರಬೇಕಾದರೆ, ಸುಳ್ಳು ಖಂಡಿತ ಹೇಳಿರಲಾರರು. ಆದರೆ ನೀವಿದನ್ನು ನಂಬಲು ಕಾರಣ ?'

ಏಮನ್‌ಳ ನಾಲಿಗೆಯಾಡಲಿಲ್ಲ, ಅವಳು ಕೆಲಹೊತ್ತು ತನ್ನಲ್ಲೇ ಹೇಳಲೋ ಬೇಡವೋ ಎಂದು ಸಂಘರ್ಷದಲ್ಲಿ ಮುಳುಗಿದಳು. ಇದು ಅವರ ಸ್ವಂತ ವಿಷಯವಾಗಿತ್ತು. ಹಾಗೂ, ಅವರ ನಡತೆಯ ಜವಾಬ್ದಾರಿಯೇನೂ ಅವಳ ಮೇಲಿರಲಿಲ್ಲ. ಆದರೆ, ಮಾತು ಇಷ್ಟೊಂದು ಮುಂದುವರಿದಿದ್ದು ಈಗ ಹಿಂದೆಗೆಯುವುದೆಂತು?

ನಿಮಗೆ ಮಿಸ್ ರಿಯಾಜ್‌ಳ ಮೇಲೆ ಅನುಕಂಪ ಅನಿಸುವುದಿಲ್ವೇ?' ಆಜರ್ ನವಾಬರು ಎರಡೂ ಕೈಗಳನ್ನೂ ಸ್ಟೀಯರಿಂಗ್ ಮೇಲಿರಿಸಿ ನೇರ ಎದುರು ನೋಡುತ್ತಾ ಹೇಳಿದರು. 'ಅನುಕಂಪ ತೋರುವುದರಲ್ಲಿ ನಾನು ಬಹಳ ಹಿಂದೆ, ಯಾಕೆಂದರೆ, ಅದು ಸ್ವಾಭಿಮಾನಿಯ ಹೃದಯಕ್ಕೆ ನೋವುಂಟು ಮಾಡುತ್ತದೆ. ನನ್ನ ಅಭಿಪ್ರಾಯದಲ್ಲಿ ಎಲ್ಲಾ ಮನುಷ್ಯರಲ್ಲಿ ಒಂದಲ್ಪ ಸ್ವಾಭಿಮಾನ ಇದ್ದೇ ಇರುತ್ತದೆ. ಪ್ರಾಣಿಗಳು ಮಾತ್ರ ಅನುಕಂಪಕ್ಕರ್ಹರೆಂದು ನಾನು ತಿಳಿಯುತ್ತೇನೆ.'

'ಮತ್ತೆ ಪ್ರತಿ ವರ್ಷ ಬಡವರಿಗೂ, ಅನಾಥಾಶ್ರಮಗಳಿಗೂ ದಾನ, ದಕ್ಷಿಣೆ ಕೊಡುತ್ತಿರುವಿರಿ?'

'ಅದು ಅವರ ಹಕ್ಕು,' ಆಜರ್ ನವಾಬರು ಅಶಾಂತರಾಗಿ, ಅವಳ ಮಾತನ್ನು ತಡೆದು ಹೇಳಿದರು. 'ಅವರ ಹಕ್ಕನ್ನು ಅವರಿಗೆ ಕೊಡಲಾಗುತ್ತದೆ; ಅಷ್ಟೇ ಹೊರತು ಅವರಿಗೇನೂ ಉಪಕಾರ ಮಾಡುತ್ತಿರುವುದಲ್ಲ.'

'ಆದರೂ, ನಿಮ್ಮ ಪೂರ್ವಜರು ಸಂಪಾದಿಸಿದ ಈ ಸಂಪತ್ತು ಯಾರದೋ ಹಕ್ಕನ್ನು ಕಸಿದುಕೊಂಡೇ ಸಂಪಾದಿಸಿದುದಾಗಿರಬೇಕಲ್ವೇ?'

"ಕಾಮ್ರೇಡ್, ನಾನು ನನ್ನ ಪೂರ್ವಜರ ದುರಾಚಾರಿಗಳಿಗೆ ಜವಾಬ್ದಾರನಲ್ಲ. ಕೈಗೆ ಬಂದ ಸಂಪತ್ತನ್ನು ತಿರಸ್ಕರಿಸಿ, ಭಿಕ್ಷಾಪಾತ್ರೆ ಹಿಡಿದು ಸುತ್ತುವುದೂ ನನ್ನಿಂದಸಾಧ್ಯ, ಸಂಪತ್ತಿನ

ಸರಿಯಾದ ಉಪಯೋಗದಿಂದ ನನ್ನ ಹಾಗೂ ಸಮಾಜದ ಲಾಭಕ್ಕೆಳಸುವುದು ನನ್ನ ಕರ್ತವ್ಯವೆಂದು ನಾನು ತಿಳಿಯುತ್ತೇನೆ. ದುರ್ಬಲ ಕೆಲಸಗಳ್ಳರಿಗೆ ನಾನು ನನ್ನ ಸಂಪತ್ತನ್ನೇಕೆ ಹಂಚಿಕೊಡಬಾರದೆಂದು ನೀವು ಎಣಿಸುತ್ತಿದ್ದರೆ, ಅದು ತಪ್ಪು. ನಿಮ್ಮ ಕೆಲಸವನ್ನು ಜವಾಬ್ದಾರಿಯಿಂದ ನಿರ್ವಹಿಸುವುದನ್ನು ಪ್ರಮಾಣ ಪೂರ್ವಕ ತೋರಿಸಿರದಿರುತ್ತಿದ್ದರೆ, ಇಂದು ನೀವೂ ಇಲ್ಲಿರುತ್ತಿರಲಿಲ್ಲ, ನನಗೂ ಶ್ರೀಮಂತನಾಗಿರುವುದಕ್ಕೆ ಈ ಚುಚ್ಚು ಮಾತು ಕೇಳಬೇಕಾಗುತ್ತಿರಲಿಲ್ಲ."

ಏಮನ್ ಸುಮ್ಮನಾದಳು.

'ಈಗ ನೀವು ಇಚ್ಛಿಸಿದರೆ, ನಾನು ಇನ್‌ಕಮ್‌ಟ್ಯಾಕ್ಸ್‌ನ ರಿಪೋರ್ಟ್ ನಿಮ್ಮೆದುರು ಸಾದರ ಪಡಿಸಲೇ ?'

ಏಮನ್ ಪರಿತಪಿಸುತ್ತಿದ್ದಳು. ಆಜರ್ ನವಾಬರ ಬಗೆಗೆ ಅವಳ ಅಭಿಪ್ರಾಯಗಳೇನೇ ಇದ್ದರೂ, ಅದನ್ನು ಅವಳಲ್ಲೇ ಇಟ್ಟುಕೊಳ್ಳುವುದು ಉಚಿತವಿತ್ತು. ಆದರೆ ಈಗ ಬಾಣ ಬಿಲ್ಲಿನಿಂದ ಹೊರಟಾಗಿತ್ತು. ಅಚ್ಚರಿ ಏನೆಂದರೆ, ಆಜರ್ ನವಾಬರು ಅವಳ ಮಾತನ್ನು ತಪ್ಪಾಗಿ ತಿಳಿದಿರಲಿಲ್ಲ.

'ಈಗ ಅಪ್ಪಣೆಯಿತ್ತರೆ, ಮುಂದುವರಿಯಲೆ?' ಆಜರ್ ನವಾಬರು ಅವಳು ಸುಮ್ಮನಿದ್ದುದನ್ನು ಕಂಡು ಸ್ಟಾರ್ಟರ್ ಮೆಟ್ಟಿದರು. ಸೂರ್ಯ ಮೇಲೇರುತ್ತಿದ್ದ. ಜೊತೆಗೆ ಮರಗಳ ನೆರಳುಗಳು ಗಿಡ್ಡವಾಗುತ್ತಾ ಸಾಗಿದ್ದವು. ನವಿರಾದ ಮೌನದಲ್ಲಿ ಆಗೀಗ ಹಕ್ಕಿಗಳ, ಪ್ರಾಣಿಗಳ ದನಿ ಕಿವಿಗಡರಿ ಹೋಗುತ್ತಿದ್ದುವು. ಇದ್ದಕ್ಕಿದ್ದಂತೆ ಆಜರ್ ನವಾಬರು ಜೀಪಿನ ಇಂಜಿನ್ ನಿಲ್ಲಿಸಿಬಿಟ್ಟರು. ಏಮನ್ ಬೆಚ್ಚಿ ಬಿದ್ದು ಅವರತ್ತ ನೋಡಿದಾಗ ಅವರು ತುಟಿಗಳ ಮೇಲೆ ಬೆರಳಿಟ್ಟು ಅವಳಿಗೆ ಸುಮ್ಮನಿರುವಂತೆ ಸೂಚಿಸಿ ಎಡಗಡೆಗೆ ನೋಡುವಂತೆ ಸೂಚಿಸಿದರು. ಏಮನ್ ಉಸಿರು ಬಿಗಿಹಿಡಿದು ಬಿಳಿಕಾಲುಗಳು ಮಾತ್ರವೇ ಕಾಣಿಸುತ್ತಿದ್ದ ಪ್ರಾಣಿಗಳ ಹಿಂಡಿನಡೆಗೆ ನೋಡಿದಳು. ಎಲ್ಲಾ ಕಾಲಗಳೂ ಬಿಳಿಕಾಲುಚೀಲ ಧರಿಸಿದಂತಿದ್ದ ಹಿಂಡು ಮುಂದೆ ಸರಿದು ಹೋಯಿತು.

'ಕಾಡೆಮ್ಮೆಗಳ ಹಿಂಡು!' ಆಜರ್ ನವಾಬ ಕಿವಿಯಲ್ಲುಸುರಿದಂತೆ ಹೇಳಿದರು. 'ಇವುಗಳ ತಂಟೆಗೆ ಹೋಗದಿದ್ದರೆ, ಇವು ಪೂರಾನಿರಪಾಯಕಾರಿಯಾಗಿ ಇರುತ್ತದೆ. ಎಲ್ಲಾದರೂ ಛೇಡಿಸಿದರೋ, ಒಂದೇ ಕಾಡೆಮ್ಮೆ ನಮ್ಮ ಈಜೀಪನ್ನು ಗಾಳಿಯಲ್ಲೆತ್ತಿ ಎಸೆಯಬಲ್ಲುದು.'

ಏಮನ್ ಗಮನವಿಟ್ಟು ನೋಡಿದಳು. ಕಪ್ಪು ದಿನ್ನೆಗಳಂತಹ ದೊಡ್ಡ ದೊಡ್ಡ ಕಾಡೆಮ್ಮೆಗಳು ಆಹಾರ ಹುಡುಕಿಕೊಂಡು ಹೊರಟಿದ್ದವು. ಸಾಮಾನ್ಯವಾಗಿ ಮನುಷ್ಯರ ಗೊಡವೆಗೆ ಹೋಗದ ಇವು, ಸ್ವಲ್ಪ ಶಬ್ದವಾದರೂ ದೂರ ಹೊರಟು ಹೋಗುತ್ತವೆ. ಎಲ್ಲಾದರೂ ಎದುರಾದರೆ ಟಾರ್ಚ್‌ನ ಬೆಳಕೂ ಇವುಗಳನ್ನು ದೂರ ತೊಲಗುವಂತೆ ಮಾಡಬಲ್ಲದು. ಈಗ ಇವರ ಸುಳಿವು ಸಿಕ್ಕಿ, ಅವು ದೂರ ಸರಿದೊಡನೆ ಆಜರ್ ನವಾಬರು ಜೀಪ್ ಹೊರಡಿಸಿ ಮುಂದೆ ಹೊರಟರು.

‘ಈಗ ಕೆಲದಿನಗಳ ಹಿಂದೆ, ವಿದೇಶಿಯರ ತಂಡವೊಂದು ಇಲ್ಲಿಗೆ ಬಂದಿತ್ತು. ಅವರು ಜೊತೆಯಲ್ಲಿ ತಮ್ಮ ಕ್ಯಾಮರಾ ತಂದಿದ್ದರು. ಯಾರೋ ಒಬ್ಬಾತನ ಕ್ಯಾಮರಾವನ್ನು ಮಂಗವೊಂದು ತೆಗೆದುಕೊಂಡು ಓಡಿತು.’

‘ಮತ್ತೇನಾಯಿತು?’ ಏಮನ್ ಮಕ್ಕಳಂತೆ ಕುತೂಹಲ ತೋರಿದಳು.

‘ಮತ್ತೇನಾಗುವುದು ? ಆ ಮಂಗ ತನ್ನ ಫಿಲ್ಮ ಕಂಪನಿ ತೆರೆದಿರಬಹುದು’ ಆಜರ್ ನವಾಬ ಏಮನ್‌ಳ ಉತ್ಸಾಹದ ಬಗ್ಗೆ ನಗತೊಡಗಿದರು. ಇಷ್ಟೊಂದು ಸಹಜವಾಗಿ ಅವರು ನಗುವುದನ್ನು ಏಮನ್ ಇದೀಗ ಮೊದಲ ಬಾರಿ ಕಂಡಿದ್ದಳು. ನಕ್ಕು, ನಕ್ಕು, ಅವರ ಕಣ್ಣ ಕೊನೆಗಳಲ್ಲಿ ಗೆರೆಗಳು ಮೂಡಿದ್ದವು. ಹಾಗೂ ಆಕರ್ಷಕ ತುಟಿಗಳು ಕೋಮಲ ಮಂದಹಾಸದಿಂದರಳಿದ್ದವು ಅವರ ಹಲ್ಲುಗಳು ಹೊಳೆವ ಮುತ್ತಿನಂತಿರುವುದನ್ನು ಏಮನ್ ಕಂಡಳು. ಈಗ ಅವರು ಸ್ವಲ್ಪವೂ ವಿಪತ್ಕಾರಿ ಆಗಿಯೋ, ಅಹಂಭಾವಿಯಾಗಿಯೋ ಕಾಣುತ್ತಿರಲಿಲ್ಲ. ಅವರೀಗ ಸಂಪೂರ್ಣ ಮಹಾಸರ್ಕಾರ್ ಅವರ ಮಗನಾಗಿ ಕಾಣುತ್ತಿದ್ದರು.

ಆಜರ್ ನವಾಬರ ವ್ಯಕ್ತಿತ್ವದ ಬಗೆಗಿನ ಕುತೂಹಲ ಏಮನ್‌ಳನ್ನು ಚಕಿತಳನ್ನಾಸಿತು. ಆದರೆ, ಅವರ ವಿಷಯವಾಗಿ ಅವಳು ಯೋಚಿಸುತ್ತಿರುವುದು ಇದೇನೂ ಮೊದಲಬಾರಿಯಾಗಿರಲಿಲ್ಲ. ತನ್ನಲ್ಲೇ ತಾನು ರೋಸಿ ಹೋಗುವವರೆಗೂ ಅವಳು ಕೆಲವೊಮ್ಮೆ ಅವರ ಬಗ್ಗೆ ಯೋಚಿಸಿದ್ದುದಿತ್ತು. ತಾನೇನು ಅವರ ಬಗ್ಗೆ ಮಾತ್ರವೇ ಯೋಚಿಸುತ್ತಿಲ್ಲ ಎಂದುಕೊಂಡು ಅವಳು ತನ್ನನ್ನು ತಾನೇ ಸಮರ್ಥಿಸಿಕೊಳ್ಳಲೆತ್ನಿಸಿದ್ದಳು. ಆಜರ್ ನವಾಬರನ್ನು ಮುನ್ನಿ ಸಾಹಬರೊಡನೆ ಅವಳು ಹೋಲಿಸಿದಳು; ಅವಳಿಗೆ ನಗುಬಂತು. ಬಹಳ ಸಿಟ್ಟು ಬಂದಾಗ ಮುನ್ನಿ ಸಾಹಬರನ್ನು ಅವರ ಶಾಯರಿಯ ಬಗ್ಗೆ ಮಾತಾಡಿಸಿ, ಸಿಟ್ಟು ಕಳೆಯಬಹುದಿತ್ತು. ಅವರು ಹೆಚ್ಚಾಗಿ ತಸ್‌ನೀಮ್ ಪಾಶಾರ ಮೇಲೆ ಕೋಪಿಸಿಕೊಳ್ಳುತ್ತಿದ್ದರು. ತಸ್‌ನೀಮ್ ಪಾಶಾರ ರೀತಿ–ನೀತಿಗಳು ಅವರಿಗೆ ಸ್ವಲ್ಪವೂ ಹಿಡಿಸುತ್ತಿರಲಿಲ್ಲ. ಆದರೆ ಹವೇಲಿಯ ನಂಬಿಗಸ್ಥ ನೌಕರರಾಗಿದ್ದುದರಿಂದ ಮಾಲಿಕರನ್ನೆದುರಿಸದೆ ತನ್ನ ಅಸಮಾಧಾನದ ತಾಪವನ್ನು ಏಮನ್‌ಳೆದುರು ಹರಿಯಬಿಡುತ್ತಿದ್ದರು.

ಆಜರ್ ನವಾಬರು ಒಮ್ಮೆಲೇ ಬ್ರೇಕ್ ಹಾಕಿದ್ದರಿಂದ ಏಮನ್ ಹಾರಿ ಬಿದ್ದಳು; ಅವಳ ಹಣೆ ಕನ್ನಡಿಗೆ ಬಡಿಯಿತು.

‘ಎಲ್ಲಿ ಕಳೆದು ಹೋಗಿದ್ದಿರಿ, ತಾವು ?’ ಆಜರ್ ನವಾಬರು ಯಾವುದೇ ಪರಿತಾಪವಿಲ್ಲದೆ ಕೇಳಿದರು.

‘ನಾನು ಮುನ್ನಿ ಸಾಹಬರ ಬಗ್ಗೆ ಯೋಚಿಸುತ್ತಿದ್ದೆ’ ಹಣೆಯನ್ನು ತಡವಿಕೊಳ್ಳುತ್ತಾ ಏಮನ್ ನಿಜವನ್ನೇ ಹೇಳಿದಳು.

“ಹಣೆಯನ್ನು ಒಡೆದು ಬಿಡುತ್ತಿದ್ದರೀಗ, ಮುನ್ಶೀ ಸಾಹೆಬರು” ಆಜರ್ ನವಾಬರು ಸ್ಟೀರಿಂಗ್ ಮೇಲೆ ಮೊಣಕೈಯೂರಿ ಹೇಳಿದರು. “ಅವರ ಬಗ್ಗೆ ಯೋಚಿಸುವುದನ್ನು ಕಡಿಮೆ ಮಾಡು”

‘ಹಣೆಯನ್ನು ನೀವು ಘಾಸಿಗೊಳಸಿಲಿದ್ದಿರಿ, ಮುನ್ಶೀಸಾಹೆಬರಲ್ಲ’ ಏಮನ್ ಸಿಟ್ಟಾದಳು.

‘ನೋಡೋಣ?’ ಆಜರ್ ನವಾಬರು ಅವಳ ತಲೆಯ ಮೇಲೆ ಕೈಯಿರಿಸಿ, ಮುಚ್ಚಳ ತೆರೆಯುವಂತೆ ಸಲೀಸಾಗಿ ತಲೆಯನ್ನಿತ್ತ ತಿರುಗಿಸಿದರು. ಏಮನ್‌ಳ ಕಣ್ಣುಗಳು ಅವರ ಕಣ್ಣುಗಳಲ್ಲಿ ದೃಷ್ಟಿನೆಟ್ಟು ನಿಂತವು. ಹಣೆಯ ಬದಲಿಗೆ, ಆಜರ್ ನವಾಬರು ಪೆಟ್ಟಿನಿಂದಾಗಿ ಆರ್ದ್ರವಾಗಿದ್ದ ಆ ಕಂಗಳನ್ನೇ ದಿಟ್ಟಿಸುತ್ತಿದ್ದರು. ಅವರು ಮುಗುಳ್ನಗುತ್ತಿರಲಿಲ್ಲ; ಅದು ಅವಳ ಭ್ರಮೆಯಾಗಿತ್ತು. ಮೌನವಾಗಿಯೂ ಇರದ ಆ ಕಂಗಳು ಏನನ್ನು ಹೇಳುತ್ತಿದ್ದವು ? ಅವುಗಳ ಅಸೀಮ ಆಳಕ್ಕಿಳಿಯುವುದು ಏಮನ್‌ಳಿಂದ ಶಕ್ಯವಿರಲಿಲ್ಲ.

“ನನ್ನ ಹೊರತು ಇತರ್ಯಾರ ಬಗೆಗಾದರೂ ಯೋಚಿಸಿದರೆ, ಹೀಗೇ ಆಗುವುದು.” ಆಜರ್ ನವಾಬರು ತುಂಬ ಮೆಲ್ಲನೆ ನುಡಿದರು. ಏಮನ್ ಸಮಯದಲ್ಲೇ ಎಚ್ಚತ್ತುಕೊಂಡು ತನ್ನ ತಲೆಯನ್ನು ಕೊಡವಿ ಬಿಡಿಸಿಕೊಂಡಳು.

‘ನನಗೆ ಬೇರೆ ಎಷ್ಟೋ ಕೆಲಸಗಳಿವೆ; ನಿಮ್ಮ ಬಗ್ಗೆ ನಾನೆಂದೂ ಯೋಚಿಸುವುದಿಲ್ಲ.’

‘ಎಂದೂ ಇಲ್ಲವೆ ?’ ಆಜರ್ ನವಾಬ ತುಂಟತನದಿಂದ ಬಗ್ಗಿ ಕೇಳಿದರು.

‘ಎಂದೂ ಇಲ್ಲ’ ತನ್ನ ಸ್ವರದ ನಡುಗುವಿಕೆಯ ಬಗ್ಗೆ ಅವಳು ಸಿಟ್ಟಾಗಿ ಮುಖ ತಿರುವಿದಳು. ಸುಳ್ಳಾಡುತ್ತಿರುವುದರಿಂದಾಗಿ ಅವರ ಕಂಗಳೊಳಗೆ ನೋಡುವ ಧೈರ್ಯ ಅವಳಲ್ಲಿರಲಿಲ್ಲ. ಅವಳೆಷ್ಟೇ ತಡೆಯಲೆತ್ನಿಸಿದರೂ, ಅವಳ ವಿಚಾರಗಳಲ್ಲಿ ಆಜರ್ ನವಾಬರು ಹಾಸುಹೊಕ್ಕಾಗಿರುವುದನ್ನು ಅವಳು ತಡೆಯಲಾರಳಾಗಿದ್ದಳು. ತನ್ನ ಕಲ್ಪನೆಯ ಈ ಚಾದರ ಪೂರ್ಣವಾದಾಗ ಏನಾದೀತೆಂದು ಯೋಚಿಸಿ ಅವಳು ಸುಸ್ತಾಗುತ್ತಿದ್ದಳು. ಅದೇ ಚಾದರ ತನ್ನ ಶವವಸ್ತ್ರವಾದರೆಂಬ ಭಯದಿಂದ ಭೀತಳಾಗುತ್ತಿದ್ದಳು. ಆಜರ್ ನವಾಬರನ್ನು ಪ್ರೇಮಿಸುವುದೆಂದರೆ ವಿನಾಶದ ದಾರಿ ಎಂದವಳು ಅರಿತಿದ್ದಳು. ತನ್ನನ್ನೇ ತಾನು ವಹಿಸಿಕೊಳ್ಳಲು ಅವಳಿಗಿಚ್ಛೆಯಿರಲಿಲ್ಲ. ಅವಳ ದಾರಿ ಅವರದರಿಂದ ಸಂಪೂರ್ಣ ಭಿನ್ನವಾಗಿತ್ತು. ಈ ಸತ್ಯವನ್ನು ಅವಳು ಅರಿತಿದ್ದಳು. ಆದರೂ.....

‘ಹಸಿವಾಗುತ್ತಿದೆ’ ಆಜರ್ ನವಾಬರು ಕೈ ಗಡಿಯಾರ ನೋಡುತ್ತಾ ಹೇಳಿದರು. ಕಾಡಿನ ದಟ್ಟನೆರಳಿನಿಂದ ದೂರವಾಗಿ, ಮೈದಾನವೊಂದರ ಆ ಕಡೆ ಚಿಕ್ಕದೊಂದು ಕೆರೆಯಲ್ಲಿ ಅಗಣಿತ ತಾವರೆಗಳರಳಿದ್ದುವು. ಇಲ್ಲಿ ಇಡೀ ವಾತವಾರಣವೇ ಪವಿತ್ರವೆನಿಸುತ್ತಿತ್ತು. ಆಜರ್ ನವಾಬರು ಬಗ್ಗಿ ಎರಡು ತಾವರೆಹೂಗಳನ್ನು ಕಿತ್ತು, ಏಮನ್‌ಗೆ ಕೊಟ್ಟರು. ‘ವಿಷ್ಣುವಿನ ನಾಭಿಯಿಂದ ಹುಟ್ಟಿದ ಕಮಲ ಪುಷ್ಪದಲ್ಲಿ ಬ್ರಹ್ಮ ಜನಿಸಿದನೆಂದು ಪುರಾಣಗಳು ಹೇಳುತ್ತವೆ. ಧನ, ಧಾನ್ಯ, ಸಮೃದ್ಧಿಯ ದೇವಿಲಕ್ಷ್ಮಿಯೂ ಕಮಲದ ಹೂವಿನಲ್ಲೇ ಅವಿರ್ಭವಿಸಿದ್ದಾಳೆ.

ದಿನವೂ ಸೂರ್ಯನೊಡನೆ ತೆರೆದುಕೊಂಡು, ಸೂರ್ಯನೊಡನೇ ಮುಖಮರೆಸುವ ಈ ಹೂವನ್ನು ಸೂರ್ಯವಿಕಾಸಿ ಎಂದೂ ಕರೆಯುತ್ತಾರೆ.' ಏಮನ್‌ಗೆ ಕಮಲಪುಷ್ಪದ ಮಹತ್ವವನ್ನು ವರ್ಣಿಸಿದ ಆಜರ್ ನವಾಬರು, 'ಮೋಹಂಜೋ--ದಾರೋದ ಕಾಲದಲ್ಲೇ ಕಮಲಪುಷ್ಪ ಹಾರಗಳನ್ನು ಸೂರ್ಯದೇವನಿಗರ್ಪಿಸುತ್ತಿದ್ದ ನಿದರ್ಶನಗಳಿವೆ–ನೀವೇನಿದು, ಒಬ್ಬರೇ ಎಲ್ಲಾ ಕಾಫಿ ಕುಡಿದು ಬಿಡುತ್ತೀರಾ ?' ಎಂದು ಆಕ್ಷೇಪಿಸಿದಾಗ ಏಮನ್ ನಕ್ಕು, ಅವರ ಕಪ್ ಮುಂದೆ ಸರಿಸಿದಳು. ಜಿಂಕೆಗಳ ಹಿಂಡೊಂದು ಕೆರೆಯಾಚೆ ಪುಟಿಯುತ್ತಾ ಸಾಗಿಹೋಯಿತು.

'ಪ್ರಪಂಚದ ನಾಗರಿಕತೆ ಮತ್ತು ಸಮಾಜದ ಬಂಧನಗಳಿಂದ ದೂರವಾಗಿ ಮಾನವ, ಇಂತಹುದೇ ವಾತಾವರಣದಲ್ಲಿ ಜೀವಿಸುತ್ತಿದ್ದಾಗ, ಆತನ ಸಮಸ್ಯೆಗಳೇನಿರಬಹುದು ? ಪ್ರೀತಿ, ಪ್ರೇಮಗಳ ಅರಿವಿದ್ದಿರಬಹುದೇ ಆತನಿಗೆ ? ಇದ್ದರೆ, ತನ್ನ ಪ್ರೇಮಿಕೆಗಾಗಿ ಆತ ತನ್ನ ಜೀವವನ್ನೂ ಬಲಿದಾನಗೈದಿರಬಹುದೇ ? ಕಣ್ಣೀರು ಸುರಿಸಿದ್ದಿರಬಹುದೇ ? ಯಾರಿಗಾಗಿ? ಇಲ್ಲ, ಕೇವಲ ಶಾರೀರಿಕವಾದ ಪೀಡೆ ಮಾತ್ರವೇ ಆತನ ಕಣ್ಣುಗಳಲ್ಲಿ ಬಾಷ್ಪಸುರಿಸಿರಬಹುದೇ ?' ಏಮನ್ ಯೋಚಿಸಿದ್ದಳು.

'ಹಾಗೆಯೇ ನೋಡಿದರೆ, ಇಲ್ಲಿ ನರಭಕ್ಷಕಗಳಾವುವೂ ಇಲ್ಲ; ನನ್ನ ಹೊರತು' ಆಜರ್ ನವಾಬರು ತನ್ನನ್ನೇ ಸಂಕೇತಿಸಿಕೊಂಡು ನುಡಿದರು. 'ಆದರೂ ಕಾಡಿನ ಈ ಭಾಗದಲ್ಲಿ ನಾವು ಹೀಗೆ ಸುತ್ತುತ್ತಿರುವುದು ಅಪಾಯಕರವೇ, ಯಾವಾಗ ಬೇಕಾದರೂ ಕಪ್ಪು ಚಿರತೆಯೊಂದಿಗೆ ನಮ್ಮ ಬೇಟಿಯಾಗಬಹುದು.'

'ಕಪ್ಪು, ಚಿರತೆ ನಮ್ಮ ದೇಶದಲ್ಲೀಗ ಬಹಳ ಕಮ್ಮಿಯಾಗಿದೆ, ನಾನಂತೂ ನೋಡೇ ಇಲ್ಲ.' ಏಮನ್ ಹಿಂದಿನಿಂದ ಹ್ಯಾವರ್‌ಸ್ಯಾಕ್ ತೆಗೆಯುತ್ತಾ ಹೇಳಿದಳು.

'ಇವತ್ತು ನೋಡಲು ಸಿಗಲೂ ಬಹುದು. ಈಗಾಗಲೇ ಹಲವಾರು ಪ್ರಾಣಿಗಳು ಕಾಣಸಿಕ್ಕಿವೆ. ಕೆಲವೊಮ್ಮೆ ಒಂದು ಮೊಲವೂ ನೋಡಲು ಸಿಗದಿರುವುದೂ ಇದೆ.'

'ನಾನೇನೋ ಸ್ಯಾಂಚುರಿಯಲ್ಲಿ ಯಾವಾಗಲೂ ಎಲ್ಲಾ ಪ್ರಾಣಿಗಳೂ ಕಾಣಸಿಗುತ್ತವೆಂದುಕೊಂಡಿದ್ದೆ.'

'ಏಮನ್ ಬೀಬೀ, ಸರ್ಕಸ್ ಮೈದಾನ ಹಾಗೂ ಪ್ರಾಕೃತಿಕ ವನ್ಯಧಾಮದ ನಡುವೆ, ದೊಡ್ಡ ವ್ಯತ್ಯಾಸವಿದೆ. ಇಲ್ಲಿ ಪ್ರಾಣಿಗಳ ಸಹಜ ಸ್ವಭಾವವೇ ಮೇಲ್ಮೈ ಆಗಿರುತ್ತದೆ. ಚಾಟಿಯ ಸದ್ದಿಗೆ ಸರಿಯಾಗಿ ಅವು ಕುಣಿಯುವುದಿಲ್ಲವಿಲ್ಲಿ'

ಆಜರ್ ನವಾಬರು ಐಸ್ ಬಾಕ್ಸ್‌ನಿಂದ ಕೋಕ್ ಹೊರತೆಗೆದರು. ಏಮನ್ ಸ್ಯಾಂಡ್‌ವಿಚನ ಡಬ್ಬಾ ತೆಗೆದಳು.

'ಸ್ಯಾಂಡ್‌ವಿಚ್ ಚೆನ್ನಾಗಿದೆ. ಆದರೆ ಇದರಲ್ಲಿ ತುಂಬಿಸಿರುವುದೇನು ಎಂದು ತಿಳಿಯುತ್ತಿಲ್ಲ.' ಆಜರ್ ನವಾಬ ನುಡಿದರು.

ಏಮನ್ ನಕ್ಕಳು. 'ನಿನ್ನೆಯ ಪಾರ್ಟಿಯ ಎಲ್ಲಾ ವಸ್ತುಗಳ ಮಿಶ್ರಣ ಅವಳು ಚೀಲದಿಂದ ಸೇಬು ಹೊರತೆಗೆಯುತ್ತಾ ಹೇಳಿದಳು.

'ಕಲಬೆರಕೆ–ಕಲಬೆರಕೆ ಮಾಡುವುದು ಅಪರಾಧವೆಂದು ಗೊತ್ತಿದೆಯೇ ನಿಮಗೆ?' ಆಜರ್ ನವಾಬರಂದರು. 'ಈ ಸೇಬು' ಏಮನ್ ಕೊಟ್ಟ ಆಕರ್ಷಕ ಸೇಬನ್ನು ತೆಗೆದುಕೊಳ್ಳುತ್ತಾ ಅವರು ಮುಂದು ವರಿಸಿದರು. ಲಕ್ಷಗಟ್ಟಲೇ ವರ್ಷಗಳ ಹಿಂದೆ, ಈವ್ ಆಡಮ್‌ಗೆ ಇದನ್ನು ತಿನಿಸಿ, ಸ್ವರ್ಗವನ್ನು ತಪ್ಪಿಸಿದ್ದಳು. ತಾವು ನನ್ನನ್ನು ಎಲ್ಲಿಂದ ಎಲ್ಲಿಗೆ ಮುಟ್ಟಿಸುತ್ತಿದ್ದೀರಿ ?

ಏಮನ್ ನಕ್ಕು ಬಿಟ್ಟಳು. 'ಸ್ವಪ್ನಲೋಕದಿಂದ ವಾಸ್ತವಕ್ಕೆ.'

ಆಜರ್ ನವಾಬರು ಕೆಲಹೊತ್ತು ಅವಳನ್ನು ದೃಷ್ಟಿಯಲ್ಲೇ ತೂಗುತ್ತಿದ್ದು, ನಂತರ ನುಡಿದರು. 'ಸ್ವಪ್ನಾ–ನೀನು ಸ್ವಪ್ನ ಮತ್ತು ವಾಸ್ತವದ ನಡುವಿನ ವ್ಯತ್ಯಾಸವನ್ನರಿಯಬಲ್ಲೆಯಾ ?'

'ಬಲ್ಲೆ'

'ಆದರೆ, ಮತ್ತೂ ನೀನು ಸ್ವಪ್ನ ನೋಡುತೀಯಾ ?'

'ಕೇವಲ ವಾಸ್ತವ ಜಗತ್ತಿಗೆ ಹಿಂತಿರುಗಲೋಸುಗ' ಏಮನ್ ಸಾಮಾನುಗಳನ್ನು ಒಟ್ಟುಗೂಡಿಸುತ್ತ ಹೇಳಿದಳು.

'ಎಷ್ಟೊಂದು ಅರೋಮಾಂಚಕ ವಿಷಯ!' ಆಜರ್ ನವಾಬರ ಮುಗಳ್ನಗೆ ಆಳವಾಗುತ್ತಾ ಹೋಯಿತು. ಬಹುಶಃ ಅವರು ಅವಳನ್ನು ಛೇಡಿಸುತ್ತಿದ್ದಿರಬೇಕು.

'ಆದರೆ ಎಷ್ಟು ಪ್ರಾಯೋಗಿಕ! ಸ್ವಪ್ನವು ಸ್ವಪ್ನವಾಗೇ ಉಳಿಯುವುದಾದರೆ ನಮಗೆ ನಾವೇ ಮೋಸಮಾಡಿ ಏನು ಪ್ರಯೋಜನ?' ಅವಳು ಅವರತ್ತ ನೋಡದೇ ನುಡಿದಳು.

'ಆದರೆ ಕೆಲ ಸ್ವಪ್ನಗಳು ವಾಸ್ತವವಾಗಿ ಪರಿಣಮಿಸುವುದೂ ಇದೆ. ಆಜರ್ ನವಾಬರೆಂದರು.

'ವಾಸ್ತವವಾದದು ಸ್ವಪ್ನವಾಗುಳಿಯುವುದಿಲ್ಲ.'

'ಅದು ಸ್ವಪ್ನ ಕಾಣುವವರನ್ನವಲಂಬಿಸಿರುತ್ತವೆ. ಮುಗ್ದೆ–ಆದರೂ ಇಂದಿನ ಯುಗದ ತತ್ವಜ್ಞಾನಿ ಏಮನ್, ನಾನು ಬಯಸಿದರೆ ನನ್ನ ಸ್ವಪ್ನವನ್ನು ವಾಸ್ತವವಾಗಿಸಿಕೊಳ್ಳಬಲ್ಲೆ.'

'ನೀವು ನಿಮ್ಮ ಸ್ಥಾನ ಮಹಿಮೆಯಿಂದ ಈ ಮಾತು ಹೇಳಬಲ್ಲಿರಿ. ನವಾಬ ಸಾಹಿಬ್' ಏಮನ್ ದುಡುಕಿ ಹೇಳಿದಳು. 'ಮುಂಬರುವ ದಿನಗಳಲ್ಲಿ ಎಷ್ಟೊಂದು ಸ್ವಪ್ನಗಳು ನಿಮ್ಮಂತಹ ಸಿರಿವಂತರ ಶಯನಾಗಾರದಲ್ಲಿ ಉಸಿರು ಗಟ್ಟಲಿರುವವೋ ಬಲ್ಲವರ್‍ಯಾರು?' ಅವಳ ಹೃದಯದಾಳದಿಂದ ಬಂದ ಈ ಮಾತು ತನ್ನ ಪ್ರಭಾವವನ್ನು ಬೀರಿತು. ಆಜರ್ ನವಾಬರ ಮುಖದ ಮಂದಹಾಸ ಮಾಯವಾಯಿತು. ಕೈಯಲ್ಲಿದ್ದ ಸೇಬು ಜಾರಿಹೋಯಿತು; ಏಮನ್‌ಳ ಮುಂಗೈಯನ್ನು ಹಿಡಿದುಕೊಂಡು, ಅವರಂದರು.

‘ನನ್ನನ್ನೆದುರಿಸುವ ಯತ್ನ ಮಾಡದಿರು, ಏಮನ್ ಬೀಬೀ, ನಿನಗೆ ಪುನಃ ತಿಳಿ ಹೇಳುತ್ತಿದ್ದೇನೆ, ಮುಂಗೈ ತಿರುವುದಲ್ಲದೆ ನಾನು ಇನ್ನೂ ಏನಾದರೂ ಮಾಡಲರಿತಿರುವೆ.’

ಏಮನ್ ಏನೂ ಹೇಳದಾದಳು. ಮುಂಗೈಯ ನೋವು ಹಾಗೂ ಅವರ ದೃಷ್ಟಿಯ ತಾಪಕ್ಕೆ ಸ್ವತಃ ಅವಳೇ ಕಾರಣವಾಗಿದ್ದಳು. ನೋವಿನಿಂದ ಕಂಗಳಲ್ಲುಕ್ಕುತ್ತಿರುವ ಕಂಬನಿಯನ್ನು ನುಂಗಿಕೊಂಡು ತಲೆಯಾಡಿಸಿದಳವಳು. ಆಜರ್ ನವಾಬ ಅವಳ ಕೈಬಿಟ್ಟರು.

‘ಸರಿ, ಮುಂದೆ ಹೋಗುವಾ’ ಉಳಿದ ಕೋಕನ್ನು ಒಂದೇ ಗುಟುಕಿಗೆ ಕುಡಿದು ಅವರು ಎದ್ದು ನಿಂತರು.

‘ನಮಗೆ ಇನ್ನೂ ಕೆಲವು ಭೇಟಿಗಳನ್ನು ಮಾಡುವುದಿದೆ. ನಂತರ, ನೀನಿಷ್ಟರವರೆಗೆ ಕೇಳಿಯೂ ಇರದಂತಹ ಸ್ಥಳವೊಂದಕ್ಕೆ ನಿನ್ನನ್ನು ಕರೆದೊಯ್ಯುದ್ದೇವೆ,’ ಅಂದಿನ ದಿನ ನಿಜವಾಗಿಯೂ ಒಳ್ಳೆಯದಿತ್ತು. ಹಲವು ಕಾಡುಪ್ರಾಣಿಗಳು ಸ್ವೇಚ್ಛೆಯಿಂದ ವಿಹರಿಸುವುದನ್ನು ನೋಡುವ ಸದವಕಾಶ ಒದಗಿತ್ತು.

ದಟ್ಟ ನೆರಳಿನ ಮರಗಳ ನಡುವೆ ಕಿರಿದಾದ ರಸ್ತೆಯಲ್ಲಿ ಜೀಪ್ ಗುರುಗುಟ್ಟುತ್ತಾ ನಿಂತಿತು. ಕೆಳಗಿನ ನೆಲ ಒದ್ದೆಯಾಗಿಯೂ, ಮೃದುವಾಗಿಯೂ ಇದ್ದು, ಮರಗಳ ಕರಿನೆರಳು ಆವರಿಸಿತ್ತು. ಎಲ್ಲೆಡೆ ಮರಗಿಡಗಳ ವಿಶೇಷ ಗಂಧದಲ್ಲಿ ಆಗೀಗ ಸೌರಭದಲೆಯೂ ಸೇರಿತ್ತು. ಕೆಲಹೊತ್ತಿನಿಂದ ಸಣ್ಣ ಪ್ರಾಣಿಗಳಾವುವೂ ಕಣ್ಣಿಗೆ ಬಿದ್ದಿರಲಿಲ್ಲ.

‘ಹತ್ತಿರದಲ್ಲೇ ಹುಲಿಯೋ, ಚಿರತೆಯೋ ಇರುವಂತೆ ಕಾಣುತ್ತದೆ.’ ಆಜರ್ ನವಾಬರೆಂದರು. ಆದರೆ, ಎಷ್ಟೇ ಯತ್ನಿಸಿದರೂ, ಎಲ್ಲೂ ಈ ಪ್ರಾಣಿಗಳು ಕಣ್ಣಿಗೆ ಬಿಳಲಿಲ್ಲ. ಘನಾರಣ್ಯವನ್ನು ದಾಟಿ, ಕಡಿದ ಕಾಡಿನ ವಿಶಾಲ ಮೈದಾನ ಪ್ರದೇಶಕ್ಕೆ ಅವರು ಬಂದರು ಕಡಿದ ಕಾಂಡಗಳ ಮಧ್ಯ ಹೊಸಗಿಡಗಳನ್ನು ನೆಡಲಾಗಿತ್ತು.

‘ಏಲಂನಲ್ಲಿ ಕಡಿಯಲಾಗುವಷ್ಟೇ ಮರಗಳನ್ನು ಮೊದಲೇ ನೆಟ್ಟಿರುತ್ತಾರೆ. ಇಲ್ಲವಾದಲ್ಲಿ ಈ ಕಾಡು ಎರಡೇ ದಿನಗಳಲ್ಲಿ ಇಲ್ಲವಾಗುವುದು.’

‘ಈ ಹೊಸದಾಗಿ ನೆಟ್ಟ ಗಿಡಗಳನ್ನು ಎಷ್ಟು ದಿನಗಳಲ್ಲಿ ಕಡಿಯಲಾಗುತ್ತದೆ’

‘ದಿನಗಳಲ್ಲ; ವರ್ಷಗಳೆನ್ನು; ಸಾಗುವಾನಿಯ ಗಿಡಗಳನ್ನು ಮೂರು ವರ್ಷಗಳಲ್ಲಿ ಕಡಿಯಬಹುದು, ಆದರೆ ಕೆಲವರು ಬಹಳ ಸಣ್ಣದರಲ್ಲೇ ಕಡಿದು ಕೊಂಡೊಯ್ಯುತ್ತಾರೆ.’

‘ಅಂದರೆ, ಕಳ್ಳರೇ?’

‘ಹೌದು; ಸಾಗುವಾನಿಯ ಒಂದು ಟ್ರಕ್ ಲೋಡಿಗೆ ಸಾವಿರಾರು ರೂಪ್ಯಾ ಬೆಲೆಯಿದ್ದು, ದಿನದಿಂದ ದಿನಕ್ಕೆ ಇದು ಏರುತ್ತಲೇ ಹೋಗುತ್ತದೆ.

‘ಫಾರಸ್ಟ್ ಗಾರ್ಡ್ ಏನು ಮಾಡ್ತಾರೆ ? ಈ ಕಳ್ಳರನ್ನು ಹಿಡಿಯುವುದಿಲ್ಲವೇಕೆ?’

'ಕಳ್ಳನ ಬಗ್ಗೆ ಬಾಯ್ಮುಚ್ಚಿರುವುದರಲ್ಲೇ ಅವರ ಒಳಿತಿದೆ. ಆಫೀಸರುಗಳು ತಮ್ಮನ್ಯಾರಾದರೂ ಹಿಂಬಾಲಿಸಿ, ಲಂಚ ಪಡೆಯುವುದನ್ನು ತಪ್ಪಿಸುವುದನ್ನು ಇಷ್ಟಪಡುವುದಿಲ್ಲ.'

ಈಗ ಜೀಪ್ ವೇಗವಾಗಿ ಏರುರಸ್ತೆಯಲ್ಲಿ ಸಾಗಿತ್ತು. ನೇರ ದೂರದಲ್ಲಿ ಹಸುರಾದ ಪರ್ವತ ಶ್ರೇಣಿಗಳಿದ್ದವು, ಮೊದಲು ಆಕರ್ಷಕವಾಗಿದ್ದ ಆ ಪ್ರದೇಶ ಮುಸ್ಸಂಜೆಯ ಮಬ್ಬು ಬೆಳಕಿನಲ್ಲಿ ಇನ್ನೂ ಮನೋಹರವಾಗಿ ಕಾಣಿಸುತ್ತಿತ್ತು. ಮರದ ಬೋರ್ಡ್ ಒಂದರ ಸಮಿಪ ಆಜರ್ ನವಾಬರು ಜೀಪ್ ನಿಲ್ಲಿಸಿದರು. ಬೋರ್ಡ್‌ನ ಮೇಲೆ 'ಸೈಕ್ಸ್ ಪಾಯಿಂಟ್' ಎಂದು ಬರೆಯಲಾಗಿತ್ತು.

'ಈ ಸ್ಥಳವನ್ನೇ ನಾನು ನಿನಗೆ ತೋರಸಬೇಕೆಂದಿದ್ದೆ' ಆಜರ್ ನವಾಬರು ಹೇಳುತ್ತಾ ಇಳಿದು ಬಂದರು. ಏಮನ್ ಕೂಡ ಇಳಿದಳು. ಮುಂದಕ್ಕೆ ಆಕರ್ಷಕ ಮರಗಳ ಸಮೂಹದ ಬಳಿಯಲ್ಲಿ ಕೊಡೆಯಾಕಾರದ ಸಮ್ಮರ್ ಹೌಸ್ ನಿರ್ಮಿತವಾಗಿತ್ತು. ಅದರ ಬಳಿಯಲ್ಲೇ ಮರದ ಮೆಟ್ಟಿಲುಗಳ ಮೇಲ್ತುದಿಯಲ್ಲಿ ಮರದಿಂದಲೇ ನಿರ್ಮಿಸಿದ ವೀಕ್ಷಣಾ ಮಂಚವಿತ್ತು.

'ಇದು ಇಲ್ಲಿಯ ಎಲ್ಲಕ್ಕಿಂತಲೂ ಎತ್ತರ ಪ್ರದೇಶ.' ಆಜರ್ ನವಾಬ ಮೆಟ್ಟಿಲುಗಳನ್ನೇರುತ್ತಾ ಹೇಳಿದರು. ಇಲ್ಲಿಯ ಒಬ್ಬ ಬ್ರಿಟಿಷ್ ಗವರ್ನರ್ ಕರ್ನಲ್ ಸೈಕ್ಸ್ ಈ ಸ್ಥಳವನ್ನು ಅನ್ವೇಷಿಸಿದುದರಿಂದ ಆತನ ಹೆಸರನ್ನೇ ಈ ಸ್ಥಳಕ್ಕೆ ಇಡಲಾಗಿದೆ. ಆತ ಬೇಟೆಯಾಡುತ್ತಾ ಇಲ್ಲಿಗೆ ಬಂದು ಈ ಸ್ಥಳದ ಸೌಂದರ್ಯದಲ್ಲಿ ಮುಳುಗಿ ಹೋದ' ಏಮನ್ ಕೂಡ ಈ ಪ್ರದೇಶದ ದಿವ್ಯ ಸೌಂದರ್ಯದಲ್ಲಿ ಮಗ್ನಳಾಗಿದ್ದಳು. ಎದುರಿನ ಪರ್ವತಗಳೆತ್ತರದ ನಡುವೆ ಸಾವರಾರು ಅಡಿಗಳ ಕೆಳಗಿನ ಕಣಿವೆಯಲ್ಲಿ ಸ್ವಚ್ಛಂದವಾಗಿ ಹರಿಯುತ್ತಿರುವ ನದಿ ಇಬ್ಬದಿಯ ಎತ್ತರದ ಬೆಟ್ಟಗಳ ನಡುವೆ ಕನ್ಯೆಯೊಬ್ಬಳ ಬಡಕಲು ನಡುವಿನಂತೆ ಹರಿವ ಹಾವಿನಂತೆ ಪ್ರವಹಿಸುತ್ತಿರುವ ನದಿಯನ್ನು 'ಕಾಳೀನದಿ' ಎಂದು ಆಜರ್ ನವಾಬರು ಹೇಳುತ್ತಾ, ಏಮನ್‌ಳ ಕಣ್ಣುಗಳಿಗೆ ದುರ್ಬೀನು ಹಚ್ಚಿದರು. 'ಕಪ್ಪು ಮಣ್ಣಿನ ನೆಲದಲ್ಲಿ ಹರಿವ ನದಿಯಾದ್ದರಿಂದ ಇದನ್ನು ಕಾಳೀನದಿಯೆಂದು ಕರೆಯಲಾಗಿದೆ. ಸರಕಾರವು ಇಲ್ಲಿ ದೊಡ್ಡದೊಂದು ಡ್ಯಾಮ್ ನಿರ್ಮಿಸುವ ಯೋಜನೆ ಹಾಕಿಕೊಂಡಿದೆ. ಈ ಆಣೆಕಟ್ಟಿನಿಂದಾಗಿ ನೂರಾರು ಎಕ್ರೆ ಜಮಿನಿಗೆ ನೀರುಣಿಸಲಾಗುವುದು, ಹಾಗೂ ಸಾವಿರಾರು ಕಿಲೊವಾಟ್ ವಿದ್ಯುತ್ ಉತ್ಪಾದನೆಯಾಗಬಹುದು.' ಅವರು ಇನ್ನೊಂದು ಕೈಯಿಂದ ದುರ್ಬೀನನ್ನು ಫೋಕಸ್ ಮಾಡಿದರು.

ಮುಳುಗುತ್ತಿರುವ ಸೂರ್ಯನ ಹೊಂಗಿರಣಗಳು ಎದುರಿನ ಬೆಟ್ಟದ ಮೇಲ್ಮೈಯ ಮರಗಳಿಂದ ತೊಟ್ಟಿಕ್ಕುತ್ತಿದ್ದವು. ಕಣಿವೆಯ ವೈಶಾಲ್ಯವು ಅದರ ರಹಸ್ಯವನ್ನು ಹೆಚ್ಚಿಸುತ್ತಿತ್ತು. ಹಗುರಾಗಿ ಸುಳಿವ ತಂಗಾಳಿಯಲ್ಲಿ ಕಾಡಿನ ವಿಚಿತ್ರ ಪರಿಮಳವೂ ತೇಲಿಬರುತ್ತಿತ್ತು. ಆದರೆ ಏಮನ್‌ಗೆ ಇದಾವುದರ ಅರಿವೂ ಇರಲಿಲ್ಲ. ದುರ್ಬೀನ ಹಿಡಿದ ತನ್ನ ಕಂಪಿಸುವ ಬೆರಳುಗಳ ಕೆಳಗೆ ನುಸುಳಿ ಬಂದ ಆಜರ್ ನವಾಬರ ಬೆರಳುಗಳು, ಹಾಗೂ ತನ್ನನ್ನು ಬಳಸಿ ಹಿಡಿದ ಅವರ ಬಾಹುಗಳು ಮಾತ್ರವೇ ಅವಳಿಗೆ ಅನುಭವ ವೇದ್ಯವಾಗಿದ್ದವು. ಅವಳ ತಲೆ ಆಜರ್

ನವಾಬರ ಹೆಗಲ ಮೇಲೆ ಒರಗಿತ್ತು. ಅವರ ಬಿಸಿಯುಸಿರು ಅವಳ ಕೆನ್ನೆಯನ್ನು ಸ್ಪರ್ಶಿಸುತ್ತಿತ್ತು. ಯಾವುದೋ ಅಮೂಲ್ಯ ವಸ್ತುವೆಂಬಂತೆ ಅವರು ಅವಳನ್ನಾಧರಿಸಿ ಹಿಡಿದಿದ್ದರು.

'ಸ್ವಪ್ನ' –ತನ್ನ ಗಲ್ಲವನ್ನು ಅವಳ ಕೂದಲಿಗಾನಿಸಿ, ಆಜರ್ ನವಾಬರು ಬಹಳ ಮೆಲುವಾಗಿ ನುಡಿದರು. ಅವರ ಬಾಹು ಬಂಧನ ಇನ್ನೂ ಹೆಚ್ಚು ಬಿಗಿಯಾಯಿತು. ಈ ಒಂದು ಶಬ್ದದ ಪ್ರಭಾವ ಬಹು ನುಣುಪಾಗಿಯೂ ಮೃದುವಾಗಿಯೂ ಇದ್ದರೂ, ಅದು ಅವಳನ್ನು ಬೆಚ್ಚಿ ಬೀಳಿಸಿತು. ತನ್ನನ್ನೇ ತಾನು ಮರೆತಂತಿದ್ದ ಅವಳು ಒಮ್ಮೆಲೇ ಎಚ್ಚೆತ್ತು. ಹಾರಿಬಿದ್ದು, ರೈಲಿಂಗ್‌ನ ಬಳಿಗೈದು ನಿಂತು ಬಿಟ್ಟಳು. ಅವಳ ಶರೀರ ಕಂಪಿಸುತ್ತಿತ್ತು. ಅವಳಿಗಿದೇನಾಗಿತ್ತು? ತನ್ನನ್ನು ತಾನೇ ಅದೆಂತು ಆಜರ್ ನವಾಬರ ವಶಕೊಪ್ಪಿಸಿದ್ದಳವಳು? ರೈಲಿಂಗ್ ಹಿಡಿದುಕೊಂಡಿದ್ದ ಅವಳ ಬೆರಳುಗಳು ಬಿಳಚಿಕೊಂಡಿದ್ದವು. ತನ್ನನ್ನೇ ತದೇಕ ದೃಷ್ಟಿಯಿಂದ ನೋಡುತ್ತಾ ನಿಂತಿದ್ದ ಆಜರ್ ನವಾಬರತ್ತ ನೋಡುವ ಧೈರ್ಯ ಅವಳಲ್ಲಿರಲಿಲ್ಲ. ಈಗವರ ಮುಖದಲ್ಲಿ ವ್ಯಂಗ್ಯದ ಹೊಳಪಾಗಲೀ, ಹಣೆಯಲ್ಲಿ ಸುಕ್ಕಾಗಲೀ ಇರಲಿಲ್ಲ, ಕಂಗಳ ಆಳವು ಮಾತ್ರ ಅಸೀಮವಾಗಿತ್ತು.

'ಓಹ್! ಇಷ್ಟೆತ್ತರದಿಂದ ಕೆಳಗೆ ನೋಡಿ ನನಗೆ ತಲೆ ತಿರುಗಿದಂತೆ ಆಗಿತ್ತು.' ಅವಳು ತನ್ನ ಶಕ್ತಿಯನ್ನೆಲ್ಲ ಒಗ್ಗೂಡಿಸಿಕೊಂಡು ಮಾತಾಡಲು ಯತ್ನಿಸಿದಳು. ಅವಳ ಮುಖ ಬೆವರುತ್ತಿತ್ತು. ಅವಳು ತನ್ನ ಶಕ್ತಿಯನ್ನೆಲ್ಲ ಒಗ್ಗೂಡಿಸಿಕೊಂಡು ಮಾತಾಡಲು ಯತ್ನಿಸಿದಳು. ಅವಳ ಮುಖ ಬೆವರುತ್ತಿತ್ತು.

'ಎಚ್ಚೆತ್ತುಕೋ ಸ್ವಪ್ನ! ಇಲ್ಲವಾದಲ್ಲಿ ಬಹಳ ಆಳದೊಳಗೆ ಬಿದ್ದು ಬಿಡುವೆ.' ಅವರು ತನ್ನ ಜೇಬಿನಿಂದ ಕರವಸ್ತ್ರ ತೆಗೆದು ಅವಳ ಕೈಯಲ್ಲಿಟ್ಟು' ಹಿಂದಿರುಗಿ ಮೆಟ್ಟಿಲಿಳಿಯ ತೊಡಗಿದರು.

ಏಮನ್‌ಳ ಹೃದಯ ಕುಸಿಯುತ್ತಿತ್ತು. ಎತ್ತರದ ಈ ಶೀತಲ ಸ್ಥಳದಲ್ಲೂ ಅವಳು ಬೆವರಿನಿಂದ ಒದ್ದೆಯಾಗಿದ್ದಳು. ಆಜರ್ ನವಾಬರ ಭವಿಷ್ಯವಾಣಿ ನಿಜವಾಗಿತ್ತು. ಈ ಆಳದಲ್ಲಿ ಬೀಳುವುದನ್ನು ಅವಳು ತಪ್ಪಿಸಿಕೊಳ್ಳಲಾರದಾಗಿದ್ದಳು. ಆದರೆ ಇದಕ್ಕೆ ಕಾರಣ ಆಜರ್ ನವಾಬರೇ ಆಗಿದ್ದರು. ಅವಳು ದುಃಖದಿಂದ ಚಿಂತಿಸತೊಡಗಿದಳು. ಬಾರಿಬಾರಿಗೂ ಅವರು ಅವಳನ್ನು ಕದಲಿಸುತ್ತಿದ್ದರು. ಒಂದು ಬಗೆಯ ಅತ್ಯಾಚಾರದಿಂದ ಅವರು, ಅವಳನ್ನೂ ತಾವು ಗೆದ್ದ ಹುಡುಗಿಯರ ಸಾಲಿನಲ್ಲಿ ನಿಲ್ಲಿಸಿದ್ದರು; ತಮ್ಮ ಮನಸ್ಸಂತೋಷಪಡಿಸುವ ಸಾಧನವೆಂಬಂತೆ, ಇದನ್ನೆಲ್ಲ ಅರಿತಿದ್ದರೂ, ಅವಳು ಅವರಿಂದ ತನ್ನನ್ನು ರಕ್ಷಿಸಿಕೊಳ್ಳಲಾರದಾಗಿದ್ದಳು. ಅವರ ಅಹಂಭಾವದ ಮಾಯಾ ಜಾಲವನ್ನು ತನ್ನ ಕ್ರೋಧದಿಂದ ಕತ್ತರಿಸಬಯಸಿದಳು. ಏಮನ್ ತನಗೆ ತಾನೇ ಬುದ್ಧಿ ಹೇಳಲು ಹಲವು ಬಾರಿ ಯತ್ನಿಸಿದರೂ, ಅವಳ ಆಯುಧಗಳೆಲ್ಲ ನಿಷ್ಪ್ರಯೋಜಕವಾಗಿದ್ದವು. ಅವಳು ಮೂರ್ಖಳಾಗಿದ್ದಳು. ಆದರೆ ಆಜರ್ ನವಾಬರೂ ಇಷ್ಟೇಕೆ ಕರುಣಾಹೀನರಾಗಿದ್ದರು ? ಅವರ ಅನುಭವದಲ್ಲೇನೋ ಹಲವು ಹುಡುಗಿಯರು ಬಂದು ಹೋಗಿರಬಹುದು. ಆದರೆ ಅವಳ ಮುಗ್ಧ ಅನನುಭವಿ ಪ್ರಪಂಚದಲ್ಲಿ ಬಂದವರು ಅವರೊಬ್ಬರೇ ಆಗಿದ್ದರು.

ತಮ್ಮೆದುರು ತಲೆತಗ್ಗಿಸುವಂತೆ ಮಾಡಿದರೇಕೆ? ತಮಗೆ ಬೇಕಿಲ್ಲದ ಅವಳ ಸೌಂಧರ್ಯವನ್ನು ಬಯಸಿದರೇಕೆ ? ಏಕೆ ಅವಳ ಭ್ರಮೆಯನ್ನು ಮುರಿದರವರು ?

ಏಮನ್‌ಳ ಈ ಮಾನಸಿಕ ತುಮುಲದ ಪರಿವೆಯಿಲ್ಲದೆ, ಆಜರ್ ನವಾಬರು ಸಂತುಷ್ಟರಾಗಿ ಯಾವುದೋ ಇಂಗ್ಲಿಷ್ ಗೀತೆಯನ್ನು ಸಿಳ್ಳೆಯಾಡುತ್ತಾ ಕೆಳಗಿಳಿಯುತ್ತಿದ್ದರು. ಅವಳೂ ಮೆಲ್ಲ ಮೆಲ್ಲನೆ ಅವರ ಹಿಂದಿನಿಂದಿಳಿದು ಬಂದಳು. ಅವರ ನಡೆಯ ಅಂದ ಇಬ್ಬದಿಯಲ್ಲೂ ತೂಗುವ ದೃಢವಾದ ತೋಳುಗಳು, ವಿಶಾಲ ಭುಜಗಳ ಮೇಲಿನ ತೇಜೋಮಯವಾದ ಶಿರಸ್ಸು ಎಲ್ಲವೂ ಅವರ ಉಚ್ಚ ಮನೆತನವನ್ನು ಸೂಚಿಸುತ್ತಿದ್ದುವು.

ಕತ್ತಲಿನ್ನೂ ಕವಿದಿರಲಿಲ್ಲ, ನಡುವೆ ಎಲ್ಲೂ ನಿಲ್ಲಬೇಕಾಗಿರಲೂ ಇಲ್ಲ. ಕತ್ತಲಾಗುವ ಮೊದಲೇ ಹಿಂದೆ ತಲುಪಬಹುದಿತ್ತು. ಮೈದಾನಗಳನ್ನು ದಾಟಿ ಜೀಪ್ ಪುನಃ ಕಾಡಿನ ದಟ್ಟವಾದ ಭಾಗಕ್ಕೆ ತಲುಪಿತ್ತು.

ಆಕಸ್ಮಾತ್ತಾಗಿ ಆಜರ್ ನವಾಬರು ಬ್ರೇಕ್ ಒತ್ತಿ, ಏಮನ್‌ಗೆ ಸುಮ್ಮನಿರುವಂತೆ ಸೂಚಿಸಿದರು. ಅವಳು ಸುಮ್ಮನಾಗಿಯೇ ಇದ್ದಳು. ಅವಳ ಹೃದಯ ಚೂರು ಚೂರಾಗಿತ್ತು. ಇನ್ನೇನನ್ನೂ ನೋಡುವ ಆಶೆ ಅವಳಲ್ಲುಳಿದಿರಲಿಲ್ಲ. ಆದರೆ, ಎದುರು ಕಾಣಿಸುತ್ತಿದ್ದುದು ಸ್ಪಷ್ಟವಿತ್ತು. ರಸ್ತೆಯಿಂದ ಸ್ವಲ್ಪ ದೂರ ಕುರುಚಲು ಗಿಡಗಳ ಪೊದರಿನಲ್ಲಿ ಎರಡು ಕಣ್ಣುಗಳು ಕಿಡಿಗಳಂತೆ ಪ್ರಜ್ವಲಿಸಿದುವು. ಆಜರ್ ನವಾಬರು ಜೀಪ್‌ನ ದೀಪವನ್ನು ನಂದಿಸಿದರು.

'ಕಪ್ಪು ಚಿರತೆ!' ಅವರು ಏಮನ್‌ಳ ಕಿವಿಯಲ್ಲುಸುರಿದರು. ಕತ್ತಲಿನ್ನೂ ಅಷ್ಟಾಗಿ ಕವಿದಿರಲಿಲ್ಲ; ಚಿರತೆಗೂ ಅವರಿಗೂ ನಡುವೆ ದೂರವೂ ಅಷ್ಟೊಂದು ಹೆಚ್ಚಾಗಿರಲಿಲ್ಲವಾದ್ದರಿಂದ ಏಮನ್‌ಗೆ ಎಲ್ಲವೂ ಸ್ಪಷ್ಟವಾಗಿಯೇ ಕಂಡಿತು, ಆದರೆ, ಅವಳ ಕಣ್ಣಿಗೆ ಬಿದ್ದ ದೃಶ್ಯ ಅವಳ ಪ್ರಜ್ಞೆಯನ್ನೇ ಕಲಕಿತು.

ದೊಡ್ಡದೊಂದು ಕಪ್ಪು ಚಿರತೆ, ನಿರುಪಾಯ, ಮುಗ್ಧ ಜಿಂಕೆಯನ್ನು ಅಮುಕಿ ಹಿಡಿದು ಕೊಂಡಿತ್ತು. ಭಯದಿಂದ ಜಿಂಕೆಯ ಕಣ್ಣು ಬಿರುಸಾಗಿತ್ತು. ಕಾಲ್ಗಳು ಕಂಪಿಸುತ್ತಿದ್ದವು. ಚಿರತೆಯು ಅದರ ಶರೀರಕ್ಕೆ ಬಾಯಿಟ್ಟೊಡನೆ ರಕ್ತದ ಕಾರಂಜಿಯೇ ಜಿಂಕೆಯ ಮೈಯಿಂದ ಚಿಮ್ಮಿತು. ಏಮನ್ ಮುಖ ಮುಚ್ಚಿಕೊಂಡಳು. ಹಾಗೂ ಸಣ್ಣ ಚೀತ್ಕಾರವೊಂದು ಅವಳ ಬಾಯೊಳಗಿಂದ ಹೊರಟಿತು. ಆಜರ್ ನವಾಬರು ಕೈ ಚಾಚಿ ಅವಳ ತಲೆಯನ್ನು ತಮ್ಮ ಹೆಗಲಿಗಾನಿಸಿಕೊಂಡರು, ಸಹಾನುಭೂತಿಯಿಂದ ಅವರ ಕೈ ಏಮನ್‌ಳ ತಲೆಯನ್ನು ಮೆಲ್ಲಗೆ ತಟ್ಟುತ್ತಿತ್ತು. ಮನುಷ್ಯರ ಸನ್ನಿಧಿಯನ್ನು ಗ್ರಹಿಸಿದ ಚಿರತೆ, ರಕ್ತ ತೊಟ್ಟಿಕ್ಕುತ್ತಿರುವ ತನ್ನ ಬೇಟೆಯೊಡನೆ ಅಲ್ಲಿಂದ ಸರಿದು ಹೋಯಿತು. ಆಜರ್ ನವಾಬರು ಜೀಪ್ ಹೊರಡಿಸಿದರು. ಈ ಭಯಾನಕ ದೃಶ್ಯವು ಏಮನ್‌ಳ ಮನದಲ್ಲಿ ಅಚ್ಚೊತ್ತಿತ್ತು. ಬಹಳ ಹೊತ್ತಿನವರೆಗೆ ಅವಳು ಸದ್ದಿಲ್ಲದೆ ಅಳುತ್ತಿದ್ದಳು. ಆಜರ್ ನವಾಬರೂ ಅವಳೂ ಜೀಪ್‌ನಲ್ಲಿ ಮುಂದು ಮುಂದಕ್ಕೆ ಪಯಣಿಸುತ್ತಿದ್ದರು....ಚಿರತೆಯೂ, ಹರಿಣಿಯೂ ಜೊತೆ-ಜೊತೆಯಾಗಿ.

* * *

ಅಷ್ಟೊಂದು ಆಯಾಸವಾಗಿದ್ದರೂ ರಾತ್ರಿ ನಿದ್ರಿಸುವುದು ಏಮನ್‌ಗೆ ಸಾಧ್ಯವಾಗಲೇ ಇಲ್ಲ, ಸೇನಾಪತಿಯು ಯುದ್ಧದಲ್ಲಿ ಸೋತ ತನ್ನ ಸೈನಿಕರನ್ನು ಪುನಃ ರಣರಂಗಕ್ಕೆ ಸಿದ್ಧಗೊಳಿಸುವಂತೆ, ಅವಳು ತನ್ನ ಅನುಭವದ ಮುರಿದ ತಂತಿಗಳನ್ನು ಜೋಡಿಸಲೆತ್ನಿಸಿದಳು, ತನ್ನಲ್ಲೇ ತಾನು ಯಾವ ಒಪ್ಪಂದಕ್ಕೂ ಬರಲಾರದಾಗಿದ್ದಳವಳು.

'ಇದನ್ನು ತೆಗೆದುಕೋ, ಏಮನ್ ಬೀಬೀ,' ಮಹಾಸರ್ಕಾರ್ ಅವರು ಅವಳ ಕೆಂಪಗೆ ಊದಿದ ಕಣ್ಣುಗಳನ್ನು ನೋಡುತ್ತಾ ಹೇಳಿದರು. 'ನಾವು ನಿನಗಾಗಿ ಬಹುಮಾನವೊಂದನ್ನು ಇಟ್ಟಿದ್ದೇವೆ.' ಅವರು ಒಂದು ಮುಖಮಲ್‌ನ ಪುಟ್ಟ ಡಬ್ಬಿಯನ್ನು ಏಮನ್‌ಳತ್ತ ಚಾಚಿದರು. ಏಮನ್ ಆಸಕ್ತಿ ತೋರುತ್ತಾ ಡಬ್ಬಿಯನ್ನು ತೆರೆದಾಗ ಅದರೊಳಗೆ ಬಹಳ ಸುಂದರವೂ, ನಾಜೂಕಾಗಿಯೂ ಇದ್ದ ಚಿನ್ನದ ಸರವೊಂದಿತ್ತು. ಇಂಗ್ಲಿಷ್ 'ಗಿ' ಆಕಾರದ ಪದಕವೊಂದು ಸರದಿಂದ ತೂಗುತ್ತಿತ್ತು. ಏಮನ್ ದಿಗ್ಮೂಢಳಾದಳು. ಅವಳಿದನ್ನು ನಿರೀಕ್ಷಿಸಿರಲಿಲ್ಲ.

'ಇದು, ಪಾರ್ಟಿಯ ದಿನದ ಶ್ರಮಕ್ಕಾಗಿ ನಾವು ಕೊಡುವ ಚಿಕ್ಕ ಬಹುಮಾನ.'

'ಇದನ್ನು ನೀವು ಚಿಕ್ಕ ಬಹುಮಾನವೆನ್ನುತ್ತೀರಾ, ಸರ್ಕಾರ್?' ಏಮನ್, ಎದ್ದು ನಮಸ್ಕರಿಸುತ್ತಾ ಹೇಳಿದಳು. 'ನನಗಿದನ್ನು ತೆಗೆದುಕೊಳ್ಳಲು ನಾಚಿಕೆಯೆನಿಸುತ್ತಿವೆ. ನಾನಂಥದೇನೂ ಮಾಡಿರಲಿಲ್ಲ. ಆದರೂ, ಇದನ್ನು ತಿರಸ್ಕಿರಿಸುವುದು ತಪ್ಪಾದೀತು.'

ಏಮನ್ ಆ ಉಡುಗೊರೆಯನ್ನು ಧರಿಸುತ್ತಿರುವಾಗ, ಆಜರ್ ನವಾಬರು ಒಳಬಂದರು. ಅವರ ದೃಷ್ಟಿ ತೂಗುತ್ತಿರುವ ಪದಕದ ಮೇಲೆ ಬಿತ್ತು.

'ಇದು ನಾವು ಏಮನ್ ಬೀಬಿಗೆಂದು ಮಾಡಿಸಿದ್ದೇವೆ. ಆಜರ್ ನವಾಬ ನೀನೂ ಹೇಳುತ್ತಿದ್ದೆಯಲ್ಲ, ಖಾನ್‌ಸಾಮಾ ಬಹುಮಾನಕ್ಕರ್ಹನೆಂದು ! ನಿನಗೆ ಹೇಗನಿಸಿತಿದು ?'

'ಒಂದೇ ದಿನದಲ್ಲಿ ತಯಾರು ಮಾಡಿಸಿದಿರೇ ಸರ್ಕಾರ್ ?' ಆಜರ್ ನವಾಬ ಆಶ್ಚರ್ಯದಿಂದ ಕೇಳಿದರು.

'ಇಲ್ಲ, ಎರಡು ದಿನಗಳಲ್ಲಿ' ಮಹಾಸರ್ಕಾರ್ ಮುಗಳ್ನಕ್ಕು ನುಡಿದರು.

'ಸರ್ಕಾರ್, ಒಂದು ಕೆಟ್ಟ ಸುದ್ದಿಯಿದೆ; ಬಶಾರತ್ ನವಾಬ್ ಪುನಃ ಫೈಲಾದರು' ಆಜರ್ ನವಾಬ್ ಮಾತು ಬದಲಿಸಿದರು.

ಮಹಾಸರ್ಕಾರ್, ಅವರನ್ನು ಸುಮ್ಮನೆ ನೋಡುತ್ತಾ ಇದ್ದು ಬಿಟ್ಟರು. ಹೀಗಾಗುವುದೆಂದು ಅವರು ಮೊದಲೇ ನಂಬಿದ್ದಂತಿತ್ತು.

'ಅವರ ವಿದ್ಯಾಭ್ಯಾಸವನ್ನಿಲ್ಲಿಗೇ ನಿಲ್ಲಿಸಿ, ಅವರಿಗೆ ಇಲ್ಲಿ ದಾಂಡೇಲಿಯ ಕಾರ್ಖಾನೆಯ ಜವಾಬ್ದಾರಿ ವಹಿಸಿಕೊಡುವುದು ಒಳ್ಳೆಯದೆಂದು ನಾನು ನಿರ್ಧರಿಸಿದ್ದೇನೆ.'

'ಆದರೆ ತಸ್‌ನೀಮ್ ಪಾಶಾ ಇದಕ್ಕೊಪ್ಪುವರೇ ?' ಮಹಾಸರ್ಕಾರ್ ಕೇಳಿದರು. ಏಮನ್ ಮೆಲ್ಲಗೆ ಅಲ್ಲಿಂದೆದ್ದು ಹೊರಟಳು. ಪರಿವಾರದ ಸ್ವಂತ ವಿಷಯಗಳ ಬಗ್ಗೆ ಮಾತುಕತೆ

ನಡೆಯುವಾಗ, ತಾನಲ್ಲಿಂದ ಹೊರಟು ಹೋಗುವುದೇ ಸರಿಯಾದುದೆಂದು ಅವಳಿಗನಿಸಿತು.

'ಚಿಕ್ಕ ಅಮ್ಮಿ ಏನೂ ಹೇಳಲಿಕ್ಕಿಲ್ಲ, ಇಲ್ಲಿ ಅವರು ಏನಾದರೂ ಹೇಳುವ ಅಥವಾ ಹೇಳಿದಿರುವ ಪ್ರಶ್ನೆಯೇ ಇಲ್ಲ.' ಆಜರ್ ನವಾಬ್ ನುಡಿದರು. ಮಹಾ ಸರ್ಕಾರ್ ಯೋಚನೆಯಲ್ಲಿ ಬಿದ್ದರು.

'ಬಶಾರತ್ ನವಾಬರೇನೂ ಮಗುವಲ್ಲ, ಸರ್ಕಾರ್, ನನಗಿಂತ ಆರು ವರ್ಷ ಚಿಕ್ಕವರೇನೋ ಹೌದು, ಆದರೆ ಜೀವನವೆಲ್ಲ ಬಿ.ಎ. ಪಾಸ್ ಮಾಡುವ ಯತ್ನದಲ್ಲಿ ಕಳೆಯುವುದು ಅಸಾಧ್ಯ. ಅವರೀಗ ತಮ್ಮ ಕಾಲ್ಗಳ ಮೇಲೆ ತಾವು ನಿಲ್ಲುವುದನ್ನು ಕಲಿಯಬೇಕು. ತಮ್ಮ ಅಭಿಪ್ರಾಯವೇನು?'

ಮಹಾಸರ್ಕಾರ್ ತಲೆಯಾಡಿಸಿದರು. ಅವರು ಆಜರ್ ನವಾಬರ ನಿರ್ಧಾರಗಳನ್ನು ಸ್ವೀಕರಿಸಿ ಬಿಡುತ್ತಿದ್ದರು. ಆಜರ್ ನವಾಬರ ನಿರ್ಧಾರಗಳು ಹೆಚ್ಚಾಗಿ ಮಹಾಸರ್ಕಾರ್ ಅವರ ನಿರ್ಧಾರಗಳಂತೇ ಇರುತ್ತಿದ್ದವು. ಆಜರ್ ನವಾಬರು ಆಸ್ತಿ ಮತ್ತು ಪರಿವಾರದ ಜವಾಬ್ದಾರಿಯನ್ನು ಹೊತ್ತಂದಿನಿಂದ ಮಹಾ ಸರ್ಕಾರ್ ಅವರು ಈ ವಿಷಯಗಳಲ್ಲಿ ಅಷ್ಟಾಗಿ ಮಾತನಾಡುತ್ತಿರಲಿಲ್ಲ.

'ನಾವು ನಿನ್ನೊಡನೆ ಈ ಬಗ್ಗೆ ಇನ್ನೂ ಕೆಲವು ಮಾತನ್ನಾಡಲು ಬಯಸಿದ್ದೆವು.' ಮಹಾ ಸರ್ಕಾರ್ ಸ್ವಲ್ಪ ಹಿಂದೆ ಮುಂದೆ ನೋಡಿ ಹೇಳಿದರು.

'ಆಜ್ಞೆಯಾಗಲಿ, ಸರ್ಕಾರ್, ನಿಮ್ಮನ್ನು ಕಾಡುತ್ತಿರುವ ವಿಷಯವೇನೆಂದು ನಾನು ಬಲ್ಲೆ. ಈ ನಡುವೆ ನಾನು ಮನೆಯಿಂದ ದೂರವಿದ್ದುದು ಹೌದಾದರೂ, ಹವೇಲಿಯ ಆಗು ಹೋಗುಗಳ ಚಿಂತೆ ನನಗಿದ್ದೇ ಇತ್ತು.'

ಮಹಾಸರ್ಕಾರ್ ಯೋಚಿಸುತ್ತಾ ದಿಂಬಿಗೊರಗಿದರು.

ಚಿಕ್ಕ ಅಮ್ಮಿ ತಮ್ಮ ಕ್ರಿಯೆಗಳಿಗೆ ತಾವೇ ಜವಾಬ್ದಾರರಾಗಿದ್ದಾರೆ. ಆದರೆ ಬಶಾರತ್ ನವಾಬ ಹಾಗೂ ಕುವರಿ ಶಾಹಾನಾಳ ಬಗ್ಗೆ ಅವರು ಯೋಚಿಸಬೇಕಾದೀತು.' ಆಜರ್ ನವಾಬ ನುಡಿದರು.

'ತಸ್‌ನೀಮ್ ಪಾಶಾ.' ಮಹಾ ಸರ್ಕಾರ್ ಸ್ವಲ್ಪ ತಡೆದು, ನುಡಿದರು. ತಸ್‌ನೀಮ್ ಪಾಶಾ ಶಾಹಾನಾಳ ವಿವಾಹ ನಿನ್ನೊಡನೆ ನಡೆಯಲೆಂದು ಅಭಿಪ್ರಾಯ ಪಟ್ಟಿದ್ದಾರೆ.'

ಆಜರ್ ನವಾಬರು ತಲೆಯನ್ನು ಹಿಂದಕ್ಕೆ ಕೊಡವಿ, ನಕ್ಕು, ನುಡಿದರು.

'ನಿಮ್ಮ ಅಭಿಪ್ರಾಯವೇನು, ಸರ್ಕಾರ್ ?'

'ನಿನ್ನ ಅಭಿಪ್ರಾಯವೇನೆಂದು ನಾನು ಕೇಳಿದರೆ ?'

'ಆಗ ನಾನು, ಸ್ವತಃ ಕುವರಿ ಶಾಹಾನಾಳ ಅಭಿಪ್ರಾಯ ಏನೆಂದು ಕೇಳಬಯಸುತ್ತೇನೆ.'

ಮಹಾ ಸರ್ಕಾರ್ ಅವರು, ಮಗನ ಮೇಲೆ ತನ್ನ ಇಷ್ಟಾನಿಷ್ಟಗಳನ್ನು ಹೇರಲು ಇಚ್ಛಿಸುತ್ತಿರಲಿಲ್ಲ. ಹಾಗೆ ನೋಡಿದರೆ, ಈ ಸಂಬಂಧದಲ್ಲಿ ಕೆಟ್ಟದೇನೂ ಇರಲಿಲ್ಲ. ಇಬ್ಬರೂ ಒಂದೇ ಪರಿವಾರ ಹಾಗೂ ವಾತಾವರಣಕ್ಕೆ ಸಂಬಂಧಿಸಿದ್ದರು. ಶಾಹಾನಾ ಬಹಳ ಸುಂದರಿಯಿದ್ದಳು. ಒಂದಿಲ್ಲೊಂದು ದಿನ ಆಜರ್ ನವಾಬರು ಕುವರಿ ಶಾಹಾನಾಳನ್ನು ವಿವಾಹ ಮಾಡಿಕೊಳ್ಳುವರೆಂಬ ಆಶೆ ಎಂದಿನಿಂದಲೋ ತಸ್‌ನೀಮ್ ಪಾಶಾರ ಮನದಲ್ಲಿತ್ತು. ಕೇವಲ ಸಮಯದ ಪ್ರತೀಕ್ಷೆಯಲ್ಲಿ ಅವರಿದ್ದರು. ಆಜರ್ ನವಾಬರು ಎಂದೂ ಪುರುಸೊತ್ತಿನ ಮೂಡ್‌ನಲ್ಲಿ ಇರುತ್ತಿರಲಿಲ್ಲ. ಜಹಗೀರಿನ ಕೆಲಸಗಳಲ್ಲಿ ಅವರು ಎಷ್ಟೊಂದು ವ್ಯಸ್ತವಾಗಿರುತ್ತಿದ್ದರೆಂದರೆ, ವಿವಾಹ ಬಂಧನದಲ್ಲಿ ಸಿಲುಕಲು ಅವರಿಗೆ ಇಚ್ಛೆಯೇ ಇರಲಿಲ್ಲ.

ಮಹಾಸರ್ಕಾರ್‌ರವರು ಎರಡು ಮೂರು ಬಾರಿ ವಿವಾಹದ ಮಾತೆತ್ತಿದಾಗೆಲ್ಲ, ಅವರು ನಕ್ಕು, ಮಾತು ಬದಲಿಸುತ್ತಿದ್ದರು. ಆಜರ್ ನವಾಬರ ಮೇಲೆ ಕಣ್ಣಿಟ್ಟಿರದ ಯಾವ ಮನೆತನವೂ ಹೈದರಾಬಾದ್‌ನಲ್ಲಿರಲಿಕ್ಕಿಲ್ಲ. ತಮ್ಮ ಪ್ರಯತ್ನಗಳಲ್ಲಿ ಅಸಫಲರಾದ ಕೆಲವರು ಅವರ ಮೇಲೆ ಕೋಪಿಸಿಯೂ ಇದ್ದರು. ಅಂತಹವರು ಬಗೆಬಗೆಯ ಮಾತುಗಳನ್ನು ಸೃಷ್ಟಿಸಿ ಹರಡುತ್ತಿದ್ದರು. ಆಜರ್ ನವಾಬರು ಜರ್ಮನಿಯಲ್ಲಿ ಯಾರನ್ನೋ ವಿವಾಹವಾಗಿದ್ದರಿಂದಲೇ ಆಗಾಗ ಜರ್ಮನಿಗೆ ಹೋಗುತ್ತಿರುವರೆಂಬ ಸುದ್ದಿಯಷ್ಟೇ ಅಲ್ಲದೆ ಅವರ ಪ್ರೇಮ–ಪ್ರಣಯಗಳಿಗೆ ಸಂಬಂಧಿಸಿ ಕೆಲವು ವಿವಾಹಿತ ಮಹಿಳೆಯರ ಹೆಸರನ್ನೂ ಸೂಚಿಸಲಾಗುತ್ತಿತ್ತು. ತನ್ನ ಬೆನ್ನ ಹಿಂದೆ ಏನೆಲ್ಲಾ ಹೇಳಲಾಗುತ್ತಿದೆ ಎಂದು ಆಜರ್ ನವಾಬರು ಅರಿತಿದ್ದರೂ, ಅಂತಹ ಜನರ ಗೊಡವೆ ಅವರಿಗಿರಲಿಲ್ಲ.

ಏಮನ್ ಪೋರ್ಟಿಕೋದ ಇನ್ನೊಂದು ತುದಿಯಲ್ಲಿ ಕಟಕಟೆಗೆ ಒರಗಿ ನಿಂತಿದ್ದಳು. ಅಲಂಕಾರಿಕ ಬಳ್ಳಿಯ ದೊಡ್ಡ ದೊಡ್ಡ ಎಲೆಗಳು ಕಟಕಟೆಯ ಮೇಲೇರಿ ಬಂದಿದ್ದವು. ಮಹಾಸರ್ಕಾರ್‌ರವರ ಬಳಿಗೆ ಹಿಂತಿರುಗಲು ಅವಳು ಆಜರ್ ನವಾಬ್ ಹೋಗುವ ಪ್ರತೀಕ್ಷೆಯಲ್ಲೇ ಇದ್ದಳು. ಈಗ ಅವರು ತನ್ನತ್ತಲೇ ಬರುತ್ತಿರುವುದನ್ನು ಕಂಡು ಅವಳ ಕಾಲ್ಗಳು ಕಲ್ಲಿನಂತಾದವು. ತೂಗಿಟ್ಟ ಹೆಜ್ಜೆಗಳೊಂದಿಗೆ ಅವರು ಏಮನ್‌ಳ ಬಳಿಗೇ ಬರುತ್ತಿದ್ದರು. ಆರೋಗ್ಯಪೂರ್ಣ, ಕ್ರಾಂತಿಯುಕ್ತ ಪ್ರಭಾಮಂಡಲವೊಂದು ಅವರ ಸುತ್ತಲೂ ಇತ್ತು. ಬಾಚಲಾಗಿದ್ದರೂ, ದಟ್ಟ ಕೂದಲು ಹಣೆಯ ಒಂದು ಪಕ್ಕದಲ್ಲಿಳಿದು ವಿಶಾಲ ಹಣೆಯ ಒಂದು ಭಾಗವನ್ನಾವರಿಸಿತ್ತು. ಫ್ಲಾನೆಲ್‌ನ ಬಿಳಿ ಪ್ಯಾಂಟ್ ಹಾಗೂ ತೆರೆದ ಕತ್ತಿನ ಟೆನಿಸ್‌ಶರ್ಟ್ ಧರಿಸಿದ್ದರು. ಅವರ ಕೈಯಲ್ಲಿ ಹಂಟರ್ ಇತ್ತು. ಬಹುಶಃ ಅವರು ತಮ್ಮ ಕುದುರೆ ಸವಾರಿಯಿಂದ ಹಿಂದಿರುಗುತ್ತಾ, ಸೀದಾ ಮಹಾಸರ್ಕಾರ್‌ರವರನ್ನು ಕಾಣಲು ಬಂದಿದ್ದರು. ಅವರು ಬಂದು, ಏಮನ್‌ಳ ಎದುರಿನಲ್ಲಿ ನಿಂತರು.

'ಚೆನ್ನಾಗಿದೆ,' ಅವರು ಲಾಕೆಟ್ ಕೈಯಲ್ಲಿ ತೆಗೆದುಕೊಂಡು, ಅದರ ಮೇಲೆ ಬೆರಳಾಡಿಸುತ್ತಾ ಹೇಳಿದರು. 'ಎ' ಯಿಂದ ನನ್ನ ಹೆಸರೂ ಬರುತ್ತದೆ;– 'ಆಜರ್!' ಇದರ ಮೇಲೆ ನನ್ನ ಹಕ್ಕೂ ಇರಬಹುದು; ಇದು ನನ್ನದೂ ಆಗಬಹುದು.' ಬಹಳ ಮೆಲ್ಲನೆ ನುಡಿಯುತ್ತಿದ್ದ ಅವರು ಲಾಕೆಟ್‌ನ್ನು ನೋಡುವ ಬದಲು ಏಮನ್‌ಳನ್ನೆ ತದೇಕ ದೃಷ್ಟಿಯಿಂದ

ದಿಟ್ಟಿಸುತ್ತಿದ್ದರು. ಏಮನ್ ಲಾಕಟ್ ಸೆಳೆದುಕೊಂಡು ಸೆರಗಿನೊಳಗೆ ಹಾಕಿಕೊಂಡಳು. ಬಹುಶಃ ಅವರಿಗೆ ಆಗಾಗ ಏಮನ್‌ಳನ್ನು ಸತಾಯಿಸುವ ಗುಂಗುಂಟಾಗುತ್ತಿತ್ತೇನೋ, ಅವಳೊಂದು ನಿಟ್ಟುಸಿರು ಬಿಟ್ಟು, ಆಸರೆಗಾಗಿ ಕಟಕಟೆಯ ಮೇಲೆ ಕುಳಿತಳು. ಆಜರ್ ನವಾಬರಿಂದ ತನಗಾಗಬೇಕಾದದೇನೂ ಇಲ್ಲವೆಂಬಂತೆ ಅವಳ ಧೋರಣೆಯಿದ್ದರೂ, ಮನದಲ್ಲೇ, ತನ್ನ ಯಾವುದೇ ಚೇಷ್ಟೆಯು ಅವರ ಮನೋರಂಜನೆಯ ಸಾಮಗ್ರಿಯಾಗದಿರಲೆಂದು ಅವಳು ಭಯಪಡುತ್ತಿದ್ದಳು. ಅವಳೆಂದೂ ಹೀಗೆ ಇಷ್ಟು ಸುಲಭವಾಗಿ ವಿಚಲಿತವಾಗುವವಳಾಗಿರಲಿಲ್ಲ. ಈಗಿದೇನಾಗುತ್ತಿತ್ತು. ಅವಳಿಗೆ?

ಆಜರ್ ನವಾಬ ಹಾಗೂ ಅವರಿಗೆ ಸಂಬಂಧಿಸಿದ ವಿಷಯಗಳೆಲ್ಲವೂ ಏಕೆ ಅವಳನ್ನು ಬೇಗುದಿಗೀಡು ಮಾಡುತ್ತಿತ್ತು ? ಈಗ ತನ್ನ ಹೃದಯದ ಕ್ಷೋಭೆಯ ಪೂರ್ಣ ಪರಿಚಯ ಅವಳಿಗಾಗಿರುವಾಗ, ಕೇವಲ ಎರಡೇ ದಾರಿಗಳು ಅವಳಿಗಾಗಿ ತೆರೆದಿದ್ದುವು. ಒಂದೋ, ಹವೇಲಿಯನ್ನು ತೊರೆದು, ಪುನಃ ಹೊರಗಿನ ವಿಶಾಲ ಜಗತ್ತಿನಲ್ಲಿ ತನ್ನನ್ನು ತಾನೇ ಕಳೆದುಕೊಳ್ಳುವುದು; ಇಲ್ಲವೇ, ಅಗ್ಗದ ಪ್ರಣಯ ಚೇಷ್ಟೆಗಳಲ್ಲಿ ತಮ್ಮ ವ್ಯಕ್ತಿತ್ವವನ್ನೇ ಕಳಕೊಳ್ಳುವ ಕನ್ಯೆಯರಂತೆ ವರ್ತಿಸುವುದನ್ನು ಬಿಟ್ಟುಬಿಡುವುದು,;

ಆಜರ್ ನವಾಬರ ತುಟಿಗಳಲ್ಲಿ ವ್ಯಂಗದ ಹಾಗೂ ವಿಜಯದ ನಗುವನ್ನು ಮೂಡಿಸುವ ಎಲ್ಲ ವಿಷಯಗಳ ಬಗ್ಗೆ ತಾನಿನ್ನು ಎಚ್ಚರದಿಂದರಬೇಕು. ಎಂದು ಏಮನ್ ಎಣಿಸಿದಳು. ಆದರೆ, ಅವಳೆಂದೂ, ಗೊತ್ತಿದ್ದೂ, ಇಂತಹ ಉಪದ್ರ್ಯಾಪಕ್ಕೆಳಸಿರಲಿಲ್ಲ. ತನ್ನನ್ನು ಆಳ-ಪಾತಾಳದೆಡೆಗೆ ಸೆಳೆದೊಯ್ಯುವ ಆ ಸುಳಿಯೆಡೆಗೆ ಅವಳು ಸೆಳೆಯಲ್ಪಟ್ಟಿದ್ದಳು. ತನ್ನ ನಿಷ್ಕರುಣಿಯ ಕೈಗಳಲ್ಲಿ ತಾನೇ ಆಟಿಕೆಯಾಗುವುದನ್ನು ಅವಳು ಸಹಿಸಬಲ್ಲಳಾಗಿದ್ದರೂ, ತನ್ನ ಭಾವನೆಗಳ ಭಾರಕ್ಕೆ ಸಿಲುಕಿ, ಆಜರ್ ನವಾಬರ ಕೈಯ ಆಟಿಕೆಯಾಗಲು ಅವಳ ಸಮ್ಮತಿಯಿರಲಿಲ್ಲ.

ಅವಳು ಅಲ್ಲಿಂದೆದ್ದು ತನ್ನ ಕೋಣೆಯತ್ತ ನಡೆದಾಗ, ಅವಳ ಸೆರಗು ಮುಳ್ಳುಗಳಲ್ಲಿ ಸಿಕ್ಕಿಹಾಕಿಕೊಂಡು ಅವಳು ಹಿಂದಿರುಗಬೇಕಾಯಿತು.

'ಈ ಪ್ರಪಂಚದಲ್ಲಿ ಪ್ರತಿಮುಳ್ಳಿಗೂ ಒಂದು ಸೆರಗು, ಹಾಗೂ ಪ್ರತಿ ಸೆರಗಿಗೂ ಒಂದು ಮುಳ್ಳು ಸಿದ್ಧವಿರುತ್ತದೆ.' ಆಜರ್ ನವಾಬರು ಅವಳ ಸೆರಗನ್ನು ಮುಳ್ಳಿನಿಂದ ಬಿಡಿಸುವ ಯತ್ನ ಮೂಡದೇನೇ ನುಡಿದರು. ಆ ತುಟಿಗಳ ಮೇಲೆ ಅದೇ ಹುಚ್ಚಾಗಿಸುವ ಮೃದು ಮಂದಹಾಸವಿದ್ದುದನ್ನು ಏಮನ್ ಕಂಡಳು.

ಅವಳು ಗೊಂದಲದಿಂದ ಸೆಳೆದಾಗ, ಸೆರಗು ಚಟ್ಟನೆ ಹರಿಯಿತು. ಓರೆನೋಟವೊಂದನ್ನು ಆಜರ್ ನವಾಬರತ್ತ ಬೀರಿ, ಅವಳು ಏನೂ ಹೇಳದೆ, ತನ್ನ ಕೋಣೆಯೊಳಗೆ ಹೋದಳು. ಅವಳ ಗೊಂದಲವನ್ನು ಕಂಡು ಮೋಜಿನಿಂದ ನಗುತ್ತಿದ್ದ ಆಜರ್ ನವಾಬರ ಹಲ್ಲುಗಳು ಹೊಳೆಯುತ್ತಿದ್ದವು. ಗಾಂಭೀರ್ಯದಿಂದಲೇ ಎದ್ದು ಹೊರಟಿದ್ದ ಅವಳ ಯೋಜನೆ ಆ ದರಿದ್ರ ಕಂಟಕದಿಂದಾಗಿ ಬುಡಮೇಲಾಗಿತ್ತು. ಮುಳ್ಳಿಗೆ ಸೆರಗೇನು, ಹೃದಯವೇನು ?! ಚುಚ್ಚುವುದೊಂದೇ ಅದರ ಕೆಲಸ!

ಕೋಣೆ ಸೇರಿದ ಏಮನ್‌ಳು ಸರದಿಂದ ಪದಕವನ್ನು ಕಳಚಿ, ಅದೇ ಮುಖಮಲ್ ಪೆಟ್ಟಿಗೆಯಲ್ಲಿಟ್ಟು, ಕಪಾಟಿನೊಳಗಿರಿಸಿದಳು. ಆದರೆ, ಅವರು ಮುಟ್ಟಿದ ಆ ಸರವನ್ನೇನು ಮಾಡುವುದು ? ಆ ಸ್ಪರ್ಶ ಕೆಲವೊಮ್ಮೆ ಅವಳ ಮುಂಗೈ ಮೇಲೆ ಭಾಸವಾದರೆ, ಮತ್ತೆ ಕೆಲವೊಮ್ಮೆ ಅವಳ ಕಾಲ್ಗಳನ್ನೇ ಕಟ್ಟಿ ಹಾಕುತ್ತಿತ್ತು. ಆದರೂ, ಎಳೆಯ ಮಗುವಿನ ಮೃದು ಹಸ್ತದಂತೆ, ಆ ಸ್ಪರ್ಶ ನವಿರಾಗಿರುತ್ತಿತ್ತು.

ದೃಢಮನ ಹಾಗೂ ಹೊಸ ಧೈರ್ಯದೊಂದಿಗೆ ಏಮನ್ ಆಫೀಸ್ ತಲುಪಿದಳು. ಒಳಗೆ ಕಾಲಿಡುತ್ತಿದ್ದಂತೇ ಆಜರ್ ನವಾಬರು ಅವಳನ್ನು ಆಳವಾದ ದೃಷ್ಟಿಯಿಂದ ದಿಟ್ಟಿಸಿ, ಕೆಟ್ಟ ಮುಖ ಮಾಡಿದರು.

'ಈ ಕಂದು ಬಣ್ಣದ ಉಡುಪು ನನಗೆ ಸ್ವಲ್ಪವೂ ಇಷ್ಟವಿಲ್ಲ' ಅವಳನ್ನು ತಲೆಯಿಂದ ಕಾಲಿನವರೆಗೆ ದಿಟ್ಟಿಸುತ್ತಾ ಅವರೆಂದರು.

'ಇಲ್ಲದಿರಲಿ, ನನಗೇನು?!' ಕುರ್ಚಿಯೆಳೆದು ಕುಳಿತುಕೊಳ್ಳುತ್ತಾ ಏಮನ್ ಅಂದುಕೊಂಡಳು. ಆ ಬಣ್ಣ ಅವಳ ಕಂಗಳ ಚೆಲುವನ್ನು ಸ್ವಲ್ಪ ಮಾಸುತ್ತಿತ್ತೇನೋ ನಿಜ!

ಅರ್ಧ ತೋಳಿನ ನೀಲಿ ಜರ್ಸಿ ಹಾಗೂ ಪ್ಯಾಂಟ್ ಆಜರ್ ನವಾಬರ ಮೈಮೇಲೆ ಒಪ್ಪವಾಗಿ ಶೋಭಿಸುತ್ತಿತ್ತು. ಮೇಜಿನ ಮೇಲಿದ್ದ ಪುಸ್ತಕಗಳ ಮೇಲಾನಿಸಿದ್ದ ನೀಳ್ಬೆರಳ್ಗಳ ಸುಂದರ ನೀಳ ಬೆರಳುಗಳಲ್ಲಿ ಅವರ ಪರಿವಾರದ ಮುದ್ರೆಯಿದ್ದ ಪ್ಲಾಟಿನಮ್ ಉಂಗುರ ಶೋಭಿಸುತ್ತಿತ್ತು.

'ನಾಳೆಯಿಂದ ಈ ಬಣ್ಣದ ಉಡುಪು ತೊಡಬೇಡ; ಅವರು ಗರ್ವದಿಂದೆಂಬಂತೆ ನುಡಿದರು.

'ನನ್ನಿಷ್ಟದ ಉಡುಪು ತೊಡುವ ಸ್ವಾತಂತ್ರ್ಯ ನನಗಿರಬೇಕು.' ಶಾಂತಳಾಗಿರಲೆತ್ನಿಸುತ್ತಾ ಏಮನ್ ನುಡಿದಳು.

'ಸರಿ' ಆಜರ್ ನವಾಬರು ಭುಜ ಹಾರಿಸಿ ನುಡಿದರು. 'ನಿನಗೆ ಸ್ವಾತಂತ್ರ್ಯ ಕೊಡಲಾಗಿದೆ. ಆದರೆ, ಒಡನೆಯೇ ಇನ್ನೆಂದಾದರೂ ನಿನ್ನನ್ನು ಈ ಉಡುಪಿನಲ್ಲಿ ಕಂಡರೆ, ಇದನ್ನು ಚೂರು-ಚೂರಾಗಿಸುವ ಸ್ವಾತಂತ್ರ್ಯ ನಮ್ಮದೂ ಆಗಿದೆ.'

ಇದು ಮುಕ್ತ ದಬ್ಬಾಳಿಕೆಯಾಗಿತ್ತು ಏಮನ್‌ಳ ಕಿವಿಗಳವರೆಗೆ ಗುಲಾಬಿ ಛಾಯೆ ಹರಡಿತು. ಆದರೆ ಅವಳಿನ್ನೂ ಕೈಚೆಲ್ಲಿ ಕುಳಿತುಕೊಳ್ಳಲು ಸಿದ್ಧಳಿರಲಿಲ್ಲ. 'ಇದು ನನ್ನಿಷ್ಟದ ಉಡುಪು. ಹಾಗೂ ನಾನಿದನ್ನು ಖಂಡಿತ ತೊಟ್ಟು ಕೊಳ್ಳುವೆ' ತಲೆಯೆತ್ತಿ ನುಡಿದಳವಳು.

'ಬಹುಶಃ ನಾವದನ್ನು ಕಿತ್ತು ಚೂರಾಗಿಸುವೆವೆಂಬಾಶಯದಿಂದಿಲೇನೋ!'

ಏಮನ್ ಬೆಚ್ಚಿಬಿದ್ದು ಅವರನ್ನೇ ದಿಟ್ಟಿಸಿದಳು. ಅವರ ಕಂಗಳಲ್ಲಿ ಕ್ರೋಧ ಹೊಗೆಯಾಡುತ್ತಿತ್ತು. 'ಈ ಸಿರಿವಂತ ಕುವರನ ಆದೇಶವನ್ನು ಈವರೆಗೆ ಮುನ್ನಿಸದವರೇ ಇದ್ದಿಲ್ಲವೇನೋ!' ಏಮನ್ ಯೋಚಿಸಿದಳು. ಆದರೆ, ಅವರನ್ನು ಕೆಣಕಿ ಅವಳು

ಖುಷಿಯಾಗಿದ್ದಳು. ಅವರ ಕ್ರೋಧವು ಅವರ ಮುಗುಳ್ನಗುವಿಗಿಂತ ಒಳ್ಳೆಯದೇ ಆಗಿತ್ತು. ಯಾಕೆಂದರೆ, ಆ ಮಗುಳ್ನಗು ಅವಳನ್ನು ಸದಾ ಗಲಿಬಿಲಿಗೀಡುಮಾಡುತ್ತಿತ್ತು.

ಇಂದಿನ ಪತ್ರಗಳಲ್ಲಿ ಮೊದಲನೆಯದು ಬಶಾರತ್ ನವಾಬರಿಗೆ ತಕ್ಷಣವೇ ದಾಂಡೇಲಿ ತಲುಪುವ ಆದೇಶವನ್ನು ಈಯುವುದೇ ಆಗಿತ್ತು. ಅದಕ್ಕೆ ಯಾವುದೇ ಕಾರಣವನ್ನು ಸೂಚಿಸುವ ಅಗತ್ಯ ಆಜರ್ ನವಾಬರಿಗೆ ಉಚಿತವೆಂದು ತೋರಿರಲಿಲ್ಲ. ಒಂದೆರಡು ಬೇರೆ ಪತ್ರಗಳೂ ಇದ್ದವು. ಒಂದರಲ್ಲಿ ಟಿಂಬರ್ ಫ್ಯಾಕ್ಟರಿಗೆ ಹೊಸ ವಿನಿಯರ್ ಮೇಶಿನ್ ಕಳುಹಿಸುವಂತೆ ಹಾಲೆಂಡಿನ ಯಾವುದೋ ಫರ್ಮ್ ಒಂದಕ್ಕೆ ವಿನಂತಿಸಲಾಗಿತ್ತು. ಫೋನ್ ಮೊಳಗಿದಾಗ ಏಮನ್ ರಿಸೀವರ್ ಎತ್ತಿಕೊಂಡಳು.

'ಮಿಸ್ ರಿಯಾಜ್!' ಏಮನ್ ರಿಸೀವರ್ ಮೇಲೆ ಕೈಯಿಟ್ಟು ನುಡಿದಳು.

ಆಜರ್ ನವಾಬರು ಕೈಚಾಚಿ ರಿಸೀವರ್ ಎತ್ತಿಕೊಂಡರು. 'ಹಲೋ ರಹನಾ!' ಬಹಳ ಉತ್ಸಾಹದಿಂದ ಅವರಂದರು. 'ನಿನ್ನೊಡನೆ ಮಾತಾಡಲು ಆಗದಷ್ಟೇನೂ ವ್ಯಸ್ತನಾಗಿಲ್ಲ.' ಅವರಂದರು. ಅತ್ತ ಕಡೆಯಿಂದ ರೆಹನಾ ಏನು ಹೇಳಿದಳೋ, ಆಜರ್ ನವಾಬರು ಜೋರಾಗಿ ನಕ್ಕು ಬಿಟ್ಟು ನುಡಿದರು. 'ಚೆಲುವೆಯರಾದ ಹುಡಗಿಯರಿಗೆ ಮಾಡಿದ ವಾಗ್ದಾನ ನಾವೆಂದೂ ಮರೆಯುವುದಿಲ್ಲ ನಿಜ; ನಿಜ; ನಿನ್ನೊಡನೆ ಇಂದು ಬೆಳದಿಂಗಳ ರಾತ್ರಿಯಲ್ಲಿ ನದೀ ವಿಹಾರ ಹೋಗಲಿದೆಯೆಂದು ನಮಗೆ ಚೆನ್ನಾಗಿ ನೆನಪಿದೆ.'

ಏನೋ ಅಗತ್ಯದ ಕಾಗದ ತರಲಿರುವಂತೆ ಏಮನ್ ಎದ್ದುಬಿಟ್ಟಳು ! ಆಜರ್ ನವಾಬರ ವೈಯಕ್ತಿಕ ಮಾತುಕತೆಗಳಿಂದ ಅವಳಿಗೇನಾಗಬೇಕು?

'ಹೌದು, ಹೌದು! ಯಾಕಾಗಬಾರದು ? ನಾನು ಬಂದು ನಿನ್ನನ್ನು ಕರೆದೊಯ್ಯುವೆ, ಹೌದು ಭೋಜನ ಬೋಟ್‌ನಲ್ಲೇ–ಏನಂದೆ? ಸರಿ, ಸರಿ, ಇಲ್ಲ, ಇಲ್ಲ; ಅವಳು ಸಂತೋಷದಿಂದಲೇ ಮಾಡಲೊಪ್ಪುವಳೆಂದನಿಸುತ್ತದೆ.' ಎನ್ನುತ್ತಾ ಅವರು ರಿಸೀವರ್ ಇಟ್ಟುಬಿಟ್ಟರು. 'ಮಿಸ್ ಏಮನ್ ಸಾಹಿಬಾ' ಅವರು ಔಪಚಾರಿಕವಾಗಿ ನುಡಿದರು. 'ಅಂದು ಪಾರ್ಟಿಯ ದಿನದಂದು ನೀನು ತಯಾರಿಸಿದ ಚೀಸ್ ಸ್ಯಾಂಡ್‌ವಿಚ್ ಇಂದು ರಾತ್ರಿಯೂಟಕ್ಕಿರಲೆಂದು ಮಿಸ್ ರೆಹಾನಾಳ ಅಭಿಲಾಷೆಯಾಗಿದೆ, ಇಂದು ನಾವು ಬೋಟಿಂಗ್ ಹೋಗುವವರಿದ್ದೇವೆ. ಭೋಜನ ದೋಣಿಯಲ್ಲೇ ಜರುಗುವುದು.'

'ಮಿಸ್ ರಿಯಾಜ್‌ಗೆ ನಾನು ಮಾಡುವ ವಿಧಾನ ತಿಳಿಸುತ್ತೇನೆ. ಆಕೆ ತನ್ನ ಅಡಿಗೆಯಾತನಿಂದ ಮಾಡಿಸಿಕೊಳ್ಳಬಹುದು.' ಬಹಳ ಕಷ್ಟದಿಂದ ತನ್ನ ಶಾಂತತೆಯನ್ನು ಕಾಪಾಡಿಕೊಳ್ಳಲೆತ್ನಿಸುತ್ತಾ ಏಮನ್ ನುಡಿದಳು. ಮಿಸ್ ರಿಯಾಜ್‌ಳ ಅಪೇಕ್ಷೆಯನ್ನು ಪೂರೈಸಲು ಅವಳೇನೂ ಎರಡು ಕಾಸಿನ ಅಡಿಗೆಯವಳವಲ್ಲವಲ್ಲ !

'ಅವಳ ಉದ್ವೇಗವನ್ನು ಗಮನಿಸುತ್ತಿದ್ದ ಆಜರ್ ನವಾಬರಂದರು. 'ಇದು ನನ್ನ ವಿನಂತಿ ಕೂಡ.' ಏಮನ್ ಅವರನ್ನೇ ದಿಟ್ಟಿಸಿ ನೋಡಿ, ಕಾಗದಗಳನ್ನು ಓಗ್ಗೂಡಿಸಿಕೊಂಡು ಟೈಪ್ ಮಾಡಲು ಹೊರಟುಹೋದಳು. ಆಜರ್ ನವಾಬರ ಮೇಲೆ ಅವಳಿಗೆ ನಿಜವಾಗಿಯೂ

ಸಿಟ್ಟುಂಟಾಗಿತ್ತು. ಅವರು ಇಷ್ಟೊಂದು ಕಠಿಣ ಹೃದಯಿ ಹೇಗಾದರು? ಕುವರಿ ಶಾಹಾನಾಳೊಡನೆ ಅವರ ಮದುವೆಯ ಮಾತುಕತೆ ನಡೆಯುತ್ತಿತ್ತೆಂಬ ಪಿಸುಮಾತು ಶಮ್‌ಶಾದ್‌ಳ ಮೂಲಕ ಅವಳ ಕಿವಿಗೆ ಬಿದ್ದಿತ್ತು. ಇತ್ತ ಇವರು ಮಿಸ್ ರಿಯಾಜ್‌ಳನ್ನು ಮರಳುಗಾಡಿನತ್ತ ಒಯ್ಯುತ್ತಿದ್ದರು. ಆಕೆಯ ಪರವಾಗಿ ಏಮನ್‌ಳೊಡನೆ ವಿನಂತಿಸಿಕೊಳ್ಳುವಷ್ಟೂ ಅವರು ಮುಂದುವರಿದಿದ್ದರು. ಇನ್ನೆಷ್ಟು ಮುಗ್ಧ ಹೃದಯಗಳನ್ನು ತಮ್ಮ ಹಿಡಿಯಲ್ಲಿ ಹೊಸಕಿ ಎಸೆದು ಬಿಟ್ಟಿರುವರೋ ಬಲ್ಲವರಾರು ?!

ತನ್ನ ಕೆಲಸ ಮುಗಿಸಿ ಏಮನ್ ನೌಕರರ ವಾಸಸ್ಥಳದತ್ತ ಹೊರಟು ಹೋದಳು. ಖಾನ್‌ನ ಪತ್ನಿ ಆಸ್ಪತ್ರೆಯಿಂದ ಹಿಂದಿರುಗಿದ್ದಳು. ಬೆಳಗ್ಗೆ ಮಹಾಸರ್ಕಾರ್‌ರವರು ಆಕೆಯನ್ನು ನೋಡಿ ಬಂದಿದ್ದರು. ಅಧಿಕ ರಕ್ತಸ್ರಾವದಿಂದಾಗಿ ಆಕೆ ತುಂಬ ಕ್ಷೀಣಿಸಿದ್ದಳು. ಖಾನ್‌ಸಮಾಗೆ ಆಜರ್ ನವಾಬರ ಅಣತಿ ತಿಳಿಸಿ, ಆತನ ಪತ್ನಿಗೆ ಆರಾಮ ಮಾಡುವಂತೆ ಹೇಳಿ, ಅವರ ನಾಲ್ಕು ವರ್ಷದ ಮಗು ಕಲೀಮ್‌ನನ್ನು ಜೊತೆಯಲ್ಲಿ ಕರಕೊಂಡು ಹೊರಟಳು. ಮಗು ಸುಮ್ಮನೆ ಅವಳ ಹಿಂದೆ ನಡೆದು ಬಿಟ್ಟಿತ್ತು.

'ಏಮನ್ ಬೀಬೀ, ಅವನು ಮಣ್ಣಿನಲ್ಲಿ ಮುಳುಗಿದ್ದಾನೆ. ತಾಯಿಲ್ಲಿ; ನಾನು ಸ್ನಾನಮಾಡಿಸಿ ಬಿಡುತ್ತೇನೆ.' ಎಂದು ಶಮ್‌ಶಾದ್, ಏಮನ್‌ಳ ಕೈ ಹಿಡಿದು ಮೆಟ್ಟಲೇರುತ್ತಿರುವ ಮಗುವನ್ನು ಕಂಡು ಹೇಳಿದಳು.

ಬೇಡ, ಶಮ್‌ಶಾದ್; ನಾನೇ ಮಿಾಯಿಸುತ್ತೇನೆ. ನನಗಿಂದು ಪುರುಸೊತ್ತಿದೆ.' ಏಮನ್ ನುಡಿದಳು. ಕಲೀಮ್ ಶಮ್‌ಶಾದ್‌ಳಿಗೆ ತುಂಬ ಹೆದರುತ್ತಿದ್ದನೆಂದು ಅವಳರಿತಿದ್ದಳು. ಈಗಲೂ ಅವಳನ್ನು ಕಂಡೊಡನೆ, ಅವನ ಹೆಜ್ಜೆಗಳಲ್ಲೇ ಕೀಲಿಸಿದಂತಾಗಿ ಏಮನ್‌ಳ ಬೆರಳಿನ ಮೇಲೆ ಅವನ ಹಿಡಿತ ಬಿಗಿಯಾಯಿತು. ಏಮನ್ ಮಗುವನ್ನು ತನ್ನ ರೂಮಿಗೊಯ್ದು ಸ್ನಾನಮಾಡಿಸಿ ಬಟ್ಟೆ ತೊಡಿಸಿದಳು. ಕಲೀಮ್ ತನ್ನ ದೊಡ್ಡ-ದೊಡ್ಡ ಕಂಗಳನ್ನರಳಿಸಿ ಅವಳನ್ನು ನೋಡುತ್ತಲೇ ಇದ್ದ, ಕಪ್ಪಾದರೂ, ತುಂಬಿದ್ದ ಗಲ್ಲಗಳ ಮೇಲಿನ ಕಂಗಳು, ನಡೆಯುತ್ತಿರುವುದೇನೆಂದರಿಯದೆ, ಅಚ್ಚರಿಯಿಂದ ಅರಳಿದ್ದವು. ಸೇವಕರ ಆ ವಾಸದಲ್ಲಿ ತಾಯಿ ದಿನವೂ ಮಿಾಯಿಸುತ್ತಿದ್ದ ತೆರೆದ ಚೌಕದಲ್ಲಿನ ನಳಕ್ಕೂ, ಈ ಗುಲಾಬಿ ಬಣ್ಣದ ಟೈಲ್ಸ್‌ನ ಬಾತ್‌ರೂಮಿಗೂ ನಡುವೆ ಭೂಮ್ಯಾಕಾಶದ ಅಂತರವಿತ್ತು. ಪರಿಮಳಯುಕ್ತ ಸಾಬೂನು ಅವನನ್ನು ಮತ್ತೂ ಸುಮ್ಮನಾಗಿಸಿತ್ತು. ಬಟ್ಟೆ ತೊಡಿಸಿ, ಏಮನ್ ಅವನನ್ನೇ ದಿಟ್ಟಿಸಿ, ನೋಡಿದಳು. ಉರುಟುರುಟು ಮೈಯ ಕಪ್ಪು ಕಲೀಮ್ ಗಿಡ್ಡ ಪೈಜಾಮಾ ಹಾಗೂ ಭುಜಗಳಲ್ಲಿ ಗಂಟಿದ್ದ ಕುರ್ತಾ ಧರಿಸಿ, ಕಂಗಳನ್ನು ಕೆಳಗೇ ಕೀಲಿಸಿ ಅವಳೆದುರು ಸುಮ್ಮನೆ ನಿಂತಿದ್ದ, ಅವನ ಸಂಕೋಚವನ್ನು ದೂರಮಾಡಲು, ಏಮನ್, ಡ್ರೆಸ್ಸಿಂಗ್ ಟೇಬಲ್‌ನಿಂದ ಚಾಕೋಲೇಟ್ ತರಲೆಂದು ತಿರುಗಿದ್ದಳಷ್ಟೇ, ಅವನು ಒಮ್ಮೆಲೆ ಓಟಕಿತ್ತ, ಅವನ ಈ ತುಂಟಾಟ ಏಮನ್‌ಳಿಗೆ ತುಂಬಾ ಹಿಡಿಸಿತು. ಅವಳೂ ಚಾಕೊಲೇಟ್ ಹಿಡಿದು ಅವನ ಹಿಂದೆ ಓಡಿದಳು. ಅವಳ ತಲೆ ಹಗುರವಾಗಿತ್ತು; ಎಷ್ಟೋ ಕಾಲದ ಬಳಿಕ ಹೀಗೆ ಮುಕ್ತವಾಗಿ ನಗುತ್ತಿರುವಂತೆ ಅವಳಿಗನಿಸಿತು. ಮಗುವಿನ ತುಂಟಾಟಗಳಷ್ಟೇ ಇಂತಹ ಮುಕ್ತ ನಗುವನ್ನು ಅರಳಿಸಬಲ್ಲುದು.

ಉಯ್ಯಾಲೆಯ ಕೆಳಗೆ ಮೋಣಕಾಲೂರಿ, ಅಂಗೈಯೂರಿ ಅವಿತು ಕುಳಿತಿದ್ದ ಕಲೀಮ್‌ನನ್ನು ಏಮನ್ ಹಿಡಿದು ಬಿಟ್ಟಳು. ಉಯ್ಯಾಲೆಯಲ್ಲಿ ಕುಳಿತು ಬಗ್ಗಿ. ಅವಳವನನ್ನು ದಿಟ್ಟಿಸಿದಳು. ಅವಳ ಬರಿಗಾಲ್ಗಳಲ್ಲಿ ಲಾನ್‌ನ ಅದೇ ತಾನೇ ಕತ್ತರಿಸಿದ್ದ ಹಸಿರು ಹುಲ್ಲು ಅಂಟಿಕೊಂಡಿತ್ತು. ತೂಗುಬಿದ್ದ ನೀಳವಾದ ಜಡೆಯಲ್ಲೂ ಹುಲ್ಲಿನ ತುಣುಕುಗಳಂಟಿದ್ದವು. ಚಾಕೊಲೇಟ್‌ನಾಸೆಯಿಂದ ಕಲೀಮ್ ಉಯ್ಯಾಲೆಯಡಿಯಿಂದ ಹೊರಬಂದೊಡನೆ ಏಮನ್ ಹಾರಿ, ಅವನನ್ನು ಹಿಡಿದುಬಿಟ್ಟಳು. ಬೊಬ್ಬಿಟ್ಟ ಕಲೀಮ್‌ನ ಜೊತೆಗೆ ಏಮನ್ ಕೂಡ ಸ್ವಚ್ಛಂದವಾಗಿ ನಗತೊಡಗಿದಳು. ಆದರೆ, ಆ ನಗು ಅರ್ಧದಲ್ಲೇ ನಿಂತಿತ್ತು.

ತಾಳೆಯ ಗುಂಪಿನ ಬಳಿಯಲ್ಲಿ, ಪ್ಯಾಂಟಿನ ಜೇಬುಗಳಲ್ಲಿ ಕೈತೂರಿಸಿ ನಿಂತಿದ್ದ ಆಜರ್ ನವಾಬರು, ಏಮನ್‌ಳ ಈ ಪರಿಯ ಪರವಶತೆಯನ್ನು ಎಷ್ಟು ಹೊತ್ತಿನಿಂದ ದಿಟ್ಟಿಸುತ್ತಿದ್ದರೋ! ಒಮ್ಮೇಲೇ ಜಿಗಿದೆದ್ದ ಏಮನ್‌ಳು ಕೂದಲಿನಿಂದ ಹುಲ್ಲಿನ ತುಣಕುಗಳನ್ನು ಝಾಡಿಸುತ್ತಾ ಉಯ್ಯಾಲೆಯ ಬಳಿಯಲ್ಲೇ ನಿಂತಳು. ಚಾಕೋಲೇಟ್ ಎತ್ತಿಕೊಂಡು ಓಡಿದ ಕಲೀಮ್ ಒಂದು ಬಾರಿಯಾದರೂ ಹಿಂದಿರುಗಿ ನೋಡಲಿಲ್ಲ. ಆಜರ್ ನವಾಬರನ್ನು ಕಂಡು ಅವನಿಗೆ ಭಯವಾಗಿತ್ತು. ಏಮನ್‌ಳಮುಖ ಓಡಿಯಾಡಿದ್ದರಿಂದ ಕೆಂಪಗೆ ಹೊಳೆಯುತ್ತಿತ್ತು. ಕಪ್ಪುಕೂದಲ ಸುರಿಳಿಗಳ ಮಧ್ಯೆ ಇಣುಕುತ್ತಿದ್ದ ಅವಳ ಮುಖವನ್ನೇ ಆಜರ್ ನವಾಬರು ದಿಟ್ಟಿಸುತ್ತಿದ್ದರು. ಏಮನ್ ಉಸಿರು ಬಿಗಿ ಹಿಡಿದು ನಿಂತಿದ್ದಳು. ತನ್ನ ಬಾಲಿಶ ವರ್ತನೆಯ ಬಗ್ಗೆ ಆಜರ್ ನವಾಬರು ಖಂಡಿತವಾಗಿಯೂ ಏನಾದರೂ ಹೇಳುವರೆಂದು ಅವಳು ನಿರೀಕ್ಷಿಸುತ್ತಿದ್ದರೂ ಕೇವಲ ಒಂದು ಹಗುರವಾದ ಮಂದಹಾಸದ ಹೊರತು ಅವರೇನೂ ಹೇಳಲಿಲ್ಲ ಹಾಗೆಯೇ ಮೌನವಾಗಿ ಅವರು ಸೋಪಾನಗಳತ್ತ ಚಲಿಸಿದರು. ಏಮನ್ ದೀರ್ಘನಿಃಶ್ವಾಸದೊಡನೆ ಒಳಗೆ ಹೊರಟು ಹೋದಳು.

ಮಿಸೆಸ್ ಐಜಾಕ್‌ರಿಗೆ ಪತ್ರ ಬರೆಯದೆ ಬಹಳ ದಿನಗಳಾಗಿತ್ತು. ಅವರಿಗೆ ಬರೆವಾಗಲೆಲ್ಲ, ಹವೇಲಿಯ ಹೊರಗಿನ ಜಗತ್ತಿನೊಡನೆ ಸಂಬಂಧವಿನ್ನೂ ಪೂರ್ತಿ ಕಳಚಿರದಂತೆ ಭಾಸವಾಗುತಿತ್ತು. ಹವೇಲಿಯಲ್ಲಿನ ತನ್ನ ದಿನಚರಿಯ ಬಗ್ಗೆ ಬರೆಯುತ್ತಿದ್ದುದನ್ನೆಲ್ಲ ಮಿಸೆಸ್, ಐಜಾಕ್ ತುಂಬಾ ಅಭಿರುಚಿಯಿಂದ ಓದುವರೆಂಬ ಬಗ್ಗೆ ಅವಳಿಗೆ ಅನುಮಾನವಿರಲಿಲ್ಲ. ಈ ವಿಶಾಲ ಸಮಾಜವು, ಸಂಚಾರಿಗಳ ಜಿಜ್ಞಾಸೆಯನ್ನು ಬಂಧಿಸಿಡುವ ಅಂಗಡಿಗಳೆದುರಿನ ಗಾಜಿನ ಶೋಕೇಸ್‌ನಂತಿತ್ತು. ಬೇಕೆಂದೇ ಅವಳು ಆಜರ್ ನವಾಬರ ಬಗೆಗೆ ಏನೂ ಬರೆಯದೆ ಇದ್ದಳಾದರೂ, ಬಶಾರತ್ ನವಾಬರ ಬಗೆಗೆ ಎಲ್ಲವನ್ನೂ ವಿವರವಾಗಿ ಬರೆದಿದ್ದಳು. ಆದ್ದರಿಂದಲೇ ತಮ್ಮ ಪತ್ರಗಳಲ್ಲಿ ಮಿಸೆಸ್, ಐಜಾಕ್‌ರು ಬಶಾರತ್ ನವಾಬರ ಬಗೆಗೆ ವಿಚಾರಿಸುತ್ತಿದ್ದರು. ಅವರ ಮಮತಾಪೂರ್ಣ ಭಾವನೆಯು ಈ ಎಳೆಯರ ಭವಿಷ್ಯದ ಬಗ್ಗೆ ಕಲ್ಪಿತ ಸಂಬಂಧಗಳನ್ನು ಚಿತ್ರಿಸಿ ಸಂತೋಷಿಸುತ್ತಿತ್ತು. ತತ್ಪರಿಣಾಮವಾಗಿ ಎಲ್ಲಾ ಸಿರಿವಂತಪುತ್ರರೂ ಕೆಟ್ಟವರಾಗಿರುವುದಿಲ್ಲವೆಂಬ ಬೋಧನೆಯೂ ಅವರ ಪತ್ರಗಳಲ್ಲಿ ಮೂಡಿ ಬರುತ್ತಿತ್ತು. 'ಓ ಡಾರ್ಲಿಂಗ್ ಮಿಸೆಸ್ ಐಜಾಕ್!' ಏಮನ್ ಅವರ ಬಗ್ಗೆ ಯೋಚಿಸುತ್ತಾ ಅಂದುಕೊಂಡಳು. ಪತ್ರವನ್ನು ಮುಚ್ಚಿಟ್ಟು, ಅವಳು ಮಹಾಸರ್ಕಾರ್ ಅವರ ಸೇವೆಗೆ ತೆರಳಿದಳು.

ಹೈದರಾಬಾದ್ ಸಂಸ್ಕೃತಿಯ ಬಗ್ಗೆ ಒಂದು ಕೃತಿರಚನೆಯ ತಮ್ಮ ಇಚ್ಛೆಯನ್ನು ಮಹಾಸರ್ಕಾರ್ ಅವರು ಏಮನ್‌ಳಿಗೆ ತಿಳಿಸಿದ್ದರು. ಈ ಕೆಲಸಕ್ಕೆ ಅವರಿಗಿಂತ ಯೋಗ್ಯರಿನ್ನಾರಿದ್ದರು?! ದಕ್ಷಿಣದ ಆ ವಾತಾವರಣದಲ್ಲಿ ಹುಟ್ಟಿ ಬೆಳೆದು, ವಿಭಿನ್ನ ನಾಗರೀಕತೆಗಳ ಕೇಂದ್ರವಾಗಿ ಬೆಳೆದ ಹೈದರಾಬಾದನ್ನು ಅವರು ಕಾಣುತ್ತಾ ಬಂದಿದ್ದರು. ಆಜರ್ ನವಾಬರ ಆಗಮನದ ಬಳಿಕ ಅವರಿಗೀಗ ಸಾಕಷ್ಟು ಸಮಯಾವಕಾಶವಿತ್ತು. ವಾಸ್ತವದಲ್ಲಿ ಈ ಯೋಜನೆಯ ಬಗ್ಗೆ ಸೂಚನೆ ಆಜರ್ ನವಾಬರಿಂದಲೇ ಬಂದಿತ್ತು. ಈಗ ಏಮನ್ ಕೂಡ ಅವರ ಈ ಯೋಜನೆಯಲ್ಲಿ ಮಗ್ನಳಾಗಿ, ಅವರು ಉಲ್ಲೇಖಿಸುವ ವಿಷಯಗಳನ್ನು ಬರೆದುಕೊಳ್ಳಲು ಕಾತರದಿಂದ ನಿರೀಕ್ಷಿಸುತ್ತಿದ್ದಳು.

ಅರ್ಧ ತಯಾರಿಸಿದ್ದ ಆ ಚೀಸ್ ಖಾದ್ಯವನ್ನು ಅವನ್‌ನೊಳಗೆ ಇರಿಸಿಲ್ಲವೆಂದು ನೆನಪಾಗಿ ಏಮನ್, ಮಹಾಸರ್ಕಾರ್‌ರವರ ಕ್ಷಮೆ ಕೇಳಿ ಎದ್ದಳು. ಇನ್ನೂ, ಇನ್ನೂ ಅಜರ್ ನವಾಬರ ವ್ಯಕ್ತಿತ್ವದ ಸೂಕ್ಷ್ಮಪದರುಗಳಲ್ಲಿ ಹೊಗುವುದು ಅವಳಿಗೆ ಬೇಡವಿತ್ತು. ತನ್ನನ್ನಲ್ಲಿ ಎಷ್ಟೇ ಆದರದಿಂದ ಕಾಣಲಾಗುತ್ತಿದ್ದರೂ, ತನ್ನ ಸ್ಥಾನ ಕೇವಲ ನೌಕರಳದೆಂದು ಅವಳಿಗೆ ತಿಳಿದಿತ್ತು. ಸಂಜೆಯಾಗುತ್ತಿರುವಂತೆ ಏಮನ್ ತನ್ನ ಹೃದಯದಲ್ಲುಕ್ಕುತ್ತಿರುವ ನೋವಿನಲೆಯನ್ನಡಗಿಸಲಾರದೆ, ಹಿಂಬದಿಯ ಪೋರ್ಟಿಕೋಗೆ ಬಂದಳು. ಅಲ್ಲಿಂದ ನದಿಯ ವಿಶಾಲಪಾತ್ರವು ಚೆನ್ನಾಗಿ ಕಾಣಿಸುತ್ತಿತ್ತು. ನದಿಯ ಸುತ್ತಲಿನ ಹಚ್ಚಹಸುರಿನ ಬೆಟ್ಟಗಳ ಹಿಂದಿನಿಂದ ಚಂದ್ರಮನೇರಿ ಬಂದಿದ್ದ, ಶಾಂತವಾದ ಅಲೆಗಳ ಮೇಲೆ ಮೆಲ್ಲ ಮೆಲ್ಲನೆ ತುಯ್ದಾಡುತ್ತಿರುವ ದೋಣಿಯಲ್ಲಿ ವ್ಯಕ್ತಿಗಳೀರ್ವರ ರೂಪ ಸ್ಪಷ್ಟವಾಗಿ ಕಂಡು ಬರುತ್ತಿತ್ತು. ಕೋಮಲವಾದ, ಕೊಂಚ ಬಾಗಿದ ಭುಜಗಳ ಸುತ್ತ ಗಾಳಿಗೆ ಹಾರುತ್ತಿರುವ ಕೂದಲುಗಳ ಸ್ವರೂಪ, ಹಾಗೂ ಎದುರಾಗಿ ವಿಶಾಲ ಬಲಯುತ ಬಾಹುಗಳಲ್ಲಿ ಬೆರಳುಗಳು ಮಿಟುವ ತಂತಿಯಂತೆ, ಸರಿಯುತ್ತಿರುವ ಹುಟ್ಟುಗಳನ್ನು ಚಲಿಸುತ್ತಿರುವ ಆರೋಗ್ಯ ಪೂರ್ಣ, ಬಲಯುತ, ಚುರುಕುರೂಪಾಕಾರ, ಎಷ್ಟೋ ದೂರಕ್ಕೆ ಸರಿದ ನಂತರವೂ ಆ ದೋಣಿ ಏಮನ್‌ಳ ಕಣ್ಣಲ್ಲೇ ಇತ್ತು.

ಒಂದು ಬೆಳಗು ಲೌಂಜ್‌ನಲ್ಲಿ ಬಶಾರತ್ ನವಾಬರನ್ನು ಕಂಡಾಗ ಏಮನ್‌ಗೆ ಹೆಚ್ಚು ಆಶ್ಚರ್ಯವೇನೂ ಆಗಲಿಲ್ಲ. ಹಿಂದಿನ ಪೋರ್ಟಿಕೊದಲ್ಲಿ ಜೀಪ್‌ನಿಂತ ಸ್ವರ ಕೇಳಿದಾಗಲೇ ಹೆಡ್‌ಕ್ವಾರ್ಟರ್ಸ್‌ನ ಆದೇಶ ಸಿಕ್ಕಿದೊಡನೆಯೇ ಬಶಾರತ್ ನವಾಬರು ಏಳುತ್ತಾ ಬೀಳುತ್ತಾ ಬಂದೇ ಬಿಟ್ಟಿರುವರೆಂದು ಅವಳಿಗರಿವಾಗಿತ್ತು. ಬಶಾರತ್ ನವಾಬರ ಆ ಸ್ಥಿತಿಯನ್ನು ಕಲ್ಪಿಸಿ ಏಮನ್‌ಗೆ ನಿದ್ದೆಯಲ್ಲೂ ನಗು ಬಂದಿತ್ತು. ಹೈದರಾಬಾದ್ ಹಾಗೂ ಅದರ ಆಕರ್ಷಣೆಗಳಿಗೆ ಮುಖ ತಿರುಗಿಸಿ ಇತ್ತ ಬರುವುದು ಬಶಾರತ್ ನವಾಬರಿಗೆ ಬಹಳ ದುಃಖ ದಾಯಕವಾಗಿರಬಹುದೆಂದು ಎಣಿಸುತ್ತಾ ಅವಳು ನಿದ್ದೆ ಹೋಗಿದ್ದಳು.

'ಕೊನೆಗೂ ಬಂದೇ ಬಿಟ್ಟಿರಲ್ಲ, ದಾಂಡೇಲಿಗೆ!' ಮಹಾ ಸರ್ಕಾರ್ ಅವರು ಎದ್ದು ಹೋದೊಡನೆ ಏಮನ್ ಚುಡಾಯಿಸುತ್ತಾ ಹೇಳಿದಳು.

'ನಿನ್ನ ನೆನಪೇ ಸೆಳೆತಂದಿದೆ.' ಬಶಾರತ್ ನವಾಬರಂದರು.

‘ಇಲ್ಲಪ್ಪಾ! ತಾವು ಆಜರ್ ನವಾಬರಿಗೆ ಹೆದರುತ್ತೀರಿ’ ಏಮನ್ ಮತ್ತೂ ಕೆಣಕಿದಳು.

‘ಆಪತ್ತಿಗೆ ಯಾರು ತಾನೇ ಹೆದರುವುದಿಲ್ಲ?’ ಬಶಾರತ್ ನವಾಬರು ಸ್ವರವನ್ನಡಗಿಸುತ್ತಾ ನುಡಿದರು. ‘ಆದರೆ, ಹೇಳಿಯೇ ಬಿಡ್ತೇನೆ–ಈ ಫ್ಯಾಕ್ಟರಿ ವ್ಯಾಕ್ಟರಿಯೆಲ್ಲ ನನ್ನಿಂದ ನಡೆಸಲಾಗುವುದಿಲ್ಲ.’

‘ಹಾಗಾದರೆ ಇಲ್ಲಿ ಕುಳಿತೇನು ಮಾಡುವಿರಿ?’ ಏಮನ್ ಅಚ್ಚರಿಯಿಂದ ನುಡಿದಳು.

‘ವನ್ಯಧಾಮಕ್ಕೆ ಹೋಗಿ ಬೇಟೆಯಾಡುವೆ; ಕಾಳೀನದಿಯಲ್ಲಿ ಈಜುವೆ; ಹಾಗೂ ನಿನ್ನೊಡನೆ ಪ್ರೇಮ ಮಾಡುವೆ’

‘ಮೈ ಡಿಯರ್ ಬಶಾರತ್ ಆಲೀಖಾನ್, ಇಲ್ಲಿ ಈ ಮೂರೂ ನಿಷೇಧಿತವಾಗಿದೆ. ವನ್ಯಧಾಮದಲ್ಲಿ ಬೇಟೆಯಾಡುವುದು ಅಪರಾಧ; ಕಾಳೀನದಿಯಲ್ಲಿ ನರಭಕ್ಷಕ ಮೊಸಳೆಗಳಿವೆ. ಹಾಗೂ ಇಲ್ಲಿ ಪ್ರೇಮಿಸುವವರ ಚರ್ಮ ಕೀಳಲಾಗುತ್ತದೆ.’ ಏಮನ್ ಕಂಗಳನ್ನು ದೊಡ್ಡದಾಗಿ ಅರಿಳಿಸುತ್ತಾ ನುಡಿದಳು.

‘ಏನೂ ಚಿಂತೆಯಿಲ್ಲ; ಈ ಚರ್ಮದಿಂದ ನಿನಗೆ ನಾಜೂಕಾದ ಪಾದರಕ್ಷೆಗಳನ್ನು ಮಾಡಿಸಿ ಕೊಡುವೆ.’ ಬಶಾರತ್ ನವಾಬರು ತಲೆಬಾಗುತ್ತಾ ನುಡಿದರು.

‘ವಿಚಾರ ಕೆಟ್ಟದೇನಲ್ಲ, ಬಶಾರತ್ ನವಾಬ್!’ ಆಜರ್ ನವಾಬರು ಪರದೆಯೆತ್ತಿ ಒಳಬರುತ್ತಾ ನುಡಿದರು. ಆದರೆ ನಿಮ್ಮ ಚರ್ಮದಿಂದ ಇನ್ನೂ ಒಳ್ಳೆಯ ಉಪಯೋಗವಾಗಬಹುದು.’

ಬಶಾರತ್ ನವಾಬರು ಹುಸಿನಗುತ್ತಾ ಎದ್ದು ನಿಂತು ವಂದನೆಸಲಿಸಿ, ಆಜರ್ ನವಾಬರತ್ತ ಕೈ ಮುಂದುಮಾಡಿದರು.

‘ಸರಿಯಾಗಿ ಒಂಬತ್ತು ಗಂಟೆಗೆ ಆಫೀಸ್‌ನಲ್ಲಿ ಸಿಗಬನ್ನಿ.’ ಆಜರ್ ನವಾಬರು ವಾಚು ನೋಡುತ್ತಾ ಹೇಳಿದರು.’ ನಿಮ್ಮ ಸಾಮಾನುಗಳನ್ನು ನನ್ನ ಪಕ್ಕದ ಕೋಣೆಯಲ್ಲಿಡುವಂತೆ ನೌಕರನಿಗೆ ತಿಳಿಸಿದ್ದೇನೆ.’ ಎನ್ನುತ್ತಾ ಅವರು ಮಹಾಸರ್ಕಾರ್ ಅವರ ಕೋಣೆಯತ್ತ ತೆರಳಿದರು.

ಬಶಾರತ್ ನವಾಬರು ಅಳುಮೋರೆ ಮಾಡಿ ಏಮನ್‌ಳತ್ತ ತಿರುಗಿ ನೋಡಿದಾಗ ಅವಳು ನಕ್ಕುಬಿಟ್ಟಳು. ಹೋಗುತ್ತಾ, ಆಜರ್ ನವಾಬರು ಹಿಂತಿರುಗಿ ನೋಡಿದರು. ಅವರ ಹಣೆಯಲ್ಲಿ ನೆರಿಗೆಗಳಿದ್ದವು. ಏನೂ ಹೇಳದೆ ಅವರು ಅನುಮತಿ ಪಡೆದು ಮಹಾಸರ್ಕಾರ್ ಅವರ ಕೋಣೆಗೆ ಹೊಕ್ಕರು.

‘ಹುರಿವ ಬಾಣಲೆಯಿಂದ ಉರಿವ ಒಲೆಗೆ ಬಿದ್ದಂತೆ’ ಬಶಾರತ್ ನವಾಬರು ನಿಟ್ಟುಸಿರಿನೊಡನೆ ನುಡಿಯುತ್ತಾ ಎದ್ದು ನಿಂತರು.

ಏಮನ್ ಮಹಾಸರ್ಕಾರ್‌ರವರ ಬಳಿಗೆ ಹೋದಾಗ ಆಜರ್ ನವಾಬರಾಗಲೇ ಅಲ್ಲಿಂದ ಹೋಗಿಯಾಗಿತ್ತು.

ಮಹಾಸರ್ಕಾರ್ ಅವರ ಅನುಭವವು ಅವರ ಸುತ್ತಣ ಸುಂದರ, ವಾತಾರವಣಕ್ಕಷ್ಟೆ ಸೀಮಿತವಾಗಿರಬಹುದೆಂದು ಏಮನ್ ತಿಳಿದಿದ್ದಳು. ಈಗ ಅವರ ಕೃತಿಯು ಮುಂದುವರಿಯುತ್ತಿರುವಂತೆ ಅವರ ಆಳವೂ, ವಿಸ್ತಾರವೂ ಆದ ದೃಷ್ಟಿಯು ಸ್ಪಷ್ಟವಾಗಿ ವ್ಯಕ್ತವಾಗುತ್ತಿತ್ತು.

ಮಹಲುಗಳಲ್ಲಿರಲಿ, ಝೋಪಡಿಗಳಲ್ಲಿರಲಿ, ಮಾನವ ಪ್ರಕೃತಿಯು ಒಂದೇ ಆಗಿರುತ್ತದೆಂದು ಮಹಾಸರ್ಕಾರ್ ಅವರ ಅಭಿಪ್ರಾಯವಾಗಿತ್ತು. ಯಾವುದೇ ಪರಿಪೂರ್ಣ ವ್ಯಕ್ತಿತ್ವದಲ್ಲಿ ಕೆಲವು ಬಲಹೀನತೆಗಳಿರುವುದೂ ಅವಶ್ಯವೆಂದವರು ತಿಳಿದ್ದಿದ್ದರು. ಯಾವ ವ್ಯಕ್ತಿಯೂ ಸಂಪೂರ್ಣವಾಗಿ ಒಳ್ಳೆಯವನೋ ಕೆಟ್ಟವನೋ ಆಗಿರುವುದಿಲ್ಲವೆಂದು ಅವರು ಒಪ್ಪಿದರು. ತಮ್ಮ ತಂದೆಯವರನ್ನೇ ಅವರು ಈ ಬಗ್ಗೆ ಉದಾಹರಿಸಿದ್ದರು.

ನವಾಬ ತದಬೀರುಲ್‌ಮುಲ್ಕ್‌ರವರಿಗೆ ಸಂಗೀತದಲ್ಲಿ ವಿಶೇಷ ಬಲವಿದ್ದುದಷ್ಟೇ ಅಲ್ಲ; ಕಲಾಕಾರರಿಗೆ ಅವರು ಬಹಳ ಪ್ರೋತ್ಸಾಹವನ್ನೂ ಕೊಡುತ್ತಿದ್ದರು. ಉಸ್ತಾದ್ ಬದಿಯುದ್ದೀನ್ ಹಾಗೂ ಅವರ ಸಂಗೀತವೂ ನವಾಬ ಹವೇಲಿಯಲ್ಲೇ ಬೆಳೆದು, ಚೇತರಿಸಿತ್ತು. ಹಲವು ಹವೇಲಿಗಳ ಮಾಲಿಕರಾಗಿದ್ದೂ ಅವರು ಉಚ್ಚವರ್ಗದ ಆಸ್ಥಾನಿಕರಿಂದ ತುಂಬಿದ ಹವೇಲಿಯಲ್ಲೇ ವಾಸಿಸುತ್ತಿದ್ದರು. ಪ್ರತಿ ಸಂಧ್ಯೆಯಲ್ಲೂ ಉಸ್ತಾದ್ ಬದಿಯುದ್ದೀನರು ಎದುರಿನ ಪೋರ್ಟಿಕೋದಲ್ಲಿ ಕುಳಿತು ಸಂಗೀತ ಸುಧೆ ಹರಿಸುತ್ತಿದ್ದರೆ, ಮೇಲೆ ಗವಾಕ್ಷದಲ್ಲಿ ಕುಳಿತಿರುತ್ತಿದ್ದ ನವಾಬ ಸಾಹಬ ಹಾಗೂ ಅವರ ದರ್ಬಾರಿಗಳು ರಸಾಸ್ವಾದನೆಯಲ್ಲಿ ಮುಳುಗಿದ್ದರು. ಗಂಗಾ-ಜಮುನಾ ಹುಕ್ಕಾದ ಉದ್ದವಾದ ಸುಂದರ ನಳಿಕೆಗಳನ್ನು ಕೆಳಗಿಂದ ಮೊದಲ ಮಾಳಿಗೆಯ ಗವಾಕ್ಷದವರೆಗೆ ತಲುಪಿಸಲಾಗುತ್ತಿತ್ತು. ಹುಕ್ಕಾದಲ್ಲಿ ಉರಿಯುತ್ತಿದ್ದ ತಂಬಾಕಿನ ಸುವಾಸನೆ ಎಲ್ಲೆಡೆಯೂ ಪಸರಿಸಿರುತ್ತಿತ್ತು.

ನವಾಬ ಸಾಹಬರು ಉಸ್ತಾದ್ ಬದಿಯುದ್ದೀನರನ್ನು ತುಂಬ ಆದರಿಸುತ್ತಿದ್ದರು. ಮುಜಾರಾಗಳಲ್ಲಿ ಅಭಿರುಚಿಯಿರದಿದ್ದುದರಿಂದ ಉಸ್ತಾದರಿಗೀಯುತ್ತಿದ್ದ ಪ್ರೋತ್ಸಾಹಕ್ಕೆ ವರ್ಷಾಂತರಗಳಲ್ಲೂ ಏನೂ ಕುಂದುಂಟಾಗಿರಲಿಲ್ಲ. ಉಸ್ತಾದರೂ ನವಾಬರನ್ನು ರಂಜಿಸಲೆಂದು ಒಂದೊಂದು ರಾಗದ ಮೇಲೂ ತಮ್ಮ ಪ್ರಾಣವನ್ನೇ ಅರ್ಪಿಸುತ್ತಿದ್ದರು. ಆದರೆ, ದುರ್ಭಾಗ್ಯವಶದಿಂದ ಅದರ ಕಂಠದಲ್ಲೇನೋ ದೋಷ ಹುಟ್ಟಿಕೊಂಡಿತ್ತು. ಅವರ ಗಂಟಲು ಒಣಗುತ್ತಾ ಬಂದಿತ್ತು. ವೃದ್ಧಾಪ್ಯದ ಬೇನೆಯು ಯಾರಿಂದಲೂ ತಡೆಯಲಾಗದ್ದೆಂದು ನವಾಬ ಸಾಹಬರಿಗೆ ಅರಿವಾಗಿತ್ತು. ಆದರೆ ಇನ್ನೂ, ಇನ್ನೂ ಉಸ್ತಾದರ ಗಾನಕ್ಕೆ ಕಿವಿಕೊಡುವ ಸಹನಾ ಶಕ್ತಿ ನವಾಬರಿಗಿರಲಿಲ್ಲ. ಆದರೆ ಈ ಸತ್ಯವನ್ನರಿವ ಅವಕಾಶವನ್ನೇ ಅವರು ಉಸ್ತಾದರಿಗೆ ನೀಡಲಿಲ್ಲ. ಗಾಯನ ಕೇಳಿಸುವ. ಹಾಗೂ ಕೇಳಿ ಪ್ರಶಂಸಿಸುವ ಈ ಕ್ರಮ ಹೀಗೆ ನಡೆಯುತ್ತಾ ಹೋಯಿತು. ಮಾಲಿಕನ ಋಣಭಾರ ಹೊತ್ತಿದ್ದ ಉಸ್ತಾದರು, ಪ್ರಶಂಸೆ ಕೇಳಿ ಕಣ್ಣೆತ್ತಿ ತನ್ನ ಪ್ರಭುವನ್ನು ದಿಟ್ಟಿಸಲಾರರಾಗಿದ್ದರು. ಕೊನೆಗೊಂದು ದಿನ ನವಾಬರಿಂದ ತನ್ನ ಗಾಯನ ಪ್ರಶಂಸೆ ಕೇಳಿದೊಡನೆಯೇ, ತಡೆಯಲಾಗದೆ, ಉಸ್ತಾದರು ಮೇಲಕ್ಕೋಡಿ ನವಾಬರ ಚರಣಗಳಲ್ಲಿ ತಮ್ಮ ಶಿರವನ್ನಿಟ್ಟು ಎಷ್ಟೊಂದು

ಅತ್ತರೆಂದರೆ, ಬಿಕ್ಕಳಿಕೆಯೇ ನಿಂತು ಬಿಟ್ಟಿತು. ಆ ಬಳಿಕ ಈ ಅಪಸ್ವರದ ಜಗತ್ತಿನಲ್ಲಿ ಅವರೆಲ್ಲಿ ಕಳೆದು ಹೋದರೋ ಯಾರಿಗೂ ತಿಳಿಯಲೇ ಇಲ್ಲ.

ಬಾಲ್ಯದಿಂದಿಂದಿನವರೆಗಿನ ಅನೇಕ ವಿಷಯಗಳು ಮಹಾಸರ್ಕಾರ್ ಅವರಿಗೆ ನೆನಪಿತ್ತು. ಜಗತ್ತಿನ ವಿಭಿನ್ನ ಇತಿಹಾಸಕಾರರ ವರ್ಣನೆಗಳೆಲ್ಲವೂ ಅವರಿಗೆ ನೆನಪಿತ್ತು. ಹಾಗೂ ಅವರ ಮಾತುಗಳನ್ನು ಸರಿಯಾದ ಸನ್ನಿವೇಶಗಳಲ್ಲಿ ಪ್ರಯೋಗಿಸುವುದು ಅವರಿಗೆ ತಿಳಿದಿತ್ತು. ಅವರ ಜ್ಞಾನ, ಹಾಗೂ ಯಾವುದೇ ವಿಷಯದ ಬಗ್ಗೆ ಅವರ ತೂಗಿ ಅಳೆದ ಅಭಿಪ್ರಾಯಗಳು ಏಮನ್‌ಳನ್ನು ಪ್ರಭಾವಿತಳನ್ನಾಗಿಸುತ್ತಿದ್ದವು. ಕೆಲವೊಮ್ಮೆ ಉತ್ಸಾಹಪೂರ್ಣ ಶಬ್ದಗಳಲ್ಲಿ ಅವರು ತೀವ್ರವಾಗಿ ಏನನ್ನಾದರೂ ಹೇಳಿ ಬಿಡುತ್ತಿದ್ದರು; ಆದರೂ ಮುಂದಿನ ವಾಕ್ಯಗಳಲ್ಲಿ ಅವರ ಸ್ತ್ರೀತ್ವವು ಪುನಃ ಇಣುಕುಹಾಕುತ್ತಿತ್ತು.

“ನಮಗೆ ಜೀವನದಲ್ಲಿ ಒಂದು ವಿಷಯದ ಬಗ್ಗೆ ಬಹಳ ದುಃಖವಿದೆ; ಗೊತ್ತೇ, ಏಮನ್ ಬೀಬೀ ?” ಅವರೊಮ್ಮೆ ನುಡಿದರು. ‘ನಮಗೆ ಒಬ್ಬಳಾದರೂ ಕುವರಿ ಜನಿಸಲಿಲ್ಲವಲ್ಲ, ಎಂದು ದುಃಖವೆನಿಸುತ್ತದೆ.’

‘ಈಗಿಷ್ಟು ದಿನಗಳ ಮೇಲೂ ಸರ್ಕಾರ್ ? ಜನರು ಹೆಣ್ಮಕ್ಕಳನ್ನು ಬಯಸುವುದೂ ಇಲ್ಲ. ಅಲ್ಲದೆ ನಿಮ್ಮ ಬಳಿಯಾದರೋ ಆಜರ್ ನವಾಬರಿದ್ದಾರೆ.’ ಏಮನ್ ಬಹಳ ತಿಳುವಳಿಕೆಯಿಂದಲೇ ಮಾತು ಮುಗಿಸಿದಳು.

‘ಆದರೆ, ಆಜರ್ ನವಾಬ ಹುಡುಗಿಯಲ್ಲ !’ ಅವರು ಅನ್ಯಮನ್ಯಸ್ಕರಾಗಿ ಎಂಬಂತೆ ನುಡಿದರು.

ಅವರ ಕಾಲ್ಗಳಿಗಂಟಿಕೊಂಡು, ಅವರ ಮಡಿಲಲ್ಲಿ ತಲೆಯಿರಿಸುವ ಆಸೆ ಏಮನ್‌ಳಿಗಾಯಿತು. ಆ ಬೆಚ್ಚನೆಯ ಅನುಭವದಿಂದ ಅವಳೂ ವಂಚಿತಳಾಗಿದ್ದಳು. ಹಿಂದೆಯೂ ಅನೇಕ ಸಲ ಮಹಾಸರ್ಕಾರ್ ಅವರು ತಮ್ಮ ಯೋಚನೆಯ ಗುಂಗಿನಲ್ಲಿ ಕಳೆದು ಹೋಗುತ್ತಿದ್ದದನ್ನು ಅವಳು ಕಂಡಿದ್ದಳಾದರೂ ಅದರ ಕಾರಣವೂ ಇಂದೇ ಅವಳಿಗೆ ಹೊಳೆಯಿತು. ಮತ್ತೂ ಅವರೇನಾದರೂ ಹೇಳಿದರೋ ಎಂಬ ಪ್ರತೀಕ್ಷೆಯಲ್ಲಿ ಅವಳಿದ್ದಳು. ಅವರು ಮುಂದೇನೂ ಹೇಳದಾದಾಗ, ಅವರ ಮೌನವನ್ನು ಭಗ್ನಗೊಳಿಸಲಿಚ್ಛಿಸದೆ, ಅವಳು ಸುಮ್ಮನೆ ಅಲ್ಲಿಂದ ಹೊರಟು ಬಂದಳು.

ಬಶಾರತ್ ನವಾಬರಿಗೆ ಒಗ್ಗಿ ಹೋಗಿದ್ದ ರಂಗು ರಂಗಿನ ಪ್ರಪಂಚಕ್ಕಿಂತ ಟಿಂಬರ್ ಫ್ಯಾಕ್ಟರಿಯ ಈ ಜಗತ್ತು ಭಿನ್ನವಾಗಿತ್ತು. ಇದುವರೆಗೆ, ಟೆನಿಸ್ ಪೋಲೋ ಆಡಿಯೋ, ಇಲ್ಲವೇ ಬಾಲ್‌ರೂಮ್‌ನಲ್ಲಿ ನೃತ್ಯವಾಡಿಯೋ ಅವರ ಹಣೆಯಲ್ಲಿ ಬೆವರು ಮೂಡುತ್ತಿತ್ತು. ಬಾಲ್‌ರೂಮ್‌ನ ಮಾಯಾಭರಿತ ಸಂಗೀತಕ್ಕೆ ಒಗ್ಗಿದ್ದ ಕಿವಿಗಳಿಗೆ ಟಿಂಬರ್ ಫ್ಯಾಕ್ಟರಿಯ ಮೆಶಿನ್‌ಗಳ ತೀಕ್ಷ್ಣ ಶಬ್ದದಿಂದ ಕಿವಿ ಹರಿದು ಹೋಗುವಂತೆ ಭಾಸವಾಗುತ್ತಿತ್ತು. ಆಜರ್ ನವಾಬರು ಅವರನ್ನೂ ತನ್ನೊಡನೆ ಫ್ಯಾಕ್ಟರಿಯ ಎಲ್ಲಾ ವಿಭಾಗಗಳಿಗೂ ಕರೆದೋಯ್ಯುತ್ತಿದ್ದರು.

ಮೊದಲಲ್ಲಿ ಟಿನ್‌ಶೆಡ್‌ಗಳಿದ್ದ ವಿಶಾಲ ಮೈದಾನಕ್ಕೆ ಅವರು ಬಶಾರತ್ ನವಾಬರನ್ನು ಕರೆದೊಯ್ದರು. ಅಲ್ಲಿ ಗುಣಮಟ್ಟಕ್ಕನುಸಾರ ಹಲವು ರಾಶಿಗಳಲ್ಲಿ ಕಟ್ಟಿಗೆಯನ್ನು ಪೇರಿಸಿಡಲಾಗಿತ್ತು. ಕೀಳ್ಮಟ್ಟದ ಸಾಗುವಾನಿಯಲ್ಲಿ ಗಂಟುಗಳು ಇದ್ದವು. ಉತ್ತಮ ದರ್ಜೆಯ ಮರ ಸಂಪೂರ್ಣ ಕಳಂಕರಹಿತವಾಗಿತ್ತು. ಹಲವಾರು ಕಾರ್ಮಿಕರು ತಮ್ಮ ಚೂಪಾದ ಕುಡುಗೋಲಿನಿಂದ ಉದ್ದದ ಕಟ್ಟಿಗೆಗಳ ಮೇಲಿನ ಮುಳ್ಳು, ಗಂಟುಗಳನ್ನು ಸವರುತ್ತಿದ್ದರು. ಫ್ಯಾಕ್ಟರಿ ಮ್ಯಾನೇಜರ್ ಭೂಸನೂರಮಠರು ಹಳದಿ ಸೀಸದ ತುಂಡಿನಿಂದ ಆರಿಸಿಟ್ಟ ಕಟ್ಟಿಗೆಗಳಲ್ಲಿ ಗುರುತು ಹಾಕುತ್ತಿದ್ದರು. ಉಚ್ಚ ಮಟ್ಟದ ಪೀಠೋಪಕರಣಗಳಲ್ಲಿ ಉಪಯೋಗಿಸಲಾಗುವ ಕಟ್ಟಿಗೆ ಪ್ಲೈವುಡ್, ವಿನಿಯರ್ ತಯಾರಿಸಲು ಇಡಲಾಗುತ್ತಿತ್ತು. ಫ್ಲಾಶ್‌ಡೋರ್‌ಗಳ ತಯಾರಿಕೆಗೆಂದು ಇವು ಅತ್ಯಂತ ಬೇಡಿಕೆಯಲ್ಲಿದ್ದುವು, ಇವುಗಳಿಂದ ದೇಶಕ್ಕೆ ವಿದೇಶಿ ವಿನಿಮಯದ ಉಳಿತಾಯವಾಗುತ್ತಿತ್ತು.

'ಮುಂಬಯಿಯ ಫರ್ಮ್ ಕೇಳಿದ್ದ ಟೆಂಡರ್ ನೀವು ತುಂಬಿಸಿರುವಿರಾ? ಆಜರ್ ನವಾಬರು ಭೂಸನೂರಮಠರೊಡನೆ ವಿಚಾರಿಸಿದರು.

'ಹೌದು, ಸರ್'

'ಒಂದು ವೇಳೆ ನಮ್ಮ ಟೆಂಡರ್ ಪಾಸಾದಲ್ಲಿ, ಟಿಂಬರ್‌ನಲ್ಲಿ ಹದಿನೆಂಟು ಶೇಕಡಾಕಿಂತ ಹೆಚ್ಚು ತೇವವಿರುವಂತೆ ನೋಡಿಕೊಳ್ಳುವತ್ತ ಧ್ಯಾನವಿರಲಿ.' ಅವರ ಸ್ವಂತದ ಪ್ರಯೋಗಶಾಲೆಯಲ್ಲಿ ವಿವಿಧ ಪ್ರಕಾರದ ಮರದ ಪರೀಕ್ಷೆ ನಡೆಯುತ್ತಿತ್ತು.

ವಿಶಾಲ ಪ್ರದೇಶದಲ್ಲಿ ಹರಡಿಕೊಂಡಿದ್ದ ಕಾರ್ಖಾನೆಯಲ್ಲಿ ಕೆಲಸಗಾರರಿಗೆ ಸಾಧ್ಯವಿರುವಷ್ಟೂ ಸೌಲಭ್ಯಗಳು ಲಭಿಸುವಂತೆ ಆಜರ್ ನವಾಬರು ನೋಡಿ ಕೊಂಡಿದ್ದರು. ಆದ್ದರಿಂದಲೇ ಅವರ ಹಾಗೂ ಕೆಲಸಗಾರರ ನಡುವಣ ಸಂಬಂಧ ಅಷ್ಟು ಚೆನ್ನಾಗಿತ್ತು. ಅವರು ನಿಂತು ಮಾತಾಡಿದಲ್ಲೆಲ್ಲ ಸ್ನೇಹದ ವಾತಾವರಣ ಮೂಡುತ್ತಿತ್ತು. ಕಾರ್ಖಾನೆಯ ಪ್ರತೀಭಾಗದಲೆಲ್ಲ ಅಲ್ಲಿನ ಯಂತ್ರಗಳ ಪ್ರತೀ ಕೀಲನ್ನೂ, ಪ್ರತಿಯೋರ್ವ ಕಾರ್ಮಿಕರನ್ನೂ ಅವರು ಅರಿತಿರುವಂತೆ ಭಾಸವಾಗುತ್ತಿತ್ತು. ಬಶಾರತ್‌ನವಾಬರೂ ಆಗಿಯೂ, ಕೆಲವೊಮ್ಮೆ ಆಶ್ಚರ್ಯದಿಂದಲೂ ಆದರ್ ನವಾಬರ ಲೋಕಪ್ರಿಯತೆಯನ್ನು ನೋಡುತ್ತಲೇ ನಡೆದಿದ್ದರು.

ಮರದ ದಿಮ್ಮಿಗಳನ್ನು ಕೀಸುವಲ್ಲಿ ಮರದ ಧೂಳು ಯಂತ್ರಗಳಿಂದ ಹಾರಿ ವಾತಾವರಣವನ್ನು ಮಸುಕಾಗಿಸಿತ್ತು ಬಶಾರತ್ ನವಾಬರೊಡನೆ ಆಜರ್ ನವಾಬರೂ ಬಟ್ಟೆಯ ಮಾಸ್ಕ್ ಹಾಕಿಕೊಂಡಿದ್ದರು.

'ಸತವಲೇಕರ್, ನೀನು ಪುನಃ ಮಾಸ್ಕ್ ಇಲ್ಲದೆಯೇ ಕೆಲಸ ಮಾಡುತ್ತಿರುವಿಯೋ?' ಕಾರ್ಮಿಕನೊಬ್ಬನ ಭುಜಹಿಡಿದಲುಗಿಸಿ, ಅವರು ಹೇಳಿದಾಗ, ಬೆಚ್ಚಿಬಿದ್ದ ಆತ ಅವರನ್ನು ದಿಟ್ಟಿಸಿ, ಮಾಸ್ಕ್ ತರಲು ಓಡಿದ.

'ಈ ಧೂಳಿನಿಂದ ಶ್ವಾಸದ ಕಾಯಿಲೆಯೂ ಉಂಟಾಗಬಹುದು' ಆಜರ್ ನವಾಬರು ಬಶಾರತ್ ನವಾಬರೊಡನಂದರು 'ಈ ಎಲ್ಲ ಕಾರ್ಮಿಕರ ಆರೋಗ್ಯದ ಬಗ್ಗೆ ನೀನು ಎಚ್ಚರ

ವಹಿಸಬೇಕು. ವಾರಕ್ಕೆರಡು ಸಲ ಡಾಕ್ಟರ್ ಇವರನ್ನೆಲ್ಲ ಪರೀಕ್ಷಿಸಲು ಬರುತ್ತಾರೆ. ಆದರೆ ಅಷ್ಟರಿಂದಲೇ ನಮ್ಮ ಜವಾಬ್ದಾರಿ ಮುಗಿದಂತಾಗಲಿಲ್ಲ.'

ಚಿಕ್ಕ ಚಿಕ್ಕ ಟ್ರಾಲಿಗಳಲ್ಲಿ ತುಂಬಿಸಿಕೊಂಡು ಆ ಧೂಳನ್ನು ಹಾರ್ಡ್ ಬೋರ್ಡ್ ಹಾಗೂ ಇನ್ನಿತರ ಉದ್ಯೋಗಗಳಲ್ಲಿನ ಅವಶ್ಯಕತೆಗಳಿಗೆಂದು ಗೋದಾಮಿಗೊಯ್ಯಲಾಗುತ್ತಿತ್ತು. ಎಲ್ಲಾ ಕೆಲಸ ಅಚ್ಚುಕಟ್ಟಾಗಿ ನಡೆಯುತ್ತಿತ್ತು. ಆದರೆ, ಮಾಡುವದೇನು? ಅವರ ಮನ ಉದ್ದಂಡ ಕುದುರೆಯಂತೆ ಇನ್ನೆತ್ತಲೋ ಓಡುತ್ತಿತ್ತು. ಬಂಧನಗಳಲ್ಲಿ ಸಿಲುಕಿರುವ ಅಭ್ಯಾಸವೇ ಅವರಿಗಿರಲಿಲ್ಲ.

'ಇದು ನಿಮ್ಮ ಆಫೀಸ್' ಶ್ವೇತವಸ್ತ್ರದಾರಿ ಕಾವಲುಗಾರರು ಸಲಾಮನೊಡನೆ ತೆರೆದ ಬಾಗಲ ಬಳಿ ನಿಂತು ಆಜರ್ ನವಾಬರೆಂದರು, ಚೆನ್ನಾಗಿ ಬೆಳಕುಳ್ಳ, ಸುವ್ಯವಸ್ಥಿತವಾಗಿ ಸಜ್ಜಾಗಿದ್ದ ಕೋಣೆಯದು, ಹಿಂಬದಿಯ ದೊಡ್ಡ ಕಿಡಿಕಿಯಿಂದ ಕಾಳೀನದಿ ಹಾಗೂ ಅದರ ಇನ್ನೊಂದು ದಡ ಕಾಣಿಸುತ್ತಿತ್ತು.' ಅಲ್ಲಿ ದಿಬ್ಬದ ಮೇಲಿನ ಗೆಸ್ಟ್‌ಹೌಸ್, ತನ್ನ ಸುತ್ತ ಮುತ್ತಲ ಹಸಿರಿನಿಂದ ಸುಂದರವಾದೊಂದು ವರ್ಣಚಿತ್ರದಂತೆ ಭಾಸವಾಗುತ್ತಿತ್ತು. ಕಡಿಮೆ ಸಮಯದಲ್ಲಿ ಮರದ ಸಾಗಣೆಗಾಗಿಯೂ ನಾವೆಯನ್ನಲ್ಲಿಟ್ಟಿದ್ದಿರಬಹುದು. ದಡದಿಂದ ಮೇಲಕ್ಕೆ ಎತ್ತರೆತ್ತರದ ಮರಗಳ ನೆರಳಲ್ಲಿ ಸ್ವಲ್ಪ ನಡೆದರೆ ಫ್ಯಾಕ್ಟರಿಯ ಸಂಪೂರ್ಣ ಆವರಣ ಎದುರಾಗುತ್ತಿತ್ತು. ಕಿಟಿಕಿಯ ಹೊರಗಿನ ಈ ದೃಶ್ಯ ಬಹಳ ಆಕರ್ಷಕವಾಗಿತ್ತು.

'ಈ ಪುಸ್ತಕಗಳಿಂದ ನಿಮಗೆ ಟಿಂಬರ್ ಹಾಗೂ ಅದರ ಉಪಯೋಗದ ಬಗೆಗೆ ಎಲ್ಲಾ ಮಾಹಿತಿ ಸಿಗುವುದು.' ಆಜರ್ ನವಾಬರು ಕಪಾಟಿನಲ್ಲಿ ಜೋಡಿಸಲಾಗಿದ್ದ ಪುಸ್ತಕಗಳತ್ತ ಕೈತೋರಿ ನುಡಿದಾಗ, ಬಶಾರತ್ ನವಾಬರ ಗಂಟಲಲ್ಲೇನೋ ಸಿಕ್ಕಿಕೊಂಡಂತಾಯಿತು. 'ಇಲ್ಲೂ ಪುಸ್ತಕಗಳೇ ?' ಎಂದವರು ಅಂದು ಕೊಂಡರಾದರೂ ಏನೂ ಹೇಳಲಿಲ್ಲ.

'ಸಂಪೂರ್ಣ ಸ್ಟಾಫ್ ನಿಮ್ಮ ಸಹಾಯಕ್ಕಿದೆ. ಇಂದಿನಿಂದಲೇ ನೀವು ಕೆಲಸ ಪ್ರಾರಂಭಿಸಬೇಕೆಂದು ನನ್ನಿಚ್ಛೆ' ಆಜರ್ ನವಾಬರು ನುಡಿದು ಕುರ್ಚಿಯಿಂದೆದ್ದರು.

ಅವರನ್ನು ಬಾಗಿಲ ಬಳಿ ಬಂದು ಬೀಳ್ಕೊಟ್ಟ ಬಶಾರತ್ ನವಾಬರು ಹಿಂದಿರುಗಿ, ಈಗಷ್ಟೇ ಆಜರ್ ನವಾಬರು ಖಾಲಿ ಮಾಡಿದ್ದ ತಿರುಗು ಕುರ್ಚಿಯಲ್ಲಿ ಕುಳಿತು ಜೋರಾಗಿ ಸುತ್ತಿ, ತಲೆಯನ್ನು ಕೈಗಳಿಂದ ಹಿಡಿದುಕೊಂಡರು. ತುಂಡು ಬಾಗಿಲ ಕೆಳಗಿಂದ ಆಜರ್ ನವಾಬರ ತೂಗಿಟ್ಟ ಹೆಜ್ಜೆಗಳೂ, ಪ್ಯಾಂಟ್‌ನ ಕ್ರೀಜ್‌ನ ರೇಖೆಯೂ ಕಾಣದಾಗುವವರೆಗೂ ಅವರು ನೋಡುತ್ತಲೇ ಇದ್ದರು.

ಓದಿನ ಬಗ್ಗೆ ಆಗಾಗ ಅಬರ್ ನವಾಬರು ಅವರನ್ನು ವಿಚಾರಿಸಿಕೊಳ್ಳುತ್ತಿದ್ದರು. ಜೇಬು–ಖರ್ಚು ನಿಲ್ಲಿಸುವ ಬೆದರಿಕೆಯನ್ನು ಇತ್ತಿದ್ದರು. ಆದರೆ ತಮ್ಮ ಸಿಟ್ಟನ್ನು ಈ ಪ್ರಮಾಣದಲ್ಲಿ ಎಂದೂ ತೋರಿರಲಿಲ್ಲ. ಆಜರ್ ನವಾಬರು ಈ ರೀತಿ ಬಶಾರತ್ ನವಾಬರನ್ನು ಕರೆಸಿ ಫ್ಯಾಕ್ಟರಿಯ ಕೆಲಸದಲ್ಲಿ ತೊಡಗಿಸಿದುದು ತಸ್‌ನೀಮ್ ಪಾಶಾರಿಗೆ ಹಿಡಿಸಿರಲಿಲ್ಲ. ಮೋಹಕನೂ, ಲೋಕಪ್ರಿಯನೂ ಆದ ತನ್ನ ಕುವರ ಹೀಗೆ ದೂರ ಟಿಂಬರ್ ಫ್ಯಾಕ್ಟರಿಯಲ್ಲಿ

ಕಳೆದು ಹೋದಂತಿರುವ ವಿಚಾರವೇ ಅವರನ್ನು ಬೇಸರಕ್ಕೀಡುಮಾಡಿತ್ತು. ಆದರೆ ಆಜರ್ ನವಾಬರನ್ನು ಈ ವಿಷಯದಲ್ಲಿ ಎದುರು ಹಾಕಿಕೊಳ್ಳುವ ಸಾಹಸ ಅವರಲ್ಲಿರಲಿಲ್ಲ.

ತಸ್‌ನೀಮ್ ಪಾಶಾರ ಟೊಳ್ಳು ಚೇಷ್ಟೆಗಳನ್ನು-ಆಕೆ ತಮ್ಮ ಮಲ ಚಿಕ್ಕಮ್ಮನಾಗಿದ್ದರೂ, ಆಜರ್ ನವಾಬರು ಸಹಿಸಿಕೊಂಡು ಆದರಿಸುತ್ತಿದ್ದರು. ಎಂದೂ ಅವರೊಂದಿಗೆ ಕೆಟ್ಟದಾಗಿ ವ್ಯವಹರಿಸಲಿಲ್ಲ. ಆದರೂ ತಸ್‌ನೀಮ್ ಪಾಶಾ ಅವರಿಗೆ ಹೆದರುತ್ತಿದ್ದರಷ್ಟೇ ಅಲ್ಲ, ಎಂದೂ ಅವರೊಡನೆ ವಿನಾಕಾರಣ ಚರ್ಚೆಗಿಳಿಯುತ್ತಿರಲಿಲ್ಲ. ಮಹಾಸಾರ್ಕಾರ್‌ರವರನ್ನೇ ಹೇಗಾದರೂ ಒಪ್ಪಿಸಿ ಕೊಳ್ಳುತ್ತಿದ್ದರು. ಆಜರ್ ನವಾಬರನ್ನು ತನ್ನ ವಶಕ್ಕೊಳಪಡಿಸಿಕೊಳ್ಳಲು ಕುವರಿ ಶಾಹಾನಾಳೊಡನೆ ಅವರ ವಿವಾಹವೇ ತಕ್ಕ ಸಾಧನವೆಂದು ಅವರೀಗ ಯೋಚಿಸಿದರು. ಇದರಿಂದ ಅವರ ಅನೇಕ ಉದ್ದೇಶಗಳು ಸಾಧಿಸಲ್ಪಡುತ್ತಿದ್ದವು.-ಹವೇಲಿಯಲ್ಲಿ ತಮ್ಮ ಪ್ರಭಾವ ಹೆಚ್ಚುತ್ತಿತ್ತು. ತಮ್ಮದೇ ತಪ್ಪಿನಿಂದಾಗಿ ಕೈ ತಪ್ಪಿ ಹೋಗುತ್ತಿರುವ ಕುವರಿ ಶಾಹಾನಾಳೂ ತಮ್ಮ ಅಂಕೆಯೊಳಗೆ ಬರುತ್ತಿದ್ದಳು. ಅನುಪಮ ಸೌಂದರ್ಯವತಿಯೂ, ಸಮಾಜದ ಪ್ರಾಣದಂತೆಯೂ ಇದ್ದ ತನ್ನ ಕುವರಿ ಶಾಹಾನಾಳನ್ನು ಆಜರ್ ನವಾಬರು ಖಂಡಿತವಾಗಿ ವಿವಾಹವಾಗುವರೆಂಬ ನಂಬಿಕೆ ಅವರದಾಗಿತ್ತು. ಇದೇ ಪ್ರತೀಕ್ಷೆಯ ದೀರ್ಘಕ್ಷಣಗಳು ಅವರನ್ನು ವಿವಶರನ್ನಾಗಿಸುತ್ತಿದ್ದವು.

ಬಶಾರತ್ ನವಾಬರ ಬಗೆಗೆ ಇಷ್ಟು ಆಳವಾಗಿ ಅವರೆಂದೂ ಚಿಂತಿಸಿರಲಿಲ್ಲ. ಅವರ ಜೀವನ ನಡೆದಂತೆಯೇ ಸರಿಯಿತ್ತು; ಕೆಟ್ಟದೇನಿರಲಿಲ್ಲ. ಅದರೀಗ ಮೂರನೆಯ ಬಾರಿಗೆ ಬಿ.ಎ. ಪರೀಕ್ಷೆಯಲ್ಲಿ ಅನುತ್ತೀರ್ಣರಾದಾಗ ಆಜರ್ ನವಾಬರು ಅವರ ದಾರಿಗಡ್ಡವಾದುದು ಅವರನ್ನು ತಬ್ಬಿಬ್ಬಾಗಿಸಿತ್ತು. ಆಜರ್ ನವಾಬರು ಹೇಳಿಕೆ-ಕೇಳಿಕೆ, ಬೆದರಿಕೆಗಳಲ್ಲಿ ವಿಶ್ವಾಸವಿಟ್ಟಿರಲಿಲ್ಲ. ಅವರು ಅಧಿಕಾರದ ಅಧಿಪತಿಯಾಗಿದ್ದರು.

ಆಜರ್ ನವಾಬರು ಏನೂ ಮಾಡಿದರೂ ತನ್ನ ಒಳತಿಗಾಗಿಯೇ ಮಾಡುವರೆಂಬ ಭರವಸೆ ನವಾಬರ ಮನದಲ್ಲಿತ್ತು. ಆದರೂ ಅವರೊಡನೆ ನಿಸ್ಸಂಕೋಚದಿಂದಿರುವಂತೆ ಮಾಡುವ ಯಾವುದೋ ಪ್ರಭಾವ ಆಜರ್ ನವಾಬರಲ್ಲಿತ್ತು. ಆಜರ್ ನವಾಬರು ತನ್ನೊಡನೆ ವ್ಯವಹರಿಸುವ ರೀತಿಯ ಬಗ್ಗೆ ಬಶಾರತ್‌ರಿಗೆ ಆಕ್ಷೇಪವಿತ್ತು. ಆದರೆ, ಆ ಹಕ್ಕು ಅವರಿಗಿದೆಯೆಂದೂ ಅವರು ತಿಳಿದಿದ್ದರು. ಹಿರಿಯ ನವಾಬ ಸಾಹಬರ ಆಕಸ್ಮಿಕ ಮೃತ್ಯುವಿನ ಬಳಿಕ ಪರಿವಾರದನೇಕರು ಆಜರ್ ನವಾಬರನ್ನು ಅಭದ್ರರಾಗಿಸಲೆಳಸಿದ್ದರು. ಆದರೆ ಅವರ ಧಾರ್ಢ್ಯದೆದುರು ಯಾವುದೂ ನಡೆದಿರಲಿಲ್ಲ.

ಪಾಶ್ಚಿಮಾತ್ಯ ಪ್ರಪಂಚದಲ್ಲಿ ಬೆಳೆದ ಆಜರ್ ನವಾಬರು ಸ್ವದೇಶಕ್ಕೇ ಹಿಂದಿರುಗಿ ಬರಲಾರದೆಂದೂ, ತಮ್ಮ ಆಸ್ತಿ-ಪಾಸ್ತಿಗಳನ್ನು ಮಾರಿ ವಿದೇಶಕ್ಕೆ ಹಿಂದಿರುಗುವರೆಂದೂ ಜನರು ಭಾವಿಸಿದ್ದರು. ನಿಸಾರುದ್ದೌಲರ ಹೆಸರು ಹೇಳಿಕೊಂಡು ಜನರು ತಲೆಯತ್ತತೊಡಗಿದಾಗಲೇ ದೃಢನಿಶ್ಚಯ ಹಾಗೂ ಖಚಿತಾಭಿಪ್ರಾಯದೊಡನೆ ಆಜರ್ ನವಾಬರು ಬಂದೇ ಬಿಟ್ಟರು. ಎಲ್ಲ ಸಂಚಿಗೆ ನೀರೆರೆದಂತೆ ಅವರು ಸಮಯದ ಸೂತ್ರಗಳನ್ನು ತಮ್ಮ ಕೈಗಳಲ್ಲಿ ತೆಗೆದುಕೊಂಡರು.

ತಮ್ಮ ಹೊಸ ಜೀವನ ಧಾರೆಯ ಬಗ್ಗೆ ಚಿಂತಿಸುತ್ತಾ ಬಶಾರತ್ ನವಾಬರು ಕಿಟಿಕಿಯ ಬಳಿಯಲ್ಲಿ ನಿಂತಿದ್ದರು. ಹಸಿರು ವೃಕ್ಷಗಳ ಸೆರಗು ಹಾಸಿಕೊಂಡು ಮೆಲ್ಲ ಮೆಲ್ಲನೆ ಹರಿಯುತ್ತಿದ್ದ ಕಾಳೀನದಿಯ ಒಡಲಲ್ಲಿ ಮರದ ಉದ್ದುದ್ದದ ದಿಮ್ಮಿಗಳು ಒಡನೆ ಹರಿದು ಬರುತ್ತಿದ್ದುವು. ನದಿಯ ಇನ್ನೊಂದು ದಡದಲ್ಲಿ ವೃಕ್ಷಗಳ ನೆರಳಲ್ಲಿ ಕುಳಿತು ಈಜೆಲ್ ಮೇಲೆ ಕ್ಯಾನ್ವಾಸ್ ತಗಲಿಸಿ ಬ್ರಶ್‌ನಿಂದ ಬಣ್ಣ ಹಚ್ಚುತ್ತಿದ್ದ ಏಮನ್‌ಳನ್ನು ಕಂಡು ಯೋಚಿಸುತ್ತಾ ಅವರು ಮುಗಳ್ನಗ ತೊಡಗಿದರು. ದಾಂಡೇಲಿಯ ಅಪರಿಚಿತ ವಾತಾವರಣದಲ್ಲಿ ಏಮನ್‌ಳಿರುವುದೇ ಒಂದು ದೊಡ್ಡ ವಿಷಯವಾಗಿತ್ತು. ಅವಳು ಹವೇಲಿ ಬಿಟ್ಟು ಹೊರಟು ಬಂದಮೇಲೆ ಅನೇಕ ಸಲ ಅವಳ ಕೊರತೆಯ ಅನುಭವ ಅವರಿಗಾಗಿತ್ತು. ಹುಡುಗಿಯರ ಸಹವಾಸಕ್ಕೆ ಅವರೆಂದೂ ವಿಶೇಷ ಮಹತ್ವ ಕೊಟ್ಟಿರಲಿಲ್ಲ. ಸ್ಪೋರ್ಟ್ಸ್‌ನಲ್ಲಿ ಮಾತ್ರ ಅವರಿಗೆ ಅಭಿರುಚಿಯಾಗಿತ್ತು. ಟೆನಿಸ್ ಹಾಗೂ ಬಿಲಿಯರ್ಡ್ ಆಡಲೆಂದೇ ಅವರು ಕ್ಲಬ್‌ಗೆ ಹೋಗುತ್ತಿದ್ದರು. ಟೇಬಲ್ ಟೆನಿಸ್ ಆಡುತ್ತಿದ್ದ ಹುಡುಗಿಯರು 'ಹು! ಹಾ! ಎಂದು ಉದ್ಗಾರವೆತ್ತುವಾಗ ಬಶಾರತ್ ನವಾಬರಿಗೆ ಬಹಳ ಸಿಟ್ಟು ಬರುತ್ತಿತ್ತು. ತನ್ನ ಟೆನಿಸ್ ರ್‍ಯಾಕೆಟ್ ಎತ್ತಿ ಅವರ ಟೊಳ್ಳು ತಲೆಗಳಿಗೆ ಬಡಿಯುವಾ ಎಂದು ಅವರಿಗನಿಸುತ್ತಿತ್ತು. ಆದರೆ ಏಮನ್‌ಳೊಡನಿರುವಾಗ ಎಂದೂ ಇಂತಹ ಯೋಚನೆ ಬಂದಿರಲಿಲ್ಲ. ಅವಳ ನೇರ-ಸರಳ ವ್ಯವಹಾರ, ಅವಳ ಚೆಲುವಾದ ಸ್ನಿಗ್ಧನಗು, ಹಾಗೂ ತನ್ನ ಸುತ್ತಮುತ್ತಲ ಚಿಕ್ಕ-ದೊಡ್ಡ ವಿಷಯಗಳಲ್ಲೆಲ್ಲ ಅವಳ ಅನಂತ ಅಭಿರುಚಿ ಅವಳನ್ನು ಈ ಎಲ್ಲ ಹುಡುಗಿಯರಿಗಿಂತ ಭಿನ್ನಳಾಗಿಸಿತ್ತು.

ಏಮನ್ ಕೈಗಡಿಯಾರ ನೋಡಿಕೊಂಡು ಬೇಗಬೇಗನೇ ಸಾಮಾನುಗಳನ್ನು ಒಗ್ಗೂಡಿಸಿಕೊಂಡು ಈಜಿಲ್ ಹೆಗಲಿಗೇರಿಸಿ ಗೆಸ್ಟ್‌ಹೌಸ್‌ನತ್ತ ಹೊರಟುದನ್ನು ನೋಡಿ, ಬಶಾರತ್ ನವಾಬರು ಅತ್ತ ಹೋಗಲೆಂದು ತಿರುಗಿದರು. ಬಾಗಿಲಲ್ಲಿ ಭೂಸನೂರಮಠರು ಕೆಲಫೈಲುಗಳನ್ನೂ, ಮರದ ಕೆಲವು ಸ್ಯಾಂಪಲ್‌ಗಳನ್ನೂ ಹಿಡಿದು ನಿಂತು ಕೆಮ್ಮಿದರು. ಬೇಜಾವಾಬ್ದಾರಿಯ ದಿನಗಳು ಕಳೆದು ತಾನೀಗ ಟಿಂಬರ್ ಫ್ಯಾಕ್ಟರಿಯಲ್ಲಿರುವೆನೆಂದು ಅವರಿಗೆ ಮರೆತೇ ಹೋಗಿತ್ತು.

'ಪರಿಶ್ರಮ ದೇವತೆ ಬಂದೇ ಬಂತು', ಒಮ್ಮೆಲೆ ಕುರ್ಚಿಯಲ್ಲಿ ಕುಸಿದು ಕುಳಿತು, ಬಶಾರತ್ ನವಾಬರೂ ಅಂದು ಕೊಂಡರು.

ಸ್ಥಳೀಯ ವ್ಯಕ್ತಿಯಾಗಿದ್ದ ಭೂಸನೂರಮಠದಲ್ಲಿ ಆಜರ್ ನವಾಬರು ಸಂಪೂರ್ಣ ಭರವಸೆಯಿಟ್ಟಿದ್ದರು. ಭೂಸನೂರಮಠ ನೇರ, ಸ್ನೇಹಮಯ ಚಹರೆಯಲ್ಲಿ ಹೊಳೆಯವ ಹಲ್ಲುಗಳೂ, 'ಬಶಾರತ್ ನವಾಬ' ನೀನೀಗ ಸಿಕ್ಕಿ ಬಿದ್ದೆ ಎಂದು ಹೇಳುವಂತಿದ್ದುವು. ಬಶಾರತ್ ನವಾಬರ, ಹುಡುಗಾಟಿಕೆಯ ಸ್ವಭಾವವನ್ನು ಅವರು ಚೆನ್ನಾಗಿಯೂ ಅರಿತಿದ್ದರು. ಈಗ ಅವರ ಲಗಾಮನ್ನು ತಮ್ಮ ಕೈಗೆ ಆಜರ್ ನವಾಬರು ಒಪ್ಪಿಸಿರುವಾಗ, ಎಲ್ಲಿಂದ ಆರಂಭಸಲಿ ಎಂದವರು ಯೋಚಿಸತೊಡಗಿದರು.

* * *

'ನಾಳೆ ಬೆಳಿಗ್ಗೆ ಹತ್ತು ಗಂಟೆಗೆ ನಮಗೆಮ್ಯಾಂಗನೀಸ್ ಫೀಲ್ಡ್‌ಗೆ ಹೋಗಲಿದೆ' ಹಸ್ತಾಕ್ಷರ ಮುಗಿಸಿ ಫೈಲ್ ಮುಚ್ಚುತ್ತಾ ಆಜರ್ ನವಾಬರು ನುಡಿದರು.

'ಏನಾದರೂ ಮುಖ್ಯ ಕಾಗದ, ಪತ್ರವಿದೆಯೇ ?' ಏಮನ್ ಕೇಳಿದಳು.

'ಇಲ್ಲ; ಇದು ಕೇವಲ ಸೋಷಿಯಲ್ ವಿಸಿಟ್, ರಿಯಾಜ್ ಸಾಹಬ್ ನಾಳೆ ಮುಂಬಯಿಗೆ ಹೋಗುವವರಿದ್ದಾರೆ. ಅಗತ್ಯದ ಮಾಹಿತಿ ಹಾಗೂ ಪತ್ರಕೊಡುವದಿದೆ. ಅಮೆರಿಕಾದ ಬಹು ಖ್ಯಾತ ಬೋನ್ ಸ್ಪೆಷಲಿಸ್ಟ್ ಡಾಕ್ಟರೊಬ್ಬರು ಬರುವವರಿದ್ದಾರೆ; ನನ್ನ ಪರಿಚಯದವರು. ಮಿಸ್, ರಿಯಾಜ್‌ಗೆ ಅವರು ಚಿಕಿತ್ಸೆ ಮಾಡಬಹುದೇನೋ; ನೋಡಬೇಕು.'

ಈ ಭೇಟಿ ವೈಯಕ್ತಿಕವಾಗಿದ್ದರೆ, ತಾನೇಕೆ ಹೋಗಬೇಕೋ ಏಮನ್‌ಗೆ ತಿಳಿಯಲಿಲ್ಲ.

ಮರುದಿನ ತಕ್ಕ ಸಮಯಕ್ಕೆ ಸಿದ್ಧಳಾಗಿ ಅವಳು ಆಫೀಸ್ ತಲುಪಿದಳು. ಈ ದಿನ ಅವಳು ಲಕ್ಷ್ಯವಿಟ್ಟು ಕೂದಲು ಬಾಚಿದಳು. ಹಸಿರು ಶಿಫಾನ್ ಸೀರೆಯಲ್ಲಿ ಅವಳ ಮೈ ಇನ್ನೂ ಉಜ್ವಲವಾಗಿತ್ತು. ಸಿದ್ಧಳಾಗಿ ಕನ್ನಡಿಯಲ್ಲಿ ನೋಡಿ ಕೊಂಡಾಗ ತನ್ನ ಕಂಗಳಲ್ಲಿ ಸೀರೆಯ ಹಸಿರು ವರ್ಣ ಇಣುಕುತ್ತಿರುವುದನ್ನು ಅವಳು ಕಂಡಳು. ಜೊತೆಗೆ ಸ್ವಯಂ ಭರವಸೆಯ ಬಣ್ಣವೂ ಮಿಳಿತವಾಗಿದ್ದಂತಿದ್ದು ಅದು ತನಗೆ ಶಕ್ತಿಯುತ್ತಿರುವಂತೆ ಏಮನ್‌ಳಿಗನಿಸಿತು. ಮಿಸ್ ರಿಯಾಜ್‌ಳ ಕಾರಣದಿಂದಲೇ ಅವಳಿಂದು ವಿಶೇಷ ತಯಾರಿ ನಡೆಸಿದ್ದರೂ ಅದೇಕೆಂದು ಅವಳಿಗರಿವಾಗಿರಲಿಲ್ಲ. ತನ್ನ ಮನೀಷೆಗೆ ಸರಿಯಾದ ಉಡುಪು ತೊಡಪುಗಳು ತನ್ನಲ್ಲೇ ತನಗೆ ಭರವಸೆಯನ್ನು ಹೆಚ್ಚಿಸುವುದೆಂದು ಅವಳ ಅನುಭವವಾಗಿತ್ತು.

ಅವಳು ಆಫೀಸ್ ತಲುಪಿದಾಗ ಆಜರ್ ನವಾಬರು ಕೆಳಗಿಳಿಯುತ್ತಿದ್ದರು. ಅವಳನ್ನು ನೋಡಿ ನಿಂತುಬಿಟ್ಟರು. ಅವರ ಚುಂಬಕದಂತಹಕಂಗಳು ತಲೆಯಿಂದ ಕಾಲಿನವರೆಗೆ ಏಮನ್‌ಳನ್ನು ದಿಟ್ಟಿಸಿ ನೋಡಿದವು. ಹಾಗೆಯೇ ಮೆಲ್ಲನೆ ಅವಳ ಬಳಿಗೆ ನಡೆದು ಬಂದರು. ಈ ರೀತಿ ಚುಚ್ಚುವ ದೃಷ್ಟಿಯಿಂದ ಅವರೇಕೆ ದಿಟ್ಟಿಸುತ್ತಿದ್ದರು? ಈ ಸಿದ್ಧತೆ, ಕಂಗಳ ಮಾದಕ ದೃಷ್ಟಿ, ಉಡುಪಿನ ಆಕರ್ಷಣೆ ಅವರಿಗಾಗಿಯಂತೂ ಇರಲಿಲ್ಲ. ಮತ್ತೇಕೆ ಅವರ ಈ ನೋಟವು ಅವಳಿಗೆ ಕಳ್ಳತನದ ಭಾವನೆಯುನ್ನೀಯುತ್ತಿತ್ತು.?

ಏನನ್ನೋ ಆಘ್ರಾಣಿಸಿದಂತೆ ಆಜರ್‌ನವಾಬರು ಜೋರಾಗಿ ಉಸಿರೆಳೆದು ಕೊಂಡರು ಹುಬ್ಬೆತ್ತಿ ನುಡಿದರವರು.'

'ಸುವಾಸನೆಗಳಲ್ಲಿ ನಿಮ್ಮ ಅಭಿರುಚಿ ಕೀಳಾಗಿಲ್ಲದಿರುವುದು ಸಂತೋಷಕರ.'

ಏಮನ್ ಹಚ್ಚಿಕೊಂಡಿದ್ದ ಪರ್ಫ್ಯೂಮ್ ಬಶಾರತ್ ನವಾಬರು ಅವಳಿಗಿತ್ತ ಕಾಣಿಕೆಯಾಗಿತ್ತು. ಅದರ ಹೆಸರನ್ನೇನೋ ಅವಳು ಶೀಘೆಯ ಮೇಲೆ ಓದಿದ್ದಳಾದರೂ, ಅವರ ಮೌಲ್ಯದ ಬಗ್ಗೆ ಅವಳು ಅರಿತಿರಲಿಲ್ಲ. ಈಗ ಅಜರ್ ನವಾಬರ ಮುಖದಲ್ಲಿನ ಅಚ್ಚರಿಯನ್ನು ಗುರುತಿಸಿ. ಕೇವಲ ಜನರಲ್ ಅಸಿಸ್ಟೆಂಟ್‌ಳಾದ ತಾನು ಇಷ್ಟೊಂದು ಮೌಲ್ಯದ ದ್ರವ್ಯವನ್ನು ಹೇಗಾದರೂ ಉಪಯೋಗಿಸಲು ಶಕ್ಯಳೆಂದು ಅವರು ಯೋಚಿಸುತ್ತಿರಬಹುದೆಂದು ಅವಳಿಗನಿಸಿತು.

'ಇದು....ಇದು ಯಾರದೋ ಕಾಣಿಕೆ' ತನ್ನನಿಸಿಕೆಯ ಭಾರದಲ್ಲಿ ಅವಳುಂದುದೇ ಅವಳು ಜಾರಿಬಿದ್ದಂತಾಯಿತು. ಹೀಗನ್ನುವ ಅವಶ್ಯಕತೆಯೇ ಅವಳಿಗಿರಲಿಲ್ಲ.

'ಯಾರದೋ?.....' ಆಜರ್ ನವಾಬರ ಹುಬ್ಬು ಬಾಗಿ ಕಮಾನಿನಂತಾಗಿತ್ತು. 'ಕೈಯಾರೆ ಸ್ವೀಕರಿಸಲ್ಪಡುವ ಕಾಣಿಕೆಯನ್ನು ಕೊಡುವಂಥಾ ಅದೃಷ್ಟಶಾಲಿ ಯಾರದು?' ಅವರ ಶಬ್ದಗಳಲ್ಲಿ ವ್ಯಂಗದ ಕಿಡಿಗಳು ಇಣುಕುತ್ತಿದ್ದವು. 'ಸರ್ಕಾರ್ ಅವರ ಜನರಲ್ ಅಸಿಸ್ಟೆಂಟ್ ನಾವು ತಿಳಿದಷ್ಟು ಮುಗ್ಧರಲ್ಲ!' ತಮ್ಮಷ್ಟಕ್ಕೆ ! ತಾವು ಹೇಳಿದಂತಿದ್ದ ಈ ಮಾತುಗಳು ಏಮನ್‌ಳ ಹೃದಯಕ್ಕೆ ಬಾಣದಂತೆ ತಗಲಿದುವು.

ಅವರು ತಮ್ಮ ಸಿಟ್ಟನ್ನು ಗೇಯರ್ ಮೇಲೆ ತೆಗೆದರು. "ಈಗ ಹೊರಡಿ ಮ್ಯಾಡಮ್, ಮತ್ತಿನ್ನೇನು ನಿರೀಕ್ಷೆಯಿದೆ ? 'ಏಮನ್ ಬೇಗನೇ ಜೀಪ್‌ನಲ್ಲಿ ಕುಳಿತುಬಿಟ್ಟಳು. ಗೇಟ್‌ನಿಂದ ಹೊರಬಿದ್ದು, ನೇರರಸ್ತೆಯಲ್ಲಿ ಪಕ್ಷಿಧಾಮವು ಸಿದ್ಧವಾಗುತ್ತಿದ್ದಲ್ಲಿಗೆ ಬಂದರು. ಈಗಲ್ಲಿ ಹೆಚ್ಚಿನ ಪ್ರಾಣಿಗಳೇನೂ ಇರಲಿಲ್ಲ. ಜಿಂಕೆಗಳ ಜೋಡಿಯೊಂದು ಕಿಂಡಿಗಳಿಂದ ಮುಖ ಹೊರಗೆ ಚಾಚಿ ಮಕ್ಕಳೀಯುತ್ತಿದ್ದ ಕಡಲೆಕಾಯಿಯ ಬೀಜಗಳನ್ನು ತಿನ್ನುತ್ತಿತ್ತು.

ಏಮನ್ ಸಂಪೂರ್ಣ ಸುಮ್ಮನಾಗಿ ಕುಳಿತಿದ್ದಳು. ಆಜರ್ ನವಾಬರ ಆಕಸ್ಮಾತ್ ತೀಕ್ಷ್ಣ ವ್ಯವಹಾರವು ಅವಳ ಅಹಂಗೆ ಧಕ್ಕೆಯೊಡ್ಡಿತ್ತು. ಆದರೆ ತನ್ನನ್ನು ತಾನೇ ಸಂಭಾಳಿಸಿಕೊಳ್ಳಲು ಅವಳಿಗೆ ಹೊತ್ತೇನೂ ಹಿಡಿಯಲಿಲ್ಲ. ತನ್ನ ದುಃಖವನ್ನು ಆಜರ್ ನವಾಬರಿಗೆ ತೋರಗೊಡುವುದು ಅವಳಿಗೆ ಇಷ್ಟವಿರಲಿಲ್ಲ.

'ಪ್ರಪಂಚದ ತತ್ವಜ್ಞಾನಿಗಳ ಸಾಲಿಗೆ ಇನ್ನೊಂದು ಹೆಸರು ಸೇರಿಸಿಕೊಳ್ಳಲಾಗಿದೆ. ಏಮನ್ ಶಹಾಬ್!' ಆಜರ್ ನಬಾಬರರು ರಸ್ತೆಯ ಮೇಲೇ ದೃಷ್ಟಿನೆಟ್ಟು ನುಡಿದರು.

ಏಮನ್ ಬೆಚ್ಚಿ ಬಿದ್ದಳು. 'ತತ್ವಜ್ಞಾನಿ ಪುರುಷರುಗಳ ಹೆಸರಿನ ವಿಸ್ತಾರವಾದ ಪಟ್ಟಿಯಲ್ಲಿ ಸ್ತ್ರೀಯೊಬ್ಬಳ ಹೆಸರು ಸೇರುವುದು ನನ್ನ ಪಾಲಿಗೆ ಗೌರವದ ವಿಷಯವೇ ಸರಿ' ಅವಳೆಂದಳು.

'ಆದರೆ ಸ್ತ್ರೀ ಎಂದೂ ಒಬ್ಬ ಉತ್ತಮ ತತ್ತ್ವಜ್ಞಾನಿಯಾಗಲೀ ಉಚ್ಚಮಟ್ಟದ ಕವಿಯಾಗಲೀ ಆಗಲಾರಳು.' ಆಜರ್ ನವಾಬರೆಂದರು.

'ನನ್ನಭಿಪ್ರಾಯದಂತೆ ಸ್ತ್ರೀಯರು ಪುರುಷರಿಗಿಂತ ಉತ್ತಮ ತತ್ವಜ್ಞಾನಿಗಳಾಗಬಹುದು, ಪುರುಷರು ಇದನ್ನು ಒಪ್ಪುವುದಿಲ್ಲ ಎಂಬುದು ಬೇರೆ ವಿಷಯ.'

'ಈ ವಾದವನ್ನೇನೋ ಎಲ್ಲಾ ಮಹಿಳೆಯರೂ ಮಂಡಿಸುತ್ತಾರೆ. ಆದರೆ ನೀನೇಕೆ ಇದನ್ನು ನಂಬುವೆ ?'

ಏಮನ್ ನಿಡಿದಾದ ಉಸಿರೆಳೆದು ಸುಮ್ಮನಾದಳು. ಮಾತು ಚರ್ಚೆಯು ಮಟ್ಟಕ್ಕೆ ಬಂದಾಗ, ವ್ಯಕ್ತಿ ಮಾನಸಿಕವಾಗಿ ಸಿದ್ಧತೆ ಮಾಡಿಕೊಳ್ಳಬೇಕಾಗುತ್ತದೆ. ಬಹುಶಃ ಅವಳು ತನ್ನ ವಿಚಾರಗಳಲ್ಲಿ ಪರಿವರ್ತನೆ ತರುವುದು ಶಕ್ಯವಿದ್ದಿತೇನೋ ಆದರೆ ಆಜರ್ ನವಾಬರ ಮಾತಿನ ರೀತಿ ಅವಳಲ್ಲಿ ಹಟವನ್ನೇ ಹುಟ್ಟಿಸಿತು.

'ನನ್ನ ನಂಬಿಗೆ ಅಥವಾ ಅಪನಂಬಿಗೆಯಿಂದ ಯಾವ ವ್ಯತ್ಯಾಸವೂ ಆಗುವುದಿಲ್ಲ. ಪುರುಷನಿಗಿಂತ ಮಹಿಳೆ ಹೆಚ್ಚು ಸಹನ-ಶಕ್ತಿ ಯುಳ್ಳವಳೆಂದೂ ದೂರದೃಷ್ಟಿಯುಳ್ಳವಳೆಂದೂ ಸಿದ್ಧವೇ ಆಗಿದೆ. ಇಷ್ಟಲ್ಲದೆ, ಮೃದು ಹೃದಯಿಯಾದ ಕಾರಣ ಕುರುಡು, ಸತ್ವಹೀನ ತತ್ವಕ್ಕೆ ಸ್ತ್ರೀಯು ಗುಲಾಮಳಾಗಿರುವುದಿಲ್ಲ. ಒಂದು ಉತ್ತಮ ತತ್ವಜ್ಞಾನಿಯೋ, ಕವಿಯೋ ಆಗಿರಲು ಈ ಎಲ್ಲ ವಿಷಯಗಳು ಅತ್ಯಗತ್ಯ. ಕಾಶ್ಮೀರದ ಲಲ್ಲಾ ಆರೇಫಾ, ಇಲ್ಲವೇ ನಮ್ಮ ಕರ್ನಾಟಕದ ಅಕ್ಕಮಹಾದೇವಿಯನ್ನೇ ನೋಡಿ, ಇವರ ಬಗೆಗೆ ಹೊತ್ತಿಗೆಗಳು ನಿಮ್ಮ ಲೈಬ್ರರಿಯಲ್ಲೇ ಇವೆ.'

'ಓಹೋ! ತುಂಬ ವಿಸ್ತಾರವಾದ ಭಾಷಣವಾಯಿತಿದು!' ಆಜರ್ ನವಾಬರು ಮುಗಳ್ನಕ್ಕು ನುಡಿದರು. ಮಾತಿನ ಮೊನೆಯಿಂದ ಅವರು ತನ್ನನ್ನು ಹಾಸ್ಯ ಮಾಡಬಹುದೆಂದು ಏಮನ್ ನಿರೀಕ್ಷಿಸಿದ್ದಳು. ಆದರೆ ಪುನಃ ಮಾತು ಮುಂದುವರಿಯಿತು. 'ಮತ್ತೇಕೆ ಎಲ್ಲೂ ಅರಿಸ್ಟಾಟಲ್, ಕಾರ್ಲ್‌ಮಾರ್ಕ್ಸ್. ರೂಸೋ ಅಥವಾ ಕವಿಗಳಲ್ಲಿ ಟೆನಿಸನ್, ಶೆಲ್ಲಿ ಗಾಲಿಬ್ ಅಥವಾ ಇಕ್‌ಬಾಲ್‌ರ ಹೆಸರಿನೊಡನೆ ಸ್ತ್ರೀಯರ ಹೆಸರಾವುದೂ ಕೇಳಿಬರುತ್ತಿಲ್ಲ.?'

'ಇದಕ್ಕೆ ನೀವೇ ಸ್ವತಃ ಕಾರಣರಿದ್ದೀರಿ'

'ನಾನೇ?' ಆಜರ್ ನವಾಬ ಆಶ್ಚರ್ಯದಿಂದ ನುಡಿದರು.

'ನೀವೆಂದರೆ, ಪುರುಷರು, ಪುರುಷರೆಂದೂ ಸ್ತ್ರೀಯರನ್ನು ತಮಗಿಂತ ಮೇಲಾಗಿ ಕಾಣಲು ಇಚ್ಛಿಸುವುದಿಲ್ಲ' ಏಮನ್ ಉದ್ರೇಕಿತಳಾದಳು.

'ನಾನು ನಿಮ್ಮೊಡನೆ ಒಂದು ಪ್ರಶ್ನೆ ಕೇಳಬಹುದೇ?'

'ಅಪ್ಪಣೆಯಾಗಲಿ!'

'ನಿಮ್ಮನ್ನು ವಿವಾಹವಾಗುವ ಅದೃಷ್ಟವಂತ ಬೌದ್ಧಿಕವಾಗಿ ನಿಮಗಿಂತ ಕೆಳಮಟ್ಟದಲ್ಲಿರುವುದನ್ನು ನೀವು ಇಷ್ಟಪಡುವಿರಾ?'

'ಎಂದಿಗೂ ಇಲ್ಲ.' ಏಮನ್ ತಡೆಯಿಲ್ಲದೆ ಉತ್ತರಿಸಿದಳು. ನಿಜವೆಂದರೆ ಈ ವೈಯಕ್ತಿಕ ಪ್ರಶ್ನೆಗೆ ಅವಳು ಸಿದ್ಧಳಾಗಿರಲಿಲ್ಲ.

'ದೇರ್‌ದ ಮ್ಯಾಟರ್ ಎಂಡ್ಸ್, ಮಿಸ್ ಶಹಾಬ್' ಆಜರ್ ನವಾಬರೆಂದರು. 'ಸ್ತ್ರಿಯ ಶಕ್ತಿ ಅವಳ ಅಸಾಮರ್ಥ್ಯದಲ್ಲೇ ಅಡಗಿದೆ ಎಂದು ನಾನು ತಿಳಿದಿದ್ದೇನೆ.'

'ಹಾಗಾದರೆ ನಿಮ್ಮಭಿಪ್ರಾಯದಂತೆ ಸ್ತ್ರೀ ಬುದ್ಧಿಜೀವಿಯಾಗಿರುವ ಆವಶ್ಯಕತೆಯಿಲ್ಲವೇ?

'ಹಾಗೆಂದು ನಾನೇನೂ ಹೇಳಲಿಲ್ಲ.' ಆಜರ್ ನವಾಬರು ತಕ್ಷಣವೇ ಅವಳ ಮಾತನ್ನು ತಡೆದರು. 'ಉತ್ತಮ ಬುದ್ಧಿಮತ್ತೆಯುಳ್ಳ ಸ್ತ್ರೀಯು ಪುರುಷನಿಗೆ ಸಿಗುವ ಅತ್ಯುತ್ತಮ ಉಡುಗೊರೆಯಾಗಬಲ್ಲಳು. ಪುರುಷನನ್ನು ಎಲ್ಲಾ ಕ್ಷೇತ್ರಗಳಲ್ಲೂ ಆಕೆ ಎದುರಿಸಲು ಶಕ್ಯಳು; ಆದರೆ ಎಲ್ಲಕ್ಕೂ ಮಿಗಿಲಾದ ಅವಳ ಉತ್ತಮಿಕೆ ಅವಳ ಸ್ತ್ರೀತ್ವವೇ ಆಗಿರುತ್ತದೆ.'

'ಹೌದು, ಪುರುಷನು ಆಕೆಯ ದುರ್ಬಲತೆಯ ಪ್ರಯೋಜನ ಪಡೆಯುತ್ತಿರಲೆಂದು!' ಏಮನ್ ವ್ಯಂಗವಾಗಿ ನುಡಿದಳು.

ಗೇರ್ ಬದಲಿಸುತ್ತಾ ಆಜರ್ ನವಾಬರು ಅವಳತ್ತ ದಿಟ್ಟಿಸಿದರು. 'ತನ್ನ ದುರ್ಬಲತೆಯನ್ನೇ ಒಂದು ಶಕ್ತಿಯಂತೆ ಉಪಯೋಗಕ್ಕೆ ತರುವುದೆಂತೆಂಬುದು ಸ್ತ್ರೀಯನ್ನೇ ಅವಲಂಬಿಸಿದೆ.'

'ಮಹಾ ಸರ್ಕಾರ್ ಕೂಡ ಇದನ್ನೇ ಹೇಳುತ್ತಾರೆ.' ಒಂದೆರಡು ಸಂದರ್ಭಗಳಲ್ಲಿ ಮಹಾಸರ್ಕಾರ್ ಅವರು ಹೇಳಿದ್ದುದನ್ನು ಜ್ಞಾಪಿಸಿಕೊಂಡು ಏಮನ್ ನುಡಿದಳು.

'ಸರ್ಕಾರ್ ಅವರು ತಮ್ಮ ಜನರಲ್ ಅಸಿಸ್ಟೆಂಟ್ ಬಗ್ಗೆ ಸಂತುಷ್ಟರಾಗಿರುವಂತನಿಸುತ್ತದೆ.' ಆಜರ್ ನವಾಬ ಮಾತು ಬದಲಾಯಿಸಿ ನುಡಿದರು.

ಏಮನ್ ಸುಮ್ಮನಾದಳು ಇಬ್ಬರ ನಡುವೆ ಈಗ ಸ್ನೇಹದ ವಾತಾವರಣವಿತ್ತು. ಇದು ಏಮನ್‌ಗೆ ಬಹಳ ಒಳ್ಳೆಯದೇ ಆದಂತಿತ್ತು. ಇಲ್ಲವಾದಲ್ಲಿ ಆಜರ್ ನವಾಬರು ಉರುಳಿಸುವ ದಾಳಕ್ಕೆ, ಮೊದಲೇ ತನ್ನೊಳಗಿನ ಸಂಘರ್ಷದಲ್ಲಿ ಮುಳುಗಿದ್ದ ಏಮನ್, ಬಲಿಯಾಗುತ್ತಿದ್ದಳು. ಅವರುರುಳಿಸುವ ದಾಳದಿಂದ ಅವಳು ತನ್ನನ್ನು ತಾನೇ ರಕ್ಷೀಸಿಕೊಳ್ಳಬೇಕಿತ್ತು......

ಗಾಳಿಯಲ್ಲಿ ಬಿದಿರಿನ ಎಲೆಗಳ ಮರ್ಮರ ಮಿಳಿತವಾಗಿತ್ತು. ನೇರ ಸ್ವಚ್ಛ, ಹೊಸರಸ್ತೆಯಲ್ಲಿ ಜೀಪ್ ಯಾವುದೇ ಅಡತಡೆಯಿಲ್ಲದೆ ಚಲಿಸುತ್ತಿತ್ತು. ಏಮನ್‌ಳ ದೃಷ್ಟಿ, ಆಜರ್ ನವಾಬರ ಮುಖದಿಂದ ಸ್ಟಿಯರಿಂಗ್ ಹಿಡಿದು ಕೊಂಡಿದ್ದ ಅವರ ಕೈಗಳ ಮೇಲೆ ಬಿತ್ತು. ಅವರು ಹಾಗೂ ಅವರಿಗೆ ಸಂಬಂಧಿಸಿದ ವಿಷಯಗಳೆಲ್ಲವೂ ಅವರ ಉಚ್ಚ ದರ್ಜೆಯ ಹಿನ್ನೆಲೆಯನ್ನು ಸೂಚಿಸುತ್ತಿತ್ತು. ವಿಶಾಲವಾದ ಹಣೆಯ ಮೇಲೆ ಕವಿದು ಬಂದಿದ್ದ ದಟ್ಟ ಕೂದಲ ರಾಶಿಯ ಎಳೆಎಳೆಗಳೂ ಏಮನ್‌ಗೆ ಪರಿಚಿತವಿದ್ದವು; ಆಕರ್ಷಕ ಕಪ್ಪು ಕಂಗಳು ನೇರಮೂಗಿನ ಕೆಳಗಿನ ತುಟಿಯ ಮೇಲ್ಭಾಗ, ಏಮನ್‌ಳನ್ನು ಬಡಿದೆಬ್ಬಿಸುವ ಅದರ ತುಂಟಾಟ, ದರ್ಪಯುಕ್ತ ಗದ್ದದ ಸುಳಿ, ಹಾಗೂ ದೃಢವಾದ ಕತ್ತು; ಎಲ್ಲವೂ ಅವರ ವ್ಯಕ್ತಿತ್ವವನ್ನು ಪರಿಚಯಿಸುತ್ತಿತ್ತು.

ಆ ವಿಶಾಲ ಭುಜಗಳ ಮೇಲೆ ಎಲ್ಲಾ ಉಡುಪು ಶೋಭಿಸುತ್ತಿತ್ತು. ನೀಲಿ ಕಮಿಜ್‌ನ ಮೇಲೆ ಬಿಳಿಯ ಕಾಶ್ಮೀರೀ ಜ್ಯಾಕೆಟ್, ಕೆಳಗೆ ಅವರ ಬಿಳಿ ಪ್ಲಾನೆಲ್‌ನ ಪ್ಯಾಂಟ್, ಕಾಲುಗಳಲ್ಲಿ ಕಂದು ಬಣ್ಣದ ಸ್ಯಾಂಡಲ್ ಮದರ್ ಆಫ್ ಪರ್ಲ್ಸ್‌ನ ಕಫ್ ಲಿಂಕ್ಸ್ ಅವರ ಕೈಗಳು ಚಲಿಸುವಾಗ ಕೈ ಮೇಲೆ ತಿಳಿ ಬೆಳಕು ಚೆಲ್ಲುತ್ತಿದ್ದುವು. ಅವರ ಕೈಗಳು ಬಹುಸುಂದರವಾಗಿದ್ದವು. ಕ್ಷುದ್ಬಾಧೆಯನ್ನು ತೀರಿಸಲು ಭೂಮಿಯನ್ನಗೆವ ಪರಿಶ್ರಮಯುಕ್ತ ಕೈಗಳಿಗಿಂತ ಇವು ಪೂರ್ಣ ಭಿನ್ನವಾಗಿದ್ದವು. ಜೀಪ್‌ನ ಸ್ಟಿಯರಿಂಗ್ ವ್ಹೀಲ್ ಅನ್ನು ನಿಯಂತ್ರಿಸಿದಂತೆ ಜೀವನ ಚಕ್ರವನ್ನೂ ನಿಯಂತ್ರಿಸಬಲ್ಲೆನೆಂಬಂತೆ ನೀಳ, ಸುಂದರ ಬೆರಳುಗಳುಳ್ಳ ಕೈಗಳು ವಿರಾಜಮಾನವಾಗಿದ್ದವು. ಈ ಕೈಗಳೆಂದಾದರೂ ಕೊಡಲಿ ಎತ್ತ ಬಲ್ಲವೇ ? ಕಲ್ಲು ಕೆತ್ತ

ಬಲ್ಲವೇ ?' ಏಮನ್ ಯೋಚಿಸಿದಳು. ಆದರೆ ಲೋಕದಲ್ಲಿ ಎಲ್ಲ ಕೈಗಳೂ ಕೊಡಲಿಯೆತ್ತಲು ಇಲ್ಲವೇ ಕಲ್ಲು ಒಡೆಯಲು ನಿಯಮಿತವಾಗಿರುವುದಿಲ್ಲ! ಏನೇ ಮಾಡುತ್ತಿದ್ದರೂ ಚುರುಕಾಗಿ, ಅಚ್ಚು ಕಟ್ಟಾಗಿ ಮಾಡಲಾಗುತ್ತಿದೆಯೇ ಎಂಬುದೇ ಮುಖ್ಯವಷ್ಟೇ !?

ಜೀಪ್‌ನಲ್ಲಿ ಆಜರ್ ನವಾಬರ ಪಕ್ಕದಲ್ಲಿ ಕುಳಿತು, ಅವರ ಬಗ್ಗೆ ಹೀಗೆ ಯೋಚಿಸುತ್ತಲೇ ಇರುವಾಗಲೂ, ಅವರ ಗಾಜಿನರಮನೆಗೂ, ತನ್ನ ಆವಾಸಕ್ಕೂ ಬಹಳ ಅಂತರವಿದೆಯೆಂದು ಏಮನ್ ಅರಿತಿದ್ದಳು. ಆದರೂ ಅವಳೇಕೆ ಅವರ ಬಗ್ಗೆ ಇಷ್ಟೊಂದು ಯೋಚಿಸುತ್ತಿದ್ದಳು ? ಈ ಹವೇಲಿಯ ಒಳಿತು-ಕೆಡುಕು ತನ್ನದೇ ಒಳಿತು-ಕೆಡುಕೆಂಬಂತೆ ಏಕೆ ಭಾವಿಸತೊಡಗಿದ್ದಳು? ಹವೇಲಿಯಲ್ಲಿ ತಾನು ಸುರಕ್ಷಿತಳೆಂಬ ಭಾವನೆಯೇ ಈ ಅನಿಸಿಕೆಯನ್ನುಂಟುಮಾಡಿದೆಯೇ? ಹೀಗೆ ಯೋಚಿಸುವುದೇ ಅವಳಿಗೆ ಒಳಿತಾಗಿತ್ತಾದರೂ, ಕೆಲವೊಮ್ಮೆ ಕೃತ್ರಿಮದ ಈ ಗೋಡೆ ಅವಳ ಕಂಗಳೆದರೇ ಧರಾಶಾಯಿಯಾಗುತ್ತಿತ್ತು.

ಹವೇಲಿ ಹಾಗೂ ಅದರ ನಿವಾಸಿಗಳೊಡನೆ ಅವಳಿಗೆ ಪ್ರೀತಿಯಿತ್ತು ಆದರೆ, ನಿಜ ನೋಡಿದರೆ, ಆಜರ್ ನವಾಬ ಹಾಗೂ ಅವರಿಗೆ ಸಂಬಂಧಿಸಿದ ವಿಷಯಗಳೆಲ್ಲವೂ ಅವಳಿಗೆ ಅತ್ಯಂತ ಪ್ರಿಯವಾಗಿದ್ದವು. ಹೃದಯದಲ್ಲೇಳುವ ನೋವಿನ ಅಲೆಯೊಂದಿಗೆ ಅವಳು ತನಗೆ ತಾನೇ ಆಜರ್ ನವಾಬರೊಡನೆ ತನಗೆ ಪ್ರೇಮವುಂಟಾಗಿದೆಯೆಂದು ಹೇಳಿಕೊಳ್ಳುತ್ತಿದ್ದಳು. ಅವರ ತೀಕ್ಷ್ಣ ವ್ಯವಹಾರ ಹಾಗೂ ಅವರೆಂದೂ ಅಲ್ಲವೆನ್ನ ಹೋಗದ ಅವರ ಅಗಣಿತ ಪ್ರೇಮಕತೆಗಳ ನಡುವೆಯೂ ಅವಳ ಈ ಮನೋಸ್ಥಿತಿ ಬೆಳೆದಿತ್ತು. ಪಾಶ್ಚಿಮಾತ್ಯ ಸಂಸ್ಕೃತಿಯ, ನಾಜೂಕು ಶರೀರಗಳ ಚಿತ್ರವು ಅವಳ ಮನದಲ್ಲಿದ್ದು, ಆಜರ್ ನವಾಬರೊಡನೆ ಅವಳು ಅವರನ್ನು ಕಲ್ಪಿಸಿಕೊಳ್ಳುತ್ತಿದ್ದಳು. ಯಾರು ಬೇಕಾದರೂ ತಮ್ಮ ವಧುವಾಗಿ ಅವರು ಆರಿಸಿಕೊಳ್ಳಬಹುದಾಗಿದ್ದರೂ, ವಿವಾಹ ಬಂಧನದಲ್ಲಿನ್ನೂ ಸಿಲುಕಲಿಚ್ಛಿಸಿದೆ, ಸಣ್ಣ-ಪುಟ್ಟ ಪ್ರಣಯದಾಟಗಳಲ್ಲೆ ಅವರು ತೃಪ್ತರಾಗಿದ್ದರು.

ಇದೆಲ್ಲ ತಿಳಿದಿದ್ದೂ ಅವಳೇಕೆ ತನ್ನನ್ನೇ ತಾನು ಈ ಪ್ರವಾಹದಲ್ಲಿ ಸಿಲುಕಿಸಿ ಕೊಂಡಿದ್ದಳು? ಈ ಬಗ್ಗೆ ಅವಳು ಧ್ಯಾನವಿಟ್ಟು ಯೋಚಿಸಿದಳು. ಪ್ರೇಮವೆಂದು ಅವಳು ತಿಳಿದಿದ್ದುದು ಟೊಳ್ಳು ಹುಚ್ಚಾಟವಲ್ಲವಷ್ಟೇ! ಜೀವನದ ಯಾವುದಾದರೂ ಸ್ತರದಲ್ಲಿ, ವಿಶೇಷವಾಗಿ ಯೌವನದಲ್ಲಿ ಪ್ರೇಮದ ಮಾತು ಬಂದೇ ಬರುತ್ತದೆ. ಆದರೆ, ನಿಜವಾಗಿಯೂ ಪ್ರೇಮವೆಂದರೆ ಅಂತಹ ಅಮರ ಭಾವನೆ ಹೌದೆ? ವ್ಯಕ್ತಿಯು ತನ್ನ ಸರ್ವಸ್ವವನ್ನೂ ಪ್ರೇಮಕ್ಕಾಗಿ ಬಲಿದಾನ ಮಾಡುವುದಗತ್ಯವೇ? ಪುನಃ ಅವಳು ನವಾಬರ ಮೇಲೊಂದು ದೃಷ್ಟಿ ಹರಿಸಿದಳು. ಅಕಸ್ಮತ್ತಾಗಿ ಲೈಲಾ-ಮಜ್ನೂ, ಸೋಹನಿ. ಮಹಿವಾಲರಂಥ ಜೋಡಿಗಳು ಅರ್ಥಹೀನವೆನಸಿದುವು. ವಾಸ್ತವವಾಗಿ ಆಜರ್ ನವಾಬರ ಆಕರ್ಷಕ ವ್ಯಕ್ತಿತ್ವದ ಮಾಯೆಯು ಅವಳನ್ನು ಅಭದ್ರಳನ್ನಾಗಿಸಿತ್ತು, ಅವಳೂ ಎಲುಬು ಮಾಂಸಗಳ ಜೀವವಷ್ಟೇ! ಅವರಿಂದ ಪ್ರಭಾವಿತಳಾದಳು; ಮನೋಕಾಮನೆಗಳಿಗೇ ಜನರು ಪ್ರೇಮವೆಂಬ ಹೆಸರಿಟ್ಟಿದ್ದಾರೆ. ಎಂದವಳು ಚಿಂತಿಸಿದಳು. ಪ್ರೇಮವೆಂದರೆ ಕಾಮನೆಯೇ ಆಗಿದ್ದಲ್ಲಿ, ಅದು ಕೇವಲ ಹೀನ, ಪಾಶವಿಕ ಭಾವನೆ ಎಂದು ಕೊಂಡಳವಳು. ಪಶುಗಳಿಂದ

ಮೇಲ್ಪಟ್ಟದಲ್ಲಿರುವುದು ಅವಳಾಶಯವಾಗಿತ್ತು. ತನ್ನ ಜವಾಬ್ದಾರಿಯುತ ಸ್ವಾತಂತ್ರ್ಯವನ್ನು ಕಾಪಾಡಿಕೊಳ್ಳಬೇಕಿತ್ತು. ಆದರೆ, ಬೇಕಿದ್ದರೂ ಹೀಗೆ ಇರುವುದು ಶಕ್ಯವಿತ್ತೇ ? ಎಷ್ಟು ಯತ್ನಿಸಿದರೂ ಪುನಃ ಅವಳು ತನ್ನನ್ನು ತಾನೇ ಮರೆಯುತ್ತಿದ್ದಳು. ತನ್ನ ಈ ದುರ್ಬಲತೆಗೆ ಪರಿಹಾರವನ್ನು ಅವಳು ಕಂಡುಕೊಳ್ಳ ಬಯಸಿದ್ದಳು ಮನಸ್ಸು ಎಲ್ಲೆಲ್ಲೋ ಅಲೆಯದಂತೆ ತನ್ನನ್ನೇ ತಾನು ಕೆಲಸಗಳಲ್ಲಿ ವ್ಯಸ್ತಳಾಗಿಸಿ ಕೊಳ್ಳಬೇಕೆಂದು ನಿಶ್ಚಯಿಸಿದ್ದಳು.

ರಿಯಾಜ್ ಸಾಹಬರ ಬಂಗಲೆ ಬಹಳ ಎತ್ತರದಲ್ಲಿತ್ತು. ತಲೆಸುತ್ತುವ ಎತ್ತರ ಹಾಗೂ ಎತ್ತರ–ತಗ್ಗಿನ ರಸ್ತೆ.

'ಸರಿಯಾಗಿ ಕುಳಿತುಕೋ.' ಆಜರ್ ನವಾಬರಂದರು. 'ಇಲ್ಲವೇ ಎಲ್ಲಾದರೂ ಕಣಿವೆಯಲ್ಲಿ ಬಿದ್ದು ಬಿಟ್ಟರೆ, ಜನರಲ್ ಅಸಿಸ್ಟೆಂಟಳ ಹೊರತು ಸರ್ಕಾರ್ ಅವರ ಕೆಲಸ ನಡೆಯಲಾರದು.....ಬಹುಶಃ ನನ್ನದೂ ಸಹ ! ಬಹುಶಃ ತನ್ನ ಸೇವೆಯನ್ನು ಮನ್ನಿಸುವ ಅವರ ರೀತಿಯಾಗಿತ್ತೇನೋ ಅದು !'

ಮೇಲೆ ಮೈದಾನದಲ್ಲಿ ಆಜರ್ ನವಾಬರು ಜೀಪ್ ನಿಲ್ಲಿಸಿದರು. ಬಹಳ ರಮ್ಯವಾಗಿತ್ತು. ಆ ಪ್ರದೇಶ, ಈ ಎತ್ತರದಲ್ಲಿ ಹವೆ ಬಹಳ ಸ್ವಚ್ಛವಿತ್ತು ದೂರ, ಮ್ಯಾಂಗನೀಸ್ ಫೀಲ್ಡ್‌ನಲ್ಲಿ ಕೆಲಸದಲ್ಲಿ ವ್ಯಸ್ತರಾಗಿದ್ದ ಕಾರ್ಮಿಕರು ಕಂಡುಬರುತ್ತಿದ್ದರು. ಕಚ್ಚಾ ಅದಿರು ತುಂಬಿದ ಟ್ರಾಲಿಗಳು ಈ ಎತ್ತರದಿಂದ ಚಿಕ್ಕಪುಟ್ಟ ಆಟಿಕೆಗಳಂತೆ ಕಂಡು ಬರುತ್ತಿದ್ದವು. ಶಕ್ತಿಶಾಲಿ ಕ್ರೇನ್‌ಗಳು ಎಲ್ಲೆಲ್ಲೂ ಸಂಚರಿಸುತ್ತಿದ್ದವು.

ರಿಯಾಜ್ ಸಾಹಬರ ಬಂಗಲೆಯೂ ಬಹು ಸುಂದರವಿತ್ತು. ಮಹಾ ಮಹಾವೃಕ್ಷಗಳಿಂದ ಸುತ್ತುವರಿದಿತ್ತು. ಕಾಡಿನಬೆಂಕಿಯಂತೆ ಗುಲ್‌ಮೊಹರ್‌ಗಳು ಎಲ್ಲೆಲ್ಲೂ ಹರಡಿದ್ದವು, ಆಜರ್ ನವಾಬರು ಜೀಪನ್ನು ಸ್ವಲ್ಪ ಇತ್ತಲೇ ನಿಲ್ಲಿಸಿದರು; ಲಾನ್‌ನಲ್ಲಿ ಛತ್ರಿಯ ಕೆಳಗೆ ಕೈಯಲ್ಲಿ ಪುಸ್ತಕ ಹಿಡಿದು ರೆಹಾನಾ ಉತ್ಸುಕತೆಯಿಂದ ನಿರೀಕ್ಷಿಸುತ್ತಾ ಕುಳಿತಿದ್ದಳು. ಎದುರಿಗೆ ಟೀಪ್ಯಾಯಲ್ಲಿ ಚಾ ಸಿದ್ಧವಿತ್ತು.

ಮಿಸ್ ರಿಯಾಜ್‌ಳನ್ನು ಪ್ರಭಾವಿತಳನ್ನಾಗಿಸುವ ಏಮನ್‌ಳ ಯತ್ನ ಅಸಫಲವಾಗಲಿಲ್ಲ. ರೆಹನಾಳ ದೃಷ್ಟಿ ಹಲವುಬಾರಿ ಏಮನ್‌ಳನ್ನು ತಲೆಯಿಂದ ಕಾಲಿನವರೆಗೆ ಅಳೆಯಿತು. ನಂತರ ಬಹಳ ಆಜರ್ ನವಾಬರ ಕೂಡ ಮಾತು ಕತೆಗೆ ತೊಡಗಿದಳು. ಚಾ ಕುಡಿದಾದ ಬಳಿಕ ಆಜರ್ ನವಾಬ ಎದ್ದು ನಿಂತರು.

'ಮಿಸ್ ರಿಯಾಜ್ ಇಂದು ನಿಮಗಾಗಿ ಬಹಳ ಒಳ್ಳೆಯ ವಸ್ತುಬಂದಿದೆ' ಎಂದ ಅವರು ಬ್ರೀಫ್‌ಕೇಸ್ ತೆರೆದು ಅದರೊಳಗಿಂದ ಒಂದು ದೊಡ್ಡ ಕವರ್ ತೆಗೆದರು. ಮಿಸ್ ರಿಯಾಜ್ ಅವಳ ಆಸ್ಥೆಯಿಂದ, ಮಾಂತ್ರಿಕನ ಮಾಯಾಜಾಲವನ್ನು ದಿಟ್ಟಿಸುವಂತೆ ಅವರತ್ತ ನೋಡತೊಡಗಿದಳು. ಆಜರ್ ನವಾಬರು ಕವರ್‌ನೊಳಗಿಂದ ಕೆಲವು ಕಾರ್ಡ್‌ಗಳನ್ನು ತೆಗೆದು ಟೀಪ್ಯಾ ಮೇಲೆ ಹರಡಿದರು. ಏಮನ್ ಇವುಗಳನ್ನು ನೋಡಿ ಚಕಿತಳಾದಳು. ಇವು ಟೀಕ್ ಪ್ಲೈವಿನೀರ್ ಮೇಲೆ ಪೈಂಟ್ ಮಾಡಿದ್ದ ಬಹುಸುಂದರ ಗ್ರೀಟಿಂಗ್

ಕಾರ್ಡ್‌ಗಳಾಗಿದ್ದವು ಕಾಗದದಷ್ಟು ತೆಳುವಾಗಿದ್ದ ಮರದ ಹಾಳೆಯಲ್ಲಿ ಪ್ರಕೃತಿಯ ನಕ್ಷೆಯನ್ನು ಇದ್ದಂತೆಯೇ ಇಟ್ಟು, ಹಲವು ವಿನ್ಯಾಸಗಳಲ್ಲಿ ಪ್ಲೈಟಿಂಗ್ ಮಾಡಲಾಗಿತ್ತು. ಮಿಸ್ ರಿಯಾಜ್‌ಳ ಸಂತೋಷಕ್ಕೆ ಪಾರವಿರಲಿಲ್ಲ.

'ಎಷ್ಟೊಂದು ಅಂದವಾಗಿದೆ. ಈ ಕಾರ್ಡ್‌ಗಳು ! ಇದೆಲ್ಲ ನನಗಾಗಿ ತಂದಿರುವಿರೇ?'

ಏಮನ್ ಚಕಿತಳಾಗಲು ಕಾರಣ ಬೇರೆಯೇ ಇದ್ದಿತು. ಇವು ಎರಡು ದಿನಗಳ ಹಿಂದೆ ಅವಳೇ ತಯಾರಿಸಿ ಮಹಾಸರ್ಕಾರ್ ಅವರಿಗೆ ಕಾಣಿಕೆಯಾಗಿತ್ತಿದ್ದ ಕಾರ್ಡ್‌ಗಳಾಗಿದ್ದವು. ಆಜರ್ ನವಾಬರು ಆಫೀಸ್‌ನಿಂದ ಹೊರಟು ಹೋದ ಬಳಿಕ, ಕಾಗದ ಪತ್ರಗಳನ್ನು ತೆಗೆದಿಡುವಾಗ ರದ್ದಿ ಕಾಗದಗಳೊಡನೆ ಈ ವಿನಿಯರ್‌ಗಳು ಸಿಕ್ಕಿದ್ದವು. ಆಜರ್ ನವಾಬರು ನೋಡಿ ಅವುಗಳನ್ನು ರದ್ದಿಯಲ್ಲಿ ಬಿಸುಡಿದ್ದಿರಬೇಕು. ಅವಳು ಅವುಗಳಾನ್ನಾಯ್ದು ತಂದು, ಅವಕಾಶ ಸಿಕ್ಕಿದಾಗ ಶುಭಾಶಯ ಪತ್ರಗಳನ್ನು ರಚಿಸಿದ್ದಳು. ಸಿದ್ಧವಾದ ಬಳಿಕ ಕೇವಲ ಎರಡನ್ನೇ ತನಗಾಗಿ ಇಟ್ಟುಕೊಂಡು ಉಳಿದುದನ್ನು ಮಹಾಸರ್ಕಾರ್ ಅವರಿಗೆ ಅರ್ಪಿಸಿದಳು. 'ಈ ಲೋಕದಲ್ಲಿ ನನ್ನ ಶುಭಾಶಯಗಳ ಅಗತ್ಯವಿರುವ ಜನರು ಎಷ್ಟು ಕಡಿಮೆ!' ಎಂದುಕೊಂಡು, ಒಂದನ್ನು ಮಿಸೆಸ್ ಐಜಾಕ್‌ರಿಗೂ ಮತ್ತೊಂದನ್ನು ವಿಕಾರ್ ಜಂಗ್‌ರಿಗೂ ಕಳುಹಿಸಿಕೊಟ್ಟಿದ್ದಳವಳು.

ಈಗ ಅದೇ ಕಾರ್ಡ್‌ಗಳನ್ನು ತನ್ನೆದುರಿಗೆ ಟೀಪ್ಯಾ ಮೇಲೆ ಕಂಡು ಅವಳಿಗೆ ದುಃಖವೆನಿಸಿತು. ಅವಳವುಗಳನ್ನು ಮಹಾಸರ್ಕಾರ್ ಅವರಿಗೆ ಕೊಟ್ಟಾಗ ಅವರು ಬಹು ಸಂತಸದಿಂದಲೇ ಅವನ್ನು ಸ್ವೀಕರಿಸಿ ಅವಳಿಗೆ ಅಭಿನಂದನೆಗಳನ್ನು ತಿಳಿಸಿದ್ದರು; ಹಾಗೂ ಅವರು ಅವುಗಳನ್ನು ತಮ್ಮ ಮೆಚ್ಚಿನ ಆತ್ಮೀಯರಿಗೆ ಶುಭಾಶಯಗಳೊಂದಿಗೆ ಕಳುಹಿಸುವರೆಂದು ತಿಳಿಸಿದ್ದರು. ಬಹುಶಃ ಏಮನ್‌ಳ ಮನಸ್ಸು ಮುರಿಯುವುದು ಅವರಿಗೆ ಬೇಡವಿತ್ತು. ಈಗ ಅವುಗಳೆಲ್ಲವೂ ಮಿಸ್ ರೆಹಾನಾ ರಿಯಾಜ್‌ಳ ಸಮ್ಮುಖದಲ್ಲಿದ್ದವು. ಮಹಾಸರ್ಕಾರ್ ಅವರಿಗೆ ಅವುಗಳ ಅವಶ್ಯಕತೆಯಿರಲಿಲ್ಲ; ಅಥವಾ ಅವುಗಳು ತಮ್ಮ ಉಪಯೋಗಕ್ಕೆ ಯೋಗ್ಯವೆಂದು ಅವರು ತಿಳಿದಿರಲಿಲ್ಲ.

ಆಜರ್ ನವಾಬರು ಎರಡೂ ಕೈ ಅಗಲಿಸಿ ಆ ಕಾರ್ಡ್‌ಗಳ ಮೇಲಿಟ್ಟು ನುಡಿದರು. 'ಇಲ್ಲ, ಇಲ್ಲ; ಇಷ್ಟು ಅವಸರಿಸದಿರಿ, ಈ ಕಾರ್ಡ್ ನಾನು ನಿಮಗೆ ಕೊಟ್ಟೆನಾದರೆ, ಮಹಾಸರ್ಕಾರ್ ಅವರು ನನ್ನನ್ನು ಶೂಲಕ್ಕೆ ಏರಿಸಿಯಾರು.'

ಏಮನ್‌ಳ ಹೃದಯದಿಂದ ದೊಡ್ಡ ಭಾರವೊಂದು ಇಳಿದಂತಾಯಿತು. ಅವಳ ಮೋಹಕ ಕಂಗಳು ಹೊಳೆದವು; ಅವಳು ಆಜರ್ ನವಾಬರತ್ತ ನೋಡಿದಳು. ಎಷ್ಟೊಂದು ಮೃದುವಾಗಿತ್ತು. ಅವರ ಆ ಮುಗುಳ್ನಗೆ! ಆ ಕೋಮಲತೆ, ಬಹುಶಃ ಕೇವಲ ಮಿಸ್ ರಿಯಾಜ್‌ಳಿಗಾಗಿಯೇ ಇತ್ತಲ್ಲದೆ, ಏಮನ್‌ಳನ್ನು ಅವರೆಂದು ಇದಕ್ಕೆ ಯೋಗ್ಯಳಾಗಿ ಪರಿಗಣಿಸಿದ್ದರು ? 'ನಾನು ಇದಕ್ಕಿಂತಲೂ ಹೆಚ್ಚು ಮೌಲ್ಯವುಳ್ಳ ವಸ್ತುವನ್ನು ನಿಮಗಾಗಿ ತಂದಿದ್ದೇನೆ. ಆಜರ್ ನವಾಬರು ಏಮನ್‌ಳತ್ತ ನೋಡುತ್ತಾ ನುಡಿದರು. 'ಈ ಕಾರ್ಡ್‌ಗಳನ್ನು

ತಯಾರಿಸಿದವರನ್ನೇ ನಾನು ನಿಮ್ಮ ಬಳಿಗೆ ಕರೆತಂದಿದ್ದೇನೆ. ಮಿಸ್ ಸಾಹಿಬಾ ಸ್ವತಃ ತಾವೇ ನಿಮಗೆ ಈ ಕಾರ್ಡ್‌ಗಳನ್ನು ತಯಾರಿಸಲು ಕಲಿಸುವರು' ಅವರ ದೃಷ್ಟಿಯಲ್ಲಿ ಅಂಥಾ ಭರವಸೆ ಹಾಗೂ ಕೋರಿಕೆ ಇತ್ತಾದುದರಿಂದ 'ಇಲ್ಲ'ವೆನ್ನಲು ತೆರೆದ ಏಮನ್‌ಳ ತುಟಿಗಳು ಹಾಗೇ ಉಳಿದು ಕೇವಲ ಒಪ್ಪಿಗೆ ಸೂಚಿಸಿ ತಲೆಯಾಡಿಸುವುದಷ್ಟೇ ಅವಳಿಂದ ಸಾಧ್ಯವಾಯಿತು.

ಆಜರ್ ನವಾಬರ ಕಂಗಳಲ್ಲಿ ವಿಜಯದ ಹೊಳಪು ಮೂಡಿದಾಗ ಏಮನ್‌ಗೆ ತಾನೇಕೆ ಒಪ್ಪಿದೆನೆಂದು ಪರಿತಾಪವಾಯಿತು. ತನ್ನಿಚ್ಛೆಯಿಲ್ಲದೆಯೇ ತನ್ನ ಸೇವೆಯನ್ನು ಇತರರಿಗೆ ಹಂಚಿಕೊಡುವ ಅಧಿಕಾರ ಆಜರ್ ನವಾಬರಿಗೆ ಬಂತೆಂತು ? ಆದರೆ ಈಗೇನೂ ಮಾಡುವಂತಿರಲಿಲ್ಲ.

'ಪುಸ್ತಕಗಳಲ್ಲಿ ನಿಮ್ಮ ಮನ ನಿಲ್ಲುವುದಿಲ್ಲವೆಂದು ನಿಮ್ಮ ಆಕ್ಷೇಪ; ಓದುತ್ತಾ ಓದುತ್ತಾ ನೀವು ಬೇಸತ್ತು ಹೋಗುವಿರೆನ್ನುತ್ತೀರಿ; ಕಾರ್ಡ್ ತಯಾರಿಸುವ ಈ ಹಾಬಿ ನಿಮಗೆ ರುಚಿಸಬಹುದು.' ಆಜರ್ ನವಾಬರು ಹೇಳುತ್ತಿದ್ದರು. 'ಇದಕ್ಕೆ ವಿನಿಯರ್‌ನ ಅಗತ್ಯ ಬೀಳಬಹುದು' ರೆಹಾನಾ ವಿಶೇಷ ಉತ್ಸಾಹವನ್ನೇನೂ ಪ್ರಕಟಿಸಲಿಲ್ಲ.

'ಅವೆಲ್ಲವನ್ನೂ ನಾವು ತಂದಿದ್ದೇವೆ' ಆಜರ್ ನವಾಬರು ನುಡಿಯುತ್ತಾ ಜೀಪ್‌ನತ್ತ ನಡೆದರು. ಹಿಂದುರಿಗಿ, ಒಂದು ಅಂದದ ಪ್ಯಾಕೆಟ್ ತೆರೆಯುತ್ತಾ ನುಡಿದರು. ಈ ಕಾಣಿಕೆ ನಿಮಗಾಗಿಯೇ ಇದೆ.' ಪ್ಯಾಕೇಟ್‌ನಲ್ಲಿ ಉತ್ತಮ ಬ್ರಶ್ ಹಾಗೂ ಬಣ್ಣಗಳಿದ್ದವು. ಇನ್ನೊಂದು ಕಟ್ಟಿನತ್ತ ಕೈ ತೋರಿ 'ಇವು ಕೈಯಿಂದ ತಯಾರಿಸಿದ ಕಾಗದ ಹಾಗೂ ವಿನೀಯರ್, ಮಿಸ್ ಸಾಹಿಬಾ ನಿಮಗೆ ತಮ್ಮ ಪುರುಸೊತ್ತಿನ ಕೆಲವು ಕ್ಷಣಗಳನ್ನು ಖಂಡಿತ ಕೊಡಬಲ್ಲರು.' ಏಮನ್ ತನ್ನ ಕಡೆಯಿಂದ ನುಡಿಯುವ ಪೂರಾ ಹಕ್ಕನ್ನು ತನಗೆ ಕೊಟ್ಟಂತೆ ಆಜರ್‌ನವಾಬರು ನುಡಿದರು.

'ಸರಿ, ಈಗಿನ್ನು ಹೊರಡುತ್ತೇವೆ. ಫೀಲ್ಡ್‌ನಲ್ಲಿ ರಿಯಾಜ್ ಸಾಹಬರೊಡನೆ ಕೆಲವು ಅಗತ್ಯದ ಮಾತುಗಳನ್ನಾಡುವುದಿದೆ' ಕೈಗಡಿಯಾರ ನೋಡುತ್ತಾ ನುಡಿದ ಆಜರ್ ನವಾಬರು, ಅರ್ಧಗಂಟೆಯಲ್ಲಿ ಹಿಂದಿರುಗುವೆ' ಎನ್ನುತ್ತಾ ಹೊರಟು ಹೋದರು. ಇಬ್ಬರು ಹುಡುಗಿಯರೂ ಹೋಗುತ್ತಿರುವ ಅವರನ್ನೇ ಜೀಪ್ ಮರೆಯಾಗುವ ತನಕವೂ ನೋಡುತ್ತಿದ್ದು ಬಿಟ್ಟರು.

ಒಮ್ಮೆಲೆ ತುಂಬಾ ಏಕಾಕಿಯಾದಂತೆ ಏಮನ್‌ಳಿಗನಿಸಿತು. ರೆಹಾನಾಳ ಬಳಿ ಮಿತ್ರತೆಯ ಭಾವನೆಯೇನೂ ಅವಳಿಗನಿಸಲಿಲ್ಲ. ಸ್ವಲ್ಪ ಹೊತ್ತು ಅವರಿಬ್ಬರೂ ಹಾಗೆಯೇ ಸುಮ್ಮನೆ ಕುಳಿತರು. ಆಜರ್ ನವಾಬರ ಜೀಪ್ ಕಡಿದಾದ ಏರುತಗ್ಗುಗಳಲ್ಲಿ ಸರಿದು ಫೀಲ್ಡ್ಸ್‌ಗಳತ್ತ ಸಾಗಿತ್ತು. ಧೂಳಿನ ಹಾರುವ ಕಣಗಳು ಅವರ ಹಿಂದೆ ಓಡುತ್ತಿದ್ದವು. ದಾರಿಯ ಇಂತಹ ಧೂಳಿನ ಕಣಗಳು ಎಂದೂ ಯಾರನ್ನೂ ತಲುಪುವುದಿಲ್ಲ. ರಸ್ತೆಯಲ್ಲೇ ಉಳಿದು ಬಿಡುತ್ತವೆ; ಯಾತ್ರಿ ತನ್ನ ಗುರಿಯನ್ನು ತಲುಪುತ್ತಾನೆ. ಏಮನ್ ಹೀಗೆ ಆಜರ್ ನವಾಬರ ಹಿಂದೆ ಓಡುವ ಧೂಳಿನ ಕಣವಾಗಲು ಇಚ್ಛಿಸಲಿಲ್ಲ. ಆದರೆ ಮಾಡುವಳೇನು?

ರೆಹನಾ ದೂರವೇ ಇರುವುದಕ್ಕೆ ತಾನು ಆಜರ್ ನವಾಬರ ಸಂಬಳ ಪಡೆವ ನೌಕರಳೆಂಬುದಷ್ಟೇ ಕಾರಣವಲ್ಲ; ತನ್ನ ವ್ಯಕ್ತಿತ್ವದಲ್ಲಿ ಅವಳೇನೋ ಅಪಾಯವನ್ನು ಕಂಡಿರುವಳೆಂದು ಏಮನ್‌ಳಿಗನಿಸಿತು. ತನ್ನ ಸೌಂದರ್ಯದ ಅರಿವು ಏಮನ್‌ಳಿಗಿದ್ದರೂ, ರೆಹನಾಳ ಮನದ ಭಯವನ್ನು ಕಿತ್ತು ಹಾಕಬೇಕೆಂದು ಅವಳಿಗನಿಸಿತು. ಇದೊಂದು ಗಂಭೀರ ಸಮಸ್ಯೆಯಾಗಿತ್ತು. ನೇರ–ಸರಳ ಮಾತುಗಳಲ್ಲಿ ಅವಳು ತನ್ನ ಬಗ್ಗೆ ಏನಾದರೂ ಹೇಳಿಕೊಳ್ಳುವುದೂ ಶಕ್ಯವಿರಲಿಲ್ಲ. ರೆಹಾನಾಳು ಆಜರ್‌ನವಾಬರ ಬಲೆಯಲ್ಲಿ ಸಿಕ್ಕಿ ಬೀಳಬಾರದೆಂದೂ ಅವಳಿಗೆ ಭಯವಿತ್ತು. ರೆಹನಾಳಲ್ಲೇನೋ ಅವಳಿಗೆ ಪ್ರೀತಿ ಹುಟ್ಟಿತು. ಆದ್ದರಿಂದಲೇ ಅವಳ ಗರ್ವಿಷ್ಠ ವ್ಯವಹಾರವನ್ನು ಗಮನಿಸಿ ಕೊಳ್ಳದೆ, ಅವಳಿಗೆ ಸಹಾಯ ಮಾಡಲು ಏಮನ್ ನಿರ್ಧರಿಸಿದಳು. ಸಾಮಾನ್ಯವಾಗಿ ಯಾರನ್ನೂ ಗೆದ್ದುಕೊಳ್ಳುವುದು ಅವಳಿಗೆ ಕಠಿಣವಾಗಿರಲಿಲ್ಲ. ಅವಳಲ್ಲಿ ಆತ್ಮಾಭಿಮಾನ ಖಂಡಿತವಾಗಿ ಇತ್ತಾದರೂ, ಹಠವಿರಲಿಲ್ಲ. ಸಮಸ್ಯೆಗಳನ್ನೆದರಿಸುವ ಅವಳ ಉತ್ಸಾಹವನ್ನು ಅದುಮಿಡಬಲ್ಲ ಸೋಲೂ ಅವಳಿಗಾಗಿರಲಿಲ್ಲ. ಕೆಟ್ಟ ನೆನಪುಗಳನ್ನು ಅವಳು ಮರೆಯುತ್ತಿದ್ದಳು. ಚಿಕ್ಕ ಮುಗುಳ್ನಗೆಗೂ ಗಲ್ಲಗಳಲ್ಲಿ ಮೂಡುವ ಆ ಪುಟ್ಟ ಕುಳಿಗಳಲ್ಲಿ ಬಾಲ್ಯದ ಇಷ್ಟೊಂದು ಕೊರತೆಗಳೂ, ಕೌಮಾರ್ಯದ ಅಸಫಲ ಯತ್ನಗಳೂ ಹುದುಗಿದ್ದುವೋ ಏನೋ ! ಈ ಚಿಕ್ಕ ಪ್ರಾಯದಲ್ಲೇ ಅವಳು ನಗುತ್ತಾ, ನಗಿಸುತ್ತಾ ಜೀವನ ಸಂಘರ್ಷವನ್ನು ಎದುರಿಸಿದ್ದಳು. ಇಂತಹ ಅವಕಾಶ ಸುರಕ್ಷಿತ ವಾತಾವರಣದಲ್ಲಿ ಬೆಳೆದ ಹುಡುಗಿಗೆ ಪ್ರಾಪ್ತವಾಗುವುದು, ಶಕ್ಯವಿರಲಿಲ್ಲ. ಆದರೆ ಅವಳೆಂದೂ ತಪ್ಪು ಹೆಜ್ಜೆಗಳನ್ನಿಡಲಿಲ್ಲ.

ತನ್ನ ಯೋಚನೆಗಳಿಂದ ಚಕಿತಳಾಗಿ ಅವಳು, ಗಾಲಿಕುರ್ಚಿಯಲ್ಲಿ ಕುಳಿತು ತನ್ನ ಉದ್ದುದ್ದದ ಉಗುರುಗಳನ್ನೆ ದಿಟ್ಟಿಸುತ್ತಿದ್ದ ರೆಹನಾಳತ್ತ ನೋಡಿದಳು. ಕತ್ತರಿಸಿದ್ದ ಹೊಳೆವ ಕಪ್ಪು ಕೂದಲು, ಕೆಂಪು ಚಿಮ್ಮುವ ಬಿಳಿ ಬಣ್ಣದ ಮೈ ಮೇಲೆ ಶೋಭಿಸುತ್ತಿರುವ ಫಿರೋಜೀ ಷಿಫಾನ್ ಸೀರೆ; ಕಪ್ಪು ಕೃತಕ ರೆಪ್ಪೆಗಳು ಬಣ್ಣ ಹಚ್ಚಿದ ಗಲ್ಲಗಳ ಮೇಲಾಡುತ್ತಿದ್ದವು. ಬೆರಳಲ್ಲಿ–ಅಮೂಲ್ಯವಾದ ವಜ್ರದುಂಗುರ; ಕೈಗಳಲ್ಲಿ ನಾಜೂಕಾದ ಹಲವಾರು ಚಿನ್ನದ ಬಳೆಗಳು, ಇವೆಲ್ಲ ಆಜರ್ ನವಾಬರಿಗಾಗಿತ್ತೇ? ಏಮನ್‌ಗೆ ರೆಹನಾಳ ಮೇಲೆ ದಯೆಯುದಿಸಿತು. ಅಥವಾ ಅವಳ ಶಾರೀರಿಕ ಕೊರತೆಯೇ ಹೀಗೆ ಸಿಂಗರಿಸಿರುವಂತೆ ಪ್ರತಿಕ್ರಿಯಿಸುತ್ತದೆಯೇ? ಏರು ಜವ್ವನದಲ್ಲಿ ಈ ಅಘಾತವು ಬಹಳ ಪರಿಣಾಮಕಾರಿಯಾಗಿರುತ್ತದೆ. ಅವಳು ಏನಾದರೂ ನಿರ್ಣಯಕ್ಕೆ ಬರುವ ಮೊದಲೇ ಆಜರ್ ನವಾಬರು ಹಿಂದಿರುಗಿದರು. ರೆಹನಾ ನಿಲ್ಲುವಂತೆ ಹೇಳಿದಾಗ, ಅವರು ಪುನಃ ಎಂದಾದರೂ ಬರುವ ವಾಗ್ದಾನ ನೀಡಿ, ಏಮನ್‌ಳನ್ನು ಕರಕೊಂಡು ಹೊರಟರು.

'ಮಾತು ಎಲ್ಲಿಯವರೆಗೆ ಬಂತು?' ಸೀದಾ ರಸ್ತೆಗೆ ಬಂದೊಡನೆ ಆಜರ್ ನವಾಬರು ಕೇಳಿದರು.

'ವಿಶೇಷವೇನಿಲ್ಲ'

'ರಿಯಾಜ ಸಾಹೇಬರು ಬಹಳ ಶ್ರೀಮಂತರು.'

ಏಮನ್ ಸುಮ್ಮನಿದ್ದಳು. ಟೆಂಬರ್ ಫ್ಯಾಕ್ಟರಿಯಲ್ಲಿ ರಿಯಾಜ್ ಸಾಹೇಬರೂ ತಮ್ಮ ಹಣ ತೊಡಗಿಸಿರುವರೆಂದು ಅವಳು ಅರಿತಿದ್ದಳು. ಎಲ್ಲಾದರೂ ಅವರ ಐಶ್ವರ್ಯದ ಆಕರ್ಷಣೆಯೇ ಆಜರ್ ನವಾಬರನ್ನು ರೇಹನಾಳತ್ತ ಬಗ್ಗಿಸುತ್ತಿಲ್ಲವಷ್ಟೇ!? ಅಜರ್ ಸ್ವತಃ ಶ್ರೀಮಂತರೇ ಇದ್ದರು; ಆದರೇನು? ಹಣವಂತರಿಗೆ ಹಣದ ಆಸೆಯಿರುತ್ತದೆ. ಬಡವರಾದರೋ ಕೇವಲ ಜೀವನವನ್ನು ಸಾಗಿಸುವ ಚಿಂತೆಯಷ್ಟೇ ಮಾಡುತ್ತಿರುತ್ತಾರೆ.

'ರಿಯಾಜ್ ಸಾಹೇಬರು ಬಹಳ ಶ್ರೀಮಂತರಿದ್ದಾರೆ;' ಏಮನ್ ಉತ್ತರಿಸದಿದ್ದುನ್ನು ನೋಡಿ ಆಜರ್ ನವಾಬರು ಪುನಃ ನುಡಿದರು. 'ಆದರೆ ದುಃಖದ ವಿಷಯವೆಂದರೆ ಅವರು ತಮ್ಮ ಮಗಳಿಗಾಗಿ ಸಂತೋಷವನ್ನು ಖರೀದಿಸಲಾರರು!'

'ಏನು ? ನನಗೆ ತಿಳಿಯಲಿಲ್ಲ !' ಏಮನ್ ಜಿಜ್ಞಾಸೆಯಿಂದ ಕೇಳಿದಳು.

'ರೆಹಾನಾಳ ಮದುವೆ ಆಗಿ ಹೋಗಿದೆ.' ಆಜರ್ ನವಾಬರೆಂದಾಗ ಏಮನ್‌ಗೆ ಅಚ್ಚರಿಯೆನಿಸಿತು.

'ಮತ್ತೇಕೆ ಅವರು ತಮ್ಮನ್ನು ಮಿಸ್ ರಿಯಾಜ್ ಎಂದು ಕರೆಸಿಕೊಳ್ಳಲು ಇಷ್ಟಪಡುತ್ತಾರೆ? ಅವರ ಗಂಡ ಅವರನ್ನು ಹೇಗೆ ಬಿಟ್ಟುಬಿಟ್ಟಿರುವರೇ?' ಏಮನ್ ಸಂಪೂರ್ಣ ಎಚ್ಚರಗೊಂಡಿದ್ದಳು.

'ಇಲ್ಲ; ಅವರೇ ತಮ್ಮ ಪತಿಯನ್ನು ತ್ಯಜಿಸಿದ್ದಾರೆ'

'ಇವರು ತ್ಯಜಿಸಿದುದೇ ? ಖಂಡಿತ ಏನಾದರೂ ಕಾರಣವಿರಬಹುದು; ಇಲ್ಲವಾದರೆ, ಯಾರೂ ತಮ್ಮ ಜೀವನ ಸಂಗಾತಿಯನ್ನು ಹೀಗೆ ಬಿಟ್ಟು ಬಿಡುವುದಿಲ್ಲ.'

'ಇದು, ನಿಮ್ಮಂತಹ ಹುಡುಗಿಯರ ಮಾತಾಯಿತು !' ಆಜರ್ ನವಾಬ ತಮ್ಮದೇ ಆದ ವ್ಯಂಗ್ಯಾತ್ಮಕ ಮುಗಳ್ನಗೆಯೊಂದಿಗೆ ನುಡಿದರು. ಏಮನ್‌ಳನ್ನು ಇದು ಯಾವಾಗಲೂ ಸಿಟ್ಟಿಗೆಬ್ಬಿಸುತ್ತಿತ್ತು.

'ಹೌದು ! ನಾನೆಂದಾದರೂ ಯಾರನ್ನಾದರೂ ಜೀವನ ಸಂಗಾತಿಯಾಗಿ ಆರಿಸಿದರೆ, ಅದು ಶಾಶ್ವತವಾಗಿರುವುದು ಖಂಡಿತ.'

'ನಿಮ್ಮ ಈ 'ಎಂದಾದರೂ' ಶಾಶ್ವತವಾಗಿರಲಿ', ಆಜರ್ ನವಾಬರು ಹಾಗೇ ಮುಗಳ್ನಗುತ್ತಲೇ ನುಡಿದರು. ನಾನಂತೂ ಹೀಗೆ ಬೆರಳು ಸೋಕಿಸಿದೊಡನೆ ಕುತ್ತಿಗೆಯ ಹಾರವಾಗಿ ಬಿಡುವ ಸ್ತ್ರೀಯನ್ನು ಬಯಸಲಾರೆ'

ಏಮನ್ ಮುಖ ತಿರುಗಿಸಿ ತುಟಿ ಕಚ್ಚಿದಳು. 'ಹಾಗಾದರೆ ಇವರು ನಿಜವಾಗಿಯೂ ಸ್ತ್ರೀಯೆಂದರೆ ಸಮಯ ಕಳೆವ ಸಾಧನವೆಂದು ತಿಳಿದಿದ್ದಾರೆಯೇ ?'

'ಬಹುಶಃ ಮಿಸ್ ರಿಯಾಜ್‌ಳಲ್ಲಿರುವ ನಿಮ್ಮ ಆಸಕ್ತಿಗೆ ಇದೇ ಕಾರಣವಿರಬಹುದೇ ? ಅಥವಾ ಅವರ ಸಂಪತ್ತು....?

ಜೀಪ್ ಧಡಕ್ಕೆಂದು ನಿಂತುಬಿಟ್ಟಿತು. ಸುತ್ತಲೂ ದಟ್ಟ ಹಸುರಿನ ಎತ್ತರದ ಮರಗಳ ನಡುವೆ ಸರಿದುಹೋಗುತ್ತಿದ್ದ ಈ ಸಪೂರ ರಸ್ತೆಯಲ್ಲಿ ಅದೊಂದೇ ಜೀಪ್ ನಿಂತಿತ್ತು. ಬರಲಿರುವ ಬಿರುಗಾಳಿಗೆ ಹೆದರಿ ಏಮನ್ ಸುಮ್ಮನಾದಳು; ಆದರೂ ತನ್ನ ಮುಖದ ಶಾಂತಿಯನ್ನು ಹಾಗೆಯೇ ಕಾಪಾಡಿಕೊಂಡು ತನ್ನ ಮೂಗಿನ ನೇರಕ್ಕೆ ದಿಟ್ಟಿಸುತ್ತಾ ಕುಳಿತಳು. ನೀಳ ಬೆರಳುಗಳ ಸದೃಢ ಕೈಯೊಂದು ಅವಳ ಕೂದಲಿನ ಕೆಳಗೆ ಕುತ್ತಿಗೆಯವರೆಗೆ ಸರಿಯಿತು. ಕುತ್ತಿಗೆಯನ್ನು ಮುತ್ತಿಡುತ್ತಿದ್ದು ಕೂದಲುಗಳಲ್ಲಿ ಆ ಬೆರಳುಗಳು ಸರಸರನೆ ಚಲಿಸಿದವು. ಕೊನೆಗೆ ಕತ್ತಿನ ಮೇಲೆ ಬೆರಳುಗಳ ಹಿಡಿತ ಬಲವಾಗಿ ಅವಳು ತಿರುಗಿ ನೋಡುವಂತೆ ಮಾಡುವಲ್ಲಿ ಆಜರ್ ನವಾಬರು ಸಫಲರಾದರು.

'ಕೆಲವೊಮ್ಮೆ ಈ ಬೆಕ್ಕಿನ ಮರಿಯ ಕತ್ತಿನಂತಹ ಕತ್ತನ್ನು ತಿರುಚಿ ಬಿಸುಡುವ ಎಂದು ಮನಸ್ಸಾಗುತ್ತದೆ!' ಹಲ್ಲು ಕಡಿಯುತ್ತಾ ಮೆಲ್ಲನೆ ಅವರು ಹೇಳಿದರು. ಕುತ್ತಿಗೆಯ ಮೇಲಿನ ಅವರ ಹಿಡಿತವು ಏಮನ್‌ಳ ಮುಖವನ್ನು ಅವರಿಗೆ ಬಹು ಸಮೀಪ ತಂದಿತ್ತು. ಬಹು ಪ್ರಯಾಸದಿಂದ ಏಮನ್ ಅವರ ಮುಖದಲ್ಲಿ ದೃಷ್ಟಿನೆಟ್ಟಳು. ಅಲ್ಲಿ ಆ ಮುಗಳ್ನಗುವಂತೂ ಇರಲಿಲ್ಲವಾದರೂ ಏಮನ್ ಎಷ್ಟು ಯತ್ನಿಸಿದರೂ ಅರ್ಥೈಸಿಕೊಳ್ಳಲಾಗದ ಭಾವವು ಆ ಆಳ, ಕಡುಕಪ್ಪು ಕಂಗಳಲ್ಲಿ ಮೂಡಿತ್ತು. ತಾನೇನು ಹೇಳದ್ದಳೋ ಆ ಬಗ್ಗೆ ಅವಳಿಗೇನೂ ಪಶ್ಚಾತ್ತಾಪವಿರಲಿಲ್ಲ.

'ಕುದಿಯುತ್ತಿರುವ ಚಿನ್ನವಿದೆ, ಈ ಕಂಗಳಲ್ಲೀಗ!' ಆಜರ್ ನವಾಬರು ಅವಳ ಅರೆತೆರೆದ ತುಟಿಗಳ ಅತಿಸನಿಹ ಬಂದು, ಹೇಳಿದರು. 'ಯಾರಾದರೂ ನತದೃಷ್ಟ ಜೀವಿ ಇವುಗಳಲ್ಲಿ ಮುಳುಗಿದರೆ, ಜನ್ಮಜನ್ಮಾಂತರದವರೆಗೂ ಹಿಂದಿರುಗಲು ಬಯಸಲಾರ. ಆದರೆ, ನೀನು ಹೇಳುವಿಯಾದರೆ, ನಾನು ಸಾಕಷ್ಟು ಅನುಭವಸ್ಥನೆಂದು ಒಪ್ಪಿಕೊಳ್ಳುತ್ತೇನೆ. ಈ ಹೊನ್ನ ಸಮುದ್ರದಲ್ಲಿ ನಾನು ಮುಳುಗಲಾರೆ, ತಿಳಿಯತೇ ? ಈ ಸಮುದ್ರವನ್ನೇ ನಾನು ಕುಡಿದು ಬಿಡುವೆ !' ಅವರು ತುಟಿಗಳು ಬಾಗಿ ಅವಳ ಕಂಗಳನ್ನು ಚುಂಬಿಸಿದವು.

ಏಮನ್‌ಳು ತಲೆಯನ್ನೊಮ್ಮೆಲೇ ಕೊಡವಿ, ಬಿಡಿಸಿಕೊಂಡು, ಜೀಪ್‌ನ ಮೂಲೆಗೆ ಸರಿದು ಕುಳಿತಳು.

'ತಮಗೆ ತಮ್ಮ ಬಗ್ಗೆ ಬಹಳ ದೊಡ್ಡ ಭ್ರಮೆಯಿದೆ!' ಎದೆಯಲ್ಲಿ ಮಥಿಸುತ್ತಿರುವ ಹೃದಯವನ್ನು ತಹಬಂದಿಗೆ ತರುತ್ತಾ ಅವಳಂದಳು 'ತಮ್ಮನ್ನು ವಿವಾಹವಾಗುವಂಥಾ ಅಪಾಯವನ್ನು ತಂದುಕೊಳ್ಳುವ ನತದೃಷ್ಟ ಹುಡುಗಿ ಯಾರಿರಬಹುದು. ಈ ಲೋಕದಲ್ಲಿ ? ! ಎಷ್ಟು ಯತ್ನಿಸಿದರೂ ಅವಳು ತನ್ನ ಸ್ವರದ ಕಂಪನವನ್ನು ತಡೆಯಲು ಶಕ್ಯಳಾಗಲಿಲ್ಲ.

ಆಜರ್ ನವಾಬ ನಕ್ಕು ಬಿಟ್ಟರು. ಜೀಪ್ ಸ್ಟಾರ್ಟ್ ಮಾಡಿ ಹೊರಟಾಗ ಸ್ವಲ್ಪ ದೂರದವರೆಗೆ ಅವರ ಸಿಳ್ಳೆಯ ಸ್ವರವೇ ಧ್ವನಿಸುತ್ತಿತ್ತು.:

Kay Sera Sara

Whatever Will be, will be

The future is not ours to see

Kay Sera Sera !

ಭವಿಷ್ಯ ! .....ಓ ಭವಿಷ್ಯ !

* * *

ಮಹಾ ಸರ್ಕಾರ್ ಅವರು ತನ್ನಲ್ಲೇ ತಾನು ಮಗ್ನರಾಗಿ, ಬರೆಸುತ್ತಾ ಹೋಗುತ್ತಿರುವಾಗ, ಅವರ ಪರಿಸ್ಥಿತಿ ವಿಚಿತ್ರವಾಗುತ್ತಿತ್ತು. ಕ್ಷಣಗಳನ್ನೂ ನೋಡುವವರಾಗುತ್ತಿದ್ದರವರು ಬದಲಾಗುತ್ತಿರುವ ಇತಿಹಾಸವು ಒಂದು ಹೆಬ್ಬಾವಿನಂತೆ, ಮನುಷ್ಯರನ್ನಷ್ಟೇ ಅಲ್ಲ, ನಗರಕ್ಕೆ ನಗರಗಳನ್ನೇ ಸ್ವಾಹಾ ಮಾಡಿಬಿಡುತ್ತದೆ. ಮಾನವನ ಇತಿಹಾಸವು ರಕ್ತಪಾತದ ವೃತ್ತಾಂತಗಳಿಂದಲೇ ತುಂಬಿಹೋಗಿದೆ, ಮಹಾಸರ್ಕಾರ್ ಅವರು ಉರ್ದುವಿನಲ್ಲಿ ಬರೆಸುತ್ತಿದ್ದರು ;

'ರಾಜಾ ಕುತುಬ್‌ಶಾಹನ ಪರಂಪರೆಯು ತುರ್ಕಿಸ್ತಾನದೊಂದಿಗೆ ಸಂಬಂಧಿಸಿದೆ. ಮಹಮೂದ್ ಶಾಹ ಬಹಮನಿಯ ನಂತರ ಸುಲ್ತಾನ್ ಮೊಹಮ್ಮದ್ ಕುಲೀ ಕುತುಬ್‌ಶಾಹನು ಸನ್ 1518ರಲ್ಲಿ ಗೋಲ್ಕೊಂಡವನ್ನು ತನ್ನ ರಾಜಧಾನಿಯಾಗಿಸಿ, ಮೊಹಮ್ಮದ್ ನಗರವೆಂದು ಅದನ್ನು ಹೆಸರಿಸಿದ. 99ರ ಪ್ರಾಯದಲ್ಲಿ ಒಂದು ವಟವೃಕ್ಷಕ್ಕೂ ಅದೃಷ್ಟ ಪ್ರಾಪ್ತಿಯಾಗುತ್ತದೆ. ರಾಜರುಗಳು ಎಂದಾದರೂ ಸಂಬಂಧಗಳನ್ನು ಮರ್ಹಾದೆಯಿಂದ ಕಂಡಿದ್ದರೆಂದೇ ಪದ್ಮಿನಿ ಹಾಗೂ ಹುಮಯೂನರ ದೃಷ್ಟಾಂತಗಳನ್ನು ಶಾಶ್ವತವಾಗಿಸಿದರು. ಹಾಗೇ, ಕಿರೀಟ, ಸಿಂಹಾಸನಗಳಿಗಾಗಿ ಮಕ್ಕಳು ಕೈಲಾಗದ ತಂದೆಯನ್ನೇ ಮೃತ್ಯುರೂಪಕ್ಕೆ ತಳ್ಳಿದಂತಹ ಉದಾಹರಣೆಗಳೂ ಸಾಕಷ್ಟು ಸಿಗುತ್ತವೆ. ಸುಲ್ತಾನ್ ಮೊಹಮ್ಮದ್ ಕುಲೀ ಕುತುಬ್‌ಶಾಹನು ತನ್ನ 99ನೇ ವರ್ಷಪ್ರಾಯದಲ್ಲಿ ಮಸೀದಿಯಲ್ಲಿ ನಮಾಜು ಓದುತ್ತಿದ್ದಾಗ, ಅವನ ಮಗ ಕೊಲೆ ಮಾಡಿಸಿದನು. ತನ್ನ ಇನಾಮು ಪಡೆಯಲೆಂದು ಮಹಮೂದ್ ಹಮ್‌ದಾನಿಯು ಹೋದಾಗ ಹಂತಕರು ಆತನ ಶಿರಚ್ಛೇದವನ್ನೂ ಮಾಡಿ ಮುಗಿಸಿದರು. ಹೈದರಾಬಾದ್‌ನ ಆಳ್ವಿಕೆಯಲ್ಲೇ ಇದೊಂದು ಅತಿಕೆಟ್ಟ ಪರಂಪರೆಯೆಂದು ಹೇಳಲಾಗುತ್ತದೆ'

ಬರೆದೂ, ಬರೆದೂ, ಏಮನ್‌ಳ ಕೈ ಸೋತರೂ, ಅವಳ ಅಭಿರುಚಿ ಹಾಗೆಯೇ ಉಳಿದಿರುತ್ತಿತ್ತು. ಕೊನೆಗೆ ತನ್ನ ಬಗ್ಗೆ ತಾನೇ ಚಕಿತರಾಗಿ, ಮಹಾ ಸರ್ಕಾರ್ ಅವರು ಕೆಲಸ ನಿಲ್ಲಿಸಿ, ಏಮನ್‌ಳನ್ನು ಹೋಗುವಂತೆ ಹೇಳುತ್ತಿದ್ದರು.

ಏಮನ್ ಕಾಗದಗಳನ್ನು ಜೋಡಿಸಿಕೊಂಡು ಹೊರಗಿಳಿದಳು. ಪೋರ್ಟಿಕೋದಲ್ಲಿ ಬೀಸಿ ಬರುತ್ತಿದ್ದ ಮಂದಾನಿಲದ ಅಲೆಗಳಲ್ಲಿ ಕಿತ್ತಳೆ ಹಣ್ಣಿನ ಹೂವಿನ ನರುಗಂಪು ಬೆರೆತಿತ್ತು. ಅವಳ ಕಾಲ್ಗಳು ಅಲ್ಲೇ ತಡೆದವು ಪರಿಮಳವೂ ಚುಚ್ಚಿ ತಡೆಯುವುದಿದೆ.

ಮೆಟ್ಟಿಲುಗಳಲ್ಲಿ ನಿಂತವಳಿಗೆ, ಬಶಾರತ್ ನವಾಬರು ರ್‍ಯಾಫ್ಟ್‌ನಲ್ಲಿ ಕುಳಿತು ನದಿ ದಾಟುತ್ತಿರುವುದು ಕಾಣಿಸಿತು. ಬಹುಶಃ ಅವರು ಟಿಂಬರ್ ಫ್ಯಾಕ್ಟರಿಯತ್ತ ಹೋಗುತ್ತಿದ್ದಿರಬೇಕು. ದೂರದಿಂದಲೇ ಏಮನ್‌ಳನ್ನು ನೋಡಿ ಅವರು ಕೈಯಾಡಿಸಿದರು. ಏಮನ್ ರುಮಾಲು ಆಡಿಸಿ ಅವರಿಗೆ ಉತ್ತರವಿತ್ತಳು. ಅವಳು ತನ್ನ ಕೋಣೆಗೆ ತೆರಳಲು ತಿರುಗುತ್ತಿದ್ದಂತೇ ನಿಂತುಬಿಟ್ಟಳು. ರ್‍ಯಾಫ್ಟ್ ಅರ್ಧದಲ್ಲೇ ತಿರುಗಿ ಹಿಂದೆ ದಡಕ್ಕೆ ಬರುತ್ತಿತ್ತು. ಬಿದಿರಿನ ಉದ್ದದ ಹುಟ್ಟುಗಳನ್ನು ನೀರಲ್ಲಿ ತಳ್ಳುತ್ತಾ ಬಶಾರತ್ ನವಾಬರು ಅವಳಿಗೆ ಕೈಸನ್ನೆ ಮಾಡುತ್ತಿದ್ದರು. ಅವಳು ತಡೆದಳು.

ಕೆಲದಿನಗಳಿಂದ ಏಮನ್ ಅವರನ್ನು ಕಂಡಿರಲಿಲ್ಲ. ಆಜರ್‌ನವಾಬ ಹಾಗೂ ಅವರ ದೊಡ್ಡ ದೊಡ್ಡ ಕಾರ್ಯಕ್ರಮಗಳೇ ಹಾಗಿದ್ದುದರಿಂದ ಊಟದ ಸಮಯದಲ್ಲೂ ಅವರು ಸಿಗುತ್ತಿರಲಿಲ್ಲ. ಮಹಾ ಸರ್ಕಾರ್ ಅವರು ಬೆಳಗಿನ, ಉಪಹಾರ, ಮಧ್ಯಾಹ್ನದ ಲಂಚ್ ಹಾಗೂ ರಾತ್ರಿಯ ಡಿನ್ನರ್‌ನ ಸಮಯ ಪಾಲನೆಯ ಬಗ್ಗೆ ಕಟ್ಟುನಿಟ್ಟಾಗಿದ್ದರು. ಸಮಯ ಪಾಲನೆಯನ್ನು ಸುಸೂತ್ರವಾಗಿ ನಡೆಸಿದಲ್ಲಿ ಮಾತ್ರ ಆಜರ್ ನವಾಬರು ಅವರೊಡನೆ ಊಟಕ್ಕೆ ಬರಲು ಶಕ್ಯರಾಗುತ್ತಿದ್ದರು. ಆಜರ್ ನವಾಬರು ತನ್ನ ಬಗ್ಗೆ ವಿಶೇಷ ಧ್ಯಾನವಿಡುತ್ತಿರುವರೆಂದು ಬಶಾರತ್ ನವಾಬರಿಗೆ ತಿಳಿದಿರಲಿಲ್ಲ. ಅವರನ್ನು ಹುಡುಗಾಟದ ಪ್ರವೃತ್ತಿಯಿಂದ ಬಿಡಿಸಿ, ಭವಿಷ್ಯದ ಜವಾಬ್ದಾರಿಯ ಅರಿವುಂಟಾಗುವಂತೆ ಮಾಡಿಯೇ ತೀರುವೆನೆಂದು ಆಜರ್ ನವಾಬರು ನಿಶ್ಚಯಿಸಿದ್ದರು. ಟಿಂಬರ್ ಹಾಗೂ ಬಿಜಿನೆಸ್‌ನ ಸಮಸ್ಯೆಗಳ ಬಗ್ಗೆ ಅವರಿಗೆ ಧ್ಯಾನವಿಟ್ಟು ಕಲಿಸುವಂತೆ ಭೂಸನೂರಮಠರು ನಿಯುಕ್ತರಾಗಿದ್ದರು. ಈ ವಿಭಾಗದಲ್ಲಿ ಅವರ ಕಾರ್ಯಕುಶಲತೆಯನ್ನು ನೋಡಿಯೇ ಅವರ ಜೇಬು ಖರ್ಚಿನ ಬಗ್ಗೆ ನಿಶ್ಚಯಿಸಲಾಗುವುದೆಂದು ಆಜರ್ ನವಾಬರು ಅವರಿಗೆ ತಿಳಿಸಿದ್ದರು. ಅಲ್ಲಿಯವರೆಗೆ ಅವರಿಗೆ ತಾತ್ಕಾಲಿಕ ದೇಣಿಗೆ ಸಿಗುವಂತೆ ನೋಡಿಕೊಂಡಿದ್ದರು. ಅವರ ಮೇಲೆ ತಮ್ಮ ಹಿಡಿತವನ್ನು ಬಿಗಿಯಾಗಿಸಿದಷ್ಟೇ ಇವರ ಅಭಿರುಚಿಗಳ ಬಗ್ಗೆ ಅವರ ಶ್ರೇಯದ ಬಗ್ಗೆ ಧ್ಯಾನವನ್ನೂ ಇಟ್ಟಿದ್ದರು.

ಅವರನ್ನು ವೆಸ್ಟಕೋಸ್ಟ್ ಪೇಪರ್ ಮಿಲ್ಸ್‌ನ ಕ್ಲಬ್‌ನ ಸದಸ್ಯರನ್ನಾಗಿಸಿ, ಅಲ್ಲಿ ಅವರು ತಮ್ಮ ಟೆನಿಸ್‌ನ ಅಭಿರುಚಿಯನ್ನು ಮುಂದುವರಿಸುವಂತೆ ಮಾಡಿದ್ದರು. ಅಶ್ವಾಲಯದಲ್ಲೀಗ ಆಜರ್ ನವಾಬರ ಪ್ರಿಯ ಕುದರೆ 'ಕುಲ್‌ಜುಮ್'ನ ಬಳಿಯಲ್ಲಿ ಇನ್ನೊಂದು ಬೆಳೆದ ಕುದರೆ ಬಶಾರತ್ ನವಾಬರಿಗಾಗಿ ಬಂದಿತ್ತು. ಏಮನ್‌ಳ ಮುಖದಲ್ಲಿ ಮುಗಳ್ನಗು ಹರಡಿಕೊಂಡಿತು. ಬಶಾರತ್ ನವಾಬರು ಆಜರ್ ನವಾಬರಿಗೆ ಹೆದರುತ್ತಿದ್ದರೆಂದು ಅವಳರಿತಿದ್ದಳು. ಈಗ ಸಂಪೂರ್ಣವಾಗಿ ಅವರ ಹಿಡಿತದೊಳಗೆ ಬಂದಿರುವಾಗ ಅವರೆಷ್ಟು ಜಾಗರೂಕರಾಗಿದ್ದಿರಬಹುದೆಂದು ಅವಳಿಗೆ ಅಂದಾಜಿತ್ತು.

ರ್‍ಯಾಫ್ಟ್ ದಡ ಸೇರುವುದನ್ನು ನೋಡುತ್ತಾ ಏಮನ್ ನಿಂತಿದ್ದಳು. ಅವರು ಅವಳನ್ನು ಕರೆಯುತ್ತಿದ್ದರು. ಅವಳು ಕೈಸನ್ನೆಯಿಂದ ಅವರನ್ನು ನಿಲ್ಲುವಂತೆ ತಿಳಿಸಿ, ರೂಮಿಗೆ ಹಿಂದಿರುಗಿ ಕಾಗದಗಳನ್ನಿಟ್ಟು, ಹೊರಬಂದು, ಬೇಗ ಬೇಗನೇ ಮೆಟ್ಟಿಲಿಳಿದು ಜೆಟ್ಟಿಯ

ಬಳಿಗೆ ಸಾಗಿದಳು. ಘಟ್ಟದ ತಾಜಾ ಹವೆ ಹಾಗೂ ವ್ಯಾಯಾಮದಿಂದ ಅವರ ಕೊಬ್ಬು ಕರಗಿ, ದೇಹವು ಆರೋಗ್ಯದಿಂದ ಹೊಳೆಯುತ್ತಿತ್ತು. ಅವರನ್ನು ನೋಡಿ, ತನಗೊಬ್ಬ ಅಣ್ಣನಿದ್ದಿದ್ದರೆ, ಎಂಬ ಭಾವ ಏಮನ್‌ಳ ಮನದಲ್ಲುದಿಸಿತು. ಅವರಂತಹ ಸುಂದರ, ಹಸನ್ಮುಖದ ಸೋದರನಿಗಾಗಿ ಅವಳ ಮನ ಹಾರೈಸಿತು.

'ಹಲೋ ! ಪುಸ್ಸೀ ಕ್ಯಾಟ್ !' ಬಶಾರತ್ ನವಾಬರು ನುಡಿದರು.

'ನೀವು ಕೊಟ್ಟ ಹೆಸರನ್ನು ಬೇಗನೇ ಹಿಂತೆಗೆದುಕೊಳ್ಳಿ; ಇಲ್ಲವಾದರೆ, ನಾನು ಹೊರಟೆ !' –ಏಮನ್ ಮುಖವೂದಿಸಿ ಹೇಳಿದಳು.

'ನಿನಗೆ ನಾನು ಎಪ್ಪತ್ತು ಸಾವಿರ ಹೆಸರುಗಳನ್ನಿಟ್ಟಿದ್ದೇನೆ. ಈಗ ಯಾವ್ಯಾವುದನ್ನು ಹಿಂದಕ್ಕೆ ತೆಗೆಯಲಿ ?' ಕೈನೀಡಿ ಅವಳನ್ನು ರ್‍ಯಾಫ್ಟ್‌ನೊಳಗೆ ಹತ್ತಿಸಿಕೊಳ್ಳುತ್ತಾ ಬಶಾರತ್ ನವಾಬರು ನುಡಿದರು.

'ನನ್ನ ಬಳಿ ಕೇವಲ ಅರ್ಧ ಗಂಟೆ ಸಮಯವಿದೆ. ಬೇಗ ಬೇಗ ಮಾತಾಡಿ' ಏಮನ್ ಅವರನ್ನು ಉರಿಸಲೆಂದು ಕಾರ್ಯಭಾರದಲ್ಲಿ ಮುಳುಗಿದಂತೆ ನುಡಿದಳು.

'ಅರ್ಧ ಗಂಟೆಯಲ್ಲೇನೂ ಕೆಲಸವಾಗುವುದಿಲ್ಲ. ನನಗೆ ನಿನ್ನೊಡನೆ ಜನ್ಮ-ಜನ್ಮಾಂತರ ಮಾತುಗಳನ್ನಾಡುವುದಿದೆ.' ಬಶಾರತ್ ನವಾಬರು ಕಂಗಳನ್ನು ಮುಚ್ಚಿ, ತಣ್ಣನೆ ಉಸಿರೆಳೆದು ಕೊಂಡರು.

'ನಿನ್ನೆ ಯಾವ ಸಿನೆಮಾ ನೋಡಿ ಬಂದಿದ್ದಿರಿ ?' ಏಮನ್ ಅವರ ಹೆಗಲು ಹಿಡಿದಲುಗಿಸಿದಳು. 'ಎದ್ದೇಳು, ರಾಜಕುಮಾರ ! ಇದು ಸಿನಿಮಾ ಜಗತ್ತಲ್ಲ. ನೀನು ಹೀರೋ ಅಲ್ಲ; ನಾನು ಹೀರೋಯಿನ್‌ಳೂ ಅಲ್ಲ'

'ನೀನೀಗ ಸೋಹನೀ ಆಗಿರುವೆ; ನಾನು ಮಹೀಪಾಲ. ನಾವಿಬ್ಬರೂ ನೀರ ನಡುವೆ ಸುಳಿಯಲ್ಲಿ ಮುಳುಗುವವರಿದ್ದೇವೆ; ಬಶಾರತ್ ನವಾಬರು ಒಮ್ಮೆಲೇ ಬಲವಾಗಿ ರ್‍ಯಾಫ್ಟನ್ನು ತಿರುಗಿಸಿ ಬಿಟ್ಟರು. ಏಮನ್ ಮೂಕವಾಗಿ ಬಿಟ್ಟಳು. ಅವಳ ಕಾಲ್ಗಳು ಕುಸಿದು. ಅವಳು ನೇರವಾಗಿ ನೀರಲ್ಲಿ ಬಿದ್ದು ಬಿಟ್ಟಳು ! ಬಶಾರತ್ ನವಾಬರು ದಿಗ್ಮೂಢರಾಗಿ ಹುಟ್ಟನ್ನು ರಾಫ್ಟ್‌ನೊಳ ಗೆಸೆದು ಎದ್ದು ಬಿಟ್ಟರು. ಏಮನ್ ಈ ರೀತಿ ನೀರಿಗೆ ಬಿದ್ದು ಬಿಡುವಳೆಂದು ಅವರರಿತೇ ಇರಲಿಲ್ಲ. ಅವರ ಮುಖದ ಬಣ್ಣವೇ ಹಾರಿ ಹೋಯಿತು. ಅವರು ಹಾರಿ ನೀರಿಗೆ ಧುಮುಕಿದರು. ದೇವರ ದಯೆಯಿಂದ ನದಿಯ ಹರವು ತುಂಬ ಮೆಲುವಾಗಿತ್ತು; ಹಾಗೂ ಏಮನ್‌ಳು ಬೀಳುವಾಗ ರ್‍ಯಾಫ್ಟ್‌ನ ಪಕ್ಕವನ್ನು ಹಿಡಿದುಕೊಂಡಿದ್ದಳು. ಅವಳಿಗೆ ಈಜು ಬರುತ್ತಿರಲಿಲ್ಲ. ಅಷ್ಟಲ್ಲದೆ, ಅವಳ ಸೆರಗು ಮುಖಕ್ಕಂಟಿಕೊಂಡು ಅವಳಿಗೆ ಮತ್ತೂ ತೊಂದರೆಯಾಯಿತು. ನೀರೆಂದರೆ ಅವಳಿಗೆ ಮೊದಲೇ ಬಹಳ ಗಾಬರಿಯಿತ್ತು. ತನ್ನ ತಂದೆ ಎಷ್ಟೆಲ್ಲ ಯತ್ನಿಸಿದ್ದರೂ, ಅವಳು ಈಜು ಕಲಿಯಲು ನಿರಾಕರಿಸಿದ್ದಳು.

ರ್‍ಯಾಫ್ಟ್ ಅವಳ ಕೈಯಿಂದ ತಪ್ಪಿ ಹೋಗುವ ಮೊದಲೇ ಬಶಾರತ್ ನವಾಬರು ಅವಳ ಸೊಂಟವನ್ನು ಹಿಡಿದುಕೊಂಡರು. ಅವಳನ್ನು ಸಂಭಾಳಿಸಿಕೊಳ್ಳುತ್ತಾ ಅವರು ನೀರ

ಪ್ರವಾಹದೊಡನೆ ಸರಿಯತೊಡಗಿದ್ದ ರ್‍ಯಾಫ್ಟ್‌ನೊಡನೆ ಮುಂದೆ ಸರಿದರು. ಒಳ್ಳೆಯ ಈಜಗಾರರಾಗಿದ್ದ ಅವರು ಬೇಗನೇ ತಮ್ಮಿಬ್ಬರ ಮೇಲೂ ನಿಯಂತ್ರಣ ಸಾಧಿಸಿದರು. ಅವಳ ಭಯಭೀತ ಮುಖದಿಂದ ಸೆರಗನ್ನು ಸರಿಸಿ, ಧೈರ್ಯ ನೀಡಿ ಅವಳನ್ನು ಆಸರೆಯೊಂದಿಗೆ ರ್‍ಯಾಫ್ಟ್‌ಗೆ ಹತ್ತಿಸಿದರು.

ನೀರು ಸುರಿಯುತ್ತಿದ್ದ ಏಮನ್‌ಳ ಬಟ್ಟೆಗಳು ಶರೀರಕ್ಕಂಟಿದ್ದವು ಬಶಾರತ್ ನವಾಬರ ಸ್ಥಿತಿಯೂ ಹೀಗೆಯೇ ಇದ್ದಿತು. ಆದರೆ, ಈ ದುರ್ಘಟನೆಯ ಪ್ರಭಾವ ಏಮನ್‌ಳ ಮೇಲಾದಷ್ಟು ತೀವ್ರವಾಗಿ ಅವರ ಮೇಲಾಗಿರಲಿಲ್ಲ. ಏಮನ್‌ಳ ಮುಖ ಹಾಗೂ ತುಟಿಗಳು ಈಗಲೂ ಬಿಳಚಿಕೊಂಡಿದ್ದವು. ತನ್ನನ್ನೇ ತಾನು ನಿಯಂತ್ರಿಸಿಕೊಳ್ಳುವ ಸರ್ವಯತ್ನದ ಮೇಲೂ, ಇನ್ನೂ ಅವಳ ಪ್ರಜ್ಞೆ ಸರಿಯಾಗಿ ಮರಳಿರಲಿಲ್ಲ. ಬಶಾರತ್ ನವಾಬರು ಅವಳನ್ನು ತೋಳುಗಳಿಂದ ತಬ್ಬಿಕೊಂಡು, ಅವಳ ತಲೆಯನ್ನು ಹೆಗಲಿಗಾನಿಸಿಕೊಂಡರು. ಪ್ರಜ್ಞೆ ಮರಳುತ್ತಲೇ ಏಮನ್ ಬೆಚ್ಚಿಬಿದ್ದು ಅವರಿಂದ ದೂರವಾಗಿ ಕುಳಿತಳು. ಅವಳು ನಡುಗುತ್ತಿದ್ದಳು. ಬಶಾರತ್ ನವಾಬರು ಅವಳ ಕೈಗಳನ್ನು ತಮ್ಮ ಕೈಗಳಲ್ಲಿ ತೆಗೆದುಕೊಂಡರು.

'ನಿನ್ನ ಕೈಗಳು ಹಿಮವಾಗುತ್ತಿವೆ.' ಅವರು ಪಶ್ಚಾತ್ತಾಪದಿಂದ ನುಡಿದರು.

'ಇಲ್ಲ ಈಗಿನ್ನು ಸರಿಹೊದೀತು, ಆದರೆ, ಈ ಸ್ಥಿತಿಯಲ್ಲಿ ಟಿಂಬರ್ ಫ್ಯಾಕ್ಟರಿಗೆ ಹೋಗುವುದೆಂತು ?'

'ನಾವೆಲ್ಲಿ ಟಿಂಬರ್ ಫ್ಯಾಕ್ಟರಿಗೆ ಹೋಗುತ್ತಿದ್ದೇವೆ ?' ಅವಳ ಕೈಗಳನ್ನು ತಿಕ್ಕಿ, ಬೆಚ್ಚಗಾಗಿಸುತ್ತಾ ಅವರಂದರು.

'ಅಂದರೆ ?' ಏಮನ್ ಕೈಗಳನ್ನೆಳೆದುಕೊಂಡು ಕೇಳಿದಳು.

'ಅಂದರೆ ಅದೇ, ನಾನು ನಿನ್ನನ್ನು ಬಲತ್ಕಾರದಿಂದ ಬೇರೆಲ್ಲಿಗೋ ಪಲಾಯನ ಮಾಡಿಸುತ್ತಿದ್ದೇನೆ.' ಕೆನ್ನೆಗಳನ್ನು ಸವರುತ್ತಾ ಅವರಂದರು.

ಏಮನ್ ನಕ್ಕು ಬಿಟ್ಟಳು. ಈ ಪರಿಸ್ಥಿತಿಯಲ್ಲೂ ಅವಳು ಒಳಗೊಳಗೇ ಕುಸಿಯುತ್ತಿರುವಾಗಲೂ ಅವರಿಗೆ ಮೋಜೆನಿಸುತ್ತಿತ್ತು.

'ಮೈ ಡಿಯರ್ ಏಮನ್, ನಾನು ನಿನ್ನನ್ನು ನೀರಲ್ಲಿ ಮುಳಿಗಿಸಿದೆನೆಂದೂ, ಈ ಸ್ಥಿತಿಯಲ್ಲಿ ನಾವು ಫ್ಯಾಕ್ಟರಿ ತಲುಪಿದೆವೆಂದೂ ಅಜರ್ ನವಾಬನಿಗೆ ತಿಳಿದರೆ, ಅವರು ನನ್ನನ್ನು ಹಸಿದ ಸಿಂಹಗಳೆದುರಿಗೆ ಚೆಲ್ಲಿ ಬಿಟ್ಟಾರು. !'

'ಅವರಿಗೆ ಹೇಗೆ ತಿಳಿದೀತು ? ಅವರೇನು ದಿನವೂ ಫ್ಯಾಕ್ಟರಿಗೆ ಬರುತ್ತಾರೆಯೇ?' ಏಮನ್ ಕೇಳಿದಳು. ಬಶಾರತ್ ಸುಮ್ಮನೆ ಹೆದರುತ್ತಿದ್ದಾರೆ. "ಅಜರ್ ನವಾಬರಿಗೆ ಗೊತ್ತೇ ಅಗಲಿಕ್ಕಿಲ್ಲ." ಅವಳು ತನ್ನ ನಿರ್ಣಯವನ್ನು ಹೇಳಿದಳು.

'ಆಫೀಸ್‌ನ ಕಿಡಿಕಿಯೊಳಗಿಂದ ಎಲ್ಲವೂ ಸ್ಪಷ್ಟವಾಗಿ ಕಾಣುತ್ತದೆ. ಅಲ್ಲದೆ, ವರದಿ ತಂದೊಪ್ಪಿಸುವಾತ ದಿನವೂ ನನ್ನ ಬಗ್ಗೆ ಅವರಿಗೆ ಒಂದು ನ್ಯೂಸ್ ಬುಲೆಟಿನ್ ಕೊಡುತ್ತಿರುತ್ತಾರೆ'. ಬಶಾರತ್ ನವಾಬರು ಎರಡೂ ಕೈಯ ಹೆಬ್ಬೆಟ್ಟನ್ನು ಕಿವಿಗೆ ತಗುಲಿಸಿ ಉಳಿದ ಬೆರಳುಗಳನ್ನಾಡಿಸುತ್ತಾ ಆನೆಯ ಕಿವಿಗಳನ್ನು ಸೂಚಿಸುತ್ತಾ ಹೇಳಿದರು. ಭೂಸನೂರಮಠದ ಕಿವಿಗಳು ತುಂಬ ದೊಡ್ಡದಿದ್ದವು. ಏವನ್ ಕಿಲಕಿಲನೆ ನಕ್ಕು ಬಿಟ್ಟಳು.

'ಈಗಲಾದರೂ, ತಾವು ಆಜರ್ ನವಾಬರಿಗೆ ಹೆದರುತ್ತೀರೆಂದು ಒಪ್ಪಿರಲ್ಲ !'

'ಆಪತ್ತಿಗೆ ಯಾರು ಹೆದರುವುದಿಲ್ಲವೆಂದು ನಾನು ಮೊದಲೇ ಹೇಳಿದ್ದೇನೆ'

'ನೀವು ಯಾರನ್ನಾದರೂ ಆಪತ್ತೆಂದು ಗಣಿಸುತ್ತೀರೆಂದು ಕೇಳಿ ಸಂತೋಷವಾಯಿತು.'

'ಅಂದರೆ, ನಿಮ್ಮ ವಿಚಾರದಲ್ಲಿ ಕೇವಲ ನಾನೇ ಅಕಸ್ಮಾತ್ತಾಗಿ ಬರುವ ಅಪಾಯವೆಂದು ಇರುವಂತಿದೆ.'

'ಅಲ್ಲದೆ, ಮತ್ತೇನು ?' ಏಮನ್ ಕೈಯಿಂದ ತನ್ನ ದುರ್ಗತಿಯತ್ತ ಸಂಕೇತಿಸುತ್ತಾ ಹೇಳಿದಳು.

'ನಾನೇನು ನೋಡುತ್ತಿರುವೆನೋ ಅದು ನನಗೆ ಇಷ್ಟವಾಗಿಯೇ ಇದೆ.' ಬಶಾರತ್ ನವಾಬರು ಕಣ್ಣು ಮಿಟುಕಿಸುತ್ತಾ ನುಡಿದರು.

'ನಾನು ಒಳ್ಳೆಯವಳಂತೆ ಪೋರ್ಟಿಕೋದಲ್ಲಿ ನಿಂತಿದ್ದೆ' ಏಮನ್ ಕೇಳದಂತೆ ನಟಿಸುತ್ತ ನುಡಿದಳು. 'ನನ್ನನ್ನು ಕರೆದು, ಈ ದುರ್ಗತಿಗೀಡು ಮಾಡಿದಿರಿ.'

'ಇದು ನಿನಗಿತ್ತ ಶಿಕ್ಷೆ.'

'ಯಾಕಾಗಿ ಶಿಕ್ಷೆ?' ಏಮನ್ ಆಶ್ಚರ್ಯದಿಂದ ಕೇಳಿದಳು.

'ಇಡೀ ವಾರ ನೀನು ನನಗೆ ಸಿಗಲಿಲ್ಲ.'

ನಿಮಗೆ ಪುರುಸೊತ್ತೆಲ್ಲಿದೆ ? ಇತ್ತ ನನಗೂ ಕೆಲಸ ಜಾಸ್ತಿಯಿತ್ತು. ಸತ್ಯ ಹೇಳಬೇಕೆಂದರೆ, ನಾನು ನನ್ನದೇ ಕೆಲಸಕ್ಕಾಗಿ ನಿಮ್ಮೊಡನೆ ಬರಲು ಸಿದ್ಧಳಾದೆ.'

'ಮೊದಲೇ ಹೇಳಬೇಕಿತ್ತಲ್ಲ ? ನಾನೇಕೆ ನಿನ್ನನ್ನು ಮುಳುಗಲು ಬಿಡದೆ ರಕ್ಷಿಸಿದೆ? ಇರಲಿ, ಈಗ ನಿನ್ನ ಕೆಲಸ ತಿಳಿಸು.'

'ನನಗೆ ಫ್ಯಾಕ್ಟರಿ ನೋಡುವ ಇಚ್ಛೆಯಿತ್ತು, ಅಲ್ಲದೆ, ಅಲ್ಲಿಂದ ಸ್ವಲ್ಪ ವಿನೀರ್ ಕೂಡ ತೆಗೆದುಕೊಳ್ಳಲಿತ್ತು.

'ವಿನೀರ್ ಯಾಕೆ ?'

'ನಿಮಗೆ ಬಹುಶಃ ಗೊತ್ತಿಲ್ಲ; ಆಜರ್ ನವಾಬರು ನನಗೆ ಮಿಸ್‌ರಿಯಾಜ್‌ಗೆ ಆರ್ಟ್ ಕಲಿಸುವ ಕೆಲಸ ಒಪ್ಪಿಸಿದ್ದಾರೆ.'

'ಸ್ಲೇವ್ ಡ್ರೈವರ್!' ಬಶಾರತ್ ನವಾಬರು ಹುಟ್ಟುಹಾಕುತ್ತಾ ನುಡಿದರು. 'ಅವರ ಕೈಯಲ್ಲಿ ಭಲ್ಲೆಯಿತ್ತರೆ, ಪೂರಾ ರೋಮನ್ ಸಿಪಾಯಿಯಂತೆ ಕಾಣಬಹುದು.' ಏಮನ್ ಏನೂ ಉತ್ತರಿಸಲಿಲ್ಲ. ಆದರೆ ಆ ಉಪಮೆ ಅವಳಿಗೆ ಬಹಳ ಉಚಿತವೆಂದನಿಸಿತು. ಎಷ್ಟೋ ಬಾರಿ ಅವಳ ಕಲ್ಪನೆಯಲ್ಲೂ ಆಜರ್ ನವಾಬರು ಹಾಗೆಯೇ ತೋರಿದ್ದರು. ಪುರುಷ ಸೌಂದರ್ಯದ ಪ್ರತೀಕ, ತೇಜಸ್ವೀ ವ್ಯಕ್ತಿತ್ವ, ಅನುಪಮ ಬುದ್ಧಿಮತ್ತೆ, ಏಮನ್‌ಳೊಡನೆ ಅವರ ವ್ಯವಹಾರದಲ್ಲಿ ಉದಾರತೆಯೂ, ಕಠಿಣ ಹೃದಯವೂ ಮಿಳಿತವಾಗಿತ್ತು.

ಬಶಾರತ್ ನವಾಬರು ರ್‍ಯಾಫ್ಟ್‌ನ್ನು ದಡಕ್ಕೆ ತಾಗಿಸಿದರು. ಆದರೆ, ನದಿಯ ಆ ದಡ ಟಿಂಬರ್ ಫ್ಯಾಕ್ಟರಿಯಿಂದ ಬಹುದೂರವಿತ್ತು. ಅಲ್ಲಿನ ಬೆಟ್ಟಗಳ ಕಾಡುಗಳು ಅಧಿಕ ದಟ್ಟ ಹಾಗೂ ಜನಶೂನ್ಯವಾಗಿದ್ದವು. ದಿನ್ನೆಗಳಲ್ಲಿ ಗರಿಕೆ ಹಲುಸಾಗಿ ಬೆಳೆದಿತ್ತು ಅವುಗಳನ್ನು ತುಳಿವ ಕಾಲ್ಗಳು ಅಲ್ಲಿ ಬಹಳ ಕಡಿಮೆಯಿದ್ದವು. ನದಿಯ ಸೆಳೆತದಲ್ಲಿ ರ್‍ಯಾಫ್ಟ್ ದೂರ ಸಾಗಿದ್ದರಿಂದ ಫ್ಯಾಕ್ಟರಿ ಸೇರಲು ಇದೇ ಎಲ್ಲಕ್ಕಿಂತ ಹತ್ತಿರದ ದಡವಾಗಿತ್ತು. ದೇವದಾರು ವೃಕ್ಷಗಳಲ್ಲಿ ಹಳದಿ ಹೂಗಳು ಗುಂಪು ಗುಂಪಾಗಿ ಅರಳಿದ್ದವು.

'ಸ್ವಲ್ಪ ಹೊತ್ತು ಇಲ್ಲೇ ದಿನ್ನೆಯಲ್ಲಿ ಕುಳಿತುಕೊಳ್ಳುವ. ಬಟ್ಟೆ ಒಣಗಿದ ಮೇಲೆ ಫ್ಯಾಕ್ಟರಿಗೆ ಹೊರಡುವ, ಇಲ್ಲಿಂದ ದೂರವೇನಿಲ್ಲ' ಅವರು ಕೈನೀಡಿ ಏಮನ್‌ಳನ್ನು ಇಳಿಸಿಕೊಂಡರು. ಇಬ್ಬರೂ ದಿಬ್ಬದ ಮೇಲೆ ಅಕ್ಕಪಕ್ಕದಲ್ಲಿ ಕುಳಿತುಕೊಂಡರು. ಏಮನ್ ಒದ್ದೆಗೂದಲನ್ನು ಬಿಚ್ಚಿ ಒಣಗಲೆಂದು ಹರವಿಕೊಂಡಳು. ಅಲ್ಲಿ ಸಂಪೂರ್ಣ ನಿಶ್ಯಬ್ದವಿತ್ತು. ನಿಶ್ಯಬ್ದವನ್ನು ಸೀಳುತ್ತಾ ಆಗೀಗ ಟಿಟ್ಟಿಭದ ಕೂಗು ವಾತಾವರಣವನ್ನು ಇನ್ನೂ ರಹಸ್ಯಮಯವಾಗಿಸುತ್ತಿತ್ತು.

'ನಿನ್ನ ಕಣ್ಣುಗಳ ಬಣ್ಣ ಯಾವುದು ? ಬಶಾರತ್ ನವಾಬರು ವಿಚಿತ್ರವಾದ ಪ್ರಶ್ನೆ ಕೇಳಿದರು. ಅವರು ಬಹುಶಃ ಬಹು ಹೊತ್ತಿನಿಂದ ಅದನ್ನೇ ಚಿಂತಿಸುತ್ತಿದ್ದರು.

ಏಮನ್ ಚಕಿತಳಾದಳು. ಬಶಾರತ್ ನವಾಬರೊಡನಿದ್ದಾಗ ತನ್ನ ವಿಚಾರಧಾರೆಯನ್ನು ಬದಲಿಸುವುದು ಅವಳಿಗೇನೂ ಕಷ್ಟವಲ್ಲ. ಅವಳು ಖಿಲ ಖಿಲನೆ ನಕ್ಕು ಬಿಟ್ಟಳು.

'ಯಾವ ಬಣ್ಣವೆಂದು ನೀವು ತಿಳಿಕೊಳ್ಳುವಿರೋ, ಅದು !' ಅವಳಂದಳು.

'ನನಗಂತೂ ಈಗಿವು ಹಸಿರಾಗಿಯೇ ಕಾಣಿಸುತ್ತಿವೆ.' ಅವರು ಅವಳ ಕಂಗಳ ಅತಿಸನಿಹ ಬಂದು ಹೇಳಿದರು. 'ಮತ್ತು, ಅಲ್ಲಲ್ಲಿ ದೇವದಾರು ಹೂಗಳ ಹೊಂಬಣ್ಣವೂ ಅವುಗಳಲ್ಲಿ ಹೊಳೆಯುತ್ತಿದೆ.'

'ಮತ್ತೆ, ನಿಮಗೆ ಇವುಗಳಲ್ಲಿ ದಿನ್ನೆಗಳ ಕಾಡಿಗೆಗಪ್ಪು, ನದಿಯ ನೀಲವರ್ಣ ಮತ್ತು ವನಸುಮದ ಶ್ವೇತವರ್ಣವೂ ಕಾಣಿಸುತ್ತಿಲ್ಲವೇ ?' ಏಮನ್ ಅವರನ್ನು ಪರಿಹಾಸಗೈಯುತ್ತಾ ಕೇಳಿದಳು.

'ಅವೆಲ್ಲ ಬಣ್ಣಗಳೂ ಇರಬಹುದು; ಆದರೆ ನಾನು ನೋಡ ಬಯಸುವ ಬಣ್ಣ ಮಾತ್ರ ಕಾಣಿಸುತ್ತಿಲ್ಲ.'

‘ಎಂಥಾ ಬಣ್ಣ ?’ ಏಮನ್ ತನ್ನ ಮುಖದ ಮೇಲೆ ಗಾಳಿಗೆ ಹಾರಿ ಬಂದು ಕವಿದ ಕೂದಲುಗಳನ್ನು ಸರಿಸುತ್ತಾ ಕೇಳಿದಳು.

‘ಆ ಬಣ್ಣಕ್ಕಾವ ಹೆಸರೂ ಇಲ್ಲ; ಹೆಸರಿದ್ದಿದ್ದರೆ, ಅದೂ ಒಂದು ಸಾಧಾರಣ ವಿಷಯವಾಗಿರುತ್ತಿತ್ತು.’

‘ರಾಜಕುವರ ನವಾಬ ಮಿರ್ ಬಶಾರತ್ ಅಲೀ ಖಾನ್!’ ಏಮನ್ ಪರಿಹಾಸಗೈಯುತ್ತಾ ನುಡಿದಳು. ‘ನಾಲ್ಕು ಪ್ರತಿಶತ ಪುರುಷರು ಡಾಲ್ಟನಿಸಂಗೆ ಬಲಿಯಾಗುತ್ತಾರೆಂದೂ, ಇಲ್ಲವೇ ವರ್ಣಾಂಧರಾಗುತ್ತಾರೆಂದೂ ನಿಮಗೆ ತಿಳಿದಿರಬೇಕು. ನಿಮಗೆ ಯಾವ ಬಣ್ಣ ಬೇಕೆಂದು ನಿಮಗೇ ತಿಳಿದಿಲ್ಲ.’

‘ಇಲ್ಲ ಏಮನ್!’ ಬಶಾರತ್ ನವಾಬರು ಗಂಭೀರವಾಗಿ ನುಡಿದರು. ‘ನಿನ್ನ ಕಣ್ಣುಗಳಲ್ಲಿ ಯಾವ ಬಣ್ಣವನ್ನು ನೋಡಬಯಸುತ್ತೇನೆಂದು ನನಗೆ ಚೆನ್ನಾಗಿ ತಿಳಿದಿದೆ.’ ಅವರು ಕೈಗಳನ್ನು ತಲೆಯ ಹಿಂದೆ ಕಟ್ಟಿ, ಕಂಗಳನ್ನು ಮುಚ್ಚಿಕೊಂಡರು.

ಏಮನ್ ಜೋರಾಗಿ ನಕ್ಕು ಬಿಟ್ಟಳು. ಬಶಾರತ್ ನವಾಬರು ಗಂಭೀರರಾಗಿರಲು ಯತ್ನಿಸಿದಾಗೆಲ್ಲ ಅದು ಅವರ ನಟನೆಯಾಗಿ ಏಮನ್‌ಗೆ ನಗು ಬರುತ್ತಿತ್ತು. ಅವಳೆಣಿಕೆಯಂತೆ, ಗಾಂಭೀರ್ಯದೊಡನೆ ಬಶಾರತ್ ನವಾಬರಿಗೆ ದೂರದೂರದ ಸಂಬಂಧವೂ ಇರಲಿಲ್ಲ.

‘ನಾವೇನೋ ಕೇವಲ ಪರಿಹಾಸಗೈಸಿಕೊಳ್ಳಲಿಕ್ಕಾಗಿಯೇ ಇದ್ದೇವೆ’, ಬಶಾರತ್ ನವಾಬರು ಕೆಡುಕೆನಿಸಿ ಎದ್ದು ಕುಳಿತರು.

‘ಸರಿ, ಸರಿ; ಇನ್ನು ನಾನು ನಗುವುದಿಲ್ಲ.’ ಏಮನ್ ನಗು ತಡೆದು, ನಟಿಸುತ್ತಾ ನುಡಿದಳು.

ಬಶಾರತ್ ನವಾಬರು ಹತ್ತಿರವೇ ಬೆಳೆದಿದ್ದ ಗಿಡವನ್ನು ಕಿತ್ತು, ಅದರ ಎಲೆಗಳನ್ನು ಜಗಿಯ ತೊಡಗಿದರು.

‘ಇದೇನು ಮಾಡುತ್ತಿರುವಿರಿ. ನೀವು?’ ಏಮನ್ ಗಿಡದಿಂದ ಸೂಸತೊಡಗಿದ ಕೆಂಪು ದ್ರವವನ್ನು ನೋಡಿ ಹೇಳಿದಳು. ‘ಕೆಲಗಿಡಗಳು ವಿಷಯುಕ್ತವೇ ಆಗಿರುತ್ತದೆ.’

‘ಇದು ಮಂಜಿಷ್ಠದ ಗಿಡ; ರಕ್ತಾಂಗಿಯೆಂದೂ ಹೇಳುತ್ತಾರೆ. ಈ ದ್ರವದಿಂದ ವ್ಯಾಪಾರಿಗಳು ತಮ್ಮ ಲೆಕ್ಕ ಪತ್ರ ಬರೆಯುತ್ತಾರೆ. ನಾನೂ ನಿನ್ನ ಖಾತೆಯಲ್ಲಿ ನನ್ನ ಹೆಸರು ಬರೆಯ ಬಯಸುವೆ.’ ಅವರು ಏಮನ್‌ಳ ಕೈ ಹಿಡಿದು, ಅಂಗೈ ಬಿಡಿಸುತ್ತಾ ನುಡಿದರು.

ಬಶಾರತ್ ನವಾಬರು ಏಮನ್‌ಳ ಅಂಗೈ ಮೇಲೆ ರಕ್ತಾಂಗಿಯ ಅರ್ಕದಿಂದ ತನ್ನ ಹೆಸರು ಬರೆಯತೊಡಗಿದರು. ಏಮನ್ ಕೂಡ ತಡೆಯಹೋಗದೆ. ನಗುತ್ತಾ ಅವರು ಬರೆಯುವುದನ್ನೇ ನೋಡುತ್ತಿದ್ದಳು. ಆದರೆ, ಅವಳ ಮುಗಳ್ನಗೆ ಹಾಗೆಯೇ ತುಟಿಗಳಲ್ಲಿ ಸ್ತಬ್ಧವಾಯಿತು; ಅವರ ಹಿಂದೆ ಅನತಿ ದೂರದಲ್ಲಿ ಆಜರ್ ನವಾಬರು ತಮ್ಮ ಕುದುರೆ

‘ಕುಲಜುಮ್’ನ ರಿಕಾಬುಗಳಲ್ಲಿ ಕಾಲಿಟ್ಟು, ಎಷ್ಟು ಹೊತ್ತಿನಿಂದ ಹಾಗೆ ಅವರನ್ನು ನೋಡುತ್ತಿದ್ದರೋ, ಯಾರು ಬಲ್ಲರು ? ಹಸಿರು ಗರಿಕೆಯ ಮೇಲೆ ಆ ಕುದುರೆ ಯಾವಾಗ ಬಂದು ನಿಂತಿತ್ತೋ ಅವರಿಗೆ ತಿಳಿಯಲೇ ಇಲ್ಲ. ಕುದುರೆ ನಿಂತು, ನಿಂತು ಬೇಸತ್ತು ನೆಲದ ಮೇಲೆ ಕಾಲನ್ನು ಅಪ್ಪಳಿಸಿದಾಗಲೇ ಅವರು ಬಂದುದು ಅರಿವಾಯಿತು.

ಏಮನ್‌ಳ ದೃಷ್ಟಿ ನವಾಬರ ಹೊಳೆವ ರೈಡಿಂಗ್ ಶೂಗಳಿಂದ ಮೇಲೆ, ಜೋಧಪುರೀ ಪ್ಯಾಂಟ್, ಮತ್ತು ಮತ್ತೂ ಮೇಲಕ್ಕೆ ವಿಶಾಲ ಭುಜಗಳಿಗೆ ತಗಲಿ ಚೂರು ಚೂರಾಗಲಿದ್ದಾಗ ಒಮ್ಮೆಲೆ ಅವಳಲ್ಲಿ ಆತ್ಮ ವಿಶ್ವಾಸ ಜಾಗೃತವಾಯಿತು. ಆಕಾಸ್ಮಾತ್ತಾಗಿ ಅವರನ್ನಲ್ಲಿ ಕಂಡು ಅವಳು ಚಕಿತಳಾಗಿದ್ದಳಾದರೂ, ಮತ್ತೆ, ನಾನು ಗಾಬರಿಗೊಳ್ಳುವ, ಇಲ್ಲವೆ ನಾಚಿಗೆ ಪಡುವ ಅವಶ್ಯಕತೆಯೇನೂ ಇಲ್ಲವೆಂದು ಅವಳು ನಿಶ್ಯಯಿಸಿದಳು.

ಆಜರ್ ನವಾಬರು ಹಾಗೆಯೇ ಕುದುರೆಯ ಲಗಾಮು ಹಿಡಿದು, ಅವರನ್ನು ನೋಡುತ್ತಲೇ ಇದ್ದರು. ಅಚ್ಚರಿಯೂ ಮಿಳಿತವಾದ ಅವರ ಕಂಗಳ ಅನಂತ ಆಳವು, ಬಶಾರತ್ ನವಾಬ ಹಾಗೂ ಏಮನ್‌ರ ಈ ದುಸ್ಥಿತಿಗೆ ಕಾರಣವನ್ನು ಕೇಳುವಂತಿತ್ತು.

‘ನಾವಿಬ್ಬರೂ ಬೇಕೆಂದೇ ಇಲ್ಲಿಗೆ ಓಡಿ ಬಂದಿದ್ದೇವೆಂದು ಇವರು ಯೋಚಿಸುತ್ತಿದ್ದಾರೆ’ ಏಮನ್ ಅಲ್ಪ ಅತಂಕದಿಂದ ಯೋಚಿಸಿದಳು. ಅವಳ ಬಿಚ್ಚಿದ ತಲೆಗೂದಲು, ಒದ್ದೆ ಬಟ್ಟೆಗಳು, ಮುಖದ ನಿಸ್ಸಂಕೋಚಭಾವ ಆಜರ್ ನವಾಬರ ಸಂಶಯವನ್ನು ದೃಢ ಪಡಿಸುತ್ತಿತ್ತು. ಬಶಾರತ್ ನವಾಬರು ತಮ್ಮ ಬಟ್ಟೆಯನ್ನು ಕೊಡವಿಕೊಳ್ಳುತ್ತಾ ಎದ್ದು ನಿಂತರು. ಮೌನವು ಕೆಲವೊಮ್ಮೆ ಎಷ್ಟೊಂದು ಭಾರವಾಗಿರುತ್ತದೆಂದರೆ ಎಬ್ಬಿಸಿದರೂ ಏಳಂದತಿರುತ್ತದೆ. ವ್ಯಕ್ತಿ ಅದರ ಭಾರದ ಕೆಳಗೆ ಅಮುಕಲ್ಪಡುತ್ತಾನೆ.

ಸ್ವಲ್ಪ ಹೊತ್ತಿನ ಬಳಿಕ ಆಜರ್ ನವಾಬರು ಕುದುರೆಯಿಳಿದು ಬಂದರು,.

‘ಟಿಂಬರ್ ತುಂಬಿದ ಗಾಡಿಗಳು ಬೆಳಗಿನಿಂದ ಯಾರ್ಡ್‌ನಲ್ಲಿ ತಡೆದು ನಿಂತಿವೆ’ ಏಮನ್‌ಳನ್ನು ಸ್ವಲ್ಪವೂ ಗಮನಿಸದಂತೆ ಅವರು ಬಶಾರತ್ ನವಾಬರಿಗೆ ಹೇಳಿದರು.

‘ಅದು......ನಾನು......’ ಬಶಾರತ್ ನವಾಬರು ಕಾರಣ ಹುಡುಕುತ್ತಿದ್ದರು.

‘ಬಶಾರತ್ ನವಾಬ್’ ಆಜರ್ ನವಾಬರು ಅವರ ಮಾತಿನ್ನಲ್ಲೇ ತಡೆದು ನುಡಿದರು. ‘ಮಾಶಾ ಅಲ್ಲಾಹ ! ನೀವೇನೂ ಮಗುವಲ್ಲ’ ಬಶಾರತ್ ನವಾಬರ ಏನೋ ಹೇಳುವ ಯತ್ನವನ್ನು ಕೈಸನ್ನೆಯಿಂದ ತಡೆಯುತ್ತಾ ಮುಂದುವರಿಸಿದರು. ‘ಮತ್ತು, ಯಾರು ಮಗುವಲ್ಲವೋ, ಅವರು ತಮ್ಮ ಕ್ರಿಯೆಗಳಿಗೆ ತಾವೇ ಉತ್ತರವಾಗುತ್ತಾರೆ.’

ಆಜರ್ ನವಾಬರು ಏಮನ್‌ಳನ್ನು ನೋಡುತ್ತಾ ತಮ್ಮ ಮಾತನ್ನು ಪೂರ್ಣಗೊಳಿಸಿದ್ದರಿಂದ ಬಶಾರತ್‌ರೊಡನೆ ಏಮನ್‌ಳ ಮುಖವೂ ಕೆಂಪಾಯಿತು.

‘ಸ್ವಲ್ಪ ಹೊತ್ತಾಗಿದೆಯಷ್ಟೇ’ ಬಶಾರತ್ ನವಾಬರು ಅವರ ಚುಚ್ಚು ಮಾತುಗಳಿಂದ ಪ್ರಭಾವಿತರಾಗಿ ನುಡಿದರು. ‘ಹಣವೇನೂ ನಷ್ಟವಾಗಲಿಲ್ವಲ್ಲ.’

‘ಸಮಯವು ಹಣಕ್ಕಿಂತ ಅಮೂಲ್ಯವಾಗಿರುತ್ತದೆ. ನಿಮ್ಮ ಹಸ್ತಾಕ್ಷರ ಬೀಳದೆ, ಗಾಡಿಗಳು ಯಾರ್ಡ್ ಬಿಟ್ಟು ಹೊರಗೆ ಹೋಗವು. ಪರಿಣಾಮವಾಗಿ ಇತರ ಎಲ್ಲ ಕೆಲಸಗಳೂ ನಿಂತು ಬಿಡುವುವು. ಫ್ಯಾಕ್ಟರಿಯ ಜನರು ಈ ಬಗ್ಗೆ ತಮ್ಮೊಳಗೇ ಮಾತಾಡಿಕೊಳ್ಳುವುದನ್ನು ನಾನು ಇಷ್ಟಬಿಡಲಾರೆ. ನನ್ನ ಕೋಟು ತೊಟ್ಟುಕೊಂಡು. ಕುದುರೆಯೇರಿ ನೀವು ಆಫೀಸಿಗೆ ಹೋಗಿ ಇವರನ್ನು ನಾನು ಹಿಂದಕ್ಕೆ ತಲುಪಿಸುತ್ತೇನೆ’ ಅವರು ಏಮನ್‌ಳತ್ತ ನೋಡದೇನೇ ಕೇವಲ ಸಂಕೇತದಿಂದಲೇ, ಅವಳು ಟಿಂಬರ್ ಫ್ಯಾಕ್ಟರಿಯಿಂದ ಹೊರಟ ಉಮಿಯ ಹೊರೆಯೆಂಬಂತೆ ನುಡಿದರು.

ಬಶಾರತ್ ನವಾಬರ ನಾಚಿಕೆ ಕಡಿಮೆಯಾಗಿರಲಿಲ್ಲ. ಏನೋ ಹೇಳುವ ಯತ್ನವನ್ನೇನೋ ಅವರು ಮಾಡಿದರು. ಕೊನೆಗೆ ತಮ್ಮ ಭುಜ ಕೊಡವಿ ಸಮ್ಮನಾದರು. ಆಜರ್ ನವಾಬರ ಕೈಯಿಂದ ಅವರ ಕೋಟ್ ತೆಗೆದುಕೊಂಡು ತೊಟ್ಟುಕೊಂಡರು. ಸ್ವಲ್ಪ ಬಿಗಿಯಾಗುತ್ತಿದ್ದ ಕೋಟ್ ತೊಟ್ಟು ಒದ್ದೆ ಕೂದಲನ್ನು ಬೆರಳುಗಳಿಂದಲೇ ಬಾಚಿಕೊಂಡು ಹಾರಿ ನೆಗೆದು ಕುದುರೆಯ ಮೇಲೆ ಕುಳಿತು. ಲಗಾಮು ಹಿಡಿದೊಡನೆ, ಕುದುರೆ ವೇಗವಾಗಿ ಮುನ್ನಡೆಯಿತು. ಸ್ವಲ್ಪ ಹೊತ್ತಿನಲ್ಲೇ ಎತ್ತರಕ್ಕೇರಿ ಮರಗಳ ಹಿಂದೆ ಮರೆಯಾದರವರು.

ಬಶಾರತ್ ನವಾಬರು ಹೊರಟು ಹೋದೊಡನೆ ಏಮನ್‌ಗೆ ತಪ್ಪು ಮಾಡಿ ಸಿಕ್ಕಿ ಹಾಕಿಕೊಂಡಾಗ ಆಗುವಂತೆ ಚಿಂತೆಯೆನಿಸಿತು. ಅವಳ್ಯಾವ ಅಪರಾಧವನ್ನೂ ಮಾಡಿರಲಿಲ್ಲ. ಒಂದು ವೇಳೆ ಮಾಡಿದ್ದರೂ ಸಹ, ಅವಳ ವೈಯಕ್ತಿಕ ಜೀವನದ ಬಗ್ಗೆ ಅವರೇನೂ ಪ್ರಶ್ನಿಸುವಂತಿರಲಿಲ್ಲ. ಆದರೂ ಅವಳ ನಡುಗುವ ಹೃದಯವು, ಆಜರ್ ನವಾಬರು ತನ್ನನ್ನು ತಪ್ಪು ತಿಳಿಯದಿರಲೆಂದು ಬೇಡುತ್ತಿತ್ತು. ಅದರೆ ಅವರಿಗೆ ತಿಳಿಸುವುದೆಂತು ? ಅಲ್ಲದೆ ತಿಳಿಸುವ ಅಗತ್ಯವಾದರೂ ಏನಿತ್ತು ? ಅವರೇನೂ ಅವಳೊಡನೆ ಕೇಳಿರಲಿಲ್ಲ. ಮತ್ತೇಕೆ ಈ ತಲ್ಲಣ ? ಈ ಅಶಾಂತಿ ?.

‘ನೀವಿಲ್ಲಿ ಕುಳಿತಿರಲು ಬಯಸುವಿರಾದರೆ, ನಿಮ್ಮಿಷ್ಟ; ಕುಳಿತಿರಿ.’ ಸ್ವಲ್ಪ ಹೊತ್ತು ಅವಳು ಏಳುವುದನ್ನು ನೀರೀಕ್ಷಿಸಿ, ಆಜರ್ ನವಾಬರು ನುಡಿದರು. ಆದರೆ, ನನಗೆ ನನ್ನದೇ ಆದ ಕೆಲಸಗಳಿವೆ. ನನಗೆ ಹಿಂದಕ್ಕೆ ಹೋಗಲಿದೆ.’

ಅವರ ತೀಕ್ಷ್ಣ ಮಾತುಗಳು ಚಾಟಿಯೇಟಿನಂತೆ ಕೆಲಸಮಾಡಿ ಏಮನ್‌ಳನ್ನು ಎಚ್ಚಿಸಿದುವು. ತನ್ನ ಒದ್ದೆಗೂದಲನ್ನು ಸುತ್ತಿಕೊಂಡಳವಳು, ಬಶಾರತ್ ನವಾಬರೊಡನಿದ್ದಾಗ ಅನುಭವಕ್ಕೆ ಬರದ ತನ್ನ ಶರೀರದ ಆರ್ದ್ರತೆಯು, ಈಗ ಅಜರ್ ನವಾಬರ ಸಮ್ಮುಖದಲ್ಲಿ ಪೂರ್ಣವಾಗಿ ಅನುಭವ ವೇದ್ಯವಾಯತು. ಅವಳು ಸೆರಗಿನಿಂದ ಚೆನ್ನಾಗಿ ತನ್ನನ್ನು ತಾನೇ ಮುಚ್ಚಿಕೊಳ್ಳುವಾಗ ಅವಳ ದೃಷ್ಟಿ ಆಜರ್ ನವಾಬರೊಡನೆ ಎದುರಾಯಿತು. ಅವರ ತುಟಿಗಳಲ್ಲಿದ್ದ ವ್ಯಂಗಾತ್ಮಕ ಕಹಿನಗೆಯು ಆಳವಾಗಿ, ‘ಇರಲಿ ಬಿಡು’ ನಿನ್ನ ಸಜ್ಜಾಟ’ ! ಎಂದು ಹೇಳಿದಂತಾಯಿತು. ಅವಳನ್ನು ದಿಟ್ಟಿಸಿದ ಅವರು ಆಕಾಶದ ಮೋಡಗಳತ್ತ ದೃಷ್ಟಿ ಹರಿಸಿದರು.

ಅವರು ತೆಪ್ಪದ ಹಗ್ಗವನ್ನು ಬಿಚ್ಚಿದೊಡನೆ ಏಮನ್ ಬೇಗನೇ ಏರಿ ತೆಪ್ಪದ ಒಂದು ಮೂಲೆಯಲ್ಲಿ ಕುಳಿತಳು. ತನ್ನ ಮುಖವನ್ನು ಸಾಧ್ಯವಾದಷ್ಟೂ ಅವಳು ಅವರಿಂದ ದೂರ ತಿರುಗಿಸಿದ್ದಳು. ಆದರೂ ಅವರ ದೃಷ್ಟಿಯು ತನ್ನಾಕೃತಿಯ ಮೇಲೆ ಇದೆಯೆಂಬ ಅರಿವು ಅವಳ ಹೃದಯದಲ್ಲಿ ತಲ್ಲಣವೆಬ್ಬಿಸಿತ್ತು.

'ಆಕಸ್ಮಿಕಗಳು ಬಾರಿಬಾರಿಗೂ ಜರುಗುವುದಿಲ್ಲವೆಂದು ನೀವೊಮ್ಮೆ ಹೇಳಿದ್ದೀರಿ' ಆದರೆ, ಸಂತೋಷಕರ ಆಕಸ್ಮಿಕಗಳು ಬಾರಿಬಾರಿಗೂ ಜರುಗುವುದಿಲ್ಲವೆಂದು ನಾನು ಹೇಳುತ್ತೇನೆ. ಮಿಸ್, ಸಾಹಿಬಾ.' ಅಜರ್ ನವಾಬರು ಚುಚ್ಚುವಂತೆ ನುಡಿದರು. "ನೀವು ನೀರಿಗೆ ಬಿದ್ದರೆ, ಹಿಂದಿನಿಂದ ಹಾರಲು, ನಾನೇನೂ ಬಶಾರತ್ ನವಾಬನಲ್ಲ, ಆದ್ದರಿಂದ, ನೀವು ಇಷ್ಟು ಬದಿಯಲ್ಲಿ ಕುಳಿತುಕೊಳ್ಳದಿದ್ದರೆ, ಸರಿಯಾದೀತು."

ಎಷ್ಟೇ ಯತ್ನಿಸಿದರೂ ಏಮನ್‌ಳ ಕಂಗಳು ಕಣ್ಣೀರಿನಿಂದ ಮಂಜಾದವು. ಎಲ್ಲ ನೋಡಿದ್ದರೂ, ಅವರು, ತಾನು ಬೇಕೆಂದೆ, ಬಶಾರತ್ ನವಾಬರು ತನ್ನ ಹಿಂದೆ ಬರಲೆಂದೇ, ನೀರಿಗೆ ಹಾರಿದೆನೆಂದು ತಿಳಿದು ಕೊಂಡಿದ್ದಾರೆ. ತಾನೇನೊ ಅಗ್ಗದ ಪ್ರಣಯದಾಟದ ಬೇಟೆಯಲ್ಲಿದ್ದೆನೆಂದು ಅವರು ತಿಳಿದಂತಿದೆ. ಅವಳ ಹೃದಯ ನೋವಿನಿಂದ ಮಥಿಸಿತು. ತನ್ನ ಕಣ್ಣಿಂದ ತೊಟ್ಟಿಕ್ಕುವ ಕಂಬನಿಯನ್ನು ಆಜರ್ ನವಾಬರು ಕಂಡು, ತನ್ನ ಮೇಲೆ ವಿಜಯ ಸಾಧಿಸಿದೆನೆಂದುಕೊಳ್ಳಲು ಅವಕಾಶ ಕಲ್ಪಿಸುವುದು ಅವಳ ಪಾಲಿಗೆ ಅಶಕ್ಯವೇ ಇತ್ತು. ತನ್ನ ಕಣ್ಣಿನ ಉರಿವ ಬಾಣಲೆಯಲ್ಲೇ ಕಣ್ಣೀರನ್ನು ಇಂಗಿಸಿಕೊಂಡು ಅವಳು ಅವಿಚಲಿತಳಾಗಿ ಕುಳಿತಳು.

ಆಜರ್ ನವಾಬರು ತಾನೇನೂ ಹೇಳಿಯೇ ಇಲ್ಲವೆಂಬಂತೆ, ಅವಳೇನೂ ಕೇಳಿಯೇ ಇಲ್ಲವೆಂಬಂತೆ, ಅವಳ ಪರಿವಿಯೇ ಇಲ್ಲದೆ, ತೆಪ್ಪವನ್ನು ಮುಂದಕ್ಕೆ ಸರಿಸುವುದರಲ್ಲೇ ಮಗ್ನರಾಗಿದ್ದರು. ಕುತ್ತಿಗೆಯಿಂದ ಸಿಲ್ಕ್ ಮಫ್ಲರನ್ನು ಬಿಚ್ಚಿದ್ದರಿಂದ ಅದು ಗಾಳಿಗೆ ಹಾರಾಡುತ್ತಿತ್ತು. ತನ್ನ ಕಮಿಜ್‌ನ ಸ್ಲೀವ್‌ಗಳನ್ನು ಮೊಣಕೈವರೆಗೆ, ಮಡಿಚಿದ್ದರು. ಅವರ ಸದೃಢ ಕೈಗಳು ತೆಪ್ಪವನ್ನು ಮುಂದಕ್ಕೆ ಸರಿಸುತ್ತಿದ್ದವು. ಬಿಳಿ ಬಣ್ಣದ ಜೋಧಪುರಿ ಪ್ಯಾಂಟ್‌ನ ಮೇಲೆ ಮೊಣ ಗಂಟಿನವರೆಗೆ ಮುಚ್ಚಿದ್ದ ಬೂಟುಗಳು ಹೊಳೆಯುತ್ತ ಮೌಲ್ಯವನ್ನು ಸಾರುತ್ತಿದ್ದವು. ಅವರ ಪುರುಷ ಸೌಂದರ್ಯವು ಹೃದಯಾಪಹಾರಕವಾಗಿತ್ತು. ಆದರೆ, ಅವರ ಕತ್ತಿನ ದರ್ಪದ ಬಿಗುವು, ಹೆಗಲುಗಳ ದಾರ್ಢ್ಯ, ಹಾಗೂ ಮುಖದ ಸೌಂದರ್ಯವು ಅವರನ್ನೊಬ್ಬ ಅತಿಸುಂದರ ಪುರುಷನಾಗಿಯೇ ತೋರುತ್ತಿತ್ತು. ಇದರಲ್ಲಿ, ಅವರ ಸ್ವಭಾವದ ಅತ್ಯಾಚಾರ, ಮತ್ತು ಸ್ವಾರ್ಥವೆಂದು ತೋರುಷ್ಟರ ಮಟ್ಟಿನ ಆತ್ಮವಿಶ್ವಾಸದ ಘರ್ಷಣೆಯೂ ಇತ್ತು.

ಬಹುಶಃ ಬಶಾರತ್ ನವಾಬರು, ಒಬ್ಬ ರಾಜಕುವರನಿದ್ದೂ ಒಬ್ಬ ಸಾಧರಣ, ಪರಿಶ್ರಮ ಗೈವ ಹುಡುಗಿಯ ಜಾಲದಲ್ಲಿ ಸಿಲುಕುವುದೇ ಆಜರ್ ನವಾಬರ ಸಿಟ್ಟಿಗೆ ಕಾರಣವಿರಬಹುದು. ತಸ್‌ನೀಮ್ ಪಾಶಾ ಸ್ವತಃ ಅವರ ಆಕರ್ಷಣೆಯ ಲಾಭ ಪಡೆಯಲೆಳಸಿದ್ದು ಬೇರೆ ವಿಷಯ. ಆಜರ್ ನವಾಬರು ತಮ್ಮ ತಾಯಿಯ ಮಾತನ್ನು

ಎಂದಿಗೂ ತಳ್ಳಿಹಾಕರೆಂಬ ವಿಶ್ವಾಸ ಅವರಿಗಿತ್ತು. ಮಹಾಸರ್ಕಾರ್ ಅವರು ಮಗನೊಡನೆ ಈ ಸಂಬಂಧದ ಪ್ರಸ್ತಾಪ ಗೈದಿದ್ದರು. ಹಾಗೂ ಅವರ ಉತ್ತರದ ನಿರೀಕ್ಷೆಯಲ್ಲೇ ಇದ್ದರು. ಆಜರ್ ನವಾಬರು ಕುವರಿ ಶಾಹಾನಾಳ ಲಾವಣ್ಯವನ್ನೂ, ಅವಳ ಚಿತ್ತವನ್ನೂ ಅರಿಯದಿರುವುದೂ ಅಸಂಭವ. ಇದನ್ನೆಲ್ಲ ಯೋಚಿಸುತ್ತಾ, ಏಮನ್‌ಳ ಹೃದಯವನ್ನು ನೋವಿನಲೆಯೊಂದು ತಟ್ಟಿತು. ಯಾವ ಮಧುಪಾತ್ರೆಯ ಮೇಲೆ ಅವಳಿಗೆ ಅಧಿಕಾರವೇ ಇಲ್ಲವೋ, ಅದರ ಮಧುವನ್ನು ಲೋಕದಲ್ಲಿ ಬೇರಾರು ಬೇಕಾದರು ಈಂಟಲಿ, ತನಗೇನು ಎಂದವಳು ಬಾರಿಬಾರಿಗೂ ಹೃದಯಕ್ಕೆ ತಿಳಿಸಲೆತ್ನಿಸಿದ್ದಳು. ಆದರೆ, ಅಡಗಿಸಲೆತ್ನಿಸಿದರೆ ಅಡಗುವಂತಹುದೇ, ಈ ಹೃದಯದ ಪೀಡೆ ? !

ತೆಪ್ಪವು ಯಾವಾಗ ದಡ ಸೇರಿತ್ತೋ ಅವಳಿಗೆ ತಿಳಿಯಲಿಲ್ಲ. ಬಹಳ ಹೊತ್ತಿನ ಬಳಿಕ ತನ್ನ ವಿಚಾರಗಳಿಂದ ಬೆಚ್ಚಿ, ಅವಳು ಅತ್ತ–ಇತ್ತ ನೋಡಿದಾಗ, ಅಲ್ಲಿ ತಾನೊಬ್ಬಳೇ ಇದ್ದಳು, ಆಜರ್ ನವಾಬರು ಯಾವಾಗಲೋ ಹೊರಟು ಹೋಗಿದ್ದರು. ಅವಳು ಭಾರವಾದ ಹೆಜ್ಜೆಗಳೊಂದಿಗೆ ದಡಕ್ಕಿಳಿದು ಬಂಗಲೆಯತ್ತ ನಡೆದಳು.

ದಿನಗಳು ಹೀಗೆ ಕಳೆಯುತ್ತಾ ಹೋದವು. ಬಹಳ ದಿನಗಳ ಬಳಿಕ ಇಂದು ಅವಳು ರೆಹಾನಾಳ ಬಳಿ ಬಂದಾಗ, ರೆಹಾನಾ ಕ್ಯಾನ್ವಾಸ್ ಮೇಲೆ ಪೈಂಟಿಂಗ್ ಪೂರ್ಣಗೊಳಿಸುವ ಯತ್ನದಲ್ಲಿ ಮುಳುಗಿದ್ದಳು. ಏಮನ್ ಮೌನವಾಗಿ ಅವಳ ಹಿಂದೆ ಹೋಗಿ ನಿಂತಳು. ಸ್ವತಃ ಕಲಾಕಾರಳಾಗಿದ್ದ ಆಕೆ, ಇದು ಕಲಾಕಾರ ತನ್ನನ್ನೇ ತಾನು ಮರೆಯುವ ಉತ್ಕಟ ಕ್ಷಣವೆಂದು ಅರಿತಿದ್ದಳು. ಅನುಭವದ ಶಕ್ತಿಗಳೆಲ್ಲ ಕೇಂದ್ರೀಕೃತವಾದ ಆ ಕ್ಷಣ ಬಹಳ ಆದರಣೀಯ ಎಂದವಳು ತಿಳಿದಿದ್ದಳು.

ನದಿಯಲ್ಲಿ ಬಿದ್ದು ಒದ್ದೆಯಾದ ಬಳಿಕ ಅವಳನ್ನು ಫ್ಲೂ ಬಾಧಿಸಿತು. ಮೊದಲು ಜ್ವರದತ್ತ ಅವಳು ವಿಶೇಷ ಧ್ಯಾನ ನೀಡಲಿಲ್ಲ. ಒಂದು ದಿನ ಮಹಾಸರ್ಕಾರ್‌ರವರಿಂದ ಡಿಕ್ಟೇಶನ್ ತೆಗೆದುಕೊಳ್ಳುತ್ತಿರುವಾಗ, ಅವಳ ಮುಖವನ್ನೇ ದಿಟ್ಟಿಸಿ ನೋಡಿದ ಅವರು, ಅವಳ ಹಣೆಯನ್ನು ಮುಟ್ಟಿ ನೋಡಿದಾಗ, ಅದು ಜ್ವಲಿಸುತ್ತಿದ್ದುದನ್ನರಿತರು. ತಕ್ಷಣವೇ ಕೆಲಸ ನಿಲ್ಲಿಸಿದ ಅವರು ಅವಳನ್ನು ತನ್ನ ಕೋಣೆಗೆ ಹೋಗಿ ಆರಾಮ ಮಾಡುವಂತೆ ಹೇಳಿದರು. ಮತ್ತೆ ತೀವ್ರವಾದ ಜ್ವರವು ಇಳಿದಾಗ ತುಂಬ ನಿಶ್ಯಕ್ತಳಾಗಿದ್ದಳು. ಮಹಾಸರ್ಕಾರ್ ಅವರು ದಿನಕ್ಕೆ ಎರಡು–ಮೂರು ಬಾರಿ ಅವಳ ಕೋಣೆಗೆ ಬರುತ್ತಿದ್ದರು. ಆಜರ್ ನವಾಬರು ಸ್ವತಃ ತಮ್ಮೊಡನೆ ಡಾಕ್ಟರರನ್ನು ಕರಕೊಂಡು ಬಂದಿದ್ದರು. ಹಾಗೂ ಅವರ ಹಿಂದೆ ಬಶಾರತ್ ನವಾಬರು ಪಶ್ಚಾತ್ತಾಪದ ಮುಖ ಹೊತ್ತು ನಿಂತಿದ್ದ ಅಸ್ಪಷ್ಟ ಚಿತ್ರವೂ ಅವಳಿಗೆ ನೆನಪಿತ್ತು.

ನಿಶ್ಯಕ್ತಿ ಇನ್ನೂ ಇತ್ತು ಶಮ್‌ಶಾದ್ ಅವಳನ್ನು ನೋಡಿಕೊಳ್ಳುತ್ತಿದ್ದಳು. ಈಗವಳು ಸ್ವಸ್ಥಳಾಗಿದ್ದರೂ, ಬಂಗಲೆಯ ಹೊರಗೆ ಇದೀಗ ಮೊದಲ ಬಾರಿಗೆ ಹೊರಟಿದ್ದಳು.

ಅವಳ ಜೊತೆಗಿನ ರೆಹಾನಾಳ ವ್ಯವಹಾರದಲ್ಲಿನ ಶೀತಲತೆ ಕಡಿಮೆಯಾಗಿ ತ್ತಾದರೂ, ತಮ್ಮ ನಡುವಿನ ಸಾಮಾಜಿಕ ಅಂತರ ಹಾಗೆಯೇ ಇರುವಂತೆ ಅವಳು ನೋಡಿಕೊಂಡಿದ್ದಳು,

ಇದೂ ಈಗ ಬಹಳ ಕಮ್ಮಿಯಾಗಿತ್ತು. ರೆಹಾನಾ ನಿಜವಾಗಿ ಕೆಟ್ಟವಳಲ್ಲೆಂದು ಏಮನ್ ಅರಿತಿದ್ದಳು. ಅವಳ ಆರೋಗ್ಯದಲ್ಲಿನ ಕೊರತೆಯೇ ಅವಳ ಈ ದುರ್ಬಲತೆಗೆ ಕಾರಣವೆಂದು ಅವಳು ತಿಳಿದಿದ್ದಳು. ಐಶ್ವರ್ಯವಂತ ತಂದೆಯ ಮಗಳಾಗಿದ್ದ ಭ್ರಮೆಯೇ ಈ ಪೊಳ್ಳು ಹಿರಿಮೆಯ ಅಹಂಕಾರವನ್ನವಳಲ್ಲಿ ಬಿತ್ತಿತ್ತು. ಈ ಅಹಂಭಾವದಿಂದ ಒಮ್ಮೆ ಹೊರಗೆ ಬಂದಳಾದರೆ, ರೆಹನಾ ಅನಾರೋಗ್ಯದಲ್ಲೂ ಸಹಜ, ಶಾಂತಿಮಯ ಜೀವನವನ್ನು ಕಳೆಯಬಲ್ಲಳೆಂಬ ಭರವಸೆ ಏಮನ್‌ಳಿಗಿತ್ತು; ಅವಳ ಈ ಪರಿಯ ಯೋಚನೆಯೂ ರೆಹನಾಳ ಮೇಲೆ ತನ್ನ ಪ್ರಭಾವವನ್ನು ಬೀರಿತ್ತು. ತಾನು ತನ್ನ ಪತಿಯಿಂದ ದೂರವಾಗಲು ಕಾರಣವನ್ನು ತಿಳಿಸುವಷ್ಟೇನೂ ಅವಳಲ್ಲಿ ನಿಸ್ಸಂಕೋಚ ಬೆಳೆದಿರಲಿಲ್ಲ. ಏಮನ್‌ಳಿಗೂ ಅದನ್ನೆಲ್ಲ ತಿಳಿಯಬೇಕೆಂಬ ಅವಸರವೇನೂ ಇರಲಿಲ್ಲ. ಸಾಧಾರಣ ಸ್ತ್ರೀಯರ ಜಿಜ್ಞಾಸೆಗಳಾವುದೂ ಅವಳಲ್ಲಿರಲಿಲ್ಲ. ಅದೇನಿದ್ದರೂ ರೆಹನಾಳ ಸ್ವಂತ ವಿಷಯವೆಂದು ಅವಳು ತಿಳಿದ್ದಿಳು. ಆಜರ್ ನವಾಬರ ಇಚ್ಛೆಯಂತೆ ಅವಳು ರೆಹಾನಾಗೆ ಸಹಾಯ ಮಾಡಬೇಕೆಂದಷ್ಟೇ ಬಯಸಿದ್ದಳು. ಆರಂಭದಲ್ಲಿ ನವಾಬರ ಇಚ್ಛೈಂದಷ್ಟೇ ಅವಳು ಇದಕ್ಕೆ ಉಪಕ್ರಮಿಸಿದ್ದಳಾದರೂ, ಕ್ರಮೇಣ ರೆಹಾನಾಳ ವ್ಯಕ್ತಿತ್ವದಲ್ಲಿ ಅವಳ ಅಭಿರುಚಿಯು ಈ ಆರಂಭಿಕ ಕಾರಣವನ್ನೇ ಮರೆಸಿತ್ತು.

ಹಲವು ತರದ ಕಾರ್ಡ್‌ಗಳ ಚಿತ್ರಣವಾದ ಮೇಲೀಗ ರೆಹಾನಾಳ ಅಭಿರುಚಿಯು ದೊಡ್ಡ ಚಿತ್ರಗಳ ಪೈಂಟಿಂಗ್‌ನತ್ತ ಸರಿದಿತ್ತು. ತನ್ನ ದೊಡ್ಡ, ಅಂದವಾದ ಬಂಗಲೆಯ ಒಂದು ಕೊಠಡಿಯಲ್ಲಿ ಅವಳು ತನ್ನ ಸ್ಟುಡಿಯೋ ನಿರ್ಮಿಸಿಕೊಂಡು, ಅಲ್ಲಿ ತನ್ನ ಅಭಿರುಚಿಯನ್ನು ಪೂರ್ಣಗೊಳಿಸಿಕೊಳ್ಳುತ್ತಿದ್ದಳು.

'ಸಾಕು!' ಏಮನ್ ಸುಮ್ಮನಿರಲಾಗದೆ, ರೇಹಾನಾಳನ್ನು ಬೆಚ್ಚಿ ಬೀಳಿಸದಂತೆ ಅವಳ ಕೈಮೇಲೆ ತನ್ನ ಕೈಯಿಟ್ಟಳು. 'ಈ ರೇಖೆಯನ್ನು ನೀನು ತಪ್ಪಾಗಿ ಎಳೆಯ ಹೊರಟಿರುವೆ.' ತಾಯ್ಮಮಗುವಿನ ಆ ಚಿತ್ರದ ಮೇಲೆ ದೃಷ್ಟಿನೆಟ್ಟು ಏಮನ್ ನುಡಿದಳು. 'ತಾಯೊಬ್ಬಳ ಹಣೆಯ ಮೇಲೆ ತನ್ನ ಮಗುವಿಗಾಗಿ ಈ ನೆರಿಗೆಯೆಂದು ಮೂಡಲಾರದು.' ಬ್ರಶನ್ ಒಂದು ತಪ್ಪು ರೇಖೆಯು ಅಷ್ಟೊಂದು ಒಳ್ಳೆಯ ಚಿತ್ರವನ್ನು ಕೆಡಿಸಲಿತ್ತು.

ಫೈಟಿಂಗ್‌ನ ವಿಷಯದಲ್ಲಿ ತಾಯ್ಮಗುವಿನ ಈ ವಸ್ತು-ವಿಷಯವನ್ನು ಎಷ್ಟು ಹಳೆಯದಾದರೂ ಚರ್ವಿತ-ಚರ್ವಣವೆಂದು ಹೇಳಲಾಗದು. ಈ ಒಂದು ಭಾವನೆಯ ಮೇಲೆಯೇ ಅಗಣಿತ ಚಿತ್ರಗಳೂ, ಮೂರ್ತಿಗಳೂ ತಯಾರಾಗಿವೆ. ಈ ಭಾವನೆಯು ಎಷ್ಟೊಂದು ಪವಿತ್ರ ಹಾಗೂ ಅದರಣೀಯವೆಂದರೆ, ಇದರ ಎತ್ತರವನ್ನು ತಲುಪುವುದು ಸಾಧಾರಣ ಮಟ್ಟದ ಕಲಾಕಾರಿಗಳಿಗೆ ಅಳವಲ್ಲ ಆದರೆ, ದೇವರ ಬಳಿ ತಲುಪುವ ಯತ್ನ ಮಾಡುವುದೂ, ತಲುಪುವದೂ ಎರಡು ಬೇರೆ ಬೇರೆ ವಿಷಯಗಳು.

ದೇವನನ್ನು ಪಡೆಯಲು ಸ್ವತಃ ಕಳೆದುಕೊಳ್ಳಬೇಕಾದ ಅವಶ್ಯಕತೆಯಿರುತ್ತದೆ. ಎಷ್ಟರ ಮಟ್ಟಿಗೆಂದರೆ, ದೇವರ ಹಾಗೂ ಭಕ್ತನ ಅಂತರ ಕಳೆದು ಹೋಗಿ ತಾದಾತ್ಮ್ಯವನ್ನು ಪಡೆವವರೆಗೆ, ಆದರೆ ಖುದಾನ ಹೆಸರಲ್ಲಿ ದಿಟ್ಟತನ ತೋರುವ ಪ್ರತಿಯೊಬ್ಬ ಫಕೀರನೂ

ಮನ್ಸೂರನಾಗಲಾರ; ಮತ್ತು ಪ್ರತಿಯೊಬ್ಬ ಮನ್ಸೂರನು ಶೂಲಕ್ಕೇರಲು ಅರ್ಹನಾಗಲಾರ, ನಿಜವಾದ ಈಶ್ವರ ಪ್ರೇಮದ ಅಂತಿಮ ಸೀಮೆಯಾದ ಶೂಲದಲ್ಲಿ, ಮಾನವನು ತನ್ನ ಭಾವನೆಗಳನ್ನು, ವಾಸನೆಗಳನ್ನು, ಬಯಕೆ ಆಕಾಂಕ್ಷೆಗಳನ್ನು, ಜೀವನ–ಮೃತ್ಯು ಎಲ್ಲವನೂ ದೇವನಿಗೆ ಅರ್ಪಿಸಿ ಬಿಡುತ್ತಾನೆ. ಪೈಂಟಿಂಗ್‌ನ ಪರೀಕ್ಷೆಯು ಇಷ್ಟೊಂದು ಕಠಿಣವಲ್ಲದ್ದರಿಂದಲೇ ಆ ಕ್ಷೇತ್ರವು ಇನ್ನೂ ಖಾಲಿಯಾಗಿಲ್ಲ. ಈ ಕ್ಷೇತ್ರದಲ್ಲಿ ತಮ್ಮನ್ನ ತಾವೇ ಕಳಕೊಂಡ ಕಲಾಕಾರರೂ, ಸಂಪತ್ತಿನಾಸೆಯಿಂದ ತಮ್ಮ ಕಲೆಯನ್ನು ಮುಂದುವರಿಸದೆ ಬಿಟ್ಟವರೂ ಎಷ್ಟಿಲ್ಲ! ಕಲೆಗೆ ಕಲೆಯ ಮಹತ್ವವನ್ನು ಕೊಡಲೆಂದೇ ಕಲೆಯನ್ನು ಮುಂದುವರೆಸಿಕೊಂಡು ಹೋದಂತವರು ಬಾಳಿನಲ್ಲಿ ಅಮರರಾದರು. ಆದರೆ, ಪ್ರಪಂಚದಲ್ಲಿ ಇಂತಹ ಮೈಕೆಲ್‌ಏಂಜೆಲೋ ವಾನ್–ಗೋಗ್, ರಫಾಯೆಲ್ ಅಂತಹವರು ಇದ್ದಾರೆ. ಕಲೆಯಲ್ಲಿ ತಾಯ್ಮಗುವಿನ ವಸ್ತುವಿನ ಸ್ಥಿತಿಯೂ ಹೀಗೇಯೇ ಇದೆ. ಈ ಭಾವನೆಯ ಮಹತ್ವವನ್ನೂ ಪವಿತ್ರತೆಯನ್ನೂ ಅರಿತವರೇ ಈ ಕಲಾಶಿಖರವನ್ನು ಮುಟ್ಟಲು ಶಕ್ತರಾದರೂ ಹಾಗಲ್ಲದ ಕೃತಿಗಳು ಕೇವಲ ಮಮತೆಯೆಂಬ ವಿಷಯದ ಬಲದ ಮೇಲೆ ಪ್ರಶಂಸಾಪಾತ್ರವಾದವು.

ಇಂದು ರೆಹನಾ ಇದೇ ವಿಷಯವನ್ನು ತನ್ನ ಕಲೆಗಾಗಿ ಇರಿಸಿಕೊಂಡಿರುವುದನ್ನು ಕಂಡು ಏಮನ್‌ಗೆ ಅಚ್ಚರಿಯೆನಿಸಿತು. ಇದೇ ವಿಷಯದ ಮೇಲೆ ತಯಾರಿಸಿದ ಇನ್ನೆರಡು ಚಿತ್ರಗಳನ್ನು ಅವಳು ತೋರಿದಾಗ ಈ ಅಚ್ಚರಿ ಇನ್ನೂ ಹೆಚ್ಚಾಯಿತು. ಹಿಂದೆಲ್ಲ ಏಮನ್ ಈ ವಿಷಯದ ಬಗ್ಗೆ ಮಾತಾಡುವಾಗ ರೆಹನಾ ಕೇವಲ ಪರಿಹಾಸವನ್ನಷ್ಟೇ ಮಾಡುತ್ತಿದ್ದುದರಿಂದ ಏಮನ್ ತನ್ನ ಮಾತಿನ ಧಾರೆಯನ್ನೇ ಬದಲಿಸುತ್ತಿದ್ದಳು. ಈಗ ತಾನೇ ಚಿತ್ರ ರಚಿಸಿದ್ದಷ್ಟೇ ಅಲ್ಲ. ಏಮನ್ ತನ್ನ ಕೃತಿಯ ಸಮಿಕ್ಷೆ ಮಾಡಲೆಂದು ಬಯಸಿದ್ದಳು.

'ತೋಟದ ಮುಕ್ತ ವಾತಾವರಣದಲ್ಲಿ ಕುಳಿತು ಈ ಚಿತ್ರಗಳ ಬಗ್ಗೆ ಸಮಿಕ್ಷಿಸಬಾರದೇಕೆ ?' ಎಂದ ಏಮನ್, ರೆಹಾನಾ ಒಪ್ಪಿದೊಡನೆ ಅವಳ ಗಾಲಿಕುರ್ಚಿಯನ್ನು ದೂಡುತ್ತಾ ಹೊರಟಳು.

ಹೊರಗೆ ಸಂಧ್ಯೆ ಕವಿದಿತ್ತು. ಆದರೂ ವಾತಾವರಣದಲ್ಲಿ ಬೆಳಕಿನ್ನೂ ಉಳಿದಿತ್ತು. ದೇವದಾರು ವೃಕ್ಷಗಳಿಂದ ಸಂಧ್ಯೆಯ ಹೊಂಬೆಳಕು ಹೊಮ್ಮುತ್ತಿತ್ತು. ಅಸ್ತಮಿಸುವ ಸೂರ್ಯನ ಕಿರಣಗಳಲ್ಲಿ ಬಿಸಿಯಿರಲಿಲ್ಲ. ಬಂಗಲೆಯ ತಗ್ಗಿನಲ್ಲಿ ಮೆಟ್ಟಿಲುಗಳಿಗೆದುರಾಗಿ ರೆಹಾನಾಳ ಗಾಲಿ ಕುರ್ಚಿಗಾಗಿ ರಸ್ತೆಯನ್ನು ನಿರ್ಮಿಸಲಾಗಿತ್ತು. ಸ್ಥಳೀಯ ಹೆಂಗಸೊಬ್ಬಳು ರೆಹಾನಾಳ ಸೇವೆಗಾಗಿ ನಿಯುಕ್ತಳಾಗಿದ್ದಳು. ಮೊದಲು ನಿಯುಕ್ತರಾಗಿದ್ದ ಇರಬೇಕಾದ ದಾದಿಯರು ಆ ಸ್ಥಳದ ಏಕಾಂತತೆಗೆ ಬೇಸತ್ತೋ, ಇಲ್ಲವೇ ರೆಹಾನಾಳ ಸ್ವಭಾವಕ್ಕೆ ಹೊಂದಿಕೆಯಾಗದೆಯೋ ಕೆಲಸ ಬಿಟ್ಟಿದ್ದರು.

ಏಮನ್‌ಳು ಗುಲಾಬಿಯ ಹಾಸಿನ ಬಳಿಯಲ್ಲಿ ತಡೆದು, ಒಂದು ಗುಲಾಬಿಯನ್ನು ಕಿತ್ತು ರೆಹಾನಾಳ ಮುಡಿಗಿಟ್ಟಳು.

'ನೀನೂ ಇಟ್ಟುಕೋ' ರೆಹಾನಾ ನುಡಿದಾಗ ಏಮನ್ ತಾನೂ ಹೂವೊಂದನ್ನು ಕಿತ್ತು ಮುಡಿದಳು.

'ನಿನ್ನ ಬಣ್ಣವಿನ್ನೂ ಪೂರ್ತಿಯಾಗಿ ಹಿಂದಕ್ಕೆ ಬಂದಿಲ್ಲ.' ರೆಹಾನಾ ಅವಳನ್ನೇ ದಿಟ್ಟಿಸಿ ನೋಡುತ್ತಾ ಹೇಳಿದಳು. 'ನನಗೆ ಯಾವಾಗಲೂ ನಿನ್ನ ರಂಗು-ರೂಪ ನೋಡಿ ಮತ್ಸರವೆನಿಸುತ್ತದೆ.'

'ನೀನೇನು ಕಡಿಮೆಯೇ ?' ಏಮನ್ ನಕ್ಕು ನುಡಿದಳು. ಇತ್ತೀಚಿಗೆ ರೆಹಾನಾ ಸ್ನೇಹದಿಂದ ವರ್ತಿಸುತ್ತಿದ್ದಳು. ಇಂದು ವಿಶೇಷ ಮೇಕ್‌ಆಪ್ ಏನೂ ಇಲ್ಲದೆ ಅವಳು ಸುಂದರವಾಗಿಯೇ ಕಾಣುತ್ತಿದ್ದಳು. ಕಣ್ರೆಪ್ಪೆಗಳು ದಟ್ಟವಾಗಿದ್ದೂ, ಅವಳೇಕೆ ಕೃತಕ ರೆಪ್ಪೆಗಳನ್ನು ಉಪಯೋಗಿಸುತ್ತಿದ್ದಳೋ!' ಕತ್ತರಿಸಿದ ಕೂದಲನ್ನು ಕತ್ತಿನ ಹಿಂದೆ ಕಟ್ಟಿ, ತೆಳುವಾಗಿ ಲಿಪ್‌ಸ್ಟಿಕ್ ಹಚ್ಚಿದ್ದಳು. ಮುಖದ ಮೇಲೆ ನಿರ್ಮಲತೆ, ಕಂಗಳಲ್ಲಿ ಕೋಮಲತೆಯಿತ್ತು. ಸ್ವಲ್ಪ ಹೊತ್ತು ತಿರುಗಿದ ಮೇಲೆ ರೆಹಾನಾ ನುಡಿದಳು. 'ಪಪ್ಪ ಇಂದು ಕೊಳದಲ್ಲಿ ಹೊಸ ಮಿನುಗಳನ್ನು ಬಿಟ್ಟಿದ್ದಾರೆ! ನೋಡುವ, ಬಾ.'

ಏಮನ್ ಆತ್ತ ತಿರುಗಿದಳು. ವಿಶಾಲವಾದ ಕೊಳದ ಸ್ವಚ್ಛವಾದ ನೀರಲ್ಲಿ ಸುಂದರವಾದ ಕೆಂಪು ಹಾಗೂ ಹೊಂಬಣ್ಣದ ಮಿನುಗಳು ಮಿಂಚಿನಂತೆ ಹೊಳೆಯುತ್ತಿದ್ದವು.

'ಬಣ್ಣಗಳಿಲ್ಲದಿದ್ದರೆ, ಈ ಜಗತ್ತಲ್ಲಿ ಕತ್ತಲೆಯೇ ತುಂಬುತ್ತಿತ್ತು. ಬುಲ್ ಬುಲ್‌ಗೆ ಸಮನಾದ ಸ್ವರ, ನವಿಲಿಗೆ ಸಮನಾದ ಬಣ್ಣ ಬೇರಿಲ್ಲ, ನಿಜ, ಬಣ್ಣ ಹಾಗೂ ಸ್ವರದ ವಿನಹ ಮನುಷ್ಯನ ಜೀವನ ಎಷ್ಟು ಅಪೂರ್ಣ.'

'ಹ್ಞೂ; ಈಗ ಹೇಳು' ರೆಹಾನಾ ವಿಹ್ವಲಳಾಗಿ ನುಡಿದಳು.

'ಏನು ?' ಏಮನ್ ಮರೆತೇ ಬಿಟ್ಟಿದ್ದಳು.

'ನನ್ನ ಚಿತ್ರಗಳ ಬಗ್ಗೆ' ರೆಹನಾ ನೆನಪಿಸಿದಳು.

'ನನ್ನಭಿಪ್ರಾಯದಂತೆ ಚಿತ್ರಗಳು ಚೆನ್ನಾಗಿವೆ.' ರೆಹಾನಾಗೆ ದುಃಖ ಆಗಬಾರದೆಂದು ಏಮನ್ ಹೇಳಿದಳು.

'ಹೀಗೆ ಹೇಳಿದರಾಗಿಲಿಕ್ಕಿಲ್ಲ; ಸರಿಯಾಗಿ ಹೇಳು' ರೆಹಾನಾಗೆ ಏಮನ್‌ಳ ಮನದ ಅರಿವಾಯಿತು.

ಏಮನ್ ಹಿಂಜರಿದಳಾದರೂ ರೆಹಾನಾಗೆ ಸತ್ಯ ತಿಳಿಯಲು ಭಯವೇನೂ ಇಲ್ಲದಿದ್ದುದರಿಂದ ತನ್ನ ಕರ್ತವ್ಯವನ್ನು ಪೂರೈಸುವುದು ಅವಶ್ಯಕ ಎಂದು ಅರಿತಳು.

'ಚಿತ್ರಗಳು ನಿಜವಾಗಿಯೂ ಚೆನ್ನಾಗಿವೆ; ಆದರೆ ಅವುಗಳಲ್ಲಿ ಮಮತೆಯ ಭಾವನೆಯ ಕೊರತೆಯಿದೆ.' ಏಮನ್ ಹೇಳಿಯೇ ಬಿಟ್ಟಳು.

‘ನೀನು ಈ ಮಾತು ಹೇಳಿ ನನ್ನೆಲ್ಲ ಪರಿಶ್ರಮದ ಮೇಲೆ ನೀರು ಚೆಲ್ಲಿ ಬಿಟ್ಟೆ.’ ರೆಹನಾ ನಿರಾಸೆಯಿಂದ ನಕ್ಕು ನುಡಿದಳು.

‘ನಾನೇನೂ ಚಿತ್ರ ಚೆನ್ನಾಗಿಲ್ಲವೆಂದು ಹೇಳಲಿಲ್ಲ.’ ಏಮನ್ ತಿಳಿ ಹೇಳಿದಳು. ‘ಆದರೆ ರೆಹಾನಾ, ಯಾವುದೇ ಭಾವನೆಯ ಸರಿಯಾದ ಅನುಭವವೇ ಕಲಾಕೃತಿಯ ಮೇಲೆ ಪ್ರಭಾವ ಬೀರಬಲ್ಲುದು.’

ರೆಹಾನಾ ತನ್ನನ್ನೇ ತಾನು ಮರೆತಂತಾದಳು. ‘ಏಮನ್, ನನ್ನಲ್ಲಿ ಅನುಭವದ ಕೊರತೆಯಿದೆಯೆಂದು ನೀನು ತಿಳಿದಿರುವೆಯಾ ?’ ಎಂದಳು. ಸ್ವಲ್ಪ ಹೊತ್ತಿನ ಬಳಿಕ ನುಡಿದಳು. ‘ಬಹುಶಃ ನೀನು ನಿಜವನ್ನೇ ಹೇಳುತ್ತಿರುವೆ.’

‘ಖಂಡಿತ ಅಲ್ಲ.’ ಏಮನ್ ಬೇಗನೇ ನುಡಿದಳು. ಇಂತಹ ಕಂಗಳು ಅನುಭವಹೀನರಲ್ಲಿರುವುದಿಲ್ಲ. ನೀನು ಎಲ್ಲಾ ವಿಷಯಗಳನ್ನೂ ಅಗತ್ಯಕ್ಕಿಂತ ಹೆಚ್ಚು ಪರಿಭಾವಿಸುತ್ತೀ ಎಂದು ನನಗನಿಸುತ್ತದೆ. ನಿನ್ನ ವಿಚಾರಗಳು ಹೀಗೆ ಚೆಲ್ಲಾ ಪಿಲ್ಲಿಯಾಗಿರುವುದೇ ನಿನ್ನ ಚಿತ್ರಗಳಲ್ಲಿ ಕಂಡು ಬರುತ್ತದೆ.’

‘ಏಮನ್, ನೀನೆಂದು ಚಿತ್ತಕ್ಷೋಭೆಗೆ ಬಲಿಯಾಗುವುದಿಲ್ವೆ? ಏಮನ್‌ಳ ಆಕರ್ಷಕ ಮುಖ–ಮುದ್ರೆಯನ್ನು ನೋಡುತ್ತಾ ರೆಹನಾ ಕೇಳಿದಳು.

ಏಮನ್ ಅಲ್ಲೇ ಕೊಳದ ಕಟ್ಟೆಯ ಮೇಲೆ ಕುಳಿತಿದ್ದಳು. ಅವಳು ತನ್ನ ಉದ್ದದ ತೂಗುಜಡೆಯನ್ನು ಹಿಂದೆ ನೀರಲ್ಲಿ ಒದ್ದೆ ಅಗದಿರಲೆಂದು ಎದುರಿಗೆ ಬಿಟ್ಟುಕೊಂಡಿದ್ದಳು. ತೆಳುವಾದ ನೀರುಳ್ಳಿ ಬಣ್ಣದ ಸೆಲ್ವಾರ್–ಕಮೀಜ್ ಹಾಗೂ ದುಪಟ್ಟಾದಲ್ಲಿ ಸೂರ್ಯನ ಹೊಂಗಿರಣಗಳು ಮೀನುಗಳಂತೆ ಚಡಪಡಿಸುತ್ತಿದ್ದವು, ಅವಳು ತನ್ನ ಸುಂದರವಾದ ಕೈಗಳನ್ನು ಮೊಣಕಾಲ ಮೇಲೆ ಕಟ್ಟಿಕೊಂಡಿದ್ದಳು. ಬಿಳಿಯ ನಾಜೂಕಾದ ಸ್ಯಾಡ್‌ಲ್‌ನಲ್ಲಿ ಬಣ್ಣ ಹಚ್ಚಿದ ಉಗುರುಗಳ ಕಾರಣ ಕಾಲ್ಗಳು ಇನ್ನೂ ಬಿಳಿಯಾಗಿ ಕಾಣಿಸುತ್ತಿದ್ದವು. ರೆಹನಾಳ ಈ ವ್ಯಕ್ತಿಗತ ಪ್ರಶ್ನೆಗೆ ಅವಳು ತಯಾರಿರಲಿಲ್ಲ. ಏನು ಉತ್ತರ ಕೊಡಲೆಂಬ ಚಿಂತೆಯಲ್ಲಿ ಅವಳು ಮುಳಗಿದಳು.

“ ನಿನ್ನ ಮೌನದ ಅರ್ಥ ನೀನೂ ಕೆಲವೊಮ್ಮೆ ಚಿತ್ತಕ್ಷೋಭೆಗೆ ಈಡಾಗುತ್ತೀಯೆಂದೇ?” ರೆಹಾನಾ ಕೇಳಿದಳು.

“ ಯಾರು ಈಡಾಗುವುದಿಲ್ಲ?” ಏಮನ್ ನುಡಿದಳು, “ಆದರೆ ನಿನ್ನ ಹಾಗೂ ನನ್ನ ಚಿತ್ತಕ್ಷೋಭೆಯಲ್ಲಿ ಅಂತರವಿದೆ. ಯಾಕೆಂದರೆ ನಮ್ಮ ಸ್ಥಿತಿ ಪೂರ್ಣ ಭಿನ್ನವಾಗಿದೆ. ನೀನು ಎಂದೂ ಏನನ್ನೂ ಕಳಕೊಂಡಿಲ್ಲ; ನಾನು ಎಂದೂ ಏನನ್ನೂ ಪಡೆದಿಲ್ಲ. ”

“ನಾನೆಂದೂ ಏನನ್ನೂ ಕಳಕೊಂಡಿಲ್ಲವೆಂದು ನೀನು ಹೇಗೆ ತಾನೇ ಹೇಳಬಲ್ಲೆ ?” ಬಹುಶಃ ವಾತಾವರಣದ ಕಾರಣ ರೆಹಾನಾ ಭಾವುಕಳಾಗುತ್ತಿದ್ದಳು.

ಏಮನ್ ತಕ್ಷಣವೇ ತನ್ನ ತಪ್ಪನ್ನರಿತಳು. ರೆಹಾನಾಳ ನೋವನ್ನು ತಿಳಿದುಕೊಂಡು ಅವಳು ಅವಳ ಕೈ ಮೇಲೆ ತನ್ನ ಕೈಯನ್ನಿರಿಸಿದಳು. ಬಾಯಲ್ಲೇನೂ ಹೇಳಲಿಲ್ಲ. ಹೇಳುವ ಅಗತ್ಯವಾದರೂ ಏನಿತ್ತು? ಮೆಲುವಾದೊಂದು ಧ್ವನಿಯೇ ಹೃದಯದ ಬಾಗಿಲನ್ನು ತೆರೆದಾಗ, ಶಬ್ದಗಳ ಆಡಂಬರದ ಅವಶ್ಯಕತೆ ಇರುವುದಿಲ್ಲ. ಅಲ್ಲದೆ ಏಮನ್ ರೆಹಾನಾಳ ರಹಸ್ಯವನ್ನು ಅರಿಯ ಬಯಸಿರಲಿಲ್ಲ. ಕೇವಲ ಅವಳ ದುಃಖವನ್ನು ಹಂಚಿಕೊಳ್ಳ ಬಯಸಿದ್ದಳು.

“ಯಾರಿಗೂ ತಿಳಿಸದ ವಿಷಯವನ್ನು ನಾನಿಂದು ನಿನಗೆ ತಿಳಿಸುತ್ತೇನೆ, ಏಮನ್; ನನ್ನ ಉಸಿರು ಕಟ್ಟಿದಂತಾಗುತ್ತಿದೆ.”

ಏಮನ್ ಅವಳ ಕೈಗಳನ್ನು ತನ್ನ ಕೈಗಳಲ್ಲಿ ತೆಗೆದು ಕೊಂಡಳು. ಅವರಿಬ್ಬರ ಹಿನ್ನೆಲೆ ಬೇರೆ ಬೇರೆಯೇ ಇದ್ದರೂ, ಒಬ್ಬಳು ಸ್ತ್ರೀಯ ದುಃಖವನ್ನು ಇನ್ನೊಬ್ಬ ಸ್ತ್ರೀಯೇ ಹಂಚಿಕೊಳ್ಳ ಬಲ್ಲಳು. ಅವಳ ಹೃದಯದ ನೋವನ್ನು ಅರಿಯಬಲ್ಲಳು. ಪುರುಷನಿಂದ ಅವಳು ತನ್ನ ದುಃಖಕ್ಕೆ ಮದ್ದು ಕೊಂಡುಕೊಳ್ಳಬಲ್ಲಳಷ್ಟೇ.

“ನಾನೂ ತಾಯಿಯಾಗ ಬಯಸುತ್ತೇನೆ, ಏಮನ್”, ರೆಹಾನಶ ಇದ್ದಕ್ಕಿದ್ದಂತೆಯೇ ಏಮನ್‌ಳ ಹೆಗಲ ಮೇಲೆ ತನ್ನ ತಲೆಯೊರಗಿಸಿದಳು.

ಏಮನ್ ಮೂಕಳಾಗುಳಿದಳು. ಕೆಲಹೊತ್ತು ಹೀಗೆಯೇ ರೆಹಾನಾಳನ್ನು ಆಧರಿಸಿ ಅವಳು ಸುಮ್ಮನೆ ಕುಳಿತಳು. ಮತ್ತೆ ಮೆಲ್ಲನೆ ನುಡಿದಳು. “ನೀನು ನಿನ್ನ ಗಂಡನನ್ನು ಬಿಟ್ಟೆಯೇ, ರೇಹಾನಾ? ನೀನು ಮಾಡಿದ್ದು ಒಳಿತಾಗಲಿಲ್ಲ.”

“ಆಗ ನಾನು ತಾಯಾಗಲು ಇಚ್ಛಿಸುತ್ತಿರಲಿಲ್ಲ.” ರೆಹಾನಾಳು ಏಮನ್‌ಳ ಹೆಗಲಿನಿಂದ ತಲೆಯೆತ್ತುತ್ತಾ ನುಡಿದಳು. ಅವಳು ಮುಂದುವರಿಸಲೆಂದು ಏಮನ್ ಸುಮ್ಮನೆ ಉಳಿದಳು.

“ಡಾನ್ಸ್ ಫ್ಲೋರ್‌ನಲ್ಲಿ ನನಗೆ ಸಾಟಿಯಾಗಬಲ್ಲ ಹುಡುಗಿಯರು ಬಹಳ ಕಮ್ಮಿ ಇದ್ದರು. ಇಕ್‌ಬಾಲ್‌ನೊಡನೆ ನನ್ನ ಭೇಟಿ ಕ್ಲಬ್‌ನಲ್ಲೇ ಆಗಿತ್ತು. ಮತ್ತೆ ನಮ್ಮ ಮದುವೆಯಾಯ್ತು. ಅವರು ನನ್ನನ್ನು ಪ್ರೀತಿಸುತ್ತಿದ್ದರು. ಈಗಲೂ ಪ್ರೇಮಿಸುತ್ತಿರಬಹುದು.” ರೇಹಾನಾ ದೂರ ಕ್ಷಿತಿಜದತ್ತ ದಿಟ್ಟಿಸುತ್ತಾ ತನಗೆ ತಾನೇ ವಿಶ್ವಾಸ ತಂದುಕೊಂಡಳು. “ಆಜರ್ ನವಾಬರನ್ನು ಕಂಡಾಗಲೆಲ್ಲ ಅವರಲ್ಲಿ ನನಗೆ ಇಕ್‌ಬಾಲ್‌ರ ರೂಪವೇ ಕಾಣುತ್ತದೆ.”

“ಹಾಗಾದರೆ ಅವರು ಬಹಳ ಚೆಲುವರಾಗಿದ್ದಿರಬಹುದು”, ಏಮನ್‌ಳ ಮುಖದಿಂದ ಅಕಸ್ಮತ್ತಾಗಿ ಮಾತು ಹೊರಟಿತು. “ಅಲ್ಲದೆ ಅವರು ನಿನ್ನನ್ನು ಪ್ರೇಮಿಸುತ್ತಾರೆ. ಕೂಡಾ. ಮತ್ತೇಕೆ ನೀನವರನ್ನು ಅಗಲಿದೆ?”

“ಹೌದು, ಅವರು ತುಂಬಾ ಚೆಲುವಾಗಿದ್ದಾರೆ. ಆದರೆ ಅಷ್ಟೇ ಹಟವಾದಿ ಕೂಡಾ. ಅವರಿಗೆ ಮಕ್ಕಳೆಂದರೆ ತುಂಬ ಪ್ರೀತಿ. ನಮಗೆ ಮಕ್ಕಳಾಗಬೇಕೆಂದು ಅವರು ಬಯಸಿದ್ದರು. ಆದರೆ ನಾನು ಅದಕ್ಕೆ ಸಿದ್ಧಳಿರಲಿಲ್ಲ”

"ನಿನಗೆ ಮಕ್ಕಳಾಗುವುದು ಇಷ್ಟವಿರಲಿಲ್ಲವೇ?" ಏಮನ್ ಆಶ್ಚರ್ಯದಿಂದ ಕೇಳಿದಳು, "ಏಕೆ?"

"ನನ್ನ ದೇಹಸೌಂದರ್ಯವು ಹಾಳಾಗುವುದೆಂದು ನನಗೆ ಭಯವಿತ್ತು. ಇದೇ ವಿಷಯದ ಮೇಲೆ ನಮಗೆ ಘರ್ಷಣೆಯಾಗುತ್ತಿತ್ತು. ಒಂದು ದಿನ ನಾನವರಿಗೆ ತಪ್ಪು ಮಾತುಗಳನ್ನೇ ಹೇಳಿ ತಂದೆಯ ಬಳಿಗೆ ಬಂದು ಬಿಟ್ಟೆ."

"ಮತ್ತೆ ಇಕ್‌ಬಾಲ್ ಸಾಹಬ್ ನಿನ್ನನ್ನು ಸಿಗುವ ಪ್ರಯತ್ನ ಮಾಡಲಿಲ್ಲವೇ?"

"ಅವರ ಪತ್ರಗಳು ಬರುತ್ತಿದ್ದವು. ಅವರು ನನ್ನನ್ನು ಹಿಂದಕ್ಕೆ ಕರೆಯುತ್ತಿದ್ದಳು. ಆದರೆ ಶರ್ತ ಅದೇ ಇರುತ್ತಿತ್ತು." ರೆಹಾನಾ ನಿಟ್ಟುಸಿರಿಟ್ಟು ನುಡಿದಳು.

"ನೀನು ಹೋಗಬಹುದಿತ್ತಲ್ಲ, ರೆಹಾನಾ? ಈ ಪ್ರಪಂಚದಲ್ಲಿ ತಾಯಾಗ ಬಯಸದ ಅದಾವ ಹೆಣ್ಣು ತಾನೇ ಇರಬಹುದು?! ಇದು ಬರೀ ಹಟವಾಯ್ತು, ಅಷ್ಟೇ." ಏಮನ್ ನುಡಿದಳು.

ಹೇಗೆ ಹೋಗುತ್ತಿದ್ದೆ. ಏಮನ್? ಖುದಾಗೆ ನನ್ನ ಮಾತು ಕೆಟ್ಟದೆನಿಸಿರಬೇಕು. ನನಗೆ ಪೋಲಿಯೋ ತಗಲಿತು. ನಾನು ತಾಯಾಗಲು ಯೋಗ್ಯಳಾ ಗುಳಿಯಲಿಲ್ಲ.' ರಹಾನಾಳ ಕಂಗಳಲ್ಲಿ ನೀರು ಜಿನುಗಿತು. 'ಅಲ್ಲದೆ, ನಾನು ನನ್ನ ಈ ಸ್ಥಿತಿಯಲ್ಲಿ ಅವರ ಬಳಿಗೆ ಹೋಗಲು ಇಷ್ಟ ಪಡಲಿಲ್ಲ.'

'ಇಕ್‌ಬಾಲ್ ಸಾಹಬ್ ಅರಿತಿರುವರೇ?' ಏಮನ್ ಕೇಳಿದಳು.

'ಇಲ್ಲ ; ನಾನವರಿಗೆ ಬರೆಯಲಿಲ್ಲ. ಪಪ್ಪನಿಗೂ ಬರೆಯಬಾರದೆಂದಿದ್ದೆ. ಅವರ ಕೊನೆಯ ಪತ್ರದಲ್ಲಿ, ಅವರು ಉಪಾಯವಿಲ್ಲದೆ, ನಾನು ಡೈವೋರ್ಸ್ ಪಡೆಯಲಿಚ್ಛಿಸುವುದಾದರೆ ವಿಚ್ಛೇದನ ನೀಡುವರೆಂದು ಬರೆದಿದ್ದರು.'

'ನೀನವರ ಇಚ್ಛೆಯನ್ನು ಪೂರೈಸಿದ್ದಿದ್ದರೆ !' ಏಮನ್ ಅವಳ ನೋವನ್ನರಿತು, ನುಡಿದಳು.

'ಪ್ರೀತಿಯ ವಸ್ತು ಸಿಗದೆ ಹೋದ ನೋವು ನನ್ನನ್ನು ಕೊಲ್ಲುತ್ತಿದೆ ಏಮನ್.' ರೆಹಾನಾ ತುಳುಕುತ್ತಿರುವ ಕಣ್ಣೀರಿನೊಡನೆ ಹೇಳಿದಳು. 'ಪಪ್ಪನ ಸಂಪತ್ತಿನಿಂದ ನಾನು ಏನು ಬೇಕಾದರೂ ಕೊಳ್ಳಬಲ್ಲನೆಂದು ನಾನೆಣಿಸಿದ್ದೆ. ಇಕ್‌ಬಾಲ್‌ನನ್ನೂ ನನ್ನೆದುರು ಬಗ್ಗಿಸಬಲ್ಲೆನೆಂದುಕೊಂಡಿದ್ದೆ, ಆದರೆ ನಿಜವಾದ ಸಂತೋಷವನ್ನು ಕೊಂಡುಕೊಳ್ಳಲಾಗುವುದಿಲ್ಲ, ಆ ಚಿಕ್ಕ ಬಲಿದಾನಗಳೇ ನಾವು ಇತರರಿಗೆ ಕೊಡುವ ಉಡುಗೊರೆಗಳು ನಾನೂ ಇಕ್‌ಬಾಲ್‌ನಿಗಾಗಿ ನನ್ನ ಹಟವನ್ನು ಬಲಿದಾನ ಮಾಡಿದ್ದರೆ......!'

'ಇಕ್‌ಬಾಲ್ ಸಾಹಬ್ ನಿನ್ನನ್ನು ಪ್ರೀತಿಸುವರಾದರೆ, ಈಗಲೂ ಅವರು ನಿನ್ನನ್ನು ಮರೆತಿರಲಿಕ್ಕಿಲ್ಲ, ಈಗಲೂ ಅವರು ನಿನ್ನನ್ನು ಕರೆಸಬಹುದು ಇಲ್ಲವೆ ನಿನ್ನ ಬಳಿಗೆ ಬರಬಹುದು.'

'ಅವರು ಬರಲಾರರು, ಏಮನ್ ಎರಡು ಕಾರಣಗಳಿವೆ. ಒಂದೆಂದರೆ, ನಾನು ನಡೆಯಲಾರನೆಂದು ಎಂದೂ ನಾನವರಿಗೆ ತಿಳಿಯಲು ಬಿಡಲಾರೆ; ಎರಡನೆಯದಾಗಿ, ಈಗವರು ಏಕೆ ಬಂದಾರು ? ನಿನ್ನನ್ನು ಯಾರಾದರೂ ಖಂಡಿತ ಪ್ರೀತಿಸಿರಬಹುದು.....'

'ನನ್ನ ವಿಷಯ ಬಿಡು, ನನ್ನನ್ಯಾರೂ ಪ್ರೀತಿಸಿಲ್ಲ.' ಏಮನ್ ಈ ಸಂಧಿಗ್ದರಲ್ಲಿ ನನ್ನನ್ನು ಸಿಲುಕಿಸಿಕೊಳ್ಳಲು ಇಷ್ಟ ಪಡಲಿಲ್ಲ.

ರೆಹಾನಾಳ ಕಂಗಳಲ್ಲಿ ಬೇಸರದಲ್ಲೂ ತುಂಟತನ ಇಣುಕಿತು.

'ಈವರೆಗೆ ಯಾರೂ ನಿನ್ನೊಡನೆ, ನಿನ್ನ ಕೂದಲು ಕಪ್ಪು ಮೋಡಗಳಂತೆ ಇವೆಯೆಂದೂ ನಿನ್ನ ಬಣ್ಣ ಕೆಂಪಾಗಿದೆಯೆಂದೂ, ಕಂಗಳು ಚಿನ್ನದಂತೆ ಇವೆಯೆಂದೂ, ನೀನು ವಾಸ್ತವಕ್ಕಿಂತ ಹೆಚ್ಚು ಸ್ವಪ್ನವಾಗಿರುವೆಯೆಂದೂ ಹೇಳಿಲ್ಲವೆನ್ನುವೆಯಾ ?'

ಏಮನ್ ಚಕಿತಳಾದಳು. 'ರೆಹಾನಾ ಇದೇನು ಹೇಳ ತೊಡಗಿದ್ದಳು ? ಅವಳಿಗೆ ಹೇಗೆ ತಿಳಿಯಿತು? ಅವಳ ದೃಷ್ಟಿಯಲ್ಲಿ ದೃಢವಾದ ವ್ಯಕ್ತಿತ್ವವೊಂದು ಮೂಡಿತು. ಹೊಳೆವ, ಆಳದೃಷ್ಟಿಯಿಂದ ಅವಳನ್ನೇ ನಿಟ್ಟಿಸುತ್ತಿದ್ದ ಕಂಗಳಲ್ಲಿ ದೃಢವಾದ ಆತ್ಮವಿಶ್ವಾಸವಿತ್ತು. ಸೀಗರೇಟಿನ ಹೊಗೆಯ ತೆಳುಪರದೆಯ ಹಿಂದೆ ಆ ಕೊಂಚ ಬಾಗಿದ ತುಟಿಗಳು 'ಸ್ವಪ್ನಾ ಎಂದಿದ್ದವು. ಆ ನೆನಪನ್ನು ಸ್ವಪ್ನವಾಗಿರಿಸಲೇ ಅವಳು ಬಯಸಿದ್ದಳು. ಆದರೆ, ಯಾರೋ ಪ್ರತಿಸಲವೂ ಅವಳ ಯತ್ನವನ್ನು ವಿಫಲಗೊಳಿಸುತ್ತಿದ್ದರು. ಆಜರ್ ನವಾಬರು ಏನು ಬಯಸುತ್ತಿದ್ದರು? ಅವರಿಬ್ಬರ ಲೋಕದ ನಡುವೆ ಎಂದೂ ದಾಟಲಾರದ ಒಂದು ಪ್ರಪಾತವಿತ್ತು. ಅವಳ ದೀಪದ ಮಂದ ಪ್ರಕಾಶವು ಆಜರ್ ನವಾಬರ ಝಗಮಗಿಸುವ ತೂಗುದೀಪಗಳ ಪ್ರಭೆಯೆದುರು ಮಿಂಚು ಹುಳದಂತಿರುತ್ತಿತ್ತು. ಪ್ರಪಂಚದ ಸಿದ್ಧಾಂತಗಳನ್ನು ಯಾರು ತಾನೇ ಮುರಿಯಬಲ್ಲರು ? ಸಣ್ಣ ದೀಪಗಳು ದೊಡ್ಡ ದೀಪಗಳೊಡನೆ ಘರ್ಷಿಸಿದರೂ, ಸಣ್ಣವು ಸಣ್ಣವಾಗಿಯೇ ಉಳಿಯುತ್ತವೆ. ಕೆಲವೊಮ್ಮೆ ಈ ಘರ್ಷಣೆಯನ್ನು ಸಹಿಸುವುದೂ ಅವಕ್ಕೆ ಶಕ್ಯವಿರುವುದಿಲ್ಲ. ದೊಡ್ಡ ದೀಪಗಳ ತಾಪದಲ್ಲಿ ಅವು ನಂದಿಹೋಗುತ್ತದೆ. ಏಮನ್‌ಗೆ ಉರಿದು ಬೂದಿಯಾಗುವುದು ಬೇಡವಿತ್ತು. ತನ್ನನ್ನೇ ಈ ಅಪಘಾತದಿಂದ ರಕ್ಷಿಸಿಕೊಳ್ಳಬೇಕಿತ್ತು.

'ಇಲ್ಲ : ನನ್ನೊಡನೆ ಎಂದು ಯಾರೂ ಏನೂ ಹೇಳಿಲ್ಲ' ಅವಳೆಂದಳು.

'ಒಂದು ವೇಳೆ ನೀನು ಹೇಳುತ್ತಿರುವುದು ಸತ್ಯವೆಂದಾದರೆ, ನಿನ್ನ ಕಂಗಳಲ್ಲಿ ಕಣ್ಣಿಟ್ಟು, ಯಾರಾದರೊಬ್ಬ ಪುರುಷ ನಿನ್ನಷ್ಟದಂತೆ ಈ ಮಾತುಗಳನ್ನು ಹೇಳಲೆಂದು ನಿನ್ನ ಹೃದಯ ಹಾರೈಸಿರಬಹುದು.

ಏಮನ್ ನಕ್ಕು ಬಿಟ್ಟಳು. 'ಇಂದು ನೀನು ಒಳ್ಳೇ ರೋಮಾನ್ಸ್‌ನ ಮೂಡ್‌ನಲ್ಲಿರುವಿ.'

'ಮತ್ತು ನೀನು ಬೇಕೆಂದೇ ನನ್ನ ಪ್ರಶ್ನೆಗಳಿಂದ ತಪ್ಪಿಸಿಕೊಳ್ಳುತ್ತಿರುವಿ.'

'ನಾನೆಲ್ಲಿ ತಪ್ಪಿಸಿಕೊಳ್ಳುತ್ತಿದ್ದೇನೆ? ನಿಜವೆಂದರೆ, ಈ ವಿಷಯಗಳು ವಸ್ತು ಸ್ಥಿತಿಗೆ ಸಂಬಂಧಿಸಿವೆ.'

'ನನಗೆ ಅರ್ಥವಾಗಲಿಲ್ಲ'

'ಅಂದರೆ, ನನ್ನ ಪರಿಸ್ಥಿತಿಯೂ ಎಂದೂ ನನ್ನನ್ನು ಅನಿಯಂತ್ರಿತಳಾಗಿ ಇರಲು ಬಿಡಲಿಲ್ಲ.'

'ಅಂದರೆ, ಖಂಡಿತ ನಿನ್ನೊಡನೆ ಯಾರೋ ನೀನು ತುಂಬ ಚೆಲುವೆಯೆಂದು ಹೇಳಿದ್ದಾರೆ' ರೆಹಾನಾ ಕೆಣಕಿದಳು.

'ನಾನು ಹೇಳಿದೆನಲ್ಲ, ನನ್ನ ಪರಿಸ್ಥಿತಿಯು ಎಂದೂ ನನಗೆ ಈ ವಿಷಯಗಳ ಬಗ್ಗೆ ಯೋಚಿಸಲು ಅವಕಾಶವನ್ನೇ ಕೊಡಲಿಲ್ಲ. 'ಅಥವಾ, ನಿನಗೆ ಸಂಪೂರ್ಣ ಒಪ್ಪಿಗೆಯಾಗುವಂತಹ ವ್ಯಕ್ತಿಯಿಂದ ಇಂತಹ ಪ್ರಶಂಸೆ ಬಂದಿಲ್ಲವೆಂದೇ ?'

ಇಂದು ಇದೇನಾಗಿತ್ತು. ರೆಹಾನಾಗೆ ? ತನ್ನ ಮನದ ರಹಸ್ಯವು ಬಾಯಲ್ಲಿ ಬಂದು ಬಿಟ್ಟರೆಂದು ಏಮನ್ ಹೆದರಿದಳು. ಅವಳು ಈ ಮಾತನ್ನ ಅಲ್ಲಿಗೇ ಮುಗಸಲು ಬಯಸಿ, ನಕ್ಕು ನುಡಿದಳು. 'ಹಾಗೆಂದೇ ತಿಳಿದುಕೋ.'

ರೆಹಾನಾ ಮತ್ತೂ ಏನೋ ಹೇಳಲಿದ್ದಾಗ ಆಳು ಬಂದು ನುಡಿದ 'ಸಾಹೆಬ್, ಚಾ ತಯಾರಾಗಿದೆ.'

ಏಮನ್ ನಿಡಿದಾದ ಉಸಿರೊಂದನ್ನು ಬಿಟ್ಟಳು. ರೆಹಾನಾಳ ಗಾಲಿಕುರ್ಚಿಯನ್ನು ದೂಡುತ್ತಾ ಹೊರಡಲುದ್ಯುಕ್ತಳಾದಾಗ, ಎಲ್ಲೂ ಮುಂದಕ್ಕೆ ಹೋಗಲಿಕ್ಕಿಲ್ಲವೆಂದು ಅವಳಿಗೆ ತಿಳಿಯಿತು. ವಿಶಾಲವಾದ ಆ ಲಾನ್‌ನಲ್ಲಿ ಆಜರ್ ನವಾಬರು ಮೊದಲೇ ಬಂದು ಆರಾಮ ಕುರ್ಚಿಯಲ್ಲಿ ವಿರಾಜಮಾನರಾಗಿದ್ದರು. ಏಮನ್ ಬೆಚ್ಚಿಬಿದ್ದಳು. ಅಲ್ಲಿಂದ ಅವರ ಮಾತುಕತೆಗಳು ಬಹು ಸುಲಭವಾಗಿ ಕೇಳಿಸಿರಬಹುದು. ಯಾವಾಗಲೂ ತಾನೊಂದು ಚರ್ಚೆಯ ವಿಷಯವಾಗುವ ಬಗ್ಗೆ ಅವಳು ಭಯಪಡುತ್ತಿದ್ದಳು. ಈಗ, ರೆಹನಾ ತನ್ನ ವ್ಯಕ್ತಿತ್ವದ ಅತ್ಯಂತ ನಾಜೂಕಾದ ಮಗ್ಗುಲನ್ನು ಕೆರೆಯುತ್ತಿದ್ದಾಗ, ತಮ್ಮ ಪ್ರತಿಯೊಂದು ಶಬ್ದವೂ ಇಲ್ಲಿವರೆಗೆ ಕೇಳಿರಬಹುದು. ಆಜರ್ ನವಾಬರು ಮುಳುಗುವ ಸೂರ್ಯನ ಕೆಂಪಲ್ಲಿ ದೃಷ್ಟಿ ನೆಟ್ಟು ಕುಳಿತಿದ್ದರು. ಅವರ ಹಣೆಯ ರೇಖೆಯು ಅವರೇನೋ ಆಳ ವಿಚಾರದಲ್ಲಿ ಮುಳುಗಿರುವರೆಂದು ಸೂಚಿಸುತ್ತಿತ್ತು. ಹುಡುಗಿಯರು ಬರುತ್ತಿರುವುದನ್ನು ನೋಡಿ ಅವರು ಸಿಗರೇಟ್ ಆರಿಸಿ, ಎದ್ದು, ಏಮನ್‌ಳ ಕೈಯಿಂದ ಗಾಲಿ ಕುರ್ಚಿಯನ್ನು ತಮ್ಮ ಕೈಗಳಿಗೆ ತೆಗೆದುಕೊಂಡರು. ಏಮನ್ ಚಾ ಬೆರೆಸಲು ತೊಡಗಿದಳು.

'ರೆಹನಾ, ಇಂದು ನಿನ್ನ ಮುಖದ ಕೆಂಪಿಗೂ, ಸೂರ್ಯನ ಕೆಂಪಿಗೂ ಯಾವುದೇ ವ್ಯತ್ಯಾಸವಿಲ್ಲ.' ಆಜರ್ ನವಾಬರು ಏಂದಿನಂತೆ ಇಂದೂ ಉದಾರತೆಯಿಂದ ರೆಹಾನಾಳನ್ನು ಹೊಗಳಿದರು. ರೆಹನಾಳ ಕಂಗಳು ಹೊಳೆದವು. ಹಾಗೂ ಅವಳು ಕಣ್ಣಂಚಿನಿಂದ ಏಮನ್‌ಳತ್ತ ನೋಡಿದಳು. 'ಈ ಮನುಷ್ಯನ ಹೊಗಳಿಕೆಯೂ ನಿನ್ನ ರಕ್ತದಲ್ಲಿ ಬಿಸಿಯನ್ನು ಹರಿಸುವುದಿಲ್ವೇ' ಎಂದು ಕೇಳುವಂತಿತ್ತು ಆ ನೋಟ. ಆದರೆ ಏಮನ್‌ಳ ಕಂಗಳು ಅದೇ ತರಹ ನಿರರ್ಥಕವಾಗಿ ಚಾ ಕಪ್ಪುಗಳ ಮೇಲೆ ಕೇಂದ್ರೀಕೃತವಾಗಿತ್ತು.

ರಿಯಾಜ್ ಸಾಹಬರೂ ಕೂಡ ವೇಗವಾಗಿ ನಡೆಯುತ್ತಾ ಬಂದು ಅವರನ್ನು ಕೂಡಿಕೊಂಡಿದ್ದರೂ, ಸ್ವಲ್ಪ ಹೊತ್ತಿನ ಬಳಿಕ ಆಜರ್ ನವಾಬ ಹಾಗೂ ಏಮನ್ ಹೋಗಲೆದ್ದಾಗ ಅವರು ಜೀಪ್‌ನವರೆಗೆ ಅವರನ್ನು ಬೀಳ್ಕೊಡಲು ಬಂದರು.

'ಹಾಗಾದರೆ, ನಮ್ಮ ಇಂದಿನ ಮಿಟಿಂಗ್‌ನಲ್ಲಿ ನಾವು ಯಾವುದೇ ನಿರ್ಣಯಕ್ಕೆ ಬರಲಿಲ್ಲವಲ್ಲಾ ?' ರಿಯಾಜಾ ಸಾಹಬರಂದರು.

'ಇಲ್ಲ,' ಆಜರ್ ನವಾಬರು ಉತ್ತರಿಸಿದರು.

ಹಾಗಾದರೆ, ನೀವು ನನ್ನ ಅಭಿಪ್ರಾಯಕ್ಕೆ ಗಮನ ಕೊಡುವಿರೆಂದರ್ಥ, ಅಲ್ಲವೇ ?' ರಿಯಾಜ್ ಸಾಹಬರಂದರು. 'ಆಜರ್ ನವಾಬ, ಫ್ಯಾಕ್ಟರಿಯಲ್ಲಿ ನನ್ನ ಬಹಳಷ್ಟು ಹಣ ತೊಡಗಿಸಲಾಗಿದೆಯೆಂದು ಧ್ಯಾನದಲ್ಲಿಟ್ಟಿರಿ,' ಅವೆರೇನೋ ವಿವಶರಾಗಿದ್ದರು.

'ನೀವು ನಿಶ್ಚಿಂತರಾಗಿರಿ.' ಆಜರ್ ನವಾಬ ನುಡಿದರು.

'ನಿಮ್ಮ ಹಣಕ್ಕೇನೂ ಆಪತ್ತುಂಟಾಗದು.' ಅವರ ತುಟಿಗಳು ಬಿಗಿದುಕೊಂಡೇ ಇದ್ದವು. ಅವರು ಜೀಪ್‌ನಲ್ಲಿ ಕುಳಿತು, ಕೈಯಿತ್ತಿ, ಜೀಪ್ ಹೊರಡಿಸಿದರು.

ಆಜರ್ ನವಾಬರು ಏನೋ ಆಳವಾದ ಚಿಂತೆಯಲ್ಲಿ ಮುಳುಗಿದ್ದರು. ಅವರ ಹಣೆಯ ಗೆರೆಗಳು ಹಾಗೇ ಇದ್ದವು. ದಿಬ್ಬವಿಳಿದು, ನೇರ ರಸ್ತೆಗೆ ಬಂದೊಡನೆ ಅವರಂದರು. 'ನಾವು ಬೇಗನೆ, ಹೈದರಾಬಾದ್‌ಗೆ ಹಿಂತಿರುಗುವವರಿದ್ದೇವೆ.'

ಏಮನ್ ಚಿಕಿತಳಾದಳು. ಅವಳದನ್ನು ಸ್ವಲ್ಪವೂ ನಿರೀಕ್ಷಿಸಿರಲಿಲ್ಲ.

'ನನಗೆ ಬಹುಶಃ ಸರಿಯಾಗಿ ಕೇಳಿಸಲಿಲ್ಲ.' ಅವಳಂದಳು.

'ಸರಿಯಾಗಿಯೇ ಕೇಳಿಸಿದೆ; ನಾಳದು ನಾವು ಹೈದರಾಬಾದ್‌ಗೆ ಹಿಂತಿರುಗುತ್ತಿದ್ದೇವೆ.'

'ಆದರೆ, ಏಕೆ ?'

ಆಜರ್ ನವಾಬರು ತಿರುಗಿ ಅವಳನ್ನೊಂದು ಕ್ಷಣ ನೋಡಿದರು.

'ಇದರಲ್ಲಿ ಗಾಬರಿಯಾಗುವುದೇನಿದೆ ? ದಾಂಡೇಲಿ ಬಿಟ್ಟು ಹೋಗಲು ಇಚ್ಛಿಸದಷ್ಟು ನಿಮಗೆ ದಾಂಡೇಲಿ ಪ್ರಿಯವೆನಿಸಿದೆಯೇ ? ಇಲ್ಲವೇ...' ಸ್ವಲ್ಪ ತಡೆದು ಅವರು ಮುಂದುವರಿಸಿದರು. 'ಇಲ್ಲಾ, ದಾಂಡೇಲಿ ಬಿಡುವ ವಿಚಾರವು ಬೇರಾವುದೋ ಕಾರಣದಿಂದ ಸಂಕಟಕರವಾಗಿದೆಯೇ?'

'ಬೇರಾವ ಕಾರಣವಿರಲು ಸಾಧ್ಯ?' ಏಮನ್ ಅರಿಯದೆ ಕೇಳಿದಳು. ಅವಳಿಗೆ ನಿಜವಾಗಿಯೂ ದಾಂಡೇಲಿ ಬಹು ಪ್ರಿಯವಾಗಿತ್ತು.

'ಬಹಳ ರೊಮ್ಯಾಂಟಿಕ್ ಸ್ಥಳವಿದು.'

ಆಜರ್ ನವಾಬ ರಸ್ತೆಯತ್ತ ನೋಡುತ್ತಿದ್ದರೂ ಅವರ ಹಣೆಯ ಗೆರೆಗಳು ಇನ್ನೂ ಹೆಚ್ಚಾಗಿದ್ದವು.

ಅವರು ತನ್ನ ಹಾಗೂ ಬಶಾರತ್‌ರ ಬಗ್ಗೆ ಸಂಕೇತಿಸಿ, ಹೇಳುತ್ತಿದ್ದಾರೆಂದು ಅರಿತ ಏಮನ್ ತುಟಿಕಟ್ಟಿ ಸುಮ್ಮನಾದಳು.

'ನನ್ನ ಪ್ರಪಂಚದಲ್ಲಿ ರೋಮಾನ್ಸ್‌ಗೆ ಯಾವ ಸ್ಥಾನವೂ ಇಲ್ಲ' ಕೋಪವನ್ನಡಗಿಸುತ್ತಾ ಅವಳಂದಳು.

'ನಿಜವಾಗಿ ?' ಆಜರ್ ನವಾಬ ಸರಳವಾಗೆ ನುಡಿದರು. 'ವಾತಾವರಣ ಚೆನ್ನಾಗಿದ್ದು, ಬಶಾರತ್ ನವಾಬ ನಿಮ್ಮೊಡನೆ ನಿಮ್ಮ ಕೂದಲು ಶ್ಯಾಮವರ್ಣದ ಮೇಘಗಳಂತಿದೆಯೆಂದೂ, ಮೈ ಬಣ್ಣ ಕೆಂಪಗಿದೆಯೆಂದೂ, ಕಂಗಳು ಚಿನ್ನದಂತಿವೆಯೆಂದೂ ಹೇಳಿದರೆ, ಆಗಲೂ ಇಲ್ಲವೇ ?

'ಬಶಾರತ್ ನವಾಬ ಎಂದೂ ನನ್ನೊಡನೆ ಹೀಗೆಲ್ಲ ಹೇಳಿಲ್ಲ' ಏಮನ್ ಸಿಟ್ಟಿನಿಂದ ನುಡಿದಳು.

'ನೀನು ಇದೇ ಮಾತನ್ನು ನಿರೀಕ್ಷಿಸಿರುತ್ತಿರುವೆಯಲ್ಲ ? ಆಜರ್ ನವಾಬರ ಸ್ವರ ತೀಕ್ಷ್ಣಕಠಾರಿಯ ಅಲಗಿನಂತಿತ್ತು. 'ನೀನೇನು ಬಯಸುತ್ತಿರುವೆ ಏಮನ್?' ಅವರು ಜೀಪ್‌ನ ಇಂಜಿನ್ ನಿಲ್ಲಿಸಿ, ಸ್ಟೀರಿಂಗ್ ಮೇಲೆ ಕೈಯಿಟ್ಟು ತೀಕ್ಷ್ಣ ದೃಷ್ಟಿಯಿಂದ ಅವಳನ್ನು ದಿಟ್ಟಿಸುತ್ತಾ ಕೇಳಿದರು.

ಏಮನ್ ಅಚ್ಚರಿ ತುಂಬಿದ ಕಂಗಳಿಂದ ಅವರನ್ನು ನೋಡುತ್ತಾ ಇದ್ದು ಬಿಟ್ಟಳು. 'ನನಗೆ ತಿಳಿಯಲಿಲ್ಲ.' ಅವಳು ತೊದಲಿದಳು.

'ನೀನು ಹೀಗೆ ಕಾಣುವಷ್ಟೇನೂ ಮುಗ್ಧಳಲ್ಲ' ಆಜರ್ ನವಾಬರ ಸ್ವರ ಕೋಪದ ಒತ್ತಡದಿಂದ ಮಂದ್ರವಾಗಿತ್ತು. 'ನಾನು ಈ ಕನ್ನಡಿಯ ಕೊಳದಂತಹ ಕಂಗಳಲ್ಲಿ, ಆಗಾಗ ಮನುಷ್ಯನು ಮುಳುಗುವಂತಹ ಆಳವನ್ನು ಕಂಡಿದ್ದೇನೆ. ಬಶಾರತ್ ನವಾಬರೂ ಮನುಷ್ಯರೇ.' ಅವರು ಸ್ವಲ್ಪ ತಡೆದು ಮುಂದುವರೆಸಿದರು. 'ನಿನ್ನ ಹಿಂದಿನ ಅನುಭವಗಳಿಂದ ನನಗಾಗಬೇಕಾದ್ದೇನೂ ಇಲ್ಲ. ಆದರೆ, ದೇವರಾಣೆ! ನಾನು ಹೇಳಿಯೇ ಬಿಡ್ತೇನೆ ! ನೀನು ಬಶಾರತ್ ನವಾಬರನ್ನು ನಿನ್ನ ಹಾವ-ಭಾವಗಳಿಗೆ ಗುರಿಯಾಗಿಸಲಾರೆ !' ಅವರು ಆಹ್ವಾನವಿತ್ತರು.

'ನನ್ನೊಡನೆ ಇಂಥ ಮಾತಗಳನ್ನಾಡಲು ನಿಮಗಾವ ಹಕ್ಕೂ ಇಲ್ಲ.' ಏಮನ್ ಕಷ್ಟದಿಂದ ತನ್ನನ್ನು ಸುಧಾರಿಸಿಕೊಳ್ಳುತ್ತಾ ನುಡಿದಳು. 'ನನ್ನ ಹಿಂದಿನ ಅನುಭವಗಳ ಬಗ್ಗೆ ನೀವೇನು ತಿಳಿದಿದ್ದೀರಿ?' ತನ್ನ ಸ್ವರದ ಮೇಲೆ ನಿಯಂತ್ರಣ ಸಾಧಿಸುತ್ತಾ ಅವಳಂದಳು. 'ಅಲ್ಲದೆ, ಬಶಾರತ್ ನವಾಬರೇನೂ ಮಗುವಲ್ಲ.'

'ಆದ್ದರಿಂದಲೇ ನೀನವರನ್ನು ಪ್ರೋತ್ಸಾಹಿಸುತ್ತಿರುವೆಯಾ?'

‘ನೀವೇ ಸ್ವತಃ ಬಶಾರತ್ ನವಾಬರೊಡನೆ ಕೇಳುವುದಿಲ್ಲವೇಕೆ? ಏನು ಪ್ರೋತ್ಸಾಹ ಕೊಟ್ಟಿದ್ದೇನೆಂದು ?!’

‘ಅವರೊಡನೆ ಕೇಳುವ ಯಾವ ಅವಶ್ಯಕತೆಯೂ ನನಗಿಲ್ಲ! ಅವರು ನಿನ್ನತ್ತ ಸೆಳೆಯಲ್ಪಡುತ್ತಿದ್ದಾರೆಂದು ನಾನು ಬಲ್ಲೆ...?’

‘ಇದು ಸುಳ್ಳು !’ಏಮನ್ ನಿರಾಶಳಾಗಿ ನುಡಿದಳು. ‘ನಾವು ಸ್ನೇಹಿತರೇನೋ ಹೌದು !

ಆಜರ್ ನವಾಬರು ವ್ಯಂಗ್ಯಾತ್ಮಕ ನಗೆ ಹಕ್ಕು ನುಡಿದರು. ಸ್ನೇಹಿತರು ? ಒಬ್ಬ ಪುರುಷ ಮತ್ತು ಸ್ತ್ರೀಯ ನಡುವೆ ಒಂದೇ ವೈರತ್ವವಿರಬಹುದು; ಇಲ್ಲವೇ ಪ್ರೀತಿ....ಸ್ನೆಹ, ಇರುವುದಸಾಧ್ಯ.

‘ಇದು ನಿಮ್ಮ ಬೂರ್ಜ್ವಾ ಅನುಭವ.’ ಏಮನ್ ಉರಿಯುತ್ತಾ ನುಡಿದಳು.

‘ಮತ್ತು ನಿಮ್ಮ ಅನುಭವವೇನು ?’ ಆಜರ್ ನವಾಬ ತನ್ನ ಸ್ವರದಲ್ಲಿ ಸ್ಯಾಕ್ರಿನ್‌ನ ಮಧುರತೆಯನ್ನು ಬೆರೆಸಿ ಕೇಳಿದರು. ‘ಬೇರೆಷ್ಟು ಜನ ಸ್ನೇಹಿತರಿದ್ದಾರೆ ನಿಮಗೆ, ನಿಮ್ಮ ಲೋಕದಲ್ಲಿ ?’

‘ನವಾಬ ಸಾಹಬ್, ಯಾವ ಪ್ರಪಂಚದಿಂದ ನಾನು ನಿಮ್ಮ ಗಾಜಿನರಮನೆಗೆ ಬಂದೆನೋ, ಆ ಲೋಕ ಒಬ್ಬ ಏಕಾಂಗಿ ಹುಡುಗಿಗೆ ಅಪಾಯಗಳಿಂದ ತುಂಬಿದೆಯೆಂದು ನಾನು ಒಪ್ಪುತ್ತೇನೆ. ದೊರೆ, ಯಾವ ನನ್ನ ಹೆಸರಿಲ್ಲದ ಅನುಭವಗಳ ಬಗ್ಗೆ ನೀವೀಗ ತಾನೇ ನುಡಿದಿರೋ ಅದೇ ನನಗೆ ಸಂಭಾಳಿಸಿಕೊಳ್ಳುವುದನ್ನೂ ಕಲಿಸಿವೆ.’

‘ಆದರೆ, ಬಶಾರತ್ ನವಾಬರಿಗಿದು ತಿಳಿದಿಲ್ಲ...’ ಆಜರ್ ನವಾಬರಂದರು.

‘ನನಗೆ ಆಕ್ಷೇಪವೆನಿಸುವ ಯಾವ ಕೆಲಸವನ್ನೂ ಬಶಾರತ್ ನವಾಬರು ಇದುವರೆಗೆ ಮಾಡಿಲ್ಲ. ಅವರು ಹುಡಗಾಟಿಕೆಯವರೇನೋ ನಿಜ; ಆದರೆ ಇದಕ್ಕೆ ಅವರು ಬೆಳೆದ ರೀತಿಯೇ ಕಾರಣ, ಜವಾಬ್ದಾರಿಗಳನ್ನು ನಿಭಾಯಿಸುತ್ತಾ ಹೋದಂತೆ ಅವರ ಹುಡುಗಾಟವೂ ನಿಂತು ಹೋಗುವುದು.’

‘ನೀವು ಬಶಾರತ್ ನವಾಬರ ಬಗ್ಗೆ ಬಹಳಷ್ಟು ಅರಿತಿದ್ದೀರಿ. ನಿಜ; ಆದರೆ, ನಮಗೆ ಭಾಷಣ ಕೇಳುವ ಇಚ್ಛೆಯಿಲ್ಲ.’

ಆಜರ್ ನವಾಬರ ಮಾತುಗಳಲ್ಲಿ ಅಸಹನೆಯಿತ್ತು. ಆದರೆ, ಏಮನ್ ಸುಮ್ಮನಾಗಲಿಲ್ಲ. ಗಂಟಲಲ್ಲಿ ಸಿಕ್ಕಿಕೊಂಡಂತಾದ ಅಡಚಣೆಯನ್ನು ನಿಬಾಯಿಸುತ್ತಾ ಅವಳಂದಳು. ‘ನೀವು ತಿಳಿದಿದ್ದೀರಿ, ನಿಮ್ಮ ಮಹಲಿನ ನಾಲ್ಕು ಗೋಡೆಗಳ ಹೊರಗೆ, ಶಿಷ್ಟತೆ ಇಷ್ಟು ಅಗ್ಗವೆಂದೂ, ಸಿದ್ಧಾಂತಗಳು ವ್ಯರ್ಥವೆಂದೂ ಮನುಷ್ಯತ್ವ ಇಷ್ಟು ನಿರರ್ಥಕವೆಂದೂ......’ ಅವಳ ಗಂಟಲುಬ್ಬಿ, ಅವಳು ಮಾತಾನಾಡದಾದಳು. ಕಣ್ಣೀರಿನಿಂದ ಮಂಜಾಗಿ, ಭಾರವಾದ ಕಂಗಳನ್ನು ತಿರುಗಿಸಿ, ಆ ಕಣ್ಣೀರನ್ನು ಇಂಗಿಸಲೆತ್ನಿಸಿದಳವಳು. ಮಾತು ಮಾತಿಗೂ

ಅಳುವುದು ಅವಳಿಗೆ ಇಷ್ಟವಿರಲಿಲ್ಲ. ಹೃದಯದ ದುಗುಡವನ್ನು ಏಕಾಂತದಲ್ಲಿ ಪರಿಹರಿಸಿಕೊಳ್ಳಬಯಸಿದ್ದಳು. ತುಂಬಿದ ಕಣ್ಣಿ ಪವಿತ್ರ ಜಲವನ್ನು ಏಕಾಂತದಲ್ಲಿ ಖಾಲಿಯಾಗಿಸಬಯಸುತ್ತಿದ್ದಳು. ಈ ಜಗತ್ತಿನಲ್ಲಿ ಕಣ್ಣೀರಿಗೆ ಯಾವ ಬೆಲೆಯೂ ಇಲ್ಲವೆಂದು ಅವಳು ಅರಿತಿದ್ದಳು.

ಬಹಳ ಹೊತ್ತಿನವರೆಗೆ ಜೀಪಿನಲ್ಲಿ ಮೌನವಾವರಿಸಿತ್ತು, ಮರದ ನೆರಳುಗಳು ಉದ್ದವಾಗುತ್ತಾ ಸಾಗಿದ್ದವು. ಪಕ್ಷಿಗಳ ಹಿಂಡು ಪಶ್ಚಿಮದತ್ತ ಸಾಗಿತ್ತು. ವಾತಾವರಣದಲ್ಲಿ ಹಗುರವಾದ ಚಳಿ ಮಿಳಿತವಾಗುತ್ತಿತ್ತು. ಏಮನ್‌ಳ ಹೃದಯ ಕುಸಿದಿತ್ತು. ಆಜರ್ ನವಾಬರು ತನ್ನ ಬಗ್ಗೆ ಯಾವ ಅಭಿಪ್ರಾಯ ಇರಿಸಿರುವರೆಂದು ಅವಳಿಗೀಗ ತಿಳಿದಿತ್ತು. ಅವರು, ಅವಳನ್ನು, ಹವೇಲಿಯಲ್ಲಿ ಪ್ರವೇಶಿಸಿ, ಮಹಾಸರ್ಕಾರ್‌ರವರ ಹೃದಯ ಗೆದ್ದುಕೊಂಡ ಬಳಿಕ, ಬಶಾರತ್ ನವಾಬರನ್ನು ತನ್ನ ಶೃಂಖಲೆಯಲ್ಲಿ ಬಂಧಿಸುವ ಸಂಚುಗೈವ-ಹುಡುಗಿಯೆಂದು ತಿಳಿದು ಕೊಂಡಂತಿತ್ತು. ಜೀವನದಲ್ಲಿ ದುರ್ಭಾಗ್ಯವಶದಿಂದ ಏಕಾಂಗಿಯಾಗಿ ಸಂಘರ್ಷ ಮಾಡಬೇಕಾಗಿ ಬಂದಂತಹ ಹುಡಗಿಯರೆಲ್ಲರ ಬಗ್ಗೆ ಅವರಿಗೆ ಕೀಳು ಅಭಿಪ್ರಾಯವಿದ್ದಂತನಿಸುತ್ತಿತ್ತು. ಒಂದು ಸ್ವತಂತ್ರ ಸುರಕ್ಷಿತವಲ್ಲದ ವಾತಾವರಣದಲ್ಲಿ ಹುಡುಗಿಯೊಬ್ಬಳ ಜೀವನ ನಿರ್ವಹಣ ಎಷ್ಟು ಕಷ್ಟವೆಂಬುದು ಅವರಿಗೆ ತಿಳಿದಿರಲಿಕ್ಕಿಲ್ಲ. ಸುತ್ತಲಿಂದಾವರಿಸುವ ಜ್ವಾಲೆಗಳಿಂದ ರಕ್ಷಿಸಿಕೊಳ್ಳುವುದು ಇನ್ನೂ ಕಠಿಣವಾಗಿರುತ್ತದೆ. ತನ್ನ ಜೀವನದ ಈ ಪ್ರಯಾಸಕರ ಯಾತ್ರೆಯನ್ನು ಅವಳು ಹೇಗೆ ನಗುನಗುತ್ತಾ ಕಳೆದಿದ್ದಳೆಂದು ಅವಳ ಹೃದಯಕ್ಕೆ ಗೊತ್ತು. ಯಾವಾಗಲೂ ಎಚ್ಚರಿಕೆಯಿಂದ ಇರಬೇಕಾದ ಸ್ಥಿತಿಯು ಮನುಷ್ಯನನ್ನು ಆಯಾಸಗೊಳ್ಳುವಂತೆ ಮಾಡುತ್ತದೆ. ಇಂಥ ಪರಿಸ್ಥಿತಿಯಲ್ಲಿ, ಹವೇಲಿ ಹಾಗೂ ಮಹಾಸರ್ಕಾರ್ ಅವರ ಶಾಂತಿಮಯ ಆಸರೆ ಪ್ರಾಪ್ತವಾದಾಗ, ತನ್ನೆಲ್ಲ ತಲ್ಲಣ ಶಾಂತವಾದಂತೆ ಅವಳಿಗನಿಸಿತ್ತು. ಕೇವಲ ಆಜರ್ ನವಾಬರೊಬ್ಬರೇ ಸಂತೋಷದ ಲಹರಿಯಲ್ಲಿ ತೇಲಾಡುವ ಅವಳ ನಾವೆಯನ್ನು ಅಡಿಮೇಲು ಮಡುತ್ತಿದ್ದರು. ತನ್ನ ನಾವೆಯನ್ನು ಸುಳಿಯಿಂದ ರಕ್ಷಿಸುವ ಯತ್ನವು ಅವಳನ್ನು ಶಿಥಿಲಗೊಳಿಸುತ್ತಿತ್ತು.

ಪುನಃ ಅದೇ ಸುಟ್ಟು ಕರಕಾಗಿಸುವ, ಬುಡಮೇಲು ಮಾಡುವ ಸುಂಟರಗಾಳಿಯ ಆ ಲೋಕಕ್ಕೆ ನಿರುಪಾಯಳಾಗಿ ಹಿಂದಿರುಗ ಬೇಕಾಗುವುದೇನೋ ಎಂದುಕೊಂಡು ಏಮನ್‌ಳ ಹೃದಯ ಕುಗ್ಗುತ್ತಿತ್ತು. ಈ ಸುರಕ್ಷಿತ ವಾತಾವರಣಕ್ಕೆ ಬಂದುದಲ್ಲದಿದ್ದರೆ, ಬಹುಶಃ ಸುಯೋಗ್ಯನಾದ, ಮನೀಷೆಯ ಸಾಕಾರ ಮೂರ್ತಿಯಾದ ಸಹಚರನು ಸಿಗುವವರೆಗೂ ಶಕ್ತಿ, ಸಾಹಸಗಳಿಂದ ಅವಳು ಪರಿಸ್ಥಿತಿಯನ್ನೆದುರಿಸುತ್ತಿದ್ದಳೋ ಏನೋ ! ಆದರೆ, ಅವಳ ಅಭಿರುಚಿ ಅಷ್ಟು ಮೇಲ್ಪಟ್ಟದಲ್ಲಿದ್ದುದರಿಂದ ಈವರೆಗೆ ಅಂತಹವರಾರೂ ಸಿಕ್ಕಿರಲಿಲ್ಲ. ಆ ಮಟ್ಟ ಎಂತಹುದೆಂದು ಸ್ವತಃ ಅವಳಿಗೂ ಸ್ಪಷ್ಟ ಅರಿವಿರಲಿಲ್ಲ. ಕೇವಲ ಭಾವಿಸಬಲ್ಲಳಾಗಿದ್ದಳಷ್ಟೇ, ಈಗ ಆಜರ್ ನವಾಬರೊಡನೆ ಭೇಟಿಯಾದ ಬಳಿಕ ತನ್ನ ಈ ಶೋಧದ ರಸ್ತೆಯು ಮಧ್ಯದಲ್ಲೇ ಎಲ್ಲೋ ಕಳೆದು ಹೋಯಿತೆಂದು ಅವಳಿಗರಿವಾಗಿತ್ತು. ಏಕೆಂದರೆ, ತನ್ನ ಆತ್ಮ ಸಮ್ಮಾನವನ್ನು ಕಳಕೊಂಡು ಆಜರ್ ನವಾಬರ ಗರ್ವಕ್ಕೆ

ಬಲಿಯಾಗಲು ಅವಳಿಷ್ಟ ಪಡುತ್ತಿರಲಿಲ್ಲ; ಆದರೆ ಎಲ್ಲರೊಡನೆ ಅವರು ಇಷ್ಟು ತೀಕ್ಷ್ಣವಾಗಿ ವರ್ತಿಸುತ್ತಿರಲಿಲ್ಲ. ರೆಹನಾಳೊಡನೆ ಎಷ್ಟೊಂದು ಮೃದುವಾಗಿರುತ್ತಿದ್ದರವರು ! ಅವರನ್ನು ಎಷ್ಟು ಅರ್ಥೈಸಿಕೊಳ್ಳಲು ಯತ್ನಿಸಿದರೂ, ಅಷ್ಟೇ ಸಮಸ್ಯಾತ್ಮಕವಾಗಿ ತೋರುತ್ತಿದ್ದರು. ಈ ಯತ್ನವನ್ನೇ ಬಿಟ್ಟುಕೊಡುವುದೊಳಿತೆಂದು ಕೊಂಡು ಕೊನೆಗವಳು ಸುಮ್ಮನಾಗಿದ್ದಳು.

ಪೈಕ್ಸ್!" ಆಜರ್ ನವಾಬರು ಅವಳ ಹೆಗಲ ಮೇಲೆ ಕೈಯಿಟ್ಟು ನುಡಿದರು. ಅವಳು ಅವರತ್ತ ತಿರುಗಿ ನೋಡಿದಾಗ ಅವರು ಸ್ನೇಹ ಹಸ್ತವನ್ನು ಚಾಚುತ್ತಿದ್ದರು. ಅವರ ಮುಗುಳ್ನಗೆಯ ಎದುರು ಅವಳಿಗೆ ಬೇರೇನೂ ಕಾಣಿಸಲಿಲ್ಲ. ಬಹುಶಃ ಅವಳ ಮೇಲೆ ತನ್ನ ಈ ಮಾಯಾಜಾಲದ ಪ್ರಭಾವವನ್ನು ಅವರು ಅರಿತಿದ್ದರು. ಬೇಕಾದಾಗ ಅವಳನ್ನು ಸಿಟ್ಟಿಗೆಬ್ಬಿಸುತ್ತಾ, ಬೇಕೆಂದಾಗ ಅನುನಯಿಸುತ್ತಾ ತಮ್ಮಿಷ್ಟದಂತೆ ಆಡಿಸುತ್ತಿದ್ದರು. ಅವಳೊಮ್ಮೆ ಆ ಚಾಚಿದ ಕೈಯನ್ನು ನೋಡಿ, ಕೊಂಚ ಯೋಚಿಸಿ, ತನ್ನ ಕೈಯನ್ನು ಅವರ ಕೈಯಲ್ಲಿರಿಸಿದಳು. ಆಜರ್ ನವಾಬರು ಕೆಲಹೊತ್ತು ಹಾಗೆಯೇ ಆ ಕೈ ಹಿಡಿದು ಅವಳನ್ನು ನೋಡುತ್ತಾ ಇದ್ದು ಬಿಟ್ಟರು. ಇಂದು ಅವರ ಮುಗುಳ್ನಗು ಆಯಾಸ ಗೊಂಡಂತಿತ್ತು.

ಯಾವ ಚಿಂತೆ ಅವರನ್ನು ಈ ರೀತಿ ಬಾಧಿಸುತ್ತಿತ್ತು?

ಮರುದಿನ ಏಮನ್ ಬಹಳ ವ್ಯಸ್ತಳಾಗಿದ್ದಳು. ದಾಂಡೇಲಿಗೆ ಬಂದಾಗ ಬಹಳ ಸ್ವಲ್ಪವೇ ಸಾಮಾನು ಜೊತೆಗಿದ್ದಂತೆ ಅವಳಿಗನಿಸಿತ್ತು. ಆದರೆ ಹಿಂದಿರುಗುವಾಗ ಮುನ್ನೀ ಸಾಹೇಬರಿಗೆ ಜೊತೆಗೆ ಕೊಂಡೊಯ್ಯಲು ಮೂರು ಪೆಟ್ಟಿಗೆಗಳು ಸಿಧ್ಧವಾಗಿದ್ದವು. ಮಹಾಸರ್ಕಾರ್ ಅವರ ಪುಸ್ತಕದ ಫೈಲ್ ಈಗ ಸಾಕಷ್ಟು ದೊಡ್ಡದಾಗಿತ್ತು. ಸ್ವಚ್ಛವಾಗಿ ಒಪ್ಪವಾಗಿದ್ದ ಸುಂದರ ಫೋಲ್ಡರ್‌ನಲ್ಲಿ ಅವರ ಕಾಗದಗಳನ್ನಿಡುತ್ತಾ ಏಮನ್ ಯೋಚಿಸಿದಳು – ಜೀವನ ಹೇಗೆ ಎಳೆ ಎಳೆಯಾಗಿ ಬಿಚ್ಚಿಕೊಳ್ಳುತ್ತಾ ಹೋಗುತ್ತದೆ! ದಾಂಡೇಲಿಗೆ ಅವರು ತಲುಪಿದಾಗ ಈ ಬೆಲೆಬಾಳುವ ಫೈಲ್ ಬಹಳ ತೆಳುಗಾತ್ರದ್ದಾಗಿತ್ತು. ಈಗ ಮಹಾಸರ್ಕಾರ್ ಅವರ ವ್ಯಕ್ತಿತ್ವವೇ ಅದರಲ್ಲಿ ಪ್ರಕಾಶಿಸುತ್ತಿತ್ತು. ಪ್ರಪಂಚದ ಪ್ರತಿಯೊಬ್ಬ ವ್ಯಕ್ತಿಯೂ ಒಂದು ಫೋಲ್ಡರ್ ಆಗಿರುತ್ತಾನೆ. ಕೆಲವು ಅಮೂಲ್ಯವಾದರೆ ಕೆಲವು ಸಾಧಾರಣವಾದ್ದು. ಫೋಲ್ಡರ್ ಸುಂದರವಾಗಿರಲೆಂದೇ ಪ್ರತಿಯೊಬ್ಬರ ಯತ್ನವಾಗಿರುತ್ತದೆ. ಆದರೆ ಒಳಗಿನ ದ್ರವ್ಯದ ಮೇಲೆ ಯಾರ ನಿಯಂತ್ರಣವೂ ಇರುವುದಿಲ್ಲ. ಪುಸ್ತಕವನ್ನು ಓದಲು ಸಮಯವೂ ಯಾರ ಬಳಿಯಿರುತ್ತದೆ? ಓದಿದವರು ಓದಿದರು, ಅಷ್ಟೇ. ಏಮನ್‌ಗೆ ಆಜರ್ ನವಾಬರ ಆಫೀಸ್‌ಗೆ ಹೋಗಿ ಕಾಗದ ಪತ್ರಗಳನ್ನು ಪರಿಶೀಲಿಸುವುದಿತ್ತು. ಆಫೀಸ್‌ನಲ್ಲಿ ಮೆಲ್ಲ ಮೆಲ್ಲನೆ ಕಾಗದ ಪತ್ರಗಳ ಜವಾಬ್ದಾರಿಯೆಲ್ಲ ಅವಳ ಮೇಲೆ ಬಂದಿತ್ತು. ಮುನ್ನೀ ಸಾಹಬರು ತಮ್ಮ ಇಂಗ್ಲಿಷ್ ಹಾಗೂ ಪ್ರಾಯದ ಕಾರಣ ನಿರುಪಾಯರೇ ಆಗಿದ್ದರು.ಶಮ್‌ಶಾದ್‌ಳನ್ನು ಮಹಾಸರ್ಕಾರ್ ಅವರ ಬಟ್ಟೆಗಳ ಉಸ್ತುವಾರಿಗೆ ಬಿಟ್ಟು ಅವಳು ಆಫೀಸ್‌ಗೆ ಹೋದಳು. ಎಲ್ಲಾ ಕಾಗದ ಪತ್ರಗಳನ್ನೂ ಅವಳು ವ್ಯವಸ್ಥಿತವಾಗಿಯೇ ಇಡುತ್ತಿದ್ದುದರಿಂದ ಅವಳಿಗೆ ಯಾವುದೇ ತೊಂದರೆ ಆಗಲಿಲ್ಲ. ಜೀವನದಲ್ಲಿ ಕಠಿಣ ಪರಿಸ್ಥಿತಿಗಳನ್ನೆದುರಿಸುತ್ತಾ ಅವಳು ಬಹಳಷ್ಟು ಕಲಿತುಕೊಂಡಿದ್ದಳು. ಅವಳು ಸ್ಟೀಲ್ ಕಪಾಟನ್ನು ಮುಚ್ಚುತ್ತಿರುವಾಗ ಹಿಂದಿನಿಂದ ಶಬ್ದವಾಯಿತು. ಹಿಂದಿರುಗಿ ನೋಡಿದಾಗ ಬಶಾರತ್ ನವಾಬರು ನಿಂತಿದ್ದರು. ಬಹುಶಃ ಅವರು ಟೆನಿಸ್ ಆಡಿ

ಹಿಂದಿರುಗುತ್ತಿದ್ದಿರ ಬೇಕು. ಅವರ ಕೈಯಲ್ಲಿ ರ್‍ಯಾಕೆಟ್ ಇತ್ತು; ಹಾಗೂ ಕೆಳಗೆ ಬ್ಲೇಜ಼ರ್‌ನಲ್ಲಿ ಅವರ ಕೆಂಪು, ಬಿಳಿಯ ರೂಪ ಹೊಳೆಯುತ್ತಿತ್ತು. ದಾಂಡೇಲಿಯ ವ್ಯಸ್ತ ಜೀವನವು ಅವರ ಚಟುವಟಿಕೆಯ ಶರೀರವನ್ನು ಇನ್ನೂ ಚುರುಕಾಗಿಸಿತ್ತು. ಇಲ್ಲಿಯ ಹಗಲು ರಾತ್ರಿಯನ್ನು ತನ್ನ ಅದೃಷ್ಟವೆಂದೇ ಅವರು ಸ್ವೀಕರಿಸಿದ್ದರು. ಜವಾಬ್ದಾರಿಯು ಅವರಲ್ಲಿ ಒಳ್ಳೆಯ ಪರಿವರ್ತನೆಯನ್ನೇ ತಂದಿತ್ತು. ಅವರ ಮುಖದ ಹುಡುಗಾಟದ ಸ್ಥಳದಲ್ಲಿ ಗಾಂಭೀರ್ಯವು ನೆಲಸಿ, ಅವರ ವ್ಯಕ್ತಿತ್ವವನ್ನು ಇನ್ನೂ ಸ್ಫುಟವಾಗಿಸಿತ್ತು.

ಜೀವನದ ಇಪ್ಪತ್ಮೂರು ವರ್ಷಗಳನ್ನು ಒಬ್ಬಳೇ ಕಳೆದ ಮೇಲೆ ಇದೀಗ ಬಶಾರತ್ ನವಾಬರನ್ನು ಕಾಣುವಾಗ, ತನಗೂ ಇಂತಹ ಸೋದರನಿದ್ದಿರ ಬಾರದೇ ಎಂಬ ಹಂಬಲ ಅವಳ ಮನದಲ್ಲಿ ಮೂಡುತ್ತಿತ್ತು. ಚೆಲುವ, ಆರೋಗ್ಯಪೂರ್ಣ, ಕೆಣಕಿ, ಅಳಿಸುವ ಸೋದರ; ಅತ್ತರೆ ತಲೆಯನ್ನು ತನ್ನ ಹೆಗಲಿಗಾನಿಸಿ ಸಂತೈಸುತ್ತಿದ್ದಾತ! ಇಂಥ ಸೋದರನಿದ್ದಿದ್ದರೆ ಬಹುಶಃ ಅವಳ ನಾವೆಯಿಷ್ಟು ಡೋಲಾಯಮಾನ ಆಗುತ್ತಿರಲಿಲ್ಲವೋ ಏನೋ! ಇದೇ ಕಾರಣದಿಂದ ಅವಳು ಬಶಾರತ್ ನವಾಬರ ಅರ್ಥಹೀನ, ಹಗುರಾದ ಫ್ಲರ್ಟೇಶನ್ಸ್‌ಗಳನ್ನು, ತುಂಟಾಟಗಳನ್ನು ಸಹಿಸುತ್ತಿದ್ದಳು; ನಕ್ಕು ಅತ್ತ ಸರಿಸುತ್ತಿದ್ದಳು. ಅದರಲ್ಲಿ ಆಳವೇನ್ನೂ ಇಲ್ಲವೆಂದು ಅವಳರಿತಿದ್ದಳು.

ಬಶಾರತ್ ನವಾಬ ಮೇಜಿನ ಮೇಲೆ ಆಸೀನರಾದರು. ಒಂದು ಕಾಲು ನೆಲದಲ್ಲಿದ್ದರೆ, ಇನ್ನೊಂದು ಗಾಳಿಯಲ್ಲಿತ್ತು. ಹಿಂದಿರುಗಿ ಅವರನ್ನು ನೋಡಿದ ಏಮನ್‌ಳ ಮುಖದಲ್ಲಿ ಎಂದಿನಂತೆ ಹೊಳೆವ ಮುಗುಳ್ನಗೆ ಹಾಗೂ ಕಂಗಳಲ್ಲಿ ಬಿಸುಪು ತುಂಬಿ ಬಂತು. “ಇಂದು ಅನೇಕ ದಿನಗಳ ಬಳಿಕ ನೀವು ಮುಖ ತೋರಿದ್ದೀರಿ”, ಅವಳು ಆಕ್ಷೇಪಿಸಿದಳು. “ನೀನೂ ನೋಡುವ ಪ್ರಯತ್ನ ಮಾಡಲಿಲ್ಲ”, ಬಶಾರತ್ ನವಾಬರು ಆಕ್ಷೇಪವನ್ನು ಆಕ್ಷೇಪದಿಂದಲೇ ಉತ್ತರಿಸಿದರು. ಏಮನ್ ಸುಮ್ಮನಾಗಬೇಕಾಯಿತು. ಈ ಮಧ್ಯೆ ಬಶಾರತ್ ನವಾಬರ ನೆನಪು ಉಂಟಾಗುತ್ತಿತ್ತಾದರೂ, ಕೆಲಸದ ವ್ಯಸ್ತತೆಯಿಂದ ಅವಳ ಧ್ಯಾನವು ಬೇರೆಡೆಗೆ ಹರಿಯುತ್ತಿತ್ತು.“ದರ್ಬಾರ್ ಹಿಂದಿರುಗುತ್ತಿದೆಯೆಂದು ಕೇಳಿದೆ”. ಬಶಾರತ್ ನವಾಬರು ಇಂದು ಗಂಭೀರರಾಗಿ ಕಾಣಿಸುತ್ತಿದ್ದರು.

“ಹೌದು, ಏಮನ್‌ಗೆ ಅವರು ದರ್ಬಾರ್ ಎಂದು ಹೇಳಿದ್ದರಿಂದ ನಗು ಬಂತು, “ ನಾವೆಲ್ಲರೂ ಹೋಗುತ್ತಿದ್ದೇವೆ.” “ನೀನು ಖುಶಿಯಾಗಿರುವೆಯಾ?” ಅವರು ಮೇಜಿನ ಮೇಲೆ ಸರಿಯಾಗಿ ಕುಳಿತುಕೊಂಡು ಕೇಳಿದರು. “ಇಲ್ಲ”, ಏಮನ್ ಸತ್ಯವನ್ನೇ ನುಡಿದಳು. ದಾಂಡೇಲಿ ಬಿಡುತ್ತಿರುವಾಗ ಅವಳ ಹೃದಯ ಭಾರವಾಗಿತ್ತು. ಸಾಧ್ಯವಿದ್ದಿದ್ದರೆ ಅವಳು ಅಲ್ಲೇ ಇದ್ದುಬಿಡುತ್ತಿದ್ದಳು.

“ಅದಕ್ಕೆ ಕಾರಣ ಈ ದೀನನಲ್ಲವಷ್ಟೇ?” ಬಶಾರತ್ ನವಾಬರು ವಾಸ್ತವಕ್ಕಿಳಿದು ಬಂದರು.

“ಈ ಭ್ರಮೆಯೇಕೋ ತಮಗೆ?” ಏಮನ್ ಕಣ್ಣು ಕುಣಿಸುತ್ತಾ ಕೇಳಿದಳು.

“ಕೆಲವೊಮ್ಮೆ ನೇರದಾರಿಯಲ್ಲೂ ಜಾರುವ ಮನಸ್ಸಾಗುತ್ತದೆ.”

“ಸಂಭಾಳಿಸಿಕೊಳ್ಳಿ, ರಾಜಕುಮಾರ; ದಾರಿ ಕಲ್ಲುದಾರಿಯಾಗಿದೆ”, ಏಮನ್ ನಗುತ್ತಾ ಹೇಳಿದಳು.

“ಸಂಭಾಳಿಸಿ ಕೊಳ್ಳುತ್ತಿದ್ದೇನೆ, ಏಮನ್”, ಅವರು ಎಲ್ಲೋ ಕಳೆದು ಹೋದಂತೆ ಕಾಣುತ್ತಾ

ಹೇಳಿದರು, "ಪ್ರಯತ್ನವನ್ನಾದರೂ ಮಾಡುತ್ತಿದ್ದೇನೆ. ಜೀವನ ಕಳೆಯಲು ಮನುಷ್ಯನಿಗೆ ಕೆಲಸದ ಅಗತ್ಯವಿದೆಯೆಂದು ತಿಳಿಯುತ್ತಿದೆ. ನೀನೂ ಇದನ್ನೇ ಬಯಸುತ್ತಿದ್ದೆಯಲ್ಲ?"

"ನಿಮಗೆ ಕೆಲಸ ಮಾಡುವುದು ಒಳ್ಳೆಯದಾಗುವುದಿಲ್ವೇ?" "ಒಳ್ಳೆಯದಾಗುವುದಿಲ್ಲವೆಂದು ನಾನೆಲ್ಲಿ ಹೇಳಿದೆ? ಮೊದಲು ಎಂದೂ ಕೆಲಸ ಮಾಡಿರಲಿಲ್ಲ. ಈಗ ಮಾಡುತ್ತಿರುವೆ. ನಿನ್ನಂತೆ ಆಜರ್ ನವಾಬರೂ ಇದಕ್ಕೆ ಕಾರಣರಾಗಿದ್ದಾರೆ. ಅವರ ಚಾಟಿ ಬೆನ್ನ ಮೇಲಿದ್ದುದಲ್ಲದಿದ್ದರೆ ಬಹುಶಃ ಎಂದೂ ಜೀವನದ ಈ ಮಗ್ಗುಲಿನ ಅನುಭವ ಆಗುತ್ತಿರಲಿಲ್ಲವೇನೋ."

"ಜೀವನದ ಯಾವ ಮಗ್ಗುಲು? ನನಗೆ ತಿಳಿಯಲಿಲ್ಲ." ಬಶಾರತ್ ನವಾಬ ಎಂದೂ ಇಷ್ಟು ಗಂಭೀರವಾಗಿದ್ದುದನ್ನು ಏಮನ್ ನೋಡಿರಲಿಲ್ಲ.

"ಅದೇ – ಜೀವನವನ್ನು ಯಾವಾಗಲೂ ಇನ್ನೊಬ್ಬರ ಆಶ್ರಯದಲ್ಲಿ ಕಳೆಯಲಾಗದು, ಎಂಬ ಸತ್ಯ. ಇಷ್ಟರ ವರೆಗೆ ನಾನು ನನ್ನ ಭವಿಷ್ಯವನ್ನು ಈ ಟೆನಿಸ್ ರ್‍ಯಾಕೆಟ್‌ಗಿಂತ ಮುಂದಕ್ಕೆ ಕಂಡೇ ಇಲ್ಲವೇನೋ." ಅವರು ರ್‍ಯಾಕೆಟನ್ನು ಕಣ್ಣೆದುರು ದುರ್ಬೀನಿನಂತೆ ತಿರುಗಿಸುತ್ತಾ ಹೇಳಿದರು, "ರ್‍ಯಾಕೆಟ್‌ನ ಈ ತುದಿಯಲ್ಲಿ ಪ್ರಪಂಚ ಬಹಳ ಸುಂದರವಾಗಿ ಕಂಡು ಬರುತ್ತದೆ."

"ಜೀವನದಲ್ಲಿ ಆರಾಮ ಮಾಡುವುದನ್ನು ಯಾರು ತಾನೇ ಇಷ್ಟ ಪಡುವುದಿಲ್ಲ?" ಏಮನ್‌ಅವರಿಗೆ ಸಮಾಧಾನ ನೀಡುವಂತೆ ಹೇಳಿದಳು, "ನಿಮಗದೇ ಇಷ್ಟವಾಗಿದ್ದರೆ ತಪ್ಪೇನು?" ಅವಳಿಗೆ ಆಜರ್ ನವಾಬರ ಮೇಲೆ ಸಿಟ್ಟು ಬರತೊಡಗಿತು. ಬಶಾರತ್ ನವಾಬರ ಈ ಹೊಸ ಚಿತ್ತವೃತ್ತಿಗೆ ಅವರೇ ಕಾರಣರಾಗಿದ್ದರು. ಬಶಾರತ್ ನವಾಬರ ಸ್ವತಂತ್ರ ಜೀವನವನ್ನು ಅವರು ಯಾವುದೇ ಕಾರಣವಿಲ್ಲದೆ ಬಂಧಿಸಿ ಇಟ್ಟಿದ್ದರು. ಅವಳಿಗೆ ಅದೇ ಹಿಂದಿನ ನಕ್ಕು ನಲಿದಾಡುವ ಬಶಾರತ್ ನವಾಬರು ಇಷ್ಟವಾಗಿದ್ದರು. "ಇಲ್ಲ. ಹಾಗಲ್ಲ, ಏಮನ್. ಅವೇ ಎಲ್ಲ ನನಗೆ ಇಂದೂ ಇಷ್ಟ. ಆದರೆ ಇಂದು ಅವನ್ನು ನನ್ನ ಕೈಗಳ ಶಕ್ತಿಯಿಂದ ಜಯಿಸಲು ಬಯಸುವೆ. ಯಾರದೇ ಭಿಕ್ಷೆಯಿಂದಲ್ಲ", ವಿವಶರಾಗಿ ಅವರಂದರು, "ಚಪ್ಪಡಿಗಂಟಿಕೊಂಡ ಹಾವಸೆಯಂತೆ ನಾನು ಇಷ್ಟು ದಿನವೂ ಅದು ಹೇಗೆ ಆಜರ್ ನವಾಬರಿಗೆ ಅಂಟಿಕೊಂಡಿದ್ದೆನೆಂದು ಯೋಚಿಸುತ್ತಿದ್ದೇನೆ."

"ಆಜರ್ ನವಾಬರು ಹೊರನೋಟಕ್ಕೆ ಎಷ್ಟೇ ತೀಕ್ಷ್ಣವಾಗಿ ಕಾಣಲೊಲ್ಲರೇಕೆ, ಆದರೆ ಅವರು ನಿಮ್ಮನ್ನು ತಮ್ಮ ಚಿಕ್ಕ ತಮ್ಮನಂತೇ ಪ್ರೀತಿಸುತ್ತಾರೆ." ಸತ್ಯ ಹಾಗೂ ಆಜರ್ ನವಾಬರ ಸಿಧ್ಧಾಂತವನ್ನು ರಕ್ಷಿಸುವುದು ಅವಶ್ಯವಿತ್ತು. ಬಶಾರತ್ ನವಾಬರು ಅವಳನ್ನು ಸ್ವಲ್ಪ ಹೊತ್ತು ಸುಮ್ಮನೆ ನೋಡುತ್ತಲೇ ಇದ್ದರು. ಮತ್ತೆ ನುಡಿದರು, "ಆಜರ್ ನವಾಬರನ್ನು ನೀನು ಎಷ್ಟು ಬಲ್ಲೆ?"

ಏಮನ್‌ಳ ಮುಖದ ಮೇಲೆ ಬಣ್ಣವೊಂದು ಹರಡಿತು. ಆ ಪ್ರಶ್ನೆಯನ್ನುತ್ತರಿಸುವುದು ಕಷ್ಟವಿತ್ತು. ಏಕೆಂದರೆ ಕೆಲವೊಮ್ಮೆ ಅವರನ್ನು ತಾನು ಚೆನ್ನಾಗಿ ತಿಳಿದಿರುವೆನೆಂದು ಅವಳಿಗನಿಸಿದರೆ, ಮತ್ತೆ ಕೆಲವೊಮ್ಮೆ ಅವರೊಂದು ಸಮಸ್ಯೆಯಾಗಿ ಕಾಣುತ್ತಿದ್ದರು. "ನೌಕರನೊಬ್ಬ ತನ್ನ ಮಾಲಕನನ್ನು ತಿಳಿದಿರುವಷ್ಟು." ಅವಳು ಉಪಾಯದಿಂದ ಉತ್ತರಿಸಿದಳು. "ಆದರೆ ಈ ಹವೇಲಿಯಲ್ಲಿ ನಿನ್ನ ಅಂತಸ್ತು ಯಾವುದೇ ನೌಕರಳದ್ದಲ್ಲ".

“ಅದರಿಂದೇನು ವ್ಯತ್ಯಾಸವಾಗುತ್ತದೆ? ವಾಸ್ತವವನ್ನು ಬದಲಿಸಲು ಸಾಧ್ಯವೇ? ಅಲ್ಲದೆ, ನನ್ನ ಮಟ್ಟಿಗೆ ನಾನು ನನ್ನ ಅಂತಸ್ತನ್ನು ಮರೆಯದಿರುವುದೇ ಉತ್ತಮ.”

“ನನ್ನನ್ನು ಕೇಳಿದರೆ ನಿನಗೀಗ ಇದನ್ನೆಲ್ಲ ಮಾಡುವ ಅವಶ್ಯಕತೆಯಿಲ್ಲ. ಯಾಕೆಂದರೆ ಇಲ್ಲೀಗ ನನ್ನ ಅಂತಸ್ತು ಪರಿಶ್ರಮ ಗೈವ ಫ್ಯಾಕ್ಟರಿ ಮ್ಯಾನೇಜರ್‌ನದ್ದಾಗಿದೆ.” ಬಶಾರತ್ ನವಾಬ, ಮೇಜಿನಿಂದಿಳಿದು ಏಮನ್‌ಳ ಎರಡೂ ಕೈಗಳನ್ನು ತನ್ನ ಕೈಗಳಲ್ಲಿ ತೆಗೆದುಕೊಂಡು ನುಡಿದರು.

ಏಮನ್‌ಗೆ ಅಚ್ಚರಿಯಾಯ್ತು. ಬಶಾರತ್ ನವಾಬರ ಕೈಗಳ ಆ ರೇಶ್ಮೆಯ ಮೃದುತ್ವ ಎಲ್ಲಿ ಮಾಯವಾಗಿತ್ತು? ಈಗವು ಧೃಢ, ಒರಟು, ಪರಿಶ್ರಮಿ ಕೈಗಳಾಗಿದ್ದುವು. ಹಿಡಿತವೂ ಹಿಂದಿನಂತೆ ಜಾರುವಂತಿರಲಿಲ್ಲ.

“ನಿಮ್ಮ ಕೈಗಳ ಆ ಮೃದುತ್ವ ಎಲ್ಲಿ ಹೋಯ್ತು?” ಅವಳು ಸರಳತೆಯಿಂದ ನಕ್ಕು ಕೇಳಿದಳು.

“ನೀನೇ ಹೇಳಿದ್ದೆ, ಒಳ್ಳೆಯ ವಸ್ತುಗಳ ಬಳಿ ತಲುಪಲು ಪರಿಶ್ರಮಶೀಲ ಕೈಗಳ ಅವಶ್ಯಕತೆಯಿದೆಯೆಂದು. ಹೇಳು, ಏಮನ್, ನೀನು ಬಯಸುತ್ತಿದ್ದಷ್ಟು ಮಟ್ಟಿಗೆ ನನ್ನ ಕೈಗಳು ಪರಿಶ್ರಮಶೀಲ ಕೈಗಳಾಗಿವೆಯೇ?”

ಏಮನ್‌ಳ ಕೈಗಳಲ್ಲಿ ಬೆವರು ಮೂಡಿತು. ತನ್ನ ಗಾಬರಿಯನ್ನು ಅಡಗಿಸಿಕೊಂಡು ನಗುತ್ತಾ, ಕೈ ಬಿಡಿಸಿಕೊಂಡು ಅವಳಂದಳು, “ಒಳ್ಳೆಯದು, ಮ್ಯಾನೇಜರ್ ಸಾಹಬ್, ನನ್ನ ಕೈ ಬಿಡಿರಲ್ಲ, ಹೊತ್ತಾಗುತ್ತಿದೆ, ಇನ್ನೂ ಬಹಳ ಕೆಲಸ ಬಾಕಿಯಿದೆ”

“ಎಲ್ಲವನ್ನೂ ಒಪ್ಪಮಾಡಿಯಾಗಿದೆ; ಈಗಿನ್ನೇನು ಬಾಕಿಯಿದೆ?” ಬಶಾರತ್ ನವಾಬರು ಬಹಳ ಮಂದಸ್ವರದಲ್ಲಿ ನುಡಿದು ಅವಳ ಕೈ ಬಿಟ್ಟರು. ಅವರ ಈ ಹೊಸರೀತಿ ಏಮನ್‌ಳನ್ನು ವಿವಶಳಾಗಿಸಿತ್ತು. ಅವರು ಹಿಂದಿನಂತೆಯೇ ಚಂಚಲ, ತುಂಟನಾಗಿರಲೆಂದು ಅವಳು ಇಚ್ಛಿಸಿದ್ದಳು.ಹಾಗೂ ತಾನು ಅವರೊಡನೆ ಏನೂ ಹಿಂಜರಿಯದೆ ನಗುನಗುತ್ತಿರಬೇಕೆಂದೂ ಬಯಸಿದ್ದಳು. ಬಶಾರತ್ ನವಾಬರು ಮೇಜಿನ ಮೇಲಿಂದ ಕಟ್ಟೊಂದನ್ನು ತೆಗೆದು ಅವಳತ್ತ ಮುಂದು ಮಾಡಿದರು.

“ಇದೇನು?” ಏಮನ್ ಪ್ಯಾಕೆಟ್ ಬಿಚ್ಚುತ್ತಾ ಕೇಳಿದಳು.

“ನನ್ನ ಕಾಣಿಕೆ, ನಿನಗೆ.’

ಏಮನ್ ಕಾಣಿಕೆ ಪಡೆದು ಸಂತೋಷದಿಂದ ನುಡಿದಳು, “ಆದರೆ ನೀವೇನೋ ಇನ್ನು ನಾವು ಸಿಗುವುದೇ ಇಲ್ಲವೇನೋ ಎಂಬಂತೆ ಹೇಳುತ್ತಿದ್ದೀರಿ. ನಾನು ನಿಮಗೇನು ಕಾಣಿಕೆ ಕೊಡಲಿ?”

“ನೀನೇನೋ ಕೊಟ್ಟುದನ್ನು ಹಿಂದಿರುಗಿಸ ಬೇಕೆಂಬಂತೆ ಹೇಳುತ್ತಿರುವೆ. ಅಂಥ ಕಾಣಿಕೆಗಳನ್ನು ನಾನು ತೆಗೆದು ಕೊಳ್ಳುವುದಿಲ್ಲ.” ಕೆಟ್ಟದನಿಸಿ ಅತ್ತ ತಿರುಗಿದರವರು. ಏಮನ್‌ಗೂ ತನ್ನ ತಪ್ಪಿನ ಅರಿವಾಯ್ತು. ಆದರೆ ಬಶಾರತ್ ನವಾಬರನ್ನು ಅನುನಯಿಸುವುದು ದೊಡ್ಡ ವಿಷಯವೇನಲ್ಲ.

ಅವಳು ತನ್ನ ಮತ್ತು ಅವರ ನಡುವೆ ಒಂದು ಫೈಲ್ ಇಟ್ಟು ಅವರನ್ನು ತಡೆದಳು.

"ಕ್ಷಮೆಯಿರಲಿ, ಮ್ಯಾನೇಜರ್ ಸಾಹಬ್! ತಪ್ಪಾಯಿತು. ಆದರೆ ನಾನು ನಿಜವಾಗಿಯೂ ನಿಮಗೆ ಏನಾದರೂ ಕಾಣಿಕೆ ಕೊಡ ಬಯಸುತ್ತೇನೆ." ಬಶಾರತ್ ನವಾಬರು ಕೆಲಹೊತ್ತು ಅವಳ ಬೆಳಗುವ ಮುಖವನ್ನೇ ನೋಡುತ್ತಿದ್ದರು. ಬಳಿಕ ಅವಳ ಗಲ್ಲವನ್ನು ತಟ್ಟಿ, "ಇನ್ನೊಮ್ಮೆ ಎಂದಾದರೂ", ಎಂದವರೇ ಮೇಜಿನ ಮೇಲಿನಿಂದ ತಮ್ಮ ರ್‍ಯಾಕೆಟ್ ಎತ್ತಿಕೊಂಡು ಹೊರಟು ಹೋದರು.

ಏಮನ್ ಪ್ಯಾಕೆಟ್ ಹಿಡಿದುಕೊಂಡು ಸುಮ್ಮನೆ ನಿಂತಳು. ಅವಳ ಹೃದಯ ಢವಢವಿಸುತ್ತಿತ್ತು. ಬಶಾರತ್ ನವಾಬರ ಹೆಚ್ಚುತ್ತಿರುವ ಭರವಸೆ, ಯೋಚಿಸುವ, ಅರ್ಥೈಸಿಕೊಳ್ಳುವ ರೀತಿ, ಏಮನ್‌ಗೆ ಸಂತೋಷವನ್ನುಂಟು ಮಾಡಿದರೂ, ಅವಳು ತನ್ನ ಬಗ್ಗೆ ತಾನೇ ಚಿಂತಿತಳಾದಳು.

"ದೇವಾ, ನನ್ನನ್ನು ಇನ್ನೂ ಸಂಧಿಗ್ಧದಲ್ಲಿ ಸಿಕ್ಕಿಸಬೇಡ", ಅವಳು ಹೃದಯದಲ್ಲೇ ಪ್ರಾರ್ಥಿಸಿಕೊಂಡು ಬಶಾರತ್ ನವಾಬರಿತ್ತ ಪ್ಯಾಕೆಟ್ ಬಿಚ್ಚಿದಳು.

ಕಾರ್ಡ್‌ಬೋರ್ಡ್‌ನ ಚಚ್ಚೌಕದ ಪೆಟ್ಟಿಗೆಯಲ್ಲಿ ಮರದ ಒಂದು ಮಂಗವಿತ್ತು. ಕಣ್ಣು ಮಿಟುಕಿಸಿ ನಸುನಗುತ್ತಾ ಅವಳನ್ನೇ ನೋಡುವಂತಿದ್ದ ಅದು, ಏಮನ್‌ಳೊಡನೆ, "ಅರೆ ಹೋಗು, ನಾವೆಲ್ಲ ಅರಿತಿದ್ದೇವೆ", ಎಂದು ಹೇಳುವಂತಿತ್ತು. ಒಳಗೆ ಬಹಳ ಒಳ್ಳೆಯ ಹಸ್ತಕಲೆಯ ಮಾದರಿಯಿತ್ತು. ಅದರ ಕೈಕಾಲ್ಗಳು ಅಲುಗಾಡುತ್ತಿದ್ದು, ಹೊಳೆವ ಕಣ್ಣುಗಳೂ, ಎಲ್ಲರನ್ನೂ ಸರಿಪಡಿಸಿಕೊಳ್ಳುವ ಮುಗುಳ್ನಗೆಯೂ ಇತ್ತು. ಏಮನ್ ಸಂತುಷ್ಟಳಾಗಿ ಉಸಿರೆಳೆದುಕೊಂಡು ನಕ್ಕು ಬಿಟ್ಟಳು. ಬಶಾರತ್ ನವಾಬರ ಬಗ್ಗೆ ತಾನಿದೇನು ಕೆಲಸಕ್ಕೆ ಬಾರದ ವಿಷಯಗಳನ್ನು ಚಿಂತಿಸ ತೊಡಗಿದ್ದೆ? ಅವಳ ಭಯಕ್ಕೆ ಯಾವ ಮೂಲವೂ ಇರಲಿಲ್ಲ. ಅವರು ಯಾವಾಗಿನ ಹಾಗೆಯೇ ಒಬ್ಬ ಒಳ್ಳೆಯ ಹಸನ್ಮುಖಿ ಗೆಳೆಯನಾಗಿಯೇ ಇದ್ದಾರು.

ಈ ಮಂಗನ ಆಟಿಗೆಯು ಬಶಾರತ್ ನವಾಬರು ಈಗ ಫ್ಯಾಕ್ಟರಿಯಲ್ಲಿ ತಯಾರಿಸುತ್ತಿದ್ದ ನಮೂನೆಗಳಲ್ಲಿ ಒಂದಾಗಿತ್ತು. ಇದು ಬಶಾರತ್ ನವಾಬರ ಮೆದುಳಿನ ಸೃಷ್ಟಿಯೇ ಆಗಿತ್ತು. ಇಷ್ಟೇ ಅಲ್ಲ, ಚಂದನದ ಸುಂದರ ಸಂದೂಕು, ವಿನೀರ್ ಉಪಯೋಗಿಸಿ ಅತ್ಯಾಕರ್ಷಕ ಫೋಲ್ಡರ್ ಕೂಡಾ ತಯಾರಿಸುತ್ತಿದ್ದರು. ಅವರ ಅಭಿರುಚಿಯನ್ನು ಕಂಡ ಆಜರ್ ನವಾಬರು ಮುಂಬೈಯಲ್ಲಿ ಅವರಿಗಾಗಿ ಒಂದು ಶೋರೂಮ್ ತೆಗೆಯಬಹುದೆನ್ನುವ ಅಭಿಪ್ರಾಯವನ್ನೂ ವ್ಯಕ್ತ ಪಡಿಸಿದ್ದರು.

ಒಂದು ದಿನ ಏಮನ್ ದೊಡ್ಡದೊಂದು ಪಾರ್ಸೆಲ್ ತೆರೆದಾಗ ಅದರೊಳಗೆ ಪೀಠೋಪಕರಣಗಳನ್ನು ತಯಾರಿಸುವ ರೀತಿಯ ಬಗ್ಗೆ ಸುಂದರವಾದ ಕರಪತ್ರಗಳಿರುವುದನ್ನು ಕಂಡಳು. ಈ ಕರಪತ್ರಗಳಲ್ಲಿ ಹೊಸತು ಹಾಗೂ ಹಳೆಯ – ಎರಡೂ ತರದ ವಿನ್ಯಾಸ ಹಾಗೂ ತಯಾರಿಯ ಬಗ್ಗೆ ಮಾಹಿತಿಯಿತ್ತು. ಜೀವರಹಿತ, ಮೂಕ ಪೀಠೋಪಕರಣಗಳೂ ತಮ್ಮದೇ ಆದ ಇತಿಹಾಸ ಹೊಂದಿರುತ್ತವೆಂದು ಅವನ್ನು ನೋಡಿ ತಿಳಿದಿತ್ತು. ಐದನೆಯ ಹೆನ್ರಿಯ ಮೇಜಿರಲಿ, ಚೆಪಿಂಡೇಲ್‌ನ ಕುರ್ಚಿಯಿರಲಿ, ಎಲ್ಲಕ್ಕೂ ಇಂತಹ ಇತಿಹಾಸವಿತ್ತೆಂದು ಅವಳು

ಅರಿತಿದ್ದಳು. ಇವೆಲ್ಲ ಫರ್ನೀಚರ್‌ನ ವಿಕಾಸದ ವಿವಿಧ ಹಂತಗಳು ಎಂದರಿತ ಅವಳಿಗೆ, ಹವೇಲಿಯ ಫರ್ನೀಚರ್ಸ್ ಎಷ್ಟೊಂದು ಅಮೂಲ್ಯ ಕಲೆಯ ಮಾದರಿಗಳಾಗಿದ್ದವೆಂದು ತಿಳಿಯಿತು. ಬಶಾರತ್ ನವಾಬರ ಅನುರೋಧದ ಮೇರೆಗೆ ಈ ಕರಪತ್ರಗಳು ಬಂದಿದ್ದವು. ಅವರ ಅಭಿರುಚಿಯನ್ನು ಕಂಡು ಆಜರ್ ನವಾಬರು ಅವರಿಗೆ ಎಲ್ಲ ರೀತಿಯ ಬೆಂಬಲ ಕೊಡಲು ಸಿದ್ಧರಿದ್ದರು. ಬಶಾರತ್ ನವಾಬರು ಸಮಾಜದಲ್ಲಿ ಒಬ್ಬ ತಿಳುವಳಿಕೆಯುಳ್ಳ, ಆತ್ಮವಿಶ್ವಾಸವುಳ್ಳ ಸ್ವತಂತ್ರ ವ್ಯಕ್ತಿಯಾಗಿ ತನ್ನ ಅಸ್ತಿತ್ವವನ್ನು ಕಂಡುಕೊಳ್ಳಬೇಕೆಂಬುದೇ ಆಜರ್ ನವಾಬರ ಇಚ್ಛೆಯಾಗಿತ್ತು.

ತನ್ನ ಉದ್ದೇಶದಲ್ಲಿ ಅವರು ಸಫಲರಾಗಿದ್ದರು. ಏಮನ್‌ಳಿಗೂ ಅವರ ಈ ಯತ್ನದ ಬಗ್ಗೆ ಆದರ ಭಾವವಿತ್ತು. ತಸ್‌ನೀಮ್ ಪಾಶಾ ಹಾಗೂ ಅವರ ಮಕ್ಕಳ ಜವಾಬ್ದಾರಿಯಿಂದ ಅವರು ದೂರವಿರಬಹುದಿತ್ತು. ಆದರವರು ಹಾಗೆ ಮಾಡಲಿಲ್ಲ. ಅವರ ವ್ಯಕ್ತಿತ್ವದ ಮೇರು ಶಿಖರದಂತಿತ್ತು, ಅವರ ಈ ವರ್ತನೆ. ಬಶಾರತ್ ನವಾಬರು ತನ್ನ ಗಾಳಿಕುದುರೆಗಳನ್ನು ಮೆಲ್ಲ ಮೆಲ್ಲನೆ ಯಥಾರ್ಥದ ಉನ್ನತ ವೀಥಿಗೆ ತರುತ್ತಿದ್ದುದನ್ನು ಕಂಡು ಏಮನ್ ಪ್ರಸನ್ನಳಾಗಿದ್ದಳು. ನಮ್ಮ ತಂದೆ ರಾಜಮಹಾರಾಜರಾಗಿದ್ದರು, ಎನ್ನುತ್ತಿದ್ದ ಕಾಲ ಮುಗಿದು ಹೋಗಿತ್ತು. ಹೆಚ್ಚುತ್ತಿದ್ದ ಜೀವನ ಸಂಘರ್ಷದಲ್ಲಿ ಶರೀರ ಶಕ್ತಿ ಮತ್ತು ಪ್ರಗತಿಶೀಲ ಬುದ್ಧಿಮತ್ತೆಯ ಅಗತ್ಯವಿತ್ತು. ಬಶಾರತ್ ನವಾಬರು ಕೈಲಾಗದವರಾಗಿರಲಿಲ್ಲ. ಅವರ ಸುಪ್ತಶಕ್ತಿಗಳನ್ನು ಜಾಗೃತೊಳಿಸುವ ಅಗತ್ಯವಿತ್ತು. ಆಜರ್ ನವಾಬರು ಅವರಿಗೆ ದಾರಿತೋರಿ ಸಹಾಯಮಾಡುತ್ತಿದ್ದರು. ಇಷ್ಟಾದರೂ ಬಶಾರತ್ ನವಾಬರು ಇನ್ನೂ ಅವರೊಡನೆ ಮುಕ್ತರಾಗಿರಲು ಶಕ್ಯರಿರಲಿಲ್ಲ. ಆಜರ್ ನವಾಬರ ವ್ಯಕ್ತಿತ್ವ ಎಲ್ಲರನ್ನೂ ಆವರಿಸುವುದನ್ನು ಅವರು ಅರಿತಿದ್ದರು. ಆಗಾಗ ಅವರೊಡನೆ ವಿದ್ರೋಹಗೈವಂತೆ ವರ್ತಿಸುತ್ತಿದ್ದರು. ಆದರೆ ಆಜರ್ ನವಾಬರ ಮಾತುಗಳು ಸರಿಯೆಂದು ಅವರನ್ನು ಎದುರಿಸಿದಾಗಲೆಲ್ಲ ಅರಿವಾಗಿ, ಎಲ್ಲವನ್ನೂ ಮರೆತು ಅವರೊಡನೆ ಒಪ್ಪಂದ ಮಾಡಿಕೊಳ್ಳುತ್ತಿದ್ದರು.

ಹೈದರಾಬಾದ್‌ಗೆ ಹೋಗುವಂದು, ಏಮನ್ ರೆಹಾನಾಳನ್ನು ಬೀಳ್ಕೊಟ್ಟು ಬರಲು ಮಹಾಸರ್ಕಾರ್ ಅವರಿಂದ ಅನುಮತಿ ಪಡೆದಳು. ಆಜರ್ ನವಾಬರೊಡನೆ ತನ್ನನ್ನು ಜೀಪ್‌ನಲ್ಲಿ ಕರೆದೊಯ್ಯಲು ಕೇಳಿಕೊಳ್ಳುವ ಸಾಹಸ ಅವಳಿಲ್ಲಿರಲಿಲ್ಲ. ಅವರು ತುಂಬ ವ್ಯಸ್ತವಾಗಿದ್ದರು. ಬೆಳಗ್ಗೆಯೇ ಅವರೂ, ಬಶಾರತ್ ನವಾಬರೂ ಕುದುರೆಗಳನ್ನೇರಿ ಹೊರಟು ಹೋಗಿದ್ದರು. ಹೋಗುವ ಮೊದಲು, ಆಜರ್ ನವಾಬರು ಬಿದಿರು ಹಾಗೂ ಸಾಗುವಾನಿಯ ಕಾಡುಗಳನ್ನು ನೋಡಿಕೊಂಡು ಅಗತ್ಯ ಸೂಚನೆಗಳನ್ನು ಕೊಡ ಬಯಸಿದ್ದರು.

ಬಶಾರತ್ ನವಾಬರು ಕೆಲಸದಲ್ಲಿ ಅಭಿರುಚಿ ತೋರಿದಂದಿನಿಂದ ಕಾಡುಗಳಲ್ಲಿ ಕಳ್ಳತನ ಕಡಿಮೆಯಾಗಿತ್ತು. ಕಳ್ಳರು ರಾತ್ರೋರಾತ್ರಿ ಕಾಡಿಗೆ ನುಗ್ಗಿ ಅಪಾರಮೌಲ್ಯದ ಸಾಗುವಾನಿ ಮರಗಳನ್ನು ಹೊತ್ತೊಯ್ಯುತ್ತಿದ್ದರು. ಬಶಾರತ್ ನವಾಬರ ಕೆಲಸವನ್ನು ನೋಡಿ, ಆಜರ್ ನವಾಬರು ಅವರ ಸಂಬಳವನ್ನು ನಿರ್ಧರಿಸಿದ್ದರು, ಕ್ರಮೇಣ ಅವರನ್ನು ಫ್ಯಾಕ್ಟರಿಯಲ್ಲಿ ಪಾಲುದಾರರನ್ನಾಗಿಸಲು ಅವರು ಬಯಸಿದ್ದರು. ಆದರೆ, ಅದಕ್ಕೆ ಅವರಿಗೆ ಅನುಭವ ಹಾಗೂ ಪ್ರಶಿಕ್ಷಣದ ಅಗತ್ಯವಿತ್ತು.

ಸೌಭಾಗ್ಯವಶದಿಂದ ಮುನ್ನೀಸಾಹಬರು ಜೀಪ್‌ಗೆ ಟ್ರೈಲರ್ ತಗಲಿಸಿ ಸಾಮಾನುಗಳನ್ನು ಧಾರವಾಡ ಸ್ಟೇಶನ್‌ಗೆ ಒಯ್ಯುವ ತಯಾರಿಯಲ್ಲಿದ್ದರು. ಏಮನ್ ಅವರೊಡನೆ, ಟ್ರೈಲರ್ ಕಳಚಿ, ಮೊದಲು ಅವಳನ್ನು ರಿಯಾಜ್ ಸಾಹಬರ ಬಂಗಲೆವರೆಗೆ ಒಯ್ದು, ಹಿಂದಿರುಗಿದ ಬಳಿಕ ಸಾಮಾನು ಒಯ್ಯುವಂತೆ ಕೇಳಿಕೊಂಡಳು.

'ನಿನಗೇನು ಗೊತ್ತು, ಬೀಬೀ ? ಎಷ್ಟು ದೊಡ್ಡ ಜವಾಬ್ದಾರಿಯಿದೆ ನನ್ನ ಮೇಲೆ!' ಮುನ್ನೀ ಸಾಹಬರು ತನ್ನ ಮಹತ್ವವನ್ನು ತಿಳಿಸುತ್ತಾ ಹೇಳಿದರು.

'ಗೊತ್ತಿದೆ, ಮುನ್ನಿ ಸಾಹಬ ನೀವಿಲ್ಲದಿದ್ದರೆ, ಹವೇಲಿಯ ಕೆಲಸಗಳೊಂದೂ ನಡೆಯಲಾರವು.' ಅವರ ಅಹಂಗೆ ಗಾಳಿ ಹಾಕಿ ಏಮನ್ ಕೂಡ ಪ್ರಸನ್ನಳಾಗುತ್ತಿದ್ದಳು.

ರೆಹಾನಾಳಿಗಾಗಿ ಅವಳೊಂದು ಫೋಟೋ ಅಲ್ಬಮ್‌ನ್ನು ಉಡುಗೊರೆಯಾಗಿ ಸಿದ್ಧಗೊಳಿಸಿದ್ದಳು. ಇದನ್ನು ತಯಾರಿಸಲು ಅವಳು ಪೇಪರ್ ಮಿಲ್‌ನಿಂದ ತನ್ನ ಇಷ್ಟದ ಕಾಗದಗಳನ್ನು ತಂದಿದ್ದಳು. ಮೊದಲ ಪುಟದಲ್ಲೇ ಅವಳು ರೆಹಾನಾಳ ಚಿತ್ರ ಬಿಡಿಸಿ ಬಣ್ಣಕೊಟ್ಟಿದ್ದಳು. ಅಲ್ಬಮನ್ನು ಸುಂದರ ಕಾಗದದಲ್ಲಿ ಸುತ್ತಿ, ಜೊತೆಗೆ ಮುದ್ದಾದ ಕಾರ್ಡೊಂದನ್ನು ಇಟ್ಟಳು.

'ತುಂಬ ತಡಮಾಡಬೇಡ, ಬೀಬೀ' ಏಮನ್ ತಲೆಯಾಡಿಸಿ ಹೋಗಿ ಜೀಪ್‌ನಲ್ಲಿ ಕುಳಿತಳು.

ಕನ್ನಡಿಗನಾದ ಚಾಲಕನಿಗೆ ಮುನ್ನೀಸಾಹಬರೇ ಮಾರ್ಗದರ್ಶನ ನೀಡಿದರು.

ಈ ಪ್ರೀತಿಯ ತಾಣವನ್ನು ಬಿಟ್ಟು ಹೋಗಬೇಕಲ್ಲ; ಎಂದೆಣಿಸುತ್ತಾ ಏಮನ್ ದಾರಿಯಲ್ಲಿಡೀ ದುಃಖಿತಳಾಗೇ ಇದ್ದಳು. ವಾತಾವರಣದಲ್ಲಿ ಮಿಳಿತವಾಗಿದ್ದ ಟಿಂಬರ್‌ನ ಪರಿಮಳ ಈಗವಳನ್ನು ವ್ಯಾಕುಲಳನ್ನಾಗಿಸುತ್ತಾ ಇರಲಿಲ್ಲ. ಎತ್ತರೆತ್ತರದ ಬಿದಿರು, ಸಾಗುವಾನಿಗಳು ಈಗವಳಿಗೆ ತನ್ನದೆಂದೇ ಅನಿಸುತ್ತಿತ್ತು. ದಾರಿಯಲ್ಲಿನ ಪಕ್ಷಿಧಾಮದಲ್ಲಿ, ಜಾಲರಿಯ ಎಡೆಗಳಿಂದ ಮುಖ ಹೊರ ಹಾಕುತ್ತಿದ್ದ ಮೃಗನಯನಿಗಳ ಜೋಡಿಯನ್ನು ಕಂಡು, ಇನ್ನೆಂದು ಇವುಗಳನ್ನು ನೋಡುವೆನೋ ಎಂದು ಅಂದಕೊಂಡಳವಳು.

ಡ್ರೈವರ್ ಜೀಪ್ ನಿಲ್ಲಸಿದೊಡನೆ ಏಮನ್ ಇಳಿದು ಓಡಿದಳು. ಆದಷ್ಟು ಬೇಗನೇ ರೆಹಾನಾಗೆ ಕಾಣಿಕೆಯಿತ್ತು ಹಿಂದಿರುಗ ಬಯಸಿದ್ದಳು. ಅವಳು ಲಾನ್‌ನ ಮುಖಾಂತರ ಪೋರ್ಟಿಕೋ ಹೊಕ್ಕು ಅಲ್ಲಿಂದ ದೊಡ್ಡ ಹಾಲ್‌ಗೆ ಬಂದಳು. ಹಾಲ್ ಎಂದಿನಂತೆ ಕನ್ನಡಿಯಂತಿತ್ತು. ನೌಕರನೊಬ್ಬ ಬಾಗಿಲ ಹಿತ್ತಾಳೆಯ ಹಿಡಿಯನ್ನು ಹೊಳೆಯುವಂತೆ ಪಾಲಿಶ್ ಮಾಡುತ್ತಿದ್ದರು. ಹೂದಾನಿಗಳಲ್ಲಿ ಅದೇ ತಾನೇ ಸಜ್ಜಾಗಿಸಿದ್ದ ಗುಲಾಬಿಗಳಿದ್ದವು. ಏಮನ್ ಒಂದು ಗುಲಾಬಿಯನ್ನು ಕಿತ್ತು, ಪ್ರೇಮ, ಆತ್ಮೀಯತೆ, ಸಫಲತೆ, ಆಕಾಂಕ್ಷೆಗಳ ಪ್ರತೀಕವಾದ ಆ ಕೆಂಪು ಗುಲಾಬಿಯನ್ನು ರೆಹನಾಗೆ ಕೊಡಲೆಂದು ತನ್ನ ಕಾಣಿಕೆಯೊಡನಿಟ್ಟಳು. ನೌಕರನು ಮುಗಳ್ನಕ್ಕು, ಸಲಾಮ್ ಮಾಡಿದ. ಏಮನ್ ಒಳಗೆ

ಹೋದಳು. ಪರದೆ ಎತ್ತಿ ಒಳಗೆ ಹೋಗಲಿದ್ದ ಅವಳ ಕಾಲನ್ನು ಅಲ್ಲೇ ತಡೆದಂತಾಯಿತು. ಒಳಗಿನ ದೃಶ್ಯವನ್ನು ನೋಡಿ ಅವಳ ಕಂಪಿಸುವ ಕೈಗಳು ಪರದೆಯನ್ನು ಬಿಟ್ಟು ಬಿಟ್ಟವು.

ಒಳಗೆ ಆಜರ್ ನವಾಬರ ಕತ್ತಿನಲ್ಲಿ ರೆಹಾನಾಳ ಬಾಹುಗಳ ಹಾರವಿದ್ದು, ಅವರು ಬಗ್ಗಿ ಅವಳನ್ನು ಹಿಡಿದುಕೊಂಡಿದ್ದರು. ಆಜರ್ ನವಾಬರ ತುಟಿಗಳು ರೆಹಾನಾಳ ಹಣೆಯ ಮೇಲೆ ಒರಗಿದ್ದವು. ಬಾಗಿಲಿಗೆ ಬೆನ್ನು ತಿರುಗಿಸಿದ್ದ ಆಜರ್ ನವಾಬರ, ಕತ್ತಿನಿಂದಿಳಿದು ಕಾಲರ್ ಮೇಲೆ ಪವಡಿಸಿದ್ದ ಹೊಳೆವ ಕೂದಲ ಆ ತಲೆ ಏಮನ್‌ಗೆ ಚೆನ್ನಾಗಿಯೂ ಪರಿಚಿತವಿತ್ತು. ಹಲವು ಬಾರಿ ಆ ಕೂದಲಲ್ಲಿ ಹೆಣಿಗೆಯಾಡಿಸಿ, ಬಾಚುವ ಇಚ್ಛೆಯನ್ನು ಅವಳಲ್ಲೇ ಅದುಮಿ ಸುಮ್ಮನಾಗಿಸಿದ್ದಳು. ಆ ಶಿರವೀಗ ರೆಹಾನಾಳ ಕಂಗಳ ಮೇಲೆ ಬಾಗಿದ್ದು, ರೆಹಾನಾಳ ಬೆರಳುಗಳು ಆ ಕೂದಲಿನಲ್ಲಿ ಸರಸರನೆ ಆಡುತ್ತಿದ್ದವು.

ಆಜರ್ ನವಾಬರೊಡನೆ ಯಾವುದೇ ಸಂಬಂಧವನ್ನಿಟ್ಟುಕೊಳ್ಳೆ ಎಂದು ನಿರ್ಧರಿಸಿದ ಮೇಲೂ ಈಗ ತನಗೇಕೆ ದುಃಖವಾಯ್ತೆಂದು ಏಮನ್‌ಗೆ ತಿಳಿಯಲಿಲ್ಲ. ಹಿಂದೆಂದು ಅವರು ಅವಳವರಾಗಿದ್ದರು ? ಆದರೆ ಹಿಂದೆ ಬೇರಾರವರೂ ಆಗಿರಲಿಲ್ಲ.

ಭಾರವಾದ ಹೆಜ್ಜೆಗಳೊಂದಿಗೆ ಅವಳು ಹಾಲ್‌ಗೆ ತಿರುಗಿ ಬಂದಳು. ಮಧ್ಯದ ಅಮೃತಶಿಲೆಯ ದುಂಡುಮೇಜಿನಲ್ಲಿ ತನ್ನ ಕಾಣಿಕೆಯನ್ನು ಇಟ್ಟು ಹಿಂದಕ್ಕೆ ಬಂದು ಸುಮ್ಮನೆ ಜೀಪ್‌ನಲ್ಲಿ ಕುಳಿತಳು.

ಆಜರ್ ನವಾಬರು ನಿಜವಾಗಿಯೂ ರೆಹಾನಾಳನ್ನು ಪ್ರೀತಿಸುತ್ತಿರುವರೇ ? ಅವಳು ಈಗ ತಾನೇ ನೋಡಿದ ದೃಶ್ಯವು ಇದನ್ನೇ ಸಾರುವಂತಿತ್ತು.

ತನ್ನ ಭಾವನೆಗಳು ಹುಚ್ಚೆದ್ದು ಹಾರದಂತೆ ನೋಡಿಕೊಂಡಿದ್ದು ಒಳ್ಳೆಯದೆ ಆಯಿತು. ತನ್ನ ಈ ರಹಸ್ಯವನ್ನು ಕೊನೆವರೆಗೂ ಹೃದಯದಲ್ಲಿ ಅಡಗಿಸಿಡಬಹುದಿತ್ತು. ಜೀವನದಲ್ಲಿ ಹಲವು ವಿಷಯಗಳಿಂದ ಅವಳು ವಂಚಿತಳಾಗಿದ್ದಳು; ಇದೂ ಒಂದೀಗ, ಆದರೆ ಹಿಂದಿನೆಲ್ಲ ಅಸಫಲತೆಗಳನ್ನು ಮರೆಸುವಂತಹ ಎಂತಹ ಮಹತ್ತಾದ ಅಸಫಲತೆಯಿದು !

ದಾರಿಯುದ್ಧಕ್ಕೂ ಹಬ್ಬಿದ ಈ ಮೌನದಲ್ಲಿ ಇಂಥ ಕ್ಷೋಭೆ, ಉತ್ಪಾತ ಎಂದೂ ಇರಲಿಲ್ಲ. ಅವಳು ಜೀಪ್‌ನಿಂದಿಳಿದಾಗ ಮುನ್ನೀ ಸಾಹಬರು ಅವಳನ್ನೇ ಗಮನವಿಟ್ಟು ನೋಡಿ ನುಡಿದರು. 'ಬಹಳ ಬೇಗನೇ ಬಂದು ಬಿಟ್ಟಿರಿ, ಬೀಬೀ, ನೀವು, ನನಗೇನೂ ಇಷ್ಟು ಅವಸರವಿರಲಿಲ್ಲ.' ಅವರು ಸ್ವಲ್ಪ ಹೊತ್ತು ತಮ್ಮ ಜೇಬುಗಳಲ್ಲಿ ಕೈಯರಿಸಿ ಉತ್ತೇಜಕ ಶಬ್ದಗಳಿಗಾಗಿ ಹುಡುಕುತ್ತಿದ್ದರು. 'ಗೆಳತಿಯನ್ನು ಬಿಟ್ಟು ಹೋಗಲು ತುಂಬ ಬೇಸರವಾಗುತ್ತಿದೆಯೇ ನಿಮಗೆ ?'

ಏಮನ್ ಏನೂ ಉತ್ತರಿಸಿದೆ, ಸುಮ್ಮನೆ ಇಳಿದು ಒಳಗೆ ನಡೆದಳು. ಮುನ್ನೀ ಸಾಹಬರು ಟ್ರೈಲರ್ ತಗಲಿಸಿ, ಸಾಮಾನುಗಳೊಡನೆ ಸ್ಟೇಶನ್‌ನತ್ತ ಹೊರಟರು.

* * *

ಟ್ರೈನ್ ಹೈದರಾಬಾದ್ ಕಾಚೀಗುಡಾ ಸ್ಟೇಶನ್ ತಲುಪಿದಾಗ ನಿಲ್ದಾಣದ ಕಟ್ಟಡದ ಬುರುಜುಗಳು ಕತ್ತಲಲ್ಲಿ ಮುಳುಗಿದ್ದವು. ನಿಲ್ದಾಣದೊಳಗೆ ಹಿಂದೆ ನಗರವೂ ದೀಪಗಳಿಂದ ಪ್ರಜ್ವಲಿಸುತ್ತಿತ್ತು. ಮಹಾಸರ್ಕಾರ್‌ರವರ ಕಣ್ಣುಗಳು ಟ್ರೈನಿನಲ್ಲಿ ನಿದ್ರೆಯಿಂದ ಭಾರವಾದಾಗ, ಏಮನ್ ಸ್ವಚ್ಛವಾದ ಕರವಸ್ತ್ರವನ್ನು ಕೊಲೋನ್‌ನಲ್ಲಿ ಮುಳುಗಿಸಿ, ಕಂಗಳ ಮೇಲಿಡಲು ಕೊಟ್ಟಳು. ಹವೇಲಿಯನ್ನು ಆದಷ್ಟು ಬೇಗನೇ ತಲುಪಿ, ಮಹಾಸರ್ಕಾರ್ ಅವರು ವಿಶ್ರಾಂತಿ ಗೈಯುವಂತಾಗಲೆಂದು ಅವಳು ಬಯಸಿದಳು.

ಟ್ರೈನ್ ನಿಂತಾಗ, ಆಜರ್ ನವಾಬರು ಮೊದಲು ಸರ್ಕಾರ್ ಅವರನ್ನೂ ಬಳಿಕ ಏಮನ್‌ಳನ್ನೂ ಆಸರೆಯಿತ್ತು. ಇಳಿಸಿಕೊಂಡರು. ಸೇವಕರ ಭೋಗಿಗಳಿಂದ ಶಮ್‌ಶಾದ್ ಮತ್ತು ನೌಕರ ಇಳಿದು ಬಂದರು. ತಾವು ಹಿಂದಿರುಗುತ್ತಿರುವುದು ಯಾರಿಗೂ ತಿಳಿಯಬಾರದೆಂದು ಆಜರ್ ನವಾಬರು ಮುನ್ನಿ ಸಾಹಬರಿಗೆ ತಿಳಿಸಿದ್ದರು. ತಮ್ಮ ಅನುಪಸ್ಥಿತಿಯಲ್ಲಿ ಹವೇಲಿ ಹಾಗೂ ಅದರ ಕಾರ್ಯಭಾರಗಳು ಹೇಗೆ ನಡೆಯುತ್ತಿವೆಯೋ ಎಂದು ನೋಡ ಬಯಸಿದ್ದರೆಂದು ಕಾಣುತ್ತದೆ. ಫೋನ್ ಮಾಡಿ ಕಾರ್ ತರಿಸುವವರೆಗೆ ಅವರು ವೈಟಿಂಗ್ ರೂಮಲ್ಲುಳಿದರು. ಕಾಯುವುದು ಪ್ರಯಾಸವೇ ಆಗಿತ್ತು. ಹತ್ತು ನಿಮಿಷಗಳೊಳಗೆ ಹೊಳಪಿನ ಬ್ಯೂಕ್ ಅವರಿಗಾಗಿ ಹೊರಗೆ ಸಿದ್ಧವಿತ್ತು. ಹಿಂದೆಯೇ ವ್ಯಾನ್ ಕೂಡ ಇತ್ತು. ಮಹಾಸರ್ಕಾರ್, ಏಮನ್ ಹಾಗೂ ಶಮ್‌ಶಾದರು ಆಜರ್ ನವಾಬರೊಡನೆ ಕಾರಿನಲ್ಲಿ ಹೊರಟರು.

ಕಾರ್ ಗೇಟಿನಿಂದ ಒಳ ಬರುವಾಗ ಏಮನ್‌ಗೆ ಹಿಂದೆ ತಾನು ಒಬ್ಬಂಟಿಯಾಗಿ ಮೊದಲ ಬಾರಿಗೆ ನಡೆದು ಬಂದುದು ನೆನಪಾಯಿತು. ಆಗಕ್ಕೂ, ಈಗಕ್ಕೂ ಎಷ್ಟು ಅಂತರವಿತ್ತು. ಈಗವಳು ಮುಳ್ಳುಪೊದರಿನಿಂದ ತನ್ನನ್ನು ತಾನೇ ರಕ್ಷಿಸಿಕೊಳ್ಳುವುದನ್ನು ಕಲಿತಿದ್ದಳು. ಈಗೆಲ್ಲವೂ ಉತ್ತಮವಾಗಿ, ಪರಿಚಿತವಾಗಿ ಕಾಣುತ್ತಿತ್ತು.

ಪೋರ್ಟಿಕೋದಲ್ಲಿ ಕಾರ್ ನಿಂತಿತು. ಅಮೃತ ಶಿಲೆಯ ಸೋಪಾನಗಳ ಮೇಲಿನ, ಜಗಲಿ ಹಾಗೂ ಒಳಗಿನ ಹಾಲ್, ದೀಪಗಳಿಂದ ಬೆಳಗುತ್ತಿರುವುದನ್ನೂ ನೋಡಿ ಆಜರ್ ನವಾಬರ ಹಣೆಯಲ್ಲಿ ಗೆರೆಗಳೂ, ಮಹಾಸರ್ಕಾರ್ ಅವರ ತುಟಿಗಳಲ್ಲಿ ನಗುವೂ ಮೂಡಿತು.

'ಬಹುಶಃ ತಸ್‌ನೀಮ್ ಪಾಶಾಗೆ ನಾವು ಬರುವ ಸುದ್ದಿ ತಿಳಿದಿದೆ.' ಮಹಾಸರ್ಕಾರ್ ಖುಶಿಯಿಂದ ಹೇಳಿದರು.

'ಯಾರು ತಿಳಿಸಿದವರು?' ಆಜರ್ ನವಾಬರು ಶಂಕೆಯಿಂದ ಕೇಳಿದರು. 'ತಿಳಿಸಬಾರದೆಂದು' ನಾವು ಮುನ್ನೀ ಸಾಹಬರಿಗೆ ಹೇಳಿದ್ದೆವು.

ಅವರ ಮಾತುಗಳನ್ನು ಸಂಗೀತದ ಲಹರಿಯೂ, ತಾರಕಸ್ತರದ ನಗುವೂ ತಡೆಯಿತು.

ಚಾಲಕನು ಬಾಗಿಲು ತೆರೆದು ಆದರಪೂರ್ವಕ ಕಾದು ನಿಂತಿದ್ದ, ಆಜರ್ ನವಾಬರು ಕಾರಿನಿಂದಿಳಿದು ಮಹಾಸರ್ಕಾರ್‌ರವರನ್ನು ಇಳಿಸಿಕೊಂಡರು. ಇನ್ನೊಂದು ಕಡೆಯಿಂದ ಏಮನ್ ಇಳಿದಳು. ಸಂಗೀತ ಏರುಗತಿಯಲ್ಲಿ ಸಾಗಿತ್ತು. ಮಹಾಸರ್ಕಾರ್ ಮತ್ತು ಏಮನ್

ಹಾಲ್‌ನ ಬಾಗಿಲಲ್ಲಿ ಬಂದು ನಿಂತರು. ಹಾಲ್ ಝಗಮಗಿಸುತ್ತಿತ್ತು. ಚಾವಣಿಯಿಂದ ಇಳಿಬಿದ್ದ ತೂಗುದೀಪ ವಲ್ಲರಿಗಳಲ್ಲಿ ದೀಪಗಳು ಲಕ್ಷ ಮಿಣುಕಹುಳಗಳಂತೆ ಬೆಳಗುತ್ತಿದ್ದವು. ಅಲ್ಲಿ ಭಾರಿ ದೊಡ್ಡ ಪಾರ್ಟಿ ನಡೆಯುತ್ತಿತ್ತು.

ಆಜರ್ ನವಾಬ ಹಾಗೂ ಮಹಾಸರ್ಕಾರ್‌ರವರ ಹಿಂದೆ ಏಮನ್ ಉಸಿರು ಬಿಗಿಹಿಡಿದು ನಿಂತಳು. ಆಜರ್ ನವಾಬರು ತೀಕ್ಷ್ಣವಾದ ದೃಷ್ಟಿಯಿಂದ ಅಲ್ಲೇಳುತ್ತಿದ್ದ ಬಿರುಗಾಳಿಯನ್ನು ವೀಕ್ಷಿಸುತ್ತಿದ್ದರು. ಅವರ ದೃಷ್ಟಿ ಹಲವು ಮುಖಗಳ ಮೇಲೆ ಸಾಗಿ ಕೊನೆಗೆ ತಸ್‌ನೀಮ್ ಪಾಶಾರಲ್ಲಿ ನಿಂತುಬಿಟ್ಟಿತು. ಪಾಶಾ ಅವರ ಮುಖದ ಬಣ್ಣ ಒಮ್ಮೆ ಬದಲಾಗಿ ಮತ್ತೆ ಸ್ಥಿರವಾಯಿತು. ಅತಿಥಿಗಳೆಲ್ಲರೂ ಮೌನವಾಗಿ ಬಾಗಿಲಲ್ಲಿ ನಿಂತಿದ್ದ ಆ ಮೂವರತ್ತ ದಿಟ್ಟಿಸುತ್ತಿದ್ದರು.

ಕೇಕ್ ಕತ್ತರಿಸುತ್ತಿದ್ದ ತಸ್‌ನೀಮ್ ಪಾಶಾರ ಕೈ ಅಲ್ಲೇ ನಿಂತಿತು. ಕಡುನೀಲವರ್ಣದ ಷಿಫಾನ್ ಸೀರೆಯಲ್ಲಿ ಅವರ ಬಿಳಿಕೆಂಪಿನ ಮೈ ಬಣ್ಣ ಎದ್ದು ಕಾಣುತ್ತಿತ್ತು. ಕೂದಲು ಒಪ್ಪವಾಗಿ ಕತ್ತಿನವರೆಗೆ ಕತ್ತರಿಸಲಾಗಿತ್ತು. ಕ್ಷಣ ವಿಚಲಿತರಾದುದರಿಂದ ಅವರ ಮುಖವೂ ಕೆಂಪಾಗಿತ್ತು. ತಮ್ಮನ್ನು ತಾವೇ ಸಂಭಾಳಿಸಿಕೊಂಡು, ಚೂರಿಯನ್ನಲ್ಲೇ ಇಟ್ಟು, ಅವರು ಮಹಾಸರ್ಕಾರ್‌ರವರ ಬಳಿಗೆ ನಡೆದರು. ಅವರೊಡನೆ ಅವರ ಮಿತ್ರರಾದ ಮುಖ್ತಾರ್ ನವಾಬರೂ ಇದ್ದರು.

ವಂದನೆಗಳು, ಅಪಾಬೇಗಮ್' ತಸ್‌ನೀಮ್ ಪಾಶಾರು ಆದರದಿಂದ ನುಡಿದು ಮಹಾಸರ್ಕಾರ್‌ರವರ ಕೆನ್ನೆಗೆ ಮುತ್ತಿಟ್ಟರು. 'ನೀವಿಂದು ಹಿಂದಿರುಗುತ್ತೀರೆಂದು ನಮಗೆ ತಿಳಿಯಲೇ ಇಲ್ಲ.' ಆಜರ್ ನವಾಬರನ್ನು ನೋಡಿ ಅವರು ಗಾಬರಿಗೊಂಡಂತಿತ್ತು.

'ಹಾಗೇ ಕಾಣುತ್ತಿದೆ' ಚುಚ್ಚುವ ದೃಷ್ಟಿಯಿಂದ ಅತಿಥಿಗಳನ್ನು ವೀಕ್ಷಿಸುತ್ತಾ ಆಜರ್ ನವಾಬರೆಂದರು. ಅಲ್ಲಿದ್ದ ಆ ಜನರೊಡನೆ ಮಿಳಿತವಾಗುವ ಯತ್ನವನ್ನು ಅವರೆಂದೂ ಮಾಡಿರಲಿಲ್ಲ.

'ನೀವಿಂದು ಇವರ ಬರ್ತಡೇಗೆ ಬಂದು ಮುಟ್ಟಿರುವುದು ಎಷ್ಟು ಸಂತೋಷಕರ ವಿಷಯ!' ಮುಖ್ತಾರ್ ನವಾಬರು ಪರಿಸ್ಥಿತಿಯನ್ನು ಕೈಗೆ ತೆಗೆದುಕೊಳ್ಳುತ್ತಾ ನುಡಿದರು.

ಮಹಾಸರ್ಕಾರ್‌ರವರು ಏನೂ ಹೇಳಲಿಲ್ಲ. ಅವರ ಮುಖದ ಮೇಲೆ ಆಯಾಸಗೊಂಡಂಥ ಮುಗಳ್ನಗೆಯಿತ್ತು. ಮುಖ್ತಾರ್ ನವಾಬರು ಆಜರ್ ನವಾಬರತ್ತ ಕೈ ಚಾಚಿದರು. ಆದರೆ ಅದರ ದೃಷ್ಟಿ ಏಮನ್‌ಳ ಮೇಲೆ ಕೇಂದ್ರೀಕೃತವಾಗಿತ್ತು. ಹವೇಲಿಯಲ್ಲಿ ಏಮನ್ ಎಂಬ ಹುಡುಗಿ ಇರುವ ಬಗ್ಗೆ ಅವರು ಅರಿತಿದ್ದರಾದರೂ, ಆ ಹುಡುಗಿ ಇಷ್ಟೊಂದು ಆಕರ್ಷಕಳಾಗಿ ಇರುವಳೆಂದು ಅವರಿಗೆ ತಿಳಿದಿರಲಿಲ್ಲ.

'ಮುಖ್ತಾರ್ ನವಾಬರು ಇಂದು ನನ್ನ–ಹುಟ್ಟು ಹಬ್ಬ ಆಚರಿಸುತ್ತಿದ್ದಾರೆ.' ತಸ್‌ನೀಮ್ ಪಾಶಾ ಹುಸಿನಗೆಯೊಂದಿಗೆ ಹೇಳಿದರು.

'ಇದರಿಂದ ಈ ಹವೇಲಿಯ ಗೌರವ ಹೆಚ್ಚಿದೆ.' ಆಜರ್ ನವಾಬರು ಮುಖ್ತಾರ್ ನವಾಬರ ಮುಂಚಾಚಿದ ಹಸ್ತವನ್ನು ಅಲ್ಪ ಮಾತ್ರ ಮುಟ್ಟಿ, ಹಿಮದಂತಹ ತಣ್ಣಗಿನ ಸ್ವರದಲ್ಲಿ ನುಡಿದರು. 'ಹೋಗುವ, ಸರ್ಕಾರ್; ನೀವು ಬಹಳ, ಆಯಾಸಗೊಂಡಿದ್ದೀರಿ.'

ಮಹಾಸರ್ಕಾರ್‌ರವರ ಹೆಗಲಲ್ಲಿ ಕೈಯಿರಿಸಿ, ಅವರು, ಮೆಟ್ಟಿಲುಗಳತ್ತ ನಡೆದಾಗ ಏಮನ್ ಹಿಂಬಾಲಿಸಿದಳು. ಇದ್ದಕ್ಕಿದ್ದಂತೆ ಆಜರ್ ನವಾಬರು ದಾಂಡೇಲಿ ತ್ಯಜಿಸಿ, ಹವೇಲಿಗೆ ಹಿಂದಿರುಗಲು ಕಾರಣ ಏಮನ್‌ಳಿಗೆ ಈಗ ತಿಳಿಯಿತು. ಕೆಲದಿನಗಳಿಂದ ಹವೇಲಿಯ ಖರ್ಚಿನ ಉದ್ದುದ್ದದ ಬಿಲ್‌ಗಳು ದಾಂಡೇಲಿಗೆ ಬರುತ್ತಿದ್ದವು. ಇದರ ಬಗ್ಗೆ ಆಜರ್ ನವಾಬರು ಏನೂ ಚಿಂತನೆ ವ್ಯಕ್ತಪಡಿಸದಿದ್ದರೂ, ತಮ್ಮ ಸ್ವಭಾವಕ್ಕನುಗುಣವಾಗಿ ಒಮ್ಮೆಲೇ ಖಚಿತ ನಿರ್ಧಾರ ಕೈಗೊಂಡಿದ್ದರು. ಮೇಲೆ ಸುತ್ತಿ ಹೋಗುವ ಮೆಟ್ಟಿಲುಗಳಲ್ಲೊಮ್ಮೆ ತಡೆದು ನಿಂತು, ಆಜರ್ ನವಾಬರು ಅಲ್ಲಿಯ ಅತಿಥಿಗಳತ್ತ ನೋಡಿದರು. ಅಲ್ಲಿ ತಮ್ಮ ಪೂರ್ವಜರ ಸಂಪತ್ತನ್ನು ಆದಾಗಲೇ ಕಳೆದುಕೊಂಡ ಸಿರಿತನದ ಶಿಥಿಲ ರೂಪಗಳನೇಕ ಕಂಡು ಬರುತ್ತಿದ್ದವು. ತಮ್ಮ ಜಾಗೀರನ್ನೂ, ನವಾಬತನವನ್ನೂ ಕಳಕೊಂಡ ಅವರ ದೃಷ್ಟಿ ಮಂಜಾಗಿತ್ತು. ದಾರಿ ಕಾಣದಾಗಿತ್ತು, ಇದರಲ್ಲಿ ಜೀವನವನ್ನು ಪ್ರತಿಷ್ಠೆಯ ತಕ್ಕಡಿಯಲ್ಲಿ ತೂಗುವ, ಓದು....ಬರಹ ಬಲ್ಲ ಮೂರ್ಖರೂ ಇದ್ದರು.

ಶಮ್‌ಶಾದ್ ಸ್ನಾನದ ತಯಾರಿ ನಡೆಸಿದ್ದಳು. ಕೋಣೆ ಇದ್ದಂತೆಯೇ ಇತ್ತು. ಎಲ್ಲೂ ಧೂಳು ಇರಲಿಲ್ಲ. ಮಹಾಸರ್ಕಾರ್‌ರವರ ಅನುಪಸ್ಥಿತಿಯಲ್ಲೂ ಕೋಣೆಯ ಸ್ವಚ್ಛತೆಯನ್ನು ಸಂಪೂರ್ಣ ಪಾಲಿಸಲಾಗಿತ್ತು.

ಆಜರ್ ನವಾಬರು ಮಹಾಸರ್ಕಾರ್ ಅವರನ್ನು ಕೋಣೆಯಲ್ಲಿ ಬಿಟ್ಟು, ತಮ್ಮ ಕೋಣೆಗೆ ತೆರಳಿದರು. ಏಮನ್ ಅವರ ಅಗತ್ಯದ ವಸ್ತುಗಳನ್ನೆಲ್ಲ ತೆಗೆದಿರಿಸಿ, ತನ್ನ ಕೋಣೆಗೆ ತೆರಳಿದಳು.

ಏಮನ್‌ಗೆ ಆಯಾಸವಾಗಿತ್ತು. ಆಯಾಸಕ್ಕಿಂತ ಹೆಚ್ಚಾಗಿ ಮಾನಸಿಕ ಕ್ಷೋಭೆ ಅವಳನ್ನು ಕಾಡಿತ್ತು. ಕೆಳಗೆ ಹಾಲ್‌ನಲ್ಲಿ ನಡೆದಿದ್ದ ಗದ್ದಲವೂ ಅವಳಿಗೆ ವ್ಯರ್ಥವೆಂದು ಕಾಣುತ್ತಿತ್ತು.

ಪಾರ್ಟಿ ಸಮಾಪ್ತವಾಗುತ್ತಾ ಬಂದಿತ್ತೆಂದು ಕಾಣುತ್ತದೆ. ಗದ್ದಲ ಕಡಿಮೆಯಾಗಿತ್ತು. ಜನರು ಒಬ್ಬೊಬ್ಬರೇ ಹೊರಟು ಹೋಗಲು ತೊಡಗಿದ್ದರು. ಕಳೆದ ಕ್ಷಣಗಳನ್ನು ಪುನಃ ಜೀವಿಸಬಯಸಿದ್ದ ತಸ್‌ನೀಮ್ ಪಾಶಾರ ಬಗ್ಗೆ ಏಮನ್‌ಗೆ ಮರುಕವೆನಿಸಿತು. ಸಮಯದ ಜೇಬಿನೊಳಗಿಂದ ಒಂದೊಂದು ಕ್ಷಣವೂ ಜಾರಿಹೋಗುತ್ತದೆಂದು ಅವರಿಗೆ ತಿಳಿದಿರಲಿಲ್ಲ. ಸಮಯದೊಡನೆ ಒಪ್ಪಂದ ಮಾಡಿಕೊಳ್ಳಲಾರದ ಜನರು ಮಕ್ಕಳಾಟಿಗೆಯ ಕಾಗದದ ಮನೆಗಳಂತಾಗುತ್ತಾರೆ. ಸುಟ್ಟು ಕರಕಾಗಿಸುವ ಕಾಲನ ಹವೆಯಲ್ಲಿ ಕರಿಕಾಗುತ್ತಾರೆ.

ಇವೇ ಯೋಚನೆಗಳಲ್ಲಿ ಮುಳುಗಿ ಅವಳು ಸ್ನಾನದ ತಯಾರಿಮಾಡುತ್ತಿದ್ದಾಗ ಬಾಗಿಲು ಇದ್ದಕ್ಕಿದ್ದಂತೆ ತೆರೆದುಕೊಂಡು, ಶಾಹನಾ ಒಳಗೆ ಬಂದಳು. ಏಮನ್ ಇದೀಗ ಎಷ್ಟೋ ದಿನಗಳ ಬಳಿಕ ಅವಳನ್ನು ಕಾಣುತ್ತಿದ್ದಳು. ಅಭಿವಾದನೆಗಳಿಲ್ಲದೇನೇ ಅವಳು ಆರಾಮ

ಕುರ್ಚಿಯಲ್ಲಿ ಕುಳಿತಳು; ಬಹಳ ಕೋಪದಲ್ಲಿದ್ದಂತಿತ್ತು. ಕೆಳಗೆ ನಡೆಯುತ್ತಿದ್ದ ಮೋಜಿನಲ್ಲಿ ಅವಳೇಕೆ ಪಾಲ್ಗೊಳ್ಳುತ್ತಿಲ್ಲವೆಂದು ಏಮನ್‌ಗೆ ಅಚ್ಚರಿಯೆನಿಸಿತು. ಆದರೆ ಅವಳೇನೂ ಕೇಳಲು ಹೋಗಲಿಲ್ಲ. ಕುವರಿ ಶಾಹಾನಾ ಹೆಚ್ಚು ಹೊತ್ತು ಸುಮ್ಮನಿರಲಾರಳೆಂದು ಅವಳರಿತಿದ್ದಳು. ಹಾಗೆಯೇ ಆಯಿತು.

'ಮೈ ಫೂಟ್!' ಕಾಲಪ್ಪಳಿಸಿ, ಅವಳು ನುಡಿದಳು. ಆ ಮುದಕರ ನಡುವೆ ನಾನೇಕೆ ಹೋಗಲಿ?! ಮುಖ್ತಾರ್ ನವಾಬರಿದ್ದಾರೆಂದು ನಾನು ಹೋಗಬಯಸಿದ್ದೆ. ಅವರು ನನ್ನನ್ನು ಬರುವಂತೆ ಆಮಂತ್ರಿಸಿದ್ದರು!'

'ಮುಖ್ತಾರ್ ನವಾಬರು ಹವೇಲಿಯಲ್ಲಿದ್ದಾರೆ. ನಾನೀಗ ತಾನೇ ಅವರನ್ನು ನೋಡಿದ್ದೆ' ಏಮನ್ ನುಡಿದಳು.

'ಅದೇ ನಾನು ಹೇಳುತ್ತಿರುವುದು, ತನ್ನ ಬರ್ತ್‌ಡೇ ಪಾರ್ಟಿ ಆಚರಿಸುವಂತೆ ಮಮ್ಮಿ ಅವರಿಗೆ ಹಿಂಟ್ ಕೊಟ್ಟಿರಬಹುದು. ಮತ್ತೆ ನನ್ನನ್ನು ಮಾತ್ರ ಪಾರ್ಟಿಯಲ್ಲಿ ಭಾಗವಹಿಸಬಾರದೆಂದರು.'

'ಏಕೆ ?' ಏಮನ್ ಕೇಳಿಬಿಟ್ಟಳು.

'ಮುಖ್ತಾರ್ ನವಾಬರನ್ನು ಆಜರ್ ನವಾಬರು ಇಷ್ಟ ಪಡವುದಿಲ್ಲವೆಂದು ಮಮ್ಮಿ ತಿಳಿದುಕೊಂಡಿದ್ದಾರೆ. ಆದ್ದರಿಂದಲೇ ನನ್ನನ್ನು ಹೋಗದಂತೆ ಹೇಳುತ್ತಾರೆ.'

'ಅದೇನೋ ಸರಿ' ಏಮನ್ ವಿಷಯವನ್ನರ್ಥಮಾಡಿಕೊಂಡು ನುಡಿದಳು. ದಾಂಡೇಲಿಯಲ್ಲಿ, ರೇಹಾನಾಳಲ್ಲಿ ಆಜರ್ ನವಾಬರ ಆಸಕ್ತಿಯನ್ನು ಅವಳು ಕಂಡಿದ್ದಳು. ಅವರೇನೋ ನೂರು ಮೂರ್ತಿಗಳನ್ನೂ ಕಡೆಯಬಹುದು ಆದರೆ ಎಲ್ಲವನ್ನೂ ಪೂಜಿಸಬೇಕೆಂದಿಲ್ಲವಲ್ಲ; ಪರಿವಾರದ ಮಾನ–ಸಮ್ಮಾನಗಳಿಗನುಗುಣವಾಗಿ ಅವರು ನವಾಬ ಪರಿವಾರದ ಕನ್ಯೆಯನ್ನೇ ಮದುವೆಯಾಗುವದಿತ್ತು.

'ಏನು ಸರಿ?' ಇದರಲ್ಲಿ ಅವರಿಗೆ ಕೆಟ್ಟದನಿಸುವದೇನಿದೆ ?' ಶಾಹಾನಾ ಉರಿದು ಬಿದ್ದಳು.' ಅವರೆಂದೂ ನನ್ನನ್ನು ಈವರೆಗೆ ಗದರಲಿಲ್ಲ. ನನ್ನನ್ನವರು ಇನ್ನೂ ಸಣ್ಣ ಮಗುವೆಂದೇ ತಿಳಿದಿರುವುದು ಬೇರೆ ವಿಷಯ. ನನಗಿದು ಸೇರುವುದಿಲ್ಲ; ನಾನು ಮಗುವಲ್ಲ; ನನ್ನ ಕೆಲಸ ನಾನು ನೋಡಿ ಕೊಳ್ಳಬಲ್ಲೆನೆಂದು ಅವರಿಗೆ ತೋರಿಸಿಯೇ ಬಿಡುತ್ತೇನೆ'

ಕೇವಲ ಆಜರ್ ನವಾಬರೇನು, ತಾನೂ ಶಾಹಾನಾಳನ್ನು ಮಗು ಎಂದೇ ತಿಳಿಯುತ್ತೇನೆ. ಎಂದು ಕೊಂಡಳು ಏಮನ್, ಅವಳು ತನ್ನ ಸಮವಯಸ್ಕಳೇನೋ ಇದ್ದಳು. ಆದರೆ ಸ್ವಭಾವದಲ್ಲಿ ಪ್ರೌಢತೆ ಇರಲಿಲ್ಲ. ಈಗಲೂ ಮಕ್ಕಳಂತೆ ಹಾರಾಡುತ್ತಿದ್ದಳು.

ಎಳೆತನದಲ್ಲಿ ಶಾಹಾನಾ ಆಜರ್ ನವಾಬರ ಕೈ ಹಿಡಿದು ಕೊಸರಾಡುತ್ತಿದ್ದುದನ್ನು ಏಮನ್ ಕಲ್ಪಿಸಿಕೊಂಡಳು. ಈಗ ಆ ದಿನಗಳು ಮುಗಿದಿವೆ. ಶಾಹಾನಳ ಮೇಲೂ ಅವರ ಹಿಡಿತ ಬಿಗಿಗೊಳ್ಳುವ ಸಮಯ ಬಂದಿದೆ.

‘ನಿಮ್ಮ ಊಟವಾಗಿದೆಯೇ ?’ ಏಮನ್ ಕಪಾಟಿನಲ್ಲಿ ತನ್ನ ಕೊನೆಯ ಸೀರೆಯನ್ನಿಡುತ್ತಾ ಕೇಳಿದಳು.

‘ಇಲ್ಲ; ನಾನು ಊಟ ಮಾಡುವುದಿಲ್ಲ.’ ಶಾಹಾನಾ ಸಿಟ್ಟಿನಿಂದ ಉತ್ತರಿಸಿದಳು.

‘ಹುಡುಗಾಟ ಬಿಟ್ಟುಬಿಡಿ, ಶಾಹಾನಾ ತಸ್‌ನೀಮ್ ಪಾಶಾ ಮಾಡುತ್ತಿರುವುದು ನಿಮ್ಮ ಒಳಗತಿಗಾಗಿಯೇ ಇದೆ.’

‘ಇದೇನು, ಇದ್ದಕ್ಕಿದ್ದಂತೆ, ಅವರು ತನ್ನ ಒಳತಿಗಾಗಿಯೇ ಹೀಗೆ ಮಾಡುತ್ತಿದ್ದಾರೆಂದು ನಿನಗನಿಸಿದೆ ?’

‘ಇದೂ ಕೇಳುವ ವಿಷಯವೇ? ಯಾವ ತಾಯ್ತಂದೆ ತಾನೆ ತಮ್ಮ ಮಕ್ಕಳ ಒಳಿತನ್ನು ಬಯಸುವುದಿಲ್ಲ?’ ಏಮನ್ ಭಾರವಾದ ಹೃದಯದಿಂದ ನುಡಿದಳು, ‘ಅವರು ಆಜರ್ ನವಾಬರನ್ನು ನಿಮಿಗಿಂತಲೂ ಚೆನ್ನಾಗಿ ಬಲ್ಲರು’

‘ಆಜರ್ ನವಾಬರಿಗೂ, ಇದಕ್ಕೂ ಏನು ಸಂಬಂಧವೆಂದು ನಾನು ಪುನಃ ಕೇಳುತ್ತಿದ್ದೇನೆ?’ ಶಾಹಾನಾ ಪುನಃ ಕ್ರೋಧದಿಂದ ಉರಿದೆದ್ದಳು.

‘ಅವರು....ನಿಮ್ಮ....ಭಾವೀವರನಲ್ಲವೇ?’ ಏಮನ್ ಹೃದಯದ ಮೇಲೆ ಕೈಯಿರಿಸಿಕೊಂಡು ಕೇಳಿದಳು.

‘ಓಹ್ಹೋ ! ಎಂಥಾ ಅರ್ಥಹೀನ ಮಾತುಗಳನ್ನಾಡುತ್ತಿರುವೆ, ಏಮನ್ ?’ ಕುವರಿ ಶಾಹಾನಾ ತಲೆಗೆ ಕೈ ಹೊತ್ತಳು. ‘ಆಜರ್ ನವಾಬರನ್ನು ಯಾರು ಮದುವೆಯಾಗುತ್ತಾರೆ ?’ ಅವಳು ಸಿಟ್ಟಿಗೆದ್ದು ನುಡಿದಳು.

‘ಯಾರು ಮದುವೆಯಾಗುವುದಿಲ್ಲ, ಆಜರ್ ನವಾಬರನ್ನು ? ‘ತಸ್‌ನೀಮ್ ಪಾಶಾ ಕೋಣೆಯೊಳಗೆ ಬರುತ್ತಾ ಕೇಳಿದರು. ‘ಕುವರಿ ಶಾಹಾನಾ, ನೀನು ಮೂರ್ಖತನದ ಮಾತುಗಳನ್ನೇ ಆಡುತ್ತಿರುವೆ.’

‘ಮಮ್ಮಿ, ನಿಮಗೆ ತಿಳಿಯುವುದಿಲ್ಲವೇಕೆ? ನಾನೆಂದೂ ಆಜರ್ ನವಾಬರನ್ನು ಮದುವೆಯಾಗಲಾರೆ’ ಶಾಹಾನಾ ನುಡಿದಳು.

‘ಯಾಕೆ ಅವರನ್ನು ಮದುವೆಯಾಗಲು ನಿನಗೆ ಮನಸ್ಸಿಲ್ಲವೆಂದು ತಿಳಿಸು ನೋಡುವ ಅವರಲ್ಲಿ ಏನು ಕೊರತೆಯಿದೆ ? ಮಾಶಾ ಅಲ್ಲಾಹ್! ಲಕ್ಷಕೊಬ್ಬರು! ಧನವಂತರು! ರೂಪವಂತರು! ಲೋಕದಲ್ಲಿ ಯಾವ ಹುಡುಗಿ ತಾನೇ ಅವರನ್ನು ಮದುವೆಯಾಗಲು ಬಯಸಲಿಕ್ಕಿಲ್ಲ?’

‘ಮಮ್ಮಿ, ಸಂಪತ್ತು ಮತ್ತು ಸೌಂದರ್ಯವೇ ಸರ್ವಸ್ವವಲ್ಲವಲ್ಲ ?’ ಅಸಾಧಾರಣ ಬುದ್ಧಿ ಮತ್ತೆಯನ್ನು ಪ್ರದರ್ಶಿಸುವಂತೆ ಶಾಹಾನಾ ನುಡಿದಳು. ‘ಸ್ವಭಾವಗಳೂ ಹೊಂದಿಕೊಳ್ಳಬೇಕಲ್ಲ? ಆಜರ್ ನವಾಬರು ಲಕ್ಷಕೊಬ್ಬರೇ ನಿಜ; ಆದರೆ ಬುದ್ಧಿವಂತಿಕೆಯಲ್ಲಿ ನಾನು ಅವರಿಗೆ ಸಮನಾಗಲಾರೆ’ ಶಾಹಾನಾ ತನ್ನ ದುರ್ಬಲತೆಯನ್ನು ಒಪ್ಪಿಕೊಂಡಳು.

'ಏನು ಕಷ್ಟವಿದೆ ?' ತಸ್‌ನೀಮ್ ಪಾಶಾ ಕೇಳಿದರು.

'ಕಷ್ಟವೇ ? ಆಜರ್ ನವಾಬರು ಇಡೀ ಪ್ರಪಂಚದಲ್ಲೇ ಎಲ್ಲಕ್ಕಿಂತ ಹೆಚ್ಚು ಕಷ್ಟಕರ ವ್ಯಕ್ತಿ, ಅವರೆಂದರೆ ನನಗೆ ಭಯವಾಗುತ್ತದೆ. ನಾನು ನನ್ನ ಪತಿಗೆ ಭಯಪಡಲಿಚ್ಛಿಸುವುದಿಲ್ಲ.'

ಶಾಹಾನಾಳ ಈ ತೆರೆದ ಹೃದಯದ ಮಾತುಗಳನ್ನು ಏಮನ್ ಮನದಲ್ಲೇ ಮೆಚ್ಚಿಕೊಂಡಳು. ಅವಳ ಈ ವ್ಯಕ್ತಿತ್ವದೆದುರಿಗೆ ತನ್ನದು ದುರ್ಬಲವೆಂದು ಅವಳಿಗನಿಸಿತು. ಯೋಚನೆ ತಿಳಿವಳಿಕೆ ಇಲ್ಲದೆಯೇ ತನ್ನ ಹೃದಯ ಆಜರ್ ನವಾಬರಿಗೆ ಸೋತಿತೇ ? ಆದರೆ, ಅವಳಿಗೆ ಅವರೆಂದರೆ ಭಯವಿರಲಿಲ್ಲ; ಕಷ್ಟಕರವಾಗಿಯೂ ಕಾಣುತ್ತಿರಲಿಲ್ಲ. ಅವರ ಆತ್ಮವಿಶ್ವಾಸ, ಧೃಢ ನಿರ್ಧಾರ, ಪರಿಸ್ಥಿತಿಗಳ ಮೇಲಿನ ಹಿಡಿತ ಅವಳಿಗೆ ತುಂಬ ಮೆಚ್ಚಿಕೆಯಾಗಿತ್ತು.

'ನೀನು ಅವರಿಗೆ ಭಯಪಡುವ ಅವಶ್ಯಕತೆಯಾದರೂ ಎಲ್ಲಿದೆ ?' ತಸ್‌ನೀಮ್ ಪಾಶಾ ಏಮನ್‌ಳ ದಿಂಬಿನ ಮೇಲೆ ಮೊಣಕೈಯೂರುತ್ತಾ ಹೇಳಿದರು. ಅವರ ಉಡುಪಿನಿಂದ ಹೊಮ್ಮಿದ ಸುವಾಸನೆ ಏಮನ್‌ಳ ರೂಮಿನಲ್ಲೆಲ್ಲ ಪಸರಿಸಿತ್ತು.

'ಅವಶ್ಯಕತೆ ಇರಬಹುದು ಕ್ಲಬ್‌ನಲ್ಲಿ ನಾನು ಬೇರಾರೊಡನಾದರೂ ಡಾನ್ಸ್ ಮಾಡಿದರೆ ಅದು ಅವರಿಗೆ ಸಹನೆಯಾಗದೆ ಇರಬಹುದು.'

'ಅವರು ಡಾನ್ಸ್ ಮಾಡುವುದೇ ಇಲ್ಲ; ಪೂರ್ಣವಾಗಿ ಬಿಟ್ಟು ಬಿಟ್ಟಿರುವರೆಂದು ಕೇಳಿದೆ.'

'ನನಗೋ ಡಾನ್ಸ್‌ನಲ್ಲಿ ತುಂಬ ಅಭಿರುಚಿಯಿದೆ. ಅವರು ಪುಸ್ತಕಗಳಲ್ಲಿ ಮಗ್ನರಾಗಿರಬಹುದು: ನನಗೆ ಪುಸ್ತಕಗಳೆಂದರೇ ಆಗುವುದಿಲ್ಲ.'

'ಆಜರ್ ನವಾಬರ ಯಾವ ವಿಷಯವೂ ನನಗೆ ಹಿಡಿಸುವುದಿಲ್ಲವೆಂದು ಹೇಳಲ್ಲ !'

'ಆದರೆ, ಆಜರ್ ನವಾಬರೆಂದರೆ ನನಗೆ ಆಗದೇನಿಲ್ಲ, ಅವರೆಂದರೆ ನನಗೆ ಇಷ್ಟವೇ, ಅವರಿಗೂ ಇದು ಗೊತ್ತು, ಅವರನ್ನು ನಾನು ಮದುವೆಯಾಗದಿರಲು ಇನ್ನೊಂದು ಕಾರಣವಿದೆ.'

'ಬೇರಾವ ಕಾರಣವಿದೆ ?' ತಸ್‌ನೀಮ್ ಪಾಶಾ ನಿದ್ರಿಸಿದಂತಿದ್ದ ಕಂಗಳನ್ನು ತೆರೆಯುತ್ತಾ ಕೇಳಿದರು. ಮಗಳ ಹಠದಿಂದ ಅವರಿಗೆ ಬೇಸರವೆನಿಸಿತ್ತು.

'ನಾನು.....ನಾನು,,,,,' ಶಾಹಾನಾ ಹಿಂಜರಿದಳು.

'ಹೇಳು ಹೇಳು ಇಷ್ಟೆಲ್ಲ ಹೇಳಿದ ಮೇಲೆ ಈಗೇಕೆ ಸುಮ್ಮನಾದೆ' ತಸ್‌ನೀಮ್ ಪಾಶಾ ನುಡಿದರು.

'ನಾನು.....ನಾನು.....ಮುಖ್ತಾರ್ ನವಾಬರನ್ನು ವಿವಾಹ ಮಾಡಿ ಕೊಳ್ಳುವೆ.' ಶಾಹಾನಾಳ ಬಾಯಿಯಿಂದ ಈ ಮಾತು ಬಂದೊಡನೆ ತಸ್‌ನೀಮ್ ಪಾಶಾ ಸ್ಪ್ರಿಂಗಿನಂತೆ ಎದ್ದು ಕುಳಿತರು.

'ಏನು ಹೇಳುತ್ತಿರುವೆ ?' ಮಹಾಕ್ರೋಧದಿಂದ ಅವರಂದರು.

'ಏನು ಹೇಳಲಿತ್ತೋ, ಹೇಳಿಬಿಟ್ಟೆ , ಮಮ್ಮಿ' ಶಾಹಾನಾ ಏಳುತ್ತಾ ನುಡಿದಳು.

'ಅವರು ಪ್ರಾಯದಲ್ಲಿ ಎಷ್ಟು ಹಿರಿಯರೆಂದು ಬಲ್ಲೆಯಾ ? ನನ್ನ ಸಮವಯಸ್ಕರವರು.'

'ಆಜರ್ ನವಾಬರೇನು ಮಗುವೇ ? ಹಾಗೂ ಪ್ರಾಯ ಸಣ್ಣದಿರಲಿ, ಹೆಚ್ಚಿರಲಿ, ನನಗದರ ಪರವೆಯಿಲ್ಲ.'

ಆದರೆ ತಸ್‌ನೀಮ್ ಪಾಶಾ ಅವಳ ಮಾತು ಕೇಳುತ್ತಿರಲಿಲ್ಲ.

'ಹೀಗಾಗುವುದು ಎಂದಿಗೂ ಸಾಧ್ಯವಿಲ್ಲ.' ತಸ್‌ನೀಮ್ ಪಾಶಾ ಎಲ್ಲೋ ಕಳೆದುಹೋದವರಂತೆ ಹೇಳಿದರು.

'ಯಾಕೆ ಸಾಧ್ಯವಿಲ್ಲ, ಮಮ್ಮಿ ?' ಶಾಹಾನಾ ನುಡಿದಳು.' ನೀವೂ ಮುಖ್ತಾರ್ ನವಾಬರ ಬಗ್ಗೆ ವಿಶೇಷ ಅಭಿರುಚಿಯಿರಿಸಿರುವಿರೆಂದೇ?' ಶಾಹಾನಾ ವ್ಯಂಗದಿಂದ ನುಡಿದಳು.

ಏಮನ್ ನಡುಗಿದಳು. ತಸ್‌ನೀಮ್ ಪಾಶಾ ಅತಿವ್ಯಾಕುಲರಾಗಿ ಎದ್ದು ನಿಂತರು.

'ಮುಖ್ತಾರ್ ನವಾಬರು ನನ್ನನ್ನೇ ವಿವಾಹವಾಗುವರು.' ಶಾಹಾನಾ ಬಹಳ ಸಂತುಷ್ಟಳಾಗಿದ್ದಳು.

ತಾಯಿ–ಮಗಳ ನಡುವಿನ ಈ ಅಸಾಧಾರಣವಾದ ಮಾತುಕತೆ ಕೇಳಿ ಏಮನ್ ಸ್ತಬ್ಧಳಾದಳು.

ಅಲ್ಲಿ ನಿಂತಿರುವುದು ಸರಿಯಲ್ಲವೆನಿಸಿ, ಅವಳು ಸದ್ದು ಮಾಡದೆ ಕೋಣೆಯಿಂದ ಹೊರಗೆ ಬಂದಳು, ಆಯಾಸದ ಕಾರಣ ಅವಳು ಸ್ನಾನಮಾಡಿ ಮಲಗ ಬಯಸಿದ್ದಳು. ಆದರೆ, ಈ ಮಹಾಭಾರತದಲ್ಲಿ ಅವಳ ವ್ಯಕ್ತಿತ್ವವೇ ಕಳೆದಂತಾಗಿತ್ತು; ನಿದ್ದೆ ಹಾರಿ ಹೋಗಿತ್ತು. ಹವೇಲಿಯ ಶಿಷ್ಟ ಜನರ ವಾತಾವರಣದಲ್ಲಿ ಇದೆಂಥ ರೀತಿಯ ಮಾತುಕತೆಯೆಂದು ಅವಳಿಗೆ ಅಚ್ಚರಿಯಾಗಿತ್ತು. ತಸ್‌ನೀಮ್ ಪಾಶಾ ಹಾಗೂ ಕುವರಿ ಶಾಹಾನಾ ಸಮಾಜದಲ್ಲಿ ಧರಿಸಿರುತ್ತಿದ್ದ ಆ ಸ್ವಚ್ಛತೆಯ ಅಂಗವಸ್ತ್ರ ಎಲ್ಲಿ ಕಳೆದು ಹೋಗಿತ್ತು. ತಸ್‌ನೀಮ್ ಪಾಶಾ ತಾವು ಬಿತ್ತಿದ್ದ ಬೆಳೆಯನ್ನು ತಾವೇ ಕೊಯ್ಲು ಮಾಡುವ ಸಮಯ ಸನ್ನಿಹಿತವಾಗಿತ್ತು.

ಅವಳು ಗ್ಯಾಲರಿಯಿಂದಾಗಿ ಹಿಂದಿನ ಪೋರ್ಟಿಕೋಗೆ ಬಂದು, ಅಮೃತ ಶಿಲೆಯ ಸೋಪಾನಗಳಲ್ಲಿ ಕುಳಿತುಬಿಟ್ಟಳು. ಹವೆಯಲ್ಲಿ ನವಿರಾದ ತಣ್ಣು ಬೆರೆತಿತ್ತು.

ದೂರದಲ್ಲಿ ವಿಕಾರ್‌ಜಂಗರ ಕಾಟೇಜ್‌ನ ಬೆಳಕು ಕಾಣಿಸುತ್ತಿತ್ತು. ಹೋಗಿ ಅವರನ್ನು ಸಿಕ್ಕಿ ಬರಬಾರದೇಕೆ, ಕೊಂಡಳವಳು. ಅಷ್ಟರಲ್ಲಿ ತಾಯಿ–ಮಗಳು ತಮ್ಮ ಶಬ್ದಗಳ ಕಠಾರಿಯನ್ನು ಅವುಗಳ ಸ್ಥಾನದಲ್ಲಿಟ್ಟಿರಬಹುದು, ಎಂದವಳು ಆಶಿಸಿದಳು.

ಬಾಲ್ಯದಲ್ಲೇ ವಿಕಾರ್‌ಜಂಗರಿಗೆ ಇತರರನ್ನು ಆಶ್ಚರ್ಯಚಕಿತರಾಗಿಸು ವುದೆಂದರೆ ಬಲು ಮೋಜೆನಿಸುತ್ತಿತ್ತು. ಅವರ ರೂಪ, ಸೌಂದರ್ಯವೂ ಹಾಗಿತ್ತು. ಅಪ್ಸರೆಯರು ಎತ್ತಿ ಕೊಂಡೊಯ್ಯದುದೇ ದೊಡ್ಡದು. ಇದೇ ಭಯದಿಂದ ಅವರನ್ನು ತೆರೆದ ಅಗಸದಡಿಯಲ್ಲಿ

ನಿದ್ರಿಸಲು ಬಿಡುತ್ತಿರಲಿಲ್ಲ. ಅವರಿಗೋ ಬೆಳದಿಂಗಳಲ್ಲೇ ಮಲಗುವ ಹಟವಿತ್ತು, ಮಲಗಿದಾಗ, ಮಂಚದ ನಾಲ್ಕೂ ದಿಕ್ಕುಗಳಲ್ಲಿ ದಾಸಿಯರು ಕಾವಲಿರುತ್ತಿದ್ದರು, ಮಾಯಾ–ಮಂತ್ರಗಳಿಂದ ರಕ್ಷಿಸಲು ದಿಂಬಿನ ಕೆಳಗೆ ಕಬ್ಬಿಣದ ಚೂರಿಯನ್ನಿಡಲಾಗಿತ್ತು. ಆದರೆ ಸ್ವತಃ ಅವರಿಗೆ ನವಾಬೀ ಬೆಡಗಿನ ಪರಿವೆಯಿರಲಿಲ್ಲ.

ಒಂದು ದಿನವಂತೂ, ಪ್ರತೀಕ್ಷೆಯಲ್ಲಿದ್ದ ಗುರುಗಳನ್ನು ಮತ್ತೂ ಕಾಯಿಸಿ, ತಾನು ಹವೇಲಿಯೆದುರಲ್ಲಿ ಮೊಹರಮ್‌ನ ಹುಲಿವೇಷ ಧರಿಸಿ ಕುಣಿದಿದ್ದರು.

'ಬಂತು ಹುಲಿ, ಅಬ್ಬು ಹುಲಿ, ಕಾಡಿನಲ್ಲಿ ದೊಡ್ಡ ಹುಲಿ,' ಯಾರಿಗೂ ಅವರ ಗುರುತು ಸಿಕ್ಕಿರಲಿಲ್ಲ. ಕೆಲವೊಮ್ಮೆ ದಾಸಿಯರೊಡನೆ ಕಬಡ್ಡಿ ಆಡುತ್ತಿದ್ದರು. ಆಗ ಅವರ ತಂದೆ ನವಾಬ ತಜಯಿೂಲ್‌ರು ಊರಿನ ರಾಜನಾಗಿದ್ದರು ಊರಿನ ಪ್ರತಿ ಮಗುವಿನ ಬಾಯಲ್ಲೂ ಮಗನ ಹೆಸರು ಕೇಳಿ, ಕೇಳಿ ಅವರ ಮುಖದ ಬಣ್ಣ ಆಗಾಗ ಬದಲಾಗುತ್ತಿತ್ತು. ಕೊನೆಗವರು, ನವಾಬರ ಹಾಗೂ ಸಿರಿವಂತರ ಗುಣ ಪ್ರಾಪ್ತಿಗಾಗಿ ಮಗನನ್ನು ಇಂಗ್ಲೆಂಡ್‌ಗೆ ಕಳುಹಿಸುವುದೆಂದು ತೀರ್ಮಾನಿಸಿದರು.

ಇಂಗ್ಲೆಂಡ್‌ಗೆ ಹೋದ ವಿಕಾರ್‌ಜಂಗರು ಓದು–ಬರಹಗಳಿಂದ ಸಮಾಜದ ಉಚ್ಚತಮ ರೀತಿ–ನೀತಿಗಳನ್ನು ಕಲಿವ ಬದಲಿಗೆ, ಪ್ಯೇಂಟಿಂಗ್ ಡಿಗ್ರಿ ಪಡಕೊಂಡು ಹಿಂದಿರುಗಿದರು. ಜೊತೆಗೇ ಅವರಲ್ಲಿ ದೊಡ್ಡದೊಂದು ಪರಿವರ್ತನೆಯೂ ಆಗಿತ್ತು. ಮೊದಲಿನಂತೆ ನಿಷ್ಪ್ರಯೋಜಕ, ಹುಡುಗುತನದ ತುಡುಗನಾಗಿರದೆ, ವಿವೇಕಯುತ ಹಸನ್ಮುಖಿ ಯುವಕನಾಗಿದ್ದರು. ಅವರ ನಡೆ ನುಡಿಗಳಲ್ಲಿ ಗಂಭೀರತೆಯಿತ್ತು. ಆದರೂ ಪರಿವಾರದ ಮಾನ ಸಮ್ಮಾನಗಳಿಗೆ ಅವರು ತಲೆಬಾಗಲಿಲ್ಲ. ಮೂಲತಃ ಅವರು ಬದಲಾಗಿರಲಿಲ್ಲ. ಈ ವಾತಾವರಣದಿಂದ ದೂರವಿದ್ದ, ಅವರ ವಿಚಾರಗಳಲ್ಲಿ ಆಳವಿತ್ತು. ಶೃಂಖಲೆಗಳಿಂದ ಬಂಧಿತರಾಗಿರುವುದನ್ನು ಅವರೆಂದೂ ಕಲಿಯಲಿಲ್ಲ. ಸಮಾಜವು ತನ್ನನ್ನು ಸ್ವೀಕರಿಸುವುದೋ ಇಲ್ಲ, ತಿರಸ್ಕರಿಸುವುದೋ ಎಂಬ ಬಗ್ಗೆ ಅವರಿಗೇನೂ ಚಿಂತೆಯಿರಲಿಲ್ಲ. ಈ ಅತ್ಯಾಚಾರಿ ಸಮಾಜದ ಒಂದು ಭಾಗವಾಗಲು ಅವರು ಸಿದ್ಧರಿರಲಿಲ್ಲ. ಆದರೆ, ದೇವನು ಅವರಿಗೆ ಅನುಪಮ ಪುರುಷ ಸೌಂದರ್ಯವನ್ನು ಕರುಣಿಸಿದ್ದ, ಅವರು ಹೋದಲೆಲ್ಲ ಗವಾಕ್ಷಗಳು ಚೆಲುವೆಯರ ಇಣುಕು ನೋಟದಿಂದ ರಂಗೇರುತ್ತಿದ್ದವು. ರಾಜಕುವರಿಯರು ತಮ್ಮ ವಿಶ್ರಾಂತಿಯನ್ನು ಕಡೆಗಣಿಸಿ, ಅವರೊಡನಿರಲು ಸಿದ್ಧವಿದ್ದರು. ಆದರೆ ವಿಕಾರ್‌ಜಂಗರಿಗೆ ಈ ಕಣ್ಣು ಮುಚ್ಚಾಲೆಗಳಲ್ಲಿ ಅಭಿರುಚಿಯೂ ಇರಲಿಲ್ಲ. ಅವರಿಗೆ ಸಮಯವೂ ಸಿಗುತ್ತಿರಲಿಲ್ಲ. ಆದರೆ, ವಿದ್ಯುದಾಘಾತವಂತೂ ಆಗುವುದೇ ಇತ್ತು. ಘರ್ಷಣೆಗಳಿಲ್ಲದೆ ಯೌವನವೆಂತು ಮುಂಬರಿದೀತು ?

ಒಂದು ದಿನ ಅವರು ತಮ್ಮ ಘೋಷಾ ಮಹಲಿನ ಹವೇಲಿಯ ಬಿಸಿಲು ಮಚ್ಚಿನಲ್ಲಿ, ಪ್ಯೇಂಟಿಂಗ್ ಮಾಡುತ್ತಿದ್ದರು. ಇದ್ದಕ್ಕಿದ್ದಂತೆ ಅವರ ದೃಷ್ಟಿ ಸುಲೇಮಾನ್ ಜಾಹರ ಹವೇಲಿಯ ವಿಶಾಲ ಅಂಗಣದಲ್ಲಿ ನಿಂತುಬಿಟ್ಟಿತು.

ಆ ಕಾಲದ ಶಿಷ್ಯರಲ್ಲಿ, ಯಾರಾದರೂ ಬಿಸಿಲು ಮಚ್ಚಿಗೆ ಏರಲಿರುವಾಗ ನೌಕರರಿಂದ ಘೋಷಾ ಕರೆ ಕೊಡಿಸುವ ಸಂಪ್ರದಾಯವಿತ್ತು, ವಿಕಾರ್‌ಜಂಗರಿಗೆ ಇದರ ಅವಶ್ಯಕತೆಯಿರಲಿಲ್ಲ. ತಾರಸಿಯಲ್ಲಿ ಎತ್ತರದ ಗೋಡೆಗಳಿದ್ದು ಅವುಗಳಲ್ಲಿ ಕಿಂಡಿಯಾಗಲೀ ಕಿಟಕಿಳಾಗಲೀ ಇರಲಿಲ್ಲ. ಆದರೆ, ಗೋಡೆಯಿಂದ ಸ್ವಲ್ಪ ಕಳಚಿಕೊಂಡಿದ್ದ ಇಟ್ಟಿಗೆಯೊಂದು ಎಲ್ಲ ಕೆಲಸವನ್ನೂ ನಾಶಮಾಡಿ ಬಿಟ್ಟಿತು. ಕೈಯಲ್ಲಿ ಬ್ರಶ್ ಹಿಡಿದ ಅವರು ಬಹು ಹೊತ್ತಿನವರಿಗೆ ಸುಲೇಮಾನ್ ಜಾಹರ ತೋಟದಲ್ಲಿ ದೃಷ್ಟಿ ನೆಟ್ಟಿದ್ದರು.

ಅವು ಸೆಕೆಯ ದಿನಗಳಾಗಿದ್ದವು. ಅಂಗಳದಲ್ಲಿ ಗಾದಿಗಳೂ, ಸೊಳ್ಳೆ ಪರದೆಗಳೂ ಬಿಡಿಸಲ್ಪಟ್ಟಿದ್ದವು. ಮಲ್ಲಿಗೆಯ ಪೊದರಿನ ಬಳಿ, ರತ್ನಗಂಬಳಿ ಹಾಸಿದ ಗಾದಿಯ ಮೇಲೆ ಸೂರ್ಯನಂತೆ ಹೊಳೆವ ಬೆಳ್ಳಿಯ ಕನ್ನಡಿ ಇಡಲ್ಪಟ್ಟಿತ್ತು. ಅದರೆದುರು ದಾಸಿಯೊಬ್ಬಳು, ಸುಲೇಮಾನ್ ಜಾಹರ ಕುವರಿ ಜಮುರ್ರುದ್ ಮಹಲಳ ಕೂದಲು ಬಾಚುತ್ತಿದ್ದಳು. ಅವಿವಾಹಿತ ಹುಡುಗಿಯರ ಕೂದಲನ್ನು ಇಬ್ಭಾಗವಾಗಿಸಿ ಅದರ ಮೇಲೆ ಬಟ್ಟೆ ಸುತ್ತಲಾಗುತ್ತಿತ್ತು. ಬಳಿಕ ಹಗ್ಗದಂತೆ ಬಿಗಿಯಾಗಿ ಸುತ್ತಿದಾಗ, ತಲೆಯನ್ನು ಬಿಟ್ಟು ಉಳಿದ ಜಡೆಯ ಕೂದಲೆಲ್ಲ ಬಟ್ಟೆಯೊಳಗೆ ಅಡಗುತ್ತಿತ್ತು. ಇದು 'ಕೊಡಲಾ' ಎನ್ನಲಾಗುತ್ತಿತ್ತು. ಹೀಗೆ ಕಟ್ಟುವುದರಿಂದ ಕೂದಲು ಚೆನ್ನಾಗಿ ಬೆಳೆಯುತ್ತದೆ. ಎಂಬ ನಂಬಿಕಯಿತ್ತು.

ಜಮುರ್ರದ್ ಮಹಲ್ ಬೇಗಂ ದುಃಖಿತರಾಗಿದ್ದರು. ಅವರಿಗೆ 'ಕೊಡಲಾ' ಇಷ್ಟವಿರಲಿಲ್ಲ. ಆದರೆ ಕಟ್ಟುವಂತೆ ತಾಯಿಯ ಕಟ್ಟಪ್ಪಣೆಯಾಗಿತ್ತು. ಈ ಸ್ಥಿತಿಯಲ್ಲೇ ಅವರ ಸೌಂದರ್ಯದ ಕಿಡಿಯು ವಿಕಾರ್‌ಜಂಗರ ಹೃದಯವನ್ನು ತಾಕಿತ್ತು. ಜಮರ್ರದ್ ಮಹಲ್ ಬೇಗಂನ್ನು ಕೂದಲು ಬಾಚುತ್ತಿರುವ ಆ ಭಾವಮುದ್ರೆಯಲ್ಲಿ ಕಂಡ ವಿಕಾರ್‌ಜಂಗರು ಮಜನೂನಂತೆ ಬಟ್ಟೆ ಹರಿದುಕೊಂಡು ಅಡವಿಯತ್ತ ಹೋಗಲಿಲ್ಲವಾದರೂ, ಅಂದಿನಿಂದ ಅವರು ಘೋಷಾಮಹಲಿನ ಹವೇಲಿಗೆ ಬರುವುದು ಹೆಚ್ಚಾಯಿತು. ಅಧಿಕ ಸಮಯವನ್ನು ಅವರು ಅಲ್ಲಿ ಕಳೆಯತೊಡಗಿದರು. ಪ್ರಿಯಾನ್ವೇಷಣೆಯು ಅವರನ್ನು ಬಾರಿಬಾರಿಗೂ ಅಲ್ಲಿಗೆ ಎಳೆತರುತ್ತಿತ್ತು. ಅವರು ಚಪಲರೂ, ರಸಿಕರೂ ಆಗಿದ್ದರು. ದಾಸಿಯರಿಗೆ ಇನಾಮುಗಳನ್ನಿತ್ತು ಅವರು ಕಮುರ್ರುದ್ ಮಹಲ್‌ರನ್ನು ಸಿಗುವ ದಾರಿಯನ್ನು ಕಂಡುಕೊಂಡರು. ಜಮುರ್ರುದ್ ಮಹಲ್‌ರೂ ಜಾಲರಿಯೆಡೆಯಿಂದ ವಿಕಾರ್‌ಜಂಗರನ್ನು ಹಲವಾರು ಕೂಟಗಳಲ್ಲಿ ಕಂಡಿದ್ದರು. ಕಂಡಾಗಲೆಲ್ಲ ತಮ್ಮ ಮನಸ್ಸಿಗೆ ತಾವೇ ಅಂಕುಶ ಹಿಡಿದಿದ್ದರು. ತಮ್ಮ ಪರಿವಾರದ ಮೇಲೆ ಯಾವುದೇ ಕಳಂಕ ಬರುವುದನ್ನು ಅವರು ಇಚ್ಛಿಸಿರಲಿಲ್ಲ. ಅವರು ಅಸಹಾಯಕರಾಗಿದ್ದರು. ಎರಡೂ ಹವೇಲಿಗಳ ನಡುವಿನ ಗುಪ್ತರಸ್ತೆಯಲ್ಲಿ ಅವರ ಮಿಲನವಾಗುತ್ತಿತ್ತು. ಈ ಮಾತು ಅವರ ದಾಸಿಗೆ ಮಾತ್ರ ತಿಳಿದಿತ್ತು. ದಾಸಿಯರು ಎಷ್ಟು ನಂಬಿಗಸ್ಥರಾಗಿರುತ್ತಿದ್ದರೆಂದರೆ, ನಾಲಿಗೆ ತುಂಡರಿಸಬಹುದಿತ್ತಲ್ಲದೆ, ಅವರ ಮಾಲೀಕರ ರಹಸ್ಯ ರಟ್ಟಾಗುವಂತಿರಲಿಲ್ಲ.

ಅದೃಷ್ಟದ ಆಟಗಳೇನೆಂದು ವಿಕಾರ್‌ಜಂಗರಾಗಲೀ, ಜಮುರ್ರುದ್ ಮಹಲ್‌ರಾಗಲೀ ತಿಳಿದಿರಲಿಲ್ಲ, ನವಾಬ ಸುಲೇಮಾನ್ ಜಾಹರು ತಮ್ಮ ಮಕ್ಕಳ ಶಿಕ್ಷಣಕ್ಕಾಗಿ ಗವರ್ನೆಸನ್ನು

ನಿಯುಕ್ತರಾಗಿಸಿದ್ದರು. ಆಗಿನ ಕ್ರಮದಂತೆ ಅವರು ತಮ್ಮ ಮಕ್ಕಳ ಮದುವೆಯನ್ನು ಹದಿಮೂರು ಹದಿನಾಲ್ಕರ ಹರೆಯದಲ್ಲೇ ಮಾಡ ಬಯಸಿರಲಿಲ್ಲ. ವಿವಾಹ ಪೂರ್ವ ಮಕ್ಕಳು ಶಿಕ್ಷಿತರಾಗಬೇಕೆಂಬುದೇ ಅವರ ಇಚ್ಛೆಯಾಗಿತ್ತು. ಇಂಥ ಉಚ್ಚ ವಿಚಾರಗಳನ್ನು ಹೊಂದಿದ್ದ ಅವರು ಕೆಲ ವಿಷಯಗಳ ಬಗ್ಗೆ ವಿಶೇಷ ಧ್ಯಾನವಹಿಸುತ್ತಿದ್ದರು, ತಮ್ಮ ಅಳಿಯನಾಗುವವನು ತಮಗೆ ಅಂತಸ್ತಿನಲ್ಲಿ ಸಮಾನವಿರಬೇಕೆಂದು ಅವರು ಬಯಸುತ್ತಿದ್ದರು, ಸಂಪೂರ್ಣ ಜಾಲಾಡಿದರೂ ಒಂದು ಕೊರತೆಯೂ ಕಾಣದಂತಹ ನವಾಬೀ ಮನೆತನಕ್ಕೆ ಅವರು ಸೇರಿದ್ದರು, ಮೂವರು ಬೇಗಮರಿದ್ದ ಅವರಿಗೆ ಇತರ ದಾಸಿಯರ, ಅಪ್ತ ಸೇವಕರ ಪುಟ್ಟ ದಂಡೇ ಇತ್ತು, ಇದನ್ನವರು ಸಿರಿವಂತರ ಪರಂಪರೆಯೆಂದೇ ತಿಳಿದಿದ್ದರು. ಅವರಿಗೆ ತಮ್ಮ ಮಾನ-ಸಂಮಾನದ ಬಗ್ಗೆ ಬಹಳ ಕಾಳಜಿಯಿತ್ತು, ಇಲ್ಲಿ ವಿಕಾರ್ ಜಂಗರಿಗೆ ಯಾವ ಸ್ಥಾನವೂ ಇರಲಿಲ್ಲ. ಅವರ ಕುಲೀನತೆಯ ಬಗ್ಗೆ ಯಾವ ಸಂಶಯವೂ ಇರಲಿಲ್ಲವಾದರೂ ಅವರ ವಿದ್ರೋಹಿ ವಿಚಾರಗಳನ್ನು ಎಲ್ಲರೂ ಅರಿತಿದ್ದರು.

ತಮ್ಮ ಬಿಡುವಿನ ಸಮಯವನ್ನು ವಿಕಾರ್‌ಜಂಗರು ಸಾಧಾರಣವಾಗಿ ಬಡ ಕಲಾಕರರೊಂದಿಗೋ, ದುಃಖಿಗಳಾದ ಕವಿ, ಲೇಖಕರೊಂದಿಗೋ ಕಳೆಯುತ್ತಿದ್ದರು, ದುರ್ಬಲರಾದ ಜನರೊಂದಿಗೆ ಮಿತ್ರತೆಯಿಂದಿರುವ ಆರೋಪ ಅವರ ಮೇಲಿತ್ತು. ಹವೇಲಿಗಳ ದರ್ಬಾರಿನ ಕೃಪಾಛತ್ರದಡಿಯಲ್ಲಿ ಎಷ್ಟೋ ಕಲಾಕಾರರೂ, ಕವಿಗಳೂ ಪೋಷಿಸಲ್ಪಡುತ್ತಿದ್ದರು; ಆದರೆ ವಿಕಾರ್‌ಜಂಗರು ಈ ಕೃಪಾಶ್ರಯದ ಭಿಕ್ಷೆಯನ್ನು ಸ್ವೀಕರಿಸಿ ತಮ್ಮ ಆತ್ಮ ಸಮ್ಮಾನವನ್ನು ಕಳೆಯಲಿಚ್ಛಿಸದ ಕಲಾಕಾರರ ಜೊತೆಗೆ ಮಾತ್ರವೇ ಸೇರುತ್ತಿದ್ದರು.

ಬೇಗಂ ಜಮುರ್‍ರುದ್ ಮಹಲ್ ಹಾಗೂ ವಿಕಾರ್ ಜಂಗರ ಪ್ರೇಮ, ದೃಢ ಹಾಗೂ ಕಳಂಕರಹಿತವಾಗಿತ್ತು. ಆದರೆ ಈ ಪ್ರೇಮವು ಅವರ ಹೃದಯದಲ್ಲೇ ಹುದುಗಿರಬೇಕಾಯಿತು. ವಿಕಾರ್ ಜಂಗರು ಸಮಾಜವನ್ನು ದೂರವೇ ಇಟ್ಟಿದ್ದರು. ತಮ್ಮ ಪ್ರೇಮವನ್ನು ಜಾಹೀರುಗೊಳಿಸಿ ಬೇಗಂ ಜಮುರ್‍ರುದ್ ಮಹಲ್‌ರನ್ನು ತನ್ನವರಾಗಿಸಿಕೊಳ್ಳಲು ಬಯಸಿದ್ದರು. ಆದರೆ ಬೇಗಂ ಜಮುರುದ್ ಮಹಲ್ ಯಾವ ರೀತಿಯಲ್ಲೂ ಇದಕ್ಕೆ ತಯಾರಾಗಲಿಲ್ಲ. ಅವರು ತಮ್ಮ ತಂದೆಯನ್ನು ಚೆನ್ನಾಗಿ ಅರಿತಿದ್ದರು. ವಿಕಾರ್ ಜಂಗರೊಡನೆ ವಿವಾಹವೆಂದರೆ, ಅದು ಅವರ ತಂದೆಯ ಆತ್ಮಹತ್ಯೆಯೇ ಆಗುತ್ತಿತ್ತು. ಆದ್ದರಿಂದ ಅವರು ತಮ್ಮ ಆಸೆ, ಅಭಿಲಾಷೆಗಳನ್ನು ಹತರಾಗಿಸಿದರಷ್ಟೇ ಅಲ್ಲ, ವಿಕಾರ್ ಜಂಗರ ಕೈಯನ್ನು ತನ್ನ ತಲೆಯ ಮೇಲಿರಿಸಿಕೊಂಡು ಅವರು ತಮ್ಮ ಹೃದಯದ ಕತ್ತಲ ಗುಹೆಯಲ್ಲಿ ತನ್ನ ಪ್ರೇಮದ ಸಮಾಧಿ ಮಾಡುವಂತೆ ಭಾಷೆ ತೆಗೆದುಕೊಂಡರು.

ನವಾಬ ಸುಲೇಮಾನ್ ಜಾಹರ ಇಚ್ಛೆಯಂತೆ ತನ್ನ ಮದುವೆ ನಿಶ್ಚಿತವಾದಾಗ, ಬೇಗಂ ಜಮುರುದ್ ಮಹಲ್ ಕೊನೆಯ ಬಾರಿಗೆ ವಿಕಾರ್‌ಜಂಗರ ಎದೆಗೊರಗಿ ಎಷ್ಟು ಅತ್ತರೆಂದರೆ, ಅವರು ಪ್ರಜ್ಞಾಶೂನ್ಯರೇ ಆದರು. ವಿಕಾರ್ ಜಂಗರು ಅವರನ್ನು ಎದೆಗೊರಗಿಸಿಕೊಂಡು ಸುಮ್ಮನೆ ಕುಳಿತರು. ದಾಸಿಯ ಎಚ್ಚರದ ಯತ್ನದಿಂದ ಹೇಗಾದರೂ ಹೋದ ಜ್ಞಾನ ಮರಳಿ ಬಂದಿತು.

ಕೆಲವೇ ದಿನಗಳಲ್ಲಿ ಬೇಗಂ ಜಮುರ್ರುದ್ ಮಹಲ್ ವಿಕಾರ್‌ಜಂಗರಿಗೆ ಪರಕೀಯರಾದರು.

ಕನ್ನಡಿ ಒಡೆದರೆ ಸಾವಿರ ಚೂರುಗಳಾಗಿ ಚೆದುರಿ ಹೋಗುತ್ತದೆ. ವಿಕಾರ್ ಜಂಗರೂ ಒಡೆದು ಚೂರಾದರು. ಏಕಾಂತದಲ್ಲಿ ಅವರು ಏಕಾಕಿಯಾಗಿದ್ದಂತೆ, ನೂರು ಜನರ ನಡುವೆಯೂ ಏಕಾಕಿಯಾಗೇ ಉಳಿದರು. ಅವರ ತಲೆಯ ಮೇಲಿಂದ ಎಂಥಾ ಪ್ರಳಯ ಸರಿದುಹೋಯ್ತೆಂದು ಯಾರಿಗೂ ತಿಳಿಯಲಿಲ್ಲ.

ಪ್ರಾಣವನ್ನು ಪಣವಾಗಿಟ್ಟು ಅವರು ಸಮಾಜದ ಕಣ್ಣಿಗೆ ಧೂಳೆರುಚುವುದರಲ್ಲಿ ಸಫಲರಾದರು. ಹಿಂದಿನಂತೆ ಸಂಗೀತ ಕೂಟಗಳಲ್ಲಿ ಅವರಿಗೆ ಅಭಿರುಚಿಯಿರಲಿಲ್ಲ; ಏಕಾಂತವನ್ನೇ ಬಯಸುತ್ತಿದ್ದರು. ಆಸ್ತಿ, ಜಹಗೀರುಗಳ ವಿಷಯದಲ್ಲಿ ಅವರಿಗೆ ಮೊದಲೇ ಯಾವ ಅಭಿರುಚಿಯೂ ಇರಲಿಲ್ಲ. ತಮ್ಮ ಜೀವನದ ಅಂತ್ಯದವರೆಗೂ ತಮ್ಮ ಖರ್ಚು ಹವೇಲಿಯೇ ನೋಡುತ್ತಿರಬೇಕೆಂಬ ಶರ್ತದೊಡನೆ ಅವರು ಆಸ್ತಿಯೆಲ್ಲವನ್ನೂ ಅಣ್ಣ ನಿಸಾರುದ್ದೌಲರಿಗೆ ಬಿಟ್ಟುಕೊಟ್ಟರು. ನಿಸಾರುದ್ದೌರಲು ಅದಕ್ಕೆ ಒಪ್ಪದೆ ಇರಲು ಯಾವ ಕಾರಣವೂ ಇರಲಿಲ್ಲ.

ತಮ್ಮ ಮಲತಮ್ಮನೊಡನೆ ನಿಸಾರುದೌಲರಿಗೆ ಹೆಚ್ಚೇನೂ ಹೊಂದಾಣಿಕೆ ಯಿರಲಿಲ್ಲ. ಇಬ್ಬರ ಸ್ವಭಾವದಲ್ಲಿ ಭೂಮ್ಯಾಕಾಶಗಳ ಅಂತರವಿತ್ತು. ಇದಕ್ಕೆ ಕೆಲವು ಮನೋವೈಜ್ಞಾನಿಕ ಕಾರಣಗಳೂ ಇದ್ದವು. ಅವರ ಹೀನಭಾವನೆಯೂ ಇದಕ್ಕೆ ಮೂಲವಾಗಿತ್ತು. ವಿಕಾರ್ ಜಂಗರು ಎಷ್ಟು ಸುಂದರರೂ, ಆಕರ್ಷಕರೂ ಆಗಿದ್ದರೋ ನಿಸಾರುದ್ದೌಲರು ಅಷ್ಟೇ ಕುರೂಪರಾಗಿದ್ದರು. ವಿಕಾರ್ ಜಂಗ್‌ರಿಗೆ ಚೆಲುವು ತಮ್ಮ ತಂದೆಯಿಂದ ಬಂದಿತ್ತು. ನಿಸಾರುದ್ದೌಲರು ಹಿರಿಯ ಬೇಗಂರಾದ ತಮ್ಮ ತಾಯಿಯನ್ನು ಹೋಲುತ್ತಿದ್ದರು. ಅವರ ಸ್ವಭಾವದ ತೀಕ್ಷ್ಣತೆಯೂ ಪ್ರಖ್ಯಾತವಾಗಿತ್ತು. ತಮ್ಮ ತಮ್ಮನೊಂದಿಗೆ ಅವರಿಗೆ ಯಾವುದೇ ಪ್ರೀತಿಯಿರಲಿಲ್ಲ; ಇದೇ ಮುಂದಕ್ಕೆ ತಿರಸ್ಕರವಾಗಿ ಪರಿವರ್ತಿತವಾಯಿತು. ವಿಕಾರ್ ಜಂಗರು ಅವರನ್ನು ಚೆನ್ನಾಗಿಯೂ ಅರಿತಿದ್ದರು. ಆಸ್ತಿಯ ಮೇಲಿನ ಹಕ್ಕನ್ನುಳಿಸಿಕೊಳ್ಳುವುದು ಒಂದು ಹೊರೆಯಾಗಿತ್ತು. ಅಲ್ಲದೆ, ಬೇಗಂ ಜಮುರ್ರುದ್ ಮಹಲ್‌ರನ್ನು ಕಳಕೊಂಡ ಮೇಲೆ ಅವರು ತುಂಬ ಉದಾರಿಯಾಗಿದ್ದರು. ತನ್ನ ಅತ್ಯಂತ ಪ್ರೀತಿಪಾತ್ರವಾದ ವಸ್ತುವನ್ನೇ ಕಳೆದುಕೊಂಡ ಮೇಲೆ, ಏನಿದ್ದರೇನು ? ಏನು ಹೋದರೇನು ? ಆದ್ದರಿಂದಲೇ ನಿಸಾರುದ್ದೌಲರು ಜಮುರ್ರುದ್ ಮಹಲ್‌ರನ್ನು ವಿವಾಹವಾದ ಬಳಿಕ ವಿಕಾರ್ ಜಂಗರು ಈ ಚಿಕ್ಕ ಬಂಗಲೆಯಲ್ಲಿ ವಾಸವಾಗಿದ್ದು, ಅದನ್ನೇ ತಮ್ಮ ಸುರಕ್ಷೆಯ ಕುಟೀರವನ್ನಾಗಿಸಿ ಕೊಂಡಿದ್ದರು.

ಏಮನ್, ವಿಕಾರ್ ಜಂಗರ ಬಳಿಗೆ ಬಂದಾಗ ಅವರು ಊಟಮಾಡುತ್ತಿದ್ದರು. ಏಮನ್ ನೌಕರರೊಡನೆ ತಾನು ಮತ್ತೆಂದಾದರೂ ಬರುವೆನೆಂದು ತಿಳಿಸಿ ಹೋಗಲುದ್ಯುಕ್ತಳಾದಳು, ಆದರೆ, ವಿಕಾರ್ ಜಂಗರಿಗೆ ಅವಳ ಸ್ವರ ಕೇಳಿಸಿತ್ತು. ಅವರು ತಾವೇ ಎದ್ದು ಬಾಗಲ ಬಳಿ ಬಂದು ಅವಳನ್ನು ಕರಕೊಂಡೇ ಊಟದ ಮೇಜಿನ ಬಳಿಗೆ ಬಂದರು. ಅವಳನ್ನೂ ಜೊತೆಗೆ ಉಣ್ಣುವಂತೆ ಒತ್ತಾಯಿಸಿದರವರು.

ವಿಕಾರ್ ಜಂಗರೊಡನೆ ಏಮನ್ ಯಾವಾಗಲೂ ಪ್ರಸನ್ನಳಾಗಿರುತ್ತಿದ್ದಳು. ಅವರೊಬ್ಬ ಅತಿಸಭ್ಯ ವ್ಯಕ್ತಿಯಾಗಿದ್ದರು. ಅವರ ಮಾತುಕತೆಯ ಮೃದುತ್ವ ಹಾಗೂ ತುಟಿಗಳ ಮೇಲಾಡುವ ಮಂದಹಾಸ ಅವರೊಳಗಿನ ಶಾಂತಿಯನ್ನು ಪರಿಚಯಿಸುತ್ತಿತ್ತು.

'ದಾಂಡೇಲಿಗೆ ಹೋಗಿ ನೀನು ಇನ್ನೂ ಹೆಚ್ಚು ಹೊಳೆಯುತ್ತಿರುವೆ,' ವಿಕಾರ್ ಜಂಗರು ಊಟದ ಬಳಿಕ ಸೋಫಾದಲ್ಲಿ ಕುಳಿತುಕೊಳ್ಳುತ್ತಾ ಹೇಳಿದರು. ಅವರ ಈ ಪ್ರಶಂಸೆಯಿಂದ ಏಮನ್‌ಳ ಗಲ್ಲಗಳಲ್ಲಿ ಎರಡು ಪುಟ್ಟ ಕುಳಿಗಳು ಮೂಡಿದವು. ದಾಂಡೇಲಿಯಲ್ಲಿ ಅವಳು ಸಮಯ ಹೇಗೆ ಕಳೆದಳೆಂದು ಅವರು ವಿಚಾರಿಸಿ ಕೊಳ್ಳುತ್ತಿದ್ದರು. ಏಮನ್ ಸಂಕ್ಷಿಪ್ತವಾಗಿ ಉತ್ತರಿಸಿದಳು. ಆಜರ್ ನವಾಬರು ವ್ಯಸ್ತವಾಗಿದ್ದುದನ್ನೂ ಮರೆಯುವಂತಿರಲಿಲ್ಲ. ಆದರೆ, ಅವರ ಬಗ್ಗೆ ಅನಾವಶ್ಯಕವಾಗಿ ತಾನು ಯೋಚಿಸಿ, ಚಿಂತಿಸಿ ಮಾತಾಡುತ್ತಿರುವಂತೆ ಅನಿಸಿ ಅವಳಿಗೆ ತನ್ನ ಮೇಲೆ ತನಗೇ ಸಿಟ್ಟು ಬಂತು.

'ಈ ಹುಡುಗ ಆಜರ್ ನವಾಬ' ವಿಕಾರ್ ಜಂಗರು ಯೋಚಿಸುತ್ತಾ ಹೇಳಿದರು. 'ಎಷ್ಟೊಂದು ಬದಲಾಗಿದ್ದಾನೆ ! ಅವನು ಇಂಗ್ಲೆಂಡಿನಿಂದ ಹಿಂದಿರುಗಿದಾಗ ಹುಡುಗಿಯರು ಅವನನ್ನು ಸುತ್ತುವರಿದಿರುತ್ತಿದ್ದರೆಂದು ಕೇಳಿದ್ದೆ. ಕ್ಲಬ್‌ನಲ್ಲಿ; ರೇಸ್‌ಗಳಲ್ಲಿ; ಎಲ್ಲಾ ಕಡೆ; ಈಗವನು ಬದಲಾಗಿದ್ದಾನೆ. ತುಂಬ ಬದಲಾಗಿದ್ದಾನೆ.'

ಆಜರ್ ನವಾಬರು ಎಲ್ಲಿ, ಹೇಗೆ ಬದಲಾಗಿದ್ದರೆಂದು ಏಮನ್ ತಿಳಿಯಲಾರದಾಗಿದ್ದಳು. ಅವಳು ಅವರ ಈಗಿನ ರೂಪವನ್ನಷ್ಟೇ ಕಂಡಿದ್ದಳು. ಯಾವುದಾದರೂ ನಾಜೂಕಾದ ಹಸ್ತವು ಅವರನ್ನು ಹಿಡಿತದಲ್ಲಿರಿಸ ಬಯಸಿದ್ದರೂ ಅಸಫಲವಾಗಿದ್ದಿರಬಹುದು ಅವರು ಹಗುರಾದ ಪ್ರಣಯ ಚೇಷ್ಟೆಗಳಲ್ಲಿ ಮಾತ್ರ ವಿಶ್ವಾಸವಿರಿಸಿದ್ದರೆಂದು ಏಮನ್‌ಳ ಅನುಭವವು ತಿಳಿಸುತ್ತಿತ್ತು. ಅವರ ಸ್ವಂತದ ಅನುಭವ ಇದಕ್ಕಿಂತಲೂ ಆಳವಾಗಿದ್ದಿರಬಹುದು. ಆದರೆ, ತಮ್ಮನ್ನು ತಾವೇ ವಿವಾಹ ಬಂಧನದಲ್ಲಿ ಸಿಲುಕಿಸಿಕೊಳ್ಳಲು ಅವರು ಬಯಸುತ್ತಿರಲಿಲ್ಲ. ಈಗ ಪರಿಸ್ಥಿತಿ ಸ್ವಲ್ಪ ಭಿನ್ನವಾಗಿತ್ತು. ಅತ್ತ, ರೆಹಾನಾಳೊಡನೆ ಅವರ ವ್ಯವಹಾರವನ್ನು ಕೇವಲ ಮಿತ್ರತೆಯೆಂದೂ ಹೇಳುವಂತಿರಲಿಲ್ಲ; ಇತ್ತ ತಸ್‌ನೀಮ್ ಪಾಶಾರು ತಮ್ಮ ಮಗಳಿಗಾಗಿ ಅವರ ಮೇಲೆ ಬಲೆ ಬೀಸುತ್ತಿದ್ದರು. 'ಯಾರು ಗೆಲ್ಲುವರೋ ನೋಡಬೇಕಷ್ಟೆ' ಅವಳೊಂದು ನಿರುತ್ಸಾಹದ ಮುಗಳ್ನಗೆಯೊಂದಿಗೆ ಯೋಚಿಸಿದಳು.

'ಇದ್ದಕ್ಕಿದ್ದಂತೆ ಈ ಮುಗಳ್ನಗುವಿನ ಕಾರಣ ತಿಳಿಯಬಹುದೇ ?' ವಿಕಾರ್ ಜಂಗರು ಆಶ್ಚರ್ಯದಿಂದ ಕೇಳಿದರು.

'ಇಲ್ಲ, ಏನಿಲ್ಲ; ಆಜರ್ ನವಾಬರ ಕೈ ಹಿಡಿಯುವಲ್ಲಿ ಯಾರು ಸಫಲರಾದಾರೆಂದು ಯೋಚಿಸುತ್ತಿದ್ದೆ.'

ವಿಕಾರ್ ಜಂಗರನ್ನು ಆದರದಿಂದ ಕಾಣುತ್ತಿದ್ದರೂ, ಅವಳು ಅವರಲ್ಲಿ ನಿಸ್ಸಂಕೋಚದಿಂದ ಇದ್ದಳು.

ಅಜರ್ ನವಾಬ ಸ್ವಲ್ಪ ತಡಮಾಡಿದ್ದಾರೇನೋ ಹೌದು; ಆದರೂ, ಅವರನ್ನು ಗೆದ್ದುಕೊಂಡ ಹುಡುಗಿ ಕಷ್ಟಪಡಲಿಕ್ಕಿಲ್ಲ.

ಏಮನ್ ಸುಮ್ಮನಿದ್ದಳು.

'ಏಕೆ, ನಿನಗೆ ನನ್ನ ಅಭಿಪ್ರಾಯ ಹಿಡಿಸಲಿಲ್ಲವೇ ?' ವಿಕಾರ್ ಜಂಗರು ಮುಗಳ್ನಗುತ್ತಾ ಕೇಳಿದರು.

'ನನಗೆ ಅವರ ಬಗ್ಗೆ ಹೆಚ್ಚೇನೂ ತಿಳಿದಿಲ್ಲ.' ಏಮನ್ ಸಂವರಿಸಿಕೊಂಡು ನುಡಿದಳು.

'ನೀನು ಬಹಳ ತಿಳಿವಳಿಕೆಯುಳ್ಳ ಹುಡುಗಿ, ಆದರೆ, ಅವರನ್ನು ಅರಿಯುವಲ್ಲಿ ಹೆಚ್ಚು ತಡಮಾಡದಿರು, ಇಲ್ಲವೇ....'

'ಇಲ್ಲವೇ ?' ಬಯಸದೆಯೇ ಕೇಳಿದಳು, ಏಮನ್.

'ಇಲ್ಲವೇ ಬಹಳ ತಡವಾದೀತು, ಡಿಯರ್ ಗರ್ಲ್!'

'ನನಗೆ....ನನಗೆ ಅರ್ಥವಾಗಲಿಲ್ಲ. ಅವರೇನು ಅಷ್ಟೊಂದು ಅಪಾಯಕಾರಿಯೇ?' ಏಮನ್ ಮಾತುಕತೆಯನ್ನು ಹಗುರಾಗಿಸಿ, ಮುಗ್ಧತೆಯಿಂದ ಕೇಳಿದಳು.

'ಅಪಾಯಕಾರಿಯೇನಲ್ಲ;' ವಿಕಾರ್ ಜಂಗರು ಎರಡೂ ಕೈಯ ಬೆರಳುಗಳನ್ನು ಹೆಣೆದುಕೊಂಡು ಮೊಣಕೈಯನ್ನಾಧರಿಸುತ್ತಾ ನುಡಿದರು.' ದುರದೃಷ್ಟದಿಂದ ಅವರ ಹಿನ್ನಲೆಯು ಅವರನ್ನು ಪಾಷಾಣ ಹೃದಯಿಯನ್ನಾಗಿ ಮಾಡಿದೆ'

'ಆದರೆ ಅವರು ಪಾಷಾಣ ಹೃದಯರೇನೂ ಅಲ್ಲ' ಏಮನ್ ಕೊಂಚ ಅವಸರದಲ್ಲಿಯೇ ಹೇಳಿಬಿಟ್ಟಳು. ವಿಕಾರ್ ಜಂಗರು ಅವಳನ್ನು ಸುಮ್ಮನೆ ದೃಷ್ಟಿಸತೊಡಗಿದರು. ಇದ್ದಕ್ಕಿದ್ದಂತೆ ಏಮನ್‌ಳ ಮುಖದಲ್ಲಿ ಕೆಂಪು ಚೆಲ್ಲಾಡಿತು.

ವಿಕಾರ್ ಜಂಗರು ಹಾಗೇ ಅವಳನ್ನು ದೃಷ್ಟಿಸುತ್ತ 'ಓ!........ಓ!' ಅಂದರು ಅವಳು ಹೋಗಲೆಂದು ಎದ್ದಳು. 'ಓ!' ಈಗವರು ಬೇರೆ ರೀತಿಯಾಗಿ ನುಡಿದರು. ಹಾಗೂ ಏಮನ್‌ಳ ಹೆಗಲಲ್ಲಿ ಕೈಯಿರಿಸಿ ಗೇಟಿನ ತನಕ ಅವಳನ್ನು ಬೀಳ್ಕೊಡ ಬಂದರು. ಅಲ್ಲಿ ತಡೆದು ನಿಂತು ಪುನಃ ಅವರು ಏಮನ್‌ಳತ್ತ ತಿರುಗಿ ಕೇಳಿದರು. 'ಓ? !' ಈಗ ಅವಳು ನಾಚಿ, ನಕ್ಕುಬಿಟ್ಟಳು. ಹಾಗೂ ವಿಕಾರ್ ಜಂಗರು ನಗುತ್ತಾ ಅವಳ ಶಿರದ ಮೇಲೆ ಕೈಯರಿಸಿದರು.

ಪಾಕಗೃಹದಲ್ಲಿ ಏಮನ್ 'ಒಂದು ಹೊಸ ಪುಡಿಂಗ್ ತಯಾರಿಯಲ್ಲಿ ವ್ಯಸ್ತವಾಗಿದ್ದಳು. ಮಹಾಸರ್ಕಾರ್‌ರವರ ಕೋಣೆಯಲ್ಲಿ ಪುಸ್ತಕ, ಪತ್ರಿಕೆಗಳನ್ನು ತಿರುವಿ ಹಾಕುತ್ತಿದ್ದಾಗ, ಏಮನ್, ಇದರ ತಯಾರಿಕಾ ಕ್ರಮವನ್ನು ಓದಿಕೊಂಡಳು.

'ಏಮನ್, ಬೀಬೀ, ನಿನ್ನ ಜವಾಬ್ದಾರಿಗಳಲ್ಲಿ ಅಡಿಗೆಯ ಜವಾಬ್ದಾರಿಯೇನೂ ಇಲ್ಲ.' ಮಹಾಸರ್ಕಾರ್ ಹೇಳಿದರು, 'ನೀನು ಸುಮ್ಮ ಸುಮ್ಮನೆ ಕೆಲಸ ಹೆಚ್ಚಿಸಿಕೊಳ್ಳುತ್ತಿರುವೆ.'

'ಸರ್ಕಾರ್', ನಿಮ್ಮ ಅಪ್ಪಣೆಯಾದರೆ, ಹೋಗಲಾರೆ' ಆದರೆ ನಿಜವಾಗಿ ನನಗೆ ಹೊಸ ಹೊಸ ರೀತಿಯ ಅಡಿಗೆ ಕಲಿಯುವ ಅಭಿರುಚಿ ಇದೆ, ಆದ್ದರಿಂದಲೇ ಯಾವಾಗಾದರೊಮ್ಮೆ ಹೋಗುತ್ತಿರುತ್ತೇನೆ.'

'ನನ್ನಿಂದೇನೂ ಅಡ್ಡಿಯಿಲ್ಲ. ನೀನು ಎಲ್ಲಾ ವಿಷಯಗಳಲ್ಲೂ ಅಭಿರುಚಿಯಿರಿಸಿ ಕೊಳ್ಳುವುದು ನನಗೆ ಸಂತೋಷಕರವಾಗಿಯೇ ಇದೆ. ನೀನು ಈ ಹವೇಲಿಯ ಮನೆತನದಲ್ಲಿ ಒಬ್ಬಳೆಂದೇ ನಾನು ತಿಳಿದಿದ್ದೇನೆ.' ಮಹಾಸರ್ಕಾರ್ ಮುಗುಳ್ನಕ್ಕು ಹೇಳಿದರು. 'ಸುಮ್ಮನೆ ಆಯಾಸ ಗೊಳ್ಳುವೆಯಲ್ಲ ಎಂದು ಹೇಳಿದೆನಷ್ಟೇ ಮೊದಲೇ ಆಜರ್ ನವಾಬ ನಿನ್ನ ಕೆಲಸ ಹೆಚ್ಚಿಸಿದ್ದಾರೆ.'

'ಮೊದಲಿಂದಲೇ ಮಾಡುತ್ತಿದ್ದ ಕೆಲಸ; ನನಗೆ ಒಳ್ಳೆಯದಾಗುತ್ತದೆ. ಚಿಕ್ಕವಳಿದ್ದಾಗಲೇ ನಾನು ಅಬ್ಬಾ ಅವರಿಗೋಸ್ಕರ ಏನಾದರೂ ತಯಾರಿಸುತ್ತಿದ್ದೆ. ನಾನೇನು ತಯಾರಿಸಿದರೂ ಅವರು ತುಂಬ ಅಭಿರುಚಿಯಿಂದ ತಿನ್ನುತ್ತಿದ್ದರು.'

'ನಿನ್ನ ಅಬ್ಬಾ ಅದೃಷ್ಟವಂತರಾಗಿದ್ದರು.' ಮ್ಲಾನವಾಗುತ್ತಿದ್ದ ಅವಳ ಮುಖವನ್ನು ನೋಡುತ್ತಾ ಮಹಾಸರ್ಕಾರ್ ನುಡಿದರು. 'ಈಗ ಬಹುಶಃ ನಿನ್ನ ತಂದೆಯ ಸ್ಥಾನವನ್ನು ನಾನು ತೆಗೆದುಕೊಂಡಿದ್ದೇನೆ. ನನಗೂ ನೀನು ತಯಾರಿಸಿದ ಅಡಿಗೆ ಚೆನ್ನೆನಿಸುತ್ತದೆ.'

ಏಮನ್ ಏನು ಹೇಳಬಹುದಿತ್ತು ? ಅವರ ಈ ಪ್ರೀತಿ ತುಂಬಿದ ವ್ಯವಹಾರವೇ ಅವಳಿಗೆ ಹವೇಲಿಯನ್ನು ತೊರೆಯುವುದು ಕಷ್ಟಕರವಾಗುವಂತೆ ಮಾಡಿದೆಯೆನ್ನಬಹುದೇ? ಪತ್ರಿಕೆ ತೆಗೆದುಕೊಂಡು ಅವಳು ಮೌನವಾಗಿ ಅಲ್ಲಿಂದೆದ್ದಿದ್ದಳು.

ಪಾಕಗೃಹದಲ್ಲಿ ಅವಳು ಅಭಿರುಚಿ ತೋರಿದಾಗಿನಿಂದ ಅಲ್ಲಿ ಸ್ವಚ್ಛತೆ ಹೆಚ್ಚಿಕೊಂಡಿದ್ದಿತು. ಹಳೆಯ ನಮೂನೆಯ ಕಬ್ಬಿಣದ ಅವನು ಈಗ ಹೊಳೆಯುತ್ತಿತ್ತು. ಕೀಟಗಳಿಂದ ಕೋಣೆಯೀಗ ಮುಕ್ತವಾಗಿತ್ತು. ಮೇಜು ಸ್ವಚ್ಛವಾಗಿತ್ತು. ಒಂದು ರ್‍ಯಾಕ್‌ನಲ್ಲಿ ಪಕ್ವಾನ್ ತಯಾರಿಯ ಬಗೆಗಿನ ಪುಸ್ತಕಗಳನ್ನು ಜೋಡಿಸಿಟ್ಟು ಲೈಬ್ರರಿ ಸಿದ್ಧಗೊಳಿಸಿದ್ದಳು.

ಅಜರ್ ನವಾಬರು ಅವಳನ್ನು ಲೈಬ್ರರಿಯಲ್ಲಿ ಕರೆ ಕಳುಹಿಸಿರುವರೆಂದು ನೌಕರನು ಬಂದು ತಿಳಿಸಿದ. ಪುಡಿಂಗ್ ಅವನಲ್ಲಿ ಇರಿಸಿ, ಏಪ್ರನ್‌ಗೇ ಕೈ ಒರೆಸಿಕೊಂಡು ಅವಳು ಲೈಬ್ರರಿ ತಲುಪಿದಾಗ ಒಮ್ಮೆಲೇ ಸ್ತಂಭಿತಳಾದಳು.

ಲೈಬ್ರರಿಯಲ್ಲಿ ಆಜರ್ ನವಾಬರು ಒಬ್ಬರೇ ಇರುವರೆಂದು ಅವಳಂದು ಕೊಂಡಿದ್ದಳು. ಎಷ್ಟೋ ಬಾರಿ ಹೀಗೆ ಅವರು ಅವಳನ್ನು ಸಹಾಯಕ್ಕೆಂದು ಕರೆಸಿಕೊಂಡಿದ್ದರು. ಆದರೆ, ಇಂದು ಅವರೊಡನೆ ಕೆಲವು ಬೇರೆ ವ್ಯಕ್ತಿಗಳೂ ಇದ್ದರು. ಆಜರ್ ನವಾಬರು ಅವಳನ್ನು ತಿಂದುಬಿಡುವ ದೃಷ್ಟಿಯಿಂದ ನೋಡಿದರು: ಆದರೆ ಸಮಯ ಮೀರಿತ್ತು. ಅಲ್ಲಿಯ ಅತಿಥಿಗಳಲ್ಲಿ ಇಬ್ಬರು ವಿದೇಶೀಯರೂ, ಇಬ್ಬರು ಸ್ವದೇಶೀಯರೂ ಇದ್ದರು. ಅವಳನ್ನು ನೋಡಿ ಅವರು ಎದ್ದು ನಿಂತರು. ಅವರ ಮುಖಗಳ ಮೇಲಿದ್ದ ಮಂದಹಾಸವನ್ನು ಹೇಗೆ ಬೇಕಾದರೂ ಅರ್ಥೈಸಬಹುದಿತ್ತು.

'ಮೈ ಮದರ್ಸ್ ಜನರಲ್ ಅಸಿಸ್ಟೆಂಟ್' ಅಜರ್ ನವಾಬರು ಪರಿಚಯಸುತ್ತಾ, ತನಗೆ ಅವಳಿಂದ ಆಗಬೇಕಾದುದೇನೂ ಇಲ್ಲವೆಂಬಂತೆ ತಿಳಿಯಪಡಿಸಿದರು. ಅವಳ ಸಂಬಂದವೇನಿದ್ದರೂ ಮಹಾಸರ್ಕಾರ್ ಅವರೊಡನೆ ಮಾತ್ರವಿತ್ತು.

'ಆ್ಯಸ್ ಚಾರ್ಮಿಂಗ್ ಆ್ಯಸ್ ಸಿಂಡ್ರೆಲಾ' ವಿದೇಶಿಯನೊಬ್ಬ ಅವಳತ್ತ ಕೈ ಚಾಚುತ್ತಾ ಹೇಳಿದ.

'ಹೋಪ್ ಶೀ ವಿಲ್ ನಾಟ್ ಲೂಸ್ ಹರ್ ಗ್ಲಾಸ್ ಸ್ಲಿಪರ್ ಲೈಕ್ ಸಿಂಡ್ರೆಲಾ, ಇಲ್ಲವಾದ್ರೆ ಈ ಹವೇಲಿಯ ಕಾರ್ಯಭಾರವೇ ನಿಂತು ಬಿಟ್ಟೀತು.' ಆಜರ್ ನವಾಬರು ಹೊರನೋಟಕ್ಕೆ ಮಾತನ್ನು ನಗೆಯಲ್ಲೇ ತೇಲಿಸಿದರು, ಒಳಗೊಳಗೆ ಅವರು ಕ್ರೋಧಿತರಾಗಿರಬಹುದೆಂದು ಏಮನ್ ಅರಿತಳು.

'ಆದರೆ, ಈಗಲೇನೋ ಮಿಸ್ ಸಾಹಿಬಾರ ಹೊರತು ನಿಮ್ಮ ಕೆಲಸವೂ ನಡೆಯದಂತೆ ಕಾಣುತ್ತದೆ.'

ಈ ನಡುವೆ ಏಮನ್ ಸಂವರಿಸಿಕೊಂಡಿದ್ದಳು. ತನ್ನ ಏಪ್ರನ್ ಕಳಚಿ ಅವಳು ಒಂದೆಡೆ ಇಟ್ಟು ಬಿಟ್ಟಳು. ತೆಳುವಾದ ಬಿಳಿಯ ಸೆಲ್ವಾರ್ ಕಮಿಜ್‌ನಲ್ಲಿ ಅವಳ ವ್ಯಕ್ತಿತ್ವ ಎದ್ದು ಕಾಣುತ್ತಿತ್ತು. ಅವರೆಲ್ಲ ಆರ್ಕಿಟೆಕ್ಟ್‌ಗಳೂ, ಇಂಜಿನಿಯರರೂ, ಕಾಂಟ್ರಾಕ್ಟರರೂ ಇದ್ದರು. ತಮ್ಮೆದುರಿನ ದೊಡ್ಡ ಮೇಜಿನಲ್ಲಿ ಆಜರ್ ನವಾಬರು ಕೆಲವು ನಕ್ಷೆಗಳನ್ನು ಬಿಡಿಸಿ ಇಟ್ಟಿದ್ದರು. ಕೆಲವು ಫೈಲುಗಳ ಅವಶ್ಯಕತೆಯಿದ್ದುದರಿಂದ ಅವರು ಏಮನ್‌ಳನ್ನು ಕರೆಸಿದ್ದರು. ಅವಳು ಫೈಲ್‌ಗಳನ್ನಿತ್ತು. ಒಂದೆಡೆ ಸುಮ್ಮನೆ ಕುಳಿತುಬಿಟ್ಟಳು. ಹೋಗಲು ಇನ್ನೂ ಅವಳಿಗೆ ಅಪ್ಪಣೆ ದೊರೆತಿರಲಿಲ್ಲ.

'ಈ ಭವ್ಯ ಹವೇಲಿಯನ್ನು ಒಂದು ದೊಡ್ಡ, ಆಕರ್ಷಕ ಹೋಟೆಲಾಗಿ ಪರಿವರ್ತಿಸಬಹುದು.' ಒಬ್ಬ ವಿದೇಶಿ ಆರ್ಕಿಟೆಕ್ಟ್ ನುಡಿದ.

ನಿಮ್ಮ ಪತ್ರ ಸಿಕ್ಕಿದ ಬಳಿಕ ನಾವು ಹವೇಲಿಯನ್ನೊಮ್ಮೆ ಸರಿಯಾಗಿ ನೋಡಿದೆವು.' ಕಾಂಟ್ರಾಕ್ಟರ್ ಮಿಸ್ಟರ್ ಬಸು ಹೇಳಿದರು. 'ಹವೇಲಿಯ ಪಶ್ಚಿಮ ಭಾಗವನ್ನು ನಿಮ್ಮ ವಾಸಕ್ಕೆ ಅಳವಡಿಸಿ ಕೊಂಡರೆ ಸರಿಯಾಗುತ್ತದೆ.'

'ನನಗೂ, ನನ್ನ ತಾಯಿಯವರಿಗೂ, ಯಾವುದೇ ರೀತಿಯ ಆತಂಕ ಇಷ್ಟವಿಲ್ಲ.... ನೀವು ಕೊಟ್ಟ ಸ್ಕೀಮ್‌ನಲ್ಲಿ ಇದು ಸಾಧ್ಯವೆಂದು ನಿಮಗನಿಸುತ್ತದೆಯೇ?

ಏಮನ್‌ಳನ್ನು ಸಿಂಡ್ರೆಲಾ ಎಂದು ಕರೆದಿದ್ದ ಅದೇ ವಿದೇಶಿ ಆರ್ಕಿಟೆಕ್ಟ್ ಪೆನ್ಸಿಲ್ ಹಿಡಿದು ಅಜರ್ ನವಾಬರ ಪಕ್ಕದಲ್ಲಿ ಹೋಗಿ ನಿಂತರು.

ಕಾರಿಡಾರ್‌ನ ಈ ತುದಿಯಲ್ಲಿ ಈ ಬಾಗಿಲನ್ನು ಆರಿಸಿಕೊಂಡರೆ, ಈ ಭಾಗ ಸಂಪೂರ್ಣ ಭಿನ್ನವಾಗುವುದು.' ಆತ ಪೆನ್ಸಿಲ್‌ನಿಂದ ನಕ್ಷೆಯ ಮೇಲೆ ಸೂಚಿಸಿದರು. 'ಈ ಭಾಗವನ್ನು ಪೂರ್ಣವಾಗಿ ಒಂದು ದೊಡ್ಡ ಕೋಣಿಯನ್ನಾಗಿ ಬದಲಾಯಿಸಬಹುದು. ಇಂಡಿಯಾದಲ್ಲಿ

ಇಂಥ ದೊಡ್ಡ ದೊಡ್ಡ ಪ್ರಾಸಾದಗಳನ್ನು ನೀವು ಹೇಗೆ ನಿಮ್ಮಧೀನದಲ್ಲಿ ಇಡುತ್ತೀರೆಂದು ನಾನು ಯವಾಗಲೂ ಅಚ್ಚರಿ ಪಡುತ್ತೇನೆ. ಹಿಂದುಸ್ಥಾನ್ ಒಂದು ಬಡದೇಶವೆಂದು ಯಾರು ಹೇಳುತ್ತಾರೆ ?' ಆತ ಮುಗಳ್ನಗುತ್ತಾ ಮಾತು ಮುಗಿಸಿದ.

'ಹಿಂದುಸ್ತಾನಕ್ಕೆ ಬಡತನವನ್ನು ನೀವೇ ಕೊಟ್ಟವರು; ಇಲ್ಲದಿದ್ದರೆ, ಇಲ್ಲಿ ಏನು ತಾನೇ ಇರಲಿಲ್ಲ?' ಏಮನ್ ಮನದಲ್ಲೇ ಯೋಚಿಸಿದಳು. 'ನಮ್ಮಿಂದ ಕಿತ್ತು, ಕಿತ್ತು, ನಿಮ್ಮ ಖಜಾನೆ ತುಂಬಿಸಿಕೊಂಡಿರಿ. ನೀವು.'

ಅವಳ ಬಗೆಗೆಣ್ಣೆಸದುರು ಜೀವನದಿಂದ ತುಡಿಯುತ್ತಿದ್ದ ದೊಡ್ಡದೊಂದು ಹವೇಲಿಯ ನಕ್ಷೆ ಮೂಡಿತು. ಅದರ ಕಾರಿಡಾರ್‌ನ ಚಟುವಟಿಕೆ; ಹೊಟ್ಟೆ ಹೊರೆವ ಚಿಂತೆಯಿಲ್ಲದ ಜನರು! ಆಗಿನ ಮನುಷ್ಯರೇ ಬೇರೆ ಎಂಬುದು ನಿಜ. ಆದರೆ, ಈಗ ? ಸಮಾಜವಾದದ ಹೆಸರಲ್ಲಿ ಒಂದು ವಿಶೇಷ ಭಾಗವೇ, ಲಕ್ಷಗಳಿಂದ ಕೋಟಿಗಳಿಂದ ಲಾಭಾನ್ವಿತ ಆಗುತ್ತಿಲ್ಲವೆ ? ಈ ಪ್ರಶ್ನೆಗೆ ಉತ್ತರವನ್ನು ಯಾವ ಇತಿಹಾಸವೂ ಕೊಡಲಾರದು. ಇತಿಹಾಸದ ಚಿತ್ರಗಳಲ್ಲಿ ಎಂಥೆಂಥ ಸ್ವರ್ಣಮಯ ಪರಿಭ್ರಮಣಗಳಾದವು ! ಅಜರ್ ನವಾಬರು ತಮ್ಮ ಪೂರ್ವಜರ ಹವೇಲಿಯು ಕ್ಷತ ವಿಕ್ಷತವಾಗುವುದನ್ನು ನೋಡಲಾಗದೆ ಚತುರತೆಯಿಂದ ಅದನ್ನೊಂದು ಹೋಟೆಲಾಗಿ ಪರಿವರ್ತಿಸಲು ನಿಶ್ಚಯಿಸಿದ್ದರು.

ಇದೇನೂ ಸುಲಭದ ಕೆಲಸವಾಗಿರಲಿಲ್ಲ. ಎಲ್ಲಕ್ಕೂ ಮೊದಲು ತಲೆಮಾರುಗಳಿಂದಲೂ ಜಡಿದಿದ್ದ ಕೀಲುಗಳಿಲ್ಲದ ಮೆದುಳಿನ ಬಾಗಿಲನ್ನು ತೆರೆವ ಅವಶ್ಯಕತೆಯಿತ್ತು. ಹೊಸಯುಗದ ಬದಲಾದ ಅವಶ್ಯಕತೆಗಳಿಗನುಸಾರವಾಗಿ ಅವುಗಳನ್ನು ಪುನರ್ನಿರ್ಮಿಸಬೇಕಿತ್ತು. ಒತ್ತಾಯದಿಂದಲ್ಲ ; ಅನುನಯದಿಂದ, ಇದನ್ನೇ ಆಜರ್ ನವಾಬರು ಮಾಡುತ್ತಿದ್ದರು. ಅವರು ನೀಡುತ್ತಿದ್ದ ಸಲಹೆಗಳನ್ನೆಲ್ಲ ಮುಗಳ್ನಗೆಯೊಂದಿಗೆ ಸ್ವೀಕರಿಸುತ್ತಿದ್ದ, ಮಹಾಸರ್ಕಾರವರು ಅಧಿಕ ಪ್ರಶಂಸಾ ಯೋಗ್ಯರಾಗಿದ್ದರು. ಈ ಪರಿವರ್ತನೆಯು ಅವರಿಗೆಷ್ಟು ಕಷ್ಟ ಸಾಧ್ಯವಾಗಿತ್ತೊ, ಅಷ್ಟು ಆಜರ್ ನವಾಬರಿಗಾಗಿರಲಿಕ್ಕಿಲ್ಲ.

ಸ್ವಲ್ಪ ಹೊತ್ತಿನ ಬಳಿಕ ಆರ್ಕಿಟೆಕ್ಟ್ ಹಾಗೂ ಇಂಜಿನಿಯರ್ಸ್ ಅಲ್ಲಿಂದ ಹೊರಟು ಹೋದರು. ಆಜರ್ ನವಾಬ್ ಅವರನ್ನು ಬೀಳ್ಕೊಡಲು ಬಾಗಿಲವರೆಗೆ ಹೋದಾಗ, ಏಮನ್, ಮೇಜಿನ ಮೇಲಿದ್ದ ನಕ್ಷೆಗಳನ್ನು ತಿರು, ತಿರುಗಿಸಿ ನೋಡಿದಳು. ಈ ಕಲೆಯಲ್ಲಿ ಮೊದಲಿನಿಂದಲೇ ಅವಳಿಗೆ ಅಭಿರುಚಿಯಿತ್ತು. ತನ್ನ ತಂದೆಯಿಂದ ಅವಳು ಬಹಳಷ್ಟು ಈ ಬಗ್ಗೆ ಕಲಿತುಕೊಂಡಿದ್ದಳು. ತಮ್ಮ ಪುಟ್ಟದಾದ ಮನೆಯಲ್ಲಿ ಹರವಿಕೊಂಡಿರುತ್ತಿದ್ದ ನಕ್ಷೆಗಳನ್ನು ತಾನು ಜೋಡಿಸಿ ಇಡುತ್ತಿದ್ದ ಆ ಹಿಂದಿನ ದಿನಗಳು ಅವಳಿಗೆ ನೆನಪಾದವು.

ನಕ್ಷೆಗಳನ್ನು ನೋಡುವುದರಲ್ಲಿ ಅವಳು ಎಷ್ಟೊಂದು ಮಗ್ನಳಾಗಿದ್ದಳೆಂದರೆ ಆಜರ್ ನವಾಬರು ಯಾವಾಗ ತನ್ನ ಹಿಂದೆ ಬಂದು ನಿಂತರೆಂದು ಅವಳಿಗೆ ತಿಳಿಯಲೇ ಇಲ್ಲ.

'ಹವೇಲಿಯ ಈ ವಿಭಾಗದ ಬಗ್ಗೆ ನಿಮ್ಮದೂ ಏನಾದರೂ ಅಮೂಲ್ಯ ಅಭಿಪ್ರಾಯವಿದೆಯೇ ?' ಆಜರ್ ನವಾಬರು ಏಮನ್‌ಗೆ ತಿಳಿಯದೇ ಕೆಳಗೆ ಬಿದ್ದಿದ್ದ ನಕ್ಷೆಗಳನ್ನೆತುತ್ತಾ ಕೇಳಿದರು.

ಅವಳು ಹಿಂದಿರುಗೆ ನೋಡಿದಾಗ ಆಜರ್ ನವಾಬರು ಅವಳ ಅತಿ ಸನಿಹದಲ್ಲಿ, ಒಂದು ಕೈಯನ್ನು ಕುರ್ಚಿಯ ಮೇಲೂ, ಇನ್ನೊಂದನ್ನು ಮೇಜಿನ ಮೇಲೆ ಹರವಿದ್ದ ನಕ್ಷೆಗಳ ಮೇಲೂ ಇಟ್ಟು ನಿಂತಿದ್ದರು. ಅವರ ಮುಗಳ್ನಗೆಯು ಪುನಃ ಅವಳ ಪರಿಹಾಸಗೈಯುತ್ತಿತ್ತು. ಆದರೆ ಈಗ ನಿಧಾನವಾಗಿ ಅವಳಿಗಿದು ಅಭ್ಯಾಸವಾಗಿತ್ತು. ಅವಳು ಸಂತುಷ್ಟಳಾಗಿ ಅವರ ಕೈಯಿಂದ ಆ ಕಾಗದವನ್ನೂ, ಇತರ ನಕ್ಷೆಗಳಿಂದ ಮತ್ತೊಂದನ್ನೂ ಆರಿಸಿ ಟೇಬಲ್ ಮೇಲೆ ಪತ್ಯೇಕವಾಗಿ ಹರಡಿದಳು.

'ಈ ನಕ್ಷೆಯಲ್ಲಿ ಅಭಿಪ್ರಾಯ ಕೊಡುವಂತಹದೇನೂ ಇಲ್ಲ.' ಅವಳು ಪೆನ್ಸಿಲ್‌ನಿಂದ ಒಂದು ಸ್ಥಳದಲ್ಲಿ ಗುರುತು ಹಾಕುತ್ತಾ ನುಡಿದಳು. 'ಇಲ್ಲಿ ನನ್ನದೊಂದು ಸಲಹೆಯಿದೆ.'

'ಈ ಪರಿವರ್ತನೆಯನ್ನು ಮಾಡಿದವರು ಯಾರೆಂದು ನಿಮಗೆ ಗೊತ್ತೆ?' ಆಜರ್ ನವಾಬರು ವ್ಯಂಗದಿಂದ ಕೇಳಿದರು.

'ಗೊತ್ತಿದೆ, ನಾನೇನೂ ತಾಂತ್ರಿಕ ಕೊರತೆಯನ್ನು ಕಾಣಿಸುತ್ತಿಲ್ಲ; ಅವರು ನನಗಿಂತ ಹೆಚ್ಚು ತಿಳಿದವರೆಂದು ನಾನು ಬಲ್ಲೆ.'

'ಮತ್ತೆ, ಮ್ಯಾಡಮ್ ಸೂಚಿಸುತ್ತಿರುವುದೇನು?'

'ಇಲ್ಲಿ.....ಈ ಸ್ಥಳದಲ್ಲಿ....ಕಿಟಕಿಯನ್ನು ಮುಚ್ಚಲಾಗಿದೆ.'

'ಅದು ನನಗೂ ಕಾಣಿಸುತ್ತದೆ. ಕಾರಿಡಾರನ್ನು ಎಲ್ಲಾದರೂ ತಡೆದು ಕೆಳಕ್ಕೆ ಮೆಟ್ಟಿಲುಗಳನ್ನು ನಿರ್ಮಿಸುವುದಿತ್ತು.'

'ಈ ಕಿಟಕಿಯಿಂದ ನಾನು ಹಲವು ಬಾರಿ ಅಲ್ಲಿ ಸರೋವರದಾಚೆ ಸೂರ್ಯ ಅಸ್ತಂಗತನಾಗುತ್ತಿದ್ದುದನ್ನು ನೋಡಿದ್ದೇನೆ.'

'ಹಾಗಾದರೇನು, ಸೂರ್ಯ ಮುಳುಗಬಾರದೆ?' ಮಹಾ ಸರಳತೆಯಿಂದೆಂಬಂತೆ ಕೇಳಿದರವರು.

ಅವರು ತನ್ನ ಸಲಹೆಯನ್ನು ಗಂಭೀರತೆಯಿಂದ ಪರಿಗಣಿಸಲಾರರೆಂದು ಅವರತ್ತ ನೋಡದೇನೇ ಏಮನ್ ಅರಿತಳು. ಅವಳು ನಕ್ಷೆಗಳನ್ನು ಒಂದು ಗೂಡಿಸಿ ಸುತ್ತಿಡ ತೊಡಗಿದಳು. ಆಜರ್ ನವಾಬ, ತನ್ನ ಇನ್ನೊಂದು ಕೈಯನ್ನು ಅವಳ ಹಿಂದಿನಿಂದ ಮೇಜಿನ ಮೇಲಿಟ್ಟರು; ಹಾಗೂ ಏಮನ್ ಒಮ್ಮೆಲೇ ಕುರ್ಚಿಯಲ್ಲಿ ಕುಸಿದಳು. ಅವರು ಹೀಗೆ ಬಳಿಯಿರುವುದಕ್ಕಿಂತ ದೂರವಿರುವುದೇ ಅವಳಿಗೆ ಉತ್ತಮವೆನಿಸುತ್ತಿತ್ತು. ಬಳಿಯಿದ್ದರೆ, ಅವಳಲ್ಲೊಂದು ವಿಚಿತ್ರ, ಅಪರಿಚಿತ ದುರ್ಬಲತೆ ಕಾಣಿಸಿಕೊಳ್ಳುತ್ತಿತ್ತು.

ಆಜರ್ ನವಾಬ ಹಾಗೇ ನಕ್ಷೆಯನ್ನು ಬಿಡಿಸಿಡುತ್ತಾ ಕೇಳಿದರು. 'ಹೇಳು ಏನು ಹೇಳುತ್ತಿದ್ದೆ ?'

ಮೊದಲು, ಏನೂ ಹೇಳಲಿಕ್ಕಿಲ್ಲವೆಂದು ಹೇಳಿ ಬಿಡೋಣವೆಂದು ಏಮನ್ ಎಣಿಸಿದಳು.

ಆದರೆ, ನಕ್ಷೆಗೆ ಸಂಬಂಧಿಸಿದಂತೆ ತನ್ನ ನಿಲುವು ಸರಿಯೆಂದು ಅವಳಿಗೆ ಖಚಿತವಿತ್ತು. ಅವಳ ತಂದೆಯವರಿದ್ದಿದ್ದರೆ, ಅವರೂ ಅವಳ ಮಾತನ್ನು ಒಪ್ಪಿಕೊಳ್ಳುತ್ತಿದ್ದರು.

'ಇಲ್ಲಿ ಈ ಕಿಟಿಕಿಯನ್ನು ಮುಚ್ಚುವ ಬದಲು, ಅದನ್ನೊಂದು ಪೂರ್ಣ ಬಾಗಿಲಾಗಿ ಪರಿವರ್ತಿಸಿ, ಎದುರಿನಲ್ಲಿ ವಿಶಾಲವಾದ ಬಾಲ್ಕನಿಯಿಟ್ಟರೆ, ಸೂರ್ಯಸ್ತದ ಹೃದಯಸ್ಪರ್ಶಿ ದೃಶ್ಯ ಹೀಗೆ ವ್ಯರ್ಥವಾಗಿ ಹೋಗಲಾರದು.'

ಆಜರ್ ನವಾಬರು ತಮ್ಮ ಕೈ ತೆಗೆದು, ಅವಳೆದುರಿನ ಕುರ್ಚಿಯಲ್ಲಿ ಕುಳಿತುಕೊಳ್ಳುತ್ತಾ, ನುಡಿದರು. 'ಈ ವಿನ್ಯಾಸವನ್ನು ಇಂಗ್ಲೇಡ್‌ನ ಪ್ರಖ್ಯಾತ ಆರ್ಕಿಟೆಕ್ಟ್ ಮಿಸ್ಟರ್ ನಿಕಲ್ಸನ್ ತಯಾರಿಸುವರೆಂದು ಬಲ್ಲೆಯಾ ?'

'ಆದರಿಂದೇನಾಗುತ್ತದೆ ?' ಏಮನ್ ಪೇಪರ್ ವೈಟ್‌ನೊಡನೆ ಆಡುತ್ತಾ ಕೇಳಿದಳು. 'ವಿದೇಶಿ ಆರ್ಕಿಟೆಕ್ಟ್‌ಗಳೇನು ಎಡವಬಾರದೆಂದು ಇದೆಯೇ ? ಹಾಗೂ, ನಮ್ಮ ದೇಶದ ಹವೆ, ವಾತಾವರಣದ ಬಗ್ಗೆ ಅವರು ಹೆಚ್ಚೇನು ತಿಳಿಯಬಲ್ಲರು ?'

'ಅಂದರೆ, ಮಿಸ್ಟರ್ ನಿಕಲ್ಸನ್ ಈ ಕಿಟಿಕಿಯಿಂದ ಎಡವಿ ಬಿದ್ದು ಬಿಟ್ಟರೆಂದು ನೀನು ತಿಳಿದಿರುವೆಯಾ?'

'ನಾನೇನೂ ಹಾಗೆ ಹೇಳಲಿಲ್ಲ. ಅಲ್ಲದೆ, ಇಲ್ಲಿ ಬಾಲ್ಕನಿಯು ನನ್ನ ಅಭಿಪ್ರಾಯದಲ್ಲಿ ಪರಿವರ್ತನೆಯ ಒಂದು ಉತ್ತಮ ರೂಪವಾಗಬಹುದು ಅಬ್ಬಾ ಕೂಡಾ, ಇದನ್ನೊಪ್ಪುತ್ತಿದ್ದರು.'

'ಓ ! ಹಾಗಾದರೆ, ಇಲ್ಲಿ ಅಬ್ಬಾ ಹೆಸರಿಲ್ಲದ ಮಿಸ್ಟರ್ ನಿಕಲ್ಸನ್ ಆಗಿದ್ದಾರೆ.' ಆಜರ್ ನವಾಬ ಮುಗಳ್ನಗುತ್ತಾ ನುಡಿದರು.

ಏಮನ್ ಎದ್ದು ನಿಂತಳು. 'ನನ್ನ ಅಬ್ಬಾ ನಿಸ್ಸಂಶಯವಾಗಿ ಅಂತರ್‍ರಾಷ್ಟ್ರೀಯ ಪ್ರಸಿದ್ಧಿ ಪಡೆದಿಲ್ಲದಿರಬಹುದು. ಆದರೆ, ತನ್ನ ಕಲೆಯಲ್ಲಿ ಅವರು ಇವರಾರಿಗಿಂತಲೂ ಏನೂ ಕಡಿಮೆ ಇರಲಿಲ್ಲ.' ಕುರ್ಚಿಯನ್ನು ದೂಡಿ ಅವಳು ಬಾಗಿಲತ್ತ ನಡೆದಳು. ಹಿಂತಿರುಗಿಯೂ ನೋಡಲಿಲ್ಲ. ತನ್ನ ಸಲಹೆ ಬಾಲಿಶವೆಂದು ಗಣಿಸಿ ಆಜರ್ ನವಾಬರು ನಗುತ್ತಿರಬಹುದೆಂದೂ ಅವಳು ಅರಿತಿದ್ದಳು.

ಅವಳು ಬಾಗಿಲ ಹಿಡಿಯಲ್ಲಿ ಕೈ ಇಟ್ಟಂತೆಯೇ ಆಜರ್ ನವಾಬರೆಂದರು. 'ಕೇಳಿಲ್ಲಿ! ನಿನ್ನ ಅಬ್ಬಾಗೆ ಅವಮರ್ಯಾದೆ ಮಾಡಬೇಕೆಂದೇನೂ ನನ್ನ ಇಚ್ಛೆಯಿರಲಿಲ್ಲ.'

'ಇನ್ನೊಂದು ಮಾತು,' ಆಜರ್ ನವಾಬರಂದರು, 'ಮುಂದೆಂದೇ ಆದರೂ ಕಿಚನ್‌ನಲ್ಲಿ ಕೆಲಸ ಮಾಡುತ್ತಿದ್ದರೆ, ಏಗ್ಸ್ಯಾಸ್ಟ್ ಫ್ಯಾನ್ ತಪ್ಪದೆ ಉಪಯೋಗಿಸು.'

ಅವಳು ಬಾಗಿಲು ತೆರೆದು ಹೊರಗೆ ಬಂದಳು. ತನ್ನ ದುಪ್ಪಟಾ ಮೂಸಿ ನೋಡಿದಾಗ ಅದರಲ್ಲಿ ಮೆಣಸು-ಮಸಾಲೆಯ ಪರಿಮಳ ಉಳಿದು ಕೊಂಡಿದ್ದು ತಿಳಿಯಿತು. ಅವಳು ಅಡಿಗೆ ಮಾಡಿರದಿದ್ದರೇನು ? ಅಲ್ಲಿ ಬೇರೆ ಪಕ್ವಾನ್ನಗಳೂ ತಯಾರಾಗುತ್ತಿದ್ದವು.'

ಹೈದರಾಬಾದ್‌ಗೆ ಹಿಂತಿರುಗಿದ ಏಮನ್ ಇನ್ನೂ ವ್ಯಸ್ತಳಾಗಿದ್ದಳು. ಹವೇಲಿಯ ವಾತಾವರಣದಲ್ಲಿ ತಸ್‌ನೀಮ್ ಪಾಶಾ ಹಾಗೂ ಕುವರಿ ಶಾಹಾನಾ ಕೋಲಾಹಲವನ್ನೇ ಎಬ್ಬಿಸಿದ್ದರು. ತಾಯಿ ಮಗಳು ನಿಷ್ಠುರದಿಂದಿದ್ದು. ಮುಖ್ತಾರ್ ನವಾಬರು ಒಬ್ಬ ಅನುಭವೀ ಜೂಜುಗಾರನಂತೆ ಎರಡೂ ದಾಳಗಳಿಂದ ಆಡುತ್ತಿದ್ದರು. ಶಾಹಾನಾ ಯಾವ ರೀತಿಯಿಂದಲೂ ಆಜರ್ ನವಾಬರನ್ನು ವಿವಾಹವಾಗಲು ಒಪ್ಪಿರಲಿಲ್ಲ. ಮುಖ್ತಾರ್ ನವಾಬರೇ ತನಗೆ ತಕ್ಕ ಪತಿಯೆಂದು ಅವಳು ಬಾರಿಬಾರಿಗೂ ತಾಯಿಯನ್ನು ಒಪ್ಪಿಸಲು ನೋಡುತ್ತಿದ್ದಳು. ಪ್ರಾಯದ ಅಂತರದ ಪರಿವೆ ಅವಳಿಗಿರಲಿಲ್ಲ. ಮುಖ್ತಾರ್ ನವಾಬರೊಂದಿಗೆ ಜೀವನ ಅತ್ಯಂತ ಆಕರ್ಷಕವಾಗಿರಬಹುದೆಂದು ಅವಳು ನಂಬಿದ್ದಳು. ಕ್ಲಬ್‌ಗಳು, ಪಾರ್ಟಿಗಳು, ಪಾಟ್‌ಲಕ್, ಪಿಕ್‌ನಿಕ್ ಹೀಗೆ ಜೀವನವು ಏನೂ ಚಿಂತೆಯಿಲ್ಲದೆ ಕಳೆಯುತ್ತಿದ್ದರೆ ವ್ಯಕ್ತಿಗೆ ಬೇರಾದ ಹಂಬಲವಿರಬಹುದು? ಆಜರ್ ನವಾಬರೊಡನೆ ಇದೆಲ್ಲ ನಡೆಯುವಂತಿರಲಿಲ್ಲ. ಅವರಿಗೆ ಅವರದೇ ಆದ ಸಿದ್ಧಾಂತಗಳು, ಬಂಧನಗಳೂ ಇದ್ದವು. ಶಾಹಾನಾ ಕೂಡ ಇದಕ್ಕೆ ಒಳಗಾಗಬೇಕಿತ್ತು. ತನ್ನ ದೃಷ್ಟಿಯಲ್ಲಿ ಬಹಳ ಉಚ್ಚಮಟ್ಟದಲ್ಲಿದ್ದ ಆಜರ್ ನವಾಬರ ಬಳಿಗೆ ಅವಳು ತನ್ನ ಕಷ್ಟಗಳನ್ನೂ, ಸಮಸ್ಯೆಗಳನ್ನೂ ಒಯ್ಯಬಹುದಿತ್ತು. ಹೊರಗೆ ಅವರೊಡನೆ ಕಂಡು ಬರಲು ಅವಳಿಗೆ ಹೆಮ್ಮೆಯೆನಿಸಬಹುದಿತ್ತು. ಆದರೆ ಅವರ ಜೀವನ ಸಹಚರಿಯಾಗುವ ಶಕ್ತಿ ಅವಳಲ್ಲಿರಲಿಲ್ಲ.

ತಸ್‌ನೀಮ್ ಪಾಶಾ ಯಾವ ರೀತಿಯೂ ಇದನ್ನೊಪ್ಪಿಕೊಳ್ಳಲು ಸಿದ್ಧರಿರಲಿಲ್ಲ. ಆಜರ್ ನವಾಬರಿಗೆ ಈ ಸಂಬಂಧ ಒಪ್ಪಿಗೆಯಾಗುವುದೋ ಇಲ್ಲವೋ ಎಂಬ ಚಿಂತೆಯೂ ಇರಲಿಲ್ಲ. ಶಾಹನಾಳ ಸೌಂದರ್ಯದ ಮೇಲೆ ಅವರಿಗೆ ಪೂರ್ಣ ಭರವಸೆಯಿತ್ತು. ಅಲ್ಲದೆ, ಮಹಾಸರ್ಕಾರ್‌ರವರ ಮಾತನ್ನು ಆಜರ್ ನವಾಬರು ಎಂದೂ ತಳ್ಳಿಹಾಕಲಿಕ್ಕಿಲ್ಲವೆಂದು ವಿಶ್ವಾಸವೂ ಇತ್ತು.

ಆಜರ್ ನವಾಬರು ಈ ಎಲ್ಲ ತಮಾಷೆಯಿಂದ ದೂರವಾಗಿ ತನ್ನ ಸಮಸ್ಯೆಗಳಲ್ಲೆ ಸಿಲುಕಿಕೊಂಡಿದ್ದರೂ ಇದು ಕೇವಲ ಏಮನ್‌ಳ ಭ್ರಮೆಯಾಗಿದ್ದಿರಲೂಬಹುದು. ಅವರ ತೀಕ್ಷ್ಣ ದೃಷ್ಟಿಯಿಂದ ಹವೇಲಿಯ ಯಾವ ವಿಷಯವೂ ತಪ್ಪಿಸಿಕೊಂಡಿರಲು ಸಾಧ್ಯವಿರಲಿಲ್ಲ. ಒಂದು ವೇಳೆ ಅರಿತಿದ್ದರೂ, ತಮ್ಮ ಅರಿವನ್ನು ಅವರು ವ್ಯಕ್ತಪಡಿಸಲಿಲ್ಲ. ಶಾಹಾನಾಳತ್ತ ಅವರು ಹೀಗೆ ತನ್ನ ಗಮನ ಹರಿಸಿದರು. ಪೋಲೋ ಆಡಲು ಹೋಗುವಾಗ ಶಾಹಾನಾಳನ್ನೂ, ಜೊತೆಗೊಯ್ಯುತ್ತಿದ್ದರು. ಮೊದ ಮೊದಲು ತಾಯಿಯೆದುರು ವಿರೋಧ ವ್ಯಕ್ತಪಡಿಸಿದ್ದರೂ, ಆಜರ್ ನವಾಬರಿಗೆ ಇಲ್ಲವೆನ್ನುವ ಧೈರ್ಯ ಅವಳಲ್ಲಿರಲಿಲ್ಲ. ಕೆಲವೇ ದಿನಗಳಲ್ಲಿ ಆಜರ್ ನವಾಬರ ಮಾಯೆಯು ಅವಳ ಮೇಲೆ ತನ್ನ ಕೆಲಸ ನಡೆಸಿತ್ತು. ದೂರ ಕಡಿಮೆಯಾಗುತ್ತಾ ಬಂದಿತು. ಈಗ ಅವರೊಡನೆ ಸಮಯ ಕಳೆಯಲು ಕಾರಣವನ್ನೂ ಹುಡುಕತೊಡಗಿದಳು. ತಿರುಗಾಟ, ಶಾಪಿಂಗ್, ಡಾನ್ಸ್ ಪಾರ್ಟಿಗಳು ಇತ್ಯಾದಿ ಅವಳಿಗೆ ರುಚಿಸುತ್ತಿದ್ದವು. ಈ ಸೌಲಭ್ಯಗಳು ಆಜರ್ ನವಾಬರೊಡನೆ ಅವಳಿಗೆ ಪ್ರಾಪ್ತಿಯಾಗಿದ್ದುವು.

ತಸ್ನೀಮ್ ಪಾಶಾ, ಇದು ತನ್ನ ಗೆಲುವೆಂದೇ ತಿಳಿದು ಕೊಂಡಿದ್ದರು. ಶಾಹಾನಾಗೂ ಆಜರ್ ನವಾಬರ ಗಮನ ಪ್ರಿಯವಾಗಿತ್ತು.

ಅವಳ ಭಯ ಹಾಗೂ ದೂರವನ್ನು ಆಜರ್ ನವಾಬರೇ ಸಮಾಪ್ತಗೊಳಿಸಿದ್ದರು. ಈಗವಳು ಆಜರ್ ನವಾಬರೊಡನೆ ನಗು–ಪರಿಹಾಸಗಳನ್ನು ನಡೆಸಿದ್ದಳು. ಆಜರ್ ನವಾಬರು ಅವನ್ನು ನಕ್ಕು ತೇಲಿಸಿಬಿಡುತ್ತಿದ್ದರು.

ಏಮನ್‌ಗೆ ಅವರ ಈ ವ್ಯವಹಾರಗಳೆಲ್ಲ ಅರಿವಿಗೆ ನಿಲುಕುತ್ತಿರಲಿಲ್ಲ. ಶಾಹಾನಾಳನ್ನು ನಿಜವಾಗಿಯೂ ಅವರು ವಿವಾಹವಾಗಲು ಸಿದ್ಧರಿರುವುದಾದರೆ, ರೆಹಾನಾಳೊಡಗಿನ ಆ ಬಾಂಧ್ಯವದ ಅರ್ಥವೇನು? ಆದರೆ, ಬಹುಶಃ ಅವರ ಸಮಾಜದಲ್ಲಿ ಈ ವಿಷಯಗಳಿಗೆ ಯಾವ ಆಪತ್ತೂ ಇರಲಿಲ್ಲ. ಕುವರಿ ಶಾಹಾನಾಳನ್ನು ಅವಳ ಮಿತ್ರವೃಂದದಿಂದ ಹೊರಗೆ ಇತರ ಸಭ್ಯರಿಗೂ ಪರಿಚಯಿಸಿದ್ದರು, ಅವರು.

ಒಂದು ದಿನ ಪೋಲೋ ಆಡುವಾಗ ತರುಣ ಮೇಜರ್‌ನೊಬ್ಬ ಕುದುರೆಯಿಂದ ಬಿದ್ದು ಪ್ರಜ್ಞಾಶೂನ್ಯವಾದಾಗ, ಆಜರ್ ನವಾಬರು ತಮ್ಮ ಗೆಲ್ಲುತ್ತಿದ್ದ ಪಾಳಿಯನ್ನಲ್ಲೇ ಬಿಟ್ಟು, ಕುದುರೆಯಿಂದ ಕೆಳಹಾರಿ, ಆತನನ್ನು ಮಿಲಿಟರಿ ಆಸ್ಪತ್ರೆಗೊಯ್ದುದನ್ನೂ, ಕಾಲಿನ ಎಲುಬು ಮುರಿದಿದ್ದ ಆತನನ್ನು ಪ್ರತಿದಿನ ತನ್ನೊಡನೆ ಆಸ್ಪತ್ರೆಯಲ್ಲಿ ಭೇಟಿಯಾಗಿ ಬರುತ್ತಿರುವುದನ್ನೂ, ಶಾಹಾನಾ ಮಹಾಸರ್ಕಾರ್ ಅವರಿಗೆ ವರದಿ ಒಪ್ಪಿಸಿದಳು. ಇದರಿಂದಾಗಿ ಆಕೆಗೀಗ ಮುಖ್ತಾರ್ ನವಾಬರೊಡನೆ ವ್ಯಯಿಸಲು ಸಮಯವೇ ಸಿಗುತ್ತಿರಲಿಲ್ಲ. ಆ ಕೊರತೆಯನ್ನು ತಸ್ನೀಮ್ ಪಾಶಾ ತುಂಬುತ್ತಿದ್ದರು.

ಒಂದು ದಿನ ಹಾಲ್‌ನ ಸೋಪಾನಗಳನ್ನಿಳಿಯುತ್ತಿದ್ದ ಏಮನ್‌ಳ ಕಾಲ್ಗಳು ಅಲ್ಲೇ ನಿಂತವು;

'ಸಂಜೆ ನಾನು ಆಜರ್ ನವಾಬರೊಡನೆ ಹೋಗುತ್ತಿದ್ದೇನೆ,' ಕುವರಿ ಶಾಹಾನಾ ಫೋನ್‌ನಲ್ಲಿ ಕ್ಷಮೆಯಾಚಿಸುತ್ತಿದ್ದಳು. ಅಷ್ಟರಲ್ಲಿ ತಸ್ನೀಮ್ ಪಾಶಾ ಅವಳ ಕೈಯಿಂದ ಫೋನ್ ತೆಗೆದುಕೊಂಡು, ನುಡಿದರು.

'ನೋಡಿರಲ್ಲ, ಆಜರ್ ನವಾಬರು ಶಾಹಾನಳನ್ನು ಕ್ಷಣವೂ ಬಿಟ್ಟಿರುವುದೇ ಇಲ್ಲ. ಚಿಂತೆ ಬೇಡ, ಮುಖ್ತಾರ್ ನವಾಬ; ನಾವಂತೂ ಬರುತ್ತಿದ್ದೇವೆ. ಬಂದು ನಮ್ಮನ್ನು ಕರೆದೊಯ್ಯಿರಿ,'

ಅತ್ತಕಡೆಯಿಂದ ಏನು ಹೇಳಿದರೋ, ತಸ್ನೀಮ್ ಪಾಶಾ ನಕ್ಕು ಬಿಟ್ಟರು. 'ನನಗೆ ತಿಳಿದಿತ್ತು, ಕರೆ ನನಗಾಗಿಯೇ ಇತ್ತೆಂದು, ಸರಿ, ಸಂಜೆ ಸಿಗುವಾ.' ಎಂದು ಇಟ್ಟು ಬಿಟ್ಟರು. ಈ ಬಾರಿ ಶಾಹಾನಾ ಏನೂ ಹೇಳದೆ, ತಾಯಿಯನ್ನು ದುರುಗುಟ್ಟಿ ನೋಡಿ, ಕೂದಲನ್ನು ಭುಜದ ಹಿಂದಕ್ಕೆ ಕೊಡವಿಕೊಂಡು ತನ್ನ ಕೋಣೆಗೆ ಹೊರಟು ಹೋದಳು.

ಹವೇಲಿಯ ನಕ್ಷೆಗಳ ಬಗ್ಗೆ ಆಜರ್ ನವಾಬರೊಡನೆ ತಲೆ ಹೊಡೆದು ಕೊಳ್ಳುತ್ತಾ, ಇಂದು ಏಮನ್‌ಗೆ ಸಂಜೆಯವರೆಗೂ ಕೆಲಸವಾಯ್ತು. ಆದಷ್ಟು ಬೇಗ ಕಟ್ಟಡದ ಕೆಲಸ

ಆರಂಭವಾಗಬೇಕೆಂದು ಆಜರ್ ನವಾಬರು ಬಯಸಿದ್ದರು, ಜೊತೆಗೆ ಬೇರೆ ಕೆಲಸಗಳೂ ಇದ್ದವು.

ಕುವರಿ ಶಾಹಾನಾ ಕಂಪಿನಲೆಯಂತೆ ಲೈಬ್ರರಿಯೊಳಗೆ ಬಂದಳು.

'ಹೊರಡುವುದಿಲ್ವೆ?' ಆಜರ್ ನವಾಬರ ಭುಜದ ಮೇಲೆ ಕೈಯಿಟ್ಟು ಕೇಳಿದಳವಳು.

'ಎಲ್ಲಿಗೆ ?' ಆಜರ್ ನವಾಬ ಚಕಿತರಾಗಿ ಕೇಳಿದರು.

'ನೀವಂತೂ ಮರೆತೇ ಬಿಟ್ಟರಿ, ಮೇಜರ್ ತನ್ವೀರ್ ತಮ್ಮ ಆರೋಗ್ಯ ಹಿಂದಿರುಗಿದ ಖುಶಿಯಲ್ಲಿ ಇಂದು ಪಾರ್ಟಿ ಕೊಡುತ್ತಿರುವರಲ್ಲ.!'

'ಓಹ್! ಶಾಹಾನಾ; ನಾನು ಮರೆತಿಲ್ಲ, ಮುನ್ನಿ ಸಾಹಬರೊಡನೆ ಪುಷ್ಪಗುಚ್ಛ ಕಳುಹಿಸುವಂತೆ ಹೇಳಿದ್ದೇನೆ. ನೀನಿಂದು ಒಬ್ಬಳೇ ಪಾರ್ಟಿಗೆ ಹೋಗಬೇಕಾಗುವುದು. ನಾನು ತುಂಬಾ ವ್ಯಸ್ತವಾಗಿದ್ದೇನೆ. ನನ್ನ ಪರವಾಗಿ ಆವರಿಗೆ ಶುಭಾಶಯಗಳನ್ನು ತಿಳಿಸು.'

'ತುಂಬ ವ್ಯಸ್ತರಾಗಿರುವಿರಾ ನೀವು?' ಕುವರಿ ಶಾಹಾನಾ ಏಮನ್‌ಳನ್ನು ನೋಡುತ್ತಾ ಹೇಳಿದಳು. 'ನಾಳೆ ರವಿವಾರ; ಮೇಜರ್ ಅವರು ಉಸ್ಮಾನ್ ಸಾಗರದಲ್ಲಿ ಪಿಕ್‌ನಿಕ್ ಏರ್ಪಡಿಸಿದ್ದಾರೆ.'

'ಇಲ್ಲ ಶಾಹಾನಾ, ನಾನು ನಾಳೆಯೂ ಹೋಗಲಾರೆ, ನನಗೀಗೀಗ ಸಮಯವೇ ಸಿಗುತ್ತಿಲ್ಲ. ನಿನಗೆ ಗೊತ್ತು. ದೊಡ್ಡ ದೊಡ್ಡ ಗ್ರೂಪ್ ಪಿಕ್‌ನಿಕ್‌ಗಳಲ್ಲಿ ನನಗೆ ಅಭಿರುಚಿಯಿಲ್ಲ.'

'ಹಾಗಾದರೆ ನಾನು ಹೋಗಲೆ ?'

'ಇದೊಳ್ಳೆ ತಮಾಷೆ; ನೀವೇನು ಮಗುವೆ, ನನ್ನನ್ನು ಕೇಳಲು? ಖುಷಿಯಿಂದ ಹೋಗು, ಮೇಜರ್ ತನ್ವೀರ್ ಈ ಬಗ್ಗೆ ನನಗೆ ಏನೂ ಹೇಳಿಲ್ಲ'

'ಅವರು ನಿಮ್ಮೊಡನೆ ಹೇಳುವವರೇ ಇದ್ದರು.'

'ಹೇಳದಿದ್ದುದು ಒಳ್ಳೆಯದೇ ಆಯಿತು' ಆಜರ್ ನವಾಬ ಮುಗಳ್ನಗುತ್ತಾ ನುಡಿದರು. 'ಅವರ ಔತಣವನ್ನು ನಿರಾಕರಿಸಲು ನನಗೆ ಬೇಸರವಾಗುತ್ತಿತ್ತು.

ಕುವರಿ ಶಾಹಾನಾ, ಬಗ್ಗಿ ಆಜರ್ ನವಾಬರ ಹಣೆಯನ್ನು ಚುಂಬಿಸಿ ಹೊರಟು ಹೋದಳು. 'ನಾಟಿ ಗರ್ಲ್ ! ಆಜರ್ ನವಾಬರಂದಾಗ ಏಮನ್ ಬೇರೆಡೆಗೆ ನೋಡತೊಡಗಿದಳು. ಶಾಹಾನಾಳ ವ್ಯವಹಾರದಿಂದ ಆಜರ್ ನವಾಬರ ಕೂದಲು ಹಣೆಯ ಮೇಲೆ ಚೆದುರಿ ಬಂದಿತ್ತು. ಅದನು ಸರಿಮಾಡಲೇನೂ ಹೋಗದೆ, ಟೈ ಸಡಿಲಿಸಿ, ಅವರು ಪುನಃ ಕೆಲಸದಲ್ಲಿ ತೊಡಗಿದರು.

'ನೀವು ಹೋಗಬಹುದಿತ್ತು ಈ ಕೆಲಸ ನಾಳೆಯೂ ನಡಿಯಬಹುದಿತ್ತು.' ಏಮನ್ ನುಡಿದಳು.

ಆಜರ್ ನವಾಬ ಅವಳನ್ನು ದುರುಗಟ್ಟಿ ನೋಡಿ, ನುಡಿದರು. 'ಈಗೇನು, ನಾನು ನಿನ್ನ ಮರ್ಜಿಗನುಸಾರವಾಗಿ ಪ್ರೋಗ್ರಾಂ ಮಾಡಬೇಕೆ?'

'ಇಲ್ಲ ಖಂಡಿತ ಇಲ್ಲ,' ಏಮನ್ ತ್ವರಿತವಾಗಿ ಉತ್ತರಿಸಿದಳು.'

'ಕುವರಿ ಶಾಹಾನಾಗೆ ಬೇಸರವಾಗಿರಬಹುದೆಂದು ನಾನು ಹಾಗಂದೆ.'

'ನಿನಗೆ ಶಾಹಾನಾಳ ಪರಿವೆ ತುಂಬಾ ಇದೆಯಲ್ವಾ?' ಅವರು ಸಿಟ್ಟಿನಿಂದ ಹೇಳಿದರು.

'ಯಾಕಿರಬಾರದು ? ನಾಳೆ ಅವಳೇ ತನ್ನ ಹೊಸ ಒಡತಿ ಆಗುವಳೇನೊ !' ಏಮನ್ ಯೋಚಿಸಿದಳು. ಅವಳ ಹೃದಯ ಕುಸಿಯಿತು. ನಿರಂತರ ಕೆಲಸದಿಂದ ಅವಳು ಆಯಾಸಗೊಂಡಿದ್ದಳು. ಆಜರ್ ನವಾಬರ ಸಿಟ್ಟು ಅವಳನ್ನು ಇನ್ನೂ ದುಃಖಿತಳನ್ನಾಗಿಸಿತ್ತು. ನಿರಾಶೆಯಿಂದ ಉಕ್ಕಿ ಬರುತ್ತಿದ್ದ ಕಣ್ಣೀರನ್ನು ತಾನು ತಡೆಯಲಾರನೆಂದು ಅವಳಿಗನಿಸಿತು. ಅವಳು ಎದ್ದು ನಿಂತು ಬಿಟ್ಟಳು. ಆಜರ್ ನವಾಬರು ಏನೂ ಹೇಳಲಿಲ್ಲ. ಮೇಜಿನ ಮೇಲೆ ಎರಡೂ ಮೊಣಕೈಗಳನ್ನೂರಿ, ಪೆನ್ಸಿಲ್‌ನಿಂದ ಆಟವಾಡುತ್ತಾ ಅವಳನ್ನೇ ಒಂದೇ ಸಮನೆ ನೋಡತೊಡಗಿದರು. ಏಮನ್ ಮುಖ ತಿರುಗಿಸಿದಳು. ಆತ್ಮವನ್ನೇ ಪ್ರವೇಶಿಸುತ್ತಿರುವಂತಹ ಆ ದೃಷ್ಟಿಯನ್ನೆದುರಿಸುವುದು ಅವಳಿಂದ ಸಾಧ್ಯವಿರಲಿಲ್ಲ. ಇದ್ದಕ್ಕಿದ್ದಂತೆ ಅವಳಿಗೆ ಶಾಂತಿ ಮತ್ತು ಸ್ವಚ್ಛ ಹವೆಯು ಅಗತ್ಯವೆನಿಸಿ, ಅವಳು ಏನೂ ಹೇಳದೆ ಲೈಬ್ರರಿಯಿಂದ ಹೊರಬಂದಳು.

ಕೋಣೆ ತಲುಪಿದ ಏಮನ್ ಮುಖ, ಕೈಕಾಲ್ಗಳನ್ನು ತೊಳಕೊಂಡಳು. ಟೀ ಕುಡಿದಾದ ಬಳಿಕ ಅವಳಿಗೆ ಸ್ವಲ್ಪ ಸಮಾಧಾನವೆನಿಸಿತು. ಬಹಳ ದಿನಗಳಿಂದ ಅವಳು ವಿಕಾರ್ ಜಂಗರ ಬಳಿಗೆ ಹೋಗಿರಲಿಲ್ಲ. ಅಲ್ಲಿಗೆ ಹೋಗುವುದೆಂದು ನಿರ್ಧರಿಸಿದಳು.

ಅವರ ಬಳಿ ತಲುಪಿದಾಗ ಅವರಂದರು, 'ಹುಡುಗಿ, ನೀನು ಬಹಳ ದಿನಗಳ ಬಳಿಕ ಬಂದಿರುವೆ, ನಿನಗೆ ಇದರ ಶಿಕ್ಷೆ ಸಿಗಬೇಕು.'

'ನೀವು ಕೊಡಬಯಸುವ ಯಾವ ಶಿಕ್ಷೆಯಾದರೂ ಸರಿ,' ಏಮನ್ ನಗುತ್ತಾ ನುಡಿದಳು.

'ಇಂದು ನೀನು, ನನಗಾಗಿಯೂ, ನಿನಗಾಗಿಯೂ ಚಾ ಮಾಡಬೇಕು.' ಅವರಂದರು.

'ಚಾ ನಾನು ಕುಡಿದೇ ಬಂದಿರುವೆ, ಆದರೆ ಈಗ ನಿಮ್ಮೊಡನೆಯೂ ಒಂದು ಕಪ್ ಕುಡಿವೆ.'

ವಿಕಾರ್ ಜಂಗರೂ ಅವಳೊಡನೆ ಅಡಿಗೆ ಕೋಣೆಗೆ ಹೋದರು. ಎರಡು ದಿನಗಳಿಂದ ಅವರ ನೌಕರನೂ ಬಂದಿರಲಿಲ್ಲ. ರಜೆ ಪಡೆದು ಊರಿಗೆ ಹೋಗಿದ್ದ.

'ಮತ್ತೆ ನಿಮ್ಮ ಕೆಲಸ ಯಾರು ಮಾಡುತ್ತಾರೆ?' ಏಮನ್ ಆಶ್ಚರ್ಯದಿಂದ ಕೇಳಿದಳು.

'ನಾನೇ ಮಾಡಿಕೊಳ್ಳುತ್ತೇನೆ. ಇದರಲ್ಲಿ ನೀನು ಬೆರಗಾಗುವುದೇನಿದೆ?' ಅವರು ಮುಗಳ್ನಗುತ್ತಾ ನುಡಿದರು.

‘ನೀವು ನನಗೇಕೆ ಹೇಳ ಕಳುಹಿಸಲಿಲ್ಲ ? ನಾನು ನಿಮಗೆ ಸಹಾಯ ಮಾಡಿ ಹೋಗುತ್ತಿದ್ದೆ.’

‘ನಿನಗೆ ಪುರುಸೊತ್ತಾವಾಗಲ್ವೇ ? ಸಮಯವಿದ್ದಿದ್ದರೆ, ನೀನು ನನ್ನನ್ನು ನೋಡಲು ಬರದಿರುತ್ತಿದ್ದೆಯಾ ?’ ಅವಳ ಕೈಯಿಂದ ಚಾ ಕಪ್ ತೆಗೆದು ಕೊಳ್ಳುತ್ತಾ ಅವರಂದರು.

‘ಹೆಣ್ಣಿನ ಕೈಯಿಂದ ತಯಾರಿಸಿದ ಚಾದ ರುಚಿ ಹೀಗಿರುತ್ತದೆಂದು ಇಂದೇ ತಿಳಿದೆ.’

‘ಇತರ ಕಲಾಕಾರರಂತೆ, ನೀವು ಹೆಣ್ಣನ್ನು ನಿಮ್ಮ ವಿಚಾರಗಳ ಕೇಂದ್ರವಾಗಿಸುತ್ತೀರಾ?’

‘ಯಾವಾಗಲೂ ಅಲ್ಲ, ಆದರೆ ಸ್ತ್ರೀಯನ್ನು ನಾನು ತುಂಬಾ ಗೌರವಿಸುತ್ತೇನೆ.’

‘ಎಂದಾದರೂ, ಯಾವುದಾದರೂ ಸ್ತ್ರೀಯೊಡನೆ ನಿಮ್ಮ ಸಂಬಂಧವಿತ್ತೆ.’

ವಿಕಾರ್ ಜಂಗರು ಕೆಲಹೊತ್ತು ಮುಗಳ್ನಗುತ್ತಾ, ಸುಮ್ಮನೆ ಅವಳನ್ನು ನೋಡುತ್ತಾ ಉಳಿದು, ಮತ್ತೆ ನುಡಿದರು. ‘ಯಾವ ಪುರುಷನ ಸಂಬಂಧ ಸ್ತ್ರೀಯೊಡನಿರುವುದಿಲ್ಲ? ಪ್ರತಿಯೋರ್ವ ಪುರುಷನ ಕಲ್ಪನೆಯಲ್ಲಿ ಜೊತೆಗಾರ್ತಿ ಯೊಬ್ಬಳು ಇದ್ದೇ ಇರುತ್ತಾಳೆ.’

‘ಆದರೆ ಪ್ರತಿಯೋರ್ವ ಪುರುಷನೊ ಅವಳನ್ನು ಗೌರವ ದೃಷ್ಟಿಯಿಂದ ನೋಡುವುದಿಲ್ಲ.’

‘ನಾನಂತೂ ಒಬ್ಬಳೇ ಸ್ತ್ರೀಯನ್ನು ಬಲ್ಲೆ.’ ಏಮನ್ ಚಕಿತಳಾಗಿ ಅವರನ್ನು ನೋಡಿದಳು.

‘ಚಕಿತಳಾಗದಿರು, ಏಮನ್, ಸತ್ಯವಾಗಿಯೂ ನಾನು ಒಬ್ಬ ಸ್ತ್ರೀಯನ್ನು ಮಾತ್ರ ಬಲ್ಲೆ, ಆಕೆ ಒಂದೇ ಕಾಲಕ್ಕೆ ಮಾತೆಯೂ, ಮಗಳೂ, ಸೋದರಿಯೂ ಪತ್ನಿಯೂ, ಪ್ರೇಮಿಕೆಯೂ ಆಗಿರುತ್ತಾಳೆ. ಅವಳ ಎಲ್ಲಾ ರೂಪವೂ ಪವಿತ್ರವೆ ಆಗಿರುತ್ತದೆ. ಸ್ತ್ರೀಯು ತನ್ನ ರೂಪ ಸರ್ವಸ್ವವನ್ನೂ ಪುರುಷನಿಗೆ ಅರ್ಪಿಸುತ್ತಾಳೆ. ಬದಲಾಗಿ ಏನನ್ನೂ ಪಡೆಯುವುದಿಲ್ಲ.’

‘ನೀವು ಮರೆತಿದ್ದೀರಿ, ಅವಳು ಬದಲಾಗಿ ತನ್ನ ಮರ್ಯಾದೆಯ ರಕ್ಷೆಯನ್ನೇ ಪುರುಷನಿಂದ ಬಯಸುತ್ತಾಳೆ.’

‘ಅದು ಅವಳಿಗೆ ಯಾವಾಗಲೂ ಸಿಗದು.’

‘ಸತ್ಯವೆಂದರೆ ಅದೇ ಸ್ತ್ರೀಯನ್ನು ಭಗ್ನಗೊಳಿಸುತ್ತದೆ. ಕೋಠಿಯಿಂದ ಕೋಠಿಗೆ ಒಯ್ಯುತ್ತದೆ.’

ಏಮನ್ ಕೆಲಹೊತ್ತು ತನ್ನ ಕೈಯುಗುರಿನ ಬಣ್ಣವನ್ನು ಕೆರೆಯುತ್ತಾ ಕುಳಿತಳು. ಹಳೆಯ ತಲೆಮಾರಿನ ಪುರುಷನೊಬ್ಬನ ಮಾತಿನಲ್ಲಿ ಸ್ತ್ರೀಯ ಬಗ್ಗೆ ಸಹಾನೂಭೂತಿಯ ಈ ವಿಚಾರಗಳು ಅವಳಿಗೆ ವಿಚಿತ್ರವೆನಿಸಿದವು.

‘ಆದರೆ, ಇಂದಿನ ಯುಗದಲ್ಲಿ ಜೀವನವು ಪುರುಷನಿಗೂ ಸ್ತ್ರೀಯಷ್ಟೇ ದುಬಾರಿಯಾಗಿದೆ.’ ಮಾತು ಬದಲಿಸುತ್ತಾ ಅವಳಂದಳು.

'ದುಬಾರಿ ಹೌದು; ಆದರೆ ಅಸಾಧ್ಯವಲ್ಲ.' ವಿಕಾರ್ ಜಂಗರು ನುಡಿದರು. 'ನಿನ್ನನ್ನೇ ನೀನು ತೆಗೆದುಕೋ, ಈ ಹವೇಲಿ ಹಾಗೂ ಅದರ ಜವಾಬ್ದಾರಿಗಳು ಹೇಗೆ ನಿನ್ನನ್ನು ಬಂಧಿಸಿವೆ! ಯಾಕೆಂದರೆ, ಪುರುಷರ ಈ ಪ್ರಪಂಚದಲ್ಲಿ ನಿನಗೆ ರಕ್ಷೆ ಬೇಕು. ನಿನ್ನ ಸೌಂದರ್ಯದ ಆರಾಧಕರು. ನೂರಾರು ಜನವಿರಬಹುದು. ಎಷ್ಟೋ ಪುರುಷರು ನಿನ್ನನ್ನು ಆಸೆಯ ಕಂಗಳಿಂದ ನೋಡಿರಬಹುದು. ಮೋಸ ಹೋಗುವ ಭಯದಿಂದ ನೀನೂ ಎಲ್ಲವನ್ನೂ ಬಿಟ್ಟು, ದೂರ, ಈ ಹವೇಲಿಗೆ ಬಂದು ಸೇರಿದೆ. ಪುರುಷರ ಮೋಸ, ಅತ್ಯಾಚಾರಗಳಿಗೆ ನೀನು ಹೆದರಿದ್ದೆ.'

'ಎಲ್ಲಾ ಪುರುಷರೂ ಹೀಗೆ ಇರುತ್ತಾರೆಯೇ?' ಏಮನ್ ತನ್ನಲ್ಲಿ ತಾನೇ ಹೇಳಿಕೊಳ್ಳುವಂತೆ ನುಡಿದಳು.

'ಇಲ್ಲ; ಎಲ್ಲರೂ ಹೀಗಿರುವುದಿಲ್ಲ, ಸ್ತ್ರೀ–ಪುರುಷರಲ್ಲಿ ಇದೇ ಭೇಧವಿರುತ್ತದೆ. ತ್ಯಾಗಭಾವನೆ ಮನಸ್ಸಿನಲ್ಲುದಿಸಿದಾಗ ಹೆಣ್ಣು, ತಾನು, ಯಾರಿಗಾಗಿ, ಏನು ಮಾಡುತ್ತಿರುವೆನೆಂದು ಯೋಚಿಸುವುದಿಲ್ಲ, ಆದರೆ ಪುರುಷರು ತಮ್ಮ ಪ್ರಯೋಜನದ ಬಗ್ಗೆಯೇ ಯೋಚಿಸುತ್ತಾರೆ.'

'ನೀವು....ನೀವು ಜೀವನದಲ್ಲಿ ಇಂತಹ ತ್ಯಾಗವನ್ನು ಯಾರಿಗಾಗಿಯಾದರೂ ಮಾಡುವಿರಾ ?' ಏಮನ್ ಅವರನ್ನು ಕೆದಕಿದಳು.

'ಜೀವನದ ಪುನರಾವರ್ತನೆ ಆಗುವುದಿಲ್ಲ, ಮೈ ಡಿಯರ್!' ವಿಕಾರ್ ಜಂಗಮರು ಅವಳ ಕೈ ಹಿಡಿದು ಹೇಳಿದರು. 'ನಿನಗೆ ನನ್ನ ಪೇಟಿಂಗ್ಸ್ ತೋರಿಸುವೆ, ಬಾ.'

'ಓಹ್! ನಿಮ್ಮ ಕೈ ಸುಡುತ್ತಿದೆ.' ಜ್ವರವೇರಿದಂತೆ ಕಾಣುವ ಅವರ ಕಂಗಳನ್ನು ನೋಡಿ, ಏಮನ್ ನುಡಿದಳು. 'ನೀವು ಮಲಗಿರಿ; ನಾನು ಸುಮ್ಮನೆ ಸುಮ್ಮನೆ ನಿಮ್ಮನ್ನು ಮಾತುಗಳಲ್ಲಿ ಸಿಲುಕಿಸಿದೆ.'

'ಇಲ್ಲ, ನೀನು ಬಂದುದು ನನಗೆ ಒಳ್ಳೆಯದಾಯಿತು. ಯಾವಾಗಲೂ ಒಳ್ಳೆಯದಾಗುತ್ತದೆ.

'ನಾನೀಗಲೇ ಡಾಕ್ಟರ್‌ಗೆ ಫೋನ್ ಮಾಡುತ್ತೇನೆ.' ಏಮನ್ ನುಡಿದಳು.

'ಇಲ್ಲ, ಇದರ ಅಗತ್ಯವಿಲ್ಲ, ನಾನು ಹೋಮಿಯೋಪತಿ ಔಷಧಿ ತೆಗೆದು ಕೊಳ್ಳುತ್ತಿದ್ದೇನೆ.'

'ಹಾಗಾದರೆ, ಇನ್ನು ಹೋಗಿ ಮಲಗಿರಿ, ನಾನು ಮದ್ದು ಕೊಟ್ಟೇ ಹೋಗುತ್ತೇನೆ. ನಿಮಗೆ ವಿಶ್ರಾಂತಿಯ ಅಗತ್ಯವಿದೆ.'

ವಿಕಾರ್ ಜಂಗರು ತೋರಿಸಿದ ಪೆಟ್ಟಿಗೆಯಿಂದ ಔಷಧಿ ತೆಗೆದು ಅವರಿಗೆ ಕೊಟ್ಟು, ಕಂಬಳಿ ಹೊದಿಸಿದಳು. ಏಮನ್.

'ನಾನು ಪುನಃ ಬರುತ್ತೇನೆ,'

‘ನೀನು ಚಿಂತಿಸಬೇಡ, ನನ್ನ ನೌಕರ ಬರಬಹುದು, ದೇವರು ನಿನ್ನನ್ನು ರಕ್ಷಿಸಲಿ, ಮುಗ್ಧೆ ಏಮನ್,’

ಏಮನ್ ಮೆಲ್ಲನೆ ಬಾಗಿಲು ಮುಚ್ಚಿ ಹೊರಟು ಬಂದಳು.

ಹವೇಲಿಯಲ್ಲಿ ಹೋಟೆಲ್‌ನ ಕೆಲಸ ಆರಂಭವಾಗಿತ್ತು. ಕೆಲಸ ಶುರುವಾದಲ್ಲಿಂದ ಸಾಮಾನುಗಳನ್ನು ಬೇರಡೆಗೆ ಒಯ್ಯುವುದಿತ್ತು. ಅಮೂಲ್ಯವಾದ ಪೀಠೋಪಕರಣಗಳು, ಪಿಂಗಾಣಿಯ ನಾಜೂಕು ಸಾಮಾನುಗಳು, ರೇಶ್ಮೆಯ ಪರದೆಗಳು, ಮುಖಮಲ್ ರತ್ನಗಂಬಳಿಗಳು, ಇತ್ಯಾದಿ, ಇಷ್ಟೆಲ್ಲ, ಸಾಮಾನುಗಳನ್ನಿರಿಸಿದ್ದ ಆ ಹವೇಲಿ ಎಷ್ಟು ದೊಡ್ಡದೆಂದು ಏಮನ್‌ಗೆ ಈಗ ತಿಳಿಯಿತು. ಈ ಕೆಲಸದ ಪೂರ್ಣ ಜವಾಬ್ದಾರಿಯನ್ನು ಮಾಹಾ ಸರ್ಕಾರ್ ಅವರು ಏಮನ್‌ಳ ಮೇಲೆ ಬಿಟ್ಟಿದ್ದರು. ಆಜರ್ ನವಾಬ ಬಹಳ ವ್ಯಸ್ತರಾಗಿದ್ದರು. ಅವರ ಸ್ವಭಾವವೇ ಹಾಗಿತ್ತು. ತಿಂಗಳುಗಳ ಕೆಲಸವನ್ನು ದಿನಗಳಲ್ಲೂ ದಿನಗಳ ಕೆಲಸವನ್ನು ನಿಮಿಷಗಳಲ್ಲೂ ಮುಗಿಸಲು ಬಯಸುತ್ತಿದ್ದರು. ಕಟ್ಟಡದಲ್ಲಿ ಹೆಚ್ಚಿನ ಪರಿವರ್ತನೆಯ ಅಗತ್ಯ ಇರಲಿಲ್ಲ. ಹೊರಗಿನಿಂದ ಗೋಡೆಗಳ ಪೇಂಟ್‌ನ ಜೊತೆಗೆ ಒಳಗಿನ ಅಲಂಕಾರದ ಕೆಲಸವೂ ನಡೆಯಬಹುದಿತ್ತು. ಗಂಟೆಗಳ ಕಾಲ ಬಿಸಿಲಲ್ಲಿ ನಿಂತು ಅವರು ಕೆಲಸದ ಮೇಲುಸ್ತುವಾರಿ ನೋಡುತ್ತಿದ್ದರು. ಹಾಗೂ, ಸಂಜೆ ಏಮನ್ ತಯಾರಿಸಿಟ್ಟಿದ್ದ ನಕ್ಷೆಗಳ ಬಗ್ಗೆ ಚರ್ಚಿಸುತ್ತಿದ್ದರು. ಏಮನ್‌ಳ ಕೆಲಸದ ಮೇಲೆ ಅವರಿಗೆ ಎಷ್ಟು ಭರವಸೆ ಹುಟ್ಟಿತ್ತೆಂದರೆ, ಕೋಣೆಗಳ ಅಲಂಕಾರದ ಕೆಲಸವನ್ನು ಅವಳಿಗೇ ಒಪ್ಪಿಸಿ ಬಿಟ್ಟಿದ್ದರು. ತನ್ನ ತಂದೆಯ ಜೊತೆಗೆ ಸಂಪಾದಿಸಿದ ಅನುಭವ ಹಾಗೂ ಹೋಮ್ ಸಾಯನ್ಸ್‌ನ ಡಿಗ್ರಿ ಅವಳಿಗೀಗ ಸಹಾಯಕವಾಗಿತ್ತು. ಅಲ್ಲದೆ, ಇಂಟೀರಿಯರ್ ಡೆಕೋರೇಶನ್‌ನಲ್ಲಿ ಅವಳಿಗೆ ಸ್ವಂತ ಅಭಿರುಚಿಯಿತ್ತು. ಈ ಕ್ಷೇತ್ರದಲ್ಲಿ ವೃತ್ತಿಪರರು ಬಹಳ ದುಬಾರಿಯೆನಿಸಿದ್ದರು. ಅವರು ತಯಾರಿಸಿದ್ದ ಕೆಲವು ನಕ್ಷೆಗಳನ್ನು ನೋಡಿಯೇ ಆಜರ್‌ನವಾಬರು ಈ ಕೆಲಸಕ್ಕೆ ಹೊರಗಿನಿಂದ ಯಾರನ್ನೂ ಕರೆಸೆನೆಂದು ನಿಶ್ಚಯಿಸಿದ್ದರು.

‘ಆರಂಭದಲ್ಲಿ ಇಷ್ಟೊಂದು ಸುಲಭವೆಂದು ಕಂಡಿದ್ದ ಕೆಲಸ, ಶುರುವಾದ ಮೇಲೆ ಇಷ್ಟು ತೊಡಕಾಗಿ ಕಾಣುವದೆಂದು ನಾನು ಎಣಿಸಿರಲಿಲ್ಲ.’ ಏಮನ್ ನಕ್ಷೆಯನ್ನು ಬಿಡಿಸುತ್ತಿರುವುದನ್ನು ನೋಡಿ ಅವರಂದರು.

‘ತೊಡಕಲ್ಲ, ಆಕರ್ಷಕವೆನ್ನಿ,’ ಏಮನ್ ನಕ್ಕು ನುಡಿದಳು. ಪ್ರತಿಯೊಂದು ಕೋಣೆಗೂ ಬೇರೆ ಬೇರೆ ನಕ್ಷೆಗಳನ್ನು ಅವಳು ತಯಾರಿಸಿದ್ದಳು. ಅವುಗಳಲ್ಲಿ ಪೀಠೋಪಕರಣಗಳು, ಬಣ್ಣ ಆಪ್‌ಹೋಲ್ಸ್ಟ್ರಿ, ಪರದೆಗಳು, ರತ್ನಗಂಬಳಿಗಳ ವಿನ್ಯಾಸ ಹಾಗೂ ಖರ್ಚಿನ ವಿವರ ಬರೆಯಲ್ಪಟ್ಟಿತ್ತು. ಇದಕ್ಕಾಗಿ ಅವಳು ಅನೇಕ ಅಂಗಡಿಗಳಿಂದ ಮಾಹಿತಿ ಸಂಗ್ರಹಿಸಿದ್ದಳು.

ತೋಟದಲ್ಲೂ ಕೆಲವು ಅಗತ್ಯದ ಪರಿವರ್ತನೆಗಳನ್ನವಳು ಸೂಚಿಸಿದ್ದಳು. ಆದರೆ ಎಲ್ಲಕ್ಕಿಂತ ಹೆಚ್ಚಾಗಿ ಅವಳ ಅಭಿರುಚಿಯು ಸರೋವರದಲ್ಲಿತ್ತು. ‘ಸರೋವರವು ವಿಶಾಲವಾಗಿಯೂ, ಸುಂದರವಾಗಿಯೂ ಇದೆ, ಇದನ್ನು ಚೆನ್ನಾಗಿ

ಉಪಯೋಗಿಸಿಕೊಳ್ಳಬಹುದು.' ತನ್ನ ಯೋಜನೆಯನ್ನು ಆಜರ್ ನವಾಬರಿಗೆ ತೋರುತ್ತಾ ಅವಳಂದಳು. ಈ ನಕ್ಷೆಯನ್ನು ಪೂರ್ಣ ವಿಸ್ತಾರದೊಂದಿಗೆ ಬಣ್ಣಗಳಲ್ಲೇ ಅವಳು ಸಿದ್ಧಗೊಳಿಸಿದ್ದಳು.

ಬೆತ್ತದ ಬಳ್ಳಿಗಳ ಹಿಂಡನ್ನು ಮುಟ್ಟದೆ, ಹಾಗೆಯೇ ಬಿಟ್ಟಿದ್ದಳು. ಇದೊಂದು ಅತಿಸುಂದರ ಪ್ರಾಕೃತಿಕ ದೃಶ್ಯವಾಗಿದ್ದು, ಇದರಲ್ಲಿ ಯಾವುದೆ ಪರಿವರ್ತನೆಯ ಅಗತ್ಯವಿರಲಿಲ್ಲ. ಪೂರ್ವ ಹಾಗೂ ದಕ್ಷಿಣದ ದಡಗಳನ್ನು ಕಟ ಕಟೆ ಕಟ್ಟಿ, ನೀರಲ್ಲಿ ವಿಶಾಲವಾದ ಜೆಟ್ಟಿಯನ್ನು ನಿರ್ಮಿಸಲಾಗಿತ್ತು. ಇಲ್ಲಿ ಕಟ್ಟೆಯ ಮೇಲೆ ಅನೇಕ ಮೇಜುಗಳನ್ನಿಟ್ಟು ಪಾರ್ಟಿಯ ಏರ್ಪಾಡು ಮಾಡಬಹುದಿತ್ತು. ಜೊತೆಗೆ ಸ್ವಲ್ಪ ದೂರದಲ್ಲಿ ಸಣ್ಣದೊಂದು ಜೆಟ್ಟಿಗೆ ಪುಟ್ಟ ಪುಟ್ಟ ನಾವೆಗಳನ್ನು ಕಟ್ಟಿ ನೀರಲ್ಲಿ ಬಿಡಲಾಗಿತ್ತು. ಇವುಗಳಲ್ಲಿ ಹೆಚ್ಚೆಂದರೆ ನಾಲ್ಕು ಜನರು ಕುಳಿತುಕೊಳ್ಳಬಹುದಿತ್ತು. ಹವೇಲಿಯ ಆವರಣಕ್ಕೆ ಸೇರಿದ ಎಲ್ಲಕ್ಕಿಂತ ಒಳ್ಳೆಯ ಸ್ಥಾನ ಏಮನ್‌ಳಿಗೆ ಇದೇ ಆಗಿತ್ತು. ಆದ್ದರಿಂದಲೇ ಅವಳ ಕಲ್ಪನೆಯು ಇಲ್ಲಿ ಗರಿಗೆದರಿತ್ತು.

ಆಜರ್ ನವಾಬರು ದೀರ್ಘಾಲೋಚನೆಯಲ್ಲಿ ಮುಳುಗಿ ವಿವಿಧ ಕೋನಗಳಿಂದ ಈ ನಕ್ಷೆಯನ್ನು ನೋಡುತ್ತಿದ್ದು, ಬಳಿಕ ಏಮನ್‌ಳತ್ತ ನೋಡಿದರು. ವಿಪತ್ತು ಬಂತೇ ಬಂತೆಂದುಕೊಂಡಳು. ಏಮನ್, ತನ್ನ ಯತ್ನಗಳು ಆಜರ್ ನವಾಬರಿಂದ ಪರಿಹಾಸ್ಯವನ್ನೇ ಆಮಂತ್ರಿಸುವುದು ಎಂದೇ ಅವಳಿಗೆ ಮೊದಲಿನಿಂದಲೂ ಭಯವಿತ್ತು. ಖಂಡಿತವಾಗಿಯೂ ರೊಮ್ಯಾಂಟಿಕ್ ಎಂದು ಅವರು ತನ್ನನ್ನು ನಿಂದಿಸಬಹುದು. ಆದರೆ ಅವಳ ಊಹೆಗಳಿಗೆ ವ್ಯತಿರಕ್ತವಾಗಿ ಅವರು ನುಡಿದರು. 'ಬಹುಶಃ ಇದಕ್ಕಿಂತ ಚೆನ್ನಾಗಿ ಸರೋವರದ ಉಪಯೋಗ ಬೇರಾವ ರೀತಿಯಲ್ಲೂ ಆಗುತ್ತಿರಲಿಲ್ಲ.'

ಏಮನ್ ಅರಳಿದಳು. 'ಆದರೆ ಇದರಲ್ಲಿ ಸ್ವಲ್ಪ ನಿರ್ಮಾಣ ಕಾರ್ಯವೂ ಇದೆ. ಯಾರಾದರೂ ತಜ್ಞರಿಂದ ಅಭಿಪ್ರಾಯ ಕೇಳಿದರೆ ಒಳ್ಳೆಯದಾದೀತು.'

'ಈ ಕೆಲಸ ಮಿಸ್ಟರ್ ಬಸು ಅವರಿಗೆ ಒಪ್ಪಿಸಲಾಗುವುದು.' ಆಜರ್ ನವಾಬರಂದರು. ಇದ್ದಕ್ಕಿದ್ದಂತೆ ಅವರ ಪ್ರಶಂಸೆಯೇ ಅವಳನ್ನು ಬೆಚ್ಚಿ ಬೀಳುವಂತೆ ಮಾಡಿತ್ತು. ತಾನೇನು ಮಾಡಲೆಂದೇ ಅವಳಿಗೆ ತಿಳಿಯಲಿಲ್ಲ. ಅವಳು ನಕ್ಷೆಯನ್ನು ಸುತ್ತಿಡತೊಡಗಿದಳು. ಆಜರ್ ನವಾಬರು ಅವಳನ್ನು ಒಂದೇ ಸಮನೆ ನೋಡುತ್ತ ಇದ್ದುಬಿಟ್ಟರು. ನಕ್ಷೆಯನ್ನವರಿಗೆ ಕೊಡಲೆಂದು ಕೈ ಚಾಚಿದ ಏಮನ್ ಅವರತ್ತ ನೋಡಿದಾಗ, ಅವರು ಮುಗಳ್ನಗುತ್ತಿದ್ದರು.

'ಈ ನಿನ್ನ ಮುಂಗರುಳ ಎಳೆ, ಬಾಲ್ಯದಿಂದಲೂ ಹೀಗೆ ಉದ್ಘಟವಾಗಿತ್ತೇ?' ಅವಳ ಕೆನ್ನೆಯ ಮೇಲೆ ತೂಗಿ ಬಂದಿದ್ದ ಕೂದಲ ಸುರುಳಿಯನ್ನು ಮೆಲುವಾಗಿ ಮುಟ್ಟಿ ಅವರಂದರು. ಏಮನ್ ತಕ್ಷಣವೇ ಅದನ್ನು ಕಿವಿಯ ಹಿಂದಕ್ಕೆ ಸರಿಸಿದಳು. 'ಮುಗಳ್ನಗುವಾಗ, ಹೀಗೆಯೇ ನಿನ್ನ ಕೆನ್ನೆಗಳಲ್ಲಿ ಚಿಕ್ಕ ಚಿಕ್ಕ ಗುಳಿಗಳು ಮೂಡುತ್ತಿದ್ದವೇ?'

ಏಮನ್ ನಕ್ಕು ಬಿಟ್ಟಳು. ಅವಳ ಕೆನ್ನೆಯ ಗುಳಿಗಳು ಮತ್ತೂ ಆಳವಾದವು.

‘ನಾನು ಚಿಕ್ಕವಳಿದ್ದಾಗ, ಅಬ್ಬಾ, ನನಗೆ ಕಚಗುಳಿಯಿಟ್ಟು ನಗಿಸುತ್ತಿದ್ದರು ! ಹಾಗೂ, ನಕ್ಕೊಡನೆ ನನ್ನ ಕೆನ್ನೆಯ ಗುಳಿಗಳನ್ನು ಮುತ್ತಿಡುತ್ತಿದ್ದರು.’ ಆಜರ್ ನವಾಬರು ಹಗುರಾದ ಮೂಡ್‌ನಲ್ಲಿದ್ದುದನ್ನು ನೋಡಿ ಏಮನ್ ನುಡಿದಳು.

‘ಈ ಕೆಲಸವನ್ನು ಬೇರಾರೂ ಕೂಡ ಮಾಡಬಹುದು.’ ಆಜರ್ ನವಾಬ ಮೆಲ್ಲನೆಂದರು. ‘ಆದರೆ, ಈ ಕಂಗಳಲ್ಲಿ ಇಷ್ಟೊಂದು ಪ್ರಶ್ನೆಗಳೂ, ಉತ್ತರಗಳೂ ಇರಬಾರದೆಂದೇ ತರ್ಕ,’

ಏಮನ್ ನಿರುತ್ತಳಾದಳು. ಅವರು ನಿಜವಾಗಿಯೂ ಹಾಗೇನಾದರೂ ಹೇಳಿದ್ದರೇ, ಇಲ್ಲ, ಅದು ಅವಳ ಕಿವಿಗಳ ಮೋಸವೇ ಅವಳಿಗೆ ತಿಳಿಯಲಿಲ್ಲ.

‘ವಾಸ್ತವವಾಗಿ, ನನಗೆ ನಿನ್ನೊಡನೆ ಕೆಲವು ಮಾತುಗಳನ್ನಾಡುವುದಿದೆ.’ ಆಜರ್ ನವಾಬರೆಂದರು.

‘ಎಂತಹ ಮಾತು ?’

‘ಮೊದಲು ಈ ಟೇಪೆಸ್ಟ್ರಿಯ ನಮೂನೆಗಳನ್ನು ನೋಡುವಾ. ‘ಅವರು ದೊಡ್ಡದೊಂದು ಫೈಲನ್ನು ತೆರೆದರು. ಅದರಲ್ಲಿ ನಮೂನೆಗಳ ಚಚ್ಚೌಕದ ತುಂಡುಗಳನ್ನು ಲೇಬಲ್‌ನೊಂದಿಗೆ ಅಂಟಿಸಲಾಗಿತ್ತು.

‘ಹೋಟೆಲ್ ರೂಮುಗಳಿಗೆ ನಂಬರ್ ಕೊಡುವ ಬದಲು ಹೂಗಳ ಹೆಸರನ್ನಿಡುವಾ ಎಂದು ಯೋಚಿಸಿದ್ದೇವೆ. ಆಜರ್ ನವಾಬರಂದರು.

‘ಸರಿ’ ಏಮನ್ ಧ್ಯಾನವಿಟ್ಟು ಕೇಳತೊಡಗಿದಳು.

ಎಲ್ಲಾ ಉಚ್ಚ ದರ್ಜೆಯ ಹೋಟೆಲುಗಳಂತೆ ಇಲ್ಲಿನ ವಾತಾವರಣ ಇರದೆ. ಇಲ್ಲಿ ಬಂದು ಇರುವ ಎಲ್ಲಾ ಅತಿಥಿಗಳೂ ಇಲ್ಲಿ ತನ್ನತನವನ್ನೇ ಅನುಭವಿಸಬೇಕೆಂದು ನಮ್ಮಿಚ್ಛೆ, ಅವರ ಆರಾಮದ ಬಗ್ಗೆ ಪೂರ್ಣಗಮನ ಕೊಟ್ಟಿರಬೇಕು. ಈ ಹವೇಲಿಯು, ತನಗೆ ತಾನೇ ಸಾಟಿಯಾಗುವ, ಗುಂಪು, ಗದ್ದಲವಿಲ್ಲದ, ಆರಿಸಿದ ಕೆಲವೇ ಜನರು ಬಾರಿ ಬಾರಿಗೂ ಬರಲಿಚ್ಛಿಸುವಂತಹ ಅತಿಥಿಗೃಹದಂತಾಗಬೇಕು.’

‘ನೀವನ್ನುವುದು, ಇಲ್ಲಿ ವೃದ್ಧ ಅತಿಥಿಗಳು ಮಾತ್ರ ಬರುವರೆಂದೇ?’ ಏಮನ್ ಮುಖ ಜೋಲಿಸಿ ಕೇಳಿದಳು.

‘ಹಾಗೇನು ನಾನು ಹೇಳಲಿಲ್ಲ.’ ಆಜರ್ ನವಾಬ ಸ್ಪಷ್ಟವಾಗಿ ತಿಳಿಸಲೆತ್ನಿಸಿದರು. ‘ನವ ಪೀಳಿಗೆಯಲ್ಲೂ ಎಷ್ಟೋ ಮಂದಿ ಮೋಜು, ಆಕರ್ಷಣೆಗಳಲ್ಲಿ ಉನ್ನತ ಮಟ್ಟದ ರುಚಿಯಿರಿಸಿಕೊಂಡಿರುವವರಿದ್ದಾರೆ. ಆದ್ದರಿಂದಲೇ ಕೋಣೆಗಳ ಅಲಂಕಾರದಲ್ಲಿ ಉಚ್ಚ ಮಟ್ಟದ ರುಚಿಯು ವ್ಯಕ್ತವಾಗಬೇಕೆಂಬುದೇ ನಮ್ಮಾಸೆ, ಹೈದರಾಬಾದೀ ಸಂಸ್ಕೃತಿಯ ಬಣ್ಣ ಇದರಲ್ಲಿ ಖಂಡಿತ ಮಿಳಿತವಾಗಿರಬೇಕು.’ ಬಟ್ಟೆಗಳ ನಮೂನೆಗಳಿದ್ದ ಪುಸ್ತಕವನ್ನು ಅವರು ಏಮನ್‌ಳ ಮುಂದಕ್ಕೆ ಸರಿಸಿದರು. ಏಮನ್ ಅವರತ್ತ ಒಂದು ನೋಟ ಬೀರಿ, ಪುಸ್ತಕವನ್ನು ಮಡಚಿ ಪಕ್ಕಕ್ಕಿಟ್ಟಳು.

'ಇದನ್ನು ನಾನು ನಂತರ ನೋಡುತ್ತೇನೆ;'

'ಬಹುಶಃ ನೀನೇನೋ ಹೇಳಬಯಸುತ್ತಿರುವೆ.'

'ಹೌದು! ವಾಲ್‌ಪೇಪರ್‌ನ ಕ್ಯಾಟಲಾಗ್ ಇದುವರೆಗೆ ಬರಲಿಲ್ಲ. ಅದು ಬಂದ ಬಳಿಕವೇ ಪರದೆಗಳನ್ನು ಆರಿಸಬಹುದು. ಈಗ, ನರ್ಸರಿಯಂಥ ಬೇರೆ ವಿಷಯಗಳ ಬಗ್ಗೆ ಮಾತಾಡಬಹುದು.'

'ನರ್ಸರಿ? ಅವರ ಅಗತ್ಯವೇನು ?'

'ಅಗತ್ಯವೇನೋ ಇದೆ. ಅಷ್ಟೇ ಅಲ್ಲ. ಸ್ಟಾಫ್‌ನಲ್ಲಿ ಒಬ್ಬ ತರಬೇಕಾದ ನರ್ಸ್‌ನ ಅಗತ್ಯ ಕೂಡ ಇದೆ.'

'ಅಂದರೆ, ಡಾಕ್ಟರ್? ಆ ಏರ್ಪಾಡೇನೋ ಇದೆ. ಎಮರ್ಜೆನ್ಸಿಗೆ ಯಾವ ಡಾಕ್ಟರನ್ನಾದರೂ ಕರೆಸಬಹುದು.'

'ಅದೇನೋ ಸರಿ, ಆದರೆ, ಕೆಲವು ಅತಿಥಿಗಳು ಎಳೆಯ ಮಕ್ಕಳನ್ನು ಜೊತೆಗೆ ಕರೆತರಬಹುದು.'

"ಓಹ್ಹೋ, ಇದನ್ನೆಲ್ಲಾ ನೀನು ಹೇಗೆ ಯೋಚಿಸಿದೆ ? ನನ್ನ ಧ್ಯಾನವೂ ಅತ್ತ ಹೋಗಲಿಲ್ಲ."

"ತಾವು ಹೋಟೆಲ್ ಮ್ಯಾನೇಜ್‌ಮೆಂಟ್ ಬಗ್ಗೆ ತರಿಸಿದ ಪುಸ್ತಕಗಳ ಪಾರ್ಸೆಲ್‌ನಿಂದ ಸಮಯ ಸಿಕ್ಕಿದಂತೆ ನಾನು ಅಲ್ಪ ಸ್ವಲ್ಪ ಓದಿಕೊಂಡೆ."

"ಹುಷಾರಿದ್ದಿ ! ಹುಡುಗಿ !' ಆಜರ್ ನವಾಬ ಮುಗಳ್ನಕ್ಕು ನುಡಿದರು. "ನೀನು ಹೀಗೇ ಮುಂದುವರಿದರೆ ಒಂದು ದಿನ ಇಡೀ ಹೊಟೆಲನ್ನು ನನ್ನಿಂದ ಸೆಳೆದುಕೊಳ್ಳುವೆ.

ಆಜರ್ ನವಾಬರ ಸಾಧಾರಣವಾದ ಪ್ರಶಂಸೆಯೂ ಏಕೆ ತನ್ನನ್ನು ಬೆಚ್ಚಿ ಬೀಳಿಸುತ್ತವೆಂದು ಏಮನ್‌ಗೆ ತಿಳಿಯಲಿಲ್ಲ.

"ನೀವು ನಿಮ್ಮ ಬಾಲ್ಯವನ್ನು ಕಳೆದಲ್ಲೆ ಹವೇಲಿಯ ನರ್ಸರಿ ಸ್ಥಾಪಿತವಾಗಲಿ"

"ಎಂದಿಗೂ ಇಲ್ಲ." ಆಜರ್ ನವಾಬರು ಒಮ್ಮಿಂದೊಮ್ಮೆಲೇ ವ್ಯಾಕುಲರಾಗಿ ನುಡಿದರು. ಇದ್ದಕ್ಕಿದ್ದಂತೆ ಬದಲಾಗುವ ಅವರ ಮೂಡ್‌ಗಳು ಅವಳನ್ನು ಚಕಿತಳಾಗಿಸುತ್ತಿದ್ದವು.

"ಅಲ್ಲಿ ಬೇರಾವ ಮಗುವಿಗೂ ಕಾಲಿಡಲು ಅವಕಾಶವಿರದು' ಅವರ ಈ ಮೂಡ್‌ಕಂಡು ಏಮನ್ ಮೌನ ತಾಳಿದಳು. ಆಜರ್ ನವಾಬರ ಅಹಂಭಾವ ಇಷ್ಟೊಂದು ಬಿರುಗಾಳಿ ಎಬ್ಬಿಸಬಹುದೆಂದು ಅವಳರಿತಿರಲಿಲ್ಲ. ಅವರ ವ್ಯಕ್ತಿತ್ವದ ಈ ಮಗ್ಗುಲು ಬಹಳ ದುರ್ಬಲವಾಗಿ ಕಂಡಿತ್ತು ಅವಳಿಗೆ.

ಮಾತು ಕತೆಯ ಧಾರೆಯನ್ನು ಆಜರ್‌ನವಾಬರು ಸ್ಟಾಫ್‌ಕ್ವಾರ್ಟರ್ಸ್‌ನತ್ತ ಹೊರಳಿಸಿದರು. ಕಂಪೌಂಡಿನೊಳಗೇ ಇದ್ದ ಈ ಆವಾಸಗಳಿಗೆ ಮಿಸ್ಟರ್ ನಿಕಲ್ಸನ್‌ರು ಬಹುಸುಂದರ, ಒಳ್ಳೆಯ ನಕ್ಷೆಯನ್ನೇ ಸಿದ್ಧಗೊಳಿಸಿದ್ದರು.

ಹವೇಲಿಯಲ್ಲಿ ಪರಿವರ್ತನೆಯ ಕೆಲಸವು ಮುಗಿಯುತ್ತಾ ಬಂದಿತ್ತು. ಪೀಠೋಪಕರಣಗಳು ಸಿದ್ಧವಾಗಿದ್ದವು. ಪಿರಿಯಡ್ ಫರ್ನಿಚರ್ ಒದಗಿಸುತ್ತಿದ್ದ ನಗರದ ಅತಿ ಪುರಾತನ ಪರ್ನಿಚರ್ ಮಾರ್ಚ್‌ನಿಂದಲೇ ಅವುಗಳನ್ನು ತರಿಸಲಾಗಿತ್ತು. ಜೊತೆಗೇ ತೋಟವನ್ನೂ ನವೀನ ರೀತಿಯಿಂದ ಸಜ್ಜಾಗಿಸಲಾಗಿತ್ತು. ಬೆಳಗಿನಿಂದ ಸಂಜೆಯವರೆಗೂ ಹವೇಲಿಯಲ್ಲಿ ಕೋಲಾಹಲ ತುಂಬಿರುತ್ತಿತ್ತು. ಆದರೆ ಇದರಿಂದಾಗಿ ಮಹಾಸರ್ಕಾರ್ ಅವರ ವಿಶ್ರಾಂತಿಗೆ ಯಾವುದೇ ಬಾಧೆ ಬರದಂತೆ ಆಜರ್‌ನವಾಬ ನೋಡಿಕೊಂಡಿದ್ದರು. ಆ ವಿಭಾಗವು ಸಾಕಷ್ಟು ದೂರವಿದ್ದು ಅತಿಥಿಗೃಹದ ಕೆಲಸಗಳ ಪ್ರಭಾವ ಅಲ್ಲೇನೂ ಬೀಳುತ್ತಿರಲಿಲ್ಲ. ಸಮಯದ ಕೊರತೆಯಿಂದಾಗಿ ಏಮನ್‌ಗೆ ತೊಂದರೆಯಾಗುತ್ತಿತ್ತು. ತನ್ನೆಲ್ಲ ಹೊಸ ಜವಾಬ್ದಾರಿಗಳ ನಡುವೆಯೂ ಮಹಾಸರ್ಕಾರ್ ಅವರು ತನಗೊಪ್ಪಿಸಿದ ಕೆಲಸಕ್ಕೆ ಏನೂ ಕುಂದುಂಟಾಗದಂತೆ ಅವಳು ಎಚ್ಚರ ವಹಿಸುತ್ತಿದ್ದಳು.

"ಹುಜೂರ್, ಭೋಜನದ ವ್ಯವಸ್ಥೆಯಾಗಲೇ?" ಹೊಸ ಅಡಿಗೆಯಾತ ಅಪ್ಪಣೆ ಪಡೆದು ಒಳ ಬಂದು ಕೇಳಿದ.

"ಓಹ್! ಗಂಟೆ ಹತ್ತಾಯಿತು!" ಆಜರ್‌ನವಾಬ ವಾಚ್ ನೋಡಿ ಹೇಳಿದರು. "ನೀನೂ ಉಂಡಿರಲಿಕ್ಕಿಲವಲ್ಲ?" ಅವರು ಕೇಳಿದರು.

"ಕೆಲವು ಅಗತ್ಯದ ವಿಷಯಗಳನ್ನು ಮಾತಾಡುವುದಿತ್ತು. ಮತ್ತೆ ಉಣ್ಣುವೆನೆಂದು ಕೊಂಡೆ, ದಿನವಿಡೀ ನೀವು ವ್ಯಸ್ತರಾಗಿರುತ್ತೀರಿ."

"ಊಟ ಟ್ರಾಲಿಯಲ್ಲಿಟ್ಟು ಇಲ್ಲಿಗೇ ತಾ. ಬೀಬಿ ಕೂಡ ಇಲ್ಲೇ ಉಣ್ಣುವರು." ಅಡಿಗೆಯಾತನಿಗೆ ಆಜರ್ ನವಾಬ್ ಹೇಳಿದರು.

"ನಾನು?! ನನಗೆ ಅಷ್ಟೊಂದು ಹಸಿವಿಲ್ಲ. ನನ್ನ ಕೋಣೆಗೆ ಹೋಗಿ ಊಟ ಮಾಡುವೆ" ಏಮನ್ ಬೇಗನೇ ಅಂದಳು. ಹಾಗೆ ನೋಡಿದರೆ, ಊಟದ ಹೆಸರಿನಿಂದಲೇ ಅವಳ ಹೊಟ್ಟೆಯಲ್ಲಿ ಇಲಿಗಳು ಕುಣಿದಾಟ ನಡೆಸಿದ್ದವು.

"ಹಸಿವಿಲ್ಲದಿರುವುದು, ಹಾಗೂ ತನ್ನದೇ ಕೋಣೆಯಲ್ಲಿ ಉಣ್ಣುವುದು ಎರಡು ಬೇರೆ ಬೇರೆ ವಿಷಯಗಳು." ಆಜರ್ ನವಾಬರೆಂದರು. "ನನ್ನ ಜೊತೆ ಉಣ್ಣಲು ಇಷ್ಟ ಇಲ್ಲದಿರುವುದಕ್ಕೆ ಇದೊಂದು ನೆಪವೆಂದುಕೊಳ್ಳಲೇ?"

ಅಷ್ಟರೊಳಗಾಗಲೇ ಅಡಿಗೆಯಾತ ಅಪ್ಪಣೆ ಪಡೆದು ಹೊರಟು ಹೋಗಿದ್ದ.

"ಖಾನ್‌ಸಾಮ ಬರುವವರೆಗೆ ಬೇರೆ ಒಂದೆರಡು ವಿಷಯಗಳನ್ನು ನೋಡಿಕೊಳ್ಳೋಣವೇ?' ಆಜರ್ ನವಾಬರಂದರು.

"ನನ್ನದಿನ್ನೊಂದು ಅಭಿಪ್ರಾಯವಿದೆ." ಆಜರ್ ನವಾಬರ ಮಾತಿನ ಗತಿಯನ್ನೂಹಿಸಿ ಏಮನ್ ನುಡಿದಳು.

“ಏನದು?”

“ಸರ್ವೆಂಟ್ಸ್ ಕ್ವಾರ್ಟರ್ಸ್ ಬಳಿಯಿಟ್ಟಿರುವ ಆ ಫಿಟನ್ ಇದೆಯಲ್ಲ” ಏಮನ್ ಹಿಂಜರಿಯುತ್ತಾ ನುಡಿದಳು. ಆಜರ್ ನವಾಬರು ಪ್ರಯಾಸದಿಂದ ಜ್ಞಾಪಕಕ್ಕೆ ತರಲುದ್ಯುಕ್ತರಾಗಿ ಹುಬ್ಬು ಹೆಣೆದರು.

“ಸರಿ......ಸರಿ! ಅದೇ ? ಅದರ ಮೇಲೆ ನಮ್ಮ ಕುಟುಂಬದ ಮೊನೊಗ್ರಾಮ್ ಕೆತ್ತಲಾಗಿದೆ. ನಮ್ಮ ಹಿರಿಯರು ಅದನ್ನು ಹಿಂದೆ ಉಪಯೋಗಿಸುತ್ತಿದ್ದರು. ಅದು ಬಹಳ ಹಳತಾಗಿ ಹೋಗಿದೆ.”

“ಇಲ್ಲ; ನಾನದನ್ನು ನಿನ್ನೆ ತಾನೇ ನೋಡಿ ಬಂದೆ. ಅದು ಸಂಪೂರ್ಣ ಸುಸ್ಥಿತಿಯಲ್ಲಿದೆ. ಸ್ವಲ್ಪ ಸರಿಮಾಡಿದ ಬಳಿಕ ಅದನ್ನು ಚೆನ್ನಾಗಿ ಹೊಳಪಿಸಬಹುದು.

“ನೀನೇನನ್ನುತ್ತಿರುವಿ?”

“ನಿನ್ನೆ ಹೀಗೇ ಅದರೊಂದು ಭಾಗದ ಮೇಲೆ ಪಾಲಿಶ್ ಹಚ್ಚಿದಾಗ, ಅದರ ಹಿತ್ತಾಳೆಯ ಗಿಡ, ಬಳ್ಳಿಗಳು ಸ್ಪಷ್ಟವಾಗಿ ಗೋಚರಿಸಿದುವು. ನಾನು ಹೇಳುವುದನ್ನು ನಂಬಿ: ಇದೊಂದು ದೊಡ್ಡ ವಿಶೇಷವಾಗಿ ತೋರೀತು.”

ಏಮನ್‌ಳ ಉತ್ಸಾಹ ಕಂಡು ಆಜರ್ ನವಾಬರ ತುಟಿಗಳಲ್ಲ ನಗು ಲಾಸ್ಯಮಾಡಿತು. “ನಿನ್ನ ಮಾತು ನನಗೆ ಅರ್ಥವಾಗುತ್ತಿದೆ. ನೀನು ಆ ಲ್ಯಾಂಡೋ ಫಿಟ್‌ನ್‌ನನ್ನು ಪುನರ್ಜೀವಿತಗೊಳಿಸಲು ಇಚ್ಛಿಸುತ್ತಿರುವೆ.”

“ನಿಸ್ಸಂಶಯವಾಗಿ! ವಿದೇಶೀ ಅತಿಥಿಗಳು ಇದನ್ನು ತುಂಬಾ ಇಷ್ಟಪಡಬಹುದು. ಇದರಲ್ಲಿ ಪುರಾತನ ಹೈದರಾಬಾದ್ ತಿರುಗಲು ಅವರಿಗೆ ಇಷ್ಟವಾಗಬಹುದು.”

“ನೀನು ಹೇಗೆ ಇಚ್ಛಿಸಿದರೆ ಹಾಗೆ” ಆಜರ್ ನವಾಬರು ತಲೆಬಾಗಿ ನುಡಿದು ನಕ್ಕುಬಿಟ್ಟರು. ಹೀಗೆ ಅವರು ಮುಕ್ತವಾಗಿ ನಗುವಾಗಲೆಲ್ಲ ದೊಡ್ಡ ಮಾಯಾ ಪುರುಷರಾಗಿ ಕಾಣಿಸುತ್ತಿದ್ದರು.

“ಮುನ್ನಿ! ಸಾಹಬರಿಗೆ ಈ ಕೆಲಸವನ್ನೊಪ್ಪಿಸು.” ಆಜರ್ ನವಾಬರಂದರು.

“ಮುನ್ನಿ! ಸಾಹಬರಿಂದು ಅಸೌಖ್ಯದಿಂದಿದ್ದಾರೆ.” ಏಮನ್ ನುಡಿದಳು.

“ನಾಳೆ ಅಸೌಖ್ಯವಿರಲಿಕ್ಕಿಲ್ಲ.” ಆಜರ್ ನವಾಬರು ಪೂರ್ಣ ವಿಶ್ವಾಸದಿಂದ ನುಡಿದರು. “ಅವರ ಅಸೌಖ್ಯವನ್ನು ನಾನು ಚೆನ್ನಾಗಿಯೂ ಬಲ್ಲೆ. ಇಂಗ್ಲಿಷ್‌ನಲ್ಲಿ ಕೆಲಸ ನೋಡಬೇಕಾಗಿ ಬಂದಾಗಲೆಲ್ಲ ಅವರು ಅಸೌಖ್ಯಕ್ಕೊಳಗಾಗುತ್ತಾರೆ.”

ಏಮನ್ ನಕ್ಕು ಬಿಟ್ಟಳು. ‘ಕೆಲದಿನಗಳಿಂದ ನನ್ನ ಸ್ವಂತದ ಕೆಲಸಗಳು ಹೆಚ್ಚಿದ್ದರಿಂದ ಅವರಿಗೆ ಸಹಾಯ ಮಾಡಲು ನನ್ನಿಂದ ಆಗಿಲ್ಲ.”

"ಆದ್ದರಿಂದಲೇ ನಾನು ನಾಳೆಯಿಂದ ಒಬ್ಬ ಇಂಗ್ಲಿಷ್ ಟೈಪಿಸ್ಟನ್ನು ನೇಮಕಮಾಡಿದ್ದೇನೆ." ಮುನ್ನಿ ಸಾಹೇಬರ ಕೊರತೆ ಅವರಿಗೆ ತಿಳಿದಿತ್ತು. ಆದರೆ, ಅವರ ಪ್ರಾಮಾಣಿಕತೆ ಹಾಗೂ ಪ್ರಾಯವನ್ನು ಗಮನಿಸಿ, ಅವರ ಮಹತ್ವವೂ ಕೊಂಚವೂ ಕಡಿಮೆಯಾಗದಂತೆ ನೋಡಿ ಕೊಂಡಿದ್ದರು. ಪರಿವಾರದ ಪುರಾತನ ರಿಕಾರ್ಡ್‌ಗಳು, ಆಸ್ತಿ, ಜಹಗೀರುಗಳಿಗೆ ಸಂಬಂಧಿಸಿದಂತೆ ಅವರಿಗೆ ವಿಸ್ತಾರವಾದ ಮಹಿತಿಯಿತ್ತು. ಈಗಲೂ ಅವರು ಮಹಾಸರ್ಕಾರ್ ಹಾಗೂ ಆಜರ್ ನವಾಬರಿಗೆ ಬಗ್ಗಿ ಮೂರು ಸಲಾಂ ಮಾಡುತ್ತಿದ್ದರು. ಆದರೆ ತಸ್‌ನೀಮ್ ಪಾಶಾರು ಅವರಿಗೆ ಸ್ವಲ್ಪವೂ ಒಗ್ಗುತ್ತಿರಲಿಲ್ಲ. ಬಶಾರತ್ ನವಾಬರೊಡನೆಯೂ ಅವರು ಅಪ್ರಸನ್ನರಾಗೇ ಇರುತ್ತಿದ್ದರು. ತಮ್ಮ ಶಬ್ದ ಭಂಡಾರದ ಚಮತ್ಕಾರದ ಚಕ್ರದಲ್ಲಿ ಮುನ್ನಿ ಸಾಹಬರು ದಿಕ್ಕೆಡುವಂತೆ ಅವರು ಮಾಡುತ್ತಿದ್ದರು.

ಖಾನ್‌ಸಾಮಾ ಟ್ರಾಲಿಯಲ್ಲಿ ಭೋಜವನ್ನಿರಿಸಿ ತಂದ. ಅದರ ಪರಿಮಳದಿಂದಲೇ ತಾನೆಷ್ಟು ಹಸಿದಿರುವೆನೆಂದು ಏಮನ್‌ಗೆ ಅರಿವಾಯಿತು.

ಹೊಸ ಖಾನ್‌ಸಾಮಾ ಎಲ್ಲಾ ಅಡಿಗೆಗಳನ್ನೂ ಚೆನ್ನಾಗಿ ಬಲ್ಲವನಿದ್ದ, ಆಜರ್ ನವಾಬರ ಇಷ್ಟದ ಖಾದ್ಯಗಳನ್ನು ಬಹಳ ರುಚಿಕರವಾಗಿ ತಯಾರಿಸುತ್ತಿದ್ದ. ಮುಗಲ್ಯಾ ಹಾಗೂ ಕಾಂಟಿನೆಂಟಲ್ ಅಡಿಗೆಗಳಲ್ಲಿ ಆತನದು ಸಿದ್ಧಹಸ್ತವಾಗಿತ್ತು. ಜಗತ್ತನ್ನೇ ಸುತ್ತಿ ಬಂದಿದ್ದ ಆಜರ್ ನವಾಬರು ಎಲ್ಲಾ ತರದ ಪಕ್ವಾನ್ನಗಳ ಪರಿಚಯ ಹೊಂದಿದ್ದರು ಹಲವಾರು ಅಭ್ಯರ್ಥಿಗಳಲ್ಲಿ ಐವರು ಅಡಿಗೆಯವರನ್ನು ಮಾತ್ರ ಅವರು ಆರಿಸಿಕೊಂಡಿದ್ದರು. ಅವರಿಗೆಲ್ಲ ಕ್ವಾರ್ಟರ್ಸ್ ಕೊಡಲಾಗಿದ್ದು, ಹೊಟೆಲ್ ಆರಂಭವಾಗುವುದನ್ನೇ ಎಲ್ಲರೂ ಕಾಯುತ್ತಿದ್ದರು.

ಊಟದ ಬಳಿಕ ಕಾಫಿ ಕುಡಿಯುತ್ತಾ ಆಜರ್ ನವಾಬರಂದರು "ಮಿಸ್ ಸಾಹಿಬಾ, ನಿಮ್ಮನ್ನು ನೌಕರಿಯಿಂದ ಬರಖಾಸ್ತು ಮಾಡಲಾಗಿದೆಯೆಂದು ತಿಳಿಸಲು ತುಂಬ ಖೇದವಾಗುತ್ತಿದೆ."

ಏಮನ್‌ಗೆ ತನ್ನ ಕಿವಿಗಳ ಮೇಲೆ ವಿಶ್ವಾಸ ಮೂಡಲಿಲ್ಲ. ಅವರು ಹೇಳಿದುದರ ಅರ್ಥ ಅದೇ ಆಗಿತ್ತೇ ? ಅವಳ ನೌಕರಿ ಇಲ್ಲಿಗೆ ಮುಗಿಯಿತೇ? ಅವರ ಸ್ಯಾಡಿಸಮ್ ಅವಳು ಅರಿತಿದ್ದಳಾದರೂ, ಇದೇನೋ ಒಂದು ವಿಚಿತ್ರ ನಮೂನೆಯಾಗಿತ್ತು.

"ವಿಷಯವೇನೆಂದರೆ ಸರ್ಕಾರ್ ಅವರಿಗೀಗ ನಿನ್ನ ಅಗತ್ಯ ಇಲ್ಲ. ಏಮನ್ ಶಾಹಾನಾ ಅವರಿಗೆ ಸಹಾಯ ಮಾಡುವಳು" ಆಜರ್ ನವಾಬ ಮುಂದುವರಿಸಿದರು.

ಏಮನ್‌ಳ ಕಾಲ ಕೆಳಗಿನ ಭೂಮಿಯೇ ಕುಸಿದಂತೆ ಆಯಿತು. ಹೊಟೆಲ್‌ನ ಕೆಲಸ ಪೂರ್ಣವಾಗಿತ್ತು. ಇನ್ನು ಮುಂದೆ ಹೊಟೆಲ್‌ನ ಕೆಲಸವನ್ನು ಯಾರಾದರೂ ಅನುಭವಿ ಮ್ಯಾನೇಜರ್‌ಗೆ ಒಪ್ಪಿಸಲು ಅವರು ಬಯಸಿದ್ದರೇನೋ!; ಎಂದಾದರೊಂದು ದಿನ ಈ ಹವೇಲಿಯಿಂದ ಹೊರಟು ಹೋಗಬೇಕಾಗಿ ಬರಬಹುದೆಂಬ ಯೋಚನೆ ಅವಳಿಂದ ದೂರವಾಗಿತ್ತು. ಹವೇಲಿಯನ್ನು ತನ್ನ ಸುರಕ್ಷೆಯ ಕೋಟೆ ಎಂದವಳು ತಿಳಿದಿದ್ದಳು.

ಈ ಗರ್ವಿಷ್ಠ, ಪಾಷಾಣ ಹೃದಯಿ ನವಾಬ ಕುವರನ ಎದುರಿಗೆ ತಾನೆಂದೂ ತಲೆಬಾಗಲಾರೆ ಎಂದವಳು. ಇದ್ದಕ್ಕಿದ್ದಂತೆ ದೃಢನಿಶ್ಚಯ ಮಾಡಿಕೊಂಡಳು. ಹವೇಲಿಯನ್ನು ತೊರೆದಾಳು; ದೂರ ಎಲ್ಲಿಗಾರದರೂ ಹೊರಟು ಹೋದಾಳು. ಆದರೆ ಹೋಗುವ ಮುನ್ನ ತನ್ನನ್ನು ಹೀಗೆ ವಜಾ ಮಾಡುವ ಕಾರಣವನ್ನು ಖಂಡಿತ ಕೇಳಿಯೇ ಬಿಡುವೆ, ಎಂದುಕೊಂಡಳು.

ಆಜರ್ ನವಾಬರು ತಮ್ಮ ಕಾಫಿ ಮುಗಿಸಿ, ಸಿಗರೇಟ್ ಹೊತ್ತಿಸಿಕೊಂಡು ಅವಳನ್ನು ತದೇಕದೃಷ್ಟಿಯಿಂದ ನೋಡತೊಡಗಿದರು.

"ಆಲಮ್‌ಪನಾಹ್ ! ನನ್ನನ್ನು ಬರ್ಖಾಸ್ತು ಗೊಳಿಸುವ ಕಾರಣವನ್ನು ನಾನು ಕೇಳಬಹುದೇ? ಇಲ್ಲಿ, ಅದಕ್ಕೂ ನನಗೆ ಅನುಮತಿಯಿಲ್ಲವೇ ?" ಏಮನ್ ಮಹಾ ಸಹನಶಕ್ತಿಯಿಂದ ಕೇಳಿದಳು.

"ಯಾಕಿಲ್ಲ ?" ಆಜರ್ ನವಾಬರು ಮಹಾ ಶಿಷ್ಟಾಚಾರದಿಂದೆಂಬಂತೆ ನುಡಿದರು. "ಕಾರಣವೆಂದರೆ, ನೀನು ಹವೇಲಿಯ ಜನರಲ್ ಅಸಿಸ್ಟೆಂಟ್ ಆಗಿರುವುದಕ್ಕಿಂತ ಎಷ್ಟೋ ಹೆಚ್ಚು ಯೋಗ್ಯಳಾಗಿರುವಿ. ನಾಳೆಯಿಂದ ನಿನಗೆ ಈ ಹೊಟೆಲ್‌ನ ಎಲ್ಲಾ ಉಸ್ತುವಾರಿಯನ್ನು ವಹಿಸಿ ಕೊಡಲಾಗುವುದು ಹಾಗೂ ಸಂಬಳವನ್ನು ಹೆಚ್ಚಿಸಲಾಗುವುದು ಇದು ನಿನಗೆ ಒಪ್ಪಿಗೆಯಾದರೆ!"

ಏಮನ್ ಕಕ್ಕಾಬಿಕ್ಕಿಯಾಗಿ ಅವರ ಮುಖವನ್ನೇ ನೋಡುತ್ತಾ ಇದ್ದು ಬಿಟ್ಟಳು. ನಗಬೇಕೋ ಅಳಬೇಕೋ ಎಂದವಳಿಗೆ ತಿಳಿಯದೆ ಹೋಯಿತು. ಸಂಬಳ ಹೆಚ್ಚುವುದರಿಂದ ಅವಳಿಗೆ ಆಗಬೇಕಾದುದೇನೂ ಇರಲಿಲ್ಲ. ಈಗ ಸಿಗುತ್ತಿರುವುದೇ ಅವಳಿಗೆ ಸಾಕಷ್ಟಿತ್ತು. ಅವಳ ಯೋಗ್ಯತೆಯನ್ನು ಆಜರ್ ನವಾಬರು ಒಪ್ಪಿಕೊಂಡಿದ್ದರು. ಅದಕ್ಕೂ ಹೆಚ್ಚಾಗಿ ಹವೇಲಿಯನ್ನು ತೊರೆಯಬೇಕಿಲ್ಲವೆಂಬ ನಂಬಿಕೆ ಅವಳ ಕಂಗಳಲ್ಲಿ ನೀರನ್ನು ತರಿಸಿತು. ಎರಡೂ ಕೈಗಳಿಂದ ಅವಳು ಮುಖ ಮುಟ್ಟಿ ಕೊಂಡಳು. ತನ್ನ ಕಣ್ಣೀರನ್ನು ಆಜರ್ ನವಾಬರು ನೋಡುವುದು ಅವಳಿಗೆ ಬೇಕಿರಲಿಲ್ಲ.

ಕೈಗಳೆರಡು ಅವಳ ಬಿಕ್ಕುತ್ತಿರುವ ಭುಜಗಳನ್ನು ಹಿಡಿದುಕೊಂಡವು. ಅವಳಿದಕ್ಕೆ ಸ್ವಲ್ಪವೂ ಸಿದ್ಧಳಿರಲಿಲ್ಲ. ಮೊದಲು ಅವರು ಅವಳನ್ನು ಆಹತಗೊಳಿಸಿದ್ದರು. ಈಗ ಗಾಯವನ್ನು ನೇವರಿಸುತ್ತಿದ್ದರು. ಮುಖದಿಂದ ಕೈತೆಗೆದು ಅವಳು ಎದ್ದು ನಿಂತಳು. ಆಜರ್ ನವಾಬರು ಅವಳ ಅಶ್ರುಭರಿತ ನಯನಗಳಲ್ಲಿ ಇಣುಕಿ ಮುಗುಳ್ನಗುತ್ತಿದ್ದರು.

"ಒಬ್ಬ ಚೆನ್ನದ ಕಂಗಳ ಹುಡುಗಿಯಿದ್ದಳು.' ಅವರೊಂದು ಕತೆಯಂತೆ ಆರಂಭಿಸಿದರು. ಏಮನ್‌ಗೆ ಸಿಟ್ಟು ಬಂತು. ಅವರ ಮಂದಹಾಸವು ಉರಿಯ ಮೇಲೆ ತೈಲವೆರೆದಂತಾಯಿತು.

ಈ ಕೆಲಕ್ಷಣಗಳಲ್ಲೇ ಅವಳು ಎಂತಹ ಝಂಝಾವಾತಕ್ಕೆ ಈಡಾಗಿದ್ದಳೆಂದು ಅವರೇನು ಬಲ್ಲರು ? ಎರಡೂ ಕೈಗಳ ಮುಷ್ಟಿಯಿಂದ ಆಜರ್ ನವಾಬರ ಎದೆಯನ್ನು ಗುದ್ದಿ, ಸುರಿವ

ಅಶ್ರುಗಳೊಡನೆ ಓಡಿ ಹೋದಳವಳು, ಖಾಲಿ ಬಾಗಿಲತ್ತ ನೋಡುತ್ತಾ ಆಜರ್ ನವಾಬರು ನಗುತ್ತಿದ್ದರು.

* * *

ಮಹಾ ಸರ್ಕಾರ್ ಅವರು ಗೋಲ್ಕೊಂಡದ ಬಗ್ಗೆ ಬರೆಯುತ್ತಾ ಕೆಲವು ಪ್ರಶ್ನೆಗಳನ್ನು ಎತ್ತಿದ್ದರು: "ಅಬುಲ್ ಹಸನ್ ತಾನಾಶಾಹನಿಂದ ಶಹನ್‌ಶಾಹ ಔರಂಗ ಜೇಬನು ಹೈದರಾಬಾದನ್ನು ಕಸಿದುಕೊಂಡುದು ಕೋಟೆಯನ್ನು ವಿನಾಶಸ್ಥಿತಿಯಲ್ಲಿ ಬಿಡಲೆಂದೇ? ವಿಜಯದ ಬಳಿಕ ಔರಂಗಜೇಬನು ಹೈದರಾಬಾದನ್ನು "ದಾರುಲ್ ಜಹಾನ್ ಎಂದು ಕರೆದ. ಔರಂಗಜೇಬನ ವಿಜಯವನ್ನು ನಿಜವಾಗಿ ವಿಜಯವೆನ್ನುವುದು ಸಾಧ್ಯವೇ ? ದಕ್ಷಿಣದ ಮಣ್ಣು ನಂಬಿಗಸ್ಥ ಪ್ರಾಣಾರ್ಪಣಗೈದ ದೇಶಭಕ್ತರಿಗೆ ಜನ್ಮವಿತ್ತಂತೆ, ಕಂಟಕ ಪ್ರಾಯರಾದ ದೇಶದ್ರೋಹಿಗಳಿಗೂ ಜನ್ಮ ನೀಡಿದೆ. ಹಬ್ಬಿ ಪಹರೇದಾರನು. ಕೋಟೆಯ ರಕ್ಷಣೆಗಾಗಿ ಬಂಡೆಯಂತೆ ಅಚಲವಾಗಿ ನಿಂತಿದ್ದನು. ಶಿರಚ್ಛೇದ ವಾಗುವವರೆಗೂ ಅವನು ಹಾಗೇ ನಿಂತಿದ್ದನು. ದೇಹದ ಮೇಲೆ ಗಾಯವಿಲ್ಲದೆ ಎರಡಿಂಚು ಸ್ಥಳವೂ ಇರದಿದ್ದ ದಳಪತಿ ಅಬ್ದುರ್ರಜಾಕ್ ಲಾರಿಯು, ತನ್ನ ದೇಶ ಹಾಗೂ ಬಾದಶಹನ ರಕ್ಷಣೆಗಾಗಿ ಪ್ರಾಣವನ್ನೇ ಅರ್ಪಿಸಿದನು. ಇಂಥ ನಂಬಿಗಸ್ಥ ಪ್ರಾಣತ್ಯಾಗಿಗಳ ಮಧ್ಯ ಶೇಖ್ ಮೌನಹಾಜ್ ಮತ್ತು ಅಬ್ದುಲ್‌ಖಾನರಂಥ ಮಾನವದ್ರೋಹಿ, ಧರ್ಮದ್ರೋಹಿ, ದೇಶದ್ರೋಹಿಗಳೂ ಹುಟ್ಟಿದ್ದರು. ಕೋಟೆಯ ಬಾಗಿಲು ತೆರೆದು, ಒಳಬರಲು ಕರೆಯಿತ್ತರು. ಈ ಬಾಗಿಲ ಹೆಸರು 'ಖಿಡಕೀ' ಎಂದಿತ್ತು. ಅಬುಲ್ ಹಸನ್ ತಾನಾಶಾಹರು ಶೃಂಖಲೆಗಳಿಂದ ಬಂಧಿತರಾಗಿ ಮೆಟ್ಟಿಲುಗಲ್ಲಿ ಎಳೆದೊಯ್ಯಲ್ಪಡುತ್ತಿದ್ದಾಗ, ಅವರ ತುಟಿಗಳು ಹಾಫಿಜ್‌ರ ಶೇರ್ ಅನ್ನು ಹಾಡುತ್ತಿದ್ದವು;–

'ಪ್ರಭು ಸನ್ನಿಧಿಯಲಿ ಬಾಗಿದೆ, ನಮ್ಮ ಶಿರ.

ಪ್ರಭುವಿನಾಣತಿಯಿಂದಲೇ ಇದರ ಗತಿ ನಿಖರ'

ಮುಘಲರು ಗೋಲ್ಕಂಡವನ್ನು ಎಷ್ಟೊಂದು ನಾಶಗೈದರೆಂದರೆ, ಆಸಿಫ್ ಜಾಹೀಬಾದಶಹನವರೆಗೆ ಪುನಃ ಅದರ ಉದ್ಧಾರ ಸಾಧ್ಯವಾಗಲಿಲ್ಲ. ಗೋಲ್ಕಂಡ ಪತನದ ಎಲ್ಲಕ್ಕೂ ದೊಡ್ಡ ದುಷ್ಪ್ರಭಾವವೆಂದರೆ ಕೋರಮಂಡಲ ಪ್ರಾಂತ್ಯದಲ್ಲಿ ಯುರೋಪಿಯನ್ ಜನಾಂಗಗಳು ತಲೆಯೆತ್ತಲು ಆರಂಭಿಸಿದ್ದು.

ಮಹಾಸರ್ಕಾರ್ ಅವರು ಇಲ್ಲಿಯವರೆಗೆ ಬರೆದಿದ್ದಾಗ ಶಮ್‌ಶಾದ್ ಗಾಬರಿಯಿಂದ ಓಡುತ್ತಾ ಬಂದು ಅವರ ಬಳಿ ಮೊಣಕಾಲೂರಿ ಕಿವಿಯಲ್ಲೇನು ಹೇಳಿದಳೋ, ಮಹಾಸರ್ಕಾರ್ ಅವರ ಕೈಯಿಂದ ಪೆನ್ನು ಬಿದ್ದುಬಿಟ್ಟು, ಅವರು ಎದ್ದು ನಿಂತರು.

"ಏನು ಹೇಳುತ್ತಿರುವಿ ?' ಅವರು ಸಿಟ್ಟಿನಿಂದ ಕೇಳಿದರು.

"ನಿಮ್ಮಾಣೆ ! ನನ್ನ ಕಣ್ಣು ಹೊಟ್ಟಿ ಹೋಗಲಿ ಸತ್ಯ ಸರ್ಕಾರ್!"

ಮಹಾ ಸರ್ಕಾರ್ ಅವರು ತಮ್ಮ ಮೆತ್ತಗಿನ ಆಪಾಶಾಹಿ ಪಾದರಕ್ಷೆಗಳನ್ನು ಮೆಟ್ಟಿಕೊಂಡು, ದುಪಟ್ಟಾ ಸರಿ ಮಾಡಿಕೊಳ್ಳುತ್ತಾ ಶಮ್‌ಶಾಹಾಳ ಹಿಂದೆ ವೇಗವಾಗಿ ನಡೆದರು. ತಸ್‌ನೀಮ್ ಪಾಶಾರ ಬೆಡ್‌ರೂಮ್‌ನ ಬಾಗಿಲು ತೆರೆದುಕೊಂಡಿತ್ತು. ಒಳಗೆ ಕಾಲಿರಿಸಿದೊಡನೇ ಮಹಾಸರ್ಕಾರ್ ಅವರು ಎದೆಯ ಮೇಲೆ ಕೈಯಿಟ್ಟರು. ತಸ್‌ನೀಮ್ ಪಾಶಾ ಗಾಢ ನಿದ್ರೆಯಲ್ಲಿ ಮುಳುಗಿದ್ದರು. ಬಳಿಯಲ್ಲೇ ನಿದ್ರಾ ಮಾತ್ರೆಗಳ ಬಾಟಲಿಯಿತ್ತು. ಮಹಾಸರ್ಕಾರ್, ಅವರ ನಾಡಿ ಹಿಡಿದು ನೋಡಿದಾಗ ಅದು ಬಹಳ ಮೆಲ್ಲಗೆ ಮಿಡಿಯುತ್ತಿತ್ತು. ತಮ್ಮ ಜೀವನದಲ್ಲಿ ಅವರು ಹಿಂದೆಂದೂ ಇಂತಹ ಚಟುವಟಿಕೆ ತೋರಿರಲಿಕ್ಕಿಲ್ಲ–ಅವರು ಬಾಣದಂತೆ ಎದ್ದು, ಫೋನ್‌ನ ಬಳಿ ಸಾರಿ ತಮ್ಮ ಫ್ಯಾಮಲಿ ಡಾಕ್ಟರ್ ಫರ್ಗ್ಯೂಸನ್‌ರಿಗೆ ಬರುವಂತೆ ಹೇಳಿದರು.

"ಎಚ್ಚರಿಕೆ! ನಮ್ಮ ಮೂವರಿಗಲ್ಲದೆ, ಇತರರಿಗೆ ಈ ವಿಷಯ ತಿಳಿಯಬಾರದು. "ಶಮ್‌ಶಾದ್‌ಗೆ ಹೇಳಿದ ಅವರು." ಆಜರ್ ನವಾಬ ಎಲ್ಲಿ?" ಅಂದರು.

"ಅವರು ಏಮನ್ ಬೀಬಿಯೊಂದಿಗೆ ಹೊಟೆಲ್‌ನ ಪರದೆ ಖರೀದಿಸಲು ಹೋಗಿರುವರು. ಸರ್ಕಾರ್" ಶಮ್‌ಶಾದ್ ನುಡಿದಳು.

"ಮತ್ತೆ ಶಾಹಾನಾ ?"

"ಅವರು ಮೇಜರ್ ಸಾಹೇಬರೊಡನೆ ಟೆನಿಸ್ ಆಡ ಹೋಗಿದ್ದಾರೆ."

ಮಹಾಸರ್ಕಾರ್ ಉದ್ವಿಗ್ನರಾಗಿ ಡಾಕ್ಟರ್ ದಾರಿ ನೋಡತೊಡಗಿದರು. ತಸ್‌ನೀಮ್ ಪಾಶಾ ಅವರು ನಿದ್ರೆಯ ಮಾತ್ರೆಗಳನ್ನು ತಿಂದು, ಆತ್ಮಹತ್ಯೆಯ ಯತ್ನ ಮಾಡಿರುವರು. ಎಂಬುದರಲ್ಲಿ ಅವರಿಗೆ ಸಂಶಯ ಇರಲಿಲ್ಲ. ತಸ್‌ನೀಮ್ ಪಾಶಾರ ಕೈ ಮಂಚದಿಂದ ಕೆಳಗೆ ರತ್ನಗಂಬಳಿಯ ಮೇಲೆ ಒರಗಿತ್ತು. ವಜ್ರದುಂಗುರ ಅದರಲ್ಲಿ ಹೊಳೆಯುತ್ತಿತ್ತು. ಅರೆ ತೆರೆದ ಬಾಯಲ್ಲಿ ಮುತ್ತಿನಂಥಾ ಹಲ್ಲುಗಳು ಹೊಳೆಯುತ್ತಿದ್ದವು. ಕತ್ತರಿಸಿದ ಕೂದಲ ಅಲೆಗಳು ಹಣೆ ಮುಖದ ಮೇಲೆ ಹರಡಿಕೊಂಡಿದ್ದವು. ಈ ಪ್ರಾಯದಲ್ಲೂ ಅವರು ಚೆಲುವಾಗಿದ್ದರು. ಬೆವರಿದ ಕೈಗಳೂ, ಕಣ್ಣಸುತ್ತಿನ ನೆರಿಗೆಗಳೂ ಮಾತ್ರವೇ ಅವರ ಜೀವನದ ಸೋಪಾನಗಳನ್ನು ಪರಿಚಯಿಸುತ್ತಿದ್ದವು.

ಮಹಾ ಸರ್ಕಾರ್ ಅವರು ಕೊಲೋನ್‌ನಲ್ಲಿ ಅದ್ದಿದ ಕರವಸ್ತ್ರದಿಂದ ಅವರ ಹಣೆಯ ಬೆವರನ್ನೊರಸುತ್ತಿದ್ದಾಗ ಡಾಕ್ಟರ್ ಬಂದರು. ಕ್ಷಣದಲ್ಲೇ ಅವರು ನಡೆದುದನ್ನು ಗ್ರಹಿಸಿ, ಶಮ್‌ಶಾದ್‌ಗೆ ಬಿಸಿನೀರು ತರುವಂತೆ ತಿಳಿಸಿ, ತಸ್‌ನೀಮ್ ಪಾಶಾರ ಮೂಗಿನೊಳಕ್ಕೆ ನಳಿಗೆಯನ್ನು ತೂರಿಸಿದರು. ವಾತಾವರಣ ಬಲು ಭಾರವಾಗಿತ್ತು. ಆದರೆ ಡಾ. ಫರ್ಗ್ಯೂಸನ್‌ರ ನುರಿತ ಕೈಗಳು ರೋಗಿಯು ಬಲುಬೇಗನೇ ಚೇತರಿಸಿ ಕೊಳ್ಳುವಂತೆ ಮಾಡಿದುವು. ಹೊಟ್ಟೆಯೊಳಗಿನ ಅಪಾಯಕಾರೀ ವಸ್ತುವನ್ನು ಹೊರತೆಗೆದು, ಕಾಫಿ ಕುಡಿಸಲಾಯ್ತು. ತಾನೂ ಕಾಫಿ ಸೇವಿಸಿದ ಬಳಿಕ ಡಾಕ್ಟರು, ಮಹಾಸರ್ಕಾರ್ ಅವರಿಗೆ ಸಮಾಧಾನವಾಗುವಂತೆ ಇನ್ನೇನೂ ಭಯವಿಲ್ಲವೆಂದೂ, ಔಷಧಿ ಸಮಯಾನುಸಾರ ಕೊಡುತ್ತಿರಬೇಕೆಂದೂ, ರೋಗಿಯ ಸ್ಥಿತಿಯ ಬಗ್ಗೆ ಫೋನ್

ಮಾಡುತ್ತಿರಬೇಕೆಂದೂ ತಿಳಿಸಿ ಹೊರಟರು. ಸರ್ಕಾರ್ ಅವರು ಅವರಿಗೆ ಕೃತಜ್ಞತೆ ತಿಳಿಸಿದ ಬಳಿಕ, ಶಮ್‌ಶಾದ್ ಅವರ ಬ್ಯಾಗ್ ತೆಗೆದುಕೊಂಡು ಜೊತೆಗೆ ಹೋದಳು.

ಪ್ರಜ್ಞೆ ಮರಳಿದ್ದರೂ ತಸ್‌ನೀಮ್ ಪಾಶಾ ಕಣ್ಣು ಮುಚ್ಚಿ ಮಲಗಿಯೇ ಇದ್ದರು. ಮಹಾಸರ್ಕಾರ್ ಅವರು ಮಂಚದ ಬಳಿ ಕುರ್ಚಿಯಲ್ಲಿ ಕುಳಿತಿದ್ದರು. ತಸ್‌ನೀಮ್ ಪಾಶಾರ ಮುಚ್ಚಿದ ಕಣ್ಣೆವೆಗಳೆಡೆಯಿಂದ ಎರಡು ಬಿಂದು ಕಣ್ಣೀರು ಜಾರಿ ದಿಂಬಿನಲ್ಲಿ ಇಂಗಿತು. ಮಹಾ ಸರ್ಕಾರ್ ಅವರು ಅವರ ಹಣೆಯ ಮೇಲೆ ತಮ್ಮ ಪರಿಮಳ ಸೂಸುವ ಕೈಯನ್ನಿರಿಸಿದರು. ಕೆಲದಿನಗಳಿಂದ ತಸ್‌ನೀಮ್ ಪಾಶಾರ ಮಾನಸಿಕ ಕ್ಷೋಭೆಯನ್ನು ಅವರು ಮನಿಸಿದ್ದರು. ಆದರೆ ಅವರು ಹೀಗೆ ಶಿಥಿಲೊಳ್ಳುವರೆಂದು ಅವರೆಣಿಸಿರಲಿಲ್ಲ. ತಸ್‌ನೀಮ್ ಪಾಶಾರನ್ನು ಅವರು ನಡೆಯುತ್ತಿದ್ದ ದಾರಿಯಿಂದ ವಿಮುಖರನ್ನಾಗಿ ಮಾಡುವುದು ಸರ್ಕಾರ್ ಅವರ ಕೈಯಲ್ಲಿರಲಿಲ್ಲ.

"ಆಪಾ ಬೇಗಮ್, ನನ್ನನ್ನು ಸಾಯಲು ಬಿಡಬೇಕಿತ್ತು", ತಸ್‌ನೀಮ್ ಪಾಶಾರ ಸ್ವರ ದುರ್ಬಲವಾಗಿ ಕೇಳಿಸಿ, ನಂತರ ಅವರು ಬಿಕ್ಕಿ ಬಿಕ್ಕಿ ಅಳತೊಡಗಿದರು.

"ಮಕ್ಕಳಂತಹ ಮಾತುಗಳನ್ನೇಕೆ ಆಡುತ್ತಿರುವೆ, ತಸ್‌ನೀಮ್?" ಮಹಾಸರ್ಕಾರ್ ಅವರು ಅವರ ತಲೆ ನೇವರಿಸುತ್ತಾ ನುಡಿದರು, "ಈಗ ನೀನು ಸುಮ್ಮನೆ ಮಾತಾಡದೆ ಮಲಗಿರು."

"ಇಲ್ಲ, ಆಪಾ ಬೇಗಮ್, ನನಗೆ ಮಾತಾಡಲು ಬಿಡಿರಿ. ಇಲ್ಲವಾದ್ರೆ ನನ್ನ ಹೃದಯ ಒಡೆದೀತು", ಅವರಂದರು.

"ನಿನಗೆ ನನ್ನಲ್ಲಿ ಭರವಸೆಯಿದ್ದಿದ್ರೆ, ಈ ತಿಳಿಗೇಡಿತನದ ಕೆಲಸ ಮಾಡುವ ಮೊದಲೇ ನನ್ನೊಡನೆ ಹೇಳುತ್ತಿದ್ದೆ." ಮಹಾಸರ್ಕಾರ್ ನುಡಿದರು, "ನಾನು ಅಮ್ಮನಿಗೆ ಕೊಟ್ಟ ವಾಗ್ದಾನವನ್ನು ಮರೆತು ಬಿಟ್ಟೆಯೇನು?"

ತಸ್‌ನೀಮ್ ಪಾಶಾ ಅವರ ಕೈ ಹಿಡಿದು ನುಡಿದರು, "ಇಲ್ಲ, ನೀವು ಯಾವಾಗಲೂ ನನ್ನನ್ನು ತಾಯ ಮಮತೆಯಿಂದಲೇ ಕಂಡಿದ್ದೀರಿ. ಆದರೆ ನಾನು ದಾರಿ ತಪ್ಪಿ ಹೋದೆ."

"ನನಗೆ ತಿಳಿಯಲಿಲ್ಲ."

"ಮುಖ್ತಾರ್ ನವಾಬರು ಇಷ್ಟೊಂದು ನೀಚರಿರುವರೆಂದು ನನಗೆ ತಿಳಿದಿರಲಿಲ್ಲ. ಅವರು ನನ್ನನ್ನು ಶಾಹಾನಾಳ ಬಳಿಗೊಯ್ವ ಏಣಿಯಾಗಿ ಉಪಯೋಇಸುತ್ತಿದ್ದರು."

"ಎಚ್ಚರಗೊಳ್ಳು, ತಸ್‌ನೀಮ್ ಪಾಶಾ, ಶಾಹಾನಾ ಅವರ ಮಳ ಸಮಾನಳಿದ್ದಾಳೆ."

"ಅವರು ನನ್ನನ್ನು ವಿವಾಹವಾಗ ಬಯಸುತ್ತಾರೆಂದು ನಾನು ತಿಳಿದಿದ್ದೆ."

ತಸ್‌ನೀಮ್ ಪಾಶಾರ ಭ್ರಮೆಯನ್ನು ಸರ್ಕಾರ್ ಅವರು ಮೊದಲೇ ತಿಳಿದಿದ್ದರು. ಸಂಧರ್ಭವನ್ನರಿತುಕೊಂಡು ಅವರು ಸುಮ್ಮನಿದ್ದರು.

"ನಿನ್ನೆ ಪಾರ್ಟಿಯಲ್ಲಿ ಶಾಹಾನಾಳು ಮುಖ್ತಾರ್ ನವಾಬರ ಕೆನ್ನೆಎ ಬಾರಿಸಿ, ಅವರ ಉಳಿದಿದ್ದ ಹಂಬಲಕ್ಕೆ ನೀರೆರಚಿದಳು. ಅವರು ಆಜರ್ ನವಾಬರ ಬಗ್ಗೆ ಎಂಥೆಂಥದೋ

ಮಾತುಗಳನ್ನು ಆಡಿದ್ದರು. ನಾನು ಅವರನ್ನು ಪಕ್ಕಕ್ಕೆ ಕರೆದೊಯ್ದು ಸಮಾಧಾನಿಸಲು ಯತ್ನಿಸಿದಾಗ, ಅವರು ಮತ್ತೂ ಸಿಟ್ಟಾಗಿ ನನ್ನನ್ನು ಮಾಯಾವಿ ಮುದುಕಿ, ಎಂದು ಕರೆದರು." ತಸ್‌ನೀಮ್ ಪಾಶಾ ಒಂದೇ ಸಮನೆ ಅಳತೊಡಗಿದರು. "ನಾನು ಅವರ ಸಂಪತ್ತನ್ನು ನೋಡಿ ಅವರ ಮೇಲೆ ಬಲೆ ಬೀಸುತ್ತಿರುವೆ, ಎಂದರು."

"ನೀನು ಮೊದಲಿನಿಂದಲೂ ಮುಖ್ತಾರ್ ನವಾಬರನ್ನು ತಪ್ಪು ತಿಳಿಯುತ್ತಾ ಬಂದೆ. ನೀನು ಮುಖ ಕೊಟ್ಟು ಮಾತಾಡಬೇಕಾದಂಥವರಲ್ಲ, ಅವರು."

"ನಾನು ಏಕಾಂಗಿಯಾಗಿದ್ದೆ, ಆಪಾ ಬೇಗಂ; ಮತ್ತು ನನ್ನ ಏಕಾಂತ ವೃಧ್ಧಾಪ್ಯದ ಬಗ್ಗೆ ಭೀತಳಾಗಿದ್ದೆ. ಅವರು ತೀರಿಕೊಂಡಾಗ ಶಾಹಾನಾ ಮತ್ತು ಬಶಾರತ್ ಚಿಕ್ಕವರಿದ್ದರು. ಅಲ್ಲದೆ ನಾನಾಗ ಇನ್ನೂ ಯೌವನದಲ್ಲಿದ್ದೆ."

"ನಿನ್ನ ಪುನರ್ವಿವಾಹಕ್ಕೆ ನಾವೆಷ್ಟು ಯತ್ನಿಸಿದ್ದೆವು. ಆದರೆ ನೀನೇ ಗಲಾಟೆಯೆಬ್ಬಿಸಿದೆ. ಏನು ಮಾಡಿದರೂ ಒಪ್ಪಿಕೊಳ್ಳಲಿಲ್ಲ. ಘಾರೂಖ್ ನವಾಬರೂ ನಿನಗೆ ಬಹಳಷ್ಟು ತಿಳಿಹೇಳಿದ್ದರು. ಮೊಹತಶೀಮ್ ಬಹಳ ಒಳ್ಳೆಯ ಮನುಷ್ಯನಾಗಿದ್ದರು."

"ಮೊಹತಶೀಮ್ ನವಾಬರಾಗಿರಲಿಲ್ಲ; ನೌಕರಿ ಮಾಡುತ್ತಿದ್ದರು. ಇದು ನನ್ನ ಅವಮಾನ ಎಂದೇ ನನಗೆ ಅನಿಸಿತು. ನೀವು ನನ್ನನ್ನು ಒತ್ತಾಯ ಮಾಡಿದ್ದರೆ, ಆಪಾ ಬೇಗಂ! ನೀವು ಹಾಗೆ ಮಾಡ ಬಹುದಿತ್ತು." ತಸ್‌ನೀಮ್ ಪಾಶಾ ಆಕ್ಷೇಪಿಸುತ್ತಾ ನುಡಿದರು.

"ನಿನ್ನ ಮನಸು ಮುರಿಯಲು ನಾನು ಬಯಸಲಿಲ್ಲ. ನೀನು ತಿಳುವಳಿಕೆಯುಳ್ಳವಳಿದ್ದೀ. ಘಾರೂಕ್ ನವಾಬರೂ, ನಾನೂ ಬಹಳಷ್ಟು ನಿನಗೆ ಬುದ್ಧಿ ಹೇಳಲು ಯತ್ನಿಸಿದ್ದೆವು."

ತಸ್‌ನೀಮ್ ಪಾಶಾ ನಿಟ್ಟುಸಿರಿಟ್ಟು ನುಡಿದರು, "ಪಾಪ! ಭಾಯಿಜಾನ್ ಆದರೂ ಏನು ಮಾಡುತ್ತಿದ್ದರು? ತಪ್ಪು ನನ್ನದೇ ಇತ್ತು."

"ತಸ್‌ನೀಮ್ ಪಾಶಾ, ಜೀವನದಲ್ಲಿ ಮನುಷ್ಯರು ಗಳಿಸಿಕೊಳ್ಳುವಂತೆ ಸ್ವಲ್ಪ ಕಳೆದುಕೊಳ್ಳುತ್ತಾರೆ, ಸಹ", ಮಹಾ ಸರ್ಕಾರ್, ಅವರಿಗೆ ಮಕ್ಕಳಿಗೆ ತಿಳಿಹೇಳುವಂತೆ ಹೇಳಿದರು, "ಜೀವನದಲ್ಲಿ ಕಳೆದುಕೊಂಡುದರ ಲೆಕ್ಕವನ್ನು ಎಂದಾದರೂ ಇಟ್ಟಿರುವೆಯಾ? ಗಳಿಸಿದುದೇನೆಂದು ಚಿಂತಿಸಿರುವೆಯಾ?"

"ಇಲ್ಲ, ಆಪಾ ಬೇಗಮ್, ನನಗೆ ಧೈರ್ಯ ಕೊಡುವ ಯತ್ನ ಮಾಡದಿರಿ. ನಿಮ್ಮಂಥ ಧೈರ್ಯ ನನಗಿದ್ದಿದ್ದರೆ!" ಮಹಾ ಸರ್ಕಾರ್ ಅವರ ತಲೆಯ ಮೇಲೆ ಕೈಯಾಡಿಸಿದರು.

"ಈಗ ಚಿಂತಿಸ ಬೇಡ; ಆರಾಮ ಮಾಡುತ್ತಿರು."

"ಶಾಹಾನಾ ಎಲ್ಲಿ?" ತಸ್‌ನೀಮ್ ಪಾಶಾ ಕೇಳಿದರು.

"ಮೇಜರ್ ತನ್ವೀರ್‌ನೊಡನೆ ಟೆನಿಸ್ ಆಡಲು ಹೋಗಿದ್ದಾಳೆ. "

"ಇನ್ನೂ ಹಿಂದಿರುಗಿಲ್ಲವೇ? ಇನ್ನು ಅವಳ ಮದುವೆ ಬೇಗನೇ ಮಾಡಿಬಿಡಬೇಕು, ಆಪಾ ಬೇಗಂ."

"ನೀನದರ ಬಗ್ಗೆ ಯೋಚಿಸ ಬೇಡ. ಆಜರ್ ನವಾಬ್ ಏನೂ ಮಗುವಲ್ಲ; ಇತ್ತೀಚೆಗೆ ಅವರು ಬಹಳ ಕೆಲಸದಲ್ಲಿ ಮುಳುಗಿದ್ದಾರೆ", ಎಂದ ಮಹಾ ಸರ್ಕಾರ್ ಅವರು, ಶಮ್‌ಶಾದ್‌ಗೆ ಅಲ್ಲಿ ಕುಳ್ಳಿರುವಂತೆ ತಿಳಿಸಿ, ತಮ್ಮ ಕೋಣೆಗೆ ಹೊರಟು ಹೋದರು.

ವರ್ಷಗಳಿಂದಲೇ ತಮ್ಮ ವಾಸದ ಕೋಣೆಗೆ ಹೊಂದಿಕೊಂಡಿದ್ದರು, ಮಹಾ ಸರ್ಕಾರ್ ಅವರು. ಈಗದನ್ನು ಬದಲಿಸುವಾಗ ಅವರು ಸ್ವಲ್ಪ ವ್ಯಾಕುಲರಾದರೇನೋ, ಹೌದು. ಅವರ ಹೊಸ ಕೋಣೆಯ ಅಲಂಕಾರ ಹಾಗೂ ಪೀಠೋಪಕರಣಗಳಲ್ಲಿ ಹೆಚ್ಚಿನ ಬದಲಾವಣೆಯಾಗದಂತೆ ಆಜರ್ ನವಾಬರು ಜಾಗ್ರತೆ ವಹಿಸಿದ್ದರು. ಈಗವರು ತಮ್ಮ ಹೊಸ ಕೋಣೆಯಲ್ಲಿ ಸಂತುಷ್ಟರಾಗಿದ್ದರು, ಜಗಲಿಯಲ್ಲಿ ಅವರ ನಮಾಜ್‌ನ ಚೌಕಿಯಿಟ್ಟಿದ್ದಲ್ಲಿ ಗಾಳಿಯಲ್ಲಿ ತೇಲಿ ಬರುತ್ತಿದ್ದ ಸಂಕೇಸರ ಹೂಗಳ ಪರಿಮಳ ಅವರಿಗೆ ತುಂಬ ಆಹ್ಲಾದವೀಯುತ್ತಿತ್ತು.

ತನ್ನ ಹೊಸ ಜವಾಬ್ದಾರಿಗಳೆಡೆಯಲ್ಲೂ ಏಮನ್ ಮಹಾಸರ್ಕಾರ್ ಅವರೊಂದಿಗೆ ಹಿಂದಿನಂತೆಯೇ ಸಂಬಂಧವಿರಿಸಿ ಕೊಳ್ಳಲು ಯತ್ನಿಸಿದ್ದಳು. ಅವರೂ ಏಮನ್‌ಳ ಪ್ರತೀಕ್ಷೆಯಲ್ಲಿ ಇರುತ್ತಿದ್ದರು. ಅವಳು ಬಂದಾಗಲೆಲ್ಲ ಮಹಾಸರ್ಕಾರ್ ಅವರು ತಾನು ಬರೆದುದನ್ನು ಅವಳಿಗೆ ತೋರುತ್ತಿದ್ದರು. ಉರ್ದೂ ಬರಹದಲ್ಲಿ ಅಗಣಿತ ತಪ್ಪುಗಳನ್ನು ಮಾಡುತ್ತಿದ್ದ ಶಾಹಾನಾ, ಏಮನ್‌ಳಿಗೆ ಬದಲು ಆಗಿರಲು ಸಾಧ್ಯವಿರಲಿಲ್ಲ. ಅಲ್ಪ ಸ್ವಲ್ಪ ಬರೆಯುವಾಗಲೇ ಆಕಳಿಕೆಗಳನ್ನು ತಡೆಯಲು ಅವಳು ಬಹಳ ಪ್ರಯತ್ನ ಮಾಡಬೇಕಾಗುತ್ತಿತ್ತು. ಕೊನೆಗೆ ಅವಳ ಸ್ಥಿತಿಯರಿತು ಸರ್ಕಾರ್ ಅವರು ಅವಳನ್ನು ಹೋಗುವಂತೆ ಹೇಳುತ್ತಿದ್ದರು. ಏಮನ್‌ಳನ್ನೂ ಅವರು ಈಗೀಗ ಬಹಳ ಕಡಿಮೆ ಕರೆಯುತ್ತಿದ್ದರು. ಅವಳೀಗ ಆಜರ್ ನವಾಬರ ಬಲಕೈಯಾಗಿರುವಳೆಂದು ಅವರು ಅರಿತಿದ್ದರು.

ಸ್ಟಾಫ್ ಕ್ವಾರ್ಟರ್ಸ್ ತಯಾರಾದಾಗ ಏಮನ್ ಅವುಗಳಲ್ಲೊಂದರಲ್ಲಿ ಇರತೊಡಗಿದಳು. ಹೋಟೆಲ್‌ನ ಉಸ್ತುವಾರಿ ನೋಡುತ್ತಿದ್ದುದರಿಂದ ಯಾವ ಕ್ಷಣದಲ್ಲೂ ಅವಳ ಅಗತ್ಯ ಬೀಳ ಬಹುದಿತ್ತು.ಹಲವಾರು ಉಚ್ಚ ದರ್ಜೆಯ ಹೋಟೇಲುಗಳಲ್ಲಿ ಕೆಲಸ ಮಾಡಿ ಅಭ್ಯಾಸ ಇದ್ದ ಇಬ್ಬರು ಮ್ಯಾನೇಜರನ್ನೂ ನಿಯುಕ್ತಿ ಗೊಳಿಸಲಾಗಿತ್ತು. ಆದರೆ ಅಂತಿಮ ಜವಾಬ್ದಾರಿ ಏಮನ್‌ಳದಾಗಿತ್ತು.

ಸಾಕಷ್ಟು ಚರ್ಚೆಯ ಬಳಿಕ, ಹೊಟೆಲ್‌ಗೆ "ಆಲಂಪನಾಹ" ಎಂದು ಹೆಸರಿಡಲಾಗಿತ್ತು. ಟೂರಿಸಮ್ ವಿಭಾಗಕ್ಕೆ ಇದನ್ನೊಂದು ಗೆಸ್ಟ್ ಹೌಸ್ ಎಂದೇ ಸೂಚಿಸಲಾಗಿತ್ತು. ಅತಿಥಿಗಳ ಆಗಮನದ ಅಧಿಕಾರ ಇಲ್ಲಿ ಸುರಕ್ಷಿತವಾಗಿತ್ತು. ಕುಂಚದಿಂದ ಬಿಡಿಸಲಾದ ವರ್ಣಮಯ ಚಿತ್ರಗಳ ಪ್ರತೀ ಕೋಣೆಯೂ ಉನ್ನತ ಅಭಿರುಚಿಯನ್ನು ಬಿಂಬಿಸುತ್ತಿತ್ತು. ಹೈದರಾಬಾದ್‌ನಲ್ಲಿ ಹೊಟೆಲ್‌ಗಳ ಸಂಪ್ರದಾಯ ಅಷ್ಟಾಗಿರಲಿಲ್ಲ ಉಚ್ಚದರ್ಜೆಯ ಹೊಟೆಲ್‌ಗಳ ಕೊರತೆ ತುಂಬಾ ಇತ್ತು. ಹವೇಲಿಗಳಲ್ಲೂ, ಕೋಠಿಗಳಲ್ಲೂ ಜನರು ತಂತಮ್ಮ ಅತಿಥಿಗಳಿಗೆ ಚೆನ್ನಾಗಿ ಉಣಿಸಿ, ತಿನಿಸಿ ಸತ್ಕರಿಸುತ್ತಿದ್ದರು. ಹೊಟೆಲ್‌ಗೆ ಹೋಗುವುದು ಕೆಟ್ಟ ಅಭ್ಯಾಸವೆಂದು ತಿಳಿಯಲಾಗುತ್ತಿತ್ತು. ಆದರೆ ಕಾಲದ ಬದಲಾಗುತ್ತಿರುವ ಗಾಳಿಯು ಕೆಟ್ಟದನ್ನೂ ಒಂದು ಕಲೆಯಾಗಿಸುತ್ತಿತ್ತು. ಹೀಗಿರುವಲ್ಲಿ "ಆಲಂಪನಾಹ್", ಬಹು ಬೇಗನೇ ತನ್ನ ಉಚ್ಚ ಸ್ಥಾನವನ್ನು ಸ್ಥಾಪಿಸಿಕೊಂಡಿತು.

ಮುನ್ಶೀ ಸಾಹಬರು ಹೊಟೆಲ್ ಬಗ್ಗೆ ಅಪ್ರಸನ್ನರಾಗಿದ್ದರು. ಅವರ ದೃಷ್ಟಿಯಲ್ಲಿ ಇದು ಹವೇಲಿಯ ಅನಾದರವಾಗಿತ್ತು. ಆದರೆ ಆಜರ್ ನವಾಬರು ಬಹಳಷ್ಟು ಯೋಚಿಸಿಯೇ ಈ ಕಾರ್ಯಕ್ಕಿಳಿದಿದ್ದರು. ಒಂದು ಜೀವಂತ ಸಮಾಜದ ಮೇಲೆ ಅವರಿಗೆ ನಂಬಿಕೆಯಿತ್ತು. ಭವ್ಯವಾದ ಶೋಭಾಯಮಾನ ದಿನಗಳನ್ನು ಹವೇಲಿಯು ಕಂಡಿತ್ತು. ಆದರೆ ಈ ಆ ಜನರೂ ಇರಲಿಲ್ಲ; ಆ ವಾತಾವರಣವೂ ಇರಲಿಲ್ಲ. ವಾದ್ಯದ ಮಂಜುಳ ದನಿ ಈಗೆಲ್ಲಿ? ಈಗ ಜೀವನವೇ ಒಂದು ಝಣತ್ಕಾರವಾಗಿದ್ದು, ಸಮಯದ ಬದಲಾಗುತ್ತಿರುವ ಸ್ವರವನ್ನು ಅರಿಯಲಾರದೆ ಹೋದವರುಮುನ್ನಡೆಯಲಾರದವರಾಗಿ ಉಳಿದರು.

ಆಜರ್ ನವಾಬರು ತನ್ನ ಕೋರ್ಟ್ ಆಫ್ ವಾರ್ಡ್ಸ್‌ನ ಎಲ್ಲ ಜೊತೆಗಾರರನ್ನೂ ಕಲೆ ಹಾಕಿ ಚರ್ಚಿಸಿದ್ದರು. ಬದಲಾಗುತ್ತಿರುವ ಸ್ಥಿತಿ–ಗತಿಯ ಬಗ್ಗೆ ಮಾತುಕತೆಗಳಾಗಿದ್ದವು. ಆಸ್ತಿ, ಜಹಗೀರುಗಳ ಮೇಲೆ ಸರಕಾರವು ಸಂಪೂರ್ಣ ನಿಯಂತ್ರಣ ಸಾಧಿಸುವ ದಿನ ದೂರವಿಲ್ಲವೆಂದೂ, ಆದ್ದರಿಂದ ಎಲ್ಲಾ ನವಾಬರೂ, ಜಾಗೀರ್‌ದಾರರೂ, ರಾಜರೂ ತಮ್ಮ ಸಂಪತ್ತು ವ್ಯರ್ಥಗೊಳಿಸುವ ಬದಲಿಗೆ, ಉತ್ತಮ ವ್ಯಾಪಾರಗಳಲ್ಲಿ ತೊಡಗಿಸಿಕೊಂಡು, ತಮ್ಮ ಹಾಗೂ ರಾಷ್ಟ್ರದ ಏಳಿಗೆಗೆ ಯತ್ನಿಸುವುದು ಒಳ್ಳೆಯದೆಂದೂ ಆಜರ್ ನವಾಬರು ತಿಳಿಸಿ ಹೇಳಿದ್ದರು. ಶತಾಬ್ದಿಗಳಿಂದಲೂ ನಶೆಯಲ್ಲಿ ಮುಳುಗಿದ ತಲೆಗಳಿಗೆ ಈ ಮಾತುಳು ಹೊಕ್ಕಿರಲಿಲ್ಲ. ಬದಲಿಗೆ ಡಿನ್ನರ್‌ನಲ್ಲಿ ಚಿಕನ್ ಸರಿಯಾಗಿ ಇರಲಿಲ್ಲವೆಂಬ ದೋಷವು ಅವರಿಗೆ ಮಹತ್ವದ್ದಾಗಿ ಕಂಡಿತ್ತು. ಇಂಥವರಲ್ಲಿ ಇಂದಿಗೂ ಮುಶಾಯಿರಾಗಳು ನಡೆಯುತ್ತಿದ್ದವು. ಇಪ್ಪತ್ತು – ಇಪ್ಪತ್ತೈದು ಸಾವಿರದ ಉಂಗುರಗಳನ್ನು ಕವಡೆಯ ಬೆಲೆಗೆ ಸಾಹುಕಾರರಲ್ಲಿ ಗಿರವಿ ಇಡಲಾಗುತ್ತಿತ್ತು.

ಒಂದು ಕವ್ವಾಲಿಯ ಕೂಟಕ್ಕೆ ಏಮನ್‌ಗೂ ಹೋಗುವ ಅವಕಾಶ ಒದಗಿ ಬಂದಿತ್ತು.

ನವಾಬ್ ಝುಲ್ಫಿಕಾರ್ ಅಲೀಖಾನ್‌ರವರು ಸಂಬಂಧದಲ್ಲಿ ಮಹಾಸರ್ಕಾರ್ ಅವರ ಅಣ್ಣನಾಗಿದ್ದರು. ಆಜರ್ ನವಾಬರಂತೆ ಅವರೂ ತಿಳುವಳಿಕೆಯಿಂದ ನಡೆದಿದ್ದರು. ಅವರಲ್ಲಿ ನೃತ್ಯಕೂಟಗಳು ನಡೆಯುತ್ತಿರಲಿಲ್ಲವಾದರೂ, ಒಳ್ಳೆಯ ಮುಶಾಯಿರಾಗಳು ಈಗಲೂ ನಡೆಯುತ್ತಿದ್ದುವು. ನವಾಬ್ ಸಾಹಬರು ಫಾರಸಿಯಲ್ಲಿ ಶಾಯರಿ ಬರೆಯುತ್ತಿದ್ದರು. ಅವರ ಧರ್ಮಗುರುಗಳು ಬಂದಾಗಲೆಲ್ಲ ಕವ್ವಾಲಿ ಕೂಟಗಳು ಜರುಗುತ್ತಿದ್ದವು. ಅಮ್‌ಜದ್ ಹೈದರಾಬಾದೀ ಅವರ ವಚನಗಳನ್ನು ಅನುಪಮವಾಗಿ ಹಾಡುವ ಇಕರಾಮುದ್ದೀನ್ ಕವ್ವಾಲರು ಆ ದಿನಗಳಲ್ಲಿ ಬಹುಚರ್ಚಿತರಾಗಿದ್ದರು.

ಇಬ್ಬರು ಹೊಸ ಮ್ಯಾನೇಜರರೂ ತುಂಬ ಮುತುವರ್ಜಿಯಿಂದ ಕೆಲಸ ಮಾಡುತ್ತಿದ್ದುದರಿಂದ ಏಮನ್ ಈಗ ಹೊಟೆಲ್‌ನ ಕೆಲಸದಲ್ಲಿ ಹೆಚ್ಚು ವ್ಯಸ್ತಳಾಗಿರುತ್ತಿರಲಿಲ್ಲ. ಮಹಾಸರ್ಕಾರ್ ಅವರಿಗೆ ಹೆಚ್ಚಿನ ಸಮಯವನ್ನು ನೀಡಲು ಅವಳಿಗೀಗ ಸಾಧ್ಯವಾಗುತ್ತಿತ್ತು. ಮಹಾಸರ್ಕಾರ್ ಅವರು ಅಂದು ಅವಳನ್ನೂ ಕವ್ವಾಲಿಕೂಟಕ್ಕೆ ಹೊರಡುವಂತೆ ಹೇಳಿದಾಗ ಅವಳು ಸಂತೋಷದಿಂದಲೇ ಸಿದ್ಧಳಾದಳು. ಆಜರ್ ನವಾಬರು ನಾಲ್ಕು ದಿನಗಳಿಂದ ದಾಂಡೇಲಿಗೆ ಹೋಗಿದ್ದರು. ತಸ್‌ನೀಮ್ ಪಾಶಾ ಅವರಿಗೂ ಕರೆ ಬಂದಿತ್ತಾದರೂ, ಅವರು ತಮ್ಮನ್ನು ಮನ್ನಿಸುವಂತೆ ಕೇಳಿಕೊಂಡಿದ್ದರು. ಸರ್ಕಾರ್ ಅವರು ಏಮನ್ ಹಾಗೂ ಶಮ್‌ಶಾದ್‌ಳೊಡನೆ ಝುಲ್ಫಿಕಾರ್ ಅಲೀ ಖಾನ್‌ರಲ್ಲಿಗೆ

ತಲುಪಿದರು. ಸರ್ಕಾರ್ ಅವರು ಎಲ್ಲಿಗೇ ಹೊರಟರೂ, ಶಮ್‌ಶಾದ್ ಅವರ ಎರಡು ಸೇರು ಬೆಳ್ಳಿಯಿಂದ ಮಾಡಿದ ಮಣೆ, ವೀಳ್ಯದ ಸಂಚಿ, ಟವೆಲ್‌ಗಳನ್ನು ತೆಗೆದುಕೊಂಡು ಜೊತೆಗೆ ಹೋಗುತ್ತಿದ್ದಳು. ಸರ್ಕಾರ್ ಅವರು ತಮ್ಮದೇ ವೀಳ್ಯದ ಸಂಚಿಯನ್ನು ಉಪಯೋಗಿಸುತ್ತಿದ್ದರು. ಅಲ್ಲಿಯ ಕ್ರಮವೇ ಹಾಗಿತ್ತು. ವಿವಾಹ ಸಂಬಂಧದ ಮಾತಾಗುವಾಗ ಖಾನ್‌ದಾನ್‌ನೊಡನೆ ಪಾನ್‌ದಾನ್‌ನ ಮಾತೂ ನಿಷ್ಕರ್ಷೆಗೆ ಬರುತ್ತಿತ್ತು. ಅಂತಸ್ತನ್ನು ಪಾನ್‌ದಾನ್ ಮುಖಾಂತರವೂ ನೋಡಲಾಗುತ್ತಿತ್ತು. ಅತಿಥಿ ಸ್ತ್ರೀಯರಿಗಾಗಿ ಬಹುಶ್ರೇಷ್ಠ ಸಂಚಿಗಳನ್ನು ನೀಡಲಾಗುತ್ತಿದ್ದರೂ, ತಮ್ಮದನ್ನು ಮಾತ್ರವೇ ಉಪಯೋಗಿಸುವವರೂ ಇದ್ದರು.

ಹಾಲ್ ಬೆಳಕಿನಿಂದ ಪ್ರಕಾಶಿಸುತ್ತಿತ್ತು. ಬೆಳದಿಂಗಳಂತಹ ಬಿಳಿಹಾಸಿನ ಮೇಲೆ ರತ್ನಗಂಬಳಿಗಳೂ, ಲೋಡುಗಳೂ, ದಿಂಬುಗಳೂ, ಗಾದಿಗಳೂ ಇಡಲ್ಪಟ್ಟಿದ್ದುವು. ಕಮಾನುಗಳುಳ್ಳ ವಿಶಾಲ ಬಾಗಿಲುಗಳಲ್ಲಿ ಜಾಲರಿಗಳ ಹಿಂದೆ ಸ್ತ್ರೀಯರಿಗೆ ಕುಳಿತಿರುವ ವ್ಯವಸ್ಥೆಯಿತ್ತು. ಬಹಳ ಬೆಲೆಬಾಳುವ ಜರತಾರಿಯ ಗಾದಿಯೊಂದನ್ನು ಮಧ್ಯದಲ್ಲಿ ಧರ್ಮಗುರುಗಳಿಗಾಗಿ ಹಾಸಲಾಗಿತ್ತು.

ಏಮನ್ ಪಚ್ಚೆವರ್ಣದ ಶಿಫಾನ್ ಸೀರೆಯುಟ್ಟು, ಕಿವಿಗಳಲ್ಲಿ ಪಚ್ಚೆಯ ಆಭರಣವನ್ನು ಧರಿಸಿದ್ದಳು. ಅವಳ ತಾಯಿಯ ದ್ಯೋತಕವಾಗಿದ್ದ ಅವು ಬಹು ಬೆಲೆಬಾಳುವವಾಗಿದ್ದವು. ಸಡಿಲಾಗಿದ್ದ ಒಂದು ಕಿವಿಯ ಆಭರಣವು ಆಗಾಗ ಜಾರುತ್ತಿತ್ತು. ಸರಿಪಡಿಸಬೇಕೆಂದು ಆಗಾಗ ಎಣಿಸುತ್ತಿದ್ದರೂ, ಅಷ್ಟೊಂದು ಧರಿಸುವ ಸಂಧರ್ಭವಾದರೂ ಎಲ್ಲೆಂದುಕೊಂಡು ಮತ್ತೆ ಹಾಗೆಯೇ ಇರಿಸುತ್ತಿದ್ದಳು. ಹಸಿರು ಸೀರೆಯೊಡನೆ ಆ ಹತ್ತಕಡಕಿನ ಪುಟ್ಟ ವಜ್ರ ಬಹಳ ಸುಂದರವಾಗಿ ಕಾಣಿಸುತ್ತಿತ್ತು. ಈ ಸರಳ ಉಡುಪಿನಲ್ಲೇ ಅವಳ ಸೌಂದರ್ಯ ಮೆರೆದಿತ್ತು. ಹಸಿರು ಉಡುಪಿನ ಕಾರಣ ಅವಳ ವಿಶಾಲ ಕಂಗಳು ಹಸಿರಾಗಿಯೇ ಕಾಣುತ್ತಿದ್ದುವು. ಸಡಿಲಾಗಿ ಹೆಣೆದು ಬಿಟ್ಟ, ಸೊಂಟದಿಂದ ಕೆಳಗೆ ತೂಗುತ್ತಿದ್ದ ದಟ್ಟ ಕೂದಲು ಹಾಗೂ ಮಹಾಸರ್ಕಾರ್ ಅವರಿತ್ತ ಪದಕದ ಸರ ಅವಳನ್ನು ಇನ್ನೂ ಆಕರ್ಷಕಳನ್ನಾಗಿ ಮಾಡಿತ್ತು. ಹಲವು ದೃಷ್ಟಿಗಳು ಅವಳತ್ತ ಹರಿದಿದ್ದುವು.

ಸ್ತ್ರೀಯರ ಪ್ರತ್ಯೇಕ ಸ್ಥಳದಲ್ಲಿ ಏಮನ್‌ಳೂ ಜಾಲರಿಗೆ ತಾಗಿ ಮಹಾಸರ್ಕಾರ್ ಅವರೊಂದಿಗೆ ಕುಳಿತಳು. ಹೈದರಾಬಾದ್‌ನ ಇಂತಹ ಕೂಟವೊಂದಕ್ಕೆ ಅವಳಿದು ಪ್ರಥಮ ಬಾರಿ ಬಂದಿದ್ದಳು. ಇಲ್ಲಿಯ ರೀತಿ ಭಿನ್ನವಾಗಿದ್ದುದನ್ನು ಅವಳು ಕಂಡಳು. ಕವ್ವಾಲಿಯ ಮೆಹಫಿಲ್‌ಗಳಲ್ಲಿ

"ಹುಜೂರೇ ಅಕ್ರಮ್ ಸಲಲ್ಲಲ್ಲಾಹೋ ಅಲೇಹೇ ವಸಲ್ಲಮ್"ನ ಉಕ್ತಿಗಳಿಗೆ ಅಸ್ತು ನುಡಿಯಲಾಗುತ್ತದೆ. ಪರಮಾತ್ಮನೊಡನೆ ತಾದಾತ್ಮ್ಯಕ್ಕೆಳಸಲಾಗುತ್ತದೆ. ಆದ್ದರಿಂದ ಸ್ತ್ರೀಯರು

ತಲೆಯನ್ನು ಬಟ್ಟೆಯಿಂದ ಮುಚ್ಚಿರುತ್ತಾರೆ. ಪುರುಷರು ಶೇರ್‌ವಾನಿ ಹಾಗೂ ಟೊಪ್ಪಿಗೆಗಳನ್ನು ಧರಿಸಿರುತ್ತಾರೆ. ಅಲ್ಲಿ ಸೂಟುಬೂಟು ಧರಿಸಿದ್ದ ಒಬ್ಬಿಬ್ಬರು ರುಮಾಲುಗಳಿಂದ ತಲೆಯನ್ನು ಮುಚ್ಚಿಕೊಂಡಿದ್ದರು. ಕೆಲವರು ಹಿಂದಿನ ರೀತಿನೀತಿಗಳನ್ನು ತೊರೆಯದೆ ಗುಚ್ಛವುಳ್ಳ ರೂಮಾ ಟೋಪಿಗಳನ್ನು ಧರಿಸಿದ್ದರು.ಕವ್ವಾಲಿ ಹಾಡುವವರು ತಮ್ಮ ತಮ್ಮ ಗಾದಿಳ ಮೇಲೆ ಕುಳಿತು, ಧರ್ಮಗುರುಗಳ ಹಾದಿ ನೋಡುತ್ತಿದ್ದರು. ಮಂದ್ರಸ್ವರದಲ್ಲಿ ಮಾತುಕತೆ ನಡೆಯುತ್ತಿತ್ತು.

ನವಾಬ್ ಸಾಹಬರೊಡನೆ ಬಿಳಿಗಡ್ಡದ ವೃಧ್ಧ ಧರ್ಮಗುರು ಹಾಲ್‌ನೊಳಗೆ ಬಂದೊಡನೆ ಅಲ್ಲಿ ಮೌನ ನೆಲಸಿ, ಎಲ್ಲರೂ ಗೌರವದಿಂದ ಎದ್ದುನಿಂತರು.

ತನಗಾಗಿ ಹಾಸಿದ್ದ ಗಾದಿಯತ್ತ ಆ ಗುರುಗಳು ಕಣ್ಣು ಹಾಯಿಸಿ ಮೆಲ್ಲನೇನೋ ನುಡಿದರು. ನವಾಬ್ ಸಾಹಬರು ಮುಂದುವರಿದು ಆ ಚಿನ್ನದ ಗಾದಿಯನ್ನು ಅಲ್ಲಿಂದ ತೆಗೆದ ಮೇಲೆ ಅವರಲ್ಲಿ ಕುಳಿತರು. ಅವರ ಹಿಂದೆ ಒರಗು ದಿಂಬುಗಳನ್ನು ನವಾಬರು ಇರಿಸಿದರು.

ಧರ್ಮಗುರುಗಳಿಗೆ ಬಗ್ಗಿ ಪ್ರಣಾಮ ಮಾಡಿ ಅವರ ಅನುಮತಿ ಪಡೆದು, ಕವ್ವಾಲರು ಕಾರ್ಯಕ್ರಮ ಆರಂಭಿಸಿದರು.

ಹಜರತ್ ಅಮಜದೀ ಹೈದರಾಬಾದೀ ಅವರ ರುಬಾಯಿಯ ಜೊತೆ ಸಭೆ ಮೊದಲಾಯಿತು. ಜನರು ಎದ್ದು ಕವ್ವಾಲರಿಗೆ ಹಣ ನೀಡಲು ಮುಂಬರಿಯುತ್ತಿದ್ದರು. ರೀತಿಯಂತೆ ಈ ಹಣವನ್ನು ಆದರಪೂರ್ವಕ ಧರ್ಮಗುರುಗಳೆದುರು ಎರಡೂ ಕೈಗಳಲ್ಲಿ ಸಮರ್ಪಿಸಲಾಗುತ್ತಿತ್ತು. ಭಾಗ್ಯಪ್ರಾಪ್ತಿಗಾಗಿ ಅವರದನ್ನು ಸ್ಪರ್ಶಿಸಿದ ಬಳಿಕ, ಪುನಃ ಆ ಧನ ಕವ್ವಾಲರನ್ನು ತಲುಪುತ್ತಿತ್ತು.

ಇದ್ದಕ್ಕಿದ್ದಂತೆ ಏಮನ್‌ಳ ದೃಷ್ಟಿ ಬಾಗಿಲತ್ತ ಸರಿದು, ಅವಳು ನೋಡುತ್ತಲೇ ಇದ್ದು ಬಿಟ್ಟಳು.

ಆಜರ್ ನವಾಬರು ಹಾಲ್‌ನೊಳಕ್ಕೆ ಬಂದಿದ್ದರು. ಅವರನ್ನು ಆ ಹೈದರಾಬಾದೀ ರೂಪದಲ್ಲಿ ಏಮನ್ ಪ್ರಥಮಬಾರಿಗೆ ನೋಡುತ್ತಿದ್ದಳು. ಕಪ್ಪು ಶೇರ್‌ವಾನಿ, ಅಗಲವಾದ ಪಾಯ್‌ಜಾಮಾ ಹಾಗೂ ತಲೆಯ ಮೇಲೆ ಮಖಮಲ್ ಟೊಪ್ಪಿಯ ಈ ತೊಡುಗೆ ಅವರಿಗೆ ಬಹಳ ಶೋಭಿಸುತ್ತಿತ್ತು. ಮೆಹಫಿಲ್‌ನಲ್ಲಿದ್ದ ಜನರೆಲ್ಲಗಿಂತ ಅವರು ಹೆಚ್ಚು ಮೋಹಕರಾಗಿದ್ದರು. ನವಾಬ ಜುಲ್ ಫಿಕಾರ್ ಆಲೀಖಾನ್‌ರ ಮಗ, ಅವರನ್ನು ಸ್ವಾಗತಿಸಿ ಎದುರು ಕುಳಿತುಕೊಳ್ಳುವಂತೆ ನಿವೇದಿಸುತ್ತಿದ್ದರು. ಆದರೆ, ತಡವಾಗಿ ತಲುಪಿದ ಕಾರಣ, ಆಜರ್ ನವಾಬರು ಹಿಂದೆ ಕುಳಿತಿರುವುದೇ ಉಚಿತವೆಂದು ತಿಳಿದರು. ಸಂಜೆಯ ಗಾಡಿಯಲ್ಲಿ ಅವರು ದಾಂಡೇಲಿ ಬಿಟ್ಟು ಬಂದಿದ್ದಿರಬೇಕು.

'ಏಮನ್‌ಬೀಬೀ...' ಮಹಾ ಸರ್ಕಾರ್ ಏನೋ ಹೇಳುತ್ತಿದ್ದರೂ, ಏಮನ್‌ಗೆ ಕೇಳಿಸಲಿಲ್ಲ.

'ಏಮನ್ ಬೀಬೀ.' ಈ ಬಾರಿ ಮಹಾ ಸರ್ಕಾರ್ ಅವರು ಧ್ವನಿಯೇರಿಸಿ ಕರೆದಾಗ ಏಮನ್ ಬೆಚ್ಚಿಬಿದ್ದಳು.

'ಸರ್ಕಾರ್!' ಎಂದು ಅವಳು ಅವರತ್ತ ತಿರುಗಿದಳು. ಮಹಾಸರ್ಕಾರ್ ಅವರು ತಮ್ಮ ವಿಶಾಲಕಂಗಳಿಂದ ಅವಳನ್ನು ದಿಟ್ಟಿಸುತ್ತಿದ್ದರು. ಏಮನ್‌ಳ ಮುಖ ಗುಲಾಬಿಯಾಯಿತು. ಸರ್ಕಾರ್ ಅವರು ತನ್ನನ್ನು ಗದರಿಸಲಿಲ್ಲವಷ್ಟೇ ಎಂದು ಕೊಂಡು ಅವಳು ಚಡಪಡಿಸಿದಳು. ಅವಳ ಹಣೆಯಲ್ಲಿ ಬೆವರ ಹನಿಗಳು ಮೂಡಿದವು. ಸರ್ಕಾರ್ ಅವರ ತುಟಿಗಳಲ್ಲಿ ಒಂದು ಅಪರಿಚಿತ ಮಂದಹಾಸವಿತ್ತು. ಅವರೂ ಒಳಬರುತ್ತಿದ್ದ ಆಜರ್ ನವಾಬರನ್ನು ನೋಡಿ ಬಿಟ್ಟಿದ್ದರು.

"ಈ ಹಣವನ್ನು ಜಾಲರಿಯೊಳಗಿಂದ ಕೈಚಾಚಿ, ಅಲ್ಲಿ ಕುಳಿತಿರುವ ಆ ಹುಡುಗನಿಗೆ ಕೊಟ್ಟು, ಕವ್ವಾಲ್‌ಗೆ ಕೊಡುವಂತೆ ಹೇಳು.' ಜಾಲರಿಯ ಬಳಿ ಕೆಲ ಹುಡುಗರನ್ನು ಇದಕ್ಕಾಗಿಯೇ ಕುಳ್ಳಿರಿಸಲಾಗಿತ್ತು. ಕವ್ವಾಲರವರೆಗೆ ಹಣವನ್ನು ತಲುಪಿಸಲು ಆ ಹುಡುಗರಲ್ಲಿ ಪೈಪೋಟಿ ನಡೆದಿತ್ತು.

ಬಹಳ ಹೊತ್ತಿನವರೆಗೆ ಮೆಹಫಿಲ್ ಜೋರಾಗಿಯೇ ನಡೆದಿತ್ತು. ಪ್ರತಿಶೇರ್‌ಗೂ ಜನರು ತಲೆ ತೂಗುತ್ತಿದ್ದರು, ಜನರ ಈ ಸ್ಥಿತಿಯಲ್ಲಿ ಅದೇ ಸಾಲುಗಳನ್ನು ಪುನರುಚ್ಚರಿಸಲಾಗುತ್ತಿತ್ತು. ಕೇಳಿದವರು ಪರಮಾತ್ಮನಲ್ಲಿ ತಾದಾತ್ಮ್ಯತೆ ಪಡೆದ ಸ್ಥಿತಿಗೆ ತಲುಪಿದ್ದರು. ಈ ಸ್ಥಿತಿಯಲ್ಲಿದ್ದಾಗ ಇದ್ದಕ್ಕಿದಂತೆಯೇ ಕವ್ವಾಲಿಯನ್ನು ನಿಲ್ಲಿಸಿದರೆ ಈ ತಾದಾತ್ಮ್ಯ ಪಡೆದವರ ಮೃತ್ಯು ಸಂಭವಿಸಬಹುದೆಂಬ ಪ್ರತೀತಿಯೂ ಇತ್ತು. ಈ ಸ್ಥಿತಿಯಲ್ಲಿ ಮಾನವನು ಪರಮಾತ್ಮನಿಗೆ ಬಹು ಹತ್ತಿರ ಇರುತ್ತಾನೆ. ಉಚ್ಛತಮ ಉಕ್ತಿಗಳು ಮನುಷ್ಯನ ಆತ್ಮವನ್ನೇ ಸ್ಪರ್ಶಿಸುತ್ತಿದೆ.

"ಹುಜೂರ್, ನೀವು ಹೊರಡುವಾಗ ತಮ್ಮನ್ನೂ ಜೊತೆಗೆ ಕರೆಯಬೇಕೆಂದು ಚಿಕ್ಕ ಸರ್ಕಾರ್ ಹೇಳಿದರು.' ವಾಸ್ತವದಲ್ಲಿದು, ಮಹಾ ಸರ್ಕಾರ್ ಅವರು ಹೆಚ್ಚು ಕುಳಿತಿರಬಹುದೆಂದು ಆಜರ್ ನವಾಬರ ಸೂಚನೆ ಆಗಿತ್ತು.

'ನಾವು ಹೊರಡಲು ಸಿದ್ಧರಿದ್ದೇವೆಂದು ಅವರಿಗೆ ಹೇಳು.'

ಸಂದೇಶ ತಲುಪಿದೊಡನೆ ಆಜರ್ ನವಾಬರು ಮೆಹಫಿಲ್‌ನಿಂದ ಮೆಲ್ಲನೆ ಹೊರಕ್ಕೆ ಜಾರಿದರು. ಅದನ್ನು ನೋಡಿ ಏಮನ್‌ಳೊಡನೆ ಮಹಾ ಸರ್ಕಾರ್ ಅವರೂ ಹೊರಟು ಬಂದರು. ಜನಾನಾ ಗೇಟಿನಿಂದ ಹೊರಬಿದ್ದು, ಪುರುಷರ ವಿಭಾಗಕ್ಕೆ ಬಂದಾಗ ಅಲ್ಲಿ ಆಜರ್ ನವಾಬರು ಪ್ರತೀಕ್ಷೆಯಲ್ಲಿದ್ದರು. ಡ್ರೈವರ್ ತಕ್ಷಣ ಇಳಿದು ಬಾಗಿಲು ತೆರೆದೊಡನೆಯೇ ಅವರು ಕುಳಿತು ಕೊಂಡರು.

'ಸರ್ಕಾರ್, ನಿಮಗೆ ಇನ್ನೂ ಕುಳಿತಿರುವ ಇಚ್ಛೆಯಿತ್ತೇನೋ ಆದರೆ ಇಷ್ಟು ಹೊತ್ತು ಜಾಗರಣೆ ನಿಮಗೆ ಹಿತವಲ್ಲ.' ಆಜರ್ ನವಾಬರಂದರು.

'ಇಲ್ಲ; ನಾವು ನೀನು ಏಳುವುದನ್ನೇ ಕಾಯುತ್ತಿದ್ದೆವು. ನೀನು ಬಂದುದನ್ನು ನಾವು ನೋಡಿದ್ದೆವು. ಈ ಮೆಹಫಿಲ್ ಬೆಳಗಿನ ವರೆಗೆ ನಡೆಯುವುದು.' ಸರ್ಕಾರ್ ನುಡಿದರು. 'ದಾಂಡೇಲಿಯಲ್ಲಿ ಎಲ್ಲ ಚೆನ್ನಾಗಿದೆಯಷ್ಟೇ?'

'ಹೌದು! ಬಶಾರತ್ ನವಾಬರು ಬಹಳ ತಿಳುವಳಿಕೆಯಿಂದ ಫ್ಯಾಕ್ಟರಿಯ ಕೆಲಸಗಳನ್ನು ಮನಸಿಟ್ಟು ಮಾಡುತ್ತಿರುವುದನ್ನು ನೋಡಿ ಖುಷಿಯಾಯಿತು.'

ಈ ಸುದ್ದಿ ಏಮನ್‌ಗೆ ಸಂತೋಷವನ್ನುಂಟು ಮಾಡಿತು.

'ದಾಂಡೇಲಿಯಲ್ಲಿ ನೀನು ಬಹಳ ದಿನ ಕಳೆದೆ.' ಸರ್ಕಾರ್ ನುಡಿದರು.

'ಇಲ್ಲ, ಸರ್ಕಾರ್ ನಾನಲ್ಲಿ ಕೇವಲ ಎರಡೇ ದಿನಗಳಿದ್ದೆ, ನಂತರ ಬೆಂಗಳೂರಿಗೆ ಹೋಗಿದ್ದೆ.'

'ಹಾಗಾದರೆ, ನೀನಿಂದು ಬೆಂಗಳೂರಿನಿಂದ ಬರುತ್ತಿರುವೆಯಾ?'

'ಹೌದು ! ಈಗಲೇ ಸಂಜೆಯ ವಿಮಾನದಲ್ಲಿ ಬಂದೆ.'

ಬೆಂಗಳೂರಿನ ಹೆಸರು ಕೇಳಿ ಏಮನ್ ಚಕಿತಳಾದಳು. ಹಳೆಯ ನೆನಪುಗಳ ಹೊಳೆಯೆದ್ದು ಹರಿದು ಹೃದಯ ಆರ್ದ್ರವಾಯಿತು.

ಹವೇಲಿ ತಲುಪಿ ಮಹಾ ಸರ್ಕಾರ್ ಮಲಗಲು ತಯಾರಾದಾಗ ಏಮನ್ ಕೂಡ ಅಲ್ಲಿಂದೆದ್ದಳು.

'ನಾನು ನಿನ್ನನ್ನು ಬಿಟ್ಟು ಬರುವೆ.' ಆಜರ್ ನವಾಬರೂ ಏಳುತ್ತಾ ಹೇಳಿದರು.

'ನಾನು ನನ್ನಷ್ಟಕ್ಕೆ ಹೋಗುವೆ, ನೀವೇಕೆ ತೊಂದರೆ ತೆಗೆದುಕೊಳ್ಳುವಿರಿ?' ಏಮನ್ ಅಂದಳು.

ತನಗೇನೂ ಕೇಳಿಸಲಿಲ್ಲವೆಂಬಂತೆ ಆಜರ್ ನವಾಬರು ಮೆಟ್ಟಲಿಳಿದು ಅವಳೊಡನೆ ನಡೆಯತೊಡಗಿದರು.

'ಕ್ವಾಟರ್ಸ್‌ನಲ್ಲೇನೂ ತೊಂದರೆಯಿಲ್ಲವಷ್ಟೇ?' ಅವರು ಹೀಗೇ ಎಂಬಂತೆ ಮಾತು ಆರಂಭಿಸಿದರು.

'ಇಲ್ಲ' ಏಮನ್ ಸಂಕ್ಷಿಪ್ತವಾಗಿ' ಉತ್ತರಿಸಿದಳು. ಹೋಟೆಲ್‌ನ ಕೆಲಸ ಪೂರ್ಣವಾದ ಬಳಿಕ. ಆಜರ್ ನವಾಬರೊಡನೆ ಅವಳ ಭೇಟಿ ತುಂಬ ಕಡಿಮೆಯಾಗಿತ್ತು. ಸ್ನೇಹದ ವಾತಾವರಣದಲ್ಲಿ ಕಳೆದಿದ್ದ ಆ ಕ್ಷಣಗಳೀಗ ಸ್ಪಷ್ಟದಂತೆ ಭಾಸವಾಗುತ್ತಿದ್ದವು.

ಕ್ವಾರ್ಟರ್ಸ್‌ನೆದುರು ಅವರು ನಿಂತುಬಿಟ್ಟರು. ಅಂಗಳದಲ್ಲಿ ಬಣ್ಣ ಬಣ್ಣದ ಹೂಗಳರಳಿದ್ದ ಆ ಸ್ವಚ್ಛ, ಸುಂದರ ಕ್ವಾಟರ್ಸ್ ಚೆಲ್ಲಿದ ಬೆಳಂದಿಗಳಲ್ಲಿ ಇಬ್ಬನಿ ಹನಿಸಿದಂತೆ ಕಾಣುತ್ತಿತ್ತು. ಏಮನ್ ಗೇಟಿನ ಬಳಿಯೇ ನಿಂತು ಬಿಟ್ಟಳು. ಅವಳು ಆಜರ್ ನವಾಬರು ಹೊರಟು ಹೋಗುವ ಪ್ರತೀಕ್ಷೆಯಲ್ಲೇ ಇದ್ದಳು. ಆ ಸಮಯ ಅವಳ ಭಾವನೆಗಳೆಲ್ಲ ಒಂದೇ ಬಿಂದುವಿನಲ್ಲಿ ಕೇಂದ್ರಿತವಾಗಿದ್ದವು–ಆಜರ್ ನವಾಬ !

ಅನೇಕ ಸಲ ಹೀಗಾಗಿತ್ತು; ಹಾಗೂ, ಆಗವರು ಬಹಳ ಅಪಾಯಕಾರಿಯಾಗಿ ಅವಳಿಗೆ ಕಂಡುಬರುತ್ತಿದ್ದರು. ಪುರುಷರಾದ ಅವರ ಆಕರ್ಷಣೆಯು ಅವರನ್ನು ಇನ್ನೂ ಅಪಾಯಕಾರಿಯಾಗಿ ತೋರುತ್ತಿತ್ತು. ಎಷ್ಟೋ ಸಲ ಧೃಡ ನಿಶ್ಚಯಮಾಡಿಕೊಂಡಿದ್ದೂ, ಅವಳು ಅವರತ್ತ ಸೆಳೆಯಲ್ಪಡುತ್ತಿದ್ದಳು. ಮುಂದೆ ಅಪಾಯವೇ ತುಂಬಿದೆಯೆಂದವಳು ಅರಿತಿದ್ದಳು. ಆದರೆ ಅದಕ್ಕಾವ ಮದ್ದೂ ಅವಳಲ್ಲಿರಲಿಲ್ಲ. ಹವೇಲಿಯು ಅವಳನ್ನು ತನ್ನವಳನ್ನಾಗಿಸಿಕೊಂಡಿತ್ತು. ಹವೇಲಿಯಿಂದ ಹೊರಗೆ ತನ್ನ ಜೀವನವನ್ನೇ ಕಲ್ಪಿಸಲಾರದಾಗಿದ್ದಳು. ತನ್ನ ಕಣಕಣವೂ ಅವರ ಬಳಿ ಹೋಗಲು ಚೀರುವಂಥಾ ಆ ದೃಷ್ಟಿಯಿಂದ ಆಜರ್ ನವಾಬರು ತನ್ನನ್ನು ದಿಟ್ಟಿಸದಿರಲಿ ಎಂದವಳು ಮನದಲ್ಲೇ ಬೇಡಿದಳು. ಅವಳ ಈ ರಹಸ್ಯವನ್ನು ಅವರು ಅರಿತಿದ್ದರೇನೋ! ಅವಳೊಳಗೇಳುತ್ತಿರುವ ಈ ಸುಂಟರಗಾಳಿಯನ್ನು, ತುಟಿಗಳ ಮೇಲಿನ ಅಪರಿಚಿತ ಮಂದಹಾಸದೊಡನೆ ವೀಕ್ಷಿಸುತ್ತಾ ಅವರು ಆನಂದಿಸುತ್ತಿದ್ದರು.

'ಇಂದಿನ ನಾಗರಿಕ ಜಗತ್ತಿನಲ್ಲಿ ಅತಿಥಿಗಳನ್ನು, ಏನಿಲ್ಲವಾದ್ರೂ ಕಾಫಿಗಾದರೂ ಕರೆಯಲಾಗುತ್ತದೆ.' ಆಜರ್ ನವಾಬರು ಕೈಯಲ್ಲಿದ್ದ ಸಿಗರೇಟನ್ನೆಸೆಯುತ್ತಾ ಹೇಳಿದರು.

'ಹಾಲ....ಹ್‌ಲಿಲ್ಲ !' ಆದರೆ, ಏಮನ್ ಇದನ್ನು ಎಷ್ಟು ತ್ವರಿತವಾಗಿ ಉಸುರಿದ್ದಳೆಂದರೆ, ಆಜರ್ ನವಾಬರು ನಗು ತಡೆಯಲು ತುಟಿಕಚ್ಚಿಕೊಂಡಿದ್ದರು.

'ಹೋಗಲಿ; ಇದಿನ್ನು ಒಳ್ಳೆಯದೇ ಆಯಿತು. ಇಲ್ಲವಾದ್ರೆ ಸಮಯ ಸುಮ್ಮನೆ ವ್ಯರ್ಥವಾಗುತ್ತಿತ್ತು.'

'ಹೌದು!' ಏಮನ್ ನುಡಿದಳು. ಸುಲಭವಾಗಿ ಬಚಾವಾಗಿದ್ದಳವಳು. 'ನೀವು ಆಯಾಸಗೊಂಡಿರಬಹುದು; ಹೋಗಿ ಮಲಗಿರಿನ್ನು ಜೊತೆಗೆ ಬಂದುದಕ್ಕೆ ತುಂಬ ಥ್ಯಾಂಕ್ಸ್!'

'ಇಲ್ಲ' ಆಜರ್ ನವಾಬ ಧೃಢವಾಗಿ ನುಡಿದರು. 'ನಾನು ಸ್ವಲ್ಪವೂ ಆಯಾಸಗೊಂಡಿಲ್ಲ; ನಿದ್ರೆಯೂ ಬರುತ್ತಿಲ್ಲ. ಸಮಯ ವ್ಯರ್ಥವೆಂಬಾಲೋಚನೆ ಯಾಕೆ ಬಂತೆಂದರೆ, ನಾನು ಸರೋವರ ಹಾಗೂ ಅಲ್ಲಿನ ಏರ್ಪಾಡು ನೋಡ ಬಯಸುತ್ತೇನೆ. ದಯವಿಟ್ಟು ಜೊತೆಗೆ ಬನ್ನಿ.'

'ಈಗ ? ಇಷ್ಟು ಹೊತ್ತಿನಲ್ಲಿ?' ಏಮನ್ ಆಶ್ಚರ್ಯದಿಂದ ಕೇಳಿದಳು.

'ಯಾಕಿಲ್ಲ? ನಾನು ಆ ಸ್ಥಳವನ್ನು ವಿಶೇಷವಾಗಿ ಬೆಳದಿಂಗಳಲ್ಲೇ ನೋಡಬಯಸುತ್ತೇನೆ. ಆ ಸ್ಥಳವನ್ನು ಸರಿಪಡಿಸಲು ಸಾಕಷ್ಟು ಹಣ ವ್ಯಯವಾಗಿದೆಯೆಂಬುದನ್ನು ಮರೆಯಬೇಡಿ.'

ಅವರು ವ್ಯವಹಾರಮಗ್ನರಾದುದುನನ್ನು ಕಂಡು ಏಮನ್ ಕೂಡ ಜಾಗರೂಕಳಾದಳು. ಬೆಳದಿಂಗಳ ರಾತ್ರಿಯಲ್ಲಿ ಸರೋವರದಲ್ಲಿ ದೋಣಿ ವಿಹಾರವು ಅವಳದೇ ಯೋಚನೆಯಾಗಿತ್ತು. ಅವರ ಹಣದ ತಪ್ಪು ಉಪಯೋಗ ಆಗಿಲ್ಲವೆಂದು ಅವರಿಗೆ ತೋರಿಸಿಬಿಡಬಾರದೇಕೆ ಎಂದವಳು ಯೋಚಿಸಿದಳು. ಆ ಸ್ಥಾನವೀಗ ಎಷ್ಟು ಜನಪ್ರಿಯವಾಗಿತ್ತೆಂದರೆ, ತಮ್ಮ ಪಾರ್ಟಿಗಳಿಗಾಗಿ ಜನರು ಬಹಳ ದಿನಗಳ ಮೊದಲೇ ಬುಕ್ ಮಾಡಬೇಕಾಗಿ ಬರುತ್ತಿತ್ತು. ಆಜರ್ ನವಾಬರಿಗೂ ಇದು ಗೊತ್ತಿರಬಹುದೆಂಬ ವಿಶ್ವಾಸ ಅವಳಿಗಿತ್ತು. ಏಕೆಂದರೆ ಹೋಟೆಲ್‌ನ ಅಕೌಂಟೆಂಟ್ ತನ್ನೆದುರು ಮಂಡಿಸುತ್ತಿದ್ದ ಅಕೌಂಟ್‌ನ ಚೆಕಿಂಗ್ ಅವರು ಸರಿಯಾಯಗಿಯೇ ಮಾಡುತ್ತಿದ್ದರು.

ಮೌನವಾಗಿದ್ದ ವೃಕ್ಷಗಳ ನಡುವಿನಿಂದ ನಡೆಯುತ್ತಾ. ಅವರು ತಿರುಗಿ ಸರೋವರದತ್ತ ನಡೆದರು. ವಾತಾವರಣದಲ್ಲಿ ರಾತ್ರಿರಾಣಿಯ ಪರಿಮಳ ಮಿಳಿತವಾಗಿತ್ತು. ಏಮನ್ ಬಾಲ್ಯದಿಂದಲೇ ಈ ಪರಿಮಳಕ್ಕೆ ಹುಚ್ಚಾಗುತ್ತಿದ್ದಳು. ಆಗ ಅವಳ ತಲೆಬದಿಯ ಕಿಟಕಿಯ ಹೊರಗೆ ರಾತ್ರಿರಾಣಿಯ ಗಿಡವಿತ್ತು. ಒಮ್ಮೆ ಇದ್ದಕ್ಕಿದ್ದಂತೆಯೇ ಒಣಗತೊಡಗಿದ ಆ ಗಿಡ, ಅವಳ ಅಬ್ಬಾರ ಶತ ಪ್ರಯತ್ನದಿಂದ ಪುನಃ ಚೇತರಿಸಿಕೊಂಡಿತು.

'ನಿನ್ನ ಅಬ್ಬಾ ಅವರು ತಮ್ಮ ಕೆಲಸದಲ್ಲಿ ಎಷ್ಟು ಪ್ರಸಿದ್ಧರೆಂದು ನೀನು ಹೇಳಲೇ ಇಲ್ಲ.' ಆಜರ್ ನವಾಬರಂದಾಗ, ತಾನು ಅವರೊಡನೆ ತನ್ನ ಅಬ್ಬಾನ ಬಗ್ಗೆ ಆಗಿನಿಂದಲೂ ಮಾತಾಡುತ್ತಿರುವಂತೆ ಅವಳಿಗನಿಸಿತು. ಆಜರ್ ನವಾಬರೊಡನೆ ಕೆಲಸ ಮಾಡುತ್ತಿದ್ದಾಗ ಅವಳು ತನ್ನ ಅಬ್ಬಾನನ್ನು ಆಗಾಗ ಜ್ಞಾಪಿಸಿಕೊಂಡಿದ್ದಳೇನೋ ಹೌದು. ಆದರೆ, ಅವರಿಗೆ ಅಬ್ಬಾರ ಪರಿಚಯವನ್ನು ಮಾತ್ರ ಮಾಡಿರಲಿಲ್ಲ.

'ಬೆಂಗಳೂರಿನ ಮುಖ್ಯ ಆರ್ಕಿಟೆಕ್ಟ್ ಒಬ್ಬರು. ಅವರ ಬಗ್ಗೆ ನನಗೆ ತಿಳಿಸಿದರು. ಅವರ ಹೆಸರು ಶಹಾದ್ ಅಹಮದ್ ಎಂದಿತ್ತಲ್ಲವೆ ?'

'ಆದರೆ, ಅವರೇ ತನ್ನ ತಂದೆಯೆಂದು ನಿಮಗೆ ಹೇಗೆ ತಿಳಿಯಿತು?' ಏಮನ್ ನಡೆಯುತ್ತಾ, ನಿಂತು ಕೇಳಿದಳು, 'ಬಹುಶಃ, ಮಾಹಾಸರ್ಕಾರ್ ತಿಳಿಸಿರಬಹುದು.'

'ಇಲ್ಲ! ಕಾಲದ ಅತ್ಯಾಚಾರದ ಬಗ್ಗೆ ಮಾತು ನಡೆಯುತ್ತಿದ್ದಾಗ ನಿನ್ನ ಅಬ್ಬಾ ಬಹಳ ಉಚ್ಚದರ್ಜೆಯ ಕಲಾಕಾರರಾಗಿದ್ದೂ ಡ್ರಾಫ್ಟ್‌ಮೆನ್ ಆಗಿಯೆ ಉಳಿದರೆಂದು ಚೀಫ್ ಹೇಳುತ್ತಿದ್ದರು. ಮತ್ತೆ ಅವರು ನಿನ್ನ ಬಗ್ಗೆ ನುಡಿಯುತ್ತಾ ತಮ್ಮ ಏಕೈಕ ಪುತ್ರಿಯ ಮೇಲೆ ಅವರು ಪ್ರಾಣವನ್ನೇ ಇಟ್ಟಿದ್ದರೆಂದರು ತಿಳಿಸಿದರು. ನಿನ್ನ ಹೆಸರು ಚೀಫ್ ಅವರಿಗೆ ತುಂಬ ಇಷ್ಟವಾಗಿತ್ತು.' ಆಜರ್ ನವಾಬ ತಡೆದು ಮುಂದುವರೆಸಿದರು. 'ಅವರೂ ಮತ್ತೂ ಏನೋ ಹೇಳಿದ್ದರು.'

'ಏನು?' ಏಮನ್ ಹೆದರಿದಂತೆ ಕೇಳಿದಳು.

'ಅವಳು ಬಹಳ ಮುಗ್ಧರೂಪದ, ಮುದ್ದು ಹುಡುಗಿಯಾಗಿದ್ದಳು. ಎಂದವರು ಹೇಳಿದರು. ನಾನು ಅವರಿಗೆ ಹೇಳಿದೆ...' ಆಜರ್ ನವಾಬ ತಡೆದರು.

'ನೀವೇನಂದಿರಿ?' ಏಮನ್ ಕೇಳಿದಳು.

'ನೀವು ಬಹುಶಃ ಈಗ ಅವಳನ್ನು ನೋಡಿಲ್ಲ.' ಎಂದು ನಾನವರಿಗೆ ಹೇಳಿದೆ.' ಆಜರ್ ನವಾಬರು ವಿಚಿತ್ರ ರೀತಿಯಿಂದ ಮೆಲ್ಲನೆ ಹೇಳಿದರು. ಏಮನ್ ಎಡವಿ ಬೀಳಲಿದ್ದುದನ್ನು ನೋಡಿ, ಅವರು ಅವಳ ಪಕ್ಕವನ್ನು ಹಿಡಿದವರು ಹಿಡಿದೇ ಇದ್ದರು. ಅವರ ಈ ಕಾರ್ಯವು ಅವಳ ಹೆಜ್ಜೆ ಇನ್ನೂ ಕುಸಿಯುವಂತೆ ಮಾಡಿತು. ಆದರೆ, ಇನ್ನೂ ಆಳಕ್ಕೆ ಬೀಳುವುದು ಅವಳಿಗೆ ಬೇಕಿರಲಿಲ್ಲ. ಪರಿಣಾಮವು ಅವಳನ್ನು ವಿವಶಳನ್ನಾಗಿ ಮಾಡುವ ಮೊದಲೇ ಅವಳು ಪರಿಸ್ಥಿತಿಯನ್ನು ತನ್ನ ಅಂಕೆಗೆ ತರಲು ಬಯಸಿದಳು. ಅವಳು ಮೆಲ್ಲಗೆ ತನ್ನ ಪಕ್ಕವನ್ನು ಬಿಡಿಸಿಕೊಂಡಳು. ಆದರೆ, ಅವಳ ವಿಚಾರಗಳ ತಂತಿಯು, ಅವಳ ಸಂಚಿತ ಸ್ಮರಣೆಯ ಅತೀತದೊಡನೆ ಸೇರಿಕೊಂಡಿತು. ಯಾರನ್ನಾದರೂ ತನ್ನ ಅತೀತದ ಸ್ಮರಣೆಗಳಲ್ಲಿ ಪಾಲುದಾರರನ್ನಾಗಿಸಲು ಅವಳಿಗೆ ಈವರೆಗೆ ಅವಕಾಶವೇ ಸಿಕ್ಕಿರಲಿಲ್ಲ. ಇದ್ದರಾದರೂ ಯಾರು ? ಮಹಾಸರ್ಕಾರ್ ಅವರೊಡನೆ ಇಷ್ಟೊಂದು ತೆರೆದುಕೊಳ್ಳುವುದು ಶಕ್ಯವಿರಲಿಲ್ಲ. ವಿಕಾರ್ ಜಂಗರ ಮಾತುಗಳಲ್ಲಿ ಅವಳು ಎಷ್ಟು ಮಗ್ನಳಾಗಿರುತ್ತಿದ್ದಳೆಂದರೆ

ತನ್ನ ವ್ಯಕ್ತಿಗತ ಸಮಸ್ಯೆಗಳ ಗಂಟು ಬಿಚ್ಚದೆ, ಹಾಗೆಯೇ ಉಳಿದು ಬಿಡುತ್ತಿತ್ತು. ಆಜರ್ ನವಾಬರಾದರೋ ಆಜರ್ ನವಾಬರೇ ಆಗಿದ್ದರು. ಇಂದು ಅವರು ತಾವಾಗಿಯೇ ತನ್ನ ಅಬ್ಬಾ ಅವರ ಬಗ್ಗೆ ಮಾತೆತ್ತಿದಾಗ ಅವಳು ತನ್ನನ್ನು ತಾನೇ ತಡೆಯದಾದಳು.

'ಅಬ್ಬಾ ಅವರು ಎಂದೂ ಅದೃಷ್ಟವನ್ನು ದೂರಲಿಲ್ಲ. ನಿಜಹೇಳಬೇಕೆಂದರೆ, ಅಮ್ಮಿಯ ಮರಣ ಅವರಿಂದ ಮುನ್ನಡೆಯುವ ಎಲ್ಲಾ ಹಂಬಲವನ್ನೂ ಕಸಿದುಕೊಂಡಿತ್ತು.' ಕಳೆದ ದಿನಗಳ ನೆನಪಿನ ಅಡಿಯಲ್ಲಿ ನಲುಗಿ, ಅವಳಂದಳು ನೆನಪಿನಲೆಗಳು ಅವಳನ್ನು ಸೆಳೆದೊಯ್ದವು ಸ್ವಲ್ಪ ಹೊತ್ತು ಸುಮ್ಮನಿದ್ದು, ಅವಳು ತನ್ನಲ್ಲೇ ತಾನು ನುಡಿದಂತೆ ನುಡಿದಳು. 'ಅಮ್ಮಿಗಾಗಿ ಅಬ್ಬಾ ಅವರು ಸಂಪತ್ತು, ಆರಾಮ ಎಲ್ಲವನ್ನು ಸಂತೋಷದಿಂದಲೇ ತ್ಯಜಿಸಿದ್ದರು. ಅಮ್ಮಿ ಇಲ್ಲವಾದಾಗ ಅವರು ನನಗಾಗಿಯೇ ನಗುತ್ತಿದ್ದರು; ನನಗಾಗಿಯೇ ಜೀವಿಸಿದ್ದರು.' ಅವಳ ಸ್ವರ ಗದ್ಗದವಾಯಿತು. ಈ ಸಲ ಅವಳು ತನ್ನ ಹೆಗಲ ಮೇಲಿಂದ ಆಜರ್ ನವಾಬರ ಕೈಯನ್ನು ತೊಲಗಿಸುವ ಯತ್ನ ಮಾಡಲಿಲ್ಲ; ಬದಲಿಗೆ ಅದು ಅವಳಿಗೆ ಸಾಂತ್ವನವನ್ನಿತ್ತಿತ್ತು.

'ಅದೃಷ್ಟವು ಅವರನ್ನು ಮಹಾಮಾಹಾ ಪರೀಕ್ಷೆಗಳಿಗೆ ಒಳಪಡಿಸಿತು. ಆದರೆ ಅವರು ಎಲ್ಲವನ್ನೂ ನಗು-ನಗತ್ತಲೇ ಸಹಿಸಿದರು. ಅಮ್ಮಿಯಿಲ್ಲದೆ ಜೀವಿಸಿರುವುದು ಅವರಿಂದ ಶಕ್ಯವಿರಲಿಲ್ಲ. ....ಶಕ್ಯವಿರಲಿಲ್ಲ; ನಾನಬಲ್ಲೆ.' ಅವಳ ಶುದ್ಧ ಕಂಠದಿಂದ ಮೆಲುವಾದ ಬಿಕ್ಕುವಿಕೆ ಹೊರಬಂತು.

ಆಜರ್ ನವಾಬ ಅವಳೊಡನೆ ಅಲ್ಲೇ ಚಿಟ್ಟೆಯ ಮೇಲೆ ಕುಳಿತರು. ತಮ್ಮ ಉಜ್ವಲ ಬಿಳಿಯ ಕರವಸ್ತ್ರವನ್ನು ಅವರು ಅವಳಿಗೊಪ್ಪಿಸಿದರು. ಅವರು ಧ್ಯಾನಪೂರ್ವಕ ಅವಳ ಮಾತುಗಳನ್ನು ಕೇಳುತ್ತಿದ್ದರು. ಅವಳು ಎಲ್ಲೋ ಇರುವಂತೆ, ತನ್ನ ತಾಯ್ತಂದೆಗಳೊಡನೆ ಕಳೆದ ಬಾಲ್ಯದ ದಿನಗಳ ಮಾತುಗಳನ್ನಾಡುತ್ತಿದ್ದಳು.

ವಾತಾವರಣದ ಪ್ರಭಾವವೋ, ಇಲ್ಲ, ಏಮನ್‌ಳ ಆಯಾಸಗೊಂಡ ಮನದ ಚಮತ್ಕಾರವೋ, ಅವಳ ಕಂಗಳಿಂದ ಒಂದೇ ಸಮನೆ ಕಣ್ಣೀರು ಹರಿಯತೊಡಗಿತು. ಕಳೆದುಕೊಂಡ ತಾಯ್ತಂದೆಯರ ಹಾಗೂ ಅವರ ಪ್ರೀತಿಯ ನೆನಪಿನಲ್ಲಿ ಅವಳು ತತ್ತರಿಸುತ್ತಿದ್ದಳು. ಅವಳು ಆಜರ್ ನವಾಬರ ವಿಶಾಲ ಹೆಗಲಲ್ಲಿ ತಲೆಯಿರಿಸಿ ಅಳುತ್ತಿದ್ದಳು. ಅವರು ಸುಮ್ಮನಿದ್ದರು. ತನ್ನ ಹೃದಯದ ದುಗುಡವೆಲ್ಲವನ್ನೂ ಅವಳು ಹರಿಯಬಿಡಲಿ ಎಂದವರು ಬಯಸಿದ್ದರು.

ಅವಳು ಈ ರೀತಿ ತನ್ನ ಮೇಲೆ ತಾನೇ ನಿಯಂತ್ರಣ ಕಳೆದು ಕೊಳ್ಳುವುದನ್ನು ಅವರೆಂದೂ ನೋಡಿರಲಿಲ್ಲ; ಕಣ್ಣೀರು ಹರಿಸುವುದನ್ನು ಕಂಡಿರಲಿಲ್ಲ. ಅವಳೊಂದು ಸದೃಢ ಬಂಡೆಯಂತೆ ಎಂದವರು ತಿಳಿದು ಕೊಂಡಿದ್ದರು. ಸ್ವಲ್ಪ ಮಟ್ಟಿಗೆ ಗರ್ವಿಷ್ಠೆಯೆಂದೂ ಎಣಿಸಿದ್ದರು. ಈಗವಳು ಈ ರೀತಿ ಜರ್ಝರಿತಗಳಾಗುತ್ತಿರುವುದನ್ನು ನೋಡಿ, ಅವಳಿಗೂ ಒರಗಲು ಆಶ್ರಯಬೇಕೆಂದು ಅವರಿಗರಿವಾಯಿತು. ಅವರ ಹೃದಯದಲ್ಲಿ ಅವಳಿಗಾಗಿ

ಅಪಾರ ಅನುಕಂಪ ಮೂಡಿತು. ಅವಳ ತಲೆಯನ್ನು ಭುಜಕ್ಕಾನಿಸಿಕೊಂಡು, ರೇಷ್ಮೆಯಂತೆ ನುಣುಪಾದ ಅವಳ ಕೂದಲನ್ನು ನೇವರಿಸುತ್ತಾ, ಅವರು ಹೇಳಲಾಗದಂತಹ ಆನಂದವನ್ನನುಭವಿಸುತ್ತಿದ್ದರು. ಏಮನ್‌ಳನ್ನು ತಮ್ಮ ಬಾಹುಗಳಿಂದ ಅಲಂಗಿಸಿಕೊಂಡು ಅವರು ಬಹು ಸಂತುಷ್ಟರಾಗಿ ತೋರುತ್ತಿದ್ದರು. ಹೆಣ್ಣಿನ ಸಹಜಾಶ್ರುಗಳು ದೃಢರಲ್ಲಿ ದೃಡರಾದ ಪುರುಷರನ್ನೂ ಮನ ಕರಗಿಸಿಬಿಡುತ್ತವೆ ತಮ್ಮ ತೀಕ್ಷ್ಣ ವ್ಯವಹಾರದಿಂದ ಸದಾ ಏಮನ್‌ಳನ್ನು ಭಗ್ನ ಗೊಳಿಸುವ ಸ್ಯಾಡಿಸ್ಟಿಕ್ ಪ್ರಯತ್ನ ಮಾಡುತ್ತಿದ್ದ; ಆಜರ್ ನವಾಬರು ಈಗ ಏಮನ್‌ಳ ದುಃಖವನ್ನು ತಮ್ಮದೇ ದುಃಖವೆಂದುಕೊಂಡಂತೆ ಸಹಿಸುತ್ತಿದ್ದರು. ಇದೇನೂ ಅವರ ದಯಾಭಾವನೆಯಾಗಿರಲಿಲ್ಲ. ಒಮ್ಮೆ ಅವರೇ ಏಮನ್‌ಳೊಡನೆ, ತಾನು ಪ್ರಾಣಿಗಳನ್ನೂ, ಹುಚ್ಚರನ್ನೂ ಮಾತ್ರವೇ ದಯಾಯೋಗ್ಯರೆಂದು ಗಣಿಸುವುದಾಗಿ ನುಡಿದಿದ್ದರು. ಮತ್ತಿದೀಗ ಯಾವ ಭಾವನೆಯಿಂದ ಅವರು ತನ್ನ ನೋವಿನಲ್ಲಿ ತನ್ನೊಡನೆ ಪಾಲುದಾರರಾಗಿದ್ದರು.

ಏಮನ್‌ಳನ್ನು ಮತ್ತೂ ಸನಿಹಕ್ಕೆಳೆದುಕೊಂಡು, ಅವರು ಅವಳ ತಲೆಯ ಮೇಲೆ ತಮ್ಮ ಗಲ್ಲವಿರಿಸಿದರು. ಅವಳ ಯೋಚನೆಗಳು ಸ್ವಲ್ಪ ಮಟ್ಟಿಗೆ ನಿಂತಾಗ, ಅವರು ತನ್ನ ಕರವಸ್ತ್ರದಿಂದ ಅವಳ ಕಣ್ಣುಗಳನ್ನೊರಸಿ, ಆ ಮುಖವನ್ನು ಎರಡೂ ಕೈಗಳಲ್ಲಿ ಹಿಡಿದುಕೊಂಡು, ಬಹುಹೊತ್ತಿನವರೆಗೆ ಆ ಆರ್ದ್ರ ನಯನಗಳನ್ನು ನೋಡುತ್ತಾ ಉಳಿದರು. ಅವರ ಕಂಗಳಲ್ಲಾಗ ಸಮುದ್ರದ ಆಳವಿತ್ತು. ಮೆಲ್ಲ ಮೆಲ್ಲನೆ ತಲೆಬಾಗಿ ಅವಳ ಕಂಗಳನ್ನು ಚುಂಬಿಸಿದರು. ಏಮನ್‌ಳ ತಲೆ ಬಾಗುತ್ತಾ, ಅವರ ಎದೆಗೊರಗಿತು. ಅವಳ ಕಂಗಳು ಮುಚ್ಚಿದ್ದವು. ವಾತಾವರಣದ ನೀರವತೆಯಲ್ಲಿ, ತಾನೆಲ್ಲಿರಬೇಕೋ ಅಲ್ಲೇ ಇರುವೆನೆಂದು ಅವಳಂದುಕೊಂಡಳು. ಇಂದಿನ ಅವಳ ಚೇಷ್ಟೆಯು ಆಜರ್ ನವಾಬರಿಗೆ ಅವಳ ಹೃದಯ ತೆರೆದು ತೋರಿತ್ತು. ಆದರೂ ತನ್ನ ಸೋಲಿನ ಬಗ್ಗೆ ಅವಳಿಗೆ ಯಾವುದೇ ದುಃಖ ಇರಲಿಲ್ಲ. ತನ್ನ ಮಾನಸಿಕ ಸೀಮೆಯನ್ನು ಉಲ್ಲಂಘಿಸಲು ಅವಳು ಬಯಸಿದಳು. ತನ್ನನ್ನು ತಮ್ಮ ವಿಶಾಲ ಹಿಡಿತದಲ್ಲಿ ಆಧರಿಸಿರುವ ಆ ಬಾಹುಗಳೇ ತನ್ನ ಜೀವನದ ಆಶ್ವಾಸನಾ ಸ್ವರೂಪವೆಂದು ಅವಳೆಂದುಕೊಂಡಳು. ಆ ವಿಶಾಲ, ಸದೃಢವಾದ ಎದೆಗೊರಗಿ, ಅವಳು ತನ್ನೊಡೆಯನ ಹೃದಯದ ಸ್ವಲ್ಪ ತೀವ್ರವಾದ ಬಡಿತವನ್ನಾಲಿಸುತ್ತಿದ್ದಳು. ಅದೇ ಹುಚ್ಚಾಗಿಸುವ, ನಗುವ ತುಟಿಗಳು ಪ್ರೇಮದಿಂದ ಅವಳ ಕಂಗಳ ಮೇಲೆ ಸರಸರನಾಡಿದ್ದವು. ತನ್ನನ್ನು ಸ್ಪರ್ಶಿಸಿದೊಡನೆ ತನ್ನಲ್ಲಿ ದುರ್ಬಲ ಭಾವನೆಯುಂಟುಮಾಡುವ ಅವೇ ನೀಳ, ಸಶಕ್ತ, ಬೆರಳುಗಳುಳ್ಳ ಕೈಗಳು ಅವಳನ್ನಾಧರಿಸಿದ್ದುವು.

ಎಷ್ಟು ಹೊತ್ತಿನವರಿಗೆ ಏಮನ್ ಆಜರ್ ನವಾಬರ ಬಾಹುಬಂಧನದಲ್ಲಿ ತನ್ನನ್ನು ತಾನೇ ಮರೆತು ಇದ್ದಳೋ, ಅರಿಯದು, ಇದ್ದಕ್ಕಿದ್ದಂತೆ ಹಕ್ಕಿಯೊಂದರ ರೆಕ್ಕೆ ಬಡಿತದ ಸದ್ದಿಗೆ ಬೆಚ್ಚಿ, ಎಚ್ಚರಾಗಿ ಅವಳು ಗಾಬರಿಯಿಂದ ಅವರಿಂದ ದೂರವಾಗಿ ಕುಳಿತಳು. ಮೊದಲು ಆಜರ್ ನವಾಬರ ಹಿಡಿತವು, ಅವಳನ್ನು ಬೇರಾಗಲು ಬಿಡನೆಂಬಂತೆ ಇನ್ನೂ ಬಿಗಿಯಾಯಿತು. ಆದರೆ ಅವಳು ಸ್ವಲ್ಪ ಕೊಸರಾಡಿದ ಮೇಲೆ ಅವರು ತನ್ನಿಂದ ದೂರವಾಗಲು ಬಿಟ್ಟರು.

ಈಗ ಅವರಿಂದ ದೂರವಾಗಿ ಕುಳಿತಾಗ, ಏನಾದರೂ ಆಕಸ್ಮಿಕ ಘಟಿಸಿ, ಭೂಮಿ ತನ್ನನ್ನು ಬಾಯ್ತೆರೆದು ನುಂಗಬಾರದೇ ಎಂದವಳು ಬಯಸಿದಳು. ಈಗ ನಡೆದುದಕ್ಕೆ ಅವಳೆಂತು ಮುಕ್ತಾಯ ಹಾಡಿಯಾಳು?! ಆಜರ್‌ನವಾಬರು ಅವಳ ಹೃದಯ-ಬುದ್ಧಿಯ ಈ ಸಂಘರ್ಷವನ್ನು ಮೌನವಾಗಿ ನೋಡುತ್ತಿದ್ದು ಬಿಟ್ಟರು. ಅವರ ಕಂಗಳನ್ನೆದುರಿಸುವ ಶಕ್ತಿ, ಅವಳಲ್ಲಿರಲಿಲ್ಲವಾದ್ದರಿಂದ, ಆ ಹೊತ್ತು ಅವರ ಕಂಗಳಲ್ಲೇನಿತ್ತೋ ಅದನ್ನವಳು ಕಳಕೊಂಡಿದ್ದಳು.

ಬಶಾರತ್ ನವಾಬರನ್ನು ಗೆದ್ದು, ಹವೇಲಿಯಲ್ಲಿ ಶಾಶ್ವತ ಸ್ಥಾನಗಳಿಸಬೇಕೆಂಬುದೇ ತನ್ನ ಉದ್ದೇಶವೆಂದು ತಿಳಿದುಕೊಂಡಿದ್ದ ಆಜರ್ ನವಾಬರೀಗ ಮನಸ್ಸಿನಲ್ಲೇ ಅದಕ್ಕಿಂತಲೂ ಎತ್ತರಕ್ಕೆ ತಾನೀಗ ತನ್ನ ಬಲೆ ಬೀಸಿದೆನೆಂದು ಕೊಳ್ಳುತ್ತಿರಬಹುದು ಎಂದುಕೊಂಡು ಅವಳ ಹೃದಯ ಶಿಥಿಲವಾಗುತ್ತಿತ್ತು.

ಮೋಡವೊಂದು ಚಂದ್ರನನ್ನು ತನ್ನಲ್ಲಿ ಮರೆಮಾಡಿತು. ಈ ಕ್ಷಣಿಕ ಕತ್ತಲಿಗೆ ಧನ್ಯೆಯೆಂದುಕೊಂಡು ಏಮನ್ ವೇಗವಾಗಿ ಹೆಜ್ಜೆಗಳನ್ನೆತ್ತಿಡುತ್ತಾ ಹಿಂದಿರುಗ ತೊಡಗಿದಳು.

'ನಿಲ್ಲು, ಏಮನ್!' ಅವಳ ಹಿಂದೆ ಬರುತ್ತಾ ಅವರು ಮೆಲ್ಲನಂದರು. ಕ್ಷಣ ಮಾತ್ರ ಅವಳು ತಡೆದು ನಿಂತಳು.

'ಮಿಸೆಸ್ ಏಜಾಕ್ ಅವರು ನಿನಗಾಗಿ ಏನೋ ಕಳುಹಿಸಿದ್ದಾರೆ.'

ಏಮನ್ ಸುಮ್ಮನಿದ್ದಳು. ವಾಸ್ತವದಲ್ಲಿ, ಮಿಸೆಸ್ ಐಜಾಕ್‌ರನ್ನು ಅವರು ಹೇಗೆ ಬಲ್ಲರೆಂದೂ, ಅವರನ್ನು ಯಾವಾಗ, ಏಕೆ ಸಿಕ್ಕಿದ್ದರೆಂದೂ ಕೇಳಬೇಕೆನಿಸುತ್ತಿತ್ತು. ಅವಳಿಗೆ, ಆದರೆ ನಾಲಿಗೆಯೇ ಸಹಕರಿಸದಿದ್ದರೆ ಮಾಡುವದೇನು ?

'ಆದರೆ, ಈಗದು ನನ್ನ ಬಳಿಯಿಲ್ಲ.' ಅವಳ ಬಳಿ ಬರುತ್ತಾ ಅವರಂದರು, 'ನಾಳೆ ಬೆಳಗ್ಗೆ ನಿನ್ನ ಕ್ವಾರ್ಟರ್ಸ್‌ಗೆ ಬಂದು ತಲುಪುವುದು.' ಉಳಿದ ದಾರಿ ಸಂಪೂರ್ಣ ಮೌನದಲ್ಲೇ ಕಳೆಯಿತು. ಕಾಲಕೆಳಗೆ ನಲುಗುತ್ತಿದ್ದ ಒಣಗಿದೆಲೆಗಳು ಮಾತ್ರ ಸದ್ದು ಮಾಡುತ್ತಿದ್ದವು. ಅವಳ ಉದ್ವಿಗ್ನವಾದ ಮನಸ್ಸು ಮಿಸೆಸ್ ಐಜಾಕ್‌ರಿಂದ ತುಂಬ ದೂರವಿತ್ತು. ಆಜರ್ ನವಾಬರು ತನ್ನನ್ನು ಏಕಾಕಿಯಾಗಿ ಬಿಟ್ಟು, ಹೊರಟು ಹೋದರೆ ಸಾಕೆಂದು ಅವಳ ಮನಸ್ಸು ಬಯಸುತ್ತಿತ್ತು. ಕ್ವಾಟರ್ಸ್‌ನ ರಸ್ತೆಯನ್ನವಳು ಚೆನ್ನಾಗಿ ತಿಳಿದಿದ್ದಳು. ಎಷ್ಟೋ ಸಲ ಹುಣ್ಣಿಮೆ-ರಾತ್ರಿಗಳಲ್ಲಿ ಒಬ್ಬಳೇ ಸರೋವರದತ್ತ ನಡೆದು ದುಗುಡ ಮರೆವವರೆಗೆ ಇರುತ್ತಿದ್ದಳು. ತನ್ನ ಸಂಪೂರ್ಣ ವ್ಯಕ್ತಿತ್ವವನ್ನಾವರಿಸಬಯಸುತ್ತಿದ್ದ, ತನ್ನದಾದ ಆ ದುಃಖವನ್ನು ಯಾವಾಗಲೂ ಪರಾಭವಗೊಳಿಸಿ, ಸರೋವರದ ನೀರಲ್ಲಿ ನೂಕಿಬಿಡುತ್ತಿದ್ದಳು. ಸಂತೋಷವಾದಾಗಲೂ ಅವಳಲ್ಲಿಗೆ ಬರುತ್ತಿದ್ದಳು. ಆಗ ಸರೋವರವು ಅವಳಿಗೆ ಪ್ರಿಯಸಖಿಯಂತೆ ಕಾಣುತ್ತಿತ್ತು.; ಅವಳ ಸುಖ-ದುಃಖದ ಒಡನಾಡಿಯಂತೆ! ಈಗಿದೆಲ್ಲ ಅವಳಿಗೆ ನೆನಪಾಯಿತು.

ಕ್ವಾಟರ್ಸ್ ತಲುಪಿದಾಗ ಅವಳು ಏನೂ ಹೇಳದೇ, ಕೇಳದೇ ಸಣ್ಣ ಮರದ ಗೇಟನ್ನು ತೆರೆದು ಒಳಗೆ ಬಂದಳು. ಅಷ್ಟರೊಳಗೇ ಆಜರ್ ನವಾಬರು ಅವಳ ಭುಜವನ್ನು ಹಿಡಿದುಕೊಂಡರು. ಏಮನ್ ನಡುಗಿದಳು. ಆದರೂ ಅವಳು ಕಣ್ಣೆತ್ತಲಿಲ್ಲ. ಆಜರ್ ನವಾಬರ ಕೈ ಮುಂದುವರಿದು ಅವಳ ಕತ್ತಿನಿಂದಾಗಿ ಮೇಲಕ್ಕೆ ಗಲ್ಲಗಳನ್ನು ತಲುಪಿತು. ಅವರು ಮೆಲುವಾಗಿ 'ಶುಕ್ರಿಯಾ' ಎಂದು ಕೈ ಹಿಂತೆಗೆದುಕೊಂಡರು. ಏಮನ್ ಹಿಂತಿರುಗಿ ಓಡಿದಳು. ಒಂದು ಬಾರಿಯಾದರೂ ಹಿಂದಿರುಗಿ ನೋಡಲಿಲ್ಲ. ಒಳಗೆ ಬಂದು ಬಾಗಿಲು ಮುಚ್ಚಿ ಅವಳು ದಣಿದಂತೆ ಹಾಗೇ ಹಾಸಿಗೆಯ ಮೇಲುರುಳಿದಳು, ಎದ್ದು. ಸೀರೆ ಬದಲಿಸಿ ರಾತ್ರಿಯುಡುಗೆ ಉಡುವಷ್ಟು ಶಕ್ತಿಯೂ ಅವಳಲ್ಲಿರಲಿಲ್ಲ. ಹಾಗೆಯೇ ಹಾಸಿಗೆಯಲ್ಲಿ ಬಿದ್ದೇ ಇದ್ದಳು. ಕಂಗಳ ಕಂಬನಿ ಪೂರ್ತಿ ಇಂಗಿತ್ತು. ಆದರ ಸ್ಥಳದಲ್ಲಿ ಪಶ್ಚಾತ್ತಾಪದ ನೋವು 'ಈಗಿನ್ನೇನು?' ಎಂದು ಕೇಳುವಂತಿತ್ತು. ತನ್ನ ದುರ್ಬಲತೆಯು ತನ್ನನ್ನು ಅವರಿಂದ ಇನ್ನೂ ದೂರಮಾಡಬಹುದೆಂದು ಕೊಂಡಳು. ಅವರ ತಾತ್ಕಾಲಿಕ ಅನುಕಂಪದ ಭ್ರಮೆಗೆ ಸಿಲುಕುವುದು ಅವಳಿಗೆ ಬೇಡವಿತ್ತಾದುದರಿಂದ ಆದಷ್ಟು ಬೇಗನೇ ತಾನು ಹವೇಲಿಯನ್ನು ತೊರೆಯುವುದೇ ಉತ್ತಮವೆಂದುಕೊಂಡಳು, ಏಮನ್.

ರಾತ್ರಿಯಿಡೀ ಏಮನ್‌ಗೆ ಸರಿಯಾಗಿ ನಿದ್ರಿಸಲಾಗಲಿಲ್ಲ. ಬೆಳಗ್ಗೆ, ಭಾರವಾದ ಕಂಗಳಿಂದ ಅವಳು ಬಾಗಿಲು ತೆರೆದಾಗ ಅಂದವಾದ ಕಾಗದದಲ್ಲಿ ಸುತ್ತಿದ ದೊಡ್ಡ ಪ್ಯಾಕೆಟ್ ಒಂದು ಎದುರಿಗಿತ್ತು.

'ಡಿಯರ್ ಓಲ್ಡ್ ಮಿಸೆಸ್!' ಎಂದುಕೊಳ್ಳುತ್ತಾ, ಏಮನ್ ಬಗ್ಗಿ ಪ್ಯಾಕೆಟ್ ಎತ್ತಿಕೊಂಡಳು. ಮಿಸೆಸ್ ಐಜಾಕ್ ಕಾಣಿಕೆಯ ದುಬಾರಿ ಪ್ಯಾಕಿಂಗ್‌ಗೇ ಹೆಚ್ಚು ಹಣವ್ಯಯಿಸಿದ್ದರು. ಅವಳು ಕುತೂಹಲ ತಾಳಲಾರದೆ, ಕಟ್ಟು ಬಿಚ್ಚಿದಳು. ಅದೊಂದು ಬಹುಸುಂದರ ಪುರುಷನ ಚಿತ್ರವಾಗಿತ್ತು ಆತನ ಕಂಗಳಲ್ಲಿ ತಿಳುವಳಿಕೆಯಿತ್ತು. ಹಣೆ ತೇಜದಿಂದ ಬೆಳಗುತ್ತಿತ್ತು. ತುಟಿಗಳ ಮೆಲುವಾದ ಮಂದಹಾಸದ ಹಿಂದೆ ಅಡಗಿದ ಪ್ರೀತಿಯನ್ನವಳು ಚೆನ್ನಾಗಿ ಅರಿತಿದ್ದಳು. ತನ್ನ ಕಣ್ಣಲ್ಲಿ ಕಣ್ಣಿಟ್ಟು ನಗುತ್ತಿದ್ದ ಆ ಚಿತ್ರವನ್ನವಳು ನೋಡುತ್ತಲೇ ಉಳಿದಳು. ಅವಳ ತಂದೆಯ ಈ ಚಿತ್ರವನ್ನು ಅವಳು ಎಂದೂ ನೋಡಿರಲಿಲ್ಲ. ಇದಕ್ಕಿಂತ ಒಳ್ಳೆಯ ಇನ್ಯಾವ ಕಾಣಿಕೆಯನ್ನು ತಾನೇ ಮಿಸೆಸ್ ಐಜಾಕ್ ಅವಳಿಗೆ ಕೊಡುವುದು ಸಾಧ್ಯುವಿತ್ತು ? ಮನೆ ದುರಸ್ತಿ ಮಾಡುವಾಗ ಎಲ್ಲಾದರೂ ಈ ಚಿತ್ರ ಅವರಿಗೆ ಸಿಕ್ಕಿದ್ದಿರಬಹುದು, ಅದನ್ನು ಅದರ ನಿಜವಾದ ಹಕ್ಕುದಾರಳಾದ ತನ್ನ ಬಳಿಗೆ ತಲುಪಿಸುವುದೇ ಯೋಗ್ಯವೆಂದು ತಿಳಿದು ಅವರು ಹೀಗೆ ಕಳುಹಿಸಿರಬಹುದು! ಕೃತಜ್ಞತೆಯ ಭಾವದಿಂದ ತುಂಬಿ, ಏಮನ್ ಆ ಚಿತ್ರದೊಡನೆ ಒಳಗೆ ಬಂದಳು.

'ಆಲಮ್‌ಪನಾಹ್'ದ ಕೆಲಸ ಬಹಳ ಸಂತೋಷಕರ ರೀತಿಯಲ್ಲಿ ನಡೆದಿತ್ತು. ಎಣಿಸಿದ್ದಕ್ಕಿಂತ ಅಧಿಕ ಜನರು ಅಲ್ಲಿಗೀಗ ಬರುತ್ತಿದ್ದರು. ಹಿಂದುಸ್ಥಾನದ ನಕ್ಷೆಯಲ್ಲಿ ತನ್ನದೊಂದು ಪ್ರತ್ಯೇಕ ಪರಿಚಯ ಮೂಡಿಸಿದ್ದ ಹೈದರಾಬಾದ್‌ನ ಸಂಸ್ಕೃತಿಯೇ ಇದಕ್ಕೆ ಕಾರಣವಾಗಿತ್ತೇನೊ! ದಕ್ಷಿಣ ಹಿಂದುಸ್ಥಾನದಲ್ಲಿದ್ದೂ, ಅಲ್ಲಿನ ಸಂಸ್ಕೃತಿ ಹಾಗೂ ಸಾಮಾಜಿಕ

ರೀತಿ–ನೀತಿ ದಕ್ಷಿಣದ ಉಳಿದ ಭಾಗಗಳಿಗಿಂತ ಭಿನ್ನವಾಗಿತ್ತು. 'ಅಲಮ್‌ಪನಾಹ್'ಗೆ ಅತಿಥಿಗಳು ಬರಲು ಬೇರೆ ಕಾರಣವೂ ಇರಬಹುದು. ಹೈದರಾಬಾದ್‌ನ ರಾಜ ನೈತಿಕ, ಸಾಂಸ್ಕೃತಿಕ, ಶೈಕ್ಷಣಿಕ ಕೆಲಸ ಕಾರ್ಯಗಳು ಉನ್ನತ ಮಟ್ಟದಲ್ಲಿ ನಡೆಯುತ್ತಿದ್ದವು. ದೊಡ್ಡ ದೊಡ್ಡ ಕಾನ್ಫರೆನ್ಸ್‌ಗಳೂ, ಮೀಟಿಂಗ್‌ಗಳೂ ನಡೆಯುವಲ್ಲಿ, ಬರುವ ಅತಿಥಿಗಳ ವಾಸಕ್ಕೆ 'ಆಲಂಪನಾಹ್' ಎಲ್ಲಕ್ಕಿಂತ ಉತ್ತಮ ಅತಿಥಿಗೃಹವಾಗಿ ಪರಿಗಣಿಸಲ್ಪಡುತ್ತಿತ್ತು. ಆಜರ್ ನವಾಬರು ಹೆಚ್ಚಾಗಿ ಹೋಟೆಲ್‌ಗೆ ಬರುತ್ತಿರಲಿಲ್ಲ. ಎಂದಾದರೂ ವಿಶೇಷ ಅತಿಥಿಗಳು ಬಂದಾಗ ಮಾತ್ರ ಅವರಲ್ಲಿಗೆ ಬರುತ್ತಿದ್ದರು. ಅವರ ಭೇಟಿ, ಅಲ್ಲಿ ವಿದ್ಯುತ್‌ನಂತೆ ಕೆಲಸ ಮಾಡುತ್ತಿತ್ತು. ಹೋಟೆಲ್‌ನ ನೌಕರ, ಚಾಕರರು, ಅವರ ಶಿಸ್ತಿನ ಬಗ್ಗೆ ಭಯಪಡುತ್ತಿದ್ದರು. ಹಾಗೆಯೇ, ಪರಿಶ್ರಮ, ಜವಾಬ್ದಾರಿಯಿಂದ ಕೆಲಸ ಮಾಡುವವರು ಅವರಿಗೆ ಹೆದರಬೇಕಾದ್ದೇನೂ ಇಲ್ಲವೆಂದು ಅವರರಿತಿದ್ದರು ಅಲ್ಲದೆ, ಹಬ್ಬಗಳಲ್ಲಿ ಅಂಥವರಿಗೆ ಆಜರ್ ನವಾಬರಿಂದ ಸರ್‌ಪ್ರೈಜ್ ಪ್ಯಾಕೇಜ್ ಸಿಗುವ ಭರವಸೆಯೂ ಇತ್ತು. ಹೋಟೆಲ್ ಮೊನೋಗ್ರಾಮ್‌ನೊಡನೆ ಹೊಸ ಕಟ್ಲರಿ ಹಾಗೂ ಕ್ರಾಕರಿಗಳು ಬಂದಿದ್ದವು. ಅವುಗಳನ್ನು ನೋಡಿಕೊಂಡು ಏಮನ್ ಹಾಲ್‌ಗೆ ಬರುತ್ತಿರುವಾಗ ಕಾರಿಡಾರ್‌ನಲ್ಲೇ ಸ್ತಂಭಿತಳಾದಳು. ಹೋಟೆಲ್‌ನಲ್ಲಿ ಹೊಸ ಹೊಸ ಅತಿಥಿಗಳೊಂದಿಗೆ ಅವಳ ಸಂಬಂಧ ಬೆಳೆಯುತ್ತಲೇ ಇತ್ತಾದರೂ, ಇಂದು ಅವಳನ್ನು ಚಕಿತಗೊಳಿಸಿದ ಅತಿಥಿ ಇಂದೇ ಬಂದುದಾಗಿತ್ತು. ಅವಳೆದುರು ಗಾಲಿ ಕುರ್ಚಿಯಲ್ಲಿ ರೆಹನಾ ಕುಳಿತಿದ್ದಳು. ಏಮನ್‌ಳನ್ನು ನೋಡಿ ರೆಹಾನಾಳ ಕಂಗಳಲ್ಲೂ ಉತ್ಸಾಹ, ಹಾಗೂ ತುಟಿಯಲ್ಲಿ ನಗು ಅರಳಿತು. ಏಮನ್ ಅವಳತ್ತ ಮುಂಬರಿದಳು. ಕೌಂಟರ್‌ನಲ್ಲಿ ಆಜರ್ ನವಾಬರು ರೆಹಾನಾಳ ಹೆಸರನ್ನು ನಮೂದಿಸುತ್ತಿದ್ದರೆಂದು ತೋರುತ್ತದೆ. ರಿಸೆಪ್ಷನಿಸ್ಟ್ ಮುಗುಳ್ನಗುತ್ತಾ ಅವರಿಗೆ ಬೀಗದ ಕೈ ಕೊಡುತ್ತಿದ್ದ.

ಬಹುಶಃ ರೆಹಾನಾ ಬರುವವಳಿದ್ದುದರಿಂದ ಆಜರ್ ನವಾಬರು ತಮ್ಮ ಪ್ರಯಾಣವನ್ನು ಬಿಟ್ಟುಕೊಟ್ಟಿದ್ದರೇನೋ, ಅವರು ದಿಲ್ಲಿಗೆ ಹೋಗಿರುವರೆಂದು ಅವಳು ತಿಳಿದುಕೊಂಡಿದ್ದಳು. ಪರಿಚಯದ ನಗೆಯೊಂದಿಗೆ ಏಮನ್ ರೆಹನಾಳ ಬಳಿ ಬರುವಷ್ಟರಲ್ಲೇ ಆಜರ್ ನವಾಬರೂ ಇತ್ತ ತಿರುಗಿದರು; ಅವರನ್ನು ನೋಡಿ ಏಮನ್ ಸ್ತಬ್ಧಳಾದಳು. ಅವರು ಆಜರ್ ನವಾಬರಲ್ಲದುದೇ ಅವಳು ಸ್ತಬ್ಧಳಾಗಲು ಕಾರಣವಾಗಿತ್ತು. ರೆಹನಾಳ ಕುರ್ಚಿಯ ಕೈಗಳಲ್ಲಿ ತನ್ನ ಕೈಯೂರಿ, ಏಮನ್ ಅವಳನ್ನೇ ನೋಡುತ್ತಾ ನಿಂತುಬಿಟ್ಟಳು. ಅವಳು ಅಜರ್ ನವಾಬರೆಂದು ತಿಳಿದಿದ್ದ ಆ ವ್ಯಕ್ತಿ ಗಾಳಿಯಲ್ಲಿ ಕೀಲಿಕೈಯನ್ನು ತಿರುಗಿಸುತ್ತಾ ಅವರತ್ತ ಬರುತ್ತಿದ್ದರು. ಅವರು ಆಜರ್ ನವಾಬರಂತೆ ಕಾಣುತ್ತಿದ್ದರೇನೋ ಹೌದು, ಬಹುಶಃ ಅವರ ಕೂದಲು ಅಜರ್ ನವಾಬರ ಕೂದಲಿನಂತೇ ಇತ್ತಾದರೂ ಮುಖವು ಸುಂದರವಾಗಿದ್ದರೂ ಅಜರ್ ನವಾಬರ ಮುಖಕ್ಕಿಂತ ತುಂಬ ಬೇರೆಯಾಗಿತ್ತು; ಅಲ್ಲದೆ ಆ ಕಂಗಳು ಅಜರ್ ನವಾಬರದಾಗಿರಲಿಲ್ಲ. ಅಜರ್ ನವಾಬರ ಕಂಗಳು, ಹೃದಯದಲ್ಲಿಳಿದ ಕಠಾರಿಯಂತೆ ಮನುಷ್ಯರ ಶಾಂತಿ ಭಗ್ನ ಮಾಡಿ, ಆತ್ಮವಿಶ್ವಾಸವನ್ನು ಚೂರು ಚೂರಾಗಿಸುತ್ತಿದ್ದರೆ, ಈತನ ಕಂಗಳು ಮುಗ್ಧ ಮಕ್ಕಳ ಕಂಗಳಂತಿತ್ತು.

'ಇಕ್ ಬಾಲ್, ಇದು ಏಮನ್!' ರೆಹಾನಾ ತನ್ನ ಗಂಡನ ಕೈ ಹಿಡಿದು ಹೇಳಿದರು.

'ಏಮನ್,....ಇಕ್‌ಬಾಲ್,' ಎಲ್ಲೋ ಕಳೆದುಹೋದಂತಿದ್ದ ಏಮನ್ ಬೆಚ್ಚಿಬಿದ್ದಳು.

'ಓ! ಇಕ್‌ಬಾಲ್! ಇಕ್‌ಬಾಲ್ ಸಾಬ್! ತುಂಬ ಖುಶಿಯಾಯಿತು, ನಿಮ್ಮನ್ನು ನೋಡಿ.' ಅವಳು ಸಂವರಿಸಿಕೊಂಡರು ನುಡಿದು, ರೆಹನಾಳ ಸಂತೋಷ ತುಂಬಿದ ಮುಖವನ್ನೇ ನೋಡಿದಳು. ಅದು ಶೋಭಾಯಮಾನವಾಗಿತ್ತು. ಯಾವ ಕೊರತೆಯ ಕಾರ್ಗತ್ತಲೂ ಅಲ್ಲಿರಲಿಲ್ಲ.

ರೆಹನಾ ಅವಳತ್ತ ಬಗ್ಗಿ ನೋಡಿದಳು. 'ನೀನು ಕೋಣೆಗೆ ಬಾ, ನಿನ್ನ ಬಳಿ ಬಹಳಷ್ಟು ಮಾತನಾಡುವದಿದೆ.' ಏಮನ್ ಬಗ್ಗಿ ರೆಹಾನಾಳ ಕೆನ್ನೆಗೆ ಮುತ್ತಿಟ್ಟಳು. ಬಹಳಷ್ಟನ್ನು ಅವಳು ಹೀಗೆ ತಿಳಿದು ಕೊಂಡಿದ್ದಳು. ಉಳಿದುದನ್ನು ಕೇಳಲು ಖಂಡಿತವಾಗಿಯೂ ಅವಳಿಗೆ ಅವಕಾಶ ಸಿಗುವುದು.

ಹೋಟೆಲ್‌ನ ಬೆಲ್‌ಬಾಯ್ ಚುರುಕಿನಿಂದ ರೆಹನಾಳ ಸೂಟ್‌ಕೇಸ್ ಹಿಡಿದು ನಿಂತಿದ್ದ ಪುನಃ ಬಂದು ಸಿಗುವೆನೆಂದ ಏಮನ್, ಅತಿಥಿಗೃಹದಲ್ಲಿ ಪೂರ್ಣ ಆರಾಮ ಸಿಗುವ ವಿಶ್ವಾಸವಿತ್ತು ಅವರನ್ನು ಅವರ ಕೋಣೆಯವರೆಗೆ ಮುಟ್ಟಿಸಿ ಬಂದಳು. ಇಕ್‌ಬಾಲ್ ಅಹಮದ್‌ರ ಕೋರಿಕೆಯಂತೆ ಅವರಿಗೆ ಕೆಳಗಿನ ಮಾಳಿಗೆಯಲ್ಲೇ ರೂಮು ಕೊಡಲಾಗಿತ್ತು. ರೂಮಿನ ಹಿಂದಿನ ಬಾಲ್ಕನಿ ತೋಟದ ಒಂದು ಸುಂದರ ಭಾಗಕ್ಕೆ ತೆರೆದು ಕೊಳ್ಳುತ್ತಿತ್ತು. ಇದು ಅತಿಥಿ ಗೃಹದ ವಿ.ಐ.ಪಿ. ಕೋಣೆಗಳಲ್ಲೊಂದಾಗಿತ್ತು.

ಅಜರ್ ನವಾಬರು ದಿಲ್ಲಿಗೆ ಹೋಗುವ ಮೊದಲೇ ಆ ಕೋಣೆ ಶ್ರೀ ಮತ್ತು ಶ್ರೀಮತಿ ಇಕ್‌ಬಾಲ್‌ಅಹಮದ್‌ರಿಗೆ ಕೊಡಬೇಕೆಂದು ಅಪ್ಪಣೆ ಕೊಡಿಸಿದ್ದರೆಂದು ರಿಸೆಪ್ಷನಿಸ್ಟ್ ಏಮನ್‌ಗೆ ತಿಳಿಸಿದರು.

ಅಂದು, ದಾಂಡೇಲಿ ಬಿಡುವ ಮೊದಲು ತಾನು ರೆಹಾನಾಳೊಡನೆ ಕಂಡಿದ್ದ ವ್ಯಕ್ತಿ ಆಜರ್ ನವಾಬರಲ್ಲ; ಅವಳ ಪತಿ ಇಕ್‌ಬಾಲ್ ಅಹಮದರೆಂದು ಈಗ ಏಮನ್‌ಗೆ ಚೆನ್ನಾಗಿಯೂ ತಿಳಿಯಿತು. ಇದೆಲ್ಲ ಹೇಗಾಯತೆಂದು ಮಾತ್ರ ಅವಳಿಗೆ ತಿಳಿಯಲೇ ಇಲ್ಲ. ಇದರಲ್ಲಿ ಎಲ್ಲೋ ಆಜರ್ ನವಾಬರ ಕೈ ಇರಬೇಕು ಹಿಂದೊಮ್ಮೆ ರೆಹಾನಾಳು ತನ್ನ ಪತಿ, ನೋಡಲು ಆಜರ್ ನವಾಬರಂತೆಯೇ ಇರುವರೆಂದು ಹೇಳಿದ್ದು ಅವಳಿಗೀಗ ನೆನಪಾಯಿತು. ಆದರೂ, ಅಂದು ರೆಹನಾಳನ್ನು ಅವಳ ಪತಿಯ ಬಾಹುಗಳಲ್ಲಿ ನೋಡಿ ಅಜರ್ ನವಾಬರಂದೇ ತಪ್ಪು ತಿಳಿದುಕೊಂಡಿದ್ದಳವಳು. ಇಕ್ ಬಾಲ್ ಅಹಮದ್‌ರು ಅಲ್ಲಿರುಬಹುದೆಂಬ ಯಾವುದೇ ಕಲ್ಪನೆ ಅವಳಿಗೆ ಇರುವುದು ಶಕ್ಯವಿರಲಿಲ್ಲ. ತನ್ನ ಅವಸರ ಪ್ರವೃತ್ತಿಯ ಬಗ್ಗೆ ಅವಳಿಗೆ ನಾಚಿಗೆಯೆನಿಸಿತು. ಅಜರ್ ನವಾಬರು ಅವಳ ದೃಷ್ಟಿಯಲ್ಲಿ ಒಂದು ಆಪಾದನೆಯಿಂದಂತೂ ಮುಕ್ತರಾಗಿದ್ದರು.

ಏಮನ್ ಆ ದಿನ ಬಹಳ ವ್ಯಸ್ತಳಾಗಿದ್ದಳು. ಮಹಾ ಸರ್ಕಾರ್ ಅವರು ಕೂಡ ಅಂದು ಅವಳನ್ನು ಹೆಚ್ಚು ಹೊತ್ತು ನಿಲ್ಲಿಸಿ ಕೊಂಡಿದ್ದರು. ಸಂಜೆ ರೆಹನಾ ಹಾಗೂ ಇಕ್‌ಬಾಲರು

ಲೌಂಜ್‌ನಲ್ಲಿ ಕಾಣಿಸಿಕೊಳ್ಳದಿದ್ದುದರಿಂದ ಅವರನ್ನು ಡಿಸ್ಟರ್ಬ್ ಮಾಡುವುದು ಒಳಿತಲ್ಲವೆಂದು ಕೊಂಡಿದ್ದಳು. ಏಮನ್, ಊಟವನ್ನು ಅವರು ಕೋಣೆಗೆ ತರಿಸಿಕೊಂಡಿದ್ದರು.

ಮರುದಿನ ಬೆಳಗ್ಗೆ ಏಮನ್ ರೆಹಾನಾಳ ಬಳಿಗೆ ಹೋದಳು. ರೆಹಾನಾ ಕನ್ನಡಿಯೆದುರು ಕುಳಿತು ಕೂದಲಲ್ಲಿ ಬ್ರಶ್ ಆಡಿಸುತ್ತಿದ್ದಳು. ಏಮನ್‌ಳನ್ನು ನೋಡಿ ಅವಳ ಕಣ್ಣು ಹೊಳೆಯಿತು ಬ್ರಶ್ ಕೈಯಿಂದ ಜಾರಿತು.

“ಇಕ್‌ಬಾಲ್ ಈಗಷ್ಟೇ ಮೀಟಿಂಗ್‌ಗೆ ಹೋಗಿರುವರು.’ ರೆಹನಾ ನುಡಿದಳು. ‘ನಾನು ನಿನ್ನ ಪ್ರತೀಕ್ಷೆಯಲ್ಲಿದ್ದೆ; ಇಕ್‌ಬಾಲ್ ಸಹ’ ಇಕ್‌ಬಾಲ್‌ರ ಹೆಸರು ಹೇಳಿದಷ್ಟೂ ರೆಹಾನಾ ದಣಿಯುತ್ತಿರಲಿಲ್ಲ. ಅವಳು ಪ್ರಸನ್ನಳಾಗಿರುವುದನ್ನು ನೋಡಿ ಏಮನ್‌ಳ ಹೃದಯವೂ ಹರ್ಷೋಲ್ಲಾಸದಿಂದ ತುಂಬಿ ಬಂತು.

‘ರೆಹನಾ, ನೀನಿಷ್ಟು ಸಂತೋಷದಿಂದಿರುವುದನ್ನು ಕಂಡು ನನಗೆಷ್ಟು ಆನಂದವಾಗಿದೆ. ಗೊತ್ತೇ ?’ ಏಮನ್ ಬ್ರಶ್ ಎತ್ತಿಕೊಂಡು ರೆಹಾನಾ ಅರ್ಧದಲ್ಲಿ ಬಿಟ್ಟ ಕೆಲಸವನ್ನು ಮುಂದುವರಿಸಿದಳು.

‘ನೀನು ಯಾವಾಗಲೂ ನನ್ನ ಮೇಲೆ ಪ್ರೀತಿ ತೋರಿದ್ದೆ ಎಂದು ನಾನು ಬಲ್ಲೆ, ಏಮನ್ ಹಾಗೆ ನೋಡಿದರೆ, ನಾನು ಕೆಲವೊಮ್ಮೆ ಸುಮ್ಮನೆ ನಿನ್ನೊಡನೆ ಕಠೋರಳಾಗಿ ವ್ಯವಹರಿಸಿದ್ದೇನೆ.’ ಏಮನ್‌ಳ ಕೈ ಹಿಡಿದು, ಕನ್ನಡಿಯಲ್ಲಿ ಅವಳ ಕಣ್ಣಿಗೆ ಕಣ್ಣು ಸೇರಿಸುತ್ತಾ ರೆಹಾನಾ ನುಡಿದಳು. ‘ಆದರೆ, ಅದಾಗ ನನ್ನ ನಿರಾಶೆಯ ದಿನಗಳಾಗಿದ್ದವು. ಏಮನ್, ನಾನೀಗ ಹಾಗಿಲ್ಲ, ಈಗ ನಾನು ಇಕ್‌ಬಾಲ್‌ರನ್ನು ಪಡೆದಿರುವೆ, ಮತ್ತು.....ಮತ್ತು.’

‘ಮತ್ತು ?’ ಏಮನ್, ಅವಳು ಮಾತುಮುಗಿಸುವಂತೆ ಪ್ರೋತ್ಸಾಹಿಸಿದಳು.

‘ಮತ್ತು........ಮತ್ತೀಗ ನಾನು ತಾಯಿಯಾಗಲಿರುವೆ’ ರೆಹಾನ್‌ಳ ಕಂಗಳಲ್ಲಿ ವಿಜಯದ ಹೊಳಪಿತ್ತು.

ಏಮನ್ ರೆಹನಾಳ ಮುಖವನ್ನು ಎರಡೂ ಕೈಗಳಲ್ಲಿ ಹಿಡಿದು ಅವಳ ಹಣೆಯನ್ನು ಚುಂಬಿಸಿದಳು.

‘ನಿಜವೇ? ಕಂಗ್ರಾಜುಲೇಶನ್ಸ್ ರೆಹಾನ್–ಆದರೆ, ಇದೆಲ್ಲ ಹೇಗಾಯಿತು?’ ಏಮನ್ ಸಂತಸದಿಂದ ಕೇಳಿದಳು.

‘ನನ್ನ ಅದೃಷ್ಟ...... ಅಥವಾ ಆಜರ್ ನವಾಬರೇ ಇದಕ್ಕೆ ಕಾರಣರಾಗಿದ್ದಾರೆ. ‘ರೆಹಾನಾ ನುಡಿದಳು.’ ಇಕ್‌ಬಾಲ್‌ರ ವಿನಹ ನನ್ನ ಜೀವನ ಬೆಂಗಾಡೆಂದು ಒಪ್ಪಿಕೊಳ್ಳುವಂತೆ ಅವರು ಮಾಡಿದರು.’

‘ಹೌದು! ಅವರಿಗೆ ಮೂಗು ತೂರಿಸುವುದರಲ್ಲಿ ಮಜಾ ಅನಿಸುತ್ತದೆ!’ ಏಮನ್ ನುಡಿದಾಗ ಇಬ್ಬರೂ ನಕ್ಕುಬಿಟ್ಟರು.

'ಅವರು ಮುಂಬೈಗೆ ಹೋದರು. ಈ ಬಗ್ಗೆ ಡ್ಯಾಡಿಯೊಂದಿಗೆ ಅವರಿಗೆ ಸ್ವಲ್ಪ ಅಸಮಾಧಾನವು ಆಯಿತು. ಇಕ್‌ಬಾಲ್ ತಾವಾಗಿಯೇ ಕ್ಷಮೆ ಕೇಳಿ ನನ್ನ ಬಳಿಗೆ ಬರಬೇಕೆಂದು ಡ್ಯಾಡಿ ಬಯಸುತ್ತಿದ್ದರು. ಇಲ್ಲವೇ ನಾನವರಿಂದ ತಲಾಕ್ ತೆಗೆದುಕೊಳ್ಳಬೇಕೆಂದೂ ಅವರು ಹೇಳುತ್ತಿದ್ದರು. ತಮ್ಮ ಹಣದಿಂದ ಅವರು ಬೇರೆ ಅಳಿಯನನ್ನು ಕೊಳ್ಳ ಬಯಸಿದ್ದರು. ಒಂದು ದಿನ ಆಜರ್ ನವಾಬರು ಇಕ್‌ಬಾಲರನ್ನು ದಾಂಡೇಲಿಗೆ ಕರೆಸಿದರು. ನಾನಾಗ ಕರೆದರೆ, ನಾನವರ ಬಳಿಗೆ ಹೋಗಲು ಸಿದ್ಧಳಿದ್ದೇನೆಂದು ಡ್ಯಾಡಿಗೆ ಸ್ಪಷ್ಟವಾಗಿ ಹೇಳಿದೆ. ಆದರೆ....' ರೆಹಾನಾ ಇದ್ದಕ್ಕಿದ್ದಂತೆ ಪ್ರೀತಿ ತುಂಬಿದ ಹುಸಿಮುನಿಸಿನಿಂದ ನುಡಿದಳು. 'ನೀನು ನನ್ನನ್ನು ಸಿಗದೇ ದಾಂಡೇಲಿಯಿಂದ ಹೊರಟು ಬಂದೆಯೇಕೆ ? ನಿನ್ನ ಕಾಣಿಕೆಯೇನೋ ನನಗೆ ಸಿಕ್ಕಿತ್ತು.'

ಐಮನ್ ಏನು ಉತ್ತರಿಸಿಯಾಳು ?!

ಆದರೆ, ರೆಹನಾ ಉತ್ತರದ ದಾರಿಕಾಯದೆ, ನುಡಿದಳು. 'ಕೆಲವೇ ದಿನಗಳಲ್ಲಿ ನಾನು ಕ್ರಚ್‌ನ ಸಹಾಯದಿಂದ ನಡೆಯಬಲ್ಲೆ, ಈ ಹೊಸ ಡಾಕ್ಟರ ಚಿಕಿತ್ಸೆಯಿಂದ ನನಗೆ ಒಳ್ಳೆಯದಾಗಿದೆ.'

ಕೆಲಹೊತ್ತು ಅವಳೊಡನಿದ್ದ ಐಮನ್ ಪುನಃ ಸಿಗುವೆನೆಂದು ಮಾತಿತ್ತು ಹೊರಟುಬಂದಳು.

'ವಂದನೆಗಳು, ಸರ್ಕಾರ್' ಜಗಲಿಯಲ್ಲಿನ ಬೆತ್ತದ ಆರಾಮಕುರ್ಚಿಯಲ್ಲಿ ಕುಳಿತಿದ್ದ ಬಶಾರತ್ ನವಾಬರು ಎದ್ದು ನಿಂತು ವಂದಿಸಿದರು. ಮಹಾ ಸರ್ಕಾರ್ ಅವರು ನಮಾಜ್ ಮುಗಿಸಿ ಬರುವುದನ್ನೇ ಕಾಯುತ್ತಾ ಅವರಲ್ಲಿ ಕುಳಿತಿದ್ದರು. ಆದರೆ ವಂದನಾರ್ಪಣೆ ಅಲ್ಲಿಗೇ ನಿಂತಿತ್ತು. ಕಾರಣ, ಹೊದ್ದಿದ್ದ ನಮಾಜ್‌ನ ಶಿರೋವಸ್ತ್ರವನ್ನು ಕಳಚಿ ತೋರಿ ಬಂದವರು ಮಹಾಸರ್ಕಾರ್ ಆಗಿರದೆ ಅವರ ತಾಯಿಯೇ ಆಗಿದ್ದರು.

ಬಿಳಿ ಸೀರೆ, ಹಾಗೂ ಪೂರ್ಣ ಕೈಯ ಬಳಿ ರವಕೆ ಧರಿಸಿದ್ದ ತಸ್‌ನೀಮ್ ಪಾಶಾ ಬೇರೆಯೇ ಆಗಿ ಕಾಣುತ್ತಿದ್ದರು. ಹೇರ್‌ಡೈಯಿಂದ ಮುಕ್ತವಾಗಿ ಅವರ ಕೂದಲು ಕಾಡಿಗೆಯಂತೆ ಕಾಣಿಸುತ್ತಿತ್ತು. ಬಿಳಿಗೆಂಪಿನ ಮುಖ ಮೇಕ್‌ಅಪ್‌ರಹಿತವಾಗಿತ್ತು. ಬಶಾರತ್ ನವಾಬರು ಆಶ್ಚರ್ಯದಿಂದ ಕಣ್ಣು ಮಿಟುಕಿಸದೆ ತಾಯನ್ನು ನೋಡುತ್ತಲೇ ಇದ್ದರು. ತಸ್‌ನೀಮ್ ಪಾಶಾ ಮುಗಳ್ನಗುತ್ತಾ ಕೈಗಳನ್ನು ಚಾಚಿದಾಗ ಬಶಾರತ್ ನವಾಬರು ಅವರ ತೋಳುಗಳಲ್ಲಿ ಹೋಗಿ ಸೇರಿ ಕೊಂಡರು. ತೃಪ್ತಿಯಿಂದ ಅವರ ಕಂಗಳು ಮುಚ್ಚಿದ್ದವು. ಜೀವನದಲ್ಲಿ ಪ್ರಥಮ ಬಾರಿಗೆ ತಾಯಿಯನ್ನು ಸಿಕ್ಕಂತೆ ಅವರಿಗನಿಸಿತು.

ಸ್ವಲ್ಪ ಮೊದಲೇ ಬಂದು ತಲುಪಿದ್ದ ಬಶಾರತ್ ನವಾಬರು ತಮ್ಮ ತಾಯಿ ಎಂದಿನಂತೆ ಕ್ಲಬ್‌ನಿಂದ ಹಿಂದಿರುಗಿರಲಿಕ್ಕಿಲ್ಲ. ಎಂದು ತಿಳಿದುಕೊಂಡಿದ್ದರು. ತಾಯಿಯೊಡನೆ ರಕ್ತ ಸಂಬಂಧ ಬಿಟ್ಟರೆ, ಸಭ್ಯತೆಯ ಸಂಬಂಧ ಮಾತ್ರವಿತ್ತಲ್ಲದೆ. ಪ್ರೀತಿಯ ಬಂಧವಿರಲಿಲ್ಲ. ತಂದೆಯ ದೇಹಾಂತ್ಯದ ಬಳಿಕ, ತಾಯಿ ಇನ್ನೂ ದೂರವಾಗುತ್ತ ನಡೆದಿದ್ದರು.

ತಮ್ಮ ಖರ್ಚು ವೆಚ್ಚಗಳ ಬಗ್ಗೆ ಬಶಾರತರಿಗೆ ಯಾವುದೇ ಪರಿವೆಯಿರಲಿಲ್ಲ. ಸ್ವಚ್ಛಂದ ಜೀವನ ಅವರಿಗಭ್ಯಾಸವಾಗಿ ಬಿಟ್ಟಿತ್ತು. ಪ್ರಪಂಚವೊಂದು ಏರು, ತಗ್ಗುಗಳಿಲ್ಲದ ಸೀದಾ ರಸ್ತೆಯೆಂದವರು ತಿಳಿದಿದ್ದರು. ಜೀವನವೆಂಬ ಅಶ್ವವನ್ನು ಲಗಾಮಿಲ್ಲದೆ ಇಲ್ಲಿ ಓಡಿಸುವುದು ಸಾಧ್ಯ ಎಂದವರ ಅನಿಸಿಕೆಯಾಗಿತ್ತು. ಅಕಸ್ಮಾತ್ತಾಗಿ ಒಂದು ಚೌಕದಲ್ಲಿ ಅವರ ರಸ್ತೆಯನ್ನು, ಆಜರ್ ನವಾಬರು ತಿರುವಿಗೊಯ್ದರು... ಇಲ್ಲಿ ಸಂಘರ್ಷ ಏಳು, ಬೀಳುಗಳಿದ್ದುವು.

ಅವರು ಆಜರ್ ನವಾಬರಿಗಿಂತ ಆರುವರ್ಷ ಚಿಕ್ಕವರಿದ್ದು, ಅವರ ಮಾತುಗಳನ್ನು ಪಾಲಿಸುತ್ತಿದ್ದರು. ಆಜರ್ ನವಾಬರು ಅವರನ್ನು ಮಗುವೆಂದು ಕೊಂಡು ದೂರವೇ ಇಟ್ಟಿದ್ದರು. ಆದ್ದರಿಂದಲೇ ಅವರ ನಡುವೆ ನಿಸ್ಸಂಕೋಚವೆನ್ನುವುದೇ ಇರಲಿಲ್ಲ. ಎಂದಾದರೂ ತಮ್ಮನನ್ನು ಕುದುರೆಯಲ್ಲಿ ತಮ್ಮ ಮುಂದಿರಿಸಿಕೊಂಡು ಆಜರ್ ನವಾಬರು ಕುದುರೆ ಸವಾರಿಗೆ ಹೊರಟರೆ ಬಶಾರತ್‌ರ ಪುಟ್ಟ ಹೃದಯ ಗರ್ವದಿಂದ ಬೀಗುತ್ತಿತ್ತು. ಸೆಕೆಗಾಲದ ಚುರುಗುಟ್ಟುವ ನಡುಹಗಲಲ್ಲಿ ಆಜರ್ ನವಾಬರು ಕಣ್ಣು ತಪ್ಪಿಸಿ ಹವೇಲಿಯಿಂದ ಹೊರಗೆ ತೋಟಕ್ಕೆ ಓಡಿ ಹೋದಾಗ, ಬಶಾರತ್ ನವಾಬರೂ ಕಳ್ಳ ಹೆಜ್ಜೆಯಿಟ್ಟು ಅವರನ್ನು ಕೂಡಿಕೊಳ್ಳುತ್ತಿದ್ದರು. ಆಜರ್ ನವಾಬರ ಗಿರ್‌ಗಿಟ್‌ಗಳ ಬೇಟೆಗೆ ಬಶಾರತರು ಕಲ್ಲುಗಳನ್ನಾರಿಸಿ ಕೊಡುತ್ತಿದ್ದರು. ಇದಕ್ಕಿಂತ ಹೆಚ್ಚು ಅವರನ್ನು ತನ್ನ ಸನಿಹಕ್ಕೆಂದೂ ಆಜರ್ ನವಾಬರು ತೆಗೆದುಕೊಳ್ಳಲಿಲ್ಲ. ಹೋಗುವ ಸಾಹಸ ಬಶಾರತ್‌ರಲ್ಲೂ ಇರಲಿಲ್ಲ, ಆಜರ್ ನವಾಬರನ್ನು ದೊಡ್ಡವರೆಂದು ಕೊಂಡು ಅವರು ಯಾವಾಗಲೂ ಅವರಿಂದ ದೂರವೇ ಇದ್ದರು. ಅಜರ್ ನವಾಬರನ್ನೆದುರಿಸುವ ಅವಶ್ಯಕತೆಯನ್ನೇ ಅವರೆಂದೂ ಮನಗಾಣದ್ದರಿಂದ ಇದು ಅವರ ಕೊರತೆಯೆಂದೂ ಹೇಳುವಂತಿರಲಿಲ್ಲ. ಅವರ ಅಭಿರುಚಿ ಬೇರೆಯೇ ಇತ್ತು. ಆಜರ್ ನವಾಬರನ್ನು 'ಕೋರ್ಟ್ ಆಫ್ ವಾರ್ಡ್'ಗೆ ಕಳುಹಿಸಿದಾಗ, ಮೊದ ಮೊದಲು ಬಶಾರತರು ಎಲ್ಲೋ ಕಳೆದವರಂತಿರುತ್ತಿದ್ದರು. ಕುವರಿ ಶಾಹಾನಾ ಜೊತೆಗಾಡುವುದು ತನ್ನ ಘನತೆಗೆ ಕುಂದೆಂದು ಅವರು ತಿಳಿದುಕೊಂಡಿದ್ದರು. ಕ್ರಮೇಣ ಆಜರ್ ನವಾಬರು ಹೋದುದೇ ಒಳ್ಳೆಯದೆಂದು ಅವರಿಗನಿಸತೊಡಗಿತು. ಅವರ ಸರ್ವಾಧಿಕಾರದ ದಬ್ಬಾಳಿಕೆಯನ್ನು ತಾನು ಮನ್ನಿಸುತ್ತಿದ್ದೆನಲ್ಲ. ಅನಿಸತೊಡಗಿತು. ಆದರೆ, ಅವರಿಗೆ ವಿದ್ರೋಹವೆಸಗುವ ಧೈರ್ಯ ಬಶಾರತ್ ಮನದಲ್ಲಿ ಮೂಡಲಿಲ್ಲ.

ಯಾವುದೇ ವ್ಯಕ್ತಿಯೊಡನಾಗಲೀ, ಸಮಾಜದೊಡನಾಗಲೀ ವಿದ್ರೋಹವೆಸಗಲು, ಯಾವುದೇ ಕೊರತೆ ಅಥವಾ ಧೃಢವಾದ ಅಹಂಭಾವದ ಅಗತ್ಯವೂ ಇರುತ್ತದೆ.

ಬಶಾರತ್ ನವಾಬರು ಸ್ವತಂತ್ರರೂ, ಸ್ವಾವಲಂಬಿಯೂ ಆಗಿದ್ದರು. ತನ್ನಿಷ್ಟದಂತೆ ಆಹಾರ ಸೇವಿಸಿ, ತನ್ನಿಷ್ಟದಂತೆ ಉಡುಪು ಧರಿಸುತ್ತಿದ್ದರು. ಅವರಿಗೆ ತಮ್ಮದೇ ಆದ ಅಭಿರುಚಿಗಳಿದ್ದವು, ಅವರಿಗೆ ವ್ಯಕ್ತಿತ್ವ ವಿಕಸನಕ್ಕೆ ಅವಕಾಶವೆ ದೊರೆತಿರಲಿಲ್ಲ. ತಾನು ಯಾವುದಾದರೂ ಒಳ್ಳೆಯ ವಿಷಯದಿಂದ ವಂಚಿತನಾಗಿದ್ದನೆಂಬ ಯೋಚನೆಯೇ ಅವರಿಗೆ ಬಂದಿರಲಿಲ್ಲ. ಆಜರ್ ನವಾಬರು ಸ್ವದೇಶಕ್ಕೆ ಮರಳಿದಾಗ ಪುನಃ ಸ್ಥಿತಿ ಹಿಂದಿನಂತೇ ಇರುತ್ತಿತ್ತು. ಕೊನೆಗೆ, ಅವರು ಸಂಘರ್ಷವನ್ನು ಬಿಟ್ಟುಕೊಟ್ಟು, ಆಜರ್ ನವಾಬರಂಥ

ಜನರಿರುವುದೇ ಜನರು ತಮ್ಮ ಆಜ್ಞೆಯನ್ನು ಪಾಲಿಸುವಂತೆ ಮಾಡಲು, ಎಂದುಕೊಂಡರು, ಅದರಲ್ಲೇ ತಮ್ಮ ಒಳಿತಿದೆಯೆಂದೂ ತಿಳಿದರು.

'ಇನ್ನೀಗ ನಾನು ನಿನ್ನೊಡನೆ ದಾಂಡೇಲಿಗೆ ಬಂದು ಅಲ್ಲೇ ಇರುವೆ' ತಸ್‌ನೀಮ್ ಪಾಶಾ ನುಡಿದರು.

'ಅಲ್ಲಿ ಜಗತ್ತು ತುಂಬ ಸಣ್ಣದಿದೆ. ಮಮ್ಮಿ; ನಿಮಗೆ ಅಲ್ಲಿ ಮನಸೊಗ್ಗದು.' ಬಶಾರತ್ ನವಾಬರು ತನ್ನಮ್ಮನನ್ನು ಅರಿತಿದ್ದರು.

'ಇಲ್ಲಿಯ ಇಷ್ಟು ದೊಡ್ಡ ಜಗತ್ತನ್ನು ಭರಿಸುವುದೀಗ ನನ್ನಿಂದ ಆಗುತ್ತಿಲ್ಲ.'

'ಪುನಃ ಅದೇ ನಿರಾಶೆಯ ಮಾತುಗಳೇ;' ಮಹಾಸರ್ಕಾರ್ ಅವರು ಬಳಿ ಇರುತ್ತಾ ಹೇಳಿದರು. ಅವರನ್ನು ನೋಡಿ ಬಶಾರತ್ ನವಾಬರೆದ್ದು ಬಗ್ಗಿ ವಂದಿಸಿದರು. ಸರ್ಕಾರ್ ಅವರು ಬಶಾರತ್‌ರನ್ನು ಆಲಂಗಿಸಿಕೊಂಡರು.

ತಸ್‌ನೀಮ್ ಪಾಶಾ, ಬಶಾರತ್ ನವಾಬರೊಡನೆ ನೀನು ಖಂಡಿತ ದಾಂಡೇಲಿಗೆ ಹೋಗುವಿ; ಆದರೆ, ಪ್ರಪಂಚದಿಂದ ಓಡಿಹೋಗುವ ಮಾತು ನಿಷ್ಫಲ, ಜಗತ್ತು ಎಲ್ಲಿಯಾದರೂ ಒಂದೇ ಇರುತ್ತದೆ.' ಕುಳಿತು ಕೊಳ್ಳುತ್ತಾ ಸರ್ಕಾರ್ ಅವರು ಹೇಳಿದರು.

ಮತ್ತೆ ಬಹು ಹೊತ್ತಿನವರೆಗೆ ಅವರು ಬಶಾರತ್ ನವಾಬರೊಡನೆ ದಾಂಡೇಲಿಯ ಬಗ್ಗೆ, ಅವರ ಬಗ್ಗೆ ವಿಚಾರಿಸಿ ಕೊಳ್ಳುತ್ತಿದ್ದರು. ಪ್ರಶ್ನೆಗಳಿಗೆ ಹೆದರಿ ಓಡಿಹೋಗುತ್ತಿದ್ದ ಹಿಂದಿನ ಬಶಾರತ್ ನವಾಬರಾಗಿರಲಿಲ್ಲವರು, ಈಗ ಅವರ ದೇಹ ಸ್ವಾಸ್ಥವು ಇನ್ನೂ ಮೆರುಗೇರಿತ್ತು. ಶಹರಿನಲ್ಲೇ ಬೆಳೆದ, ಒಳ್ಳೆಯ ವಸ್ತುಗಳನ್ನೇ ಇಷ್ಟಪಡುತ್ತಿದ್ದ, ಹುಡುಗಾಟಿಕೆಯ ಸರಳ ವ್ಯಕ್ತಿ ಹೀಗೆ ಕಾಡಿನಲ್ಲಿ ಇರಬಲ್ಲರೇ ಇಲ್ಲವೇ ಎಂದವರಿಗೆ ಸಂಶಯವಿತ್ತು. ಆದರೆ, ಅದುವರೆಗೆ ಕೇವಲ ಒಬ್ಬ ನವಾಬಕುವರರಾಗಿದ್ದ ಅವರಿಗೆ ಆ ಕಾಡೇ ಮನುಷ್ಯನಾಗಿರಲು ಕಲಿಸಿಕೊಟ್ಟಿತ್ತು.

ಬಶಾರತ್ ನವಾಬರು ಹವೇಲಿಯ ಬದಲಾದ ಸ್ವರೂಪವನ್ನು ಸುತ್ತಿ, ತಿರುಗಿ, ಆಸಕ್ತಿಯಿಂದ ನೋಡುತ್ತ, ನಂತರ ಸೀದಾ ಏಮನ್‌ಳ ಕ್ವಾರ್ಟರ್ಸ್‌ಗೆ ಹೋದರು. ಏಮನ್ ಈಗ ಹವೇಲಿಯಲ್ಲಿರದೆ, ಕ್ವಾರ್ಟರ್ಸ್ ಒಳಗೇ ಇರುತ್ತಿದ್ದಳೆಂದು ಅವರಿಗೆ ಗೊತ್ತಾಗಿತ್ತು. ಏಮನ್‌ಳ ರೂಮಿನಲ್ಲಿ ಬೆಳಕಿತ್ತು. ಬಶಾರತ್ ನವಾಬರು ಒಳಗೆ ಹೊಕ್ಕು, ತನ್ನ ಹಿಂದೆ ಸೋಫಾದಲ್ಲಿ ಕುಳಿತುದೇ ಏಮನ್‌ಗೆ ತಿಳಿಯಲಿಲ್ಲ.

ಏಮನ್ ಮಿಸೆಸ್ ಐಜಾಕ್‌ರ ಪತ್ರ ಓದುವುದರಲ್ಲಿ ಮಗ್ನಳಾಗಿದ್ದಳು. ಅವರು ಅವಳಿಗೆ ಅನಂತ ಆಶೀರ್ವಾದಗಳನ್ನು ಕಳಿಸಿದ್ದರು. ಅರ್ಧಕ್ಕಿಂತಲೂ ಹೆಚ್ಚು, ಪತ್ರದಲ್ಲಿ ಆಜರ್ ನವಾಬರ ಪ್ರಶಂಸೆಯೇ ತುಂಬಿತ್ತು. ಒಂದು ಸಲ ಸಿಕ್ಕಷ್ಟರಲ್ಲೇ ಅವರು ಆಜರ್ ನವಾಬರನ್ನು ಹೃದಯ ಪೂರ್ವಕ ಪ್ರೀತಿಯಿಂದ ಕಾಣತೊಡಗಿದ್ದರು. ಅವರ ವ್ಯಕ್ತಿತ್ವ, ರೂಪ-ಸೌಂದರ್ಯ ಹಾಗೂ ಸಭ್ಯತೆಯ ಪ್ರಶಂಸೆಯ ಸೇತುವನ್ನೇ ನಿರ್ಮಿಸಿದ್ದರವರು. ಆಜರ್ ನವಾಬರು ಕ್ಷಣ

ಮಾತ್ರವೂ ತನಗೂ ಅವರಿಗೂ ಸ್ಥಿತಿ-ಗತಿಗಳಲ್ಲಿ ಭೂಮ್ಯಾಕಾಶಗಳ ಅಂತರ ಇದೆಯೆಂಬ ಅನುಮಾನ ಬರದಂತೆ ವರ್ತಿಸಿದ್ದರು. ಮಿಸೆಸ್ ಐಜಾಕ್‌ರೊಡನೆ ಅವರ ಅಡಿಗೆ ಕೋಣೆಯಲ್ಲೇ ಕುಳಿತು ಟೀ ಕುಡಿದಿದ್ದರವರು.

'....ನಮ್ಮ ಭೇಟಿ ಆಕಸ್ಮಿಕವಾಗೇ ಸಂಭವಿಸಿತು; ಇಷ್ಟೊಂದು ಡೌಲಾದ ವೇಷ ಭೂಷಣ ತೊಟ್ಟ ಶ್ರೀಮಂತ ಯುವಕ ನನ್ನ ಗುಡಿಸಲಿಗೇಕೆ ಬಂದನೆಂದು ಮೊದಲು ಹಿಂಜರಿದೆ, ಆದರೆ, ಅವರು ತಾನ್ಯಾರೋ ಬಳಿಯೇ ಇದ್ದ ಮಿತ್ರನ ಬಳಿಗೆ ಬಂದಿದ್ದೆನೆಂದೂ, ನನ್ನ ತೋಟದ ಹೂಗಳಿಂದಾಕರ್ಷಿತರಾಗಿ ಒಳಗೆ ಬಂದನೆಂದೂ ಹೇಳಿದರು. 'ಸುಂದರ ಸ್ತ್ರೀಗೆ ತಕ್ಕ ಸುಂದರ ಕಾಟೇಜ್' ಎಂದವರಂದರು.

ಏಮನ್ ಸ್ವಲ್ಪ ತಡೆದು, ಅವರ ಭೇಟಿ ನಿಜವಾಗಿಯೂ ಆಕಸ್ಮಿಕವಾಗಿತ್ತೇ, ಉದ್ದೇಶಯುತವಾಗಿತ್ತೇ ಎಂದು ಆಲೋಚಿಸಿದಳು.

'ಮಾತಿನ ನಡುವೆ ಆಜರ್ ನವಾಬರು ನೀನು ಅವರೊಡನೆ ಕೆಲಸ ಮಾಡುತ್ತಿರುವೆಯೆಂದು ತಿಳಿಸಿದರು. ನಿನ್ನ ಆಫೀಸರನ್ನೇ ಭೇಟಿ ಮಾಡಿದಂತಾಯಿತಲ್ಲ ಎಂದು ನನಗೆ ಆಶ್ಚರ್ಯವೂ ಸಂತೋಷವೂ ಉಂಟಾಯಿತು. ನಂತರ ಅವರು ಬಹಳ ಹೊತ್ತಿನವರೆಗೆ ನಿನ್ನ ಹಾಗೂ ನಿನ್ನ ಮತಾಪಿತರ ಬಗ್ಗೆ ವಿಚಾರಿಸುತ್ತಿದ್ದರು. ನಿನ್ನ ತಂದೆಯ ಫೋಟೋ ನೋಡಲು ಅವರು ಬಯಸಿದ್ದರು. ಆದರೆ, ಅವರ ಫೋಟೋ ಯಾವುದೂ ಇಲ್ಲವೆಂದು ನೀನು ಬಲ್ಲೆಯಷ್ಟೇ, ನಿನ್ನ ಸಾಮಗ್ರಿಗಳಲ್ಲ ಹುಡುಕಿದ ಮೇಲೆ ಒಂದು ಗ್ರೂಪ್ ಫೋಟೋ ಸಿಕ್ಕಿತು, ನಾನದನ್ನೇ ತೋರಿಸಿದೆ. ಅವರು ಅದನ್ನು ತನ್ನ ಜೊತೆಗೊಯ್ದರು ಮರುದಿನ ಡ್ರೈವರನೊಡನೆ ನನಗಾಗಿ ದೊಡ್ಡ-ದೊಡ್ಡ ಗುಲಾಬಿಗಳ ಪುಷ್ಪ ಗುಚ್ಛವನ್ನೂ, ಕಳುಹಿಸಿ ಕೊಟ್ಟರು. ಜೊತೆಗೆ ಆ ಫೋಟೋವನ್ನೂ ಹಿಂದಿರುಗಿಸಿದರು....'

ಏಮನ್ ಪತ್ರವನ್ನು ಮುಚ್ಚಿಟ್ಟು, ಎದುರು ಗೋಡೆಯ ಮೇಲೆ ತೂಗುತ್ತಿದ್ದ, ತನ್ನತ್ತ ನೋಡಿ ಮುಗುಳ್ನಗುತ್ತಿದ್ದ ಆ ಚಿತ್ರವನ್ನೇ ದಿಟ್ಟಿಸಿದಳು. ಆ ಚಿತ್ರವನ್ನು ಆ ಗ್ರೂಪ್ ಫೋಟೋದಿಂದ ತೆಗೆದು ಏನ್‌ಲಾರ್ಜ್ ಮಾಡಲಾಗಿತ್ತೆಂದು ಅವಳಿಗೆ ತಿಳಿಯಿತು. ಆಜರ್ ನವಾಬರೇನೋ ಮಿಸೆಸ್ ಐಜಾಕ್ ಕಳುಹಿಸಿದ್ದರೆಂದು ಹೇಳಿದರು. ಇದೆಂಥ ಆಟ ಆಡುತ್ತಿದ್ದರವರು ?' ಯಾಕಾಗಿ ? ಏಮನ್ ನಿಟ್ಟುಸಿರೆಳೆದಳು.

'ಈ ವಿರಹದ ನಿಟ್ಟುಸಿರು ನನಗಾಗಿಯಂತೂ ಇರಲಿಕ್ಕಿಲ್ಲ, ಅಲ್ಲವೇ ?' ಬಶಾರತ್ ನವಾಬ ನುಡಿದರು.

ಏಮನ್ ಕುಳಿತಲ್ಲಿಂದ ಹಾರಿಬಿದ್ದಳು.

'ನೀವೇ ? ನೀವು ಯಾವಾಗ ಬಂದಿರಿ ?' ಅವಳು ತಿರುಗಿ ಕೇಳಿದಳು.

'ನಾವು ಹೋಗಿದ್ದೆವಾದ್ರೂ ಎಲ್ಲಿಗೆ ? ಯಾವಾಗಲೂ ಇಲ್ಲೇ ನಿಮ್ಮ ಹೃದಯದಲ್ಲೇ ನೆಲಸಿದ್ದೆವು.' ಬಶಾರತ್ ನವಾಬರು ಎದೆಯ ಮೇಲೆ ಕೈಯಿಟ್ಟು ನಾಟಕೀಯವಾಗಿ

ಹೇಳಿದರು. ಏಮನ್ ನಕ್ಕು ಬಿಟ್ಟಳು. 'ಅವರನ್ನೇ ದಿಟ್ಟಿಸಿ ನೋಡಿ ಸಂದೇಹ ವ್ಯಕ್ತ ಪಡಿಸಿದಳು. ಏಮನ್, 'ನೀವು ಬಹುಶಃ ಕೆಲಸ ಕಾರ್ಯ ಬಿಟ್ಟು, ದಾಂಡೇಲಿಯಿಂದ ಓಡಿ ಬಂದಿರುವಿರಿ. ನಿಮ್ಮ ಬಗ್ಗೆ ಆಜರ್ ನವಾಬರೊಡನೆ ರಿಪೋರ್ಟ್ ಮಾಡುವೆ.'

ಈ ಗುಲಾಮ ಅವರ ಅಪ್ಪಣೆಯ ಮೇರೆಗೇ ಹಾಜರಾಗಿದ್ದಾನೆ.'

'ಯಾಕಾಗಿ ?'

'ಅವರು ನನ್ನನ್ನು ಟ್ರೈನಿಂಗ್‌ಗಾಗಿ ಯೂರೋಪ್‌ಗೆ ಕಳುಹಿಸುತ್ತಿದ್ದಾರೆ'

ಇದೇನೋ ಬಹಳ ಒಳ್ಳೆಯದು, ಆದರೆ ಇಲ್ಲಿ ಫ್ಯಾಕ್ಟರಿ ಯಾರು ನೋಡಿಕೊಳ್ಳುತ್ತಾರೆ.

ಬಶಾರತ್ ನವಾಬರು ಬಾಯಿಂದೇನೂ ಹೇಳದೆ ಹೆಬ್ಬೆಟ್ಟನ್ನು ಕಿವಿಗೆ ಸಿಲುಕಿಸಿ ಬೆರಳಗಳನ್ನಾಡಿಸಿದರು, ಏಮನ್ ಅರ್ಥ ಮಾಡಿಕೊಂಡು ನಕ್ಕು ಬಿಟ್ಟಳು.

'ಭೂಸನೂರಮಠ....! ನೀವು ಬಿಡಿ;' ಮಿತಿ ಮೀರುತ್ತೀರಿ, ಪಾಪ ? ಅದರ ಕಿವಿ ಅಷ್ಟೇನೂ ದೊಡ್ಡದಿಲ್ಲ!'

'ಇದೇ ಪ್ರೀತಿಯ ದೃಷ್ಟಿಯಿಂದ ನಮ್ಮನ್ನೂ ನೋಡಬಾರದೇ ?'

'ಸರಿ! ನಿಮ್ಮನ್ನು ಯಾವ ದೃಷ್ಟಿಯಿಂದ ನೋಡಬೇಕೆಂದು ಮತ್ತೆ ಆಲೋಚಿಸುವಾ, ಈಗ, ನೀವೇನು ಕುಡಿಯುವಿರಿ ಹೇಳಿ.'

'ನಿಮ್ಮ ದರ್ಶನ ಸುಧೆಯನ್ನು ಕುಡಿಯಲಿತ್ತು; ಕುಡಿದೆ!' ಅವರು ಸುತ್ತು ತಿರುಗಿ ಹೇಳಿದರು.

'ನೀವು ಪೂರಾ ಚೇಷ್ಟೆಯ ಮೂಡ್‌ನಲ್ಲಿದ್ದೀರಿ. ಈಗ ನಿಮಗೇನೂ ಸಿಗದು !'

'ಸರಿ, ಹಾಗಾದರೆ! ಕಾಫಿ ಕುಡಿಯುವಾ, ಊಟವಂತೂ ಮುಗಿದಿದೆ."

ಏಮನ್ ಕಾಫಿ ಮಾಡಲು ತನ್ನ ಪುಟ್ಟ, ಅಂದವಾದ ಕಿಚ್‌ನ್‌ನೊಳಕ್ಕೆ ಬಂದಾಗ, ಬಶಾರತ್ ನವಾಬರೂ ಹಿಂದೆಯೇ ಬಂದು ಬಾಗಿಲಿನ ದಾರಂದಕ್ಕೊರಗಿ ನಿಂತು, ಏಮನ್ ಕಾಫಿ ಮಾಡುವುದನ್ನೇ ನೋಡತೊಡಗಿದರು. ತೆಳುವಾದ ಡ್ರೆಸ್ಸಿಂಗ್ ಗೌನ್‌ನಲ್ಲಿನ ಅವಳ ಮುದ್ದಾದ ದೇಹ ಹಾಗೂ ಸೊಂಟದಿಂದ ಕೆಳಕ್ಕೆ ತೂಗುತ್ತಿರುವ ಸಡಿಲಾಗಿ ಹೆಣೆದ ಜಡೆಯಲ್ಲಿ ಅವರ ದೃಷ್ಟಿ ಸಿಕ್ಕಿ ಕೊಂಡಿತು. ಅವರು ಏನೋ ಯೋಚಿಸುತ್ತಾ ಅವಳನ್ನೇ ನೋಡುತ್ತ ನಿಂತರು.

'ನೂರಾರು ಶ್ವೇತ ಸುಂದರಿಯರು ನಿಮಗಾಗಿ ಜೀವವನ್ನೇ ಕೊಟ್ಟು ಬಿಟ್ಟಾರು, ನೋಡುತ್ತಿರಿ!' ಏಮನ್ ಕುದಿಯುವ ನೀರನ್ನು ಕಾಫಿಗೆ ಸುರಿಯುತ್ತಾ ನುಡಿದಳು.

'ಆದರೆ, ನಾವೇನೋ ಬೇರಾರದೋ ಚೆಲುವಿನ ಬಲೆಯಲ್ಲಿ ಸಿಲುಕಿ ಕೊಂಡಿದ್ದೇವೆ.'

'ನಿಮ್ಮ ಚೇಷ್ಟೆಯನ್ನು ನಾನು ಚೆನ್ನಾಗಿ ಬಲ್ಲೆ, ನಿಜ ಹೇಳಿ, ನಿಜವಾಗಿಯೂ ಇರುವರೇ ಯಾರಾದರೂ ?'

'ಅರೆ! ಬಲ್ಲೆಯಾದರೆ, ಕೇಳುವೆಯೇಕೆ?'

ಇದ್ದಕ್ಕಿದ್ದಂತೆ ಬಶಾರತ್ ನವಾಬರು ಗಂಭೀರರಾದರು. ಅವರು ಗಂಭೀರರಾದಾಗೆಲ್ಲ ಏಮನ್‌ಗೆ ಇನ್ನೂ ನಗು ಬರುತ್ತಿತ್ತು.

'ಅವರಲ್ಲಿ ಶಹನ್ನಾ ಊದಿಸುವಂತೆ ಆಜರ್ ನವಾಬರಲ್ಲಿ ಶಿಫಾರಸ್ ಮಾಡುವೆ.'

'ನನ್ನ ಮದುವೆಗೆ ಆಜರ್ ನವಾಬರು ಕೈ ಹಾಕಬೇಕಾದ ಅಗತ್ಯವಿಲ್ಲ!'

'ಸರಿ! ದಾರಿಬಿಡಿ! ನಟನೆ ತ್ಯಜಿಸಿ, ನಿಮ್ಮ ಸ್ಥಿತಿ–ಗತಿ ಬಗ್ಗೆ ಹೇಳಿ.'

ಮಾತು ಗಂಭೀರವಾಗುತ್ತಿರುವುದನ್ನು ನೋಡಿ ಏಮನ್, ಅದನ್ನು ಹಾಗೇಯೇ ತೇಲಿಸಿ ಬಿಡಲು ನೋಡಿದಳು. ಆದರೆ ಬಶಾರತ್ ನವಾಬರು ಬಾಗಿಲಿಂದ ಸರಿಯಿಲಿಲ್ಲ, ಅವಳ ಕೈಯಿಂದ ಕಾಫಿ ಕಪ್‌ಗಳನ್ನು ತೆಗೆದುಕೊಂಡು ಗೋಡೆಗೆ ಹೊಂದಿದ್ದ ಸೈಡ್ ಟೇಬಲ್ ಮೇಲಿರಿಸಿ ಏಮನ್‌ಳತ್ತ ತಿರುಗಿ ನುಡಿದರು. 'ಏಮನ್, ನಿನಗೆ ನನ್ನಲ್ಲಿ ಒಬ್ಬ ಸಭ್ಯ ಹುಡುಗ ಅಥವಾ ಒಬ್ಬ ಜೋಕರ್‌ನ ಹೊರತು ಬೇರಿನ್ನೇನೂ ಕಾಣಿಸುವುದಿಲ್ವೇ?'

ಅವರ ಬದಲಾದ ಬಣ್ಣ ಏಮನ್‌ಳನ್ನು ವಿವಶಳಾಗಿಸತೊಡಗಿತು.

ಬಶಾರತ್ ನವಾಬರು ಅವಳ ಹೆಗಲು ಹಿಡಿದು ಮೆಲ್ಲನಲುಗಿಸುತ್ತಾ ನುಡಿದರು. 'ನಾನೇನೂ ಒಬ್ಬ ಬುದ್ದೂ, ಆಗಲೀ, ಕಡಿಮೆ ಪ್ರಾಯದ ಹುಡುಗನಾಲೀ ಅಲ್ಲ, ಏಮನ್, ನಾನೊಬ್ಬ ಪುರುಷ! ಮತ್ತು, ಪುರುಷನಂತೆ ನಿನ್ನನ್ನು ಪ್ರೇಮಿಸುತ್ತೇನೆ. ದೇವರೇ ಸಾಕ್ಷಿ, ಏಮನ್! ಮತ್ತು ನಾನು ನಿನ್ನನ್ನು ನನ್ನ ಬಾಳಿನಂತೆಯೇ ಬಯಸುತ್ತೇನೆ.' ಅವರು ಏಮನ್‌ಳನ್ನು ಸೆಳೆದು ತನ್ನ ಬಾಹುಗಳಲ್ಲಿ ಬಂಧಿಸಿದರು.

'ಮಾತು ಹಳತಾದುದೊ ಏಮನ್! ಆದರೆ, ನಾನಿಂದು ನಿನ್ನೊಡನೆ ತನ್ನ ಹಕ್ಕನ್ನು ಬೇಡುತ್ತಿದ್ದೇನೆ, ನೆನಪಿದೆಯೆ ಗೋಲ್ಕಂಡ ಕೋಟೆಯಲ್ಲಿ ನೀನು ಶರ್ತವನ್ನು ಸೋತು, ನನಗೇನಾದರೂ ಬೇಡಿಕೊಳ್ಳುವ ಹಕ್ಕು ಇತ್ತಿದ್ದೆ ಇಂದು ಈ ಸಾಲವನ್ನು ತೀರಿಸು! ಏಮನ್, ನಾನು ನಿನ್ನನ್ನೇ ನಿನ್ನಿಂದ ಬೇಡುತ್ತೇನೆ. ಜೀವನದ ಪಯಣವನ್ನು ನಿನ್ನ ಜೊತೆ ಕ್ರಮಿಸಲು ಅವಕಾಶ ಕೊಡು ನಾನೆಂದೂ ನಿನ್ನನ್ನು ಸೋಲುವಂತೆ ಮಾಡಲಾರೆ!'

ಏಮನ್ ಕಕ್ಕಾಬಿಕ್ಕಿಗಾಗಿ ಕುರ್ಚಿಯಲ್ಲಿ ಕುಸಿದಳು. ಬಶಾರತ್ ನವಾಬರೂ ಅಲ್ಲೇ ಮೊಣಕಾಲೂರಿ ಕುಳಿತು ಏಮನ್‌ಳ ಮಡಿಲಲ್ಲಿ ತಲೆಯಿಟ್ಟರು.'

'ಒಪ್ಪಿಕೋ ಏಮನ್! ಥಾರ್ ಗಾಡ್ಸ್ ಸೇಕ್! ಒಪ್ಪಿಕೋ!' ಅವರ ಭಾವನೆಗಳು ಅವರನ್ನು ಜಯಿಸಿದ್ದುವು.

ಏಮನ್ ಬಶಾರತ್ ನವಾಬರಿಗೆ ಎಂತು ಒಪ್ಪಿಗೆಯಿತ್ತಾಳು, ಅವಳು ಅವರನ್ನು ಇಷ್ಟಪಡುತ್ತಿದ್ದಳು. ಬಹಳ ಇಷ್ಟ ಪಡುತ್ತಿದ್ದಳು. ಆದರೆ, ತನ್ನನ್ನೆ ತಾನು ಅವರ ವಶಕ್ಕೊಪ್ಪಿಸುವಷ್ಟೇನೂ ಅಲ್ಲ, ತನ್ನ ಸಂಧಿಗ್ಧದಿಂದ ಹೊರ ಬರಲೆತ್ನಿಸುತ್ತಾ, ಅವಳು ಅವರ ತಲೆಯ ಮೇಲೆ ಕೈಯಿರಿಸಿದಳು.

'ಬಶಾರತ್ ನವಾಬ......'

ಡಿಸ್ಟರ್ಬ್ ಮಾಡುತ್ತಿರುವುದಕ್ಕೆ ಕ್ಷಮೆ ಯಾಚಿಸುತ್ತೇನೆ.!' ಒಂದು ಪರಿಚಿತ ಸ್ವರ ಅವಳ ಪ್ರಜ್ಞೆಯನ್ನೇ ಹಾರಿಸಿ ಬಿಟ್ಟಿತು; ಹಾಗೂ ಅವಳು ಗಾಬರಿಯಿಂದ ಎದ್ದು ನಿಂತಳು. ಒಡನೇ ಬಶಾರತ್ ನವಾಬರೂ ಎದ್ದು ನಿಂತರು.

'ಚಚಾ ಹಾನ್ ಅವರ ದೇಹಸ್ಥಿತಿ ತುಂಬ ಕೆಟ್ಟಿದೆ. ಅವರು ನಿಮ್ಮನ್ನು ನೆನಪಿಸಿಕೊಳ್ಳುತ್ತಿದ್ದಾರೆ.' ಆಜರ್ ನವಾಬರ ಸ್ವರ ಹಿಮದಂತಿತ್ತು.; ಹಾಗೂ ಅಳಿದುಳಿದ ಪರಿಣಾಮವನ್ನು ಆ ಕಂಗಳೇ ಪೂರ್ಣಗೊಳಿಸಿದವು. ಅವುಗಳಲ್ಲಿ ಹಿಮದ ಶೀತಲತೆಯೊಂದಿಗೆ ತಿರಸ್ಕಾರವೂ, ಆರೋಪವೂ, ಕ್ರೋಧವೂ ಬೆರೆತಿತ್ತು. ಕುರ್ಚಿಯ ಪಕ್ಕಕ್ಕೆ ಕೈಯಿಟ್ಟು, ಅವರು ಸ್ವಲ್ಪ ಹೊತ್ತು ಅವಳನ್ನೇ ದೋಷಾರೋಪ ತುಂಬಿದ ದೃಷ್ಟಿಯಿಂದ ನೋಡಿ, ಹಿಂತಿರುಗಿ ನಡೆದು ಬಿಟ್ಟರು.

ಏಮನ್ ಅಲ್ಲೇ ಟೇಬಲ್ ಮೇಲೆ ಕೈ ಚೆಲ್ಲಿ ನಡುಗುತ್ತ ನಿಂತು ಬಿಟ್ಟಳು. ಅವಳೆದೆ ತಿದಿಯೂದಿದಂತಾಗುತ್ತಿತ್ತು. ಅವಳು ಯಾವಾಗಲೂ ಬಶಾರತ್ ನವಾಬರ ಪ್ರೇಮ ಸಂಬಂಧವಾದ ಮಾತುಗಳನ್ನು ಅವರ ಚೇಷ್ಟೇ, ಪರಿಹಾಸವೆಂದು ತಿಳಿದು, ಬದಿಗೆ ಸರಿಸುತ್ತಾ ಬಂದಿದ್ದಳು. ಆದರೂ ಅವಳು ತನಗೆ ತಾನೇ ಮೋಸಮಾಡಿಕೊಳ್ಳುತ್ತಿದ್ದಳು. ಮನುಷ್ಯರ ಪ್ರಕೃತಿಯೇ ಹಾಗಿರುತ್ತದೆ. ಇತರರನ್ನು ಮೋಸಗೊಳಿಸಲು ಅಸಾಧ್ಯವಾದರೆ, ತಮಗೆ ತಾವೇ ಮೋಸಮಾಡಿಕೊಳ್ಳುತ್ತಾರೆ, ಇದೇ ಪ್ರವೃತ್ತಿ ಅವಳನ್ನಿಂದು ಇಂಥ ಸತ್ಯ ಸ್ಥಿತಿಯೆದುರು ತಂದು ನಿಲ್ಲಿಸಿತು. ಈ ವಾಸ್ತವ ಸ್ಥಿತಿಯ ಮೇಲೆ ಅವಳಿಗೆ ಯಾವುದೇ ನಿಯಂತ್ರಣ ಇರಲಿಲ್ಲ.

ಬಶಾರತ್ ನವಾಬರನ್ನು ಅವಳೊಬ್ಬ ನಿಜವಾದ ಮಿತ್ರನಂತೆ ಪ್ರೀತಿಸುತ್ತಿದ್ದಳು. ಒಳ್ಳೆಯ ಗೆಳೆಯನಂತೆ ಇಷ್ಟಪಡುತ್ತಿದ್ದಳು. ಆದರೆ ಅವರು ಬೇಡುತ್ತಿದ್ದ ಪ್ರೇಮವನ್ನು ನೀಡುವುದು ಅವಳ ಕೈಯಿಲ್ಲಿರಲಿಲ್ಲ.

ಅವಳು ಅಲ್ಲೇ ಕುರ್ಚಿಯ ಮೇಲೆ ಎರಡೂ ಕೈಗಳಿಂದ ತನ್ನ ಮುಖವನ್ನು ಮುಚ್ಚಿಕೊಂಡು ಕುಳಿತಳು. ತೀವ್ರವಾಗಿ ನಡೆದು ಹೋದ ಘಟನೆಗಳು ಅವಳನ್ನು ಬಿಚ್ಚಿ ಬೀಳಿಸಿದ್ದುವು. ಅತ್ತು, ಕರೆದು ಮಾಡುವುದರಿಂದ ಏನೂ ಪ್ರಯೋಜನವಿರಲಿಲ್ಲ. ಕನಸುಗಳ ಹಿಂದೆ ಓಡುವುದನ್ನು ಬಿಟ್ಟು ಬಿಡಿ ಎಂದು ಈಗಲೇ ಬಶಾರತ್ ನವಾಬರಿಗೆ ಹೇಳಬೇಕು. ಆದರೆ, ಅಜರ್ ನವಾಬರ ಆಗಮನ, ಮತ್ತು ವಿಕಾರ್ ಜಂಗರ ತೀವ್ರ ಅನಾರೋಗ್ಯದ ಸಮಾಚಾರವು ಅವಳನ್ನು ದುರ್ಬಲಳನ್ನಾಗಿ ಮಾಡಿತ್ತು. ಆಜರ್ ನವಾಬರು ತನ್ನ ಬಗ್ಗೆ ಏನು ಯೋಚಿಸುತ್ತಿರಬಹುದೆಂದು ಅವಳು ಚೆನ್ನಾಗಿ ಅರಿತಿದ್ದಳು.

ತನ್ನ ಸುರಿವ ದುಃಖಾಶ್ರುಗಳನ್ನು ನಿಯಂತ್ರಣದಲ್ಲಿ ಇಡಲು ಅವಳಿಂದ ಸಾಧ್ಯವಾಗಲಿಲ್ಲ.

ಅವಳ ಬಳಿ ಮೊಣಕಾಲೂರಿ ಕುಳಿತು ಬಶಾರತ್ ನವಾಬರಂದರು, 'ಏಮನ್, ನನ್ನ

ಹೃದಯದ ಮಾತು ನಿನಗೆ ಇಷ್ಟು ಸಂಕಟದಾಯಕ ವಾಗಿದೆಯೇ? ದೇವರಾಣೆ ಏಮನ್! ನಾನು ನಿನ್ನ ಮನಸ್ಸನ್ನು ನೋಯಿಸ ಬಯಸಲಿಲ್ಲ!'

ಅವಳೇಕೆ ಅಳುತ್ತಿದ್ದಳೆಂಬುದನ್ನು ಅವಳು ಹೇಗೆ ತಾನೇ ಹೇಳಿಯಾಳು? ಅವರ ಮೇಲೆ ಆರೋಪವನ್ನು ಅವಳು ಹೊರಿಸುತ್ತಿರಲಿಲ್ಲ. ಅವರು ಕೇವಲ ಪ್ರೇಮದ ಮಾತನ್ನಷ್ಟೇ ಆಡಿದ್ದರು. ಜಿಗುಪ್ಸೆ ತೋರಿರಲಿಲ್ಲ. ಆದರೆ ಅವರ ಪ್ರೇಮಕ್ಕೆ ಉತ್ತರವನ್ನು ಪ್ರೇಮದಿಂದಲೇ ಕೊಡುವುದು ಅವಳಿಂದ ಅಸಾಧ್ಯವಾಗಿತ್ತು. ಇದನ್ನು ಅವರಿಗೆ ಹೇಳುವುದೆಂತು? ಒಬ್ಬದಿಯ ಪ್ರೇಮದ ಚುಚ್ಚು ನೋವನ್ನವಳು ಅರಿತಿದ್ದಳು. ತನ್ನ ಈ ಪ್ರೇಮವನ್ನು ಅವಳು ತನ್ನ ಹೃದಯದ ಕತ್ತಲ ಕೋಣೆಯಲ್ಲಿ ಶಾಶ್ವತವಾಗಿ ಬಂಧಿಸಿರಿಸಿದ್ದಳು. ಆದರೆ ಪುರುಷ ಹಾಗೂ ಸ್ತ್ರೀಯ ಪ್ರೇಮದಲ್ಲಿ ವ್ಯತ್ಯಾಸವಿರುತ್ತದೆ. ಹೆಣ್ಣಿನ ಪ್ರೇಮ ಮಂದವಾಗಿ ಉರಿವ ಹಗುರಾದ ಕಿಡಿಯಾಗಿದ್ದು, ರಾಶಿ ಬೂದಿಯಡಿಯಲ್ಲಿ ದಬ್ಬಲ್ಪಟ್ಟಿದ್ದರೂ ಸದಾ ಉರಿಯುತ್ತಲೇ ಇರುತ್ತದೆ. ಈ ಪವಿತ್ರ ಜ್ಯೋತಿಯನ್ನು ಸಮಯದ ಬಿರುಗಾಳಿಯೂ ಎಂದಿಗೂ ನಂದಿಸಲಾರದು. ಏಕೆಂದರೆ, ಇದು ಸ್ತ್ರೀಯ ಪವಿತ್ರ ಸೆರಗಿನ ಮರೆಯಲ್ಲಿ ಚೇತರಿಸುತ್ತಿರುತ್ತದೆ; ಉರಿಯುತ್ತಿರುತ್ತದೆ. ಯಾವುದೇ ಅಂತ್ಯವನ್ನದು ಅರಸುವುದಿಲ್ಲ. ಪುರುಷನ ಪ್ರೇಮವು ದುಡುಕುವ ಜ್ವಾಲೆಯಾಗಿರುತ್ತದೆ. ಅಂತ್ಯವನ್ನರಸಿ, ಔನ್ನತ್ಯಗಳನ್ನು ತಲುಪಿ ಎಲ್ಲೋ ಕಳೆದು ಹೋಗುತ್ತದೆ. ಪುರುಷ ಈ ಜ್ವಾಲೆಯನ್ನು ಶಾಶ್ವತವಾಗಿ ಉರಿಸುತ್ತಿರಲಾರ. ಹಾಗಿರಬೇಕಾದರೆ, ಅದಕ್ಕಾಗಿ ಕೆಲವು ಬಲಿದಾನಗಳನ್ನು ಮಾಡಬೇಕಾಗುತ್ತದೆ.

ಏಮನ್ ಮತ್ತು ಬಶಾರತ್ ನವಾಬರು ಹೆಚ್ಚು ಕಡಿಮೆ ಸಮವಯಸ್ಕರಾಗಿದ್ದರು. ಅವರ ಜೀವನದ ದಾರಿಯಲ್ಲಿ ಇನ್ನೂ ಹಲವು ಮೈಲುಗಲ್ಲುಗಳು ಬರಬಹುದೆಂದು ಅವಳರಿತಿದ್ದಳು, ಸ್ತ್ರೀಯ ಮನಸ್ಸು ಪುರುಷನ ಮನಸ್ಸಿಗಿಂತ ಬೇಗನೇ ಯೌವನಕ್ಕೆ ಕಾಲಿಡುತ್ತದೆ. ತನ್ನ ಚಿಕ್ಕಪ್ರಾಯದಲ್ಲೇ ಏಮನ್ ಅನೇಕ ಸಂಘರ್ಷಗಳನ್ನೆದುರಿಸಿದ್ದಳು. ಆದರೆ, ಬಶಾರತ್ ನವಾಬರ ಪ್ರಾಯೋಗಿಕ ಜೀವನ ಈಗಷ್ಟೇ ಆರಂಭವಾಗಿತ್ತು. ಇನ್ನೂ ಅವರು ಮುಂದುವರಿಯುವದಿತ್ತು. ಇತರರನ್ನರಿವ ಮೊದಲು ತಮ್ಮನ್ನು ತಾವೇ ತಿಳಿದುಕೊಳ್ಳಬೇಕಿತ್ತು. ಅವಳು ಅವರ ಮನಸ್ಸು ಮುರಿಯಲು ಇಚ್ಛಿಸುತ್ತಿರಲಿಲ್ಲ. ಆದರೆ, ಅವರಿಗೆ ಯಥಾರ್ಥವನ್ನು ತಿಳಿಸುವ ಅಗತ್ಯವಿತ್ತು; ಏಕೆಂದರೆ, ಕೆಲವೇ ದಿನಗಳಲ್ಲಿ ಅವರು ಯೂರೋಪ್‌ಗೆ ಹೋಗುವವರಿದ್ದರು.

ಅವಳು ತನ್ನ ಕಣ್ಣೊರಿಸಿಕೊಂಡು, ತಲೆಬಾಗಿ ಕುಳಿತಿದ್ದಳು. ಬಶಾರತ್ ನವಾಬರ ಪ್ರೇಮವು ತನಗೊಪ್ಪಿಗೆಯಿಲ್ಲವೆಂದು ಯಾವ ಮಾತುಗಳಲ್ಲಿ ಅವರಿಗೆ ತಿಳಿಸುವುದೆಂದು ಅವಳರಿಯದಾಗಿದ್ದಳು, ಅವಳೇನೂ ಹೇಳದಾದಾಗ ಬಶಾರತ್ ನವಾಬರು ಅವಳ ಕೈಗಳೆರಡನ್ನೂ ತನ್ನ ಕೈಗಳಲ್ಲಿ ತೆಗೆದುಕೊಂಡು ನುಡಿದರು. 'ಏಮನ್, ನನಗೆ ಜೀವನದ ಅನುಭವ ತುಂಬ ಕಡಿಮೆ, ಆದರೆ, ನಾನು ನಿನ್ನನ್ನು ಪೇಚಾಟಕ್ಕೆ ಸಿಲುಕಿಸಿದೆನೆಂದು ಮಾತ್ರ ನನಗರಿವಾಗುತ್ತಿದೆ. ನಾನು ನಿನ್ನನ್ನು ಪ್ರೇಮಿಸಿದ್ದೇನೆ, ಆದರೆ, ನಿನ್ನ ಪರೀಕ್ಷೆ ಮಾಡಲಾರೆ, ನಾನು ಇಚ್ಛಿಸಿದಂತೆ ನಡೆಯುವಂತಿದ್ದರೆ!' ಒಂದು ನಿಟ್ಟುಸಿರಳೆದು ಕೊಂಡು ಎದ್ದು ನಿಂತು,

ಅವರಂದರು. 'ಹೌದು! ನಾನು ಬಲ್ಲೆ! ನನ್ನ ಪ್ರೇಮವು ನಿನ್ನ ಹೃದಯಕ್ಕೆ ತಟ್ಟದಂತೆ ಮಾಡಿದವರ್ಯಾರೆಂದು ನಾನು ಬಲ್ಲೆ.'

ಏಮನ್ ಬೆಚ್ಚಿ ಅವರನ್ನು ನೋಡಿದಳು.

'ಆದರೆ, ಏಮನ್, ಯಾರಿಗಾಗಿ ನೀನು ನನ್ನನ್ನು ತಿರಸ್ಕರಿಸಿದೆಯೋ, ಅತನ ಪ್ರೇಮವನ್ನು ನೀನೆಂದೂ ಪಡೆಯಲಾರೆ ಎಂದು ನನಗನಿಸುತ್ತಿದೆ. ಎಲ್ಲರೂ ಆತನನ್ನೇ ಪೂಜಿಸುತ್ತಿದ್ದರೆ, ನಾನು ನಿನ್ನನ್ನು ಪೂಜಿಸುತ್ತೇನೆ. ಏಮನ್ ಆಜರ್ ನವಾಬರು ಬಹಳ ದುಃಖ ಅನುಭವಿಸಿದ್ದಾರೆ. ಏಮನ್, ಯಾರು ಹಾಗೆ ದುಃಖವನ್ನಭವಿಸುತ್ತಾರೋ ಅವರು ಇತರರ ಹೃದಯಕ್ಕೂ ದುಃಖವನ್ನುಂಟು ಮಾಡಿ ಸಂತೋಷಿಸುತ್ತಾರೆ.'

ಏಮನ್ ಎದ್ದು ನಿಂತಳು.

'ನೀನು ಆಜರ್ ನವಾಬರನ್ನು ಪ್ರೇಮಿಸುತ್ತಿಲ್ಲವೇನು?' ಬಶಾರತ್ ನವಾಬರು ಕೇಳಿದರು. ಏಮನ್ ತನ್ನ ಕಿವಿಗಳನ್ನು ಕೈಗಳಿಂದ ಮುಚ್ಚಿಕೊಂಡಳು. ಇನ್ನೇನೂ ಕೇಳುವುದು ಅವಳಿಗೆ ಬೇಕಿರಲಿಲ್ಲ. ಪೇಟೆಯಲ್ಲಿ ನಿಲ್ಲಿಸಿ, ಚಾಟಿಯಿಂದ ತನ್ನನ್ನು ಹೊಡೆಯುತ್ತಿರುವಂತೆ ಅವಳಿಗನಿಸಿತು. ಅವಳು ತಿರುಗಿ, ವೇಗವಾಗಿ ಹೊರಗೆ ಹೊರಟು ಹೋದಳು. ಬಶಾರತ್ ನವಾಬರು ಅವಳನ್ನು ತಡೆಯುವ ಪ್ರಯತ್ನವನ್ನೂ ಮಾಡಲಿಲ್ಲ.

ಕತ್ತಲಲ್ಲಿ ಏಮನ್ ಓಡುತ್ತಾ ಹೋದಳು. ಅರ್ಧದಲ್ಲಿ ನಿಂತು ಹೊರಗಿನ ತಣ್ಣಗಿನ ಗಾಳಿಯಲ್ಲಿ ಒತ್ತಿ ಬರುತ್ತಿದ್ದ ಉಸಿರನ್ನು ಸಂಭಾಳಿಸಿಕೊಂಡು ಅವಳು ವಿಕಾರ್ ಜಂಗರ ಕಾಟೇಜನತ್ತ ನಡೆದಳು. ಸಾಧ್ಯವಾದಂತೆ ಎರಡೂ ಕೈಗಳಿಂದ ಕೂದಲನ್ನು ಒಪ್ಪಮಾಡಿಕೊಂಡು ಒಳಗೆ ಪ್ರವೇಶಿಸಿದಳು.

ಡ್ರಾಯಿಂಗ್ ರೂಮ್‌ನಲ್ಲೇ ದೀವಾನ್‌ನ ಮೇಲೆ ವಿಕಾರ್ ಜಂಗರು ಮಲಗಿದ್ದರು. ಅವರ ಚೆಲುವಾದ ಮುಖದ ಮೇಲೆ ನಿರ್ಜೀವತೆ ನೆಲೆಸಿತ್ತು. ಅವರ ಕಂಗಳು ಮುಚ್ಚಿಕೊಂಡಿದ್ದವು. ಬಳಿಯಲ್ಲೇ ಡಾ. ಫರ್ಗ್ಯೂಸನ್, ಅವರ ನಾಡಿ ನೋಡುತ್ತಾ ಕುಳಿತಿದ್ದರು ಆಜರ್ ನವಾಬರೂ ಅಲ್ಲೇ ನಿಂತಿದ್ದರು ಅವರ ಮುಖದಲ್ಲಿ ಚಿಂತೆ ಹೊಮ್ಮುತ್ತಿತ್ತು. ಏಮನ್ ಹೊಕ್ಕೊಡನೆ, ಅವರೊಂದು ಹಾರುದೃಷ್ಟಿಯನಮ್ಮ ಅಳ ಮೇಲೆ ಹರಿಸಿದರು. ಅಸಹ್ಯ ಭಾವನೆಯೊಂದು ಅವರ ಮುಖದ ಮೇಲಾಡಿ, ಪುನಃ ಅವರು ತಮ್ಮ ದೃಷ್ಟಿಯನ್ನು ವಿಕಾರ್ ಜಂಗರ ಮುಖದಲ್ಲಿ ಕೇಂದ್ರೀಕರಿಸಿದರು.

ಸ್ವಲ್ಪ ಹೊತ್ತಿನ ಬಳಿಕ ಏಳುತ್ತಾ ಡಾಕ್ಟರ್, ಆಜರ್ ನವಾಬರೊಡನೆ ಹೇಳಿದರು. 'ಜ್ವರವನ್ನು ಕಡೆಗಣಿಸಬಾರದಾಗಿತ್ತು. ನನ್ನನ್ನೇಕೆ ಕರೆಸಿಕೊಳ್ಳಲಿಲ್ಲ. ನವಾಬ ಸಾಹಬ್?'

'ನನಗೆ ಈಗ ಸ್ವಲ್ಪ ಮೊದಲಷ್ಟೇ, ಕಾಟೇಜ್‌ನಲ್ಲಿ ಲೈಟಿಲ್ಲದುದನ್ನು ನೋಡಿ ಗೊತ್ತಾಯಿತು.' ಆಜರ್ ನವಾಬರ ಚಿಂತೆ ಇನ್ನೂ ಹೆಚ್ಚಿತು.

'ನಿಮೋನಿಯ ಆಗಿದೆ.' ಡಾಕ್ಟರಂದರು. 'ಲೆಟ್‌ಸ್ ಹೋಪ್ ಫಾರ್ ದಿ ಬೆಸ್ಟ್' ಎಂದು ಅಸಂತೋಷದಿಂದ ಭುಜ ಹಾರಿಸಿದರು.

ಆಜರ್ ನವಾಬರು ಡಾಕ್ಟರನ್ನು ಬಿಡಲೆಂದು ಕಾರಿನವರೆಗೆ ಹೋದರು. ಏಮನ್ ಅಲ್ಲೇ ದೀವಾನ್‌ನ ಬಳಿಯಲ್ಲಿ ಕುರ್ಚಿಯೆಳೆದುಕೊಂಡು ಕುಳಿತಳು. ವಿಕಾರ್ ಜಂಗರ ಸುಂದರ ಮುಖ ಹಳದಿ ಬಣ್ಣಕ್ಕೆ ತಿರುಗಿತ್ತು. ಅವರ ನಗುವ ಕಂಗಳು ಮುಚ್ಚಿಕೊಂಡಿದ್ದವು. ಒಂದು ಕೈ ಕಂಬಳಿಯ ಹೊರಗೆ ಚಾಚಿಕೊಂಡಿತ್ತು. ಉದ್ದವಾದ ಬೆರಳುಗಳ ಈ ಕೈ ಎಂಥೆಂಥಾ ಕ್ಯಾನ್‌ವಾಸ್‌ಗಳನ್ನು ಚಿತ್ರಗಳಿಂದ ಶೃಂಗರಿಸಿತ್ತು ! ಎಂದಾದರೂ ತಮ್ಮ ಜೀವನವನ್ನು ಸಜ್ಜಾಗಿಸುವ ಯತ್ನ ಮಾಡಿದ್ದಿರಬಹುದೇ? ವಿಕಾರ್ ಜಂಗರ ಆಕರ್ಷಕ ವ್ಯಕ್ತಿತ್ವದ ಹಿಂದೆ, ಒಂದು ಅಶಾಂತ, ತೃಷ್ಣಾ ಪೀಡಿತ ಆತ್ಮ ಅವಳ ಬಗೆಗಣ್ಣಿಗೆ ಗೋಚರಿಸಿತು. ಅವಳು ತನ್ನ ಕೈಯನ್ನು ಮೆಲ್ಲಗೆ ಅವರ ಕೈ ಮೇಲೆ ಇರಿಸಿದಳು. ವಿಕಾರ್ ಜಂಗರ ಮುಚ್ಚಿದ ಕಂಗಳು ಮೆಲ್ಲ ಮೆಲ್ಲ ತೆರೆದುಕೊಂಡವು. ಏಮನ್‌ಳನ್ನು ಕಂಡು ಅವುಗಳಲ್ಲಿ ಪರಿಚಯದ ಬೆಳಕು ಮೂಡಿತು. ತುಟಿಗಳು ಮೆಲುವಾದ ಮುಗುಳ್ನಗೆಯಿಂದ ಅಲುಗಿದವು. ಏಮನ್ ತನ್ನ ಕೈಗಳಲ್ಲಿ ಅವರ ಅಂಗೈಗಳನ್ನು ಮೆಲುವಾಗಿ ಅದುಮಿ, ಕಂಬಳಿಯೊಳಗೆ ಮುಚ್ಚಿದಳು. ವಿಕಾರ್ ಜಂಗರ ಉಸಿರು ತಿದಿಯಂತಾಡುತ್ತಿತ್ತು, ಅವರು ಕೆಲ ಹೊತ್ತು ಬಹಳ ಅಪ್ಯಾಯತೆಯಿಂದ ಏಮನ್‌ಳನ್ನೇ ನೋಡುತ್ತಿದ್ದು, ನಂತರ ಕಣ್ಣು ಮುಚ್ಚಿಕೊಂಡರು.

'ಇವರಿಗೆ ಇನ್ನೂ ದಿಂಬುಗಳ ಅವಶ್ಯಕತೆಯಿದೆ. ಬೆಡ್‌ರೂಮ್‌ನಿಂದ ತಗೊಂಡು ಬನ್ನಿ' ಆಜರ್ ನವಾಬರು ಡಾಕ್ಟರನ್ನು ಬೀಳ್ಕೊಟ್ಟು ಮರಳಿ ಬಂದಿದ್ದರು.

'ಬೆಡ್‌ರೂಮ್‌ಗೇ ತೆಗೆದುಕೊಂಡು ಹೋಗುವಾ ಅಲ್ಲಿ ಇವರಿಗೆ ಹೆಚ್ಚು ಆರಾಮ ಸಿಗಬಹದು.' ಏಮನ್ ತನ್ನ ಅಭಿಪ್ರಾಯ ಇತ್ತಳು.

'ನಾನು ಡಾಕ್ಟರ ಅಭಿಪ್ರಾಯಕ್ಕೆ ಹೆಚ್ಚು ಮನ್ನಣೆ ಕೊಡುತ್ತೇನೆ' ಆಜರ್ ನವಾಬರು ತೀಕ್ಷ್ಣವಾಗಿ ನುಡಿದರು.

ಏಮನ್‌ಳ ಭಾವನೆಗಳಿಗೆ ಎಂತಹ ಪೆಟ್ಟು ತಗುಲಿತ್ತೆಂದರೆ ಅವಳು ಕ್ಷತವಿಕ್ಷತಳಾಗುತ್ತಿದ್ದಳು. ಆಜರ್ ನವಾಬರ ಕಠೋರತೆ ಅವಳ ಮೇಲೆ ಯಾವ ಪ್ರಭಾವವನ್ನು ಬೀರಲಿಲ್ಲ. ಅವಳು ಮಾತಾಡದೆ ಎದ್ದು, ಬೆಡ್‌ರೂಮ್‌ನಿಂದ ದಿಂಬು ತರಲು ಹೋದಳು. ಕಪಾಟಿನಿಂದ ಎರಡು ದಿಂಬುಗಳನ್ನವಳು ತೆಗೆದುಕೊಂಡಳು. ಆದರೆ ಹೊದಿಕೆ ಇರಲಿಲ್ಲ. ಹೊದಿಕೆಗಾಗಿ ಹುಡುಕಬೇಕಾಯಿತು. ಉಡುಪುಗಳು, ಟವೆಲ್‌ಗಳು, ಚಾದರ್‌ಗಳು ಎಲ್ಲವೂ ಅಸ್ತವ್ಯಸ್ತವಾಗಿದ್ದರಿಂದ ಎಲ್ಲವನ್ನೂ ತೆಗೆದು ಮಂಚದ ಮೇಲೆ ಹಾಕಿದಳು. ಬಟ್ಟೆಗಳೆಡೆಯಿಂದ ಏನೋ ವಸ್ತುವು ಅವಳ ಹೆಬ್ಬೆರಳ ಮೇಲೆ ಬಿದ್ದು ಗಾಯವಾಯಿತು. ನೋವಿನಿಂದ ಹೆಬ್ಬೆರಳನ್ನು ತೀಡತೊಡಗಿದ ಏಮನ್‌ಳ ದೃಷ್ಟಿ ಗಾಜಿನ ಮೇಲೆ ಬಿದ್ದಾಗ ಬಗ್ಗಿ ಅದನ್ನೆತ್ತಿಕೊಂಡಳು. ಅದು ತೆರೆದ ರೇಷ್ಮೆ ಚಾದರದಲ್ಲಿ ಸುತ್ತಿದ್ದ ಒಂದು ಚಿತ್ರವಾಗಿತ್ತು. ಚಿತ್ರದಲ್ಲಿ ಚೆಲುವೆಯಾದ ಹುಡುಗಿಯ ಕೂದಲನ್ನು ಅವರ ದಾಸಿಯು ಬಾಚುತ್ತಿದ್ದಳು. ಹುಡುಗಿ ಏಕೆ ಸಿಟ್ಟುಗೊಂಡಿದ್ದಳೋ ತಿಳಿಯದು. ಚಿತ್ರವನ್ನು ಮಂಚದ ಮೇಲೆಸಿದು, ಅವಳು ಬೇಗ ಬೇಗನೆ ದಿಂಬಿಗೆ ಹೊದಿಕೆ ಹಾಕತೊಡಗಿದಳು. ಆದರೆ, ಆಗಲೂ ಅವಳ ದೃಷ್ಟಿ ಚಿತ್ತದಲ್ಲೇ ಸೇರಿತ್ತು. ಮನದಲ್ಲೇನೋ ಮುಸಕು ಮುಸಕಾದಂತೆ ಭಾಸವಾಗುತ್ತಿತ್ತು.

ಇದ್ದಕ್ಕಿದ್ದಂತೆ ಅವಳು ತನ್ನ ಕೈಯಲ್ಲಿದ್ದ ದಿಂಬನ್ನು ಎಸೆದು ಪುನಃ ಹಾರಿ ಚಿತ್ರವನ್ನೆತ್ತಿಕೊಂಡಳು. ಚಿತ್ರವನ್ನೇ ನೋಡುತ್ತಿದ್ದ ಏಮನ್‌ಳ ಕೈ ಕಂಪಿಸಿ, ಮುಖದಿಂದ 'ಯಾ ಖುದಾ!' ಎಂಬ ಉದ್ಗಾರ ಹೊರಟಿತು. ಅವಳೆದುರು ವರ್ಷಗಳ ಹಿಂದಿನ ಮಹಾಸರ್ಕಾರ್ ಕುಳಿತಿದ್ದರು! ಹಾಗೂ ವರ್ಷಗಳ ಹಿಂದಿನ ಶಮ್‌ಶಾದ್ ಅವರ ಕೂದಲು ಬಾಚುತ್ತಿದ್ದಳು.'

ಸಾಕಷ್ಟು ಸಮಯದ ನಂತರ ಏಮನ್ ತನ್ನ ಕಂಪಿಸುವ ಕಾಲ್ಗಳೊಂದಿಗೆ ವಿಕಾರ್ ಜಂಗರ ಕಾಟೇಜ್‌ನಿಂದ ತನ್ನ ಕ್ವಾರ್ಟರ್ಸ್‌ನತ್ತ ಹೋಗುತ್ತಿರುವಾಗ ಅವಳ ದೃಷ್ಟಿ ಹವೇಲಿಯ ಮೌನದಲ್ಲಿ ಮುಳುಗಿದ ಬಾಲ್ಕನಿಯೆಡೆಗೆ ಹೊರಳಿತು. ಅಲ್ಲಿ ಶ್ವೇತವಸ್ತ್ರ ಧರಿಸಿದ ಕಾಂತಿಚಿತ್ರವೊಂದು ಅಮೃತಶಿಲೆಯ ಸ್ತಂಭಕ್ಕೊರಗಿ ವಿಕಾರ್ ಜಂಗರ ಬಂಗಲೆಯತ್ತ ಮುಖಮಾಡಿ ನಿಂತಿತ್ತು.

ಮೌನ ಎಲ್ಲವನ್ನೂ ಕಬಳಿಸುತ್ತದೆ. ಗಲಾಟೆಯಲ್ಲಿ ಸ್ವರವಷ್ಟೇ ಕಳೆದು ಹೋಗುತ್ತದಲ್ಲದೆ, ವ್ಯಕ್ತಿ ಕಳೆದು ಹೋಗುವುದಿಲ್ಲ. ತಾನೊಂದು ನಿಶ್ಶಬ್ದದ ಕೊಳ್ಳದಲ್ಲಿ ಎಸೆಯಲ್ಪಟ್ಟಿರುವಂತೆ ಏಮನ್‌ಗೆ ಭಾಸವಾಯ್ತು. ಅಲ್ಲಿಂದ ಹೊರಬರಲು ರಸ್ತೆಯೇ ಇರಲಿಲ್ಲ. ಚೀರ ಬಯಸಿದರೆ, ಸ್ವರವೇ ಹೊರಡುತ್ತಿಲ್ಲ. ಅವಳ ಸುತ್ತಲೂ ಶೃಂಖಲೆಯೊಂದು ಬಿಗಿದಂತೆ ಅವಳಿಗನಿಸಿತು. ಹೇಗೋ ಅವಳು ತನ್ನ ಕ್ವಾರ್ಟರ್ಸ್‌ಗೆ ಬಂದು ಮುಟ್ಟಿದಳು. ಅಲ್ಲಿ ಎಲ್ಲವೂ ಇಂದು ಶೋಕದಲ್ಲಿ ಮುಳುಗಿದ್ದವು. ಅವಳ ಸ್ವಚ್ಛ, ಸುಂದರ ಕ್ವಾರ್ಟರ್ಸ್, ವರ್ಣಮಯ ಪರದೆಗಳು, ಹೂದಾನಿಯ ಹೂಗಳು, ಅವಳ ತಂದೆಯ ಚಿತ್ರ ಎಲ್ಲವೂ ಶೋಕವನ್ನಾಚರಿಸುತ್ತಿದ್ದವು.

ಆಶ್‌ಟ್ರೇಯಲ್ಲಿ ಉರಿದ ಸಿಗರೇಟ್‌ಗಳ ರಾಶಿ ನೋಡಿ ಅವಳಿಗೆ ಬಶಾರತ್ ನವಾಬರು ನೆನಪಾದರು. ಅವರು ಹೊರಟು ಹೋಗಿದ್ದರು. ಈ ಒಂದು ರಾತ್ರಿ ಅವಳಿಂದ ಏನೆಲ್ಲವನ್ನು ಕಸಿದಿರಲಿಲ್ಲ! ಸಂಪೂರ್ಣ ಆಯಾಸದಿಂದ ಏಮನ್ ಹಾಸಿಗೆ ಮೇಲೆ ಬಿದ್ದುಬಿಟ್ಟಳು.

ರಾತ್ರೆಯ ನೀರವತೆ ಪ್ರಭಾವ ಬೀರಿತು. ವಿಕಾರ್ ಜಂಗರು ಬೆಳಗಿನ ಬೆಳಕನ್ನು ಕಾಣಲು ಶಕ್ಯರಾಗಲಿಲ್ಲ. ಬಹಳ ಕೆಟ್ಟ ರಾತ್ರಿಯಾಗಿತ್ತು. ಅದು ! ಅವಳಿಂದ ಒಬ್ಬ ಗೆಳೆಯನನ್ನೂ, ಒಬ್ಬ ಕೃಪಾಳುವನ್ನೂ ಕಸಿದಿದ್ದಿತು.

ಮಹಾಸರ್ಕಾರ್ ಅವರ ಬಳಿಗೆ ಹೋಗುವ ಧೈರ್ಯ, ಏಮನ್‌ಳಲ್ಲಿ ಇರಲಿಲ್ಲ. ಅವರಿಗೆ ಯಾರ ಸಹಾನುಭೂತಿಯ ಅಗತ್ಯವೂ ಇರಲಿಲ್ಲ. ಅನುಕಂಪದ ಸೀಮೆಯನ್ನು ದಾಟಿ ಎಂದೋ ಮುಂದುವರಿದಿದ್ದರವರು. ವರ್ಷಗಳ ಧೂಳು ಅದನ್ನು ಕವಿದಿತ್ತು. ನೋವೇ ಐಶ್ವರ್ಯವಾಗಿತ್ತು!

ಆದರೂ ಏಮನ್ ಧೈರ್ಯತಳೆದು, ತಯಾರಾಗಿ ಮಹಾಸರ್ಕಾರ್ ಅವರ ಬಳಿಗೆ ಬಂದಳು. ಹವೇಲಿ ನಿರ್ಜೀವವಾಗಿ ತೋರುತ್ತಿತ್ತು. ಮೌನ ಮೌನದೊಡನೇ ಮಾತಾಡುತ್ತಿತ್ತು. ಜಗಲಿಯಲ್ಲಿ ಕುಳಿತಿದ್ದ ಶಮ್‌ಶಾದ್‌ಳು ಬಾರಿಬಾರಿಗೂ ಸೆರಗಿನಿಂದ ಕಣ್ಣೊರಿಸಿ ಕೊಳ್ಳುತ್ತಿದ್ದಳು. ಏಮನ್‌ಳನ್ನು ನೋಡಿ ಅವಳಂದಳು. "ಒಳಗೆ ಹೋಗಬೇಡ ಬೀಬೀ ಸರ್ಕಾರ್ ಅವರ ಆರೋಗ್ಯ ಚೆನ್ನಾಗಿಲ್ಲ, ಅವರು ಆರಾಮ ಮಾಡಲಿ"

ಏಮನ್ ಅವಳ ಭುಜದ ಮೇಲೆ ಕೈಯಿರಿಸಿದಳು. ಏನೂ ಹೇಳಲಿಲ್ಲ. ಶಮ್‌ಶಾದ್ ಬೇಡವೆಂದರೂ ಅವಳು ಒಳಗೆ ಹೋದಳು.

ಬೆತ್ತದ ಕುರ್ಚಿಯ ಮೇಲೆ ಮಹಾಸರ್ಕಾರ್ ಅವರು ಒಬ್ಬರೇ ಕುಳತಿದ್ದರು. ಅವರ ತಲೆ ಬಾಗಿತ್ತು. ಏಮನ್ ಕೆಲಹೊತ್ತು ಅವರ ಹಿಂದೆ ಕುರ್ಚಿ ಹಿಡಿದು ನಿಂತಿದ್ದಳು, ಶಬ್ದಗಳ ಅವಶ್ಯಕತೆ ಇರಲಿಲ್ಲ. ಸಕಾರ್ ಸ್ವಲ್ಪವೂ ಅಲುಗಲಿಲ್ಲ. ಅವರ ಹಿಂದೆ ಯಾರಾದರೂ ನಿಂತಿರುವುದೇ ಅವರಿಗೆ ತಿಳಿದಿದ್ದಿರಲಿಕ್ಕಿಲ್ಲ. ಏಮನ್‌ಗೆ ಅವರನ್ನು ಡಿಸ್ಟರ್ಬ್ ಮಾಡುವುದು ಬೇಡವಿತ್ತು. ಆದರೆ ಬಿರುಗಾಳಿಗೆ ಸಿಲುಕಿದ ನಾವೆಗೆ ಹುಟ್ಟು ಅಗತ್ಯವಿತ್ತು. ಅವಳು ತಿರುಗಿ, ಅವರ ಬಳಿ ನೆಲದಲ್ಲಿ ಕುಳಿತು, ಕುರ್ಚಿಯ ಕೈಯ ಮೇಲಿರಿಸಿದ್ದ ಅವರ ಕೈ ಮೇಲೆ ತನ್ನ ಕೆನ್ನೆಯನ್ನು ಇಟ್ಟಳು. ಮಹಾ ಸರ್ಕಾರ್ ಕೆಲಹೊತ್ತು ಹೀಗೇ ಸುಮ್ಮನಿದ್ದರು. ಅವರ ಕಣ್ಣಲ್ಲಿ ಕಂಬನಿಯಿರಲಿಲ್ಲ. ಕಂಬನಿ ಎಲ್ಲವನ್ನೂ ಹಾಳು ಮಾಡುತ್ತದೆ. 'ಈ ಅಶ್ರುಗಳು ಹೃದಯದ ಶೋಕಾಗ್ನಿಯನ್ನು ಇನ್ನೂ ಹೆಚ್ಚಿಸುತ್ತದೆ. ಮತ್ತೇಕೆ ಅವುಗಳ ಗೊಡವೆ?'

ಬಹಳ ಹೊತ್ತಿನ ಬಳಿಕ ಸರ್ಕಾರ್ ಅವರು ಬಹುಮೆಲ್ಲಗೆ ನುಡಿದರು– ಅಲ್ಲಿ ಪೂರ್ಣ ನಿಶ್ಶಬ್ದವಿದ್ದುದಲ್ಲದಿದ್ದರೆ ಏನೂ ಕೇಳುತ್ತಿರಲಿಲ್ಲ–"ಪುಸ್ತಕ ಮುಗಿದುಹೋಯ್ತು. ಏಮನ್ ಬೀಬೀ ನೀನೇಕೆ ಬಂದಿರುವೆ? ನಮಗಿನ್ನೇನೂ ಬರೆಯುವುದು ಇಲ್ಲ"

ಏಮನ್ ಆಜರ್ ನವಾಬರಿಗಾಗಿ ಕಾಯುತ್ತಿದ್ದಳು. ಇಂದು ಇಡೀ ದಿನ ಅವರು ಹೊರಗೆ ಇದ್ದರು. ಅವರು ಪೋಲೋ ಆಡಿ ಹಿಂದಿರುಗಿದಾಗ ಅವಳು ಗೆಸ್ಟ್ ಹೌಸ್‌ನಲ್ಲಿದ್ದಳು. ಹೊಸದಾಗಿ ಬಂದಿದ್ದ ಫ್ರೆಂಚ್ ದಂಪತಿಗಳಲ್ಲಿ, ಪತಿಗೆ ವೈದ್ಯಕೀಯ ಸಹಾಯದ ಅಗತ್ಯವಿತ್ತು. ಡಾಕ್ಟರನ್ನು ಸಂಪರ್ಕಿಸಿ, ಆ ವ್ಯಕ್ತಿಯ ಆರೋಗ್ಯ ಸುಸ್ಥಿತಿಗೆ ಬಂದ ಮೇಲೆ ಅವಳು ಆಜರ್ ನವಾಬರಲ್ಲಿಗೆ ತಲುಪಿದಾಗ, ಆಗಲೇ ಅವರು ಬಟ್ಟೆ ಬದಲಿಸಿ ಮೀಟಿಂಗ್‌ಗೆ ಹೋಗಿಯಾಗಿತ್ತು. ಅವಳಿಂದು ತಲ್ಲಣಗೊಂಡಿದ್ದಳು.

ಸ್ಥಿತಿಯೇ ಹಾಗಿತ್ತು. ಒಂದರ ಹಿಂದೊಂದರಂತೆ ನಡೆದ ಅಪಘಾತಗಳು ಅವಳ ಹೃದಯವನ್ನು ಕಲ್ಲಾಗಿಸುತ್ತಿತ್ತು. ಆಜರ್ ನವಾಬರ ವ್ಯವಹಾರವು ಅವಳನ್ನು ಇನ್ನೂ ಚೂರಾಗುವಂತೆ ಮಾಡುತ್ತಿತ್ತು. ಕೆಲವು ದಿನಗಳಿಂದ ಹೀಗೆ ನಡೆದಿತ್ತು. ಏನಾದರೂ ಕೆಲಸದ ಮೇಲೆ ಅವಳು ಅವರ ಬಳಿಗೆ ಹೋದರೆ, ಅವರು ಸಿಗುತ್ತಿರಲಿಲ್ಲ. ಕೆಲವೊಮ್ಮೆ ಹೊರಗೆ ಹೋಗಿರುತ್ತಿದ್ದರು. ಇಲ್ಲವೇ ಹೊರಗಿನಿಂದ ಬಂದು ವಿಶ್ರಾಂತಿ ಪಡೆಯುತ್ತಿದ್ದರು. ಬಹುಶಃ ಅವರಲ್ಲಿ ತನ್ನ ಅಂತಸ್ತು ಕೇವಲ ಒಬ್ಬ ನೌಕರಳದೆಂದೂ, ಸದಾ ಅವರ ದಯೆಯನ್ನವಲಂಬಿಸಿ ತಾನು ಜೀವಿಸಬೇಕೆಂದೂ ತನಗೆ ಅವರು ಪರೋಕ್ಷವಾಗಿ ತಿಳಿಸುವಂತಿತ್ತು. ಇಂದು ಅವರನ್ನು ಸಿಕ್ಕಿಯೇ ತೀರುವೆನೆಂದು ಅವಳು ಹಣ ತೊಟ್ಟಿದ್ದಳು. ರಾತ್ರಿಯಿಡೀ ಲೈಬ್ರರಿಯ ಕಾವಲು ಕಾಯಬೇಕಾಗಿ ಬಂದರೂ ಚಿಂತೆಯಿಲ್ಲ. ಈಗವಳಿಗೆ ಪರಿಣಾಮದ ಬಗ್ಗೆ ಭಯವಿರಲಿಲ್ಲ. ಹೆಚ್ಚೆಂದರೆ ಹವೆಲಿ ತೊರೆಯಬೇಕಾಗಿ ಬರಬಹುದಷ್ಟೇ, ಈಗಂತೂ ಈ ವಾತಾವರಣದಿಂದ ಎಲ್ಲಾದರೂ ದೂರ ಹೊರಟು ಹೋದರೆ ಒಳ್ಳೆಯದಿತ್ತೇನೋ ಇಲ್ಲಿ ಅವಳ ಭಾವನೆಗಳು ಭಾರವಾಗುತ್ತಾ ಹೋಗುತ್ತಿದ್ದವು ಅವಳಲ್ಲಿ

ಇನ್ನೂ ಶಕ್ತಿ ಉಳಿದಿರಲಿಲ್ಲ. ಜೀವನ ನೌಕೆ ಬಿರುಗಾಳಿಗೆ ಸಿಲುಕಲೆಂದೇ ಭಗವಂತನ ಇಚ್ಛೆಯಾದರೆ ಹಾಗೇ ಆಗಲಿ.

ಲೈಬ್ರರಿಯೊಳಗೆ ಬೆಳಕನ್ನು ಕಂಡು ಅವಳು ಸ್ವಲ್ಪ ತಡೆದಳು. ಮತ್ತೆ ದೃಢ ನಿಶ್ಚಯದೊಂದಿಗೆ ಒಳಗೆ ಹೋದಳು. ಆಜರ್ ನವಾಬರು ಕ್ರೋಧಿತ ದೃಷ್ಟಿಯಿಂದ ಅವಳನ್ನು ನೋಡಿ ಪುನಃ ತನ್ನ ಕೆಲಸದಲ್ಲಿ ಮಗ್ನರಾದರು.

ಟೇಬಲ್ ಲ್ಯಾಂಪ್‌ನ ಪ್ರಕಾಶದಲ್ಲಿ ಅವರ ಮುಖದ ರೂಪ-ರೇಖೆಗಳು ಸ್ಪಷ್ಟವಾಗಿ ಬೆಳಗುತ್ತಿದ್ದವು. ಜರಿ ಕೆಲಸದ ನೀಲಿ ಸಿಲ್ಕಿನ ಗೌನ್ ಧರಿಸಿದ್ದ ಅವರ ಕೈ ಏನೋ ಬರೆಯುತ್ತಾ ತಡೆದಿತ್ತು. ವಿಶಾಲವಾದ ಹಣೆ, ನೇರ ಮೂಗು, ಹಾಗೂ ದಟ್ಟ ಹುಬ್ಬುಗಳ ಕೆಳಗಿನ ಕಡು ಕಪ್ಪಾದ ನಯನಗಳು ಇನ್ನೂ ಆಳವಾಗಿದ್ದವು. ಟೇಬಲ್ ಲ್ಯಾಂಪ್‌ನ ಮಂದ ಬೆಳಕು ಅವರ ಮುಖಕ್ಕೆ ಅಪಾಯಕರ ಚೆಲುವನ್ನು ನೀಡಿತ್ತು. ಏಮನ್‌ಳತ್ತ ನೋಡುತ್ತಿದ್ದ ಅವರ ಕಂಗಳಲ್ಲಿ ಪ್ರಶ್ನೆಯೂ, ಆರೋಪವೂ ಇತ್ತು.

ಏಮನ್ ಕೂಡ ಪೂರ್ಣ ಸಿದ್ಧಳಾಗಿಯೇ ಬಂದಿದ್ದಳು. ಅವಳು ಅವರ ತೀಕ್ಷ್ಣದೃಷ್ಟಿಯ ಪರಿವೇ ಇಲ್ಲದೆ, ಅವರ ಮುಂದೆ ಕಾಗದವನ್ನು ಸರಿಸಿದಳು.

'ಏನಿದು?' ಆಜರ್ ನವಾಬ ಸಿಟ್ಟಿನಿಂದ ಕೇಳಿದರು.

'ಇದು ಬ್ಯೆರೇ ಜಾರ್ಜ್‌ನನ್ನು ಕೆಲಸದಿಂದ ತೆಗೆದುಹಾಕುವ ಆರ್ಡರ್' ಏಮನ್ ಪೂರ್ಣ ಕಾರ್ಯಭಾರದ ರೀತಿಯಲ್ಲಿ ಉತ್ತರಿಸಿದಳು.

'ಅದೇನೋ ನನಗೂ ಕಾಣುತ್ತಿದೆ.'

'ಇದರಲ್ಲಿ ನಿಮ್ಮ ಸಹಿ ಇದೆ.'

'ಅದನ್ನೂ ಹೇಳುವ ಅಗತ್ಯವಿದೆಯೇ?'

'ನೀವು ಹೋಟೇಲ್‌ನ ಚಾರ್ಜ್ ನನಗೆ ವಹಿಸಿಕೊಟ್ಟಿರುವಾಗ, ಈ ಮೇಲಿಂದ ಮೇಲೆ ಇಂತಹ ಕ್ರಮಗಳ ಅರ್ಥವೇನೆಮದು ಕೇಳಬಯಸುತ್ತೇನೆ.'

'ಸಂಯೋಗದಿಂದ ಹೋಟೆಲ್' ಆಲಮ್‌ಪನಾಹದ ಮಾಲಿಕ ನಾನೆಂದು ನೀವು ಮರೆತಂತಿದೆ.'

ಏಮನ್ ಆ ಕಂಗಳನ್ನು ಹೆಚ್ಚು ದಿಟ್ಟಿಸಿ ನೋಡದಾದಳು. ಆದರೆ ಕೂಡಲೇ ಸಂವರಿಸಿಕೊಂಡು ನುಡಿದಳು. 'ಆಲಮ್‌ಪನಾಹ್' ನನ್ನ ಆಸ್ತಿಯೆಂದು ನಾನೆಂದೂ ಹೇಳಿಲ್ಲ.'

'ಥ್ಯಾಂಕ್ಸ್ !' ಆಜರ್ ನವಾಬ ವ್ಯಂಗದಿಂದ ನುಡಿದರು. 'ನೀವಿನ್ನು ಹೋಗಬಹುದು.'

'ನಾನು ಹೋಗಲೆಂದು ಬಂದಿಲ್ಲ.'

'ನೀವು ಕೇಳಲೇ ಬೇಕು.'

‘ಏನು ಹೇಳ ಬಯಸುತ್ತೀರಿ ನೀವು?’

‘ಇಂತಹ ವಿಷಯಗಳಿಂದ ಶಿಸ್ತುಭಂಗವಾಗುತ್ತದೆ. ಸ್ಟಾಫ್ ತಮ್ಮ ಇಷ್ಟದಂತೆ ನಡೆಯಬಹುದು. ಮತ್ತಿದು ಅಪರಾಧ, ಅತ್ಯಾಚಾರ.’

‘ನನಗೆ ತಿಳಿಯಲಿಲ್ಲ! ಯಾವ ಅಪರಾಧದ ಬಗ್ಗೆ ಹೇಳುತ್ತೀರಿ ನೀವು? ಎಂಥಾ ಅತ್ಯಾಚಾರ?’

‘ಜಾರ್ಜ್‌ನನ್ನು ಅವನ ತಪ್ಪಿಲ್ಲದೆ ಕೆಲಸದಿಂದ ತೆಗೆಯಲಾಗಿದೆ!’ ಏಮನ್ ತನ್ನನ್ನು ತಾನೇ ನಿಯಂತ್ರಣದಲ್ಲಿರಿಸಿಕೊಳ್ಳುತ್ತಾ ನುಡಿದಳು.

‘ನಿಮ್ಮ ಅಭಿಪ್ರಾಯದಂತೆ ಕುಡಿದ ಅಮಲಿನಲ್ಲಿ ಡ್ಯೂಟಿಗೆ ಬರುವುದು, ತೂರಾಡಿ ಪುಡ್ಡಿಂಗ್‌ನ್ನು ಯಾರೋ ಮಹಿಳೆಯ ಮಡಿಲಿಗೆ ಚೆಲ್ಲವುದು ಅಪರಾಧವಲ್ಲ; ಉಚ್ಚದರ್ಜೆಯ ತಮಾಷೆ–ಎಂದೆ?’ ಆಜರ್ ನವಾಬ ಕುರ್ಚಿಯಿಂದೇಳುತ್ತಾ ಹೇಳಿದರು. ಏಮನ್ ಇದನ್ನು ಕೇಳಿ ಸ್ತಬ್ಧಳಾದಳು. ಆದರೂ, ಬಿಟ್ಟುಕೊಡದೆ ನುಡಿದಳು. ‘ಮ್ಯಾನೇಜರ್ ಈ ಮಾತನ್ನು ಮೊದಲು ನನ್ನ ಗಮನಕ್ಕೆ ತರಬೇಕಿತ್ತು.’ ಜಾರುವ ನೆಲದಲ್ಲಿ ದೃಢವಾಗಿರಲು ಯತ್ನಿಸುವಂತೆ ಅವಳಂದಳು.

‘ಇದರಲ್ಲಿ ಮ್ಯಾನೇಜರ್‌ನ ದೋಷವೇನೂ ಇಲ್ಲ. ನಾನೇ ಅಲ್ಲಿ ಹಾಜರಿದ್ದೆ. ಇಂಥ ವಿಷಯಗಳಿಂದ ಹೋಟೇಲ್‌ಗೆ ಅಪವಾದ ಬರುವುದು.’ ಜಾರ್ಜ್ ಏಮನ್‌ಗೆ ಎಲ್ಲವನ್ನೂ ಹೇಳಿರಲಿಲ್ಲ. ತನ್ನ ಬರ್ಖಾಸ್ತ್‌ನ ನೋಟಿಸ್ ತೋರಿಸಿ, ಶಿಫಾರಸ್ ಮಾಡುವಂತೆ ಏಮನ್‌ಳನ್ನು ಕೇಳಿಕೊಂಡಿದ್ದ. ವಿಚಾರಿಸದೆಯೇ ಒಪ್ಪಿಕೊಂಡುದು ಏಮನ್‌ಳ ದುರ್ಬಲತೆ ಆಗಿತ್ತು. ಕೆಲದಿನಗಳಿಂದ ಅವಳ ಸಮಸ್ಯೆಯೂ ಇದಕ್ಕೆ ಕಾರಣವಾಗಿತ್ತು. ಆಜರ್ ನವಾಬರು ಇತ್ತೀಚೆಗೆ ಹೋಟೆಲ್‌ನ ಸೀನಿಯರ್ ಸ್ಟಾಫನ್ನು ತಾವೇ ಕರೆಯುವುದನ್ನು ಅವಳು ಗಮನಿಸಿದ್ದಳು.

‘ಜಾರ್ಜ್‌ಗೆ ಇನ್ನೊಂದು ಅವಕಾಶ ಕೊಡಬೇಕು.’ ಅವಳು ದುರ್ಬಲವಾಗಿ ಶಿಫಾರಸ್ ಮಾಡಿದಳು.

‘ಇದು ನನಗೆ ಅಗತ್ಯವೆಂದು ಕಾಣುತ್ತಿಲ್ಲ. ಸ್ಟಾಫ್ ನೇಮಕದ ವೇಳೆ ಅವರಿಗೆ ನಡತೆಯ ನಿಯಮಗಳ ಪ್ರತಿಯನ್ನೂ ಕೊಡಲಾಗುತ್ತದೆ. ಹೀಗೆ ಕಾನೂನು ಭಂಗ ಮಾಡಿದ ಬೇಜವಾಬ್ದಾರಿ ಜನರನ್ನು ನನ್ನ ಸ್ಟಾಫ್‌ನಲ್ಲಿಟ್ಟು ಕೊಳ್ಳಲು ನಾನು ಬಯಸುವುದಿಲ್ಲ.’

ಈ ಕೊನೆಯ ಮಾತು ಅವಳ ಸಿಟ್ಟಿನ ಜ್ವಾಲೆಗೆ ಗಾಳಿ ಬೀಸಿ ಉರಿಸಿತು. ಆಜರ್ ನವಾಬರು ಮಾತು ಮುಗಿಸಿ ತಿರುಗಿದ್ದರು. ಲ್ಯಾಂಪ್‌ನ, ದೂರದವರೆಗೆ ಹಬ್ಬಿದ ಮಂದ ಬೆಳಕಿನಲ್ಲಿ ಅವರೊಂದು ಸ್ತಂಭದಂತೆ ಕಾಣುತ್ತಿದ್ದರು. ಲೈಬ್ರರಿಯ ಅಮೂಲ್ಯ ಫರ್ನಿಚರ್ ಹಾಗೂ ಅವುಗಳ ಕೆಂಪು ಮುಖಮಲ್‌ನ ಹಿನ್ನಲೆಯಲ್ಲಿ ಅವರ ಜರತಾರೀ ಕೆಲಸದ ನೀಲಿ ಡ್ರೆಸಿಂಗ್ ಗೌನ್ ಅವರಿಗೆ ಬೂರ್ಜ್ವಾ ಬಣ್ಣವನ್ನು ಕೊಟ್ಟಿತ್ತು.

'ನೀವು ಹೋಗಬಹುದು.' ಅವರು ಹಾಗೇ ಕೈಗಳನ್ನು ಸೊಂಟದ ಹಿಂದೆ ಕಟ್ಟಿ, ತನ್ನ ಹಿಂದೆ ನಿಂತಿದ್ದ ಏಮನ್‌ಗೆ ಹೇಳಿದರು. ಅವರ ಮಾತು ದೃಢವಾಗಿತ್ತು.

'ಹೋಗುತ್ತೇನೆ.' ಏಮನ್‌ಳ ಕ್ರೋಧದ ಆಣೆಕಟ್ಟು ಒಡೆದಿತ್ತು. 'ನಾನು ಶಾಶ್ವತವಾಗಿ ಹೊರಟು ಹೋಗುತ್ತೇನೆ, ಮನುಷ್ಯನ ಭಾವನೆಗಳನ್ನು ಹೊಸಕಿ ಹಾಕುವ ಈ ವಧಾಗಾರದಲ್ಲಿರುವುದು ನನಗೂ ಬೇಕಿಲ್ಲ. ಐಶ್ವರ್ಯದ ನಶೆಯಲ್ಲಿ ಪ್ರೇಮಿಗಳನ್ನು ಜೀವಂತ ಸಮಾಧಿ ಮಾಡುವ ಈ ಸ್ಥಳ ನನಗೂ ಬೇಕಿಲ್ಲ' ಬಾಗಿಲ ಹಿಡಿಯ ಮೇಲೆ ಏಮನ್‌ಳ ಕೈ ನಡುಗುತ್ತಿತ್ತು. ಪ್ರಜ್ಞೆ ಸರಿಯಾಗಿದ್ದಲ್ಲಿ, ತನಗೆ ನಗು ಬರಿಸುವಂತಿದ್ದ ಮಾತುಗಳನ್ನು ಅವಳಾಡಿದ್ದಳು. ಆದರೆ ಇಂದು ಅವಳು ತನ್ನ ನಿಯಂತ್ರಣವನ್ನು ಕಳಕೊಂಡಿದ್ದಳು, ಸಿಟ್ಟಿನಿಂದಾಗಿ ಇಂದು ಅವಳಿಗೆ ಆಜರ್ ನವಾಬರೆಂದರೂ ಭಯವಾಗುತ್ತಿರಲಿಲ್ಲ. ಎಲ್ಲವನ್ನೂ ಹೇಳಿ ಬಿಡಬೇಕು, ಎಂದವಳು ಬಯಸಿದ್ದಳು.

'ಏನು ಹರಟುತ್ತಿರುವೆ ನೀನು!' ಅಜರ್ ನವಾಬರು ಸಿಟ್ಟಿನಿಂದ ಕುದಿಯುತ್ತಾ ಅವಳತ್ತ ಬಂದರು. 'ಬಶಾರತ್ ನವಾಬರನ್ನು ನಾನು ಯುರೋಪ್‌ಗೆ ಕಳುಹಿಸಿದ್ದು, ನಿಮ್ಮ ಪ್ರೇಮ ಬೆಳೆಯಬಾರದೆಂದು ಎಂದು ತಿಳಿದಿರುವೆಯಾ? ಮಿಸ್ ಏಮನ್ ಸಾಹಿಬಾ, ನನಗೆ ಇದರ ಪರಿವೆ ಸ್ವಲ್ಪವೂ ಇಲ್ಲ.' ಅವರ ಕಂಗಳಿಂದ ಕಿಡಿಗಳು ಹೊರ ಹೊರಟುವು.

'ಇದರಲ್ಲಿ ಬಶಾರತ್ ನವಾಬರದೇನು ಸಂಬಂಧ?' ಅವಳು ಅವರನ್ನೇ ದಿಟ್ಟಿಸಿ ನೋಡಿದಳು.

'ಮತ್ತ್ಯಾರ ಸಂಬಂಧವಿದೆಯೆಂದು ನೀನು ಹೀಗೆ ಮತಿಹೀನೆ ಆಗುತ್ತಿರುವೆ? ಅವರಲ್ಲದೆ ಬೇರೆಯೂ ಯಾರಾದರೂ ನಿನ್ನ ಹಾವಭಾವಗಳ ಬೇಟೆಯಾಗಿದ್ದಾರೆಯೇ?' ಆಳವಾದ ವ್ಯಂಗ್ಯದಿಂದ ನುಡಿದರವರು.

ಏಮನ್ ಸಿಟ್ಟಿನಿಂದ ಹುಚ್ಚಳಾಗಿದ್ದಳು, ಅವಳ ಚಿಂತನೆಯ ಅರಿವಿನ ಶಕ್ತಿ ಸಮಾಪ್ತವಾಗಿತ್ತು. ಬಾಗಿಲ ಹಿಡಿ ತಿರುಗಿಸುತ್ತಾ ಅವಳು ನುಡಿದಳು. 'ಹೌದು! ಇತರರೂ ಇದ್ದಾರೆ, ನಾನು ಬೇಗಮ್ ಜಮುರ್ರುದ್ ಮಹಲ್ ಹಾಗೂ ದಿವಂಗತ ವಿಕಾರ್ ಜಂಗರ ಬಗ್ಗೆ ಹೇಳುತ್ತಿದ್ದೇನೆ; ಸಮಾಧಿ ಮಾಡಲಾದ ಅವರ ಪ್ರೇಮದ ಬಗ್ಗೇ ಹೇಳುತ್ತಿದ್ದೇನೆ.' ಚಿರತೆಯಂತೆ ಆಕ್ರಮಣಕ್ಕೆ ಸನ್ನದ್ಧರಾದ ಆಜರ್ ನವಾಬರ ಹಿಡಿತಕ್ಕೆ ಸಿಗದೆ ಪಾರಾಗಲೆಂದು ಅವಳು ವೇಗವಾಗಿ ಬಾಗಿಲು ತೆಗೆಯ ಹೋದಳು. ಆದರೆ ಅದಕ್ಕೆ ಮೊದಲೇ ಹಿಡಿಯ ಮೇಲಿದ್ದ ಅವಳ ಕೈಯನ್ನು ಆಜರ್ ನವಾಬರ ಕೈಯು ಆಕ್ರಮಿಸಿಕೊಂಡು ಏಮನ್ ನೋವಿನಿಂದ ವಿಲಿವಿಲಿ ಒದ್ದಾಡುವಂತಾಯಿತು.

'ಏನಂದೆ ನೀನು? ಅವರು ಹಲ್ಲು ಕಡಿಯುತ್ತಾ ನುಡಿದರು. 'ನಿನಗೆ ಗೊತ್ತಿದೆಯೆಂದು ಇದರರ್ಥ!'

ಬೆಂಕಿಯನ್ನುಗುಳುತ್ತಿರುವ ಆ ಕಂಗಳನ್ನೆದುರಿಸಲಾಗದೆ, ಏಮನ್ ಕಣ್ಮುಚ್ಚಿಕೊಂಡಳು. ಹಿಡಿಯ ಮೇಲಿದ್ದ ಅವಳ ಬೆರಳುಗಳು ಮುರಿದು ಹೋಗುತ್ತಿದ್ದವು. ಏಮನ್‌ಳ ಹಿಡಿತ

ಸಡಿಲವಾಗಿ ಹಿಡಿಯನ್ನು ಬಿಡುವವರೆಗೂ, ಆಜರ್ ನವಾಬರ ಕೈಯ ಹಿಡಿತದ ಬಲ ವೃದ್ಧಿಯಾಗುತ್ತಾ ಹೋಯಿತು.

'ಏನು ಬಲ್ಲೆ ನೀನು?' ಆಜರ್ ನವಾಬರು ಅವಳ ಮುಂಗೈ ಎಳೆಯುತ್ತಾ ಅವಳನ್ನು ಲೈಬ್ರರಿಯ ಮಧ್ಯಕ್ಕೆ ಸೆಳೆತಂದರು.

'ಹೇಳು! ನಿನಗೆ ಎಷ್ಟು ಗೊತ್ತಿದೆ. ಹೇಳು! ಹವೇಲಿಯ ರಹಸ್ಯವನ್ನು ಬಯಲಾಗಿಸುವ ಧೈರ್ಯ ನಿನಗೆ ಹೇಗೆ ಬಂತು?' ಅವಳನ್ನು ಸೋಫಾದ ಮೇಲೆ ನೂಕುತ್ತಾ ಅವರಂದರು. ಏಮನ್ ಈ ಆಕ್ರಮಣಕ್ಕೆ ತಯಾರಿರಲಿಲ್ಲ. ಅವಳು, ತನ್ನನ್ನು ತಾನೇ ಸಾವರಿಸಿಕೊಳ್ಳದಾದಳು. ಮೃದುವಾದ ಗಾದಿಯ ಸೋಫಾದಲ್ಲಿ ಆಹತವಾದ ಹಕ್ಕಿಯಂತೆ ಅವಳು ಬಿದ್ದುಕೊಂಡಳು. ಸುತ್ತುತ್ತಿರುವ ತನ್ನ ತಲೆಯನ್ನು ಅವಳು ಕೈಗಳಿಂದಾಧರಿಸಿ ಹಿಡಿದಳು. ಆಜರ್ ನವಾಬರ ಗರ್ವಿಷ್ಠ, ಕ್ರೋಧಯುಕ್ತ, ಹೆಬ್ಬಂಡೆಯಂಥ ವ್ಯಕ್ತಿತ್ವದೆದುರು ತಾನೇನೂ ಅಲ್ಲದಿರುವ ಭಯಾನಕ ಅನುಭವ ಅವಳಿಗಾಯಿತು. ಈ ಪರಾಭವದನುಭವವು ಅವಳ ಕಂಗಳಲ್ಲಿ ಅಶ್ರುಗಳನ್ನು ತಂದವು. ಬಿದ್ದಿದ್ದ ತನ್ನ ದುಪಟ್ಟಾವನ್ನೆತ್ತಿ ಭುಜಗಳ ಮೇಲೆ ಹಾಕಿಕೊಂಡು ನಡುಗುತ್ತಿರುವ ಕೈಗಳಿಂದ ತನ್ನ ಮುಖದ ಮೇಲೆ ಕವಿದು ಬಂದಿದ್ದ ಕೂದಲನ್ನು ಸರಿಮಾಡತೊಡಗಿದಳು. ಆಜರ್ ನವಾಬರು ಎರಡೂ ಕೈಗಳನ್ನು ಸೊಂಟದ ಮೇಲಿಟ್ಟುಕೊಂಡು ಕಿಡಿ ಸುರಿಸುವ ಕಂಗಳಿಂದ ಅವಳನ್ನು ದಿಟ್ಟಿಸತೊಡಗಿದರು. ಅವರು ಅವಳ ಉತ್ತರದ ಪ್ರತೀಕ್ಷೆಯಲ್ಲಿದ್ದರು. ಅವರ ಕೂದಲೂ ಚೆಲ್ಲಾಪಿಲ್ಲಿಯಾಗಿದ್ದರೂ ಅದನ್ನು ಸರಿಮಾಡುವ ಯತ್ನವನ್ನೇನೂ ಅವರು ಮಾಡಲಿಲ್ಲ. ಅವರ ಡ್ರೆಸ್ಸಿಂಗ್ ಗೌನ್ ಎಳೆದಂತಾಗಿತ್ತು. ಪಕ್ಕಕ್ಕೆ ಜಾರಿತ್ತು. ಒಳಗೆ ಶರ್ಟ್‌ನ್ನೂ ಧರಿಸಿರಲಿಲ್ಲ: ಹಾಗೂ ವಿಶಾಲವಾದ ಎದೆಯನ್ನು ಮುಚ್ಚಿದ ಕಪ್ಪು ರೋಮ ರಾಶಿ ಕಂಡುಬರುತ್ತಿತ್ತು. ಹೀಗೆ ಉಡುಪಿನ ಪರಿವೆಯಿಲ್ಲದೆ ಅವರು ಬಟ್ಟೆ ಧರಿಸಿದ್ದನ್ನು ಏಮನ್ ಎಂದೂ ನೋಡಿರಲಿಲ್ಲ. ನಿರಾಶೆಯೊಡನೆ ಅವಳಿಗೆ ಭಯವೂ ಅನಿಸತೊಡಗಿತು. ಅವಳೇನೂ ಅಂಜುಬರುಕಿ ಆಗಿರಲಿಲ್ಲ. ಆಗಿದ್ದರೆ, ಆಜರ್ ನವಾಬರಿಗೆ ಹಾಗೆ ಏನೋ ಹೇಳುತ್ತಿರಲಿಲ್ಲ. ಹೀಗೆ ನಿರಾಶನಾದ ವ್ಯಕ್ತಿಯ ಶಕ್ತಿಯೆದುರಲ್ಲಿ ಒಬ್ಬ ಮಹಿಳೆ ಯಾವಾಗಲೂ ದುರ್ಬಲಳಾಗುತ್ತಾಳೆಂದು ಅವಳು ಅರಿತಿದ್ದಳು. ಆಜರ್ ನವಾಬರು ಅವಳ ದಾರಿಗಡ್ಡವಾಗಿ ನಿಂತಿದ್ದುದರಿಂದ, ಅವಳು ಎದ್ದು ಓಡಲೂ ಶಕ್ಯಳಿರಲಿಲ್ಲ. ಅತ್ತು, ತನ್ನ ದುರ್ಬಲತೆಯನ್ನು ಪ್ರಕಟಿಸುವುದೂ ಅವಳಿಗೆ ಬೇಡವಿತ್ತು. ಮಹಾಸರ್ಕಾರ್ ಅವರ ಪವಿತ್ರ ರಹಸ್ಯವನ್ನು ತಾನೇಕೆ ಬಾಯಲ್ಲಿ ನುಡಿದು ಬಿಟ್ಟೆನೆಂದು ಅವಳ ಅಂತರಾತ್ಮವು ಅವಳನ್ನು ಕುಟುಕುತ್ತಿತ್ತು. ಅದೂ, ಆ ರಹಸ್ಯದೊಡನೆ ನೇರ ಸಂಬಂಧವಿದ್ದ ವ್ಯಕ್ತಿಯೊಡನೆಯೇ ಅವಳು ಆ ಉಪದ್ವ್ಯಾಪ ನಡೆಸುತ್ತಿದ್ದಳು. ಹಾವಿನ ಬಿಲಕ್ಕೆ ಕೈಯಿಟ್ಟು, ಈಗ ಪಶ್ಚಾತ್ತಾಪ ಪಡುತ್ತಿದ್ದಳು; ಹಾವು ಹೆಡೆಯತ್ತಿ ಎದುರಿನಲ್ಲೇ ನಿಂತಿತ್ತು.

'ನನ್ನನ್ನು ಹೋಗಲು ಬಿಡಿ.' ಅವಳು ಕಷ್ಟದಿಂದ ತನ್ನೊಳಗೆ ಏಳುತ್ತಿರುವ ಬಿರುಗಾಳಿಯನ್ನಡಗಿಸುತ್ತಾ ಹೇಳಿದಳು.

'ಹೋಗಲು ಬಿಡಲೇ ?' ಆಜರ್ ನವಾಬರ ಹಲ್ಲುಗಳು ಹೊಳೆದವು. ಅವರು ಅವಳ ಕತ್ತಿನ ಹಿಂದೆ ಕೈಯಿಟ್ಟು, ಅವಳನ್ನು ತನ್ನತ್ತ ಸೆಳೆದು, ಇನ್ನೊಂದು ಕೈಯನ್ನು ಅವಳ ಸೊಂಟದ ಸುತ್ತ ಬಳಿಸಿ, ಅವಳನ್ನು ಪೂರ್ಣವಾಗಿ ತಮ್ಮ ವಶಕ್ಕೆ ತೆಗೆದುಕೊಂಡರು.

'ಆ ಎಲ್ಲ ಭ್ರಮೆಗಳಿದ್ದಾಗ್ಯೂ– ನಿನ್ನ ಮನದಲ್ಲಿ ಚಿಗುರಿ ಬೆಳೆಯುತ್ತಾ ಬಂದು, ಈಗ ನಿನ್ನ ಬಾಯಲ್ಲೂ ಬಂದ ಆ ಸಂದೇಹಗಳಿದ್ದಾಗ್ಯೂ–ನಿನ್ನನ್ನು ಹೋಗಲು ಬಿಡಲೇ? ನೀನು ನನ್ನನ್ನು ಅತ್ಯಾಚಾರಿಯೆಂದೂ, ಪಾಶವಿಕ ಪ್ರವೃತ್ತಿಯವನೆಂದೂ ತಿಳಿದಿರುವೆಯಲ್ಲ ? ದೇವರಾಣೆ! ಇಂದು ನಿನ್ನ ಎಲ್ಲ ಆಪಾದನೆಗಳನ್ನೂ ನಿಜವೆಂದು ತೋರಿಸುವೆ.'

ಏಮನ್‌ಳ ಕೂದಲುಗಳೊಳಗೆ ಅವರ ಬೆರಳುಗಳು ಮಥಿಸ ತೊಡಗಿದ್ದವು. 'ಈ ಚಿನ್ನದ ಕಂಗಳ ಮುಗ್ಧತೆ, ಇಂದು ನನ್ನನ್ನು ತಡೆಯದು; ಈ ನಡುಗುವ ಅದರುವ ತುಟಿಗಳು ನನಗೆ ಹೊಸದಲ್ಲವೆಂದು ನೀನು ಬಲ್ಲೆ, ಇವುಗಳ ಮಧುವನ್ನು ನಾನು ಮೊದಲೂ ಹೀರಿದ್ದೇನೆ. ದೇವರಾಣೆ! ಇಂದು ನಿನ್ನ ಎಲ್ಲ ಅಪಾದನೆಗಳನ್ನು ನಿಜಮಾಡಿ ತೋರಿಸುತ್ತೇನೆ!'

ಏಮನ್ ತನ್ನನ್ನು ತಾನೇ ಅವರ ಕೈಯಿಂದ ಬಿಡಿಸಿ ಕೊಳ್ಳುವ ಕೊನೆಯ ಯತ್ನ ಮಾಡಿದಳು. ಆದರೆ ಅವಳ ನಿಶ್ಯಕ್ತ ಕೈಗಳು ಅವರ ಸಧೃಢ ಬಾಹುಗಳಿಗೆ ಸಮನಿರಲಿಲ್ಲ. ಆಜರ್ ನವಾಬರ ಕೈ ಅವಳ ಕೂದಲುಗಳನ್ನು ಸೆಳೆದು; ತಲೆಯನ್ನು ಹಿಂದಕ್ಕೆ ಬಗ್ಗಿಸುತ್ತಿತ್ತು. ತನ್ನ ಕತ್ತು ಮುರಿಯಲಿರುವಂತೆ ಅವಳಿಗನಿಸಿತು.

'ಪ್ಲೀಸ್! ಫಾರ್ ಗಾಡ್ಸ್ ಸೇಕ್!' ಏಮನ್ ವಿವಶಳಾಗಿ ಕೂಗಿದಳು. 'ನಾನೆಂದೂ ನಿಮ್ಮನ್ನು ಕೆಟ್ಟವರೆಂದು ತಿಳಿಯಲಿಲ್ಲ' ಇದ್ದಕ್ಕಿದಂತೆ ಅವಳ ಕಣ್ಣೀರು ಕೋಡಿಯಾಗಿ ಹರಿಯಿತು. ಆ ಕೆಲ ಕ್ಷಣಗಳಲ್ಲೇ ಅವಳಿಗೆ ಸತ್ಯ ಏನೆಂದು ಸ್ಪಷ್ಟವಾಗಿತ್ತು. ಆಜರ್‌ನವಾಬರು ತನ್ನ ಕೈಗೆ ಸಿಗದೆ ದೂರ ಇರುವರೆಂದು ಅವರ ಮೇಲೆ ತನ್ನ ಸಿಟ್ಟಿದ್ದುದು ಸುಳ್ಳೇ ? ಅವರ ಮೇಲಿನ ಪ್ರೇಮವನ್ನು ಹೃದಯದಿಂದ ಕಿತ್ತು ಹಾಕಲು ಅವಳು ಬಹಳ ಯತ್ನಿಸಿ, ವಿಫಲಳಾಗಿದ್ದಳು.

ಅವರು ಅವಳ ಹೊಳೆವ ಕಂಗಳನ್ನು ದಿಟ್ಟಿಸಿ ನೋಡುತ್ತಾ ಇದ್ದರು.

'ಮತ್ತೇನು ಕಾರಣವಿತ್ತೆಂದು ನೀನು ನನ್ನ ಪ್ರೇಮವನ್ನು ತಿರಸ್ಕರಿಸಿ ಬಶಾರತ್ ನವಾಬರನ್ನು ಹೊಂದಲು ಬಯಸಿದೆ ?' ಆಜರ್ ನವಾಬರು ಅವಳು ಕಣ್ಣೆತ್ತಿ ನೋಡುವಂತೆ ಮಾಡುವಲ್ಲಿ ಸಫಲರಾಗಿದ್ದರು. ಈಗ ಅವರ ಕಂಗಳಲ್ಲಿ ಕೋಪದೊಡನೆ ಪ್ರಶ್ನೆಯು ಇತ್ತು. ಏಮನ್‌ಳ ಜೀವನದಲ್ಲಿ ಎಲ್ಲಕ್ಕಿಂತ ಮಹತ್ವ ಪೂರ್ಣವಾದ ಪ್ರಶ್ನೆಯಾಗಿತ್ತದು!

ಏಮನ್‌ಳ ಕಂಗಳ ಒರತೆ ಒಮ್ಮೆಲೇ ಒಣಗಿ ಬಿಟ್ಟಿತ್ತು. ಅವಳು ಕಣ್ಣು ಮಿಟುಕಿಸಿದೆ ನೋಡತೊಡಗಿದಳು. 'ಇದೇನು ಹೇಳುತ್ತಿದ್ದರು. ಆಜರ್ ನವಾಬ! ಎಲ್ಲೋ ಹರಿದು ಹೋಗಿಲ್ಲವೇ; ಅವರ ಮನ?! ಅವರು ಮತ್ತು ಪ್ರೇಮ! ಅದೂ ಏಮನ್‌ಳೊಡನೆ ಅವಳಿಗೆ ತನ್ನ ಕಿವಿಗಳಲ್ಲಿ ಭರವಸೆ ಮೂಡಲಿಲ್ಲ: ಆಜರ್ ನವಾಬ! ಯಾರ ಮೇಲೆ ಪ್ರತಿಯೊಬ್ಬ

ಹುಡುಗಿಯ ಆಸೆಯ ದೃಷ್ಟಿ ಬೀಳುತ್ತಿತ್ತೋ; ಯಾರ ಸಂಕೇತದ ಮೇರೆಗೆ ತಮ್ಮ ಸರ್ವಸ್ವವನ್ನೂ ತ್ಯಾಗ ಮಾಡಲು ತಯಾರಿರುತ್ತಿದ್ದರೋ; ಆ ಆಜರ್ ನವಾಬರು ಹವೇಲಿಯ ಒಬ್ಬ ಸಾಧಾರಣ ನೌಕರಳ ಪ್ರೇಮದಲ್ಲಿ ಹೇಗೆ ತಾನೇ ಬಂದಿಯಾಗ ಬಲ್ಲರು? ತನ್ನ ಸ್ವ–ಸ್ಥಾನವನ್ನೆಂದೂ ಮರೆಯ ಬಿಡದೆ, ಹೆಜ್ಜೆ ಹೆಜ್ಜೆಗೂ ಅವರಿಂದ ತನ್ನ ಹೃದಯವನ್ನು ಉಳಿಸುವಂತೆ ಪ್ರಯತ್ನದಲ್ಲಿ ಮುಳುಗಿದ್ದ, ಅವರಿಗೆ ಕಹಿ ಮಾತುಗಳನ್ನು ಹೇಳಿದ್ದ ಹುಡುಗಿಯನ್ನು ಬಯಸಿದರೇ?

'ನಿನ್ನ ಬಶಾರತ್ ನವಾಬರೆಂದಾದರೂ ನಿನ್ನನ್ನು ಈ ರೀತಿ ಮುದ್ದಿಸಿದ್ದರೆ?' ಅವಳ ಗಾಬರಿ ತುಂಬಿದ ಕಂಗಳಲ್ಲಿ ನೋಡುತ್ತಾ ಅವರು ಅವಳ ತುಟಿಗಳ ಮೇಲೆರಗಿದರು. 'ಹೀಗೆ!'....ಈ ರೀತಿ ?' 'ಮತ್ತೀ ರೀತಿ?!' ಎನ್ನುತ್ತಾ ಮುಂದುವರಿದರು. ಏಮನ್ ಅವರ ಸಮ್ಮೋಹನದೆದರು ಮೂಕಳಾಗಿದ್ದಳು.

ಯಾವ ವ್ಯಕ್ತಿಯ ಪ್ರೇಮವನ್ನು ಅವಳು ತನ್ನ ಹೃದಯದಲ್ಲಿ ತಿರಸ್ಕಾರವಾಗಿ ಬದಲಿಸುವ ಯತ್ನದಲ್ಲಿ ಅಸಫಲಳಾಗಿದ್ದಳೋ, ಇಂದು ಆ ವ್ಯಕ್ತಿಯೇ ತಾನವಳನ್ನು ಪ್ರೇಮಿಸುತ್ತಿರುವುದಾಗಿ ನುಡಿದಿದ್ದ! ಅವಳ ಕಂಗಳು ಮುಚ್ಚಿಕೊಂಡವು. ಮೆಲ್ಲ ಮೆಲ್ಲನೆ ಆಜರ್ ನವಾಬರ ಹಿಡಿತ ಸಡಿಲವಾಯಿತು. ಆದರೂ ಅವಳು ಅವರಿಂದ ದೂರಾಗುವ ಯತ್ನ ಮಾಡಲಿಲ್ಲ. ಅವಳ ಕೈ–ಕಾಲ್ಗಳ ಶಕ್ತಿ ಉಡುಗಿದಂತಾಗಿತ್ತು. ಹೃದಯವೊಂದೇ ತುಡಿಯುತ್ತಿತ್ತು. ಅವಳು ತನ್ನನ್ನೇ ತಾನು ಈ ರೀತಿ ಆಜರ್ ನವಾಬರಿಗೆ ಒಪ್ಪಿಸಿ ಕೊಂಡುದರ ಪರಿಣಾಮ ಬೇರೇಯೇ ಆಯಿತು. ಪುನಃ ಅವರು ಏಮನ್‌ಳನ್ನು ತನ್ನ ಬಾಹುಗಳಲ್ಲಿ ಬಂಧಿಸಿದರು. ಈ ಸಲ ಅವರ ಹಿಡಿತದಲ್ಲಿ ಕ್ರೋಧದ ಬೆಂಕಿಯಿರಲಿಲ್ಲ. ಅವರ ತುಟಿಗಳ ತೀಕ್ಷ್ಣತೆಯ ಮೃದುತ್ವ ಹಾಗೂ ಕೋಪಲತೆಯಲ್ಲಿ ಬದಲಾಗಿತ್ತು. ಅವಳ ಮುಚ್ಚಿದ ಕಂಗಳ, ತುಟಿಗಳ, ಹಾಗೂ ಹಣೆಯ ಮೇಲೆ ಅವರ ತುಟಿಗಳು ಸರಸರನಾಡಿ, ಅವಳ ವ್ಯಕ್ತಿತ್ವದ ಮೇಲೆ ಮಾಯೆಯಾಗಿ ಪಸರಿತು,

'ನೀನು ನನ್ನವಳು ಏಮನ್, ನಿನ್ನನ್ನು ನನ್ನಿಂದ ಯಾರೂ ಕಸಿಯಲಾರರು,' ಅವಳ ತಲೆಯನ್ನು ಹೆಗಲಿಗಾನಿಸಿಕೊಂಡು ಆಜರ್ ನವಾಬರು ಬಹು ಮೆಲುವಾಗಿ ಹೇಳಿದರು.

ಏಮನ್ ಇದೇ ಕ್ಷಣವನ್ನು, ಇದೇ ಅಮೂಲ್ಯ ಕ್ಷಣವನ್ನು ತನ್ನ ಜೀವಿತವನ್ನಾಗಿಸಿಕೊಳ್ಳಲು ಬಯಸಿದ್ದಳು. ಆದು ಆಜರ್ ನವಾಬರ ಸ್ವರವಲ್ಲ. ತನ್ನದೇ ಆಕಾಂಕ್ಷೆಯ ಪ್ರತಿಧ್ವನಿ ಎಂದವಳಗನಿಸಿತು; ಅವರ ಆತ್ಮದ ಮೂಲೆ ಮೂಲೆಗಳಿಂದ ಪ್ರತಿಧ್ವನಿಸುತ್ತಿತ್ತು. ಕೆಲಹೊತ್ತಿನವರೆಗೆ ತನ್ನ ಪ್ರಜ್ಞೆಯ ಎಲ್ಲಾ ಬಾಗಿಲುಗಳನ್ನೂ ಮುಚ್ಚಿ, ತನ್ನನ್ನು ಸ್ವಪ್ನಗಳಿಂದ ಎಚ್ಚರಿಸುವ ವಾಸ್ತವದ ಗಾಳಿಯಲೆಯನ್ನು ಪಡೆಯಬೇಕೆಂದು ಅವಳು ಬಯಸಿದಳು.

ಅವಳ ಮಾನಸಿಕ ಸ್ಥಿತಿ ಆ ಹೊತ್ತು ವಿಚಿತ್ರವಾಗಿತ್ತು. ಆಜರ್‌ನವಾಬರ ಶಬ್ದಗಳಲ್ಲಿ ಅವಳಿಗೆ ವಿಶ್ವಾಸವಿರಲಿಲ್ಲ. ತನ್ನನ್ನೇ ತಾನು ಅವರ ಪ್ರೇಮಜಾಲದಲ್ಲಿ ಸಿಲುಕಿಸಲೂ ಅವಳು ಬಯಸಲಿಲ್ಲ. ಕೇವಲ ಆ ಒಂದು ಕ್ಷಣವನ್ನು ತನ್ನ ಜೀವನವಾಗಿ ಮಾಡಿಕೊಂಡು, ತನ್ನ ಕೈಯಿಂದ ಜಾರಿ ಹೋಗುವ ಮೊದಲೇ ಎಚ್ಚರ ವಹಿಸಿಬೇಕೆಂದು ಕೊಂಡಳು. ಏಮನ್

ತನ್ನ ಒಬ್ಬದಿಯ ಪ್ರೇಮದ ಪರಿಣಾಮವನ್ನು, ಇನ್ನೂ ಸ್ವಲ್ಪ ಹೊತ್ತು ಆ ಬಾಹು ಬಂಧನದಲ್ಲಿ ಸ್ಮರಣೀಯವಾಗಿಸಿಕೊಳ್ಳಲು ಬಯಸಿದ್ದಳು; ಕಲ್ಪನೆಯನ್ನು ಸಾಕಾರವಾಗಿ ರೂಪಿಸಿ ಕೊಳ್ಳಬೈಸಿದ್ದಳು. ಆಜರ್ ನವಾಬರ ವಿರುದ್ಧ ಮಹಾ ಯತ್ನದಿಂದ ಮನದಲ್ಲೇ ಬೆಳಿಸಿ ನಿಲ್ಲಿಸಿದ್ದ ಆ ಸಂಶಯದ ಗೋಡೆ ಕ್ಷಣಾರ್ಧದಲ್ಲಿ ಹೀಗೆ ನೆಲ ಕಚ್ಚಿದುದನ್ನು ಅವಳೆಂತು ನಂಬಿಯಾಳು?

ಆಜರ್ ನವಾಬರು ತನ್ನ ಕೆನ್ನೆಯನ್ನು ಅವಳ ತಲೆಯ ಮೇಲೊರಗಿಸಿ ಮೆಲ್ಲ ಮೆಲ್ಲನೆ ಕೂದಲನ್ನು ನೇವರಿಸುತ್ತಾ ಇದ್ದರು.

'ನನ್ನ ಸ್ವಪ್ನ!.....ನನ್ನ ಸ್ವಪ್ನದ ಸಾಕಾರ!' ಅವರು ತನ್ನಲ್ಲೇ ತಾನು ನುಡಿದಂತೆ ಹೇಳುತ್ತಿದ್ದರು. ಆದರೆ, ಅವರ ಈ ಮಾತುಗಳೇ ಏಮನ್‌ಳನ್ನು ಕನಸಿನಲೋಕದಿಂದ ವಾಸ್ತವಕ್ಕೆಳೆದು ತಂದವು. ಅವಳು ಒಮ್ಮಿಂದೊಮ್ಮೆಲೆ ಪ್ರಜ್ಞೆಗೆ ಬಂದಳು. ಅವಳು ತನ್ನ ಪೂರ್ಣ ಶಕ್ತಿಯಿಂದ ಆಜರ್ ನವಾಬರನ್ನು ನೂಕಿ, ಮೇಜಿನಾಸರೆಯಲ್ಲಿ ನಡುಗುತ್ತಾ ನಿಂತಳು. ತನ್ನ ಮುಖದಲ್ಲಿ ಹೊಮ್ಮಿ ಹರಿಯುತ್ತಿರುವ ಬಣ್ಣಗಳ ಹೋಳಿಯನ್ನು ಅವರು ನೋಡದಿರಲೆಂದು ಅವಳು ಕೈಗಳಿಂದ ಮುಖ ಮುಚ್ಚಿಕೊಂಡಳು.

ಎಚ್ಚರಗೊಳ್ಳಲು ಏಮನ್‌ಗೆ ಸಮಯ ಹಿಡಿಯಲಿಲ್ಲ; ಅವಳ ಸಿಟ್ಟೂ ಇಲ್ಲವಾಗಿ ಆ ಸ್ಥಳವನ್ನು ಒಂದು ಅಪರಿಚಿತ ನೋವು ಆಕ್ರಮಿಸಿಕೊಂಡಿತ್ತು. ತನ್ನ ಆತ್ಮ ಸಮ್ಮಾನವನ್ನು ಮಾರಿಕೊಂಡು ಆಜರ್ ನವಾಬರ ಕೈಯಲ್ಲಿ ತಾನೊಂದು ಮೇಣದ ಗೊಂಬೆಯಾದೆನೇ ಎಂದವಳು ಪರಿತಪಿಸಿದಳು.

ಎಂಥೆಂಥಾ ಮಾನಸಿಕ ಉದ್ವೇಗಗಳಿಂದ ಹೊರಬಂದು, ಅವಳು ತನ್ನ ಮೇಲೆ ತಾನೇ ಸಾಧಿಸಿದ್ದ ನಿಯಂತ್ರಣವು ಆಜರ್ ನವಾಬರ ಸ್ಪರ್ಶಮಾತ್ರದಿಂದಲೇ ಚೂರು ಚೂರಾಗಿತ್ತು. ತನ್ನನ್ನು ಸೋಲಿಸಲು ಅವರು ತನ್ನ ನೋವಿನೆಳೆಯನ್ನು ಮಿಡಿದಿದ್ದರು.

ತನ್ನ ಭಾವನೆಗಳ ಭಾರದಲ್ಲಿ ಸಿಲುಕಿ ನಲುಗುತ್ತಿರುವ ಏಮನ್‌ಳನ್ನು ನೋಡಿ, ಅವಳಿಗೆ ತನ್ನ ಮೇಲೆ ತಾನೇ ನಿಯಂತ್ರಣ ಸಾಧಿಸಿಕೊಳ್ಳಲು ಸಮಯವಿತ್ತು ಗಂಭೀರವಾಗಿ, ಅವಳ ಭುಜಹಿಡಿದು ತನ್ನತ್ತ ತಿರುಗಿಸಿಕೊಂಡು ನುಡಿದರು. 'ನಿನ್ನೊಡನೆ ನೀನೇ ಸೆಣಸುವುದನ್ನು ಬಿಟ್ಟು ಬಿಡು. ಏಮನ್, ಪ್ರತಿಯೊಬ್ಬ ವ್ಯಕ್ತಿಗೂ ಎಂದಾದರೊಮ್ಮೆ ವಾಸ್ತವವನ್ನೆದುರಿಸ ಬೇಕಾಗಿಯೇ ಬರುತ್ತದೆ. ನೀನು ನನ್ನನ್ನು ದ್ವೇಷಿಸುತ್ತಿಲ್ಲವೆಂದು ನೀನು ಬಲ್ಲೆ, ನನ್ನ ಪ್ರೇಮವನ್ನು ಸದಾ ನೀನು ನಿನ್ನ ಹೃದಯದಲ್ಲಿ ಬಂಧಿಸಿ ಇಡುವ ಯತ್ನ ಮಾಡಿರುವೆ, ಇದಕ್ಕೆ ನನ್ನ ಬಗ್ಗೆ ನೀನು ವಿನಾಕಾರಣ, ಬೇಕು ಬೇಕೆಂದೇ ನಿನ್ನ ಹೃದಯದಲ್ಲಿ ಬೆಳೆಸಿಕೊಂಡ ಸಂಶಯ ಕಾರಣವಿರಬೇಕು; ಯಾಕೆಂದು ನನಗೆ ತಿಳಿಯದು ಆದರೆ, ನೀನು ನನ್ನನ್ನು ದ್ವೇಷಿಸುತ್ತಿಲ್ಲವೆಂದು ನಾನು ಬಲ್ಲೆ ಇಲ್ಲವಾದಲ್ಲಿ, ನಮ್ಮ ಹೃದಯಗಳು ಇಷ್ಟು ಹೊತ್ತು ಒಂದಿಗೆ ಸ್ಪಂದಿಸುತ್ತಿರಲಿಲ್ಲ.'

ಅವರ ಮಾತುಗಳಲ್ಲಿದ್ದ ಕೋಮಲತೆ ಏಮನ್‌ಳ ಧೈರ್ಯವನ್ನು ಹಿಮ್ಮೆಟ್ಟಿಸಿತು. ಮೆಲ್ಲ ಮೆಲ್ಲನೆ ಅವಳು ಕಣ್ಣೆತ್ತಿ, ಅವರೆಡೆಗೆ ನೋಡಿ, ಅವರ ಕೈಗಳಿಂದ ತನ್ನ ಮುಖವನ್ನು ಬಿಡಿಸಿಕೊಂಡು ನುಡಿದಳು. 'ನವಾಬ ಸಾಹಬ್. ನಿಮ್ಮ ಈ ವಿಜಯಕ್ಕೆ ಅಭಿನಂದನೆಗಳು. ನಿಮ್ಮ ಹೊಸಿಲಲ್ಲಿ ಎಷ್ಟೊಂದು ಶಿರಗಳು ಮಣಿಯುವಂತೆ ನೀವು ಮಾಡಿರುವಿರೋ ಬಲ್ಲವರಾರು? ಹೌದು! ನಾನೂ ನಿಮ್ಮನ್ನು ಪ್ರೇಮಿಸಿದ್ದೇನೆ, ನಾನಿದನ್ನು ನಿಮ್ಮೊಡನೆ ಹೇಳಬೇಕು. ಎಂದೇ ನೀವು ಬಯಸಿದ್ದಿರಲ್ಲವೇ? ಈಗ ನಿಮ್ಮ ಅಹಂಭಾವಕ್ಕೆ ತೃಪ್ತಿಯಾಗಿರಬಹುದು. ಈಗ ನನ್ನನ್ನು ಹೋಗಲು ಬಿಡಿ; ನನ್ನ ದಾರಿ ಬಿಟ್ಟುಬಿಡಿ.'

'ಏನು ಹೇಳುತ್ತಿರುವೆ, ಏಮನ್?' ಆಜರ್ ನವಾಬರು ಅವಳನ್ನು ಹಿಡಿದು ನಿಲಿಸುತ್ತಾ ಹೇಳಿದರು. 'ಯಾರ ಸೋಲು? ಯಾರ ಅಹಂಭಾವ? ಶ್ರೀಮಂತ ಮನೆತನದ ಪುರುಷರೆಲ್ಲವೂ ದುಷ್ಟರೆಂದು ನೀನು ಭ್ರಮಿಸಿ, ಸಂಶಯಪಡುತ್ತಿರುವೆ. ನಿನ್ನ ವಿಚಾರದಂತೆ ಎಲ್ಲಾ ಬಡವರ ದುರದೃಷ್ಟಕ್ಕೆ ಕಾರಣ ಶ್ರೀಮಂತರೇ ಆಗಿರುತ್ತಾರೆ. ಭಗವಂತನು ನನಗೆ ಐಶ್ವರ್ಯವನ್ನು ಕರುಣಿಸಿದ್ದರೆ, ಇದರಲ್ಲಿ ನನ್ನದೇನು ತಪ್ಪಿದೆ ? ಯಾರದೇ ಕುತ್ತಿಗೆ ಕೊಯ್ದು ನಾನೇನೂ ಹಣಮಾಡಿಲ್ಲ, ಈ ಹಣದಿಂದ ನಾನು ಯಾರ ಮರ್ಯಾದೆಯನ್ನೂ ಕಳೆದಿಲ್ಲ.'

'ನೀವು ಸದಾ ನನ್ನನ್ನೊಂದು ಆಟಿಕೆಯಾಗಿಸಿ ಆಡಲು ಬಯಸಿದ್ದಿರೆಂಬ ಸತ್ಯವನ್ನು ನೀವು ಇಲ್ಲವೆನ್ನಲಾಗದು.'

'ನಾನು ನಿನ್ನನ್ನು ಪ್ರೇಮಿಸುತ್ತಿದ್ದೇನೆಂದು ನಿನಗೆ ತಿಳಿಸಲು ನೀನು ನನಗೆ ಅವಕಾಶವನ್ನೆಲ್ಲಿ ಕೊಟ್ಟೆ ? ಈ ಪರಿಸ್ಥಿತಿಯಲ್ಲಿ ನಾನು ಹಾಗೆ ಆಡಬಲ್ಲನಾಗಿದ್ದೆನಷ್ಟೇ, ನಿನ್ನ ನಡತೆ ನನ್ನನ್ನು ಉದ್ರೇಕಿಸುತ್ತಿತ್ತು.

'ಈಗಿನ್ನೆಂದೂ ನಾನು ನಿಮ್ಮ ಆಟಿಕೆಯಾಗಲಾರೆ, ನನ್ನನ್ನು ಹೋಗಲು ಬಿಡಿ, ಇಲ್ಲದಿದ್ರೆ ನಾನು ಬೊಬ್ಬಿಡಲು ಆರಂಭಿಸುವೆ.'

'ಬೊಬ್ಬಿಡು' ಆಜರ್ ನವಾಬ ಹಾಗೆಯೇ ಅವಳ ರಸ್ತೆಯನ್ನು ತಡೆದು ಹೇಳಿದರು. 'ಇಷ್ಟು ರಾತ್ರಿಯಲ್ಲಿ ನೀನು ನನ್ನ ಬಳಿಗೆ ಬಂದೆಯೇಕೆಂದು ಎಲ್ಲರೂ ನಿನ್ನನ್ನೇ ಕೇಳುವರು.'

ಏಮನ್ ಸ್ತಂಭಿತಳಾದಳು. 'ನನ್ನ ಉದ್ದೇಶ ನಿರ್ದುಷ್ಟವಿತ್ತು.'

ನನ್ನದೂ ಹಾಗಿರಬೇಕೆಂದೇನೂ ಇಲ್ಲವಲ್ಲ?!' ಆಜರ್ ನವಾಬ ತುಟಿ ಕೊಂಕಿಸಿ ಹೇಳಿದರು.

'ಇದು ಬ್ಲ್ಯಾಕ್ ಮೈಲ್, ಅಷ್ಟೇ' ಅವಳು ದುರುಗುಟ್ಟಿ ಹೇಳಿದಳು.

'ಯುದ್ಧ ಮತ್ತು ಪ್ರೇಮದಲ್ಲಿ ಎಲ್ಲವೂ ಸರಿಯೇ.'

'ಇಲ್ಲಿ ಇವೆರಡೂ ಅಪ್ರಸ್ತುತ.'

'ಅದು ಹೇಗಾಗುತ್ತದೆ ? ಈಗಷ್ಟೇ ನೀನು ಹೇಳಿದೆ. ನನ್ನನ್ನು ಪ್ರೀತಿ ಸುತ್ತೀಯೆಂದು!'

ಯಾವ ಸೋಲಿನ ಬಗ್ಗೆ ನೀನು ನುಡಿಯುತ್ತಿರುವೆಯೋ ಅದು ನಿಜವಾಗಿ ನಿನ್ನ ವಿಜಯವೇ ಆಗಿದೆ, ಏಮನ್, ಇಲ್ಲಿ ಬಾ.' ಅವರು ಅವಳ ಮುಂಗೈ ಹಿಡಿದೆಳೆಯುತ್ತಾ ಮೇಜಿನ ಬಳಿಗೊಯ್ದು, ಡ್ರಾವರ್ ತೆರೆದು ಒಳಗಿಂದೇನೋ ತೆಗೆದು ಏಮನ್‌ಗೆ ತೋರಿ, ಕೇಳಿದರು.' ಇದನ್ನು ಗುರುತಿಸುವೆಯಾ?'

ಏಮನ್ ಚಕಿತಳಾದಳು, ಅವರ ಉದ್ದವಾದ ಬೆರಳುಗಳುಳ್ಳ ಅಂಗೈಯಲ್ಲಿ ಒಂದು ಕಿವಿಯ ಹರಳು ಹೊಳೆಯುತ್ತಿತ್ತು. ಎಷ್ಟು ಹುಡುಕಿದರೂ ಸಿಗದಿದ್ದ ಈ ಆಭರಣವನ್ನೀಗ, ಅವಳ ತಕ್ಷಣ ಗುರುತು ಹಿಡಿದಳು. ಅದು ಅವಳ ಅಗಲಿದ ತಾಯಿಯ ಗುರುತಾಗಿದ್ದು, ಅವರಿಗೆ ತುಂಬ ಪ್ರಿಯವಾಗಿತ್ತು. ಅವಳದನ್ನು ತೆಗೆದುಕೊಳ್ಳಲೆಂದು ಒಮ್ಮೆಲೆ ಕೈ ಚಾಚಿದಾಗ, ಆಜರ್ ನವಾಬರು ಅದನ್ನು ಕೊಡುವ ಬದಲಿಗೆ, ಅವಳ ಕೈ ಹಿಡಿದು ತನ್ನ ಬಳಿಗೆ ಸೆಳೆದುಕೊಂಡು ನುಡಿದರು. 'ಇದು, ಅಂದು ನೀನು ನನ್ನನ್ನು ನಿನ್ನವನೆಂದುಕೊಂಡು ನಿನ್ನ ಹೃದಯ ತೆರೆದಿರಿಸಿದ ರಾತ್ರಿಯ ನಿಶಾನಿ, ಅಂದು ನಿನ್ನ ಈ ಇಯರ್‌ರಿಂಗ್ ನನ್ನ ಶೇರ್‌ವಾನಿಗೆ ಸಿಕ್ಕಿಬಿಟ್ಟಿತ್ತು. ಎಷ್ಟೋ ಸಲ ನಿನಗಿದನ್ನು ಹಿಂದಿರುಗಿಸಬೇಕೆಂದು ಬಯಸಿದ್ದರೂ, ಹಾಗೆ ಮಾಡದಾದೆ. ಇದು ಆ ಸರೋವರ ತೀರದಲ್ಲಿ ನಿನ್ನ ಚಿನ್ನದ ಕಂಗಳು ಮೊದಲಬಾರಿಗೆ ನನ್ನಲ್ಲಿ ಸಮರ್ಪಣ ಭಾವವನ್ನು ತೋರಿದ ರಮ್ಯರಾತ್ರಿಯ ಸಾಕ್ಷಿ.'

ಏಮನ್ ತಲೆಬಾಗಿ ಕೇಳುತ್ತಿದ್ದಳು. ಕೇಳುವುದು ಅವಳಿಗೆ ಬೇಕಿರಲಿಲ್ಲ; ಏಕೆಂದರೆ ಆಜರ್ ನವಾಬರ ಮಾತುಗಳು ಪುನಃ ಅವಳ ಹೃದಯದ ಬಡಿತದೊಂದಿಗೆ ಆಡತೊಡಗಿದ್ದವು.

'ನೀನು ನನ್ನನ್ನು ಆವರಿಸಿಕೊಂಡಿದ್ದೆ, ಎಷ್ಟೊಂದು ಸಲ ನನ್ನ ದಿಂಬಿನ ಬಳಿಯಲ್ಲಿ ನಿನ್ನ ತಲೆಯಿರುವಂತೆ ನನಗನಿಸುತ್ತಿತ್ತು, ಎಷ್ಟೋ ಸಲ ನಿನ್ನ ಕೈಗಳು ನನ್ನ ಟೈಯನ್ನು ಸರಿಪಡಿಸಿವೆ. ಮತ್ತೆಷ್ಟೋ ಸಲ ಈ ಮೇಜಿನ ಮೇಲೆ ನಾನು ಸೋತು ತಲೆಯೊರಗಿಸಿದಾಗ, ನಿನ್ನ ಕೈಬೆರಳುಗಳು ನನ್ನ ಕೂದಲಲ್ಲಾಡುವುದನ್ನು ಅನುಭವಿಸಿದ್ದೇನೆ. ಆದರೆ, ನಿನ್ನ ಹೃದಯದಲ್ಲೂ ನನ್ನ ಸ್ಥಾನ ರೂಪಿತಗೊಳ್ಳುತ್ತಿದೆಯೆಂದು ನನಗೆ ಭರವಸೆ ಮೂಡುತ್ತಿರುವಾಗ, ನಾನಂದು ನಿನ್ನನ್ನು ಬಶಾರತ್ ನವಾಬರೊಡನೆ ನಿನ್ನ ರೂಮಿನಲ್ಲಿ ನೋಡಿದೆ, ಆಗಿನ ನನ್ನ ಹೃದಯದ ಸ್ಥಿತಿಯನ್ನು ನೀನು ಅರ್ಥ ಮಾಡಿಕೊಳ್ಳಬಲ್ಲೆಯಾ ಏಮನ್ ? ಮತ್ತೆ ಚಚಾ ಜಾನ್ ತೀರಿಹೋದರು. ನಾನವರನ್ನು ತುಂಬ ಗೌರವಿಸುತ್ತಿದ್ದೆ.'

'ನಾನು.....ನಾನು ಆ ರಹಸ್ಯದ ಬಗ್ಗೆ ನುಡಿದುದು ತಪ್ಪೆಂದು ನನಗೆ ತುಂಬ ವ್ಯಥೆಯೆನಿಸುತ್ತಿದೆ. ನಾನು ಹಾಗೆ ಹೇಳಬಾರದಿತ್ತು.' ಸಂದರ್ಭ ನೋಡಿ ಏಮನ್ ತನ್ನ ತಪ್ಪೊಪ್ಪಿಕೊಂಡಾಗ ಆಜರ್ ನವಾಬರು ಅವಳ ಬಾಯಿಯ ಮೇಲೆ ಕೈಯಿಟ್ಟರು.

'ಕ್ಷಮೆಯ ಅಗತ್ಯವಿಲ್ಲ, ಏಮನ್ ವಾಸ್ತವದಲ್ಲಿ ಈ ರಹಸ್ಯದೊಡನೆ ನನ್ನ ಜೀವನದ ಅತಿದೊಡ್ಡ ದುರ್ಘಟನೆಯು ಸೇರಿಕೊಂಡಿದೆ.' ಅವರು ಏಮನ್‌ಳೊಡನೆ ಅಲ್ಲೇ ದೀವಾನ್ ಮೇಲೆ ಕುಳಿತರು.

ಆಜರ್ ನವಾಬರ ಮುಖದ ಮೇಲೆ ಏರಿಳಿಯುತ್ತಿದ್ದ ಬಣ್ಣವನ್ನೇ ಅವಳು ನೋಡುತ್ತಿದ್ದಳು. ಪುನಃ ಅವರ ಬಾಹುಬಂಧನಕ್ಕಾಗಿ ಅವಳ ವ್ಯಕ್ತಿತ್ವವೇ ತಪಿಸತೊಡಗಿತು.

'ಚಾಚಾ ಜಾನ್‌ರಿಂದ ಕಸಿದುಕೊಂಡು, ಸರ್ಕಾರ್ ಅವರನ್ನು ಅಬ್ಬಾ ಹುಜೂರ್‌ಗೆ ಕೊಟ್ಟು ಮದುವೆಮಾಡಲಾಯಿತು. ಅಬ್ಬಾ ಹುಜೂರ್ ಸಂಶಯ ಪ್ರವೃತ್ತಿಯ ವ್ಯಕ್ತಿಯಾಗಿದ್ದರು.' ತಮ್ಮ ಬೆರಳುಗಳನ್ನು ತಲೆ ಗೂದಲಲ್ಲಿ ಮಸೆಯುತ್ತಾ ಅವರು ಮುಂದರಿದರು. ಆಂತರಿಕ ಉದ್ವೇಗದ ಈ ಪ್ರತಿಕ್ರಿಯೆಯನ್ನು ಹಲವು ಬಾರಿ ಗಮನಿಸದ್ದ ಏಮನ್ ಅವರ ಕೈಯನ್ನು ತನ್ನ ಕೈಗಳಲ್ಲಿ ತೆಗೆದುಕೊಂಡು ಮೆಲ್ಲನೆ ಅದುಮಿದಳು; ಅವರಿಗೆ ಮಾನಸಿಕ ಬೆಂಬಲವನ್ನು ಕೊಡುವಂತಿತ್ತು ಅವಳ ಈ ಕ್ರಿಯೆ.

ಆಜರ್ ನವಾಬ ಹೇಳುತ್ತಾ ಹೋದರು–

ಮದುವೆಯ ಬಳಿಕ ದುರದೃಷ್ಟದಿಂದ ಅದು ಹೇಗೋ ಅಬ್ಬಾ ಹೂಜೂರ್‌ಗೆ ಸರ್ಕಾರ್ ಹಾಗೂ ಚಚಾ ಜಾನ್‌ರ ಪ್ರೇಮದ ಬಗ್ಗೆ ತಿಳಿದು ಬಂತು. ಅವರ ಕ್ರೋಧಕ್ಕೆ ಪಾರವೇ ಇರಲಿಲ್ಲ. ಅವರು ಯಾವಾಗಲೂ ಚಚಾ ಚಾನ್‌ರ ಬಗ್ಗೆ ಮತ್ಸರಿಸುತ್ತಿದ್ದರು. ಈಗ ಈ ಮತ್ಸರಕ್ಕೆ ದ್ವೇಷವೂ ತಳಕು ಹಾಕಿಕೊಂಡಿತು. ಅವರು ಸರ್ಕಾರ್‌ರನ್ನು ಕೊನೆವರೆಗೂ ಕ್ಷಮಿಸಲಿಲ್ಲ; ಅಷ್ಟೇ ಅಲ್ಲ, ನನ್ನನ್ನು ತಮ್ಮ ಮಗನೆಂದು ಒಪ್ಪಿಕೊಳ್ಳಲು ನಿರಾಕರಿಸಿದರು....

ಕಾಲ ಕೆಳಗಿಂದ ನೆಲವನ್ನೇ ಯಾರೋ ಕಸಿದಂತೆ ಏಮನ್ ಬೆಚ್ಚಿದಳು.

ಆಜರ್ ನವಾಬರು ತನ್ನ ಎರಡೂ ಕೈಗಳನ್ನು ತಲೆಯ ಹಿಂದೆ ಕಟ್ಟಿಕೊಂಡು ದೀವಾನ್‌ನ ಬೆನ್ನಿಗೊರಗಿದರು. ಅವರ ಆಕರ್ಷಕ ಮುಖದಲ್ಲಿ ಹೃದಯದ ಪೀಡೆಯು ಬಿಂಬಿತವಾಗಿತ್ತು.

'ಅವರೆಂದೂ ನನಗೆ, ತಂದೆಯ ಪ್ರೀತಿ–ವಾತ್ಸಲ್ಯಗಳನ್ನು ನೀಡಲಿಲ್ಲ; ಅದು ಅವರಿಂದ ಸಾಧ್ಯವೇ ಇರಲಿಲ್ಲ, ಅಂಗಿಯ ತೋಳಲ್ಲಿರುವ ಹಾವಿನಂತೆ ಅವರು ನನ್ನನ್ನು ಬೆಳೆಸಿದರು. ಗವರ್ನೆಸ್‌ಗೆ ನನ್ನನ್ನು ಒಪ್ಪಿಸಲಾಗಿತ್ತು. ನನ್ನ ನರ್ಸರಿಯೊಳಗೆ ಕಾಲಿರಿಸಬಾರದೆಂದು ಸರ್ಕಾರ್ ಅವರಿಗೆ ಆಣತಿಯಿತ್ತು. ನನ್ನನ್ನು ಎದೆಗಪ್ಪಿಕೊಳ್ಳಲು ಸರ್ಕಾರ್ ಅವರು ಎಷ್ಟು ಹಪಹಪಿಸುತ್ತಿದ್ದರೆಂದು ನಾನು ನೋಡುತ್ತಿದ್ದೆ. ಅವರ ಕಂಗಳಲ್ಲಿದ್ದ ತೃಷ್ಣೆಯನ್ನು ನಾನು ಹೇಗೆ ತಾನೇ ಮರೆಯಬಲ್ಲೆ ? ದಯಾಳುವಾಗಿದ್ದ ಗವರ್ನೆಸ್ ಒಂದು ಬಾರಿ ಕದ್ದು, ಮುಚ್ಚಿ, ನನ್ನನ್ನು ಭೇಟಿಯಾಗುವ ಅವಕಾಶವನ್ನು ಸರ್ಕಾರ್ ಅವರಿಗೆ ಒದಗಿಸಿದರು. ಸರ್ಕಾರ್ ಅವರು ನನ್ನನ್ನು ತಮ್ಮ ಎದೆಗಪ್ಪಿಕೊಂಡು ಎಷ್ಟೊಂದು ಅತ್ತರೆಂದರೆ, ಈ ಹವೇಲಿ ಅವರ ಅಶ್ರುಧಾರೆಯಲ್ಲಿ ತೇಲಿಹೋಗದೆ ಉಳದುದೇ ಆಶ್ಚರ್ಯವೆಂದು ನನಗನಿಸಿತ್ತು. ಅಬ್ಬಾ ಹುಜೂರ್‌ಗೆ ಇದು ತಿಳಿದಾಗ ಆ ಕ್ಷಣವೇ ಆ ಗಡರ್ನೆಸ್, ಕೆಲಸದಿಂದ ತೆಗೆಯಲ್ಪಟ್ಟರು. ಆದರೆ ಸರ್ಕಾರ್ ಅವರು ಏನನ್ನನುಭವಿಸಿದರೋ ಅವರಿಗೇ ಗೊತ್ತು. ನಾನು ನನ್ನ ನರ್ಸರಿಯ ನಾಲ್ಕುಗೋಡೆಗಳೊಳಗೆ ಬಹಳ ಏಕಾಕಿಯಾಗಿ ಬಾಲ್ಯವನ್ನು ಕಳೆದಿದ್ದೇನೆ. ಏಮನ್'

ಆಜರ್ ನವಾಬರು ದುಃಖದಿಂದ ಕಂಗಳನ್ನು ಮುಚ್ಚಿಕೊಂಡು ಹೇಳಿದರು. ಗತ ನೆನಪುಗಳು ಅವರಿಗೆ ತುಂಬ ಕಷ್ಟದಾಯಕವಾಗಿ ಬಾಧಿಸುವಂತಿದ್ದವು. 'ಆ ಭವ್ಯ ಹವೇಲಿಯು ನನಗೆ ಶಾಪಸ್ವರೂಪವಾಗಿ ಇಕ್ಕಳದಂತೆ ನನ್ನನ್ನು ಬಾಧಿಸುತ್ತಿತ್ತು. ಮಕ್ಕಳ

ಆಟಗಳನ್ನೆಂದೂ ನಾನಲ್ಲಿ ಆಡಲಿಲ್ಲ. 'ಆಲಂಪನಾ' ದಲ್ಲಿ ನರ್ಸರಿ ಆಗಕೊಡದೆಂದು ನಾನೇಕೆ ಹೇಳಿದೆನೆಂದು ಈಗ ನಿನಗೆ ಅರ್ಥವಾದೀತು.' ಏಮನ್ ಎಲ್ಲವನ್ನೂ ಅರಿಯತೊಡಗಿದ್ದಳು.

'ವಾಸ್ತವದಲ್ಲಿ, ಇನ್ಯಾವ ಮುಗ್ಧ, ನಗುವ ಮಗುವೂ ಆ ಅಶುಭ ಬಂಧನದಲ್ಲಿ ಜೀವಿಸುವುದು ಬೇಡವೆಂದೇ ನನ್ನಿಚ್ಛೆ, ಏಮನ್.'

'ದೊಡ್ಡ ನವಾಬ ಸಾಹಬರು ನಿಮ್ಮನ್ನು ಸುಲಭವಾಗಿ ಆಸ್ತಿಯ ಹಕ್ಕಿನಿಂದ ಬೇರ್ಪಡಿಸಬಹುದಿತ್ತು. ಆದರೂ ಅವರು ಹಾಗೆ ಮಾಡಲಿಲ್ಲ; ಏಕೆ?'

'ಇದು ಅವರ ಕಾಂಪ್ಲೆಕ್ಸ್ ಆಗಿತ್ತಷ್ಟೇ, ದೇವರು ಅವರಿಗೆ ಬೇರೆ ಮಕ್ಕಳನ್ನು ಕೊಟ್ಟಿರಲಿಲ್ಲ. ಪ್ರಪಂಚಕ್ಕೆ ಈ ವಿಷಯ ಅರಿವಾಗುವುದು ಅವರಿಗೆ ಬೇಡವಿತ್ತು. ಅವರಿದು ತಮ್ಮ ಅವಮಾನವೆಂದು ತಿಳಿದಿದ್ದರು. ತಮ್ಮ ಮನೆತನದ ಗೌರವದ ಭ್ರಮೆಯನ್ನೂ ಅವರಿಗೆ ಪಾಲಿಸುವದಿತ್ತು. ಜನರು ತಮ್ಮ ಮಕ್ಕಳನ್ನು ಜೊತೆಗೆ ಕರೆದೊಯ್ವ ಕೂಟಗಳಿಗೆಲ್ಲ ಅವರೂ ನನ್ನನ್ನು ವೈಭವದಿಂದ ತಮ್ಮ ಏಕೈಕ, ಪ್ರಿಯ ಪುತ್ರನಂತೆ ಕರೆದೊಯ್ಯುತ್ತಿದ್ದರು. ನನ್ನ ಮೇಲೆ ಅವರು ಪ್ರಾಣವನ್ನೇ ಇಟ್ಟಿದ್ದರೆಂದು ಜನರು ತಿಳಿಯುತ್ತಿದ್ದರು. ಆಡಿಕೊಳ್ಳುತ್ತಿದ್ದರು. ಅದು ಅವರ ಕೃತಕ ವ್ಯವಹಾರವೆಂದು, ನಟನೆಯೆಂದು ನಾನೊಬ್ಬನೇ ಅರಿತಿದ್ದೆ, ಹೆದರಿ ಹೆದರಿ, ನಾನವರ ಬೆರಳು ಹಿಡಿದುಕೊಂಡು ಮೆಹಫಿಲ್‌ಗಳಿಗೆ ಬರುತ್ತಿದ್ದೆ. ಎಲ್ಲರಿಗೂ ವಂದಿಸಿ, ಹೊಡೆದುಕೊಳ್ಳುವ ಹೃದಯದೊಂದಿಗೆ ನಾನವರ ಪಕ್ಕದಲ್ಲಿ ಕುಳಿತಿರುತ್ತಿದ್ದೆ. ಜನರು ನನ್ನನ್ನು ಹೊಗಳುತ್ತಿದ್ದರೆ. ಅಬ್ಬಾ ಹುಜೂರ್ ಪ್ರೀತಿಯಿಂದ ನನ್ನತ್ತ ನೋಡುತ್ತಿದ್ದರು. ಹಿಂದಕ್ಕೆ ಹವೇಲಿಗೆ ತಲುಪುವಾಗಲೇ ನನ್ನ ಮೇಲೆ ಅವರ ಸಿಟ್ಟು ಮರಳುತ್ತಿತ್ತು. ನನ್ನ 'ಅಹಂ'ಗೆ ಧಕ್ಕೆ ತಗಲುತ್ತಿತ್ತು. ಆದಷ್ಟು ಬೇಗ ಅವರ ದೃಷ್ಟಿಯಿಂದ ದೂರವಾಗಬೇಕೆಂದು ನಾನು ಬಯಸುತ್ತಿದ್ದೆ. ನಾನು ದೊಡ್ಡವನಾಗುತ್ತಾ ಬಂದಂತೆ ಭಯದ ಸ್ಥಾನವನ್ನು ತಿರಸ್ಕಾರವು ಆವರಿಸಿಕೊಂಡಿತು. ನನ್ನ ಸುತ್ತ ಮುತ್ತ ನಾನೊಂದು ಕಟ್ಟೆಯನ್ನು ಕಟ್ಟಿಕೊಂಡೇ; ಯಾರೂ ನನ್ನನ್ನು ಮುಟ್ಟದಿರಲಿ ಎಂದುಕೊಂಡೆ, ನನ್ನ ಹೃದಯಲ್ಲಿ ಕೇವಲ ಮಹಾ ಸರ್ಕಾರ್ ಅವರಿಗೆ ಮಾತ್ರ ಸ್ಥಳವಿತ್ತು. ನನ್ನ ಹೃದಯದಲ್ಲಿನ ಮನುಷ್ಯತ್ವ ಅಳಿಯದಂತೆ ಜಾಗ್ರತೆ ವಹಿಸಿದರು. ಇದರಿಂದಾಗಿಯೇ ಏನೋ ರೆಹಾನಾಳ ಬಗ್ಗೆ ನನ್ನ ಹೃದಯದಲ್ಲಿ ಅಷ್ಟೊಂದು ಸಹಾನುಭೂತಿ ಹುಟ್ಟಿಕೊಂಡಿತ್ತು. ರೆಹಾನಾಳ ಹೆಸರು ಕೇಳಿ ಏಮನ್ ನೆಟ್ಟಗೆ ಕುಳಿತಳು. 'ರೆಹಾನಾ ಕೆಲದಿನಗಳವರೆಗೆ ನಮ್ಮ ಹೋಟಿಲಿನ ಅತಿಥಿಯಾಗಿದ್ದಳು.' ಅವಳೆಂದಳು. 'ಅವಳ ಪತಿಯೂ ಜೊತೆಗಿದ್ದರು. 'ಗೊತ್ತಿದೆ.' ಆಜರ್ ನವಾಬರು ಅವಳ ಗಲ್ಲದ ಮೇಲೆ ಸರಿದು ಬಂದಿದ್ದ ಕುರುಳುಗಳನ್ನು ಮೆಲ್ಲನೆ ಕೈಯಿಂದ, ತೂಗಿ ಮುಗುಳ್ನಗುತ್ತಾ ನುಡಿದರು. 'ನೀನಂದು ರೆಹಾನಾಳೊಡನೆ ನನ್ನನ್ನು ಜೋಡಿಯಾಗಿ ಕಲ್ಪಿಸಿ ನುಡಿದು ನನಗೆಷ್ಟು ಸಿಟ್ಟು ಬರಿಸಿದ್ದೆಯೆಂದೂ ನೆನಪಿದೆ. ನಿನ್ನನ್ನು ಚೆನ್ನಾಗಿ ಬಡಿದು ಬಿಡಬೇಕೆಂದು ನನಗನಿಸಿತ್ತು. ರೆಹಾನಾ ಇಕ್‌ಬಾಲ್‌ರ ಜೊತೆ ಎಷ್ಟೊಂದು ಸಂತೋಷದಿಂದಿರುವಳೆಂದು ನೀನು ನೋಡಿರಬಹುದು. ರೆಹಾನಾಳ ವಿಷಯದಲ್ಲಿ ಅರ್ಥತಪ್ಪು ರಿಯಾಜ್ ಸಾಹಬರದೂ ಇತ್ತು. ಅವರು ನನ್ನನ್ನೂ ಬ್ಲ್ಯಾಕ್ ಮೇಲ್ ಮಾಡಲು ಬಯಸಿದ್ದರು.

‘ನಿಮ್ಮನ್ನೇ?’ ಏಮನ್ ಚಕಿತಳಾಗಿ ಕೇಳಿದಳು.

‘ಹೌದು! ಆದರೆ, ಮಗಳ ಮೇಲಿನ ವ್ಯಾಮೋಹಕ್ಕೆ ಈಡಾದ ನಿರುಪಾಯ ವ್ಯಕ್ತಿಯೆಂದು ಕೊಂಡು ನಾನವರನ್ನು ಕ್ಷಮಿಸಿದೆ.’ ‘ನನಗೆ ಅರ್ಥವಾಗಲಿಲ್ಲ!’ ಏಮನ್ ವಿವಶಳಾಗಿ ನುಡಿದಳು. ‘ಹೇಳುತ್ತೇನೆ–ಟಿಂಬರ್ ಫ್ಯಾಕ್ಟರಿಯಲ್ಲಿ ರಿಯಾಜ್ ಸಾಹಬರ ಹಣ ಸಾಕಷ್ಟು ತೊಡಗಿಸಲಾಗಿದೆಯೆಂದು ನೀನು ಬಲ್ಲೆ, ಆ ಸಮಯ ರಿಯಾಜ್ ಸಾಹಬರೇನಾದ್ರೂ ತಮ್ಮ ಹಣವನ್ನು ಹಿಂತೆಗೆದುಕೊಂಡಿದ್ದರೆ ನಾನು ಕಷ್ಟದಲ್ಲಿ ಬೀಳುತ್ತಿದ್ದೆ. ಕಾರಣ, ಹೊಸ ಮೆಶಿನರಿಗಾಗಿ ಆರ್ಡರ್ ಕೊಟ್ಟೂ ಆಗಿತ್ತು. ನನಗೆ ಹಣದ ಅಗತ್ಯ ಬಹಳವಿತ್ತು. ರಿಯಾಜ್ ಸಾಹಬರು ನನ್ನ ವಿವಶತೆಯ ಪ್ರಯೋಜನ ಪಡೆದು, ಬದಲಿಗೆ ನಾನು ರೆಹಾನಾಳನ್ನು ವಿವಾಹ ಆಗುವಂತೆ ಸಾಧಿಸಬೇಕೆಂದುಕೊಂಡರು. ತಮ್ಮ ಐಶ್ವರ್ಯದ ಭ್ರಮೆಯಲ್ಲಿ ಅವರು ಇಕ್‌ಬಾಲ್‌ನನ್ನಾಗಲೀ ತಮ್ಮ ಮಗಳನ್ನೇ ಆಗಲಿ ಅರಿತುಕೊಳ್ಳಲಿಲ್ಲ. ನನ್ನನ್ನು ವಿವಾಹವಾದರೆ, ರೆಹಾನಾ ಇಕ್‌ಬಾಲ್‌ನನ್ನು ಮರೆಯುವಳೆಂದು ಕೊಂಡರು. ಇಕ್‌ಬಾಲ್ ದೃಢವಾಗಿ ನಿಂತು ಅವರನ್ನೆದುರಿಸಿದ ನನಗೆ ಅವರ ಈ ಚೇಷ್ಟೆ ಬಹಳ ಸಿಟ್ಟುಂಟುಮಾಡಿತು. ಜೊತೆಗೇ ಮೂರ್ಖತನವೊಂದೇ ಅಪರಾಧವೆಂದು ರೆಹಾನಾಳ ಮೇಲೆ ನನಗೆ ಸಹಾನುಭೂತಿಯೂ ಉಂಟಾಗಿತ್ತು. ಆದ್ದರಿಂದಲೇ, ನಾನೊಂದು ಕಡೆ ಆ ಹುಡುಗಿಯ ಬುದ್ಧಿಯನ್ನು ಸ್ಥಾನದಲ್ಲಿಡಲು ಯತ್ನಿಸಿದರೆ, ಇನ್ನೊಂದೆಡೆ ಇಕ್‌ಬಾಲ್‌ನಿಗೂ ತಿಳಿಹೇಳಲೆತ್ನಿಸಿದೆ, ಕೊನೆಗೊಂದು ದಿನ ಗುಟ್ಟಾಗಿ ಇಕ್‌ಬಾಲ್‌ನನ್ನು ದಾಂಡೇಲಿಗೆ ಕರೆಸಿದೆ. ಪರಿಣಾಮ ನೀನೇ ನೋಡುತ್ತಿರುವೆ’ ಆಜರ್ ನವಾಬ ಏಮನ್‌ಳತ್ತ ವಿಜಯದ ನಗೆ ಬೀರಿದರು.

‘ಆದರೆ, ಸರ್ಕಾರ್ ಅವರ ಜನರಲ್ ಅಸಿಸ್ಟೆಂಟ್‌ನ ಸಹಾಯದ ಹೊರತು, ಬಹುಶಃ ನಾನು ನನ್ನ ಮಿಶನ್‌ನಲ್ಲಿ ಸಫಲನಾಗುತ್ತಿರಲಿಲ್ಲ!’ ಆಜರ್ ನವಾಬ ತನ್ನನ್ನು ಜನರಲ್ ಅಸಿಸ್ಟೆಂಟ್ ಎಂದುದರಿಂದ ಅವಳಿಗೆ ಸಿಟ್ಟುಂಟಾಗಲಿಲ್ಲ; ಆಜರ್ ನವಾಬ ಪ್ರೀತಿಯಿಂದ ಅವಳ ಗಲ್ಲದ ಗುಳಿಗಳನ್ನು ನೋಡುತ್ತಾ ಇದ್ದರು. “ನಿನ್ನ ಗಲ್ಲದ ಗುಳಿಗಳನ್ನು ನೋಡಿ, ಮನ ಬಯಸುತ್ತಿದೆ....’

‘ನಾನು ಹೋಗುತ್ತೇನೆ.’

‘ನಿನಗೆ ಹೋಗಬೇಕೆಂದಿದ್ದಿದ್ದರೆ, ಯಾವಾಗಲೋ ಹೊರಟುಹೋಗುತ್ತಿದ್ದೆ. ಏಮನ್ ಈಗಿನ್ನು ನೀನೆಲ್ಲಿಗೂ ಹೋಗಲಾರೆ, ಆ ರಾತ್ರಿ ಮದುವೆ ಮನೆಯಲ್ಲಿ, ನನ್ನ ದಣಿದ ಮಿದುಳಿಗೆ ನೀನು ತಂಪಿನೆಲರಾಗಿ ಬಂದೆ, ನನ್ನನ್ನೇ ನಾನು ತಡೆಯದಾದೆ. ನಂತರವೂ ನಾನೆಂದೂ ನಿನ್ನಿಂದ ದೂರವಾಗದಾದೆ.

ಆಜರ್ ನವಾಬರು ಅವಳನ್ನು ಆಸ್ಥೆಯಿಂದ ನೋಡುತ್ತಾ ಹೇಳಿದರು, ‘ವಾಸ್ತವದಲ್ಲಿ, ಎಂದೂ, ಯಾವ ಹೆಣ್ಣಿನೊಂದಿಗೇ ಆಗಲಿ, ಇಷ್ಟೊಂದು ಸಮಿಪರ್ತಿಯಾಗಲಾರೆ ಎಂದು ನಾನು ನಿಶ್ಚಯಿಸಿದ್ದೆ. ನೀನೂ ಒಂದು ತಂಪಿನೆಲರ ಅಲೆಯಷ್ಟೇ ಎಂದು ನಾನಂದು ಭಾವಿಸಿದ್ದೆ–ಬಂದು. ಹಾಗೇ ಸರಿದು ಹೋದಂತೆ ಸ್ವಪ್ನ ಕಂಡು ಮರೆತಂತೆ! ನೀನು!

ದಾಂಡೇಲಿಯಲ್ಲಿ ಪುನಃ ನನಗೆ ಸಿಕ್ಕಿಲದಿದ್ರೆ. ಬಹುಶಃ ನಾನು ನಿನ್ನನ್ನು ಮರೆವ ಯತ್ನದಲ್ಲಿ ಸಫಲನೂ ಆಗುತ್ತಿದ್ದೆ.' ಆಜರ್ ನವಾಬ ಅವಳನ್ನು ಸೆಳೆದು, ಎದೆಗಪ್ಪಿಕೊಂಡರು.

'ನಾನು ನಿನ್ನ ಈ ಚಿನ್ನದ ಕಂಗಳ ಜಾಲದಲ್ಲಿ ಸಿಕ್ಕಿ ಬಿದ್ದಿದ್ದೆ. ನಿನ್ನನ್ನು ಪಡೆವ, ನನ್ನವಳಾಗಿಸಿಕೊಳ್ಳುವ ಹಂಬಲ ಹೆಚ್ಚುತ್ತಲೇ ಹೋಯಿತು. ನಿನ್ನ ಉಚ್ಚಮಟ್ಟದ ಚುರುಕು ಬುದ್ಧಿಯು ನನ್ನನ್ನು ಮತ್ತೂ ಗೆದ್ದುಕೊಂಡಿತು. ಆದರೆ ನಿನ್ನ ಮನದಲ್ಲಿ ನನ್ನ ಬಗ್ಗೆ ನೂರು ಶಂಕೆಗಳಿದ್ದವು. ಭಯವಿತ್ತು. ದೋಷಾರೋಪವಿತ್ತು. ಕೆಲವೊಮ್ಮೆ ನೀನು ಈ ಎಲ್ಲ ತಡೆಗಳನ್ನು ದಾಟಿ ನನ್ನ ಅತಿನಿಕಟ ಬಂದಿರುವೆ ಎಂದು ನನಗನಿಸುತ್ತಿತ್ತು. ಆದರೆ ಪುನಃ ನೀನು ಹಿಂದಿನಂತೇ ಗಡಿಯಾಚೆ ಹೋಗಿ ನಿಲ್ಲುತ್ತಿದ್ದೆ; ಮತ್ತು ನಾನು ಎಲ್ಲಿದ್ದೆನೋ ಅಲ್ಲಿಗೆ ಮರಳುತ್ತಿದ್ದೆ, ಹೇಳು ಏಮನ್ ಈ ಆಟ ಎಲ್ಲಿಯವರೆಗೆ ನಡೆಯುತ್ತಾ ಇರುವುದು?'

"ಬೀಬಿ ಏಮನ್ ಸಾಹಿಬಾ", ಅಜರ್ ನವಾಬರು ಬಲು ಸರಳತೆಯಿಂದ ಹೇಳಿದರು. "ಕುವರಿ ಶಾಹಾನಾಳೊಡನೆ ನನ್ನ ಮದುವೆಯನ್ನು ನೀವು ನಿರ್ಧರಿಸಿದ್ದೀರಾ? ನಿಮ್ಮೊಡನೆ ಮರ್ಯಾದಾಪೂರ್ವಕ ಹೇಳುತ್ತಿದ್ದೇನೆ–ನನ್ನ ವಿಷಯಗಳನ್ನು ನಿರ್ಧರಿಸುವ ಹಕ್ಕನ್ನು ಇದುವರೆಗೆ ನಿಮಗೆ ಕೊಡಲಾಗಿಲ್ಲ.

ಏಮನ್ ಏನೂ ತಿಳಿಯದದಳು. "ಈ ಹವೇಲಿಯಲ್ಲಿ ಮದುವೆಯ ತಯಾರಿ ನಡೆಯುತ್ತಿದೆ, ಖಂಡಿತ ಹಗೂ ಶಾಹಾನಾಳ ಮದುವೆಯ ತಯಾರಿಯೇ ನಿಜ. ಆದರೆ ನಮ್ಮೊಡನಲ್ಲ; ಶಾಹಾನಾಳನ್ನು ನಾನು ಯವಾಗಲೂ ನನ್ನ ಚಿಕ್ಕ, ತುಂಟ ತಮಗಿಯೆಂದೇ ತಿಳಿದಿದ್ದೇನೆ. ನನ್ನ ಜವಾಬ್ದಾರಿ ಎಂದೂ ಸಹ. ಶಾಹಾನಾಳ ವಿವಾಹ ಮೇಜರ್ ತನ್ವೀರ್ ಜೊತೆ ನಡೆಯುತ್ತಿದೆ.

ಏಮನ್‌ಳ ಹೃದಯ ಸಂತಸದಿಂದ ಪುಟಿದು ಕೊರಳವರೆಗೆ ಬಂತು. ಅಜರ್ ನವಾಬರು ತನ್ನ ಕಂಗಳ ಭಾವವನ್ನು ನೋಡದಂತೆ ಅವಳು ತಲೆ ಬಾಗಿದಳು. ತನ್ನ ನಡುಗುತ್ತಿರುವ ಬೆರಳುಗಳನ್ನು ದುಪಟ್ಟಾದಲ್ಲಿ ಸುತ್ತಿ ಅಡಿಸುತ್ತಾ ಅವಳೆಂದಳು, " ಆದರೆ ಬಹುಶಃ ಮಹಾಸರ್ಕಾರ್ ಅವರ ಒಪ್ಪಗೆಯಿಲ್ಲದೆ "ಇನ್ನೇನೂ ಹೇಳದಾದಳು, ಏಮನ್.

"ಸರ್ಕಾರ್ ಅವರಿಗೆ ತಿಳಿದಿಲ್ಲ, ಎಂದುಕೊಂಡಿರುವೆಯಾ? ಅವರೇ ನನ್ನೊಡನೆ ಈ ಸಂಪಿಗೆ ವರ್ಣದ, ನೀಳಕೂದಲಿನ, ಮಾದಕ ಚಿನ್ನದ ಕಂಗಳ ಹುಡುಗಿಯ ಬಗ್ಗೆ ಹೇಳಿದ್ದರು. ಅವಳ ಬುದ್ದಿಯು ಬಹಳ ಉನ್ನತ ಮಟ್ಟದೆಂದು, ಇಡೀ ಜತ್ತಿನ ಕೆಲಸವನ್ನೂ ಮಾಡಬಲ್ಲಳೆಂದು ಹೇಳಿದ್ದರು. ಮತ್ತು..." ಅವರು ಮೆಲ್ಲನೆ ನುಡಿದರು, "ಮತ್ತು ಅವಳ ಕೆನ್ನೆಗಳಲ್ಲಿ,,,,, ಅವರು ಅವಳತ್ತ ಬಾಗಿದರು.

ಅವರ ಮಾತುಗಳು ಪೂರ್ಣಗೊಳ್ಳುವ ಮೊದಲೇ ಏಮನ್ ಎದ್ದುಬಿಟ್ಟಳು. ಜೊತೆಗೇ ಅಜರ್ ನವಾಬರೂ ಎದ್ದರು. ಇದ್ದಕ್ಕಿದ್ದಂತೆ ಅಲ್ಲಿಂದ ಓಡಿಹೋಗಬೇಕೆಂಬ ಇಚ್ಛೆ ಅವಳಿಗೆ ಉಂಟಾಯಿತು. ಆದರೆ ಆಜರ್ ನವಾಬರು ಅವಳ ಕೈ ಹಿಡಿದುಕೊಂಡುಬಿಟ್ಟರು.

"ಆಪಾದಿತರ ಕಟಕಟೆಯಿಂದ ಇಳಿದು ಬರಲು ಈಗಲಾದರು ಅಪ್ಪನೆಯೇ?"

ಇನ್ನೊಂದು ಕೈಯಿಂದ ಅವಳ ಮುಖವನ್ನೆತ್ತಿ ಕೇಳಿದರವರು.

ಇಬ್ಬರ ಕಂಗಳು ಸೇರಿದವು. ಉತ್ತರದ ಅಗತ್ಯವಿರಲಿಲ್ಲ. ಎಮನ್ ತನ್ನ ಆಶ್ರಯಧಾಮವನ್ನು ಚೆನ್ನಾಗಿಯೇ ಅರಿತಿದ್ದಳು. ಅವಳು ಆಜರ್ ನವಾಬರ ಎದೆಗೊರಗಿದಳು.

ಮುಂಬೆಳಗು ಮೂಡುತಿತ್ತು. ಕಿಟಕಿಯ ಹೊರಗೆ ತೋಟದಲ್ಲಿ ಬಣ್ಣಗಳರಳತೊಡಗಿದವು. ವಿಶಾಲವಾದ ಹರಿದ್ವರ್ಣದ ಲಾನ್‌ನಲ್ಲಿ ಅಲ್ಲಲ್ಲಿ ವಿವಿಧ ವರ್ಣದ ಹೂಗಳು ತಲೆಯೆತ್ತಿ ಬಿರಿಯ ತೊಡಗಿದವು. ನೋಡ ನೋಡುತ್ತಾ ವಾತಾವರಣದಲೆಲ್ಲ ಬಿರಿವ ಸುಮಗಳ ಕಂಪು ಪಸರಿಸತೊಡಗಿತು.

○

ನಮ್ಮ ಪ್ರಕಟಣೆಗಳು

1.	ಕನಸುಗಳಿಗೆ ಕಿನಾರಗಳಿರುವುದಿಲ್ಲ*	ರವಿಕುಮಾರ್	ರೂ. 70.00
2.	ಕಿಲಾರಿ *	ಡಾ. ಎಸ್.ಎಮ್. ಮುತ್ತಯ್ಯ	ರೂ. 50.00
3.	ಸಂವೇದನೆ (ಬರಗೂರು ರಾಮಚಂದ್ರಪ್ಪ ಜೀವನ ಮತ್ತು ಸಾಹಿತ್ಯ)*	ಡಾ. ಎಸ್. ಮಾರುತಿ	ರೂ. 160.00
4.	ಬೆಳಕಿನ ಪಾದ *	ಬಾಲಕೃಷ್ಣ ನಾಯಕ್ ಡಿ.	ರೂ. 40.00
5.	ಪಾತ್ರಗಳು ಇರಲಿ ಗೆಳೆಯ *	ಸತ್ಯನಾರಾಯಣರಾವ್ ಅಣತಿ	ರೂ. 50.00
6.	ದೂಸ್ರಾ *	ರವಿಕುಮಾರ್	ರೂ. 60.00
7.	ನೆಲದ ಮರೆಯ ನಿಧಾನ *	ಸಿದ್ದು ಯಾಪಲಾಪರವಿ	ರೂ. 40.00
8.	ಅಪರೂಪದ ಮನುಷ್ಯ *	ಆತ್ಮಕೂರ ವಾಮನಾಚಾರ್ಯ	ರೂ. 80.00
9.	ವಸಂತಸ್ಮೃತಿ *	ಡಿ.ಅರ್. ನಾಗರಾಜ್	ರೂ. 70.00
10.	ಮಹಿಳೆ ಮತ್ತು ದುಡಿಮೆ *	ಡಾ. ಬಿ.ಹಚ್. ಅಂಜನಪ್ಪ	ರೂ. 200.00
11.	ಸರ್ವಜ್ಞನ ವಚನಗಳು	ಡಾ. ಕೆ.ಅರ್. ಗಣೇಶ್	ರೂ. 200.00
12.	ಕೃತಿಪ್ರವೇಶ (ಪ್ರೊ. ಮಲ್ಲೇಪುರಂ ಜಿ. ವೆಂಕಟೇಶ್ ಅವರ ಕೃತಿಗಳ ಸಮಗ್ರ ಅವಲೋಕನ)	ಡಾ.ಎಸ್.ಎಸ್.ಅಂಗಡಿ.	ರೂ. 100.00
13.	ಮಣ್ಣಿನ ಕವಿತೆ *	ಡಾ. ನಿಂಗಪ್ಪ ಮುದೇನೂರು	ರೂ. 60.00
14.	ಸೊಂಡೂರು ಕುಮಾರಸ್ವಾಮಿ *	ಡಾ. ನಿಂಗಪ್ಪ ಮುದೇನೂರು	ರೂ. 160.00
15.	ಲಿಖಿತ – ಅಲಿಖಿತ *	ಡಾ. ಎಸ್.ಎಮ್. ಮುತ್ತಯ್ಯ	ರೂ. 160.00
16.	ವರ್ತಮಾನ *	ಬಿ.ಪಿ. ಶಿವಾನಂದ ರಾವ್	ರೂ. 85.00
17.	ಗಾದೇಯ ಮಾತು *	ಪ್ರೊ. ಮಲ್ಲೇಪುರಂ ಜಿ. ವೇಂಕಟೇಶ್	ರೂ. 25.00
18.	ಹಡೆ ಏರಿಸಿದ ಸೂರ್ಯನ ಕುದುರೆ *	ಸತ್ಯನಾರಾಯಣ ರಾವ್ ಅಣತಿ	ರೂ. 25.00
19.	ನಿಜದ ಬೆಳಗು *	ಅಕ್ಕಿ ಬಸವೇಶ್	ರೂ. 30.00
20.	ವಚನ ಬೆಳಗು *	ಡಾ. ನಾಗರಾಜ ಎಂ.	ರೂ. 70.00
21.	ವರದಿಗಾರರೇ ಈ ಕಡೆ ಸ್ವಲ್ಪ ನೋಡಿ*	ಪಿ. ರಾಜೇಂದ್ರ	ರೂ. 60.00
22.	ನಮ್ಮ ಕರ್ನಾಟಕ	ಪಿ. ರಾಜೇಂದ್ರ	ರೂ. 70.00
23.	ವೇದ–ತಂತ್ರ–ಸಂಸ್ಕೃತಿ *	ಡಾ. ಜಿ.ಬಿ. ಹರೀಶ್	ರೂ. 90.00
24.	ಸಖಿ–ಸಖಿ (ಗಜಲ್‌ಗಳು) *	ರವಿ ಹಂಪಿ	ರೂ. 40.00
25.	ಆಕಾಶದ ಹಾಡು *	ಅನಸೂಯದೇವಿ	ರೂ. 120.00
26.	ಬಿಂಬದೊಳಗಣ ಪ್ರಾಣ *	ಡಾ. ಹೆಬ್ಬಾಲೆ ನಾಗೇಶ್	ರೂ. 50.00
27.	ವಿಜಯನಗರ ಸಾಮ್ರಾಜ್ಯದ ಕನಸುಗಾರ ಕುಮಾರರಾಮ	ಓಂಕಾರಪ್ಪ	ರೂ. 250.00
28.	ಮಳೆಗಾಲದ ಕಾಡು *	ಸ್ವಾಮಿನಾಥ	ರೂ. 30.00
29.	ವಾಲ್ಮೀಕಿ *	ಡಾ. ಸರಜೂ ಕಾಟ್ಕರ್	ರೂ. 100.00
30.	ಕರ್ನಾಟಕ ಬುಡಕಟ್ಟು ಭಾಷೆ *	ಡಾ. ಎಸ್.ಎಸ್. ಅಂಗಡಿ	ರೂ. 225.00

31.	ಕತ್ತಲ ಬೆಳಗು *	ಜ.ನಾ. ತೇಜಶ್ರೀ	ರೂ. 40.00
32.	ನವವಿಸರ್ಗ *	ಡಾ. ಕವಿತಾ ರೈ	ರೂ. 130.00
33.	ಕಡಲ ತಡಿಯ ತಲ್ಲಣ	ಉಷಾ ಕಟ್ಟೆಮನೆ ಡಾ. ಪುರುಷೋತ್ತಮ ಬಿಳಿಮಲೆ	ರೂ. 150.00
34.	ಬಂಟರು ಬದುಕು ಮತ್ತು ಬದಲಾವಣೆ	ಡಾ. ಶೇಖರ	ರೂ. 300.00
35.	ಸೆಕ್ಸ್ ವರ್ಕರ್ ಒಬ್ಬಳ ಆತ್ಮಕಥನ	ಕೆ. ನಾರಾಯಣಸ್ವಾಮಿ	ರೂ. 150.00
36.	ಈ ಕ್ಷಣ *	ಜ್ಯೋತಿ ಗುರುಪ್ರಸಾದ್	ರೂ. 65.00
37.	ಗಣೇಶನ ಬೆಂಗ್ಳೂರು ಯಾತ್ರೆ*	ಪ್ರಕಾಶ್ ಕೆ. ನಾಡಿಗ್	ರೂ. 65.00
38.	ಕೃಷ್ಣ ಕಷಾಯ *	ಪಿ.ವಿ. ರಾಮಚಂದ್ರ	ರೂ. 100.00
39.	ರಾವಣನ ಡೈರಿ	ಹಾ.ಮೈ. ಸೂರಿ	ರೂ. 150.00
40.	ಮೊಪಾಸಾನ ಕಥೆಗಳು	ಪಿ.ವಿ. ರಾಮಚಂದ್ರ	ರೂ. 350.00
41.	ತಂತಿ ಪಕ್ಷಿ *	ಜ್ಯೋತಿ ಗುರುಪ್ರಸಾದ್	ರೂ. 60.00
42.	ವಕ್ರರೇಖೆ *	ಡಾ. ಜಿ.ಬಿ. ಹರೀಶ್	ರೂ. 300.00
43.	ತುಮಕೂರು ಜಿಲ್ಲೆಯಲ್ಲಿ ಸ್ವಾತಂತ್ರ್ಯ ಚಳುವಳಿ * ನಾಗರತ್ನಮ್ಮ	 ರೂ.	ಡಾ. ಎಸ್. 125.00
44.	ಕರ್ನಾಟಕದಲ್ಲಿ ಅಸಹಕಾರ ಮತ್ತು ನಾಗರೀಕ – ಕಾನೂನು ಭಂಗ ಚಳುವಳಿ *	 ಡಾ. ಎಸ್. ನಾಗರತ್ನಮ್ಮ	 ರೂ. 175.00
45.	ಪ್ರಾಚೀನ ಕನ್ನಡ ಸಾಹಿತ್ಯ ಸಂಘರ್ಷ	ಡಾ. ರವಿ ಛಲವಾದಿ	ರೂ. 225.00
46.	ಶಿವರಾಮ ಕಾರಂತರ ಕೃತಿಗಳಲ್ಲಿ ಸ್ತ್ರೀ ಸಂಕಥನದ ಸ್ವರೂಪ *	 ಡಾ. ರಾಜೇಂದ್ರ ತಗಡ್ಲಿ	 ರೂ. 175.00
47.	ಮಾಧ್ಯಮ ಮಾರ್ಗದರ್ಶಿ	ಪಿ. ರಾಜೇಂದ್ರ	ರೂ. 125.00
48.	ಊರು ಮನೆ (ಸಣ್ಣ ಕಥೆಗಳ ಸಂಕಲನ)	ಲಕ್ಷ್ಮಣ ಕೊಡಸೆ	ರೂ. 160.00
49.	ಮುಖಾ – ಮುಖಿ *	ಬಿ.ಪಿ. ಶಿವಾನಂದ ರಾವ್	ರೂ. 85.00
50.	ಜೋಲಿ ಲಾಲಿ *	ಜ್ಯೋತಿ ಗುರುಪ್ರಸಾದ್	ರೂ. 160.00
51.	ಅನಸೂಯ ಕಥೆಗಳು *	ಡಾ. ಅನಸೂಯಾ ದೇವಿ	ರೂ. 100.00
52.	ರಾಜಕೀಯ ಕಥೆಗಳು *	ಡಾ. ಜಿ. ವೀರಭದ್ರಗೌಡ	ರೂ. 100.00
53.	ಜನಪದ ಕತೆಗಳು:ಆಶಯಗಳು	ಡಾ. ವಾಮದೇವ	ರೂ. 160.00
54.	ಅಮೂರ್ತ ಕನ್ನಡಿ *	ಡಾ. ಟಿ.ಡಿ. ರಾಜಣ್ಣ ತಗ್ಗಿ	ರೂ. 100.00
55.	ವ್ಯಾಸಕೂಟ ಮತ್ತು ದಾಸಕೂಟ *	ಡಾ. ಅನಸೂಯಾ ದೇವಿ	ರೂ. 250.00
56.	ಹೃದಯವಂತ ವಿಷ್ಣು *	ವಿನೋದ್ ಕುಮಾರ್ ಬಿ.	ರೂ. 95.00
57.	ಮಿಣ ಮಿಣ ಚೀಣಾ *	ತ್ರಿವೇಣಿ ಶಿವಕುಮಾರ್	ರೂ. 175.00
58.	ಸನೂತನ ದಾರ್ಶನಿಕರೂ *	ಸ್ವಾಮಿನಾಥ	ರೂ. 80.00
59.	ದಿಗ್ದರ್ಶಕರು	ಅರುಣ್ ಎಲ್.	ರೂ. 80.00
60.	ವಚನ ವ್ಯಕ್ತಿತ್ವ ವಿಕಾಸ	ಡಾ. ಹಾ.ಮ. ನಾಗಾರ್ಜುನ	ರೂ. 80.00
61.	ಸರಸ್ವತಿ	ಡಾ. ಬಿ.ಆರ್. ಸತ್ಯನಾರಾಯಣ	ರೂ. 300.00
62.	ನಿಡುಗಲ್ಲು ದುರ್ಗದ ಕಥನ *	ಡಾ. ಡಿ.ಕೆ.ಚಿತ್ತಯ್ಯ ಪೂಜಾರ್	ರೂ. 250.00
63.	ಸ್ತ್ರೀವಾದಿ ಚಿಂತನೆಗಳು *	ಡಾ. ಹಾ.ಮ. ನಾಗಾರ್ಜುನ	ರೂ. 480.00
64.	ಕಮಲದೇಸಾಯಿ ಕಥೆಗಳು	ಅನು: ಚಂದ್ರಕಾಂತ ಪೋಕಳೆ	ರೂ. 120.00
65.	ಪ್ರೀತಿ ಏನೆನ್ನಲ್ಲಿ ನಿನ್ನ	ರೂಪಾ ಎಲ್. ರಾವ್	ರೂ. 70.00
66.	ಹೆಜ್ಜೆ ಮೂಡದ ಹಾದಿಯಲಿ	ಸುಧೇಶ್ ಶೆಟ್ಟಿ	ರೂ. 160.00
67.	ಹಕ್ಕಿ ಹರಿವ ನೀರು	ಡಾ. ಕವಿತಾ ರೈ	ರೂ. 60.00
68.	ಸಾಹಿತ್ಯ ಸಂಸ್ಕೃತಿ *	ಡಾ. ತಳವಾರ ವಾಮದೇವ	ರೂ. 110.00
69.	ಸಾಧಕರ ಹಾದಿ	ಕೆ.ಎನ್. ಪರಾಂಜಪೆ	ರೂ. 100.00
70.	ಸಾಧನಶೀಲ (ಡಾ. ಎ.ವಿ. ಪ್ರಸನ್ನ ಅವರ ಅಭಿನಂಧನ ಗ್ರಂಥ)		ರೂ. 225.00

71. ಗಡಿಪಾರು ಚಂದ್ರಕಾಂತ ಪೊಕಳೆ ರೂ. 150.00
72. ರಾಜ್ಯಾಯಣ ಪಿ. ರಾಜೇಂದ್ರ ರೂ. 150.00
73. ಇಂಧನ * ಚಂದ್ರಕಾಂತ ಪೊಕಳೆ ರೂ. 100.00
74.Cosmic Joke Raghav ChinivarRs. 250.00
75.Urbanization IndustrializationDr . ChandrappaRs. 480.00
In Karnataka
76. ಅಪ್ಪನ ಪ್ರತಿರೂಪ ಮತ್ತಿತರ ಕತೆಗಳು ಡಾ. ಟಿ.ಡಿ.ರಾಜಣ್ಣ ತಗ್ಗಿ ರೂ. 100.00
77. ನೀಲಕುರುಂಜಿ (ವಿಮರ್ಶಾ ಲೇಖನಗಳು) * ಎಂ. ಶಿವರಾಮಯ್ಯ ರೂ. 220.00
78. ಬಳ್ಳಾರಿ ತಾಲ್ಲೂಕಿನ ಸ್ಥಳನಾಮಗಳು * ಡಾ. ವೀರೇಶ್ ಬಳ್ಳಾರಿ ರೂ. 200.00
79. ಶಾಸ್ತ್ರೀಯ ಭಾಷೆ ಕನ್ನಡ ಡಾ. ಹಾ.ಮಾ.ನಾಗಾರ್ಜುನ ರೂ. 170.00
& ಶಿಕ್ಷಣದ ಹಕ್ಕುಗಳು *
80. ವೀರ ವನ್ತೆ ದುರ್ಗವ್ವ ಡಾ. ಎಲ್ಲಪ್ಪ ಕೆ.ಕೆ.ಪುರ ರೂ. 100.00
81. ಮಂಡ್ಯ ಜಿಲ್ಲೆಯ ಹೊಯ್ಸಳ ದೇವಾಲಯಗಳು ಡಾ. ಶೋಭ ರೂ. 250.00
82. ಕಾಗದದ ದೋಣಿ ಯಾನ–1 ಎಸ್.ಎಂ. ಪೆಜತ್ತಾಯ ರೂ. 180.00
83. ಕಾಗದದ ದೋಣಿ ಯಾನ–2 ಎಸ್.ಎಂ. ಪೆಜತ್ತಾಯ ರೂ. 180.00
84. ಶರ್ವಾಣಿ ಸುನಿತಾರಾಜು ರೂ. 70.00
85. ಕನ್ನಡ ಸಾಹಿತ್ಯದಲ್ಲಿ ಬೆಡಗು ಡಾ. ರಾಜು ಕೆ.ಎಸ್. ರೂ. 80.00
86. ನಮ್ಮ ರಕ್ಷಕ ರಕ್ಷಾ ಎಸ್.ಎಂ. ಪೆಜತ್ತಾಯ ರೂ. 40.00
87. ಅಮ್ಮ ಹೇಳಿದ ಕತೆಗಳು * ತ್ರಿವೇಣಿ ಶಿವಕುಮಾರ್ ರೂ. 60.00
88. ನಮ್ಮ ಕರ್ನಾಟಕ–2011 ಸೃಷ್ಟಿನಾಗೇಶ್ ರೂ. 130.00
89. ಸುದ್ದಿಯ ಹಿಂದೆ ಡಿ.ವಿ. ರಾಜಶೇಖರ್ ರೂ. 70.00
90. ಮೈಲಾರ ಬಸವಲಿಂಗ ಶರಣರ ತ್ರಿವಿಧಿಕರಣ * ಡಾ. ಹಾ.ಮಾ.
ನಾಗಾರ್ಜುನ ರೂ. 250.00
91. ವೀರವನ್ತೆ ದುರ್ಗವ್ವ (ನಾಟಕ) ಡಾ. ಯಲ್ಲಪ್ಪ ಕೆ.ಕೆ.ಪುರ ರೂ. 70.00
92. ಹಕ್ಕಿ ಹರಿವ ನೀರು ಡಾ. ಕವಿತಾ ರೈ ರೂ. 40.00
93. ವೀರವನ್ತೆ ದುರ್ಗವ್ವ (ಕಾದಂಬರಿ) ಡಾ. ಯಲ್ಲಪ್ಪ ಕೆ.ಕೆ.ಪುರ ರೂ. 120.00
94. ಲೋಕಾಮುದ್ರಾ ಡಾ. ಕವಿತಾ ರೈ ರೂ. 50.00
95. ಸಾಹಿತ್ಯ ಸಂಸ್ಕೃತಿ ಡಾ. ತಳವಾರ ವಾಮದೇವ ರೂ. 110.00
96. ಅಲ್ಲುಂಟು ನೆಂಟು ಬಿ.ಎಸ್. ಲಕ್ಷ್ಮೀನಾರಾಯಣ ರೂ. 70.00
97. ವೇಶ್ಯೆಯರು ಮತ್ತು ಪ್ರೊ. ಶಿವರಾಮಯ್ಯ ರೂ. 100.00
ಲೈಂಗಿಕ ಅಲ್ಪಸಂಖ್ಯಾತರು
98. ಪುಟಾಣಿಗಳಿಗಾಗಿ ಪುಟ್ಟ ಕಥೆಗಳು * ಪ್ರಕಾಶ್ ಕೆ. ನಾಡಿಗ್ ರೂ. 70.00
99. ತುತ್ತಿಗೊಂದು ಕಥೆ (ಮಕ್ಕಳ ಕಥೆಗಳು) ಸುನೀತಾ ರಾಜು ರೂ. 80.00
100. ಬ್ಲಾಗಿಸು ಕನ್ನಡ ಡಿಂಡಿಮವ ಚೇತನ ತೀರ್ಥಹಳ್ಳಿ ರೂ. 90.00
101. ಭಾರತ ಮತ್ತು ಪಾಕಿಸ್ತಾನ ಕಾಶ್ಮೀರ * ಡಾ. ಸಿ.ಚಂದ್ರಪ್ಪ ರೂ. 225.00
102. ತರಂಗಿಣಿ ತೀರದಲ್ಲಿ * ಆತ್ಮಕೂರ ವಾಮನಾಚಾರ್ಯ ರೂ. 225.00
103. ಆಲೋಡನ * ಆನಂದ ಝುಂಜರವಾಡ ರೂ. 150.00
104. ನಾದಲೋಕದ ರಸನಿಮಿಷಗಳು ಶಿರೀಷ ಜೋಷಿ ರೂ. 150.00
105. ಕುವೆಂಪು ಕಾವ್ಯಯಾನ * ಡಾ. ಬಿ.ಆರ್.ಸತ್ಯನಾರಾಯಣ ರೂ. 200.00
106. ಸಂಘರ್ಷ * ಮಾಲತೇಶ ಸಿದ್ಧಮ್ಮನವರು ರೂ. 50.00
107. ಅಜ್ಜಿ ಹೇಳಿದ ಕಥೆಗಳು * ಡಾ. ಅನಸೂಯದೇವಿ ರೂ. 100.00
108. ಭುವನದ ಬೆರಗು * ತ್ರಿವೇಣಿ ಶಿವಕುಮಾರ್ ರೂ. 150.00
109. ಅಮ್ಮಿ * ರಾಹು ರೂ. 300.00
110. ಪ್ರಕೃತಿ ಮತ್ತು ಪ್ರೀತಿ * ಡಾ. ಅನಸೂಯದೇವಿ ರೂ. 300.00

111.	ರಾಣಿ ಕಥೆಗಳು	ಡಾ. ವೀರಭದ್ರಗೌಡ	ರೂ. 150.00
112.	ಶತಪದಗಳ ಸುಳಿಯಲ್ಲಿ	ಮಹೇಶ ದೇಶಪಾಂಡೆ	ರೂ. 70.00
113.	ಪ್ರಾಚೀನ ಭಾರತದ ವೈದ್ಯ ವಿಜ್ಞಾನ *	ಡಾ. ಕವಿತಾ ಎಸ್.ಎಚ್.	ರೂ. 80.00
114.	ಜೋಲಿ ಲಾಲಿ (ಭಾಗ-2) *	ಜ್ಯೋತಿ ಗುರುಪ್ರಸಾದ್	ರೂ. 250.00
115.	ನಮ್ಮ ಆರೋಗ್ಯ ನಮ್ಮ ಕೈಯಲ್ಲಿ	ಡಾ. ಲೀಲಾವತಿ ದೇವದಾಸ್	ರೂ. 200.00
116.	ಬೇಂದ್ರೆ-ಶರೀಫರ ಕಾವ್ಯಾಯಾನ	ಸುನಾಥ ದೇಶಪಾಂಡೆ	ರೂ. 350.00
117.	ಪಡು-ಮೂಡು *	ಕೆ. ಕೇಶವಶರ್ಮ	ರೂ. 500.00
118.	ವಸಾಹತುಶಾಹಿ ಪರಿಕಲ್ಪನೆಗಳು	ಕೆ. ಕೇಶವಶರ್ಮ	ರೂ. 350.00
119.	ಸಾಂಸ್ಕೃತಿಕ ಪರಿಕಲ್ಪನೆಗಳು	ಕೆ. ಕೇಶವಶರ್ಮ	ರೂ. 350.00
120.	ಸ್ತ್ರೀವಾದಿ ಪರಿಕಲ್ಪನೆಗಳು	ಕೆ. ಕೇಶವಶರ್ಮ	ರೂ. 350.00
121.	ಸುಗಂಧ ಪುಷ್ಪ *	ಹಾ.ಮ. ನಾಗಾರ್ಜುನ	ರೂ. 175.00
122.	ಸೆಕ್ಯೂಲರ್‌ವಾದ : ಬುಡ-ಬೇರು	ರಾಹು	ರೂ. 300.00
123.	ಕವಿತೆಯ ಓದು	ಪ್ರಭಾಕರ ಆಚಾರ್ಯ	ರೂ. 150.00
124.	ಆರನೆಯ ಹೆಂಡತಿಯ ಆತ್ಮಕಥೆ	ರಾಹು	ರೂ. 400.00
125.	ಮೈ ಫಾದರ್ ಬಾಲಯ್ಯ	ಡಾ. ರಾಜಣ್ಣ ತಗ್ಗಿ	ರೂ. 180.00
126.	ಪೀಠಾಧಿಯಪತಿಯ ಪತ್ನಿ	ರಾಹು	ರೂ. 350.00
127.	ಹಾಡುವ ಹಕ್ಕಿಯ ಶೋಕಗೀತೆ	ಡಾ. ಅಪ್ಪಗೆರೆ ಸೋಮಶೇಖರ್	ರೂ. 130.00
128.	ವಿಮರ್ಶೆಯ ಪರಿಕಲ್ಪನೆಗಳು	ಕೇಶವಶರ್ಮ ಕೆ.	ರೂ. 500.00
129.	ಯಾತ್ರಿಕನ ಕನಸು	ರಾಜಣ್ಣ ತಗ್ಗಿ	ರೂ. 125.00
130.	ದಾಂಪತ್ಯ ನಿಷ್ಠೆ ಪರಿಕಲ್ಪನೆ ಬದಲಾಗುತ್ತಿದೆಯೇ?	ಸುನಂದ ಕಡಮೆ	ರೂ. 160.00
131.	ಕುಮಾರವ್ಯಾಸ ಭಾರತ ಭಾಷಾ ವೈಜ್ಞಾನಿಕ ವಿಶ್ಲೇಷಣೆ	ಓಂಕಾರಪ್ಪ	ರೂ. 200.00
132.	ನೋಯುವ ಹಲ್ಲಿಗೆ ಹೊರಳುವ ನಾಲಿಗೆ	ಡಾ.ಹೆಚ್.ಎಸ್. ಅನುಪಮಾ	ರೂ. 200.00
133.	ತತ್ವಜ್ಞಾನದ ಪರಿಕಲ್ಪನೆಗಳು	ಕೇಶವಶರ್ಮ ಕೆ.	ರೂ. 500.00
134.	ಬಹುರೂಪಿ ಭಾರತ	ತ್ರಿವೇಣಿ ಶಿವಕುಮಾರ್	ರೂ. 250.00
135.	ಮಾರ್ಕ್ಸ್‌ವಾದಿ ಪರಿಕಲ್ಪನೆಗಳು	ಕೇಶವಶರ್ಮ ಕೆ.	ರೂ. 400.00
133.	ಹೊಸಪಕ್ಷಿ ರಾಗ	ಜ್ಯೋತಿ ಗುರುಪ್ರಸಾದ್	ರೂ. 200.00
134.	ತೇಲ್ನೋಟ	ಕು.ಗೋ	ರೂ. 150.00
135.	ಆಟಗಳು	ಪ್ರಕಾಶ್ ಕೆ. ನಾಡಿಗ್	ರೂ. 80.00
136.	ಕನಸಿನೂರಿನ ಕಿಟ್ಟಣ್ಣ	ಕೆ. ಪ್ರಭಾಕರನ್	ರೂ. 80.00
137.	ನನ್ನ ದೃಷ್ಟಿಯಲ್ಲಿ ಉತ್ತಮ ಹಾಸ್ಯ	ಕು.ಗೋ	ರೂ. 80.00
138.	ಒಂದು ನೂರು ವರ್ಷಗಳ ಏಕಾಂತ	ಡಾ. ವಿಜಯಾ ಸುಬ್ಬರಾಜ್	ರೂ. 400.00
139.	ಜೀವಸಿರಿ	ವಸುಂಧರಾ ಭೂಪತಿ	ರೂ. 150.00
140.	ಅಲೆಮಾರಿ ಒಬ್ಬನ ಆತ್ಮಕತೆ..!	ಡಾ॥ ಟಿ.ಡಿ.ರಾಜಣ್ಣ ತಗ್ಗಿ	ರೂ. 200.00
141.	ಶಾಲ್ಮಲಿ (ಹಿಂದಿ ಅನುವಾದ)	ಡಾ॥ ವಿಜಯಾ ಸುಬ್ಬರಾಜ್	ರೂ. 160.00
142.	ತೆರವು (ಮರಾಠಿ ಅನುವಾದ)	ಚಂದ್ರಕಾಂತ ಪೋಕಳೆ	ರೂ. 80.00
143.	ಅನನ್ಯ (ಕನ್ನಡ ತಮಿಳು ಸಾಹಿತ್ಯ ಅವಲೋಕನ)	ಡಾ॥ ತಮಿಳ್ ಸೆಲ್ವಿ	ರೂ. 160.00
144.	ಧರೆಹೊತ್ತಿ ಉರಿದಾಗ (ಸಂಪುಟ-1) (ಭಾರತ ವಿಭಜನೆಯ ದುರಂತ ಕಥೆಗಳು)	ರಾಹು	ರೂ. 400.00
145.	ಧರೆಹೊತ್ತಿ ಉರಿದಾಗ (ಸಂಪುಟ-2) (ಭಾರತ ವಿಭಜನೆಯ ದುರಂತ ಕಥೆಗಳು)	ರಾಹು	ರೂ. 400.00
146.	ಧರೆಹೊತ್ತಿ ಉರಿದಾಗ (ಸಂಪುಟ-3) (ಭಾರತ ವಿಭಜನೆಯ ದುರಂತ ಕಥೆಗಳು)	ರಾಹು	ರೂ. 400.00
147	ದಯವಿಟ್ಟು ಮುಚ್ಚಬೇಡಿ ರಸ್ತೆಗುಂಡಿಗಳನ್ನು	ಶಾಂತರಾಜ್ ಐತಾಳ್	ರೂ. 150.00

148 ಪಾತಾಳಕ್ಕೆ ಪಯಣ — ಡಾ. ರಾಜಣ್ಣ ತಗ್ಗಿ — ರೂ. 225.00
149 ಕೊಡಚಾದ್ರಿ (ಸಾಧಕರ ನುಡಿ ಚಿತ್ರಗಳು) — ಲಕ್ಷ್ಮಣ ಕೊಡಸೆ — ರೂ. 180.00
150 ಸುಡಗಾಡ ಕಾಯ — ಡಾ. ಅನುಬೆಳ್ಳಿ — ರೂ. 125.00
151. ಕರುಳ ತೆಪ್ಪದ ಮೇಲೆ — ರಾಹು — ರೂ. 400.00
(ಖುಷ್ವಂತ್‌ಸಿಂಗ್‌ರ ಟ್ರೈನ್ ಟೂ ಪಾಕಿಸ್ತಾನ ನಾಟಕ) — ಚಿದಾನಂದ ಸಾಲಿ — ರೂ. 60.00
152 ದೇವನೊಬ್ಬ ಬೇಕೆ — ಡಾ. ಶೀಪರಮಟ್ಟಿ — ರೂ. 150.00
153 ಮೊಪಾಸನ ಕಥೆಗಳು ಭಾಗ 1 — ಡಾ. ಪಿ.ವಿ. ರಾಮಚಂದ್ರ — ರೂ 450.00
154 ಮೊಪಾಸನ ಕಥೆಗಳು ಭಾಗ 2 — ಡಾ. ಪಿ.ವಿ. ರಾಮಚಂದ್ರ — ರೂ 450.00
155 ದಾಹ — ಡಾ॥ ಟಿ.ಡಿ.ರಾಜಣ್ಣ ತಗ್ಗಿ — ರೂ. 200.00
156 ಕತ್ತಲಲ್ಲಿ ಕೊಲೆ (MURDER IN THE DARK) — ಡಾ. ನವೀನ್ ಹಳೇಮನೆ — ರೂ. 80.00
157 ಆಮೇನ್ – ದಮನಿತ ದೀದಿಯ ಆತ್ಮಕಥನ — ಸಿಸ್ಟರ್ ಜೆಸ್ಮಿ — ರೂ. 240.00
158 ಬೆಸುಗೆಯ ಬಂಧನದಲ್ಲಿ — ಡಾ॥ ವಿಜಯಾ ಸುಬ್ಬರಾಜ್ — ರೂ. 350.00
159 ಮಲೆಯಾಳದ ಪ್ರಸಿದ್ಧ ಪೆಣ್ ಕಥೆಗಳು — ಪಾರ್ವತಿ ಜಿ. ಐತಾಳ್ — ರೂ. 210.00
160 ಭಯೋತ್ಪಾದಕ — ರಾಹು — ರೂ 225.00
161 ಬೆಸುಗೆಯ ಬಂದನದಲ್ಲಿ — ಡಾ. ವಿಜಯಾ ಸುಬ್ಬರಾಜ್ — ರೂ. 350.00
162 ಸಂಗೀತಲೋಕದ ಸವಿನೆನಪುಗಳು — ಶೀರೀಷ ಜೋಷಿ — ರೂ. 100.00
163 ಜೀವನವೆನ್ನುವ ಅದ್ಭುತ! — ಕೆ. ಪ್ರಭಾಕರನ್ — ರೂ. 250.00
164. ಮಾರ್ಕ್ಸ್‌ವಾದ ಮತ್ತು ಅನ್ಯವಾದಗಳು — ಕೇಶವಶರ್ಮ ಕೆ — ರೂ. 300.00
165 ಕರುಣಾಳು, ಬಾ ಬೆಳಕೆ (FEVER) — ಅನಸೂಯದೇವಿ — ರೂ. 180.00
166. ದಾಂಪತ್ಯ ಯೋಗ — ಡಾ. ನಾ ಮೊಗಸಾಲೆ — ರೂ. 180.00
167 ಅಜೇಯ (ದ ಕೌಂಟ್ ಮಾಂಟೋ ಕ್ರಿಸ್ಟೊ) — ಡಾ. ರಾಜಣ್ಣ ತಗ್ಗಿ — ರೂ. 400.00
168 ಸಂಗೀತಲೋಕದ ಸವಿನೆನಪುಗಳು — ಶಿರೀಷ ಜೋಶಿ — ರೂ. 100.00
169 ಚಮತ್ಕಾರಿ ದೇಹ ವಿಸ್ಮಯಕಾರಿ ಮನಸು — ಡಾ. ಶೀಪರಮಟ್ಟಿ — ರೂ. 150.00
170 ಕಸ್ತೂರಬಾ — ಡಾ. ಪ್ರಭಾಕರ್ ಎಂ ನಿಂಬರಗಿ — ರೂ 300.00
171 ಇದು ವಿದಾಯವಲ್ಲ — ಪಾರ್ವತಿ ಜಿ. ಐತಾಳ್ — ರೂ. 160.00
172 ಎಲ್ಲೇ ಮೀರಿ (N GUGI W THIONG 'O) — ಡಾ. ಎಚ್.ಎಸ್. ನಾಗಭೂಷಣ್ — ರೂ. 200.00
173 ಪ್ರಸಿದ್ಧ ಚೀನೀ ಕಥೆಗಳು — ಡಾ. ವಿಜಯಾ ಸುಬ್ಬರಾಜ್ — ರೂ. 230.00
174 ಹಿಮ (ORAHAN PAMUK) — ಡಾ. ಕೆ.ಎಸ್. ವೈಶಾಲಿ — ರೂ. 550.00
175 ಡೋರಿಯನ್ ಗ್ರೇನ ಬಾವಚಿತ್ರ — ಡಾ. ವಿಜಯಾ ಸುಬ್ಬರಾಜ್ — ರೂ. 160.00
(Picture Of Dorean greay))
178 ಕಥನವಕಾಶ (ಅನುವಾದಿತ ಕತೆಗಳು) — ಚಿದಾನಂದ ಸಾಲಿ — ರೂ. 150.00
179 ಪ್ರೀತಿಯ ನಲವತ್ತು ನಿಯಮಗಳು
(THE FORTY RULES OF LOVE) — ಮಮತಾ ಜಿ ಸಾಗರ — ರೂ. 400.00
ELIF SHAFAK
180 ಶ್ರೀ ರಾಮಾಯಣ ದರ್ಶನಂ–ಶ್ರೀ ದರ್ಶನ — ಶ್ರೀನಿವಾಸ ಕೃ. ದೇಸಾಯಿ — ರೂ. 150.00
181 ಭಾಮಾ ದಲಿತ ಪ್ರಜ್ಞೆ — ಡಾ. ಎಚ್.ಎಸ್. ನಾಗಭೂಷಣ್ — ರೂ. 180.00
182 ಅಷ್ಟವಕ್ರನೂ ಅಪೂರ್ವ ಸುಂದರಿಯೂ — ಡಾ. ರಾಜಣ್ಣ ತಗ್ಗಿ — ರೂ. 225.00
(THE HUNCH BACK OF NOTRE DAME)
183 ರಾತ್ರಿ ಕಪ್ಪು.... ಕೊಡ ಕಪ್ಪು — ಚಂದ್ರಕಾಂತ ಪೋಕಳೆ — ರೂ. 200.00
184 ಲಾಸ್ಟ್ ಲೋಕಲ್ ಲೋಸ್ಟ ಲವ್ — ರಾಜೀವ್ ನಾಯಕ್ — ರೂ. 120.00
185 ವಿವಾಹ ಬೋಜನವಿದು — ಶಾಂತರಾಜ್ ಐತಾಳ್ — ರೂ. 120.00
186 ನೆನಪಿನಂಗಳದಲ್ಲಿ ವೈಯನ್ಕೆ, ವಡ್ಡರ್ಸೆ, ಪೂಜಾರಿ — ಚಿದಂಬರ ಬೈಕಂಪಾಡಿ — ರೂ. 140.00
187 ನನ್ನವರು (MAVALLU) — ಸುಲೋಚನ — ರೂ. 190.00
188 ವಯನಾಡಿನ ಕನಸು — ಪಾರ್ವತಿ ಜಿ. ಐತಾಳ್ — ರೂ. 100.00

189	ಪ್ರಾತಿನಿಧಿಕತೆ ಮತ್ತು ಸ್ವಯಂಬಲ	ಕೇಶವಶರ್ಮ ಕೆ.	ರೂ. 260.00
190	ಮಾರ್ಕ್ಸವಾದ ಮತ್ತು ಅನ್ಯವಾದಗಳು	ಕೇಶವಶರ್ಮ ಕೆ.	ರೂ. 350.00
191	ದಡವ ಹಡೆದ ನದಿ (ಕವಿತೆಗಳು)	ಎಚ್.ಎನ್. ಈಶಕುಮಾರ್	ರೂ. 100.00
192	ಭಾರತದ ಜ್ವಲಂತ ಸಮಸ್ಯೆಗಳು ಮತ್ತು ಮಾಧ್ಯಮ	ಅಭಿಲಾಷಾ ಆರ್.	ರೂ. 100.00
193	ಕೃಷ್ಣವೇಣಿ (ಕಾದಂಬರಿ)	ವೆಂಕಟಗಿರಿ ಕಡೇಕಾರ್	ರೂ. 170.00
194	ಆಕಾಶದ ಕರೆ (ಸಣ್ಣ ಕಥೆಗಳು)	ಡಾ. ಅನಸೂಯಾದೇವಿ	ರೂ. 350.00
195	ಬುಡಕಟ್ಟು ಜ್ಞಾನಪರಂಪರೆ	ಡಾ. ಎಸ್.ಎಂ. ಮುತ್ತಯ್ಯ	ರೂ. 170.00
196	ಮರಳ ದಿಬ್ಬಗಳಲ್ಲಿ ಮಹಿಳೆ (The women in the dunes)	ಡಾ. ವಿಜಯಾ ಸುಬ್ಬರಾಜ್	ರೂ. 160.00
197	ಉಪೇಂದ್ರನಾಥ ಅಶ್ಕರರ ಐದು ನೀಳ್ಗಥೆಗಳು	ಪಾರ್ವತಿ ಜಿ. ಐತಾಳ್	ರೂ. 100.00
198	ಮಾಫಿಯಾ	ಕೆ.ಕೆ. ಗಂಗಾಧರನ್	ರೂ 540.00
199	ಲುಷನ್‌ರ ಆಯ್ದ ಹತ್ತು ಕಥೆಗಳು	ಡಾ. ವಿಜಯಾ ಸುಬ್ಬರಾಜ್	ರೂ. 150.00
200	ಆಲಂಪನಾ	ಶ್ಯಾಮಲಾ ಮಾದವ	ರೂ. 250.00

* ಪ್ರತಿಗಳು ಮುಗಿದಿವೆ

www.ingramcontent.com/pod-product-compliance
Ingram Content Group UK Ltd.
Pitfield, Milton Keynes, MK11 3LW, UK
UKHW040604210726
13854UKWH00009B/2523